మధ్యయుగాల భారతదేశం

సతీష్ చంద్ర

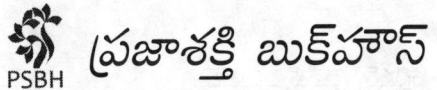

PSBH ప్రజాశక్తి బుక్‌హౌస్

ప్రజాశక్తి భవన్, డోర్ నెం : 12-402/1/1, అమరా రెడ్డి కాలనీ,
అరవిందా హైస్కూల్ వద్ద, తాడేపల్లి - 522 501.
ఫోన్ : 94900 99275

ప్రచురణ సంఖ్య : 1522

ప్రథమ ముద్రణ : మే, 2023

ప్రతులు : 1000

వెల : ₹ 450/-

ప్రతులకు

PSBH

ప్రజాశక్తి బుక్‌హౌస్

27-1-54, కారల్‌మార్క్స్ రోడ్, గవర్నర్‌పేట,

విజయవాడ -2, ఫోన్ : 0866 -2577533

బ్రాంచీలు

విజయవాడ, విశాఖపట్నం, తిరుపతి, గుంటూరు, కాకినాడ,

ఏలూరు, విజయనగరం, ఒంగోలు, నెల్లూరు, కర్నూలు, అనంతపురం

website : www.psbh.in

prajasaktipublishinghouse@gmail.com

ముద్రణ

ప్రజాశక్తి ప్రింటర్స్ & పబ్లిషర్స్ ప్రైవేట్ లిమిటెడ్

157359

విషయసూచిక

ముందుమాట

భారతదేశ చరిత్రలో మధ్యయుగాల దశ ఎంతో సంక్లిష్టమయినది. దీన్ని చీకటి యుగమని కూడ పిలుస్తుంటారు. ఈ కాలంలో అభివృద్ధి స్తంభించి పోయిందని, శాస్త్ర సాంకేతిక రంగాలలో పురోగమనం నిలిచి పోయిందని కూడ చెబుతుంటారు. కాని ఇది పాక్షిక సత్యం మాత్రమే. ఆ రోజుల్లో సామాజికంగాను, సాంస్కృతికంగాను అనేక మార్పులు చోటుచేసుకున్నాయి. అలాంటి సంక్లిష్ట పరిణామాలను సాకల్యంగా వివరిస్తుంది ఈ పుస్తకం. హిందూ మతోన్మాదుల ఆగ్రహానికి గురయిన ఎన్‌సిఇఆర్‌టి పాఠ్యగ్రంథం ఇది.

క్రీస్తు శకం 8వ శతాబ్దం నుండి 18వ శతాబ్దం ఆరంభం వరకు భారత సమాజంలో రాజకీయంగాను, ఆర్థికంగాను, సామాజికంగాను, సాంస్కృతికంగా వచ్చిన మార్పులను ఈ పుస్తకం తెలియచేస్తుంది. కేవలం ఈ విషయాలను గుదిగుచ్చి పేర్కొనడం కాకుండా మధ్యయుగాల భారత సమాజాన్ని తీర్చిదిద్దిన శక్తులు, అంశాల గురించి ఈ పుస్తకం విశ్లేషించడానికి ప్రయత్నిస్తుంది. వివిధ ప్రాంతాలకు, విభిన్న విశ్వాసాలకు చెందిన ప్రజలు ఈ పరిణామాలలో ఎలా పాలు పంచుకున్నదీ ఈ పుస్తకం తెలియ చేస్తుంది.

మధ్యయుగాలు ముస్లిములు పరిపాలించిన కాలమని చెబుతున్నప్పటికీ వారి పాలన ప్రధానంగా ఉత్తర భారత దేశంలోనే కేంద్రీకృతమయింది. మిగతా ప్రాంతంలో భారతీయ రాజులే పాలకులు. ముస్లిం రాజుల మధ్య, భారత రాజుల మధ్య ఎల్లప్పుడూ శత్రుత్వమే కొనసాగలేదు. పరస్పర స్నేహం, సహకారం కూడ నెలకొన్నాయి. ఆ సంబంధాలు మత ప్రాతిపదికన కాకుండా వారి వారి రాజకీయ అవసరాలకు అనుగుణంగా మాత్రమే ఉండేవి. అలాగే భారతీయ రాజుల మధ్య కూడ వైషమ్యాలు, యుద్ధాలు కొనసాగేవి. ఈ కాలంలో ముస్లింలు, భారతీయుల

సమ్మేళనంతో విశిష్ట కళా సంస్కృతులు రూపుదిద్దుకున్నాయి. చేతి వృత్తులు కూడ బాగానే అభివృద్ధి చెందాయి. శాస్త్ర సాంకేతిక రంగాలు కూడ ఈ కాలంలో ముందుకు సాగాయి. అయితే ఈ అభివృద్ధి జరగాల్సినంత వేగంగా జరగలేదన్నది వాస్తవం. వర్ణ వ్యవస్థతో కూడిన సంకుచిత సామాజిక స్వరూపం చాలమట్టుకు దీనికి కారణం.

ఈ విషయాలన్నింటినీ ప్రొ. సతీష్చంద్ర ఈ పుస్తకంలో సవివరంగా తెలియ చేశారు. ఈ కాలపు చరిత్రను ఒక మత పాలన అన్న దృష్టితో కాకుండా శాస్త్రీయమైన చారిత్రక దృష్టితో వివరించడం వల్లనే ఇది హిందూ మతోన్మాదుల ఆగ్రహానికి గురయింది. అలాంటి పుస్తకాన్ని ఇప్పుడు మేము తెలుగులో అందిస్తున్నాం. విషయం రీత్యాను, విశ్లేషణ రీత్యాను ఎంతో విశిష్టమైన ఈ పుస్తకాన్ని పాఠకులు ఆదరిస్తారని ఆశిస్తున్నాం.

- ప్రజాశక్తి బుక్హౌస్

మొదటి అధ్యాయం
భారతదేశం – ప్రపంచం

ఎనిమిదవ శతాబ్దం తరువాత ఐరోపాలో ఆసియాలో పలు ప్రధాన మార్పులు వచ్చాయి. ఈ మార్పులు ఐరోపా ఆసియాల మధ్య సంబంధాలను మార్చడమే కాకుండా ప్రజల జీవన విధానం, ఆలోచనా సరళిపై దీర్ఘకాలిక ప్రభావం చూపాయి. ప్రాచీన రోమన్ సామ్రాజ్యంతో భారీ వ్యాపార సంబంధాలు కలిగి ఉన్నందువల్ల భారత దేశాన్ని కూడా ఈ పరిణామాలు పరోక్షంగా ప్రభావితం చేశాయి.

ఐరోపా

ఐరోపాలో, ఆరవ శతాబ్దం మూడోవంతు భాగం గడిచేసరికి శక్తివంతమైన రోమన్ సామ్రాజ్యం రెండు ముక్కలైంది. రాజధాని రోమ్‌తో సహా పశ్చిమ ప్రాంతాన్ని రష్యా, జర్మనీల నుంచి వచ్చిన స్లావ్, జర్మనిక్ గిరిజనులు ముంచెత్తారు. ఈ జాతులు ప్రాచీన రోమన్ సామ్రాజ్యంపై అలలు అలలుగా వచ్చిపడి దోపిడీ విధ్వంసకాండ సాగించారు. అయితే కాలం గడిచే కొద్దీ ఈ గిరిజనులు ఐరోపాలోని వివిధ ప్రాంతాలలో స్థిరపడి, ఆయా ప్రాంతాల జనాభా తీరుతెన్నులను, వారి భాషలను, ప్రభుత్వాల తీరును భారీగా మార్చివేశారు. గిరిజన జాతులు స్థానిక జనాభాతో సమ్మిళితమైన ఈ దశలోనే పలు ఆధునిక యూరోపియన్ జాతుల ఆవిర్భావానికి పునాదులు పడ్డాయి. రోమన్ సామ్రాజ్య తూర్పు ప్రాంతానికి రాజధాని కాన్‌స్టంటినోపుల్ వద్ద ఉండేది. తూర్పు ఐరోపాలోని అధిక భాగంతో పాటు ఆధునిక టర్కీ, సిరియా, ఉత్తర ఆఫ్రికాలు ఈ ప్రాంతంలో భాగంగా ఉండేవి. ఈ తూర్పు భాగం బైజాంటిన్ సామ్రాజ్యంగా పేరొందింది. ఇది బలమైన రాజరికం, అత్యంత కేంద్రీకృత పరిపాలన వంటి రోమన్ సామ్రాజ్య సంప్రదాయాలను కొనసాగించింది. అయితే మత

విశ్వాసాలు, కర్మకాండ మొదలైన వాటికి సంబంధించి మాత్రం పశ్చిమ భాగంలో గల క్యాథలిక్ చర్చితో పలు విభేదాలు ఉండేవి. ఈ పశ్చిమ భాగానికి రాజధాని రోమ్ నగరం. తూర్పు ప్రాంతంలో ఉన్న చర్చిని గ్రీకు సాంప్రదాయవాద చర్చి అనేవారు. ఈ చర్చి సాగించిన కృషి వల్ల బైజాంటిన్ పాలకుల ప్రయత్నాల వల్ల రష్యా క్రైస్తవ మతంలోకి మారింది. బైజాంటిన్ సామ్రాజ్యంలో భాగమైన ఆధునిక టర్కీ, సిరియాలు కూడా గ్రీక్ సంప్రదాయ చర్చినే అనుసరించేవి. సువిశాలమైనదిగా విలసిల్లుతున్న బైజాంటిన్ సామ్రాజ్యం పశ్చిమాన రోమన్ సామ్రాజ్యం కుప్పకూలిన తర్వాత కూడా ఆసియాతో వాణిజ్యం కొనసాగించింది. ఈ సామ్రాజ్యం నెలకొల్పిన ప్రభుత్వ సంప్రదాయాలను సంస్కృతిని సిరియా, ఈజిప్టులను జయించినప్పుడు వాటి ద్వారా అరబ్బులు నేర్చుకున్నారు. ఈ బైజాంటిన్ సామ్రాజ్యం గ్రీకు - రోమన్ నాగరికతకు, అరబ్బు ప్రపంచానికి మధ్య వారధిలా వ్యవహరించి, ఆ తర్వాత పాశ్చాత్య ప్రపంచంలో గ్రీకు విజ్ఞాన పునరుజ్జీవానికి తోడ్పడింది. 15వ శతాబ్దం మధ్య భాగంలో కాన్‌స్టంటినోపుల్ తురుష్కుల వశమైనప్పుడు ఈ సామ్రాజ్యం అంతమైంది.

పశ్చిమ ప్రాంతంలో రోమన్ సామ్రాజ్యం కుప్పకూలిపోయిన తర్వాత కొన్ని శతాబ్దాల పాటు పశ్చిమ ఐరోపాలోని నగరాలు దాదాపు అదృశ్యమైపోయాయి. విదేశీ, దేశీయ వాణిజ్యం దెబ్బతిన్నది. పశ్చిమ ఐరోపాలో ఈ కాలాన్ని చరిత్రకారులు 'చీకటి యుగం'గా అభివర్ణించారు. అయితే పదవ శతాబ్దం నుంచి వాణిజ్యం దానితో పాటు నగర జీవనం మళ్ళీ ప్రారంభమైంది.

పన్నెండు, పదునాలుగవ శతాబ్దాల మధ్య కాలంలో పశ్చిమ ఐరోపా మళ్ళీ ఉన్నత స్థాయిలో విలసిల్లగలిగింది. శాస్త్ర, సాంకేతికాభివృద్ధి, పట్టణాల పెరుగుదల, ఇటలీలోని మిలన్, పదువ వంటి పలు నగరాలలో విశ్వవిద్యాలయాలు ఏర్పడడం ఈ కాలపు ప్రధాన పరిణామం. నూతన విద్యార్జనలో, నవీన ఆలోచనలు పెంపొందించడంలో ఈ విశ్వవిద్యాలయాలు ప్రధాన పాత్ర పోషించాయి. ఇది క్రమంగా పునరుజ్జీవానికి, నవ ఐరోపా ఆవిర్భావానికి దారి తీసింది.

భూస్వామ్య వ్యవస్థ అభివృద్ధి :

రోమన్ సామ్రాజ్యం ముక్కలైన తర్వాత పశ్చిమ ఐరోపాలో కొత్త తరహా సమాజం, కొత్త ప్రభుత్వ వ్యవస్థ ఏర్పడింది. క్రమంగా ఏర్పడిన ఈ కొత్త వ్యవస్థ ఫ్యూడలిజం లేదా భూస్వామ్య వ్యవస్థ. ఫ్యూడలిజం అనే పదం లాటిన్ భాషలోని 'ఫ్యూడం' అనే పదం నుంచి ఏర్పడింది. ఇది ఇంగ్లీషులోని 'ఫీఫ్' (జాగీరు)గా మారింది. ఈ ఫ్యూడల్ సమాజంలో జాగీరుదారులు అతిశక్తిమంతులు. వీరికి సైన్యం, విశాలమైన

భూములు ఉండడమే గాకుండా ప్రభుత్వంలో కూడా ఆధిపత్యం ఉండేది. రాజు ఈ భూస్వాములందరికన్నా బలవంతుడయిన ఒక భూస్వామి మాత్రమే. కాలక్రమేణ రాజరికం బలపడి భూస్వాముల అధికారాలు పరిమితం చేసే ప్రయత్నం జరిగింది. ఇందులో భాగంగా భూస్వామి రాజుకు విధేయుడిగా ఉంటానని ప్రమాణం చేయాలి. ఇందుకు ప్రతిఫలంగా భూస్వాముల ఆక్రమణలో వున్న భూములను వారి జాగీరుగా రాజు గుర్తిస్తాడు. తన పట్ల విధేయత చూపించని వారి నుంచి రాజు జాగీరును స్వాధీనం చేసుకోవచ్చు. కాని ఆచరణలో ఇది చాలా అరుదుగా జరిగేది. అందువల్ల భూస్వామ్య వ్యవస్థలో ప్రభుత్వంపై భూస్వామ్య ఉన్నత వర్గం అధిపత్యం ఉండేది. ఈ ఉన్నతవర్గం వంశపారంపర్యంగా ఏర్పడేది. పాలకవర్గంలో బయటి వారు చేరకుండా నిరోధించేది. అయితే పూర్తిగా తలుపులు బిగించుకుని ఉండడం సాధ్యపడకపోయేది.

ఇది ఫ్యూడల్ లేదా భూస్వామ్య వ్యవస్థ ప్రధాన స్వరూపం. యూరప్‌లో ఏర్పడిన ఈ వ్యవస్థకు, మధ్య ఆసియాలో తురుష్కులు, ఇండియాలో రాజపుత్రులు రూపొందిన ప్రభుత్వ, సామాజిక వ్యవస్థకు పోలికలు ఉన్నాయి. ఈ వ్యవస్థ అభివృద్ధి చెందేకొద్దీ స్థానిక పరిస్థితులు, సంప్రదాయాలకు అనుగుణంగా ఒక్కో దేశంలో ఒక్కో రూపం సంతరించుకుంది. యూరప్‌లోని ఫ్యూడల్ వ్యవస్థలో రెండు ప్రధాన లక్షణాలను గుర్తించవచ్చు. మొదటి సెర్ఫ్ వ్యవస్థ. సెర్ఫ్ అంటే భూస్వామి భూమిలో పని చేసే రైతు. ఈ సెర్ఫ్‌కు తన వృత్తిని వదులుకునే, లేదా వలసపోయే అవకాశం ఉండదు. తమ భూస్వామి అనుమతి లేకుండా పెళ్ళి చేసుకోవడం కూడా సాధ్యం కాదు. మరో లక్షణం 'మ్యానర్' వ్యవస్థ. భూస్వామి నివసించే 'గడీ'నే మ్యానర్ అంటారు. పలు యూరోపియన్ దేశాలలో ఈ గడీలలో ఉండే దొరల అధీనంలోనే విస్తారమైన భూములు ఉండేవి. ఈ దొర తన భూమిలోని కొంత భాగాన్ని సెర్ఫ్‌ల ద్వారా స్వయంగా సాగు చేసుకునే వాడు. ఈ సెర్ఫ్‌లు ఒకవైపు తమ భూమి సాగు చేసుకుంటూ మరో వైపు తమ యజమానియైన దొర భూమి కూడా సాగు చేయాలి. భూమి అంతా దొరకే చెందుతుంది గనక సెర్ఫ్‌లు దొరకు నగదు చెల్లిస్తూ సేవలందిస్తూ మెప్పు పొందాలి. శాంతి భద్రతలు కాపాడడం, న్యాయం అందించడం కూడా గడీ దొర బాధ్యతలు. ఆ కాలంలో శాంతి భద్రతల లోపం ఎక్కువగా ఉండడం వల్ల పలువురు స్వేచ్ఛగా ఉన్న రైతులు కూడా తమ రక్షణ కోసం ఏదో ఒక దొరకు విధేయులుగా మారిపోవలసి వచ్చేది.

ఫ్యూడల్ వ్యవస్థకు సెర్ఫ్, మ్యానర్ వ్యవస్థలే పునాది. అందువల్ల ఈ రెండు వ్యవస్థలు లేని వాటిని ఫ్యూడల్ సమాజాలుగా పేర్కొనకూడదని కొందరు చరిత్రకారులు

భావిస్తున్నారు. ఉదాహరణకు ఇండియాలో ఐరోపాలో మాదిరి సెర్ఫ్, మ్యానర్ వ్యవస్థలు లేవు. అయితే స్థానిక భూఅధిపతులు (సామంతులు) ఐరోపాలోని ఫ్యూడల్ దొరల వలెనే పలు అధికారాలు కలిగి ఉన్నారు. రైతాంగం వీరిపై ఆధారపడి ఉండేది. రైతాంగం మాటమాత్రంగా స్వేచ్ఛగా ఉన్నదనేది ప్రధానం కాదు. ఏ విధంగా, ఎంతమేర తన స్వేచ్ఛను ఉపయోగించుకోగలుగు తున్నదనేది ప్రధానం. పశ్చిమ యూరపులోని పలు దేశాలలో మ్యానర్ వ్యవస్థ, రైతాంగం చాకిరీ 14వ శతాబ్దం తరువాత అదృశ్యమైపోయింది.

ఐరోపాలోని ఫ్యూడల్ వ్యవస్థలో గల రెండవ ప్రధాన లక్షణం సైన్య నిర్వహణ. 'అశ్వారూఢుడు అయిన సాయుధ యోధుడు' ఫ్యూడల్ వ్యవస్థకు ప్రతీకగా చెప్పవచ్చు. నిజానికి ఆశ్విక దళం యూరప్‌లో ఎనిమిదవ శతాబ్దం నుంచి మాత్రమే కనిపిస్తుంది. రోమన్‌ల కాలంలో సైన్యంలోని ప్రధాన విభాగాలు భారీ, అల్ప పదాతి దళాలు మాత్రమే. ఒక విభాగం పొడవాటి ఈటెలు రెండో విభాగం చిన్న ఖడ్గాలు ధరించేది. గుర్రాలను రథాలను లాగడానికి మాత్రమే వాడేవారు. ఈ రథాలలో అధికారులు ఉండేవారు. అరబ్బుల రాకతో యుద్ధ రీతి మారిపోయిందని భావిస్తున్నారు. అరబ్బులకు గుర్రాలు భారీ సంఖ్యలో ఉండేవి. వాటి వేగమైన కదలికలు, అశ్వారూఢులైన విలుకాళ్ళ ముందు పదాతి దళం నిష్ప్రయోజనమైపోయింది. ఈ కొత్త యుద్ధ విధానానికి అనుగుణమైన సైనిక వ్యవస్థను వృద్ధి చేసి నిర్వహించే క్రమంలోనే ఐరోపాలో ఫ్యూడలిజం అభివృద్ధి చెందింది. తన సొంత ఆర్థిక వనరులతో భారీ స్థాయిలో ఆశ్విక దళాన్ని పోషించి ఆయుధాలు సమకూర్చుకునే స్థాయిలో ఏ రాజు లేడు. అందువల్ల సైనిక వికేంద్రీకరణ జరిగింది. నియమిత సంఖ్యలో ఆశ్విక దళాన్ని పోషించి అవసరమైనప్పుడు రాజు సేవ కోసం వినియోగించే బాధ్యత భూస్వాములకు అప్పగించవలసి వచ్చింది.

ఆశ్విక దళం యుద్ధరంగంలో ప్రధాన అంగంగా మారడానికి రెండు ప్రధాన పరిశోధనలు తోడ్పడ్డాయి. ఈ పరిశోధనలు కొంత పాతవే అయినప్పటికీ ఈ కాలంలో ఎక్కువ వాడకంలోకి వచ్చాయి. మొదటిది ఇనుప రికాబు. ఈ రికాబు వల్ల భారీగా ఆయుధాలు ధరించిన వారు కూడా గుర్రంపై నుండి పడిపోకుండా సవారీ చేయగలిగేవారు. ఆశ్వికుడు ఈటెతో దాడి చేస్తున్నప్పుడు, కింద పడిపోకుండా గుర్రాన్ని గట్టిగా అంటిపెట్టుకుని ఉండడం సాధ్యమయ్యేది. అంతకుముందు కలపతో చేసిన రికాబు లేదా తాడు ముక్క ఉండడం వల్ల కాలి బొటనవేలు మాత్రమే మోపగలిగి ఉండేవారు. అయితే ఇనుప రికాబు రావడం వల్ల ఆశ్విక దళం ధాటికి పదాతిదళం తట్టుకోవడం కష్టమైపోయింది. రెండవ పరిశోధన కొత్తరకం జీను. దీనివల్ల గుర్రం

గతంలో కన్నా రెట్టింపు బరువు మోయడం సాధ్యమైంది. ఈ రెండు పరిశోధనలు యూరప్‌కు తూర్పు ఆసియా నుండి వచ్చి ఉంటాయి. ఇవి భారతదేశంలో పదవ శతాబ్దం నుంచే వాడుకలో ఉన్నాయి.

ఈ విధంగా రాజకీయ, ఆర్థిక, సైనిక పరమైనటువంటి పలు కారణాలు యూరప్‌లో ఫ్యూడలిజం బలపడడానికి తోడ్పడ్డాయి. పదకొండవ శతాబ్దం తర్వాత బలమైన రాజ్యాలు ఏర్పడినప్పటికీ సంప్రదాయాలు మరీ బలంగా పాతుకుపోయి ఉండడం వల్ల రాజుకు భూస్వాముల అధికారాలను తగ్గించడం సాధ్యం కాలేదు.

మధ్యయుగంగా పేరొందిన ఈ కాలంలో ప్రజల జీవనశైలిని రూపుదిద్దడంలో ఫ్యూడలిజంతో పాటు క్రైస్తవ చర్చి కూడా ప్రధాన పాత్ర వహించింది. బైజాంటీన్ సామ్రాజ్యంతో, రష్యాలో గ్రీకు సాంప్రదాయవాద చర్చి పాత్రను ఇదివరకే ప్రస్తావించడం జరిగింది. పశ్చిమ ప్రాంతంలో శక్తివంతమైన సామ్రాజ్యం లేకపోవడం వల్ల క్యాథలిక్ చర్చి కొన్ని ప్రభుత్వ విధులను కూడా నిర్వహించింది. క్యాథలిక్ చర్చి అధిపతి అయిన పోప్ మతాధిపతిగానే గాకుండా రాజకీయ, నైతికాధికారాలను కూడా చలాయించే వాడు. పశ్చిమాసియా, ఇండియాలలాగే యూరప్‌లో కూడా మధ్యయుగం అంటే మత యుగం. మత పెద్దలకు చాలా అధికారం పలుకుబడి ఉండేది. రాకుమారులు, భూస్వాములు ఇచ్చే భూములు, ధనిక వర్తకులు ఇచ్చే విరాళాలతో పలు మఠాలు ఏర్పడ్డాయి. ఫ్రాన్సిసాలాన్స్ వంటి కొన్ని మఠాలు పేదలకు సేవ చేసేవి. పలు మఠాలు ప్రజలకు వైద్య సహాయం, ప్రయాణికులకు ఆశ్రయం కల్పించేవి. విద్యా కేంద్రాలుగా, విజ్ఞాన నిలయాలుగా కూడా ఇవి వర్ధిల్లాయి. ఈ విధంగా యూరప్ సాంస్కృతిక జీవనంలో క్యాథలిక్ చర్చి ప్రధాన పాత్ర పోషించింది.

అయితే కొన్ని సంపన్నమైన కొన్ని మఠాలు మాత్రం భూస్వాముల లాగానే ప్రవర్తించడం ప్రారంభించాయి. దీంతో అంతర్గత విభేదాలు పొడసూపాయి. ప్రాపంచిక అంశాలపై చర్చి, పోపుల అధికారాన్ని నిరసించే ఆ పాలకులతో ఘర్షణకు దారితీసింది. ఐరోపాలో చర్చికి, రాజ్యానికి మధ్య తలెత్తిన ఘర్షణ ఐరోపా బయట కూడా ఇలాంటి ప్రభావాన్ని చూపించిందనేది తరువాత అధ్యాయంలో పరిశీలిద్దాం.

అరబ్ ప్రపంచం

ఇస్లాం ఆవిర్భావం వల్ల అప్పటి వరకు పరస్పరం ఘర్షణ పడుతున్న అరబ్ తెగలు ఏకమై శక్తివంతమైన సామ్రాజ్యం ఏర్పడింది. తొలి కాలీఫాలు స్థాపించిన అరబ్ సామ్రాజ్యం అరేబియాతో పాటు సిరియా, ఇరాక్, ఇరాన్, ఈజిప్ట్, ఉత్తర ఆఫ్రికా, సెవియన్‌ల వరకూ వ్యాపించింది. ఎనిమిదవ శతాబ్దం మధ్య భాగంలోని

అరబ్బు తెగలలో అంతర్గత విభేదాలు, అంతర్యుద్ధాల పర్యవసానంగా, అబ్బాసిర్‌లు బాగ్దాద్ కాలీఫాలుగా అధికారంలోకి వచ్చారు. అబ్బాసిర్‌లు మహమ్మద్ ప్రవక్తకు చెందిన తెగవారమని చెప్పుకోవడం వల్ల వారు పవిత్రమైన వారనే భావం ఏర్పడింది. 150 సంవత్సరాల పాటు అబ్బాసిర్ సామ్రాజ్యం శక్తివంతమైందిగా విలసిల్లింది. ఈ సామ్రాజ్యం ఉచ్ఛస్థాయిలో ఉన్నప్పుడు ఈ ప్రాంతంలోని ఉత్తర ఆఫ్రికా, ఈజిప్టు, సిరియా, ఇరాన్, ఇరాక్, వంటి ప్రధాన నాగరికతా కేంద్రాలన్నీ అందులో భాగంగా ఉండేవి. పశ్చిమాసియా, ఉత్తర ఆఫ్రికాలలోని కొన్ని ఉత్పత్తి సాగించే దేశాలపైనే కాకుండా మధ్యధరా ప్రపంచాన్ని, ఇండియా, చైనాలతో కలిపే ప్రధాన వాణిజ్య రహదారులపై కూడా అబ్బాసిర్ పాలకులు అదుపు కలిగి ఉండేవారు. అబ్బాసిర్‌లు ఈ వాణిజ్య మార్గాలకు తగు భద్రత కల్పించడమే ఆ ప్రాంత ప్రజల భోగభాగ్యాలకు, అబ్బాసిర్ ఆస్థాన వైభవానికి ప్రధాన కారణం. అరబ్బులు సునిశిత వ్యాపారులు. ప్రపంచంలోనే అత్యంత వ్యాపార కౌశలం గల సంపన్న వర్తకులు, సముద్ర యాత్రికులుగా ఈ కాలంలో పేరు తెచ్చుకున్నారు. పలు నగరాలు, ప్రభుత్వానికి చెందిన ప్రయివేటువే అయినటువంటి మహోన్నత కట్టడాలు ఈ కాలంలో వెలిశాయి. జీవన ప్రమాణంలో కాని, సాంస్కృతిక జీవనంలో కాని అరబ్బు పట్టణాలతో తులతూగేవి ప్రపంచంలో మరెక్కడా లేకుండేవి. ఆల్-మమూన్, హరున్ అల్-రషీద్‌లు ఆనాటి ప్రముఖ కాలీఫాలు. వీరి ఆస్థాన వైభవం, రాజభవనాలు, విద్యా, విజ్ఞానవేత్తలకు అందిన రాజపోషణ ప్రధానాంశాలుగా పలు కథలు, పురాణాలు పుట్టుకొచ్చాయి. అరబ్బులు తొలి దశలో తాము జయించిన నాగరిక ప్రాంతాల శాస్త్ర విజ్ఞానాన్ని, పరిపాలనా విధానాలను ఆకళింపు చేసుకోవడంలో అసాధారణ ప్రజ్ఞను కనబరచారు. క్రైస్తవులూ, యూదులు వంటి ముస్లిమేతరులను, జూరాష్ట్రియన్‌లు, బౌద్ధులైన ఇరానీయుల వంటి అరబ్బేతరులను పరిపాలనా రంగంలో చేర్చుకోవడానికి ఏ మాత్రం సంకోచించలేదు.

అబ్బాసిర్ కాలిఫాలు సంప్రదాయ ముస్లింలు అయినప్పటికీ ఇస్లాం మౌలిక సూత్రాలను సవాలు చేయనంతవరకు అన్ని వైపుల నుంచి ఎలాంటి విజ్ఞానానికైనా తలుపులు బార్లా తెరిచారు. గ్రీకు, బైజాంటీన్, ఈజిప్షియన్, ఇరానీ, భారతీయ నాగరికతలకు చెందిన గ్రంథాలను అరబ్బు భాషలోకి అనువదించడానికి ఆల్-మమూన్ కాలీఫా బాగ్దాదులో 'విజ్ఞానాలయం' (బుయిత్-ఉల్ హిక్మీత్)ను నెలకొల్పారు. ఉన్నత వర్గాల వారు కూడా కాలీఫాలను ఆదర్శంగా తీసుకున్నారు. అతి తక్కువ కాల వ్యవధిలో పలు దేశాలకు చెందిన ప్రధాన శాస్త్ర గ్రంథాలన్నీ అరబిక్‌లో లభించాయి. యూరోపియన్ పండితులు ఇటీవలి కాలంలో సాగించిన కృషి వల్ల

అరబ్బులపై గ్రీకు విజ్ఞానం, తత్వశాస్త్రాల ప్రభావం వెల్లడయింది. అరబ్బు ప్రపంచంపై చైనా విజ్ఞాన, తత్వశాస్త్రాలు చూపించిన ప్రభావం ఇప్పుడిప్పుడే తెలుస్తున్నది. చైనీయులు కనుగొన్న దిక్సూచి, కాగితం, ముద్రణ, తుపాకీ మందు వంటివే కాకుండా చక్రాల బండి కూడా అరబ్బుల ద్వారానే ఐరోపాకు చేరాయి. చైనా గురించి మరింత తెలుసుకోవడానికి, చైనాతో వాణిజ్యంపై అరబ్బుల గుత్తాధిపత్యాన్ని దెబ్బతీయడానికి వెనిస్ యాత్రికుడు మార్కోపోలో చైనా సందర్శించాడు.

మధ్యయుగంలో అరబ్బులతో భారతదేశానికి గల ఆర్థిక, సాంస్కృతిక సంబంధాల గురించి మన దేశం అందించిన విజ్ఞానం గురించి దురదృష్టవశాత్తు మనకు ఎక్కువ విషయాలు తెలియడం లేదు. ఎనిమిదవ శతాబ్దంలో సింధ్‌పై అరబ్బులు విజయం అరబ్బు-భారతీయ సన్నిహిత సాంస్కృతిక సంబంధాలకు దారి తీయలేదు.

భారతదేశంలో ఐదవ శతాబ్దంలో వృద్ధి చెందిన ఆధునిక గణిత శాస్త్రానికి పునాది అయిన దశాంశ పద్ధతి ఈ కాలంలోనే అరబ్బు ప్రపంచానికి చేరింది. అరబ్బు గణితవేత్త అల్-క్వారిజ్మి దీనికి తొమ్మిదవ శతాబ్దంలో ప్రాచుర్యం కల్పించాడు. ఈ దశాంశ పద్ధతిని అబెలార్డ్ అనే సన్యాసి 12వ శతాబ్దంలో ఐరోపాలో ప్రవేశ పెట్టినప్పుడు ఈ అంకెలను 'అరబిక్ అంకెలు'గా పేర్కొన్నారు. ఖగోళ, గణిత శాస్త్రాలలోని పలు భారతీయ గ్రంథాలు అరబిక్ భాషలోకి అనువదితమయ్యాయి. ఆర్యభట్టు సంస్కరించిన ప్రముఖ 'సూర్యసిద్ధాంత' గ్రంథం కూడా వీటిలో ఒకటి. వైద్య శాస్త్రంలోని చౌరవ, సుశ్రుతులు రాసిన గ్రంథాలు కూడా అరబిక్ భాషలోకి అనువదితం అయ్యాయి. భారతీయ వ్యాపారులు ఇరాక్, ఇరాన్‌లలోని దుకాణాలను సందర్శించే వారు. భారతీయ కళాకారులకు బాగ్దాద్ కాలీఫా ఆస్థానం స్వాగతం పలికేది. కలీల వాదిమ్న (పంచతంత్ర) వంటి పలు సంస్కృత రచనలు అరబ్బీ భాషలోకి అనువదితమై పశ్చిమాన ఏసోపు కథల వంటి వాటికి మూలాధారమయ్యాయి. ఆనాటి అరబ్బు ప్రపంచంపై భారతీయ వైజ్ఞానిక, తత్వశాస్త్రాల ప్రభావం, అదే విధంగా ఇండియాపై అరబ్బు శాస్త్రాల ప్రభావంపై ప్రస్తుతం అధ్యయనం సాగుతున్నది.

పదవ శతాబ్దం ఆరంభం నాటికి అరబ్బులు పలు శాస్త్రాలకు తయారైన విజ్ఞానాన్ని జోడించే స్థాయికి చేరుకున్నారు. అరబ్బులు ఈ కాలంలో రేఖాగణితం, బీజగణితం, ఖగోళం, కాంతిశాస్త్రం, రసాయన శాస్త్రం, వైద్యం వంటి పలు వైజ్ఞానిక రంగంలో అభివృద్ధి సాధించి విజ్ఞాన శాస్త్ర రంగంలో ఉన్నతులనిపించుకున్నారు. ప్రపంచంలోనే ఉన్నత స్థాయి గ్రంథాలయాలు, పరిశోధనాశాలలు అరబ్బు ప్రపంచంలో వెలిశాయి. అరేబియాను బయట ఖొరాసన్, ఈజిప్టు, స్పెయిన్ తదితర ప్రాంతాల వారు సాగించిన కృషి వల్ల ఈ శాస్త్ర ప్రగతి సాధ్యమైంది. అందువల్ల అరబ్ శాస్త్ర

విజ్ఞానం అంతర్జాతీయ శాస్త్ర విజ్ఞానమని చెప్పవచ్చు. పలు దేశాలలోని మేధావులు ఈ సామ్రాజ్యంలో ఎక్కడైనా స్థిరపడే స్వేచ్ఛ ఉండడం వల్ల ఈ ప్రాంతంలో అరబ్బీ భాష బోధించడం వల్ల, అరబ్బీ భాషలో రచనలు వెలువడడం వల్ల ఈ మొత్తం విజ్ఞానానికి అరబ్ విజ్ఞానంగా పేరు వచ్చింది. అరబ్ సామ్రాజ్యంలో శాస్త్రవేత్తలకు, పండితులకు మేథోపరమైన, వ్యక్తిగతమైన స్వేచ్ఛ ఆదరణ ఉండేది. దీనివల్ల అరబ్ శాస్త్ర విజ్ఞానం, నాగరికత గణనీయంగా అభివృద్ధి చెందింది. క్రైస్తవ చర్చి మొండి వైఖరి మూలంగా ఐరోపాలో ఆనాడు ఇంత స్వేచ్ఛ ఉండేది కాదు. బహుశా భారతదేశంలో కూడా పరిస్థితి ఇదే విధంగా ఉండి ఉంటుంది. అందువల్ల అరబ్ విజ్ఞానం భారతదేశంలో ప్రవేశించలేకపోయింది. భారతదేశం అప్పటి వరకు సాహిత్య విజ్ఞానాభివృద్ధి స్తంభించిపోవడం మొదలైంది.

14వ శతాబ్దం తర్వాత అరబ్ విజ్ఞానం క్షీణించింది. ఇందుకు రాజకీయ ఆర్థిక కారణాలు కొంతవరకు దోహదం చేశాయి. అయితే మత ఛాందసవాదం పెరిగి ఆలోచనా స్వేచ్ఛను హరించివేయడం ప్రధాన కారణం.

తూర్పు, ఆగ్నేయాసియా

ఎనిమిదవ శతాబ్దంలో 'టాంగ్' పాలనలో చైనా సమాజం, సంస్కృతి ఉచ్ఛస్థాయికి చేరుకున్నాయి. కాష్గర్‌తో సహా మధ్య ఆసియాలోని సింకియాంగ్ విస్తృత ప్రాంతాల దాకా టాంగ్ పాలకులు తమ ఆధిపత్యాన్ని విస్తరించుకున్నారు. దాంతో 'సిల్క్ రహదారి' ద్వారా భూమార్గ వాణిజ్యం ఊపందుకున్నది. పట్టు మాత్రమే కాకుండా మేలిరకం పింగాణీ పాత్రలు, జేడ్‌లాంటి విలువైన రాళ్ళతో తయారయిన పాత్రలు. పశ్చిమాసియాకు, ఐరోపాకు, భారతదేశానికి భూమార్గం గుండా ఎగుమతి అయ్యేవి. విదేశీ వర్తకులకు చైనా స్వాగతం పలికేది. అరబ్బులు, పర్షియన్లు భారతీయులు మొదలుకొని పలువురు సముద్ర మార్గంలో చైనా చేరుకుని క్యాంటన్‌లో స్థిరపడ్డారు.

తొమ్మిదవ శతాబ్దం మధ్య భాగంలో టాంగ్ సామ్రాజ్యం క్షీణించి పదవ శతాబ్దంలో సంగ్ వంశ పాలన మొదలైంది. ఈ సంగ్ వంశం చైనాను వందేళ్ళ పాటు పాలించింది. ఇది బలహీనపడుతుండడంతో 13వ శతాబ్దంలో మంగోలులకు చైనాను జయించే అవకాశం లభించింది. చైనాలో మంగోలులు మారణహోమం, విధ్వంసం సృష్టించారు. క్రమశిక్షణతో వేగంగా కదిలే ఆశ్విక దళాలు గల మంగోలు పాలకులు మొదటిసారిగా ఉత్తర, దక్షిణ చైనాలను ఏకఛత్రాధిపత్యంలోకి తేగలిగారు. కొంతకాలం పాటు టొంకిన్ (ఉత్తర వియత్నాం) తన్నం (దక్షిణ వియత్నాం)లను

తమ అధీసంలోకి తెచ్చుకోలిగారు. ఉత్తరాన కొరియాను స్వాధీనం చేసుకున్నారు. ఈ విధంగా మంగోలులు తూర్పు ఆసియాలో అతి పెద్ద సామ్రాజ్యాన్ని స్థాపించారు. చైనా మంగోలు పాలకులలో కుబ్లయ్‌ఖాన్ అత్యంత ప్రసిద్ధి చెందాడు. ఈయన ఆస్థానంలో కొద్దికాలం గడిపిన వెనిస్ యాత్రికుడు మార్కోపోలో అక్కడి వైభవాన్ని కళ్ళకు కట్టినట్టు వివరించారు. మార్కోపోలో ఇటలీకి సముద్ర మార్గంగా తిరిగి వెళతూ భారతదేశంలోని మలబార్‌ను సందర్శించాడు. ఈ విధంగా అప్పటికే ప్రపంచంలోని భిన్న ప్రాంతాలు సన్నిహితమై సాంస్కృతిక సంబంధాలు పెరగసాగాయి. చైనా బలమైన నావికాదళం నిర్మించుకోవడంతో కొన్ని ఆగ్నేయాసియా దేశాలు చైనా రాజ్య విస్తరణ కాంక్షను ఎదుర్కోవలసి వచ్చింది. అయితే ఎక్కువ కాలం ఆగ్నేయాసియా దేశాలు స్వతంత్రంగానే ఉన్నాయి. ఈ కాలంలో ఆగ్నేయాసియాలో శైలేంద్ర, కాంబోజ సామ్రాజ్యాలు శక్తివంతమై విలసిల్లాయి.

ఏడవ శతాబ్దంలో ఏర్పడిన శైలేంద్ర సామ్రాజ్యం అప్పటివరకు గల శ్రీవిజయ సామ్రాజ్యం స్థానాన్ని ఆక్రమించి పదవ శతాబ్దం వరకు ఓ వెలుగు వెలిగింది. ఈ సామ్రాజ్యం ఉచ్ఛ స్థాయిలో ఉన్నప్పుడు సుమత్రా, జావా, మలయా ద్వీపకల్పంతో పాటు సియాం (ఆధునిక థాయిలాండ్)లోని కొన్ని ప్రాంతాలే కాకుండా ఫిలిప్పీన్స్ కూడా అందులో భాగంగా ఉండేది. ఈ సామ్రాజ్యం బహు విశాలమైందని, వేగంగా పయనించే ఓడ ఈ సామ్రాజ్యాన్ని రెండేళ్ళలో కూడా చుట్టి రాలేదని తొమ్మిదవ శతాబ్దానికి చెందిన ఒక అరబ్బు చరిత్రకారుడు పేర్కొన్నాడు. శక్తివంతమైన నౌకాదళం గల శైలేంద్ర రాజులు చైనాతో సముద్ర వాణిజ్యంపై ఆధిపత్యం వహించారు. దక్షిణ భారతంలోని పల్లవులకు కూడా బలమైన నౌకాదళం ఉండేది. భారతదేశంకు అంతకుముందు నుంచే ఈ ప్రాంత దేశాలతో వాణిజ్య, సాంస్కృతిక సంబంధాలు ఉండేవి. పలువురు భారతీయ, చైనా పండితులు రాజధాని పాలెంబాంగను సందర్శించేవారు. సుమత్రా దీవిలో ఉన్న ఈ రాజధాని ప్రముఖ సంస్కృత, బౌద్ధ అధ్యయన కేంద్రంగా చాలాకాలం పేరొందింది. శైలేంద్ర పాలకులు పలు భారీ ఆలయాలు నిర్మించారు. వీటిలో ప్రముఖమైంది బోరోబోదుర్ ఆలయం. దీనిని బుద్ధునికి అంకితం ఇచ్చారు. కొండను తొమ్మిది అంతస్తులుగా తొలచి పై భాగంలో స్థూపాన్ని నిర్మించారు. భారతీయ ఇతిహాసాలయిన మహాభారతం, రామాయణం మూలాధారాలుగా ఇక్కడి సాహిత్యం, జానపదకళలు, కీలుబొమ్మలాటలు మొదలైనవి రూపొందాయి.

ఇక కాంబోజ సామ్రాజ్యం కాంబోడియా, తన్నన్ (దక్షిణ వియత్నాం)లకు విస్తరించింది. దీనికన్నా ముందు హైందవీకరణ జరిగిన ఫునాన్ సామ్రాజ్యం 15వ

శతాబ్దం వరకు వెలుగొంది సుసంపన్నమై సాంస్కృతిక కేంద్రంగా కూడా ఉచ్ఛస్థాయికి చేరుకుంది. కాంబోడియాలోని ఆంకోర్‌థోమ్ వద్ద గల దేవాలయ సముదాయం ఈ సామ్రాజ్య విశిష్టతకు నిదర్శనం. ప్రతీరాజు తన జ్ఞాపకార్థం ఒక కొత్త దేవాలయం నిర్మించుకుంటూ పోయాడు. ఈ విధంగా 3.2 చదరపు కిలోమీటర్ల వైశాల్యంలో 200 ఆలయాలు ఏర్పడ్డాయి. వీటిలో ఆంకోర్‌వాట్ దేవాలయం అతి పెద్దది. దీనిలో మూడు కిలోమీటర్ల మార్గం పొడవునా అందమైన దేవుళ్ళు, దేవతల అప్సరసల విగ్రహాలున్నాయి. రామాయణ, మహాభారత దృశ్యాలు చెక్కబడి ఉన్నాయి. 1860లో ఒక ఫ్రెంచి వ్యక్తి కనుగొనే వరకు ఈ ఆలయ సముదాయం దట్టమైన అడవి మధ్య మరుగున పడి ఉండేది. అక్కడ ఆలయాల నిర్మాణం 10-12వ శతాబ్దాల మధ్య ముమ్మరంగా సాగింది. భారతదేశంలో కూడా ఆలయాల నిర్మాణం భారీగా సాగింది. ఈ కాలంలోనే అది గమనార్హం. దక్షిణ చైనా వెళ్ళే పలువురు భారతీయ వర్తకులు మలయాలోని తక్కెల రేవు వరకు భూమార్గాన వెళ్ళి అక్కడి నుండే చైనా సముద్రం మీదుగా ప్రయాణించే వారు. ఈ ఆగ్నేయాసియా ప్రాంతంలో పలువురు బ్రాహ్మణులు, ఆ తర్వాత బౌద్ధ సన్యాసులు స్థిరపడ్డారు. బౌద్ధమతం తన జన్మభూమియైన భారతదేశంలో క్షీణించినప్పటికీ ఆగ్నేయాసియాలో స్థిరపడిపోయింది. కాలక్రమేణా బౌద్ధమతం పలు హిందూ దేవతలను తన పంథాలో చేర్చుకొని హిందూ ఆలయాలను ఆక్రమించుకుంది. అదే సమయంలో భారతదేశంలో అందుకు విరుద్ధ పరిణామం జరిగింది. ఇక్కడి బౌద్ధ ఆరామాలు, ఆలయాలను హిందూ ప్రార్థనామందిరాలుగా మార్చివేశారు.

ఈ విధంగా ఇటు పశ్చిమాసియాతోను, అటు ఆగ్నేయాసియాతోనూ, చైనాతోనూ, మడగాస్కర్, ఆఫ్రికా తూర్పుకోస్తా దేశాలతోనూ భారత్‌కు సన్నిహిత వాణిజ్య, సాంస్కృతిక సంబంధాలు ఉండేవి. చైనాలోనూ మిగతా బయటి ప్రపంచంలోనూ భారతదేశం వాణిజ్య, సాంస్కృతిక సంబంధాలు నెలకొల్పుకోవడానికి ఆగ్నేయాసియాలోని పలు సామ్రాజ్యాలు వారధిలా పని చేశాయి. భారతీయ సంస్కృతీ, నాగరికతలలో అమితంగా ప్రభావితమైనప్పటికీ, ఆగ్నేయాసియా దేశాలు తమకంటూ ఒక భిన్న సంస్కృతిని రూపొందించుకున్నాయి. దక్షిణ భారతంలోని, ఆగ్నేయాసియాలోని వాణిజ్యం సాగించే అరబ్బు వర్తకులు అబ్బాసిద్ సామ్రాజ్య స్థాపన తరువాత మరింత క్రియాశీలంగా మారిపోయారు. అయితే వారు భారతీయ వర్తకులకు, బోధకులకు స్థానభ్రంశం కలిగించి వారి స్థానాన్ని ఆక్రమించలేదు. పైగా వారు వర్తకం సాగించే ప్రాంతాల వారిని ఇస్లాంలోకి మార్పించే ప్రయత్నం చేయలేదు. అందువల్ల మతస్వేచ్ఛ, సహనం, భిన్న సంస్కృతుల సమ్మేళనం ఈ దేశాల లక్షణాలుగా నిలిచాయి. అవి

నేటికీ చెక్కు చెదరలేదు. ఇస్లాం భారతదేశంలో స్థిరపడిన తర్వాతనే ఇండోనేషియా, మలయా ఇస్లాంలోకి మారాయి. మిగతా ప్రాంతాలలో బౌద్ధమే ప్రబలంగా ఉండేది. పాశ్చాత్య వలస పాలకులు ఈ ప్రాంతాలలో అడుగు పెట్టిన తరువాతనే భారతదేశం, ఆగ్నేయాసియా దేశాల మధ్య సాంస్కృతిక సంబంధాలు తెగిపోయాయి. ఇండోనేసియాలో డచ్, భారతదేశం, బర్మా, మలయాలలో ఆంగ్లేయులు, ఆ తరువాత ఇండోచైనాలో ఫ్రెంచి వారు చేరిన తరువాతనే భారత్ ఆగ్నేయాసియాల మధ్య సంబంధాలకు అంతరాయం కలిగింది.

౧౭

రెండవ అధ్యాయం

ఉత్తర భారతం: మూడు సామ్రాజ్యాల యుగం

ఉత్తర భారతదేశంలో, దక్కనులో క్రీ.శ. 750-1000 మధ్యభాగంలో పలు శక్తివంతమైన సామ్రాజ్యాలు అవతరించాయి. తూర్పుభారతదేశంలో పాలా సామ్రాజ్యం తొమ్మిదవ శతాబ్ధం వరకు తన ఆధిపత్యాన్ని కొనసాగించింది. పశ్చిమ భారతంలోను, ఎగువ గంగాలోయ ప్రాంతంలోనూ ప్రతీహార సామ్రాజ్య ఆధిపత్యం పదవ శతాబ్దం మధ్యభాగం వరకు సాగింది. ఇక దక్కనులో ఆధిపత్యం వహించిన రాష్ట్రకూటుల సామ్రాజ్యం వివిధ కాలాల్లో ఉత్తర, దక్షిణ భారతంలోని భూభాగాల్ని నియంత్రించింది. ఈ సామ్రాజ్యాలు పరస్పరం కలహించుకున్నప్పటికీ విశాల భూభాగాలలో సుస్థిర జీవనాన్ని అందించి కళలను, సాహిత్యాన్ని పోషించాయి. ఈ మూడింటిలో రాష్ట్రకూట సామ్రాజ్యం ఎక్కువ కాలం నిలిచింది. ఇది ఆనాడు అత్యంత శక్తివంతమైన సామ్రాజ్యమవడమే కాకుండా ఆర్థిక, సాంస్కృతిక రంగాలలో ఉత్తర, దక్షిణ భారత ప్రాంతాల మధ్య వారధిలా వ్యవహరించింది.

ఆధిపత్యం కోసం పోరాటం : 'పాలా'లు :

హర్షుడి కాలం నుంచి కనౌజ్ ఉత్తర భారత సార్వభౌమత్వానికి ప్రతీకగా నిలిచింది. ఈ స్థానాన్ని ఢిల్లీ ఆ తర్వాత పొందింది. కనౌజ్‌ను అధీనంలోకి తెచ్చుకోవడం అంటే ఎగువ గంగానదీలోయ ప్రాంతాన్ని, వాణిజ్య, వ్యవసాయ రంగంలో ఆ ప్రాంత సుసంపన్న వనరులను అధీనంలోకి తెచ్చుకోవడమే. దీనికి తోడు సుసంపన్న వనరులు, అభివృద్ధి చెందిన సంప్రదాయాలు గల బనారస్ నుంచి దక్షిణ బీహార్

వరకు విస్తరించి ఉన్న విశాల భూభాగం కోసం కూడా ప్రతీహారులు, పాలాలు ఘర్షణ పడ్డారు. రాష్ట్రకూటులతో కూడా ప్రతీహారులు ఘర్షణ పడ్డారు. పాలా సామ్రాజ్యాన్ని గోపాల స్థాపించాడు. ఈయన క్రీ.శ. 750లో తన సామ్రాజ్యాన్ని స్థాపించినట్లు భావిస్తున్నారు. అరాచక పరిస్థితులను రూపుమాపేందుకు స్థానికులు ఏకమై గోపాలను రాజుగా ఎన్నుకోవడంతో ఈ సామ్రాజ్యానికి పునాది పడింది. అతడి తర్వాత 770లో అతడి కుమారుడు ధర్మపాల 810 వరకు పరిపాలించాడు. ప్రతీహారులను ఓడించిన రాష్ట్రకూట రాజు ధ్రువ ఆ తర్వాత ధర్మపాలుడిని కూడా ఓడించాడు. అయితే ధర్మపాలునిపై విజయం తర్వాత ధ్రువ ఆ ప్రాంతాన్ని వదలి దక్కను తిరిగి వెళ్ళిపోయాడు. దీంతో ధర్మపాలుడు కనౌజ్‌ను ఆక్రమించుకుని పెద్ద దర్బారును నిర్వహించాడు. ఈ దర్బారుకు పంజాబ్, రాజస్థాన్ తదితర ప్రాంతాల నుంచి సామంత రాజులు హాజరయ్యారు. రెండవ నాగభట్టు హయాంలో ప్రతీహారులు మళ్ళీ విజృంభించారు. దీంతో వెనక్కు తగ్గిన ధర్మపాల మొంగేర్ వద్ద ఓటమి పాలయ్యాడు. బీహార్, నేటి ఉత్తర ప్రదేశ్‌లో తూర్పు ప్రాంతం కోసం పాలాలు, ప్రతీహారులు ఎప్పుడూ కలహించుకునే వారు. అయితే ఎక్కువ కాలం బెంగాల్‌తో పాటు బీహార్ కూడా పాలా రాజుల ఆధిపత్యంలోనే కొనసాగాయి.

ఉత్తరాన వైఫల్యం చెందిన పాల రాజులు ఇతర వైపుల దృష్టి సారించాడు. ధర్మపాల తర్వాత 810లో ఆయన కుమారుడు దేవీ పాల అధికారం చేపట్టి 40 ఏళ్ళు పాలించాడు. ఈయన తన రాజ్యాన్ని ప్రాక్‌జ్యోతిక పురం (అస్సాం), ఒరిస్సాలోని కొన్ని ప్రాంతాల వరకు విస్తరించాడు. నేటి నేపాల్‌లోని కొంత భాగం కూడా వీరి సార్వభౌమత్వం కిందకు వచ్చి ఉంటుంది. ఎనిమిదవ శతాబ్దం మధ్య భాగం నుంచి తొమ్మిదవ శతాబ్దం మధ్య భాగం వరకు దాదాపు వంద సంవత్సరాలు పాలా రాజులు తూర్పు భారతాన్ని పాలించారు. కొంతకాలం వీరి రాజ్యం వారణాసి వరకు విస్తరించింది. తొమ్మిదవ శతాబ్దం మధ్య భాగంలో భారత్‌ను సందర్శించిన సులైమాన్ పాల రాజుల పాలన గురించి రాశాడు. ఆయన పాల రాజ్యాన్ని 'రహ్మ' (ధర్మపాలకులకు పొట్టి పేరు 'ధర్మ') రాజ్యంగా పేర్కొన్నాడు. పాల రాజు తన పొరుగు రాజులయిన ప్రతీహారులతో, రాష్ట్రకూటులతో యుద్ధం చేశాడని, తన శత్రువుల బలగాల కన్నా పాలారాజు బలగాల సంఖ్య ఎక్కువ అని సులైమాన్ పేర్కొన్నాడు. పాలరాజు యుద్ధానికి వెళితే, అతడి బలగంలో కనీసం 50,000 ఏనుగులుండేవని, బట్టలు ఉతకడానికి, ఇతర పనులకు పది నుండి 15 వేల మంది వుండేవారని అతడు వివరించాడు. ఈ లెక్కన పాలా రాజుల సైన్యం ఎంత పెద్దదో ఊహించుకోవచ్చు.

పాలారాజుల గురించిన సమాచారం టిబెట్ చరిత్ర గ్రంథాలలో కూడా

లభిస్తుంది. అయితే ఇవి పదిహేడవ శతాబ్దంలో రాసినవి. వీటి ప్రకారం పాలా రాజులు బౌద్ధమతానికి, సారస్వతానికి ఎంతో ప్రోత్సాహాన్ని అందించారు. ప్రాచ్య ప్రపంచంలో ఎంతో ప్రఖ్యాతి పొందిన నలంద విశ్వవిద్యాలయాన్ని ధర్మపాల పునరుద్ధరించాడు. దీని నిర్వహణకు 200 గ్రామాల ఆదాయాన్ని కేటాయించారు. ఈయన స్థాపించిన విక్రమశిల విశ్వవిద్యాలయం పేరు ప్రఖ్యాతులలో నలంద తర్వాత స్థానాన్ని ఆక్రమించింది. మగధలోని గంగానదీ తీరాన కొండపైన రమణీయ వాతావరణంలో ఈ విశ్వవిద్యాలయం ఏర్పాటయింది. పాలారాజులు ఎన్నో నివాసాలు నిర్మించారు. వాటిలో అనేక మంది బౌద్ధ భిక్షువులు నివసించేవారు.

పాలరాజులు టిబెట్‌తో సన్నిహిత సాంస్కృతిక సంబంధాలు కలిగి ఉండేవారు. ప్రముఖ బౌద్ధ పండితులు సంతదక్షిత, దీపాంకర (త్రితిస అని కూడా అంటారు). టిబెట్ ఆహ్వానంపై అక్కడకు వెళ్ళి బౌద్ధమతాన్ని కొత్త రూపంలో ప్రవేశపెట్టారు. దీంతో పలువురు టిబెట్ విద్యార్థులు అధ్యయనం కోసం నలంద, విక్రమశిల విశ్వవిద్యాలయాలకు చేరుకున్నారు.

ఆగ్నేయాసియాతో కూడా పాలా రాజులకు వాణిజ్య, సాంస్కృతిక సంబంధాలున్నాయి. ఆగ్నేయాసియాతో వ్యాపారం లాభదాయకంగా మారి పాలా సామ్రాజ్య సుసంపన్నతకు దారి తీసింది. బలమైన శైలేంద్ర సామ్రాజ్యం మలయ, జావా, సుమిత్రా తదితర దీవులను పాలించింది. బౌద్ధ మతావలంబకులయిన శైలేంద్ర రాజులు పాలారాజాస్థానానికి పలువురు రాయబారులను పంపారు. నలందలో ఆరామం కట్టడానికి పాలా రాజు అనుమతిని కోరారు. ఈ ఆరామం నిర్వహణకు ఏడు గ్రామాలను కేటాయించాల్సిందిగా కూడా కోరారు. ఇందుకు పాల రాజ్యం అంగీకరించింది. ఈ ఉదంతం రెండు సామ్రాజ్యాల మధ్య గల సత్సంబంధాలను సూచిస్తుంది.

ప్రతీహారులు

ప్రతీహారులకు గుర్జర ప్రతీహారులని కూడా పేరు. రాజస్థాన్ నైరుతి ప్రాంతం గుర్జరాత్రా నుంచి వచ్చిన వారు కనుక ఈ పేరు వచ్చి ఉంటుంది. వీరు మొదట రాజస్థాన్ మధ్య ప్రాంతంలో తూర్పు ప్రాంతంలో స్థానిక అధికారులు అయి ఉంటారు. ఆ తర్వాత చిన్న రాజ్యాలను ఏర్పాటు చేసుకొని ఉంటారు. సింధ్ నుంచి రాజస్థాన్ వైపుగా జరిగిన అరబ్బుల దాడిని ప్రతిఘటించిన నేపథ్యంలో వీరు ప్రాముఖ్యం పొంది ఉంటారు. అయితే గుజరాత్‌లోని చాళుక్య పాలకులు 738లో అరబ్బులను తిరిగి రాకుండా ఓడించినందు వల్ల వారి ప్రమాదం తొలగిపోయింది. ఎగువ

గంగాలోయ, మాళ్వా ప్రాంతాల వరకు తమ సామ్రాజ్యం విస్తరించుకోవాలన్న ప్రతీహారుల ప్రయత్నాలను రాష్ట్రకూట రాజులు ధ్రువ, మూడవ గోపాల్ తిప్పికొట్టారు. 790లో మళ్ళీ 806-7లో రాష్ట్రకూటులు ప్రతీహారులను ఓడించి, ఆ ప్రాంతాన్ని పాలా రాజులకు ఉన్నపళంగా వదిలిపెట్టి దక్కను వైపుగా తమ బలగాల్ని ఉపసంహరించుకున్నారు. మాళ్వా, గుజరాత్‌లపై ఆధిపత్యమే రాష్ట్రకూటులకు ప్రయోజనకరమనిపించి ఉంటుంది. ప్రతీహారులలో గొప్ప రాజు, ఆ వంశ నిజమైన స్థాపకుడు భోజ. సింహాసనం అధిష్టించడానికి ముందు ఇతడి జీవితం గురించి తెలియదు. ఇతడు సామ్రాజ్యాన్ని పునర్నిర్మించి 830లో కనౌజ్‌ను మళ్ళీ స్వాధీనం చేసుకున్నాడు. ఇక ఆనాటి నుంచి దాదాపు వంద సంవత్సరాల పాటు ప్రతీహార సామ్రాజ్య రాజధానిగా కనౌజ్ ఉండిపోయింది.

భోజ తన ప్రాబల్యాన్ని తూర్పు వైపుగా విస్తరించడానికి యత్నించాడు. అయితే పాలా రాజు దేవపాల ఇతడిని ఓడించి అడ్డుకున్నాడు. దీంతో భోజ మధ్య భారతం, దక్కను, గుజరాత్‌ల వైపు తిరిగాడు. దీంతో ప్రతీహారులకు రాష్ట్రకూటులతో మళ్ళీ పోరాటం ప్రారంభమైంది. నర్మదా నదీ తీరాన జరిగిన యుద్ధంలో మాళ్వాలోని అధిక భాగాలను, గుజరాత్‌లోని కొంత భాగాన్ని భోజ స్వాధీనం చేసుకోగలిగాడు. అయితే ఈ దిశలో ఇంతకన్నా ముందుకు సాగలేకపోయాడు. అందువల్ల మళ్ళీ ఉత్తరం వైపు దృష్టి సారించాడు. ఒక శిలాశాసనం ప్రకారం ఇతడి రాజ్యం సట్లెజ్ నది తూర్పు వైపు వరకు వ్యాపించి ఉంది. ప్రతీహార రాజులకు భారతదేశంలో కెల్లా అత్యుత్తమ అశ్విక దళం ఉందని అరబ్ ప్రయాణికులు వెల్లడించారు. మధ్య ఆసియా నుంచి అరేబియా నుంచి గుర్రాలను దిగుమతి చేసుకోవడం అనేది ఆ రోజుల్లో భారతదేశ వాణిజ్యంలో ప్రధాన భాగంగా ఉండేది. దేవపాల మరణించడం, పాలా సామ్రాజ్యం బలహీనపడడంతో భోజ తన సామ్రాజ్యాన్ని తూర్పు వైపుగా విస్తరించుకున్నాడు.

భోజ పేరు జానపద గాథలలో ప్రముఖంగా కనిపిస్తుంది. అతడి జీవితంతో తొలి భాగంలో సాగించిన సాహస కృత్యాలు, కోల్పోయిన సామ్రాజ్యాన్ని తిరిగి పొందడం, అంతిమంగా కనౌజ్‌ను స్వాధీనం చేసుకోవడం సమకాలీనుల కాల్పనికతను పురికొల్పి ఉంటాయి. విష్ణుభక్తుడయిన భోజ 'ఆదివరాహ' బిరుదును పొందాడు. ఇదికొన్ని నాణేలపై కూడా కనిపిస్తుంది. ఇతడి తర్వాత కొంతకాలానికి ఉజ్జయినిని భోజ పరమార పాలించడం ఇరువురి తేడాను గుర్తించడానికి ఇతడిని మిహిర భోజ అని కూడ పేర్కొన్నారు.

భోజ 885లో మరణించి ఉంటాడు. ఆ తర్వాత ఇతడి కుమారుడు ఒకటవ

మహేంద్ర పాల అధికారానికి వచ్చాడు. 908-9 వరకు పాలించిన మహేంద్ర పాల భోజ సామ్రాజ్యాన్ని అదే విధంగా కాపాడడమే కాకుండా మగధ, బెంగాల్ వరకు విస్తరింప చేశాడు. కథియవార్, తూర్పు పంజాబ్, అవధ్‌లలో కూడా ఆయన శాసనాలు కనిపిస్తాయి. మహేంద్రపాల కాశ్మీర్ రాజుతో కూడా యుద్ధం చేశాడు. అయితే భోజుడు గెలుచుకున్న పంజాబ్‌లోని కొన్ని ప్రాంతాలను వదులుకోవాల్సి వచ్చింది.

ఈ విధంగా ప్రతీహారులు తొమ్మిదవ శతాబ్దం మధ్య భాగం నుంచి పదవ శతాబ్దం మధ్య భాగం వరకు సుమారు వందేళ్ళ పాటు ఉత్తర భారతంపై ఆధిపత్యం వహించారు. 915-16లో గుజరాత్‌ను సందర్శించిన బాగ్దాద్ నివాసి అల్-మసూది ప్రతీహార పాలకుల ఘనతను, సామ్రాజ్య వైశాల్యాన్ని వివరించాడు. ఇతడు గుర్జర ప్రతీహార రాజ్యాన్ని అల్-జుజ్ర్ (గుర్జర్ అపభ్రంశం అయి ఉంటుంది)గా పేర్కొన్నాడు. ఇతడు పేరున్న 'బవురా' పదం భుజడి బిరుదయిన 'ఆదివరాహ' అయి ఉంటుంది. ఇతడు ఇది పేర్కొనే కాలానికి భోజుడు మరణించాడు. అల్-మసూరి వివరించిన ప్రకారం 'జుజ్' రాజ్యంలో 18 లక్షల గ్రామాలు నగరాలు, గ్రామీణ ప్రాంతాలున్నాయి. సామ్రాజ్యం రెండు వేల కిలోమీటర్ల పొడవు, రెండు వేల కిలోమీటర్ల వెడల్పు కలిగి ఉంది. రాజు సైన్యంలో నాలుగు విభాగాలున్నాయి. ఒక్కో విభాగంలో ఏడు లక్షలు మొదలుకొని తొమ్మిది లక్షల మంది సైనికులున్నారు. "ఉత్తరాన గల సైన్యం సహాయంతో భోజ ముల్తాన్ పాలకుడితో అతడి మిత్రపక్షాలతో పోరాడతాడు. దక్షిణాన గల సైన్యం రాష్ట్రకూటులతో యుద్ధం చేస్తుంది. తూర్పున పాలా రాజులతో భోజ పోరాడుతాడు." అతడికి శిక్షణ పొందిన ఏనుగులు 2000 మాత్రమే ఉండేవి. కాని ఆశ్విక దళంలో ఇతడికి దేశంలోని మరే రాజు సాటిరాడు.

ప్రతీహారులు సాహిత్యాన్ని, కళలను ప్రోత్సహించారు. ప్రముఖ సంస్కృత కవి, నాటకకర్త రాజశేఖర్ భోజుడి మనవడైన మహిపాలుడి ఆ స్థానంలో ఉండేవాడని చెబుతారు. రాజధాని కనౌజ్‌ను కూడా పలు భవనాలు, ఆలయంతో తీర్చిదిద్దారు.

ఎనిమిది, తొమ్మిదవ శతాబ్దాలలో పలువురు భారతీయ పండితులు రాయబారులతో పాటు బాగ్దాద్ కాలీఫా ఆస్థానానికి వెళ్ళారు. వీరు గణితం, బీజగణితం, వైద్యం, తదితర భారతీయ శాస్త్రాలను అరబ్ ప్రపంచంలో ప్రవేశ పెట్టారు. ఈ రాయబారులను పంపిన భారతీయ రాజులెవరనేది మనకు తెలియదు. ప్రతీహారులకు సింధ్, అరబ్ పాలకులతో వైషమ్యాలుండేవి. అయినప్పటికీ పశ్చిమాసియాతో భారతదేశానికి పండితుల రాకపోకలు, వస్తువుల సరఫరాలు ఈ కాలంలో కూడా కొనసాగినట్టు కనిపిస్తున్నది.

915-18 మధ్య కాలంలో రాష్ట్రకూట రాజు మూడవ ఇంద్ర కనౌజ్‌పై మళ్ళీ దాడి జరిపి నగరాన్ని ధ్వంసం చేశాడు. దీంతో ప్రతీహార సామ్రాజ్యం బలహీన పడింది. బహుశా గుజరాత్ రాష్ట్రకూటుల వశం అయి ఉంటుంది. అందుకేనేమో ప్రతీహార సామ్రాజ్యానికి తీరప్రాంతం లేదని అల్-మసూది పేర్కొన్నాడు. విదేశీ వ్యాపారానికి పశ్చిమాసియాకు వస్తువులు సరఫరా చేయడానికి కీలక ప్రాంతమైన గుజరాత్‌ను కోల్పోవడం ప్రతీహార సామ్రాజ్యాన్ని తీవ్రంగా దెబ్బతీసింది. 963లో మరో రాష్ట్రకూట రాజు మూడవ కృష్ణ దాడి చేసి ప్రతీహార రాజును ఓడించాడు. దీంతో ప్రతీహార సామ్రాజ్యం వేగంగా పతనమైంది.

రాష్ట్రకూటులు

పాల రాజులు, ప్రతీహారులు ఉత్తర భారతాన్ని పరిపాలిస్తుండగా దక్కన్‌ను రాష్ట్రకూటులు పరిపాలించారు. వరుసగా యోధులను పరిపాలనా దక్షులను అందించినదిగా రాష్ట్రకూట వంశం ప్రసిద్ధి పొందింది. ఈ రాజ్యాన్ని దంతిదుర్గ స్థాపించాడు. దీని రాజధాని మాన్యఖేట్ లేదా మాల్‌ఖేడ్. ఇది మహారాష్ట్రలోని నేటి షోలాపూర్‌కు సమీపాన ఉంటుంది. రాష్ట్రకూట రాజ్యం ఏర్పడిన అనతి కాలంలోనే మహారాష్ట్ర ఉత్తర ప్రాంతమంతా విస్తరించింది. గుజరాత్, మాల్వాలపై ఆధిపత్యం కోసం ప్రతీహారులతో పోరాడడం ప్రారంభించింది. వారి దాడుల వల్ల రాష్ట్రకూట రాజ్యం గంగా నదీలోయ ప్రాంతానికి విస్తరించినప్పటికీ, ఆ ప్రాంతాల్ని కొల్లగొట్టి తమ ఘనతను చాటుకున్నారు. వేంగీ (నేటి ఆంధ్ర) తూర్పు చాళుక్యులతో, దక్షిణాన కంచి పల్లవులతో, మధురలో పాండ్యులతో రాష్ట్రకూటులు నిరంతరం యుద్ధాలు సాగించారు.

మూడవ గోవింద (793-814), అమోఘవర్ష (814-878) రాష్ట్రకూట రాజులలో గొప్పవారు. కనౌజ్‌లో నాగభట్టుపైన విజయం, మాల్వాస్వాధీనం తర్వాత మూడవ గోవిందుడు దక్షిణం వైపు దృష్టి సారించాడు. గోవింద కేరళ, పాండ్య, చోళ రాజులను గజగజ లాడించాడని, పల్లవులను అంతరింపచేశాడని ఒక శిలాశాసనం పేర్కొంటుంది. భ్రష్టులయిన గంగావంశీయులను (కర్నాటక) బంధించి హతమార్చాడు. తమ స్వంత ప్రయోజనాలు కూడా పట్టించుకొని లంకరాజును ఆయన మంత్రిని బంధించి, హాలాపూర్‌కు ఖైదీలుగా తీసుకువచ్చాడు. లంక ప్రభువు విగ్రహాలను రెండింటిని మాన్యఖేట్‌కు తెచ్చి శివాలయం ముందు విజయస్తంభాలుగా నాటించాడు. అమోఘహర్ష 68 సంవత్సరాలు పాలించినప్పటికీ స్వభావ రీత్యా యుద్ధాల కన్నా మత ఆరాధనకు, సాహిత్యానికి ఎక్కువ విలువ ఇచ్చేవాడు. స్వయంగా రచయిత

అయిన అమోఘవర్షకు కన్నడంలో కవిత్వంపై తొలి పుస్తకం రాసిన ఘనత దక్కుతుంది. ఇతడు భవన నిర్మాణంలోనూ శ్రద్ధ వహించాడు. ఇంద్రపురిని తలదన్నే విధంగా ఉండాలని రాజధానియైన మాన్యఖేట్ నగరాన్ని సుందరంగా నిర్మించాడు.

అమోఘవర్ష హయాంలో రాజ్యం మారుమూల ప్రాంతాల్లో పలు తిరుగుబాట్లు తలెత్తాయి. వీటిని అంతంత మాత్రంగా అదుపు చేశాడు. అతడు మరణించిన వెంటనే కొత్తగా తిరుగుబాట్లు మొదలయ్యాయి. ఇతడి మనవడు మూడవ ఇంద్ర (915-927) సామ్రాజ్యాన్ని పునఃస్థాపించాడు. 915లో మహిపాలను ఓడించి కనౌజ్‌ను కొల్లగొట్టిన తర్వాత మూడవ ఇంద్ర ఆనాటి రాజులలో కెల్లా బలవంతుడయ్యాడు. ఇతడి కాలంలో అల్‌మసూరి భారతదేశాన్ని సందర్శించాడు. రాష్ట్రకూటు రాజు బల్హర లేదా వల్లభరాజు భారతదేశంలోని రాజులలో కెల్లా గొప్ప రాజని, పలువురు రాజ్యాలు ఆయన సార్వభౌమత్వాన్ని అంగీకరించి, ఆయన దూతలను గౌరవించారని ఆల్-మసూరి వివరించాడు. ఇతడికి భారీ సైన్యం ఉంది. అనేక ఏనుగులు కలిగి వుండేవాడు.

మూడవ కృష్ణ (934-963) రాష్ట్రకూట రాజులలోని పరిపాలనా దక్షులలో చివరి వాడు. మాల్వా పరమారులతో, వేంగిలోని తూర్పు చాళుక్యులతో అతడు యుద్ధాలు చేశాడు. కంచి పల్లవులను కూలదోసిన తంజావూరు చోళులపై దాడి జరిపాడు. మూడవ కృష్ణ చోళరాజు ఒకటవ పరాంతక (949)ను ఓడించి చోళరాజ్యం ఉత్తర భాగాన్ని స్వాధీనం చేసుకున్నాడు. ఆ తర్వాత రామేశ్వరం వరకు వెళ్ళి అక్కడ విజయ స్థంభాన్ని ప్రతిష్టించి, ఆలయాన్ని నిర్మించాడు. మూడవ కృష్ణ మరణం తరువాత అతడి శత్రువులంతా ఏకమై దండెత్తారు. 972లో రాజధాని మాల్‌ఖేడ్‌ను ధ్వంసం చేసి తగులబెట్టారు. దీంతో రాష్ట్రకూట సామ్రాజ్యం పతనమైంది.

దక్కనులో రాష్ట్రకూట పాలన పదవ శతాబ్దం చివరి దాకా దాదాపు 200 సంవత్సరాల పాటు సాగింది. మత సహనం గల రాష్ట్రకూట రాజులు శైవ, వైష్ణవ మతాలనే గాకుండా జైన మతాన్ని కూడా ప్రోత్సహించారు. ఎల్లోరా వద్ద రాతితో తొలచిన ప్రఖ్యాత శైవాలయాన్ని రాష్ట్రకూట రాజు మొదట కృష్ణుడు తొమ్మిదవ శతాబ్దంలో నిర్మించాడు. అతడి వారసుడు, జైన మతస్తుడని భావిస్తున్న అమోఘవర్షుడు ఇతర మతాలను కూడా ఆదరించాడు. రాష్ట్ర కూటులో ముస్లిం వ్యాపారులను స్థిరపడనిచ్చి, వారి ప్రాంతాలలో ఇస్లాం బోధనలకు అనుమతిచ్చారు. ముస్లింలకు తమకంటూ వేరే మత పెద్ద ఉండేవాడని, రాష్ట్రకూట సామ్రాజ్యం తీర ప్రాంతంలోని పలు పట్టణాలలో రోజువారీ ప్రార్థనలకు భారీ మసీదులు ఉండేవని తెలుస్తున్నది. రాష్ట్రకూటుల మత సహనం వల్ల వాణిజ్యం పెరిగి సామ్రాజ్యం సుసంపన్నమైంది.

రాష్ట్రకూట రాజులు సాహిత్యాన్ని, కళలను కూడా పోషించారు. వీరి ఆస్థానంలో

సంస్కృత పండితులే గాకుండా ప్రాకృత, అపభ్రంశాలతో రాసే కవులు, రచయితలు ఉండేవారు. ఈ 'అపభ్రంశాలు'గా నేటి పలు ఆధునిక భాషలకు మూలాధారాలు.గొప్ప అపభ్రంశ కవి స్వయంభు అతడి కుమారుడు రాష్ట్రకూటుల ఆస్థానంలోనే ఉండి ఉంటారు.

రాజకీయ భావాలు, రాజ్య నిర్వహణ

గుప్త సామ్రాజ్యం, ఉత్తరాన హర్షుడి సామ్రాజ్యం, దక్కనులో చాళుక్యులు అవలంబించిన భావాలు, పద్ధతుల ఆధారంగానే రాష్ట్రకూట సామ్రాజ్య నిర్వహణ కూడా సాగింది. గత రాజ్యాల మాదిరిగానే రాష్ట్రకూట సామ్రాజ్యంలో కూడా రాజు అన్ని కార్యకలాపాలకు కేంద్ర బిందువు. అతడు పరిపాలనా వ్యవస్థ అంతటికి అధిపతి, సర్వసైన్యాధ్యక్షుడు. ఠీవిగా కొలువుతీరుతాడు. రాజభవనాన్ని ఆనుకొని వున్న శాలల్లో పదాతి, ఆశ్విక దళాలు ఉండేవి. యుద్ధంలో బంధించి తెచ్చిన ఏనుగులు, గుర్రాలను రాజు ముందు ప్రదర్శించేవారు. సామంత రాజులు, భూస్వాములు, రాయబారులు, ఉన్నతాధికారులు రాజదర్శనం కోసం ఎదురు చూసేవారు. వీరి రాకపోకలను రాజభవన అధికారులు నియంత్రించేవారు. రాజు న్యాయమూర్తిగా కూడా వ్యవహరించేవాడు. రాజసభ రాజకీయ కార్యకలాపాలకు కేంద్రంగా, న్యాయస్థానంగా మాత్రమే కాకుండా సాంస్కృతిక కేంద్రంగా కూడా ఉండేది. నర్తకీమణులు, సంగీత వేత్తలు సభకు హాజరయ్యేవారు. పండగల సమయంలో రాజకుటుంబ స్త్రీలు కూడా సభకు హాజరయ్యే వారు. రాష్ట్రకూట సామ్రాజ్యంలో మహిళలు ముసుగులు ధరించే వారు కాదని అరబ్ రచయితలు పేర్కొన్నారు.

రాజరికం వారసత్వంగా లభించేది. ఆనాడు భద్రతా రాహిత్యం ఎక్కువగా ఉన్నందువల్ల రాజు పట్ల పూర్తి విధేయత అవసరమని నాటి రాజకీయ వేత్తలు భావించారు. రాజుల మధ్య, రాజుకు, సామంతులకు మధ్య యుద్ధాలు తరచుగా జరిగేవి. తమ రాజ్యం పరిధిలో శాంతిభద్రతలు కాపాడడానికి రాజులు కృషి చేసేవారు. అయితే సుదూర ప్రాంతాల నియంత్రణ సాధ్యం కాకపోయేది. దొంగలు, హంతకుల నుంచి ఆత్మరక్షణకు వ్యక్తులకు ఆయుధాలు ధరించే హక్కు ఉండేదని మేధాతిథి అనే ఆనాటి రచయిత అభిప్రాయపడ్డాడు. ధర్మబద్ధుడు కాని రాజును ఎదిరించే హక్కు సమంజసమైనదేనని అతడు అభిప్రాయపడ్డాడు. రాజులకు ప్రత్యేక హక్కులు, అధికారాలు ఉండాలని పురాణాలు చెబుతున్నప్పటికీ ఆలోచనాపరులందరూ వాటితో ఏకీభవించలేదు.

వారసత్వ నిబంధనలు కచ్చితంగా ఉండేవి కావు. పెద్ద కొడుకుకు వారసుడు కావడం తరచుగా జరిగినప్పటికీ పలు సందర్భాలలో పెద్ద కుమారుడు అధికారం

కోసం తన సోదరులతో యుద్ధం చేయాల్సి రావడం, వారి చేతుల్లో అధికారం కోల్పోవడం జరిగింది.

రాష్ట్రకూట పాలకులు ధ్రువుడు, నాలుగవ గోవిందుడు తమ అన్నలను కూలదోసి అధికారం చేపట్టారు.. ఒక్కోసారి రాజే స్వయంగా తన పెద్ద కుమారుడిని లేదా తనకు నచ్చిన మరో కుమారుడిని వారసుడు లేదా యువరాజుగా ప్రకటించేవాడు. యువరాజు రాజధానిలో ఉండి పరిపాలనలో సహకరించేవాడు. మిగతా కుమారులను ఒక్కోసారి రాష్ట్రాల పాలకులుగా నియమించేవారు. రాకుమారికి అధికార పదవి అప్పగించే వారు కాదు. అయితే రాష్ట్రకూట రాకుమారి ఒకటవ అమోఘవర్షుడి కుమార్తె చంద్రోబలబ్బె రాయచూరు సంగమ ప్రాంతాన్ని కొంతకాలం పాలించిన ఉదంతం కూడా ఉంది.

రాజుకు మంత్రులు సలహా ఇచ్చేవారు. ఉన్నత కుటుంబాల వారిని రాజు మంత్రులుగా నియమించేవాడు. మంత్రి పదవులు కూడా తరచు వారసత్వంగా లభించేవి. పాలా సామ్రాజ్యంలో ధర్మపాలుడికి అతడి వారసులకు ఒక బ్రాహ్మణ కుటుంబంలోని నాలుగు తరాల వారు ప్రధాన మంత్రులుగా పని చేశారు. ఇలా వారసత్వంగా వచ్చిన మంత్రులకు అధికారాలు ఎక్కువగా ఉంటాయి. ఆనాడు కేంద్ర ప్రభుత్వ శాఖలు ఎక్కువగా ఉన్నట్టు తెలుస్తున్నప్పటికీ మొత్తం ఎన్ని ఉన్నాయో ఎలా పని చేశాయో మనకు కచ్చితంగా తెలియదు. శాసనాలు, సాహిత్య ఆధారాల ప్రకారం పరిశీలిస్తే ప్రతీ రాజ్యంలో విదేశాంగ మంత్రి, రెవెన్యూ మంత్రి, కోశాధికారి, సైన్యాధిపతి, ప్రధాన న్యాయమూర్తి, పురోహితుడు ఉన్నట్టు తెలుస్తోంది. ఒకరికి ఎక్కువ బాధ్యతలు కూడా అప్పగించవచ్చు. రాజు ఎక్కువగా ఆధారపడే వ్యక్తి ప్రధానిగా గుర్తింపు పొందవచ్చు. పురోహితుడు తప్ప మిగతా మంత్రులు అంతా అవసరమైనప్పుడు సైనిక చర్యలకు నేతృత్వం వహించవలసి ఉంటుంది. అంతఃపుర అధికారులు కూడా ఉండేవారు. రాజుకే అన్ని అధికారాలు ఉండేవి గనక అంతఃపుర అధికారులు కొందరు కీలకమైన వ్యక్తులుగా ఎదిగారు.

సామ్రాజ్య రక్షణకు, విస్తృతికి సైనిక బలగాలు ప్రధానం. పాల, ప్రతీహార, రాష్ట్రకూట రాజులకు సుశిక్షితులైన, భారీ పదాతి దళం, పలు యుద్ధ ఏనుగులు, ఆశ్వికదళం ఉండేవని అరబ్ ప్రయాణికులు అందించిన వివరాల వల్ల తెలుస్తున్నది. ఏనుగులు సైన్యానికి ఎంతో బలాన్ని చేకూర్చేవి. అందుకే పాలా రాజులు ఏనుగులను ఎక్కువగా పోషించేవారు. రాష్ట్రకూట, ప్రతీహార రాజులు సముద్రమార్గంలో పశ్చిమాసియా నుంచి, భూమార్గంలో మధ్య ఆసియా నుంచి భారీ ఎత్తున గుర్రాలను దిగుమతి చేసుకునే వారు. ప్రతీహారులకు దేశంలోకెల్లా ఉత్తమమైన ఆశ్విక దళం

ఉండేదని అంటారు. ఆ నాటికే గథాలు కాలం చెల్లిపోయాయి. కొందరు రాజులకు ప్రత్యేకించి రాష్ట్రకూటులకు కోటలు ఎక్కువగా ఉండేవి. వాటిలో ప్రత్యేక దళాలుండేవి. వీటికి విడిగా సైనిక నాయకులు ఉండేవారు. క్రమబద్ధమైన సైన్యంతో పాటు సమయానికి సమీకరించిన సైన్యం ఉండేది. సామంతరాజులు కప్పం చెల్లించేవారు. క్రమబద్ధ సైన్యంలోని సైనికులు వంశపారంపర్యంగా వచ్చేవారు. దేశంలోని అన్ని ప్రాంతాల నుంచి వచ్చిన వారు సైనికులుగా ఉండేవారు. పాలా రాజుల పదాతి దళంలో మాల్వా, ఖాసా (అస్సాం)లతో పాటు (దక్షిణ గుజరాత్) కర్నాటక ప్రాంతాల సైనికులుండేవారు. పాల రాజులకు సొంత నావికాదళం ఉండేది. రాష్ట్రకూటులకు కూడా ఉండి ఉంటుంది. అయితే ఈ నావికా దళాల బలం ఎంత, నిర్వహణ ఎలా ఉండేది అనే వివరాలు తెలియవు.

సామ్రాజ్యంలోని కొంత భాగాన్ని రాజు నేరుగా పరిపాలించేవాడు. మిగతా భాగాలు సామంత రాజుల ఆధీనంలో ఉండేవి. సామంత రాజులకు ఆంతరంగిక విషయాలలో స్వేచ్ఛ ఉండేది. అయితే రాజుకు విధేయత ప్రకటించి, కప్పం చెల్లిస్తూ, తన వంతు సైనిక బలగాలను సరఫరా చేయాలి. రాజు తిరుగుబాటును అణచివేసే పనిలో ఉన్నప్పుడు సామంత రాజు కుమారుడు వెళ్ళి రాజుకు రక్షణగా నిలవాలి. సామంత రాజులు ప్రత్యేక సందర్భాలలో రాజ దర్బారుకు హాజరు కావాలి. ఒక్కోసారి సామంత రాజు తన కుమార్తెను రాజుకు కాని, రాజు కుమారులలో ఒకరికి కాని ఇచ్చి పెళ్ళి చేయాల్సి రావచ్చు. అయితే వీలైనంత వరకు సామంతరాజు స్వతంత్రంగా ఉండడానికి ప్రయత్నించేవాడు. సామంత రాజులకు, రాజుకు మధ్య తరచుగా యుద్ధాలు జరుగుతుండేవి. రాష్ట్రకూటులు తమ సామంత రాజులయిన వేంగీ (ఆంధ్ర) కర్నాటక రాజులతో నిరంతరం యుద్ధాలు చేయాల్సి వచ్చింది. ప్రతీహారులు మాల్వాలో పరమారులతో, బుందేల్‌ఖండ్‌లో చాండెల్లాలతోనూ యుద్ధాలు చేయాల్సి వచ్చింది.

పాల, ప్రతీహార సామ్రాజ్యాలలో రాజు నేరుగా పాలించే ప్రాంతాన్ని భుక్తి (రాష్ట్రాలు), మండలాలు, విషయ (జిల్లాలు)గా విభజించారు. రాష్ట్ర పాలకుడిని ఉపారిక అని, జిల్లా అధిపతిని విషయపతి అని పిలిచేవారు. ఉపారిక సైన్యం సహాయంతో పన్నులు వసూలు చేసి శాంతి భద్రతలు కాపాడాల్సి వుంటుంది. విషయపతి కూడా తన పరిధిలో ఇవే బాధ్యతలు నిర్వర్తించాల్సి వుంటుంది. ఈ కాలంలో భోగపతులు అనే భూస్వాములు కూడా తలెత్తారు. వీరికి పలు గ్రామాలపై అజమాయిషీ వుండేది. విషయపతుల స్థానాలు కలిసిపోతూ ఉండేవి. చివరికి రెండు పదాలు కలిసిపోయి సామంతుడనే పేరు నిలిచిపోయింది.

రాష్ట్రకూట సామ్రాజ్యంలో రాజు నేరుగా పాలించే ప్రాంతాన్ని రాష్ట్రాలుగా,

'విషయ'లుగా, 'భుక్తి'లుగా విభజించారు. రాష్ట్ర పాలకుడిని రాష్ట్రపతి అనేవారు. ఇతడు పాల, ప్రతీహార సామ్రాజ్యంలో ఉపారిక విధులనే నిర్వహించేవాడు. 'విషయ' నేటి జిల్లాలాంటిది. భుక్తి ఇంకా చిన్న విభాగం. పాల, ప్రతీహార రాజ్యాలలో విషయ కన్నా చిన్న విభాగాల్ని పట్టల అనే వారు. ఈ చిన్న విభాగాల అవసరమేమిటో తెలియదు. భూమి శిస్తు వసూలు చేయడం, శాంతి భద్రతలు కాపాడడం వీటి లక్ష్యం అయి ఉంటుంది. అధికారులకు కౌలు లేకుండా భూమి ఉచితంగా ఇవ్వడం ద్వారా వేతనాలు చెల్లించేవారు. దీనివల్ల స్థానిక ప్రభుత్వాధికారులకు భూస్వాములకు తేడా తెలియకుండా పోయేది. ఇదేవిధంగా రాష్ట్రపతికి ఒక్కోసారి సామంతరాజుగా గుర్తింపు లభించేది.

ఈ మొత్తం విభాగాల క్రింద గ్రామము వుండేది. పరిపాలనకు మౌలిక విభాగం గ్రామం. గ్రామ పరిపాలనను గ్రామ అధికారి, గ్రామ గణకుడు నిర్వహించేవారు. వీరికి ఈ పదవులు వంశపారం పర్యంగా వచ్చేవి. కౌలు లేని భూములు ఇవ్వడం ద్వారా వీరికి వేతన చెల్లింపు జరిగేది.

గ్రామాధికారికి గ్రామ పెద్ద సహకరించేవాడు. ఈ గ్రామ పెద్దను గ్రామ-మహాజన లేదా గ్రామ-మహత్తర అనే వారు. రాష్ట్రకూట సామ్రాజ్యంలో ప్రత్యేకించి కర్ణాటకలో స్థానిక పాఠశాలలు, చెరువులు, ఆలయాలు, రోడ్లు, మొదలైన వాటి నిర్వహణకు గ్రామ కమిటీలు వుండేవట. ఈ కమిటీలు డబ్బును, ఆస్తిని ట్రస్టులాగా స్వీకరించి నిర్వహించేవి. ఈ కమిటీలు గ్రామాధికారితో సమన్వయంగా పని చేసి పనులలో కొంత శాతాన్ని స్వీకరించేవి. చిన్న చిన్న తగాదాలను ఈ కమిటీలు పరిష్కరించేవి. పట్టణాలలో కూడా ఇటువంటి కమిటీలే వుండేవి. అయితే వ్యాపార కూటముల పెద్దలు వీటికి అనుబంధంగా వుండేవారు. పట్టణాలలో, పట్టణ పొలిమేరలలో శాంతిభద్రతలను కాపాడే బాధ్యత కోష్టా-పాల లేదా కొత్వాల్‌కు వుండేది. ఈ కొత్వాల్ అనే పదం పలు కథలలో కనిపిస్తుంటుంది. దక్కన్‌లో నద్-గావున్‌దాస్ లేదా దేశ-గ్రామ కూటాలు అనే పేర వంశపారంపర్య రెవెన్యూ అధికార పదవులు ప్రారంభం కావడం ఈ కాలం ప్రత్యేకత. వీరు నిర్వహించిన విధులనే ఆ తర్వాత కాలంలో మహారాష్ట్రలో దేశ్‌ముఖ్‌లు, దేశ్‌పాండేలు నిర్వహించేవారు. ఉత్తర భారతంలో కూడా ఇలాంటి భూస్వాములు తలెత్తారు. ఈ పరిణామమే సమాజంపైన రాజకీయాలపైన చాలా ప్రభావాన్ని చూపింది. ఈ భూస్వాముల అధికారం పెరిగే కొద్దీ గ్రామ కమిటీలు బలహీన పడ్డాయి. కేంద్ర పాలకుడికి కూడా భూస్వాములను అదుపు చేసి తన స్థానాన్ని స్థిరపర్చుకోవడం కష్టతరమైంది. ఈ విధంగా ప్రభుత్వం ఫ్యూడల్ ప్రభుత్వంగా మారింది.

ఈ కాలంలో రాజ్యానికి, మతానికి గల సంబంధాన్ని కూడా పరిశీలించవలసి వుంటుంది. ఆనాటి పాలకులు చాలా మంది శివుడి లేదా విష్ణువు భక్తులు. లేదా బౌద్ధమతాన్నో, జైన మతాన్నో అనుసరించే వారు. బ్రాహ్మణులకో, బౌద్ధ విహారాలకో, జైన ఆలయాలకో వీరు విరాళాలిచ్చేవారు. వీరు అన్ని మతాలను ఆదరించారే తప్ప ఒక మతాన్ని అనుసరించినందుకు ఎవ్వరినీ శిక్షించలేదు. రాష్ట్రకూట రాజు ముస్లింలను కూడా ఆహ్వానించి తమ మతాన్ని బోధించుకొనిచ్చాడు. సాధారణంగా రాజులు సాంప్రదాయాలు, ధర్మశాస్త్రాల విషయంలో జోక్యం చేసుకొనేవారుకాదు. అయితే బ్రాహ్మణులను, వర్ణాశ్రమ ధర్మాన్ని కాపాడడం తమ బాధ్యతగా భావించే వారు. ఈ విషయంలో రాజుకు పురోహితుడు సలహాలిచ్చేవాడు. అయితే రాజ్య వ్యవహారాల్లో పురోహితుడు ఎలాంటి జోక్యం చేసుకోకపోయేవాడు. రాజుకు అధికారాలు ధర్మశాస్త్రాల ద్వారా, రాజనీతి శాస్త్రం ద్వారా లభిస్తాయని మేధాతిధి అనే ధర్మశాస్త్రవేత్త పేర్కొన్నాడు. రాజధర్మం అనేది అర్థశాస్త్ర (రాజనీతి సూత్రము) పై ఆధారపడి వుంటుంది. ఈ విధంగా ఆనాడు రాజకీయాలు, మతం విడిగా వుండేవి. మతం అనేది రాజు వ్యక్తిగత విధి మాత్రమే. రాజకీయ విధులపై పూజారి ఆధిపత్యం గాని, మతాల ప్రభావం గాని వుండేది కాదు. ఆ విధంగా రాజ్యం లౌకిక స్వభావం కలిగి ఉండేదని చెప్పవచ్చు.

మూడవ అధ్యాయం
చోళ సామ్రాజ్యం
(తొమ్మిది నుండి పన్నెండవ శతాబ్దం వరకు)

తొమ్మిదవ శతాబ్దంలో ఏర్పడిన చోళ సామ్రాజ్యం దక్షిణ ద్వీపకల్పంలో చాలా భాగాన్ని తన ఆధిపత్యంలోకి తెచ్చుకుంది. చోళులు శక్తివంతమైన నావికా దళాన్ని నిర్మించుకోవడం వలన, అది హిందూ మహాసముద్ర మార్గాన వాణిజ్యానికి, శ్రీలంక మాల్దీవులను జయించడానికి తోడ్పడింది. ఆగ్నేయ ఆసియా దేశాలలో కూడా దీని ప్రభావం కనిపించింది. దక్షిణ భారత చరిత్రలో చోళ సామ్రాజ్యం శిఖర దశను సూచిస్తుంది.

చోళ సామ్రాజ్య ఆవిర్భావం

పల్లవుల క్రింద సామంతుడిగా వున్న విజయాలయ చోళ సామ్రాజ్య స్థాపకుడు. ఇతడు 850లో తంజావూరును ఆక్రమించుకున్నాడు. 9వ శతాబ్దాంతం నాటికి చోళులు కంచి పల్లవులను ఓడించి పాండ్యులను కూడా నిర్వీర్యం చేశారు. ఈ విధంగా దక్షిణ తమిళ దేశాన్ని (తొండ మండల) తమ ఆధిపత్యంలోకి తెచ్చుకున్నారు. అయితే రాష్ట్రకూటుల ఒత్తిడిని తట్టుకోవడానికి చోళులు కష్టపడాల్సి వచ్చింది. మూడవ కృష్ణుడు చోళ రాజును ఓడించి చోళ సామ్రాజ్య ఉత్తర భాగాన్ని ఆక్రమించుకున్నాడు. చోళులకు ఇది గట్టి దెబ్బే అయినప్పటికీ, వారు 965లో మూడవ కృష్ణుడి మరణం తర్వాత రాష్ట్రకూట సామ్రాజ్యం పతనమవుతున్న దశలో గణనీయంగా కోలుకున్నారు.

రాజరాజు, మొదటి రాజేంద్ర యుగం

చోళ రాజులలో కెల్లా గొప్ప పాలకులు రాజరాజు (985-1014), ఆయన

కుమారుడు ఒకటవ రాజేంద్ర (1014-1044) రాజరాజు తన తండ్రి హయాంలోనే వారసుడిగా నియమితుడు గావడం వల్ల అధికారంలోకి రాకముందే పరిపాలనా రంగంలో, యుద్ధరంగంలో ఆరితేరాడు. రాజరాజు త్రివేంద్రంలో చేర రాజుల నౌకాదళాన్ని ధ్వంసం చేసి క్విలన్‌పై దాడి చేశాడు. ఆ తర్వాత మధురై పై దాడి చేసి పాండ్య రాజును బంధించాడు. శ్రీలంకపై దాడి చేసి దాని ఉత్తర భాగాన్ని తన రాజ్యంలో కలుపుకున్నాడు. ఆగ్నేయ ఆసియా దేశాలతో వాణిజ్యాన్ని తన అధీనంలోకి తెచ్చుకోవాలన్న కాంక్ష ఈ యుద్ధాలకు కొంత కారణం కావచ్చు. కోరమాండల్ తీరం, మలబారు ఆగ్నేయ ఆసియా దేశాలతో భారత వాణిజ్యానికి కేంద్రాలుగా వుండేవి. మాల్దీవులను ఆక్రమించుకోవడము అతడి నావికాదళ విజయాలలో ఒకటి. ఉత్తరాన కర్ణాటక వాయువ్య ప్రాంతాన్ని, వేంగిని ఆక్రమించుకున్నాడు.

మొదటి రాజేంద్ర తండ్రి ఆక్రమణ విధానాన్నే కొనసాగించి పాండ్య, చేర రాజ్యాలను తన రాజ్యంలో విలీనం చేసుకొన్నాడు. శ్రీలంక రాజు రాణుల రాజచిహ్నాలను కిరీటాన్ని చేజిక్కించుకోవడంతో శ్రీలంకపై విజయం సంపూర్ణమైంది. 50 ఏళ్ళ పాటు శ్రీలంక చోళ రాజుల పాలన నుండి బయటపడలేకపోయింది.

రాజరాజు, మొదటి రాజేంద్ర తమ విజయ చిహ్నాలుగా పలు ప్రాంతాలలో శైవ, వైష్ణవ ఆలయాలు కట్టించారు. తంజావూరులోని రాజరాజేశ్వర ఆలయం వీటిలో ప్రసిద్ధి చెందినది. దీని నిర్మాణం 1010లో పూర్తయింది. దేవాలయ గోడలపై తమ విజయాలను చారిత్రకంగా విపులంగా వివరించే అలవాటు చోళ రాజులకు ఉండేది. అందువల్ల చోళ రాజుల గురించి మనకు ఎక్కువ విషయాలు తెలుస్తున్నాయి.

మొదటి రాజేంద్రుడు సాధించిన ఘనవిజయం తన సైన్యాలను కళింగ మీదుగా బెంగాల్ వరకు నడిపించి, గంగను దాటి ఇద్దరు స్థానిక రాజులను ఓడించటం. చోళ సైనికాధికారి నేతృత్వంలో 1022లో ఈ విజయం సిద్ధించింది. సముద్ర గుప్తుడు పయనించిన మార్గాన్నే వీరూ అనుసరించారు. ఈ విజయానికి గుర్తుగా మొదటి రాజేంద్రుడు గంగాయికొండచోళ (గంగను జయించిన చోళుడు) అనే బిరుదును పొందాడు. కావేరి ముఖద్వారం వద్ద కొత్త రాజధాని నిర్మించి దానికి గంగాయి కొండచోళపురం అని పేరు పెట్టాడు.

శ్రీవిజయ సామ్రాజ్యంపై నావికాదళంతో దాడి చేసి మొదటి రాజేంద్రుడు మరో ఘన విజయం సాధించాడు. 10వ శతాబ్దంలో పునరుద్ధరించబడిన శ్రీవిజయ సామ్రాజ్యం మలయ ద్వీపకల్పం మీదుగా సుమత్రా, జావా తదితర దీవులకు విస్తరించి చైనాతో సముద్ర వాణిజ్యాన్ని నియంత్రించింది. ఇక బౌద్ధులైన శైలేంద్ర పాలకులు చోళులతో సుహృద్భావ సంబంధాలు కలిగి యుండేవారు. శైలేంద్ర పాలకుడు

తంజావూరులోని బృహదీశ్వరాలయం

నాగపట్నం వద్ద బౌద్ధ ఆరామమును నిర్మించాడు. అతడి అభ్యర్థన మేరకు మొదటి రాజేంద్రుడు ఈ ఆరామ నిర్వహణకు ఒక గ్రామాన్ని అప్పగించాడు. భారతీయ వాణిజ్యానికి గల అడ్డంకులు తొలగించి చైనాతో వాణిజ్యాన్ని విస్తరించాలని చోళ రాజు కుతుహల పడ్డాడు. ఇందుకోసం మలయ ద్వీపకల్పంలోని కదరం లేదా కేదాను, సుమత్రాను జయించాడు. ఆనాడు ఆ ప్రాంతంలో కెల్లా చోళ నౌకాదళం అత్యంత బలమైంది. బంగాళాఖాతం చోళ సరస్సుగా మారిపోయింది.

చోళ రాజులు చైనాకు పలువురు రాయబారులను పంపారు. 70 మంది వర్తకులతో కూడిన చోళ దౌత్యబృందం 1077లో చైనా చేరింది. గాజు వస్తువులు, సుగంధ ద్రవ్యాలు, వస్త్రాలు, ఖడ్గమృగం కొమ్ములు, ఏనుగు దంతాలు మొదలైన వస్తువులను కప్పంగా ఇచ్చిన భారతీయ వర్తకులు 81,800 రాగి నాణేలను తెచ్చుకున్నారని చైనా చారిత్రక వివరాల ద్వారా తెలుస్తున్నది. చైనీయులు వర్తకము కోసం కొనుగోలు చేసిన వస్తువులను 'సమర్పణ' అని పేర్కొనేవారు.

రాష్ట్రకూటుల స్థానంలో వచ్చిన చోళ రాజులు నిరంతరం పోరాడేవారు. కళ్యాణి రాజధానిగా గల ఈ చాళుక్యులను తర్వాతి చాళుక్యులు అనేవారు. వేంగి (రాయలసీమ), తుంగభద్ర సంగమం, కర్ణాటక వాయువ్య ప్రాంతమైన గంగ దేశంపై

ఆధిపత్యం కోసం చోళులు, తర్వాతి చాళుక్యులు పోరాడేవారు. ఎవరూ వీటిపై పూర్తి ఆధిపత్యం సాధించలేకపోయారు. ఈ పోరాటంలో రెండు సామ్రాజ్యాలు బలహీన పడ్డాయి. ఈ కాలంలో యుద్ధ తీవ్రత బాగా పెరిగిపోయింది. చోళ రాజులు కల్యాణితో సహా చాళుక్య నగరాలపై పడి కొల్లగొట్టారు. బ్రాహ్మణులు, పిల్లలతో సహా ప్రజలను ఊచకోత కోశారు. పాండ్యరాజ్యం విషయంలో కూడా ఇదే విధంగా వ్యవహరించారు. ప్రజలను భయబ్రాంతులను చేయడానికి సైనిక వలసలు నెలకొల్పారు. శ్రీలంక పాలకుల ప్రాచీన రాజధాని నగరమైన అనురాధ పురాన్ని ధ్వంసం చేశారు. అక్కడి రాజు, రాణి పట్ల కఠినంగా వ్యవహరించారు. ఇవి చోళ సామ్రాజ్యానికి చెరగని మచ్చలు. అయితే ఆయా ప్రాంతాలను జయించిన తరువాత అక్కడ సమర్థవంతమైన పరిపాలనా వ్యవస్థను నెలకొల్పయత్నించేవారు. తమ సామ్రాజ్యమంతటా గ్రామ స్థాయిలో స్థానిక ప్రభుత్వాలను ప్రోత్సహించడం చోళరాజుల ఘనతగా చెప్పవచ్చు.

12వ శతాబ్దం యావత్తు చోళ సామ్రాజ్యం వెలిగిపోయింది. 13వ శతాబ్దం ఆరంభంలో క్షీణించింది. మహారాష్ట్ర ప్రాంతంలోని తరువాతి చాళుక్యుల సామ్రాజ్యం 12వ శతాబ్దంలో అంతమైంది. చోళ రాజ్యం స్థానాన్ని పాండ్య, హోయసల రాజ్యాలు భర్తీ చేశాయి. తరువాతి చాళుక్యుల రాజ్యం స్థానంలో యాదవ, కాకతీయ రాజ్యాలు ఏర్పడ్డాయి. ఈ రాజ్యాలు కళలు, భవన నిర్మాణ రీతుల్ని ప్రోత్సహించాయి.

నిరంతరం పరస్పరం కలహించుకోవడం, ఆలయాల్ని కూడా వదలకుండా పట్టణాలను కొల్లగొట్టడం వల్ల ఈ రాజ్యాలు బలహీనమైపోయాయి. చివరకు 14వ శతాబ్దారంభంలో ఢిల్లీ సుల్తానులు వీటిని పూర్తిగా నాశనం చేశారు.

చోళ ప్రభుత్వం

చోళ పరిపాలనా రంగంలో రాజు అత్యంత ప్రధానమైన వ్యక్తి. అధికారమంతా అతడి చేతిలో కేంద్రీకృతమై ఉంటుంది. అతడికి సలహాలు ఇవ్వడానికి మంత్రి మండలి ఉంటుంది పరిపాలనను పర్యవేక్షించడానికి రాజు తరచు రాజ్యంలో పర్యటిస్తుంటాడు. చోళులు భారీ సైన్యాన్ని పోషించే వారు. దీనిలో గజదళం, ఆశ్వికదళం, పదాతి దళం ఉండేవి. వీటిని త్రివిధ దళాలు అనేవారు. పదాతి దళంలో సైనికులు ఈటెలు ధరించేవారు. రాజులకు అంగరక్షకులు ఉండేవారు. ఈ అంగరక్షకులు తమ ప్రాణాలకు ముప్పు ఏర్పడినా సరే రాజు ప్రాణాలు కాపాడతామని ప్రమాణం చేసేవారు. 13వ శతాబ్దంలో కేరళ సందర్శించిన వెనిస్ యాత్రికుడు మార్కోపోలో రాజు అంత్యక్రియలలో అతడి అంగరక్షకులు కూడా చితిలో ప్రవేశించారని పేర్కొన్నాడు. అయితే ఇది

అతిశయోక్తి అయి ఉంటుంది. చోళ రాజులకు శక్తివంతమైన నావికా దళం ఉండేది. మలబార్, రాజైన కొరమండల్ తీర ప్రాంతంపైన ఆధిపత్యం వహించిన ఈ నావికాదళం కొంతకాలం బంగాళాఖాతంపై కూడా ప్రాబల్యం కలిగి ఉండేది.

చోళ రాజ్యం మండలాలు (రాష్ట్రాలు)గా విభజితమైంది. ఈ మండలాన్ని వాలనాడులుగా, నాడులుగా విభజించారు. ఒక్కసారి రాజకుటుంబానికి చెందిన రాకుమారిని కూడా రాష్ట్ర పరిపాలకురాలిగా నియమించే వారు. పన్నులు వచ్చే భూములను కేటాయించడం ద్వారా అధికారులకు వేతనాలు చెల్లించేవారు.

చోళ రాజులు నిర్మించిన రాజమార్గాలు వ్యాపారానికి, సైన్యం రాకపోకలకు ఉపయోగపడటంతో చోళ సామ్రాజ్యంలో వ్యాపారం కళకళలాడింది. భారీ వ్యాపార కూటములు జావా సుమత్రాలలో వ్యాపారం సాగించేవి.

చోళులు నీటి పారుదల వ్యవస్థపై దృష్టి నిలిపారు. కావేరీ తదితర నదుల నీటిని ఉపయోగంలోకి తెచ్చారు. పలు చెరువులను తవ్వించారు. పన్నులు నిర్ణయించడానికి కొందరు చోళ రాజులు భూమిని వివరంగా సర్వే చేయించారు. అయితే ప్రభుత్వం ఎంత మేర పన్ను వేసేదో తెలియదు.

భూమి శిస్తు మాత్రమే కాకుండా, వ్యాపారుల మీద, వృత్తుల మీద పన్ను వేసేవారు. పొరుగు ప్రాంతాలను కొల్లగొట్టి కూడా ధనం సేకరించేవారు. చోళులు సంపన్నులు కావడం వల్ల ఆలయాలు, స్మారక చిహ్నాలు నిర్మించారు.

రాష్ట్రకూట సామ్రాజ్యంలోని కొన్ని ప్రాంతాలలో గ్రామ స్వపరిపాలన ఉండేది. చోళ రాజుల కాలంలో కూడా గ్రామపాలన ఉండేదని పలు శాసనాల ద్వారా తెలుస్తున్నది. ఆనాడు రెండు రకాల సభలు ఉండేవి. గ్రామ ప్రజల సర్వసభ్య సమావేశాన్ని 'ఉర్' అనే వారు. అగ్రహారం అనే బ్రాహ్మణ గ్రామంలో పెద్దలు జరిపే సమావేశాన్ని సభ లేదా మహాసభ అంటారు. ఉర్ కన్నా మహాసభ నినాదాలు మనకు ఎక్కువగా తెలుస్తున్నాయి. బ్రహ్మణులు మాత్రమే నివసించిన గ్రామాన్ని అగ్రహారం అంటారు. ఇందులోని వారికి లోటు లేకుండా భూమి కేటాయిస్తారు. ఈ గ్రామాలు ఎక్కువ స్వయంప్రతిపత్తిని అనుభవించేవి. ఈ గ్రామ వ్యవహారాలను కార్యనిర్వాహక మండలి నిర్వహించేది. ఇందులోని సభ్యులను విద్యావంతులైన ఆస్తిపరులను వంతులవారీ పద్ధతి ద్వారాకాని, లాటరీ ద్వారా కాని నియమించేవారు. వీరు ప్రతీ మూడేళ్ళకోసారి పదవీ విరమణ పొందుతారు. భూమి శిస్తు మదింపు సేకరణ, శాంతిభద్రతలు, న్యాయ వితరణ తదితరమైన వాటికి సంబంధించిన మండలులు కార్యనిర్వాహక మండలికి తోడ్పడేవి. చెరువు మండలి ప్రధానమైనది. పొలాలకు నీటి పంపిణీ వ్యవహారాలు ఇది చూసుకునేది. కొత్తభూములు ఎవరికి ఇవ్వాలి,

యోజమాన్య హక్కులు మొదలైన వాటిని మహాసభ పరిష్కరిస్తుంది. గ్రామం కోసం రుణం సేకరించడం, పన్నులు వేయడం కూడా మహాసభ అధికారాలలో భాగం.

చోళ గ్రామాలలో అనుభవించిన స్వయం పాలనా వ్యవస్థ అత్యుత్తమమైనది. ఈ విధానం కొంతమేర మిగతా రాజ్యాలలో కూడా అమలయింది. అయితే ఫ్యూడలిజం బలపడే కొద్దీ గ్రామ స్వయం ప్రతిపత్తికి పరిమితులు ఏర్పడ్డాయి.

సాంస్కృతిక జీవనం

చోళ సామ్రాజ్య విస్తృతి, వనరుల కారణంగా తంజావూరు, గంగాయికొండ చోళపురం, కంచివంటి గొప్ప రాజధానులు నిర్మించడం సాధ్యమైంది. రాజులకు భారీ గృహ సముదాయం ఉండేది. భారీ రాజ భవనం, విశాలమైన విందు గదులు, ఉద్యానవనాలు, మిద్దెలు ఉండేవి. సామంతులకు ఏడు లేదా ఐదు అంతస్తుల మేడలు ఉండేవట. అయితే ఆనాటి రాజభవనాల శిథిలాలు కూడా మిగలకపోవడం దురదృష్టకరం. చోళ రాజధాని గంగాయికొండ చోళపురం నేడు తంజావూరు పక్కన గల చిన్న గ్రామం. అయితే రాజుల, మంత్రుల, వర్తకుల ఘనమైన నివాసాలకు సంబంధించిన వర్ణనలు ఆనాటి సాహిత్యంలో లభిస్తాయి.

దక్షిణాది దేవాలయ వాస్తుకళ చోళ రాజుల కాలంలో పతాక స్థాయికి చేరుకుంది. దక్షిణాదికే పరిమితమై ఉన్నందువల్ల దీనికి ద్రావిడ దేవాలయ వాస్తుకళగా పేరు వచ్చింది. గర్భ గృహంపైన అంతస్తులు నిర్మించడం ఈ వాస్తుకళ ప్రత్యేక శైలి. ఐదు నుంచి ఏడు అంతస్తుల వరకు గల ఈ నిర్మాణాన్ని 'విమానం'గా పేర్కొంటారు. గర్భగుడి ముందు చదునైన పైకప్పుతో, చెక్కిన స్తంభాలతో ఒక విశాలమైన గది-మండపం ఉంటుంది. ఇందులో కూర్చుండి దేవదాసీల సంప్రదాయ నృత్యం వంటి కార్యకలాపాలను తిలకించేవారు.

గర్భగుడి చుట్టూ ప్రదక్షిణ చేయడానికి కూడా తోవ ఉండేది. ఈ తోవలో పలు దేవుళ్ళ బొమ్మలు ఉండేవి. మొత్తం ఆలయ సముదాయం చుట్టూ ప్రహరిగోడ ఉంటుంది. దీనికి భారీ ద్వారాలు (గోపురాలు) ఉంటాయి. కాలం గడిచే కొద్దీ 'విమానం' ఎత్తు, ఆలయం ఆవరణ, ద్వారాల పరిమాణం పెరుగుతూ పోయాయి. పూజారులు తదితరులకు గదులతో ఆలయం చిన్నపాటి రాజభవనమో, నగరమో అన్నట్టుగా మారింది. ఆలయానికి భూములు ఉండడమే గాకుండ విరాళాలు ఇచ్చేవారు. కొన్ని ఆలయాలు సంపన్నంగా ఉండటంతో రుణ వితరణ, వ్యాపార కార్యకలాపాలు కూడా చేపట్టేవి.

ఎనిమిదవ శతాబ్దంలో కాంచీపురంలో నిర్మించిన కైలాసనాథ ఆలయం

తొలిదశ ద్రావిడ శైలి ఆలయ హస్తకళకు నిదర్శనం. తంజావూరులో మొదటి రాజరాజ నిర్మించిన బృహదీశ్వర ఆలయం ఈ శైలికి చక్కని నిదర్శనం. చోళ రాజులకు ఆలయాలలో దేవుళ్ళ విగ్రహాలతో రాజు, రాణి విగ్రహాలను కూడా ప్రతిష్టించే అలవాటు ఉంది. అందువల్ల ఈ బృహదీశ్వర ఆలయానికి రాజరాజ ఆలయం అని కూడా పేరు. గంగాయికొండ చోళపురంలోని ఆలయం శిథిలావస్థలో ఉన్నప్పటికీ, ఆలయ వాస్తుకళకు తగిన దృష్టాంతంగా చెప్పుకోవచ్చు. దక్షిణ భారతంలోని ఇతర చోట్ల కూడా పలు ఆలయాలు నిర్మించారు. అయితే ఇలాంటి కొన్ని కార్యకలాపాలకు నిధులను చోళ రాజులు పొరుగు ప్రాంతాల ప్రజలను దోచుకోవడం ద్వారా సమకూర్చారనేది గమనార్హం.

చోళుల పతనం తరువాత దేవాలయ నిర్మాణ కార్యక్రమాలు కల్యాణి చాళుక్యుల, హోయసల రాజుల ఆధ్వర్యంలో సాగాయి. ధార్వాడ్ జిల్లాలో, హోయసల రాజధాని హళెబీడులో భారీ సంఖ్యలో ఆలయాలున్నాయి. వీటన్నిటిలో హోయాసలేశ్వర ఆలయం అద్భుతమైనది. ఇది చాళుక్య శైలికి ఉదాహరణగా చెప్పవచ్చు. దేవుళ్లు, యక్షిణీ యక్షులు, నృత్యం, సంగీతం, యుద్ధం, ప్రేమ వంటి జీవితాంశాలు శిల్పకళలో ప్రతిబింబిస్తాయి. ఈ విధంగా ఆనాడు జీవితం మతంతో సన్నిహితంగా ముడిపడి ఉండేది. సాధారణ వ్యక్తికి ఆలయం కేవలం ప్రార్థనా మందిరం మాత్రమే కాకుండా సామాజిక, సాంస్కృతిక కేంద్రంగా కూడా ఉండేది.

ఈ కాలంలో దక్షిణ భారతదేశంలో శిల్పకళ ఉన్నత స్థాయికి చేరుకుంది. శ్రావణ బెళగోళలోని భారీ గోమతేశ్వర విగ్రహం ఇందుకు ఉదాహరణ. చిహ్నాల రూపకల్పన కూడా ఈ కాలంలో ఉచ్ఛస్థాయికి చేరుకుంది. శివుడు నృత్యం చేస్తున్న 'నటరాజు' చిహ్నం ఇందుకు ఉదాహరణ. ఈ కాలంలో రూపొందించిన నటరాజు చిహ్నాలు, ప్రత్యేకించి కాంస్య చిహ్నాలు కళాఖండాలుగా ప్రసిద్ధి చెందాయి. ఇవి ఇప్పటికీ దేశ విదేశాల్లోని పురావస్తు ప్రదర్శనశాలల్లో కనిపిస్తాయి.

ఈ కాలంలో పలు రాజవంశాలు సాహిత్యాన్ని కళలను పోషించాయి. సంస్కృతాన్ని ఉన్నత వర్గాల భాషగా గుర్తించారు. పలువురు రాజులు, పండితులు ఈ భాషలో రచనలు సాగించినప్పటికీ, స్థానిక భాషలలో సాహిత్యం పెరిగిపోవడం ఈ కాలపు విశేషం. ఆరు నుంచి తొమ్మిదవ శతాబ్దం మధ్య కాలంలో తమిళ ప్రాంతంలో నయనార్లు, ఆళ్వార్లు అనే శివ, వైష్ణవ భక్తులైన సన్యాసులు ప్రసిద్ధి పొందారు. తమిళ తదితర భాషలలో రచనలు చేశారు. 12వ శతాబ్దంలో వీరి రచనలను సేకరించి 12 సంపుటాలుగా తిరుమరాయి పేర క్రోడీకరించారు. వీటిని పవిత్రమైనవిగా, పంచమవేదంగా భావిస్తారు. కంచన్ కవి జీవించిన 11వ శతాబ్దం చివరి భాగం,

12వ శతాబ్దం తొలి భాగం కాలాన్ని తమిళ సాహిత్య చరిత్రలో స్వర్ణయుగంగా అభివర్ణిస్తారు. తమిళ సాహిత్యంలో కంచన్ రామయుగాన్ని ఉన్నతమైందిగా భావిస్తారు. కంచన్ చోళరాజు ఆస్థానంలో ఉండేవాడని భావిస్తున్నారు. పలువురు కవులు రామాయణ, మహాభారత గాధల ఆధారంగా రచనలు చేసి వాటిని ప్రజలకు మరింత అందుబాటులోకి తెచ్చారు.

తమిళం తర్వాత అభివృద్ధి చెందినప్పటికీ కన్నడం కూడా ఈ కాలంలోనే సాహిత్య భాషగా రూపుదిద్దుకుంది. రాష్ట్రకూట, చాళుక్య, హోయసల రాజులు కన్నడాన్ని, తెలుగును ఆదరించారు. రాష్ట్రకూట రాజు అమోఘవర్షుడు కన్నడ సాహిత్యంపై పుస్తకం రాశాడు. పలువురు జైన పండితులు కన్నడం అభివృద్ధికి తోడ్పడ్డారు. సంప్ర, పొన్న, రాణ అనే ముగ్గురూ కన్నడ సాహిత్య రత్నాలుగా ప్రసిద్ధి పొందారు. వీరు జైన మతావలంబులు అయినప్పటికీ రామాయణ, మహాభారత సారాంశం సేకరించి రచనలు చేశారు. చాళుక్య రాజు ఆస్థాన కవియైన నన్నయ్య మహాభారతాన్ని తెలుగులో రాయడం ప్రారంభించాడు. ఇతడు ప్రారంభించిన మహాభారతాన్ని 13వ శతాబ్దంలో తిక్కన పూర్తి చేశాడు. తమిళ రామాయణం మాదిరిగా తెలుగు మహాభారతం ఉత్తమ గ్రంథంగా నిలిచి పలువురు రచయితలకు స్ఫూర్తినిచ్చింది. ఈ సాహిత్యాలలో పలు జానపద కథాంశాలు చోటు చేసుకున్నాయి. సంస్కృతంలోనివి కాకుండా ప్రజల మనోభావాలు, ఉద్వేగాలు ప్రతిబింబించే కథాంశాలను తెలుగులో స్థానిక లేదా గ్రామీణ జానపదాలుగా పిలుస్తారు.

ఎనిమిది నుంచి 12వ శతాబ్దం వరకు గల కాలంలో దక్షిణ భారత రాజకీయ సమైక్యతే కాకుండా సాంస్కృతికాభివృద్ధి జరిగింది. వాణిజ్యం కూడా ఈ కాలంలో వెల్లివెరిసింది. దీంతో ఈ కాలం దక్షిణభారత చరిత్రలోని గొప్ప యుగాలలో ఒకటిగా నిలిచిపోయింది.

ఇ

భారతదేశం
ప్రాంతీయ రాజ్యాలు
15వ శతాబ్దం
సింధ్
గుజరాత్
మేవార్
మాల్వా
మాండు
నర్మదా నది
ఖండేష్
దౌలతాబాద్
బహమనీ
బీదర్
రాజ్యం
గుల్బర్గా
గోదావరి
అరేబియా సముద్రం
గోవా
విజయనగర
సామ్రాజ్యం
గజపతులు
కటక్
బంగాళా ఖాతం
సింధూ నది

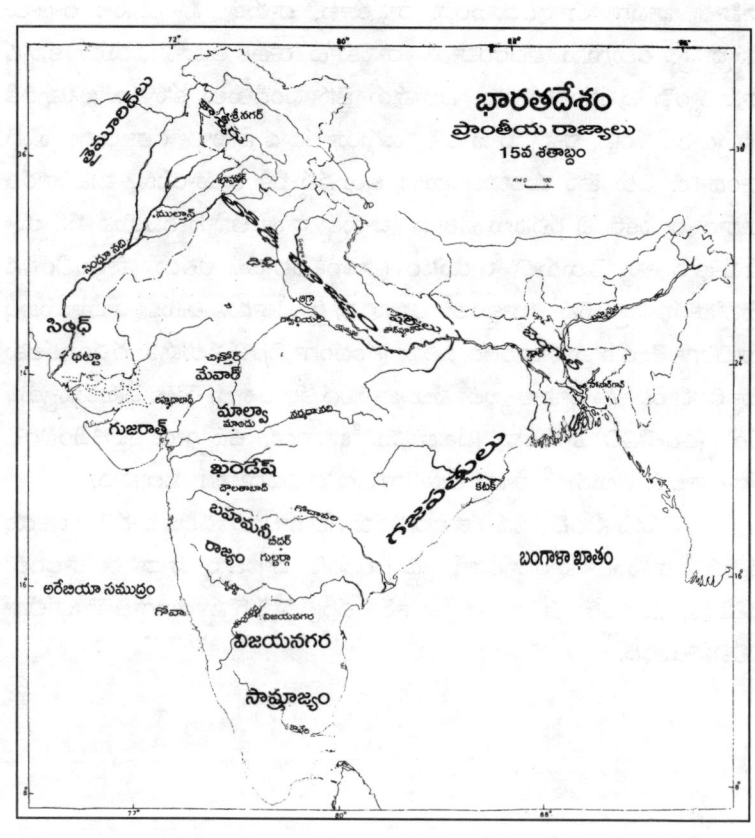

నాల్గొవ అధ్యాయం

ఆర్థిక, సామాజిక జీవనం, మత విశ్వాసాలు

(800-1200)

ఉత్తర భారతదేశ చరిత్రలో క్రీ.శ.800 మొదలుకొని 1200 దాకా గల కాలాన్ని మొత్తం కలిపి ఆర్థిక, సామాజిక జీవనాన్ని, మతవిశ్వాసాలను అధ్యయనం చేయాల్సి ఉంటుంది. రాజకీయ పరిణామాల కన్నా ఆర్థిక, సామాజిక జీవనంలో, మత విశ్వాసాలలో మార్పు మెల్లగా వస్తుంది. అందువల్ల తొమ్మిదవ శతాబ్దానికి ముందు కనిపించే లక్షణాలన్నీ ఆ తర్వాత కాలంలో కూడా కనిపిస్తుంటాయి. అయితే పలు ఇతర లక్షణాలు ఈ కాలాన్ని గతం కన్నా భిన్నమైందిగా నిలబెడతాయి. సాధారణంగా ప్రతీ చారిత్రక దశలోనూ కొన్ని పాత లక్షణాలు, కొత్త లక్షణాలు కలసి ఉంటాయి . మార్పు ఏ దిశగా సాగుతున్నది, ఎంత శీఘ్రంగా జరుగుతుంది అనే దానిలో తేడా ఉంటుంది.

వాణిజ్యం

ఉత్తర భారతదేశం ఈ కాలంలో వాణిజ్య వృద్ధి స్తంభించి పోయింది లేదా క్షీణించింది. ఏడవ, పదవ శతాబ్దాలలో వాణిజ్యం దెబ్బతినడం ఇందుకు ప్రధాన కారణం. వాణిజ్యం దెబ్బతినడం వల్ల నగరాలు, నగర జీవనం క్షీణించాయి. భారత్‌తో లాభదాయకమైన వ్యాపార సంబంధాలున్న రోమన్ సామ్రాజ్యం కుప్పకూలిపోవడం వాణిజ్యం కుంటుపడడానికి కొంత కారణం. భారీ ఎత్తున బంగారం, వెండి గనుల తవ్వకం భారతదేశంలో ఏనాడూ లేదు. బంగారం, వెండి సంపదకు భారతదేశం

ప్రఖ్యాతి చెందడానికి కారణం విదేశీ వాణిజ్యమే. విదేశాలతో వాణిజ్యంలో ఏర్పడిన మిగులు ధనం భారతదేశానికి బంగారం, వెండి రూపాలలో తరలి వచ్చేది. ఇస్లాం ఆవిర్భావం వల్ల ససానిద్ (ఇరాన్) సామ్రాజ్యం కుప్పకూలిపోవడం కూడా భారత విదేశీ వాణిజ్యం దెబ్బతినడానికి మరో కారణం. దీనివల్ల భూమార్గం గుండా సాగే వాణిజ్యం దెబ్బతిన్నది. దీనివల్ల ఉత్తర భారతంలో ఎనిమిదవ శతాబ్దానికి, పదవ శతాబ్దానికి మధ్య కాలంలో కొత్త బంగారు నాణేల కొరత స్పష్టంగా కనిపించింది. పశ్చిమాసియాలో, ఉత్తర ఆఫ్రికాలో శక్తివంతమైన, విస్తృతమైన అరబ్ సామ్రాజ్యం ఆవిర్భవించిన తర్వాత ఈ పరిస్థితి మారిపోయింది. బంగారు గనులున్న పలు ప్రాంతాలు ఈ అరబ్ సామ్రాజ్యంలో భాగమైపోయాయి. పైగా అరబ్బులకు స్వయంగా నౌకాయానం తెలుసు. భారతీయ వస్త్రాలపైన, సుగంధ ద్రవ్యాలు, మసాలాలపైన అరబ్ పాలకులు ఆసక్తి చూపడంతో భారత్‌తో వాణిజ్యం పెరిగింది. 'మసాలా దీవులు'గా ప్రసిద్ధిగాంచిన ఆగ్నేయాసియా దేశాలతో కూడా అరబ్‌ల వాణిజ్యం పెరిగింది. తొమ్మిది, పదవ శతాబ్దాలలో పలువురు అరబ్ యాత్రికులు భారతదేశ పశ్చిమ తీరం ద్వారా వచ్చి ఇక్కడి పరిస్థితులను గ్రంథస్తం చేశారు. ఈ కాలంలోనే చైనాతో, ఆగ్నేయాసియా దేశాలతో భారతదేశ వాణిజ్యం పెరిగింది. పదవ శతాబ్దం నుంచి ఉత్తర భారతంలో వాణిజ్యం క్రమంగా పుంజుకోవడం ప్రారంభమైంది. వాణిజ్యం పునరుద్ధరణ వల్ల మాల్వా, గుజరాత్ ఎక్కువగా లాభపడ్డాయి. గుజరాత్‌లోని చంపానేర్, తన్హిల్వారా వంటి పలు కొత్త పట్టణాలు ఈ కాలంలో ఏర్పడినవే.

ఆనాడు భారతదేశ జనాభా (నేటి పాకిస్తాన్, బంగ్లాదేశ్‌తో కలిసి) పది కోట్ల కన్నా తక్కువగా ఉండేది. దేశంలో ఎక్కువ భాగం అడవులతో, జంతువులతో నిండి ఉండేది. అడవి జాతులు యాత్రికులపై దాడి చేసి దోచుకునేవి. అంతర్గత వాణిజ్యం దెబ్బతినడం వల్ల వర్తకుల 'సంఘాలు' 'శ్రేణులు' క్షీణించాయి. ఈ సంఘాలలో సాధారణంగా భిన్న కులాల వారు ఉండేవారు. వీరు సంఘ నియమ నిబంధనలకు లోబడి ఉండాలి. రుణాలు ఇవ్వడం, తీసుకోవడం, చందాలు స్వీకరించడం నియమాల ప్రకారం జరిగేది. వాణిజ్యం క్షీణించడంతో ఈ సంఘాలు తమ ప్రాముఖ్యతను కోల్పోయాయి. వాణిజ్య సంఘాలు చందాలు స్వీకరించిన ప్రస్తావనలు ఈ కాలంలో చాలా తక్కువగా కనిపిస్తాయి. కాలం గడిచే కొద్దీ కొన్ని వర్తక శ్రేణులు ఉపకులాలుగా అభివృద్ధి చెందాయి. ఉదాహరణకు – 'ద్వాదశశ్రేణి' అనే వర్తక సంఘం వైశ్యుల ఉపకులంగా మారింది. వ్యాపార వర్గాలు ప్రోత్సహించిన జైన మతం కూడా ఈ కాలంలో దెబ్బతిన్నది.

వాణిజ్యం క్షీణించిన ప్రభావం ఆలోచనా ధోరణిలో కూడా ప్రతిబింబించింది. ఈ కాలంలో రాసిన కొన్ని ధర్మశాస్త్రాలలో 'ముంజూ' గడ్డి మొలవని, కృష్ణజింకలు తిరగాడని ప్రాంతాలకు (భారతదేశం వెలుపలకు) పోకూడదని రాశారు. ఉప్పు సముద్రాలపై ప్రయాణించడం కూడా మలిన పడడమేనని పేర్కొన్నారు. అయితే ఎవరూ ఈ విషయాన్ని అంతగా పట్టించుకోలేదు. ఈ కాలంలో భారతీయ వర్తకులు, తత్వవేత్తలు, వైద్యులు, వృత్తి నిపుణులు పశ్చిమాసియాలోని బాగ్దాద్ తదితర ముస్లిం నగరాలు సందర్శించినట్లు వివరాలు లభిస్తున్నాయి. ఈ ఆంక్షలు బ్రాహ్మణులకు సంబంధించినవై ఉంటాయి. లేదా పశ్చిమానికి వెళ్ళిన వారు ఇస్లాం భావాలను, తూర్పు వైపునకు వెళ్ళిన వారు బౌద్ధమత భావాలను తెచ్చినట్టయితే, అవి బ్రాహ్మణులకు, పాలక వర్గాలకు ఇబ్బందికరంగా, ఉంటాయని, ఆమోదయోగ్యంగా ఉండవని అందువల్ల మరీ ఎక్కువ మంది భారతీయులు విదేశాలకు వెళ్ళరాదని ఈ నిషేధం విధించి ఉంటారు.

సముద్ర ప్రయాణంపై విధించిన నిషేధం చైనాతో ఆగ్నేయాసియాతో సముద్ర మార్గంగా సాగే వాణిజ్యానికి ఎలాంటి ఆటంకంగా మారలేదు. దక్షిణ భారతదేశానికి, ఆగ్నేయాసియా దేశాలకు మధ్య వాణిజ్యం ఆరవ శతాబ్దం నుంచి భారీగా సాగింది. ఆనాడు వివిధ దేశాలకు సంబంధించిన భౌగోళిక పరిజ్ఞానం ఎంతో ఉండేదనేది ఆనాటి సాహిత్యం ద్వారా తెలుస్తున్నది. ఆయా దేశాల వారి వేషభాషల వివరాలు హరిసేన రాసిన 'భవిష్యత్ కథాకోశ' వంటి ఆనాటి గ్రంథాల ద్వారా వెల్లడవుతున్నది. అద్భుత సముద్ర జలాలలో భారతీయ వర్తకుల సాహసాలపై పలు కథలు వెలువడ్డాయి. ఇవి సింద్‌బాద్ కథకు మూలాధారం అయ్యాయి. ఆనాడు భారతీయ వర్తకులు సంఘాలుగా ఏర్పడ్డారు. మణిగ్రామన్, నానాదేశి వంటి సంఘాలు చురుకైనవీ, మొదటి నుంచీ ఉన్నవి. భారతీయ వర్తకులు పలువురు తాము వ్యాపారం సాగిస్తున్న ఆయా దేశాలలోనే స్థిరపడి స్థానిక మహిళలను వివాహమాడారు. వ్యాపారుల వెంట పూజారులు కూడా వెళ్ళడంతో హిందూ, బౌద్ధ మత భావాలు ఆయా దేశాలలోకి వ్యాపించాయి. జావాలోని బురుబుదూర్ బౌద్ధ ఆలయం, కంబోడియాలోని అంగ్‌కోరావాట్‌లో బ్రాహ్మణ దేవాలయం ఇందుకు ఉదాహరణలు. ఆ దేశాలలోని కొన్ని పాలక కుటుంబాలు పాక్షికంగా హైందవీకరణ చెంది భారతదేశంలో వాణిజ్య, సాంస్కృతిక సంబంధాలను ప్రోత్సహించాయి. ఈ విధంగా భారతీయ సంస్కృతి స్థానిక సంస్కృతులతో సమ్మిళితమై కొత్త సాహితీ, సాంస్కృతిక రూపాలను సంతరించుకుంది. ఆగ్నేయాసియా దేశాలు సుసంపన్నం కావడానికి, నాగరికత అభివృద్ధి చెందడానికి, పెద్ద రాజ్యాలుగా ఏర్పడడానికి నీటి పారుదల వ్యవస్థను

నిర్మించి వరి సాగు చేసే భారతీయ మెలకువలను ప్రవేశ పెట్టడమే కారణమని కొందరు పరిశీలకులు భావిస్తారు.

జావా, సుమత్రా తదితర ప్రాంతాలకు వెళ్ళడానికి బెంగాల్‌లోని తామ్ర లిప్తి ప్రధానరేవుగా ఉండేది. ఆనాటి పలు కథలలో వర్తకులు తామ్ర లిప్తి నుంచి సువర్ణద్వీపం (నేటి ఇండోనేషియా) కటిహ (మలయాలలోని కేథా)లకు నౌకల ద్వారా వెళ్ళేవారు. జంబుద్వీపం (ఇండియా) కర్నాటక (దక్షిణ భారతం), గౌడ్ (బెంగాల్)ల నుంచి భారీ నౌకలలో అధిక సంఖ్యలో జనం నిరంతరం వస్తుండేవారని 14వ శతాబ్దానికి చెందిన ఒక రచయిత పేర్కొన్నాడు. గుజరాత్ వర్తకులు కూడా ఈ విధంగా వ్యాపారం సాగించేవారు.

రోమన్ సామ్రాజ్యం క్షీణించడంతో హిందూ మహాసముద్రంలో చైనా ప్రధాన వర్తక కేంద్రమైంది. చైనీయులు మసాలాలను భారీగా వినియోగిస్తూ, వాటిని భారతదేశం నుంచి, ఆగ్నేయాసియా నుంచి దిగుమతి చేసుకునే వారు. ఆఫ్రికా నుంచి ఏనుగు దంతాలను, పశ్చిమాసియా నుంచి గాజు సామాగ్రిని దిగుమతి చేసుకునే వారు. ఔషధ మొక్కలు, లక్క, అగరుబత్తులు ఇతర అరుదైన వస్తువులును చైనీయులు దిగుమతి చేసుకునే వారు. సాధారణంగా ఆఫ్రికా, పశ్చిమాసియాకు చెందిన ఉత్పత్తులు మలబార్ దాటి పోకపోయేవి. చైనా నౌకలు కూడా ఆగ్నేయాసియాలోని మాలకస్ దాటి ఇటువైపు రాకపోయేవి. అందువల్ల ఆ వైపున చైనాకు, ఈవైపున ఆఫ్రికా, పశ్చిమాసియాలకు మధ్య సాగే వ్యాపారానికి భారత్, ఆగ్నేయాసియాలు ప్రధాన స్థావరాలుగా ఉండేవి. భారతీయ వర్తకులు ప్రత్యేకించి తమిళ, కళింగ (నేటి బెంగాల్ ఒరిస్సా ప్రాంతాలు) ప్రాంతాల వారు మొదట పర్షియన్‌లకు ఆ తర్వాత అరబ్బులకు ధీటుగా చురుగ్గా వ్యాపారం సాగించారు. చైనాతో వాణిజ్యం ఎక్కువగా భారతీయ నౌకలలోనే సాగేది. మలబార్, బెంగాల్, బర్మాలలోని టేకు కలప మూలంగా భారత్‌లో నౌకా నిర్మాణ సంప్రదాయం బలంగా నాటుకుంది. వాతావరణ పరిస్థితుల కారణంగా నౌకలు మధ్యప్రాచ్యం నుంచి చైనాకు నేరుగా వెళ్ళలేకపోయేవి. గాలులు వర్షాకాలానికి ముందు పశ్చిమ దిశ నుంచి తూర్పునకు, వర్షాకాలం తర్వాత తూర్పు నుంచి పడమటికి వీస్తుంటాయి. అందువల్ల తమ ప్రయాణానికి అనుగుణమైన గాలుల కోసం నౌకలు మధ్యలో పలు రేవులలో ఆగవలసి వచ్చేది. ఇందుకోసం వర్తకులు భారత ఆగ్నేయాసియా రేవులలో ఆగడానికి ఇష్టపడేవారు. చైనాలోని కాంటన్ రేవు ద్వారా విదేశీ వాణిజ్యం ఎక్కువగా సాగేది. దీనిని అరబ్ యాత్రికులు కంఫు అని వ్యవహరించేవారు. బౌద్ధ పండితులు, భారత్ నుంచి చైనాకు సముద్ర మార్గాన వెళ్ళేవారు. పదవ శతాబ్ది చివర, పదకొండవ శతాబ్ది ఆరంభం నాటికి చైనా

అస్థానంలోని భారతీయ బౌద్ధ సన్యాసుల సంఖ్య అత్యధిక స్థాయికి చేరుకుందని చైనా చరిత్ర గ్రంథాల ద్వారా తెలుస్తున్నది. ఇంకొంచెం ముందు కాలపు చైనా చారిత్రక వివరాల ప్రకారం కాంటన్ నది భారత్, పర్షియా, అరేబియా నౌకలతో నిండి ఉండేదని తెలుస్తున్నది. ఒక్క కాంటన్‌లోనే మూడు బ్రాహ్మణ దేవాలయాలు ఉండేవని వాటిలో బ్రాహ్మణులు నివసించే వారని తెలుస్తున్నది. చైనా సముద్రంపై భారతీయులు ప్రయాణించిన ఆధారాలు జపాన్ చారిత్రక వివరాల ద్వారా కూడా వెల్లడవుతున్నది. ఈ వివరాల ప్రకారం ఇద్దరు భారతీయులు సముద్ర ప్రవాహం మూలంగా జపాన్ వెళ్ళారు. వీరి ద్వారా జపాన్‌కు పత్తి చేరింది. భారతీయ పాలకులు ప్రత్యేకించి బెంగాల్‌కు చెందిన పాలా, సేన రాజులు, దక్షిణ భారతానికి చెందిన పల్లవ, చోళ రాజులు చైనా చక్రవర్తుల వద్దకు వరుసగా దౌత్యబృందాలను పంపుతూ విదేశీ వర్తకాన్ని ప్రోత్సహించారు. చైనాలో సాగుతున్న వాణిజ్యంలో ఆటంకాల్ని తొలగించుకోవడానికి చోళ రాజు మొదటి రాజేంద్రుడు మలయాపైనా దాని పొరుగు దేశాలపైన నౌకాదళంతో దాడి చేశాడు. మొదటి రాజేంద్రుడు చైనాకు పంపిన దౌత్యబృందం భారతీయ నౌకలలోనే ప్రయాణం చేసింది. దక్షిణ భారతదేశంలో, ఒరిస్సా, బెంగాల్‌లలో పలు నౌకా నిర్మాణ కేంద్రాలు ఉండేవని వాటిలో పలు నౌకల నిర్మాణం సాగేదనడానికి ఆధారాలున్నాయి. గుజరాత్ సహా పశ్చిమ తీరంలోని పలు చోట్ల కూడా ఇలాంటి నౌకా నిర్మాణ కేంద్రాలుండేవి. నౌకా నిర్మాణం, బలమైన నావికాదళం, వ్యాపార కౌశలం మొదలైన రంగాలలో దృఢమైన సంప్రదాయాలు పాతుకుపోయిన నేపథ్యంలో భారతీయ విదేశీ వాణిజ్యం భారీ స్థాయిలో సాగింది. చైనాతో వాణిజ్యం ఇతర దేశాలకు అనుకూలంగా ఉండేది. ఇది ఎంత స్థాయికి చేరిందంటే చివరకు చైనా ప్రభుత్వం బంగారం, వెండి, ఎగుమతిపై పరిమితి విధించాల్సి వచ్చింది. క్రమంగా అరబ్బులు, చైనీయులు వేగంగా ప్రయాణించే భారీ నౌకలు నిర్మించగలగడంతో భారతీయ నౌకలు వెనకబడిపోయాయి. చైనా నౌకలు పలు అంతస్తులుగా ఉండేవి. అందులో ఒకేసారి 600 మంది ప్రయాణికులు, 400 మంది సైనికులు ప్రయాణించగలిగేవారని తెలుస్తోంది. చైనీయులు నావిక దిక్సూచిని కనుగొనడం వారి నావికాభివృద్ధికి ప్రధాన కారణం. ఈ దిక్సూచి పరిజ్ఞానం చైనా నుంచి ఆ తర్వాత పాశ్చాత్యులకు చేరింది. భారతదేశం శాస్త్ర సాంకేతిక పరిజ్ఞానంలో వెనుకబడిపోతూ వచ్చింది.

ఈ విధంగా ఒకవైపు పాశ్చాత్య దేశాలతో భారతదేశ వాణిజ్యం క్షీణించగా మరోవైపు 12వ శతాబ్దం వరకు ఆగ్నేయాసియా, చైనాలలో పెరిగిపోయింది. ఇలా చైనాతో, ఆగ్నేయాసియాతో వాణిజ్యం పెంచుకోవడంలో దక్షిణ భారతం, బెంగాల్ ముందున్నాయి. ఈ ప్రాంతాలు సుసంపన్నం కావడానికి అదే కారణం.

భూస్వామ్యం

ఈ కాలంలో భారతీయ సమాజంలో ప్రధానమైన పలుమార్పులు చోటు చేసుకున్నాయి. కాలక్రమేణా ఒక వర్గం బలం పుంజుకోనారంభించింది. ఈ వర్గం వారిని సమకాలీన రచయితలు, సామంతులు, రాణక్‌లు, రౌట్ట (రాజ్‌పుత్)లు తదితర పేర్లతో పిలిచారు. వీరి పుట్టుపూర్వోత్తరాలు భిన్న రకాలుగా ఉన్నాయి. వీరిలో కొందరు రెవెన్యూ అధికారులు, వీరికి వేతనం ధన రూపంలో కాకుండా పన్ను రాబడి గల గ్రామాల కేటాయింపు రూపంలో ఉండేది. ఇంకొందరు ఓడిపోయిన రాజులు వారి మద్దతుదారులు. వీరు రాజ్యం కోల్పోయినా పరిమిత ప్రాంతానికి రెవెన్యూ వసూలు చేసుకుంటూ కొనసాగేవారు. మిగతా కొందరు వంశపారంపర్యంగా అధికారానికి వచ్చిన స్థానిక పాలకులు లేదా పోరాటపటిమ గలిగిన స్థానిక పెత్తందారులు. వీరు సాయుధమూకల సహాయంతో స్థానికంగా కొంత ప్రాంతంపై అజమాయిషీ కలిగి ఉండేవారు. ఇంకా కొందరు తెగలు, జాతులు నాయకులు. వీరు భిన్న సామాజిక నేపథ్యం నుంచి వచ్చిన వారే కాకుండా ఒక్కొక్కరి హోదాలో కూడా తేడా ఉండేది. కొందరు గ్రామాధికారులు మాత్రమే కాగా ఇంకొందరు కొన్ని గ్రామాలపై ఆధిపత్యం కలిగి ఉండేవారు. కొందరికి పలు గ్రామాలు గల మొత్తం ప్రాంతంపై ఆధిపత్యం ఉండేది. వీరు పరస్పరం ఘర్షణ పడుతూ తమ ప్రాబల్య ప్రాంతాన్ని అధికారాల్ని పెంచుకోవడానికి యత్నించేవారు.

వీరి ప్రాబల్యం గల రెవెన్యూ ప్రాంతాన్ని 'భోగ' అనేవారు. రాజు వీరికి దత్తం చేసిన భూమి నియమాల ప్రకారం తాత్కాలికం మాత్రమే. రాజు అవసరమనుకున్నప్పుడు స్వాధీనం చేసుకోవచ్చు. కాని ఆచరణలో మాత్రం అలా జరగకపోయేది. వీరు అవిధేయంగా ఉంటే లేదా తిరగబడితే తప్ప రాజు స్వాధీనం చేసుకోకపోయేవాడు. ఓడిపోయిన రాజును కూడా ఆయన రెవెన్యూ ప్రాంతాల అధికారం నుంచి తొలగించడం పాపం అనే అభిప్రాయం ఆనాడు ఉండేది.

అందువల్ల ప్రతీ సామ్రాజ్యంలో సామంతరాజులు, ఓడిపోయిన రాజులు తమ ప్రాంతాలపై ఆధిపత్యం కలిగి అనువైన సమయం వచ్చినప్పుడు స్వతంత్ర్యం ప్రకటించుకోవాలని చూస్తూ ఉండేవారు. ఈ సామంతరాజుల భూభాగంలో మళ్ళీ చిన్న చిన్న ప్రాంతాలకు అధికారులు ఉండేవారు. వీరు వంశపారంపర్యంగా వచ్చిన స్థానికాధికారులు. కాలం గడిచే కొద్దీ పలు ప్రభుత్వ పదవులు వంశపారంపర్యంగా మారిపోయేవి. బెంగాల్‌లోని ఒక కుటుంబ సభ్యులు నాలుగు తరాల పాటు వరుసగా మహామంత్రి పదవి పొందారు. ఈ విధంగా పలు ప్రభుత్వ పదవులు వంశపారంపర్యంగా కొన్ని కుటుంబాలు అనుభవించేవి. వంశపారంపర్యంగా

అధికారానికి వచ్చిన ఈ అధికారులు ప్రభుత్వ వ్యవహారాలు నిర్వహించడం ప్రారంభించారు. రెవెన్యూను అంచనా వేసి వసూలు చేయడమే గాకుండా, పలు పరిపాలనాధికారాలు చలాయించడం ప్రారంభించారు. ఒకప్పుడు రాజు అధికారాలుగా భావించినట్టి - శిక్షలు విధించడం, జరిమానాలు వసూలు చేయడం వంటి విధులు నిర్వహించటం ప్రారంభించారు. రాజు సమ్మతి లేకుండానే తమ అజమాయిషీలోని భూములను కింది వారికి అప్పగించడం ప్రారంభించారు. దీనివల్ల శ్రమపడకుండానే వసూళ్ళు చేసే అంచెలు పెరిగిపోయాయి. దీనినే ఫ్యూడల్ సమాజం అంటారు. శ్రమ పడకుండానే భూమి నుంచి ఆదాయం పొందేవారు సమాజంపై ఆధిపత్యం కలిగి ఉండడం ఫ్యూడలిజం ప్రధాన లక్షణం.

భారతదేశంలో ఫ్యూడల్ సమాజం అభివృద్ధి చెందడం దీర్ఘకాలికంగా ప్రభావం చూపింది. ఈ పరిణామం రాజును బలహీనపరిచి, ఫ్యూడల్ ఆధిపతులుపై ఆధారపడేలా చేసింది. పలువురు ఫ్యూడల్ అధిపతులు సొంత సైనిక బలగాలు ఏర్పరచుకొని రాజును ధిక్కరించే స్థాయికి చేరుకున్నారు. భారతదేశంలోని రాజ్యాలు ఈ విధంగా ఆంతరంగికంగా బలహీనపడిన ప్రభావం ఆ తర్వాత తురుష్కులను ఎదుర్కొనేటప్పుడు కనిపించింది. చిన్న రాజ్యాలు ఏర్పడడం వల్ల వాణిజ్యం పెరగకుండా కొన్ని గ్రామాల సముదాయం స్వయం పోషకంగా మారే ఆర్థిక వ్యవస్థ ఏర్పడింది. ఫ్యూడల్ అధిపతులు (భూస్వాములు) బలపడడం వల్ల గ్రామీణ స్వయం పాలన దెబ్బతిన్నది. అయితే ఈ ఫ్యూడల్ వ్యవస్థ మొత్తం లోపాలతోనే నిండిలేదు. హింసతో వ్యవస్థ నిండి ఉన్న ఆ రోజులలో బలమైన ఫ్యూడల్ అధిపతులు రైతుల జీవితానికి, ఆస్తికి భద్రత కల్పించారు. కొందరు ఫ్యూడల్ అధిపతులు బీడు భూమిని సాగులోకి తేవడానికి, పంటను పెంచడానికి శ్రద్ధ చూపారు.

ప్రజల స్థితిగతులు

జావుళి, బంగారు వెండి నగల తయారీ, లోహపు వస్తువుల తయారీ వంటి భారతీయ కళారంగాలలో ఉన్నత ప్రమాణాలు ఈ కాలంలో ఏ మాత్రం దిగజారలేదు. ఈ కాలంలో వ్యవసాయ రంగం కూడా కళకళలాడింది. భారతదేశంలోని సారవంతమైన నేలలు, నిపుణులైన రైతులను అరబ్ యాత్రికులు కూడా కొనియాడారు.

ఆనాటి మంత్రులు, అధికారులు, ఫ్యూడల్ అధిపతులు ఆడంబరంగా, విలాసంగా గడిపినట్టి ఆ కాలపు సాహిత్యం ద్వారా తెలుస్తున్నది. రాజుల మాదిరిగా అందమైన భవనాలు నిర్మించుకునే వారు. ఒక్కొక్కనికి మూడు నుంచి ఐదు అంతస్తుల భవనాలు ఉండేవి. దిగుమతి చేసుకున్న ఉన్ని వస్త్రాలు, చైనా పట్టు వంటి విలువైన

వస్త్రాలు ధరించే వారు. విలువైన రత్నాలు పొదిగిన బంగారు, వెండి ఆభరణాలు ధరించే వారు. భారీ సంఖ్యలో పరిచారికలను పెట్టుకునేవారు. బయటకు మంది మార్బలంతో వెళ్ళేవారు. 'మహాసామంతాధిపతి' వంటి భారీ పటాలతో కూడిన బిరుదులు పొందేవారు. తమకంటూ ప్రత్యేకమైన పతకాలు, ఛత్రచామరాలు కలిగి ఉండేవారు. ఆనాటి సాహిత్యంలో రాజాధికారి కుమారుడి వేషభూషణాల వర్ణనను బట్టి సాధారణ భూస్వామి, అధికారుల వేషధారణలను ఊహించుకోవచ్చు. అతడు ఉంగరాలు, చెవిపోగులు, మెడలో సన్నని గొలుసు ధరించేవాడు. చందనం పూసుకుని పసుపుపచ్చని రంగుతో మెరిసేవాడు. బూట్లు అందమైన ఆకృతిలో ఉండేవి. దుస్తులు మేలిమి అంచుతో పసుపురంగులో ఉండేవి. అతడు బయటికి వచ్చినప్పుడు వెంట పరివారం ఉండేది. అందులో ఒకరు వక్కలు గల చిన్న పెట్టె పట్టుకుని ఉండేవాడు. ఐదారుగురు ఆయుధాలు ధరించి రక్షణగా ఉండేవారు.

పెద్ద వ్యాపారస్తులు కూడా రాజు జీవన శైలిని అనుకరించేవారు. వారి జీవన విధానంలో రాజరికం ఉట్టిపడేది. చాళుక్య సామ్రాజ్యంలో ఒక కోటీశ్వరుడి ఇంటి చుట్టూ జెండాలు, గంటలు ఉండేవట. పలు గుర్రాలు, ఏనుగులు ఉండేవట. భవనం ముందు మెట్లు, ఆలయంలోని నేల, గోడలపై లీలగా కనిపించే మతపరమైన బొమ్మలు అన్నీ స్ఫటికంతో నిర్మించినవై ఉండేవట. గుజరాత్‌లో మంత్రులయిన వస్తుపాల, తేజపాలలు ఆనాటి అత్యంత ధనవంతులయిన వ్యాపారులుగా గుర్తింపు పొందారు.

ఉన్నత వర్గాలు ఇంత విలాసంగా ఉన్నంత మాత్రాన అంతా సుభిక్షంగా ఉందని భావించకూడదు. ఆహార పదార్థాలు చౌకగా లభించినప్పటికీ, నగరాలలో పలువురు పేదలకు తగినంత తిండి లభించేది కాదు. 'రాజతరంగిణి' (12వ శతాబ్దంలో కాశ్మీరీ భాషలో వెలువడింది) రచయిత పేదల పరిస్థితిని గమనించినందువల్లనే "రాజోద్యోగులు రుచికరమైన మాంసం, పుష్ప సౌరభంతో కూడిన చల్లని మద్యం ఆరగిస్తుంటే మరోవైపు పేదలు అన్నం, చేదుకూరతో సరిపెట్టుకోవాల్సి వచ్చేది" అని రాసి ఉంటాడు. పేద స్త్రీ, పురుషుల కష్టాలు, కొందరు పేదరికం భరించలేక దొంగతనాలకు, దోపిడీలకు పాల్పడడంపై పలు కథలు వచ్చాయి. ప్రజలు ఎక్కువగా నివసించే గ్రామాలలో, రైతులకు సంబంధించిన సమాచారాన్ని సాహిత్యం నుంచి భూమిదానాలకు సంబంధించిన ఆధారాల నుంచి శాసనాల నుంచి పొందవచ్చు. గతంలోనే ఈ కాలంలో కూడా రెవెన్యూ పంటలో ఆరవవంతు ఉండేదని ధర్మశాస్త్రాల ద్వారా తెలుస్తున్నది. రైతులు భూమి శిస్తుతో పాటు పశువుల గడ్డిపన్ను, చెరువుల పన్ను వంటి పలు ఇతర పన్నులు కూడా చెల్లించవలసి వచ్చేదని శాసనాల ద్వారా తెలుస్తున్నది. కొన్ని దానాలు పొందిన వారు రైతుల నుంచి నిర్ణయించిన, నిర్ణయించని,

ఉచిత, అనుచిత పన్నులేవయినా వసూలు చేయవచ్చు రైతులు వెట్టిచాకిరీ కూడా చేయవలసి వచ్చేది. మధ్యభారతం, ఒరిస్సాలలోని కొన్ని చోట్ల దాన గ్రహీతలకు కొన్ని గ్రామాలతో పాటు రైతులు, పశువుల కాపరులు, వృత్తి కళాకారులను కూడా అప్పగించేవారు. వీరంతా ఆయా గ్రామాల భూమికి అనుబంధంగా (మధ్యయుగం ఐరోపాలోని సెర్ఫ్‌ల మాదిరిగా) ఉండి పని చేయాల్సి వచ్చేది. ఫ్యూడల్ అధిపతులు అవకాశం దొరికిన ప్రతీసారి ధనం సంపాదించే వారని ఆనాటి సాహిత్యం వల్ల తెలుస్తున్నది. ఒక రాజపుత్ర అధిపతి పిచ్చుకలు, చచ్చిన పక్షులు, పందిపేడ, మృతదేహంపై కప్పిన వస్త్రాల నుంచి కూడా డబ్బు సంపాదించేవాడని తెలుస్తున్నది. వీటికి తోడు తరచు క్షామం, యుద్ధాలు వస్తుండేవి. యుద్ధాలు జరిగినప్పుడు, చెరువులు ధ్వంసం చేయడం, గ్రామాలు తగలబెట్టడం, పశువులను, అంగళ్ళలోని గిడ్డంగులలో గల ధాన్యాన్ని బలంతంగా తరలించుకుపోవడం, నగరాలు ధ్వంసం చేయడం వంటివి సాధారణంగా జరిగేవి. ఇలా చేయడం న్యాయబద్ధమేనని ఆనాటి రచయితలు అభిప్రాయ పడ్డారంటే ఈ విధ్వంసం, దోపిడీ ఎంతగా సాగేదో తెలుస్తున్నది.

ఈ విధంగా ఫ్యూడల్ సమాజపు అభివృద్ధి సాధారణ మానవుడిపై భారాన్ని పెంచింది.

సమాజం : కులవ్యవస్థ

ఇంకొంతకాలం ముందే ఏర్పడిన కుల వ్యవస్థ సమాజానికి పునాదిగా మారింది. ఈ కాలపు స్మృతి కర్తలు బ్రాహ్మణుల హోదాను ఉచ్ఛస్థాయికి తీసుకుపోయారు. శూద్రుల సామాజిక, మత స్థాయిని తగ్గించడంలో గత కాలపు రచయితలను మించిపోయారు. శూద్రుని ఆహారం తిన్నా, అతడి సాంగత్యంలో ఉన్నా, అతడితో ఒకే ఆసనంపై కూర్చున్నా, పాఠాలు నేర్చుకున్నా ఎంతటి ఉన్నతుడయినా అథమ స్థాయికి చేరుకుంటాడని పరాశరుడనే రచయిత పేర్కొన్నాడు. అస్పృశ్యుడి నీడ కాలుష్య కారకమా కాదా అనే చర్చ కూడా ఆనాటి సాహిత్యంలో కనిపిస్తుంది. అయితే స్మృతికర్తల భావాలు ఎంత మేరకు నిత్యజీవనంలో ఆచరణ రూపం పొందేవో చెప్పడం కష్టం. అయితే 'కింది కులాల' వారు పలు ఇబ్బందులు ఎదుర్కొన్నారనేది మాత్రం నిజం. భిన్న కులాల మధ్య వివాహాలను వ్యతిరేకించేవారు. ఉన్నత కులస్తులకు కింది కులస్తులకు సంపర్కం వల్ల పిల్లలు పుడితే ఆ సంతానానికి కింది కులం వారు తల్లయినా తండ్రయినా వారి కులమే వర్తించేది. కుమ్మరి, నేత పనివారు, స్వర్ణకారులు, వాద్యకారులు క్షురకులు, తాళ్ళు పేనేవారు, చర్మకారులు, మత్స్యకారులు, బోయవాళ్ళు మొదలైన పలు కులాల పేర్లను ఆనాటి రచయితలు పేర్కొన్నారు. వీటిలో కొన్ని మొదట వృత్తిసంఘాలుగా ప్రారంభం అయ్యాయి. కాని

ప్రస్తుతం కులాలుగా మారాయి. స్మృతి కర్తలు చేతి వృత్తులకు తక్కువ హోదా కల్పించడం గమనార్హం. ఈ విధంగా పలువురు వృత్తి కార్మికులను, భిల్లులు వంటి గిరిజనులను అస్పృశ్యులుగా విడదీశారు.

ఈ కాలంలోనే రాజపుత్రులు అనే కొత్త కులం ఏర్పడింది. రాజపుత్రుల పుట్టుపూర్వోత్తరాల గురించి పండితుల మధ్య చాలా వివాదాలున్నాయి. మహాభారతంలో ప్రస్తావించిన సూర్య, చంద్రవంశం వారమని పలువురు రాజపుత్రులు చెప్పుకుంటారు. అబూ పర్వతంపై వశిష్టుడు సృష్టించిన అగ్నివంశం వారమని కొందరు చెప్పుకుంటారు. ప్రతీహారులు, పరమారులు, చౌహానులు, సోలంకీలు తదితర రాజవంశాల వారు అగ్ని నుంచి పుట్టారనే వాదనలు ఆమోదయోగ్యం కాదు. అయితే ఈ భిన్న పుట్టుపూర్వోత్తరాలు చెప్పుకోవడం వల్ల వీరంతా భిన్న తెగల నుంచి వచ్చిన వారని మాత్రం తెలుసుకోవచ్చు. కొందరు విదేశీ, భారతీయ చరిత్రకారుల అభిప్రాయం ప్రకారం ఈ రాజపుత్రులలో కొందరు హర్షుడి కాలం తర్వాత భారత దేశానికి వచ్చి స్థిరపడిన సిథియన్లు, హూణులు. మరికొందరు స్థానిక గిరిజన తెగల వారు. పలుసార్లు క్షత్రియులతో పాటు బ్రాహ్మణులు, వైశ్యులు కూడా పరిపాలించారు. కాలం గడిచే కొద్దీ పరిపాలించే వారు ఏ కులంలో వారయినా వారికి రాజకుటుంబీకులుగా 'రాజపుత్రులు'గా స్థిరపడిపోయి ఉంటుంది.

కులం 'ఒక్కోసారి ఊహించుకున్నంత బలంగా కనిపించదు. వ్యక్తులు, గ్రూపులు కులాల మాదిరిగా మారవచ్చు లేదా విచ్ఛిన్నమైపోవచ్చు. ఒక్కోసారి కొత్త కులాలను కులాల కొలబద్దతో కొలవలేము. ఇందుకు కాయస్థ కులం ఒక ఉదాహరణ. ఈ కాలం నుంచే కాయస్తుల ప్రస్తావన ఎక్కువగా కనిపిస్తుంది. బ్రాహ్మణులు మొదలుకొని శూద్రుల వరకు రాజాస్థానంలో పని చేసే వారందరినీ కాయస్థులని ఉంటారు. కాలక్రమేణా వీరొక ప్రత్యేక కులంగా మారిపోయారు. ఈ కాలంలోనే హిందూ మతం వేగంగా విస్తరించింది. బౌద్ధులను, జైనులను హిందూమతం ఆకర్షించడమే గాకుండా, విదేశీయులు, స్థానిక గిరిజన తెగలు, హైందవీకరణ చెందారు. ఈ కొత్త వర్గాలు కొత్త రకం కులాలుగా, ఉప కులాలుగా మారాయి. అయితే తమ పాత ఆచారాలను, కర్మకాండను, వివాహ ఉత్సవాలనే అవలంభించాయి. గిరిజన తెగల వారు తమ దేవుళ్ళను, దేవతలనే పూజించడం కొనసాగించారు. ఈ విధంగా సమాజం, మతం, సంక్లిష్ట రూపం సంతరించుకుంది.

మహిళల స్థితిగతులు

గత కాలం మాదిరిగానే ఈ కాలంలో కూడా మహిళలను మేధోపరంగా

తక్కువవారుగా పరిగణించే వారు. భర్తను గుడ్డిగా అనుసరించడమే భార్య విధిగా ఉండేది. భర్త పాదాలను కడగడంతో పాటు సేవకురాలిగా సేవించాలి అని ఒక రచయిత భార్య విధులను పేర్కొన్నాడు. భర్త కూడా సత్ప్రవర్తన కలిగి ఉండాలని, భార్య పట్ల ఈర్ష్యాద్వేషాలు లేకుండా ఉండాలని పేర్కొన్నారు. తప్పు చేసిన భార్యను తాడుతో కాని, కరికబద్దతో కాని కొట్టవచ్చునని, అయితే తలపైన, వక్షోజాల పైన కొట్టకూడదని మత్స్యపురాణం పేర్కొంటున్నది. ఈ కాలంలో కూడా స్త్రీలకు వేదాలు అధ్యయనం చేసే అర్హత లేదు. బాలికల వివాహ వయస్సు తగ్గించి వారికి ఉన్నత విద్యావకాశాలు లేకుండా చేశారు. ఈ కాలపు నిఘంటువులలో ఉపాధ్యాయరాళ్ళ పేర్లు ప్రస్తావించకపోవడాన్ని బట్టి, మహిళలకు ఆనాడు ఉన్నత విద్యావకాశాలు లేవని అవగతమవుతుంది. అయితే అంతఃపుర రాణులు, చెలికత్తెలు కూడా చక్కని సంస్కృత, ప్రాకృత పద్యాలు రాసిన సందర్భాలున్నాయి. లలిత కళలు, ప్రత్యేకించి చిత్రకళ, సంగీతంలో రాకుమార్తెల నైపుణ్యం గురించి పలు కథలున్నాయి. ఉన్నతాధికారుల కుమార్తెలు, రాజవేశ్యలు, ఉంపుడుగత్తెలు కవిత్వంతో పాటు పలు కళలలో అత్యున్నత ప్రతిభావంతులై ఉండేవారు.

బాలికలను ఆరు నుంచి ఎనిమిది ఏళ్ళ వయసు మధ్య లేదా ఎనిమిదేళ్ళ వయసు వచ్చేలోగా పెళ్ళి చేసి పంపించేయాలని స్మృతి కర్తలు పేర్కొన్నారు. భర్త ఎక్కడున్నాడో తెలియకుండా పోయినప్పుడు మరణించినప్పుడు ఏకాంత వాసం స్వీకరించినప్పుడు, నపుంసకుడయినప్పుడు లేదా కుల బహిష్కృతుడయినప్పుడు భార్య మళ్ళీ పెళ్ళి చేసుకోవడానికి అనుమతించారు.

మహిళల పట్ల విలువ, నమ్మకం లేకుండేది. వారిని ఒంటరిగా ఉంచాలని, వారి జీవితాన్ని తండ్రి, సోదరుడు, భర్త, కుమారుడు నియంత్రించాలని భావించేవారు. అయితే ఇంటిలో ఆమె పట్ల గౌరవభావం ఉండేది. తప్పు చేసిన భార్యను భర్త వదిలిపెట్టినా ఆమె పోషణకు ధనం ఇవ్వాల్సి వచ్చేది. భూమిపై ఆస్తి హక్కులు పెరగడంతో స్త్రీలకు కూడా ఆస్తి హక్కులు సంక్రమించాయి. కుటుంబ ఆస్తిని కాపాడే నిమిత్తం, స్త్రీకి మగ సంబంధీకుల నుంచి వారసత్వంగా ఆస్తి పొందే హక్కు లభించింది. భర్త పుత్రసంతానం లేకుండా మరణిస్తే వితంతువును కొన్ని పరిమితులతో మొత్తం ఆస్తికి వారసురాలిగా గుర్తించేవారు. ఆమె ఆస్తిని వారసత్వంగా పొందేహక్కు కుమార్తెలకు ఉంటుంది. ఈ విధంగా ఫ్యూడల్ సమాజం వ్యక్తిగత ఆస్తి భావనను మరింత బలపడేట్టు చేసింది.

కొందరు రచయితలు సతీసహగమనంను నిర్బంధమైనదిగా సమర్థించగా కొందరు ఖండించారు. కొన్ని సందర్భాలలో రాజుల భార్యలు తమకు తామే భర్త

చితిపై ఆహుతి అయ్యే వారని, అది వారి ఇష్టంపై ఆధారపడి ఉంటుందని అరబ్ రచయిత సులైమాన్ పేర్కొన్నాడు. ఫ్యూడల్ అధిపతులు పలువురు స్త్రీలను పరిచారికలుగా గాకుండా భార్యలుగా కలిగి ఉండేవారు. ఫ్యూడల్ అధిపతి మరణిస్తే ఈ మహిళల మధ్య ఆస్తి తగాదాలు భారీ ఎత్తున ఏర్పడతాయి. అందువల్ల సతీసహగమన ధోరణి ప్రబలింది.

జీవన విధానం

ఈ కాలంలో స్త్రీ, పురుషుల వస్త్ర ధారణలో పెద్ద మార్పేమి లేదు. ధోవతి, చీర సాధారణ దుస్తులు. ఉత్తర భారతదేశంలో మిగతా వారు చొక్కాపైన జాకెట్ ధరించేవారు. మహిళలు లోదుస్తులు వేసుకునే వారు. ఉత్తర భారతంలోని ఉన్నత వర్గాల వారు పొడవాటి కోట్లు, పాంట్లు (లేదా పైజమాలు) బూట్లు వేసుకునే వారని శిల్పాల ద్వారా తెలుస్తున్నది. హర్షుడు కాశ్మీర్‌లో రాజు ధరించవలసిన దుస్తులను ప్రవేశ పెట్టాడని 'రాజ తరంగిణి' ద్వారా తెలుస్తున్నది. ఈ రాజ వస్త్రాలలో కోటుకూడా భాగమే. కోటు ధరించని ఒక ముఖ్యమంత్రి రాజు అసంతృప్తిని ఎదుర్కోవలసి వచ్చిందట. చలికాలంలో ఉన్ని దుప్పట్లు వాడేవారు. కాటన్ దుస్తులు సాధారణంగా అందరూ వాడేవారు. ఉన్నత వర్గాలు పట్టు వస్త్రాలు, మేలురకం కాటన్ దుస్తులు ధరించే వారు. మగవారు, స్త్రీలు ఆభరణాలు ధరించడానికి ఆసక్తి చూపేవారని అరబ్ యాత్రీకులు తెలిపారు. బంగారు కంకణాలు, చెవిపోగులు, ఒక్కోసారి రత్నాలు ధరించేవారు. గుజరాత్‌లో ఆడవారు, మగవారు జమిలి చెవిపోగులు ధరించే వారని, బిగుతు దుస్తులు వేసేవారని, ఎర్రని రంగుబూట్లు ధరించే వారని తలపాగాలుండేవని చైనా రచయిత చౌజుకావా రాశారు. మలబార్‌లోని రాజుతో సహా ఆడ, మగవారంతా గోచీ మాత్రమే ధరించే వారని, దర్జీ అనే వృత్తి వారికి తెలియదని ప్రముఖ యాత్రికుడు మార్కోపోలో పేర్కొన్నాడు. క్విలాన్‌లో కూడా ఆడవారు, మగవారు గోచీ మాత్రమే ధరించే వారు. అరకొర దుస్తులు ధరించినప్పటికీ దక్షిణ భారతంలోని ఈ రాజులు నగల పట్ల ఎంతో మోజు కలిగి ఉండేవారు. మలబార్‌లోని రాజు కాటన్ గోచీ ధరించి, తన ప్రజల వలేనే కాళ్ళకు చెప్పులు లేకుండా ఉండేవాడని, ఏనుగుపై ఊరేగినప్పుడు మాత్రం ముత్యాలు, వజ్రాలు పొదిగిన బంగారు టోపీ, బంగారు కంకణాలు, కాలికడియాలు ధరించేవాడని చౌజుకావా పేర్కొన్నాడు. రాజు ధరించే బంగారు వజ్రాలు, ముత్యాలు, ఒక నగరాన్ని దోపిడీ చేసిన మొత్తంతో సమానం అని మార్కోపోలో వివరించాడు.

ఇక ఆహారం విషయానికొస్తే – శాకాహారం అనేది పలు ప్రాంతాలలో, పలు

వర్గాలలో చట్టబద్ధమైనదిగా ఉండేది. ఏయే సందర్భాలలో మాంసం తినవచ్చునో స్మృతికర్త సుదీర్ఘంగా వివరించాడు. ఈ వివరణ ప్రకారం నెమలి, గుర్రం, అడవిగాడిద, అడవి పుంజు, అడవి పంది మాంసం చట్టబద్ధమైన ఆహారంగా ఉండేది.

భారతీయులలో మద్యపానం అలవాటు లేదని అరబ్ రచయితలు ప్రశంసించారు. అయితే ఇది మరీ ఆదర్శనీయమైన వర్ణన అని చెప్పవచ్చు. ఆనాటి పలు గ్రంథాలలో మద్యపానం సాగినట్టు పలు ఆధారాలున్నాయి. వివాహాలు, విందులు, వనభోజనాలు మొదలైన వాటికి కొన్ని వర్గాల ప్రజలలో చాలా ప్రాచుర్యం ఉండేది. ఈ విందులలో మద్యపానం సాగేది. రాజు పరివారంలోని స్త్రీలు యథేచ్ఛగా మద్యం సేవించేవారు. కొందరు స్మృతికర్తలు మద్యపానాన్ని మూడు అగ్రకులాలలో నిషేధించారు. మరికొందరు మాత్రం బ్రహ్మణులకు నిషేధం విధించి, క్షత్రియులు, వైశ్యులు కొన్ని సందర్భాలలో మద్యం సేవించడానికి అనుమతించారు.

పట్టణ వాసులు విలాస జీవులని సాహిత్యం ద్వారా తెలుస్తున్నది. పండుగలతో పాటు వన భోజనాలు, సామూహికంగా ఈతకొట్టడం వంటివి ప్రాచుర్యంలో ఉండేవి. పొట్టేలు, కోడిపుంజుల పందాలు జరిగేవి. సాధారణ జనంలో కుస్తీ పోటీలు జరిగేవి. జూదం, వేట, ఒకరకమైన భారతీయ పోలో క్రీడ ఉన్నత వర్గాలలో అలవాటుగా ఉండేవి.

విద్య, శాస్త్రం, అధ్యయనం

అంతకుముందు కాలంలో క్రమేణ అభివృద్ధి చెందిన విద్యావిధానం ఈ కాలంలో కూడా పెద్ద మార్పు లేకుండానే కొనసాగింది. సాధారణ ప్రజలకు విద్యాబోధన అనేది ఆనాడు లేదు. తమ జీవనోపాధికి కావలసింది ప్రజలు నేర్చుకునే వారు. చదవడం, రాయడం అనేది బ్రాహ్మణులకు లేదా ఉన్నత వర్గాలలోని కొందరికే పరిమితం అయి ఉండేది.

ఒక్కోసారి దేవాలయాలు ఉన్నత విద్యకు ఏర్పాట్లు చేసేవి. సాధారణంగా ఉన్నత విద్యపొందగోరు విద్యార్థి గురువు ఇంటికి వెళ్ళేవాడు, లేదా ఆయనతోనే నివసించేవాడు. విద్య బోధించినందుకు రుసుము కాని, లేదా విద్యాబోధన ముగిసిన తర్వాత ఏదైనా బహుమానం కాని ఇవ్వాల్సి వచ్చేది. రుసుము చెల్లించలేని పేద విద్యార్థులు గురువుకు వ్యక్తిగత సేవ చేయాల్సి వచ్చేది. వేదాలు, వ్యాకరణం అభ్యసించేవారు. ఇక వృత్తివిద్యలు వృత్తిసంఘాల ద్వారా లేదా కుటుంబంలోనే నేర్చుకోవాల్సి వచ్చేది. వ్యాపారి తన కుమారుడికి శిక్షణ ఇచ్చే విధానానికి సంబంధించిన వివరాలు వున్నాయి.

బౌద్ధ విహారాలలో మాత్రం లౌకిక విషయాలకు ప్రాధాన్యతనిస్తూ క్రమబద్ధమైన విద్యాబోధన సాగేది. వీటిలో బీహార్‌లోని 'నలంద' ప్రఖ్యాతి గాంచినది. ఇతర విద్యాకేంద్రాలు-విక్రమశిల, ఉద్ధండపుర కూడ బీహార్‌లోనివే. టిబెట్ వంటి దూర ప్రాంతాల వారు కూడా వచ్చి ఇక్కడ విద్యనభ్యసించే వారు. ఇందులో చాలా వరకు ఉచిత విద్యాబోధన సాగేది. వీటి ఖర్చుల కోసం రాజులు విశేష రీతిలో భూమి, ధన సహాయం చేసే వారు. నలందకు 200 గ్రామాల ఆదాయం ఉండేది.

కాశ్మీర్ మరో ప్రధాన విద్యాకేంద్రంగా విలసిల్లింది. ఈ కాలంలో కాశ్మీర్‌లో పలు శైవ శాఖలు, అధ్యయన కేంద్రాలు నెలకొన్నాయి. దక్షిణ భారతంలో మధురై, శృంగేరి వంటి పలు చోట్ల ప్రధాన మఠాలు ఏర్పాడ్డాయి. పలు విద్యా కేంద్రాలు మతం, తత్వశాస్త్రం వంటి అంశాలపై చర్చలు జరగడానికి చాలా స్ఫూర్తినిచ్చాయి. దేశంలోని వివిధ ప్రాంతాలలో మఠాలు, విద్యాకేంద్రాలు ఏర్పడడం వల్ల భావాలు స్వేచ్ఛగా, వేగంగా ఒక ప్రాంతం నుంచి మరో ప్రాంతానికి ప్రసారం కావడానికి ఆస్కారం ఏర్పడింది. దేశంలోని వివిధ ప్రాంతాలలో గల అధ్యయన కేంద్రాలు దర్శించి పండితులతో చర్చలు జరిపితేనే ఏ తత్వవేత్తకైనా తాత్విక విద్య పూర్తయినట్టు భావించేవారు. దేశమంతటా భావాలు ప్రసారం కావడం వల్లనే భారతదేశ సాంస్కృతిక ఐక్యత బలపడింది.

ఈ కాలంలో విజ్ఞాన శాస్త్ర రంగ అభివృద్ధి మందగించింది. దీంతో ఆ తర్వాత దేశం విజ్ఞానరంగంలో గల ఉన్నత స్థాయి గుర్తింపును కోల్పోయింది. శరీర భాగాలను కోసి చూడడం అనేది కింది కులాల పనిగా భావించడం వల్ల శస్త్ర చికిత్స క్షురకుల వృత్తిగా మారింది. ఖగోళ విజ్ఞానాన్ని వెనక్కు నెట్టి జ్యోతిశ్శాస్త్రం ముందుకు వచ్చింది. అయితే గణితశాస్త్రంలో మాత్రం కొంత పురోగతి సాగింది. రెండవ భాస్కరుడు రాసిన 'లీలావతి' చాలా కాలం వరకు ప్రామాణిక గ్రంథంగా కొనసాగింది. పాదరసం వంటి ఖనిజాలు వాడకం ద్వారా వైద్యశాస్త్రం కొంత అభివృద్ధి చెందింది. వృక్షశాస్త్రానికి సంబంధించి, గుర్రాలు, ఏనుగుల వంటి జంతువులకు చికిత్సకు సంబంధించి పలు గ్రంథాలు వెలువడి వున్నాయి. అయితే మేలు జాతి గుర్రాలను సృష్టించలేకపోవడం వల్ల అరేబియా, ఇరాన్, మధ్య ఆసియాల నుంచి గుర్రాల దిగుమతిపై ఆధారపడవలసి వచ్చింది. ఈ ప్రాంతాలు ముస్లిం పాలకుల వశం కావడంతో భారతీయ రాజులు మేలుజాతి గుర్రాల దిగుమతి కోసం చాలా కష్టాలు పడాల్సి వచ్చింది.

ఈ కాలంలో విజ్ఞానశాస్త్ర పురోగతి స్తంభించి పోవడానికి చాలా కారణాలు ఉన్నాయి. విజ్ఞాన శాస్త్ర అభివృద్ధికి, సామాజిక అభివృద్ధికి సంబంధం ఉన్నదనేది మన అనుభవం చెబుతున్నది. ఈ కాలంలో సమాజంలో జడత్వ, సంకుచిత ధోరణి

ప్రబలి పోయింది. మత ఛాందసత్వం పెరగడంతో పాటు నగర జీవనం, సమాచార సంబంధాలు దెబ్బతిన్నాయి.

భారతదేశం వెలుపల సాగుతున్న విజ్ఞాన శాస్త్ర ధోరణుల ధోరణులను పట్టించుకోకుండా భారతీయులు గిరిగీసుకుని ఉండడం మరో ప్రధాన కారణం. పదకొండవ శతాబ్దం మొదటి భాగంలో పది సంవత్సరాల పాటు భారతదేశంలో నివసించిన మధ్య ఆసియాకు చెందిన ప్రముఖ శాస్త్రవేత్త, పండితుడు ఆల్-బిరూనీ రాతలలో కూడా ఈ విషయం స్పష్టమవుతుంది. ఆల్ బిరూనీ భారతీయ శాస్త్ర విజ్ఞానాన్ని, జ్ఞాన సంపదను బాగా శ్లాఘించే వ్యక్తియే అయినప్పటికీ, ఇక్కడి విద్యావంతుల (బ్రాహ్మణుల) సంకుచిత వైఖరిని కూడా ఎత్తిచూపాడు. "వారు దురహంకారులు, మూర్ఖులు, గర్విష్టులు. స్వాతిశయం కలవారు. బండబారిన మనుషులు. తమకు తెలిసిన విషయాన్ని ఇతరులతో పంచుకోని స్వార్థపరులు. విజ్ఞానాన్ని తమ ప్రజలలోనే ఇతర కులాల వారికి చేరకుండా సాధ్యమైనంత మేర అత్యంత జాగ్రత్త తీసుకుంటారు. ఇక విదేశీయులతో ఇచ్చిపుచ్చుకునే ప్రసక్తే లేదు. తమకు తప్ప ఇతర మానవులకు ఏ మాత్రం శాస్త్రవిజ్ఞానం ఉండదనేది వీరి నమ్మకం" అని అల్ బరూనీ పేర్కొన్నాడు.

మత ఉద్యమాలు, విశ్వాసాలు

ఈ కాలంలో బౌద్ధ, జైన మతాలు క్షీణించగా హిందూమతం పునరుద్ధరణ చెంది విస్తృతమైంది. మేధోపరంగా బౌద్ధ, జైన సూత్రాలను సవాలు చేయడమే కాకుండా, కొన్ని సందర్భాలలో హింస ప్రజ్వరిల్లడం, బౌద్ధ, జైన ఆలయాలను బలవంతంగా ఆక్రమించుకోవడం జరిగింది.

ఈ కాలంలో బౌద్ధం క్రమంగా తూర్పు భారతానికి పరిమితమైపోయింది. పదవ శతాబ్దంలో పాలా రాజుల ప్రాబల్యం క్షీణించడంతో ఈ ప్రాంతంలో కూడా బౌద్ధమతంపై దెబ్బపడింది. అయితే బౌద్ధ మతం అంతర్గత పరిణామాలు ఇంతకన్నా తీవ్రమైనవి. బుద్ధుడు పూజారులు, దేవుడి గురించిన ఊహాగానాలతో సంబంధం లేకుండా ఆచరణాత్మక తత్వాన్ని బోధించాడు. క్రీస్తుశకం తొలి శతాబ్దాలలో బౌద్ధమతంలో మహాయాన శాఖ ఏర్పడడంతో దేవుడిని పూజించడం ప్రారంభమైంది. ఈ పూజా వ్యవహారం మరింత విస్తృతమవుతూ పోయింది. మంత్రాలు, తంత్రాల వల్ల కోరికలు తీరతాయనే నమ్మకాలు పెరిగిపోయాయి. పలు రకాల కఠోర, రహస్య తంత్రాల వల్ల గాలిలో ఎగరడం, అదృశ్య రూపంలో ఉండగలగడం, దూరంగా గల వస్తువులను చూడగలగడం వంటి మానవాతీత శక్తులు లభిస్తాయని నమ్మేవారు.

ఇలాంటి విధానాల ద్వారా ప్రకృతిపై అదుపు సాధించాలని మానవుడు ఎప్పుడూ తాపత్రయ పడేవాడు. కాని ఆధునిక విజ్ఞానం అభివృద్ధి చెందిన తర్వాతనే ఇలాంటి కోరికలు తీరాయి. పలువురు హిందూ యోగులు కూడా ఇలాంటి పద్ధతులు అనుసరించారు. వీరిలో గోరఖ్‌నాథ్ ప్రముఖుడు. గోరఖ్‌నాథ్ అనుచరులను నాథ్-పంథీలు అంటారు. ఒక దశలో వీరు ఉత్తర భారతమంతా ప్రాచుర్యం పొందారు. పలువురు యోగులు నిమ్న కులాలకు చెందిన వారు. వీరు కుల వ్యవస్థను, బ్రాహ్మణులకు గల ప్రత్యేక సదుపాయాలను ఖండించారు. వీరు బోధించిన పంథాలకు తాంత్రిక విధానమని పేరు వచ్చింది. ఇది కుల విభేదాలు లేకుండా అందరికీ ప్రవేశం కల్పించింది.

ఈ విధంగా బౌద్ధ మతం క్షీణించి పోకుండా హిందూమతం నుంచి విడదీసి గుర్తించలేని రూపాలు పొందింది.

వ్యాపార వర్గాలలో జైన మత ప్రాచుర్యం కొనసాగింది. గుజరాత్‌లోని చాళుక్య రాజులు జైన మతాన్ని పోషించారు. అబూ పర్వతం వద్ద గల దిల్వారా వంటి పలు వైభవోపేతమైన జైన ఆలయాలను ఈ కాలంలోనే నిర్మించారు. మహావీరుడిని కూడా దేవుడిగా పూజించడం మొదలైంది. మాల్వాను పాలించిన పరమార రాజులు జైన సన్యాసులని, మహావీరుని భారీ విగ్రహాలను ఏర్పాటు చేశారని తెలుస్తోంది. దేశంలోని వివిధ ప్రాంతాలలో నిర్మించిన జైన ఆలయాలు యాత్రికులకు విశ్రాంతి నిలయాలుగా ఉపయోగపడేవి. దక్షిణ భారతంలో తొమ్మిది, పదవ శతాబ్దాలలో జైన మతం ఉచ్ఛస్థాయికి చేరుకుంది. కర్నాటకలోని గంగరాజులు గొప్ప జైన మత పోషకులు. వీరికాలంలో పలు చోట్ల జైన 'ఒసాదీ'లు (ఆలయాలు) 'మహాస్తంభాలు' నిర్మితమయ్యాయి. శ్రావణ బెళగోళలోని అతి పెద్ద విగ్రహం ఈ కాలంలోనే నిర్మితమైంది. పద్దెనిమిది మీటర్ల ఎత్తున్న ఈ విగ్రహాన్ని రాతిని తొలచి నిర్మించారు. కాళ్ళ చుట్టూ పాములు చుట్టుకుని, చీమల పుట్టలు పెరిగి ఉన్నా పట్టించుకోకుండా జైన సన్యాసి కఠోర నియమబద్ధుడై నిలబడినట్టు ఈ విగ్రహం ఉంటుంది. జైన సిద్ధాంతాలయిన నాలుగు 'బహుమతులు' '(అధ్యయనం, ఆహారం, వైద్యం, ఆశ్రయం) ఈ మతానికి ప్రజలలో ప్రాచుర్యం కల్పించాయి. కాలక్రమంలో జైన మతంలోని కఠిన నియమాలు, రాజ పోషణ లేకపోవడం ఆ మత క్షీణతకు కారణాలు. పునరుద్ధరణ జరిగి, విస్తరించిన హిందూమతం పలు రూపాలుగా అవతరించింది. శివ, విష్ణువులు ప్రధాన దేవుళ్ళుగా మారారు. వీరి కోసం వైభవోపేతమైన ఆలయాల నిర్మాణం జరిగింది. కాలక్రమేణ గిరిజన దేవుళ్ళు, దేవతలతో సహా పలువురు స్థానిక దేవుళ్ళు, దేవతలు హైందవీకరణ చెంది ఆయా

దేవుళ్ళ సహచరులుగా మారిపోయారు. తూర్పు భారత దేశంలో బుద్ధుడి భార్య తార, శివుడి భార్య దుర్గ, కాళి ప్రధాన ఆరాధ్య దైవాలుగా మారారు. అయితే, శివుడి, విష్ణువుల ఆరాధన పెరగడం సాంస్కృతిక సమ్మేళనాన్ని సూచిస్తుంది. ఈ విధంగా విచ్ఛిన్నకర పరిస్థితుల్లో మతం నిర్మాణాత్మక పాత్రను పోషించింది. అయితే ఈ మత పునరుద్ధరణ బ్రాహ్మణుల ప్రాబల్యాన్నీ, అహంకారాన్ని పెంచింది. దీంతో సర్వమానవ సమానత్వం, స్వాతంత్ర్యం కోసం పలు ఉద్యమాలు వచ్చాయి.

ఉత్తర భారతంలో 'తాంత్రిక విధానం ప్రబలి అన్ని మతాలకు స్థానం కల్పించిన విషయం విదితమే. అయితే దక్షిణ భారతదేశంలో వచ్చిన భక్తి ఉద్యమం మరింత ప్రధానమైంది, విస్తృతమైంది. ఈ భక్తి ఉద్యమం నయనార్లు, ఆళ్వార్లు ఆధ్వర్యంలో నడిచింది.

వీరు కఠోర నియమాలను తిరస్కరించారు. వీరి దృష్టిలో మతం అంటే నిర్వికారమైన, లాంఛన బద్ధమైన ఆరాధన కాకుండా భక్తుడికి, భగవంతుడికి మధ్య ప్రేమపై ఆధారపడిన సజీవమైన బంధం. శివుడు, విష్ణువు వీరి ప్రధాన ఆరాధనా మూర్తులు. వీరు అందరికీ తెలిసిన తమిళ, తెలుగు భాషలలో రచనలు చేస్తూ, ప్రచారం సాగించారు. వీరు ఒక్కో ప్రదేశం తిరుగుతూ ప్రేమ, అంకిత భావాన్ని సందేశంగా అందించారు. వీరిలో కొందరు నిమ్న కులాల వారు కాగా మరికొందరు బ్రాహ్మణులు. వీరిలో కొందరు మహిళలు కూడా ఉన్నారు. వీరు కుల అసమానతలను పట్టించుకోలేదు. అలాగని కుల వ్యవస్థ వ్యతిరేకించే ప్రయత్నమూ చేయలేదు. వేదాలు చదవడానికి, వైదిక పూజలు చేయడానికి కింది కులాల వారికి అర్హత ఉండేది కాదు. కాని వీరి భక్తి మార్గం కుల ప్రమేయం లేకుండా అందరికీ స్థానం కల్పించింది.

భక్తి ఉద్యమం బౌద్ధ, జైన అవలంబీకులనే కాకుండా గిరిజనులను కూడా హిందూ మత పరిధిలోకి తెచ్చింది.

పన్నెండవ శతాబ్దిలో వచ్చిన మరో ఉద్యమం లింగాయత్ లేదా వీరశైవ ఉద్యమం కర్నాటకలోని కాలచూరి రాజుల ఆస్థానంలో ఉండే బసవడు, చెన్నబసవడు ఈ ఉద్యమ స్థాపకులు. జైనులతో తీవ్ర వివాదాలు ఎదుర్కొన్న అనంతరం వీరు ఈ ఉద్యమం ప్రారంభించారు. లింగాయత్‌లు శివుడిని పూజిస్తారు. వీరు కుల వ్యవస్థను, ఉపవాసాలను, విందులను, యాత్రలను, బలులను, గట్టిగా వ్యతిరేకించేవారు. ఇక సంఘ సంస్కరణల రంగంలో బాల్య వివాహాలను వ్యతిరేకించి, వితంతు వివాహాలను ప్రోత్సహించారు.

అటు ఉత్తర భారతంలోనూ, ఇటు దక్షిణ భారతంలోనూ హిందూమతం పునరుద్ధరణ, విస్తరణ జరిగింది. అయితే ఇది రెండు రూపాలలో జరిగింది. ఒకటి–

వేదాలకు ప్రాముఖ్యతనిస్తూ వైదిక పూజలు చేయడం. వీటికి తోడు శక్తివంతమైన సాహితీ మేధోపర ఉద్యమం సాగింది. రెండవది - ప్రజాదరణ గల ఉద్యమం. ఇది ఉత్తర భారతంలో తాంత్రిక రూపంలో, దక్షిణ భారతంలో భక్తి ఉద్యమం రూపంలో వచ్చింది. ఇది కుల తారతమ్యాలను తిరస్కరించి అందరికీ స్థానం కల్పించింది.

మేధోరంగంలో బౌద్ధ, జైన మతాలకు హిందూతత్వాన్ని పునర్నిర్వచించిన శంకరుడి నుంచి గట్టి సవాలు ఎదురైంది. శంకరుడు కేరళలో బహుశా తొమ్మిదవ శతాబ్దంలో జన్మించాడు. అతడి జీవితం గురించి పెద్దగా తెలియక పోవడం వల్ల పలు కథలు ప్రచారంలో వున్నాయి. జైనుల వల్ల బాధలు అనుభవించిన ఇతడు ఉత్తర భారతానికి జైత్రయాత్ర జరిపి వాదోపవాదాలలో ప్రత్యర్థులను చిత్తు చేశాడు. ఈయన మధురైకి తిరిగి వచ్చినప్పుడు రాజు సాదరంగా ఆహ్వానించి, జైనులను ఆస్థానం నుంచి వెలివేశాడు.

శంకరుడి తత్వానికి 'అద్వైతం'గా పేరు వచ్చింది. శంకరుడి తత్వం ప్రకారం భగవంతుడు ఈ ప్రపంచం ఒక్కటే. ఈ తేడాలు అజ్ఞానం వల్ల అట్లా కనిపిస్తున్నాయే తప్ప నిజంగా ఉన్నవి కావు. భగవంతుడు, జీవుడు ఒక్కటే అనే జ్ఞానాన్ని పటిష్టపరచుకోవడం ద్వారా దేవుడికి అంకితం కావడం ద్వారా ముక్తిని పొందవచ్చు. ఈ తత్వాన్ని 'వేదాంతం' అని కూడా అంటారు. వేదాలు జ్ఞానానికి మూలాధారాలని శంకరుడు బోధించాడు.

శంకరుడు బోధించిన జ్ఞాన మార్గం కొద్ది మందికి మాత్రమే అర్థం అయింది. ప్రజా బాహుళ్యాన్ని ప్రభావితం చేయలేకపోయింది. పదకొండవ శతాబ్దంలో మరో ప్రముఖ పండితుడు రామానుజుడు వైదిక సంప్రదాయానికి భక్తిని జోడించడానికి ప్రయత్నించాడు. ముక్తిని పొందడానికి భగవంతుడి గురించిన జ్ఞానం కన్నా భగవంతుడి కృప పొందడం ప్రధానమని అతడు వాదించాడు. కుల పట్టింపులు లేకుండా భక్తి మార్గాన్ని అందరూ అనుసరించవచ్చునని అతడు బోధించాడు. ఈ విధంగా వేదాలు ప్రాతిపదికగా గల అగ్రవర్ణ ఉద్యమానికి, భక్తి పునాదిగా గల నిమ్న కులాల ఉద్యమానికి గల అగాధం పూడ్చడానికి ప్రయత్నించాడు. రామానుజుడి సంప్రదాయాన్ని పదవ శతాబ్దానికి చెందిన మధ్వాచార్య, ఉత్తర భారతంలో రామానంద, వల్లభాచార్య, తదితర మేధావులు అనుసరించారు.

ఈ విధంగా 16వ శతాబ్దం నాటికి భక్తి మార్గం హిందూ సమాజంలోని అన్ని వర్గాలకు ఆమోదయోగ్యమైంది.

ꕥ

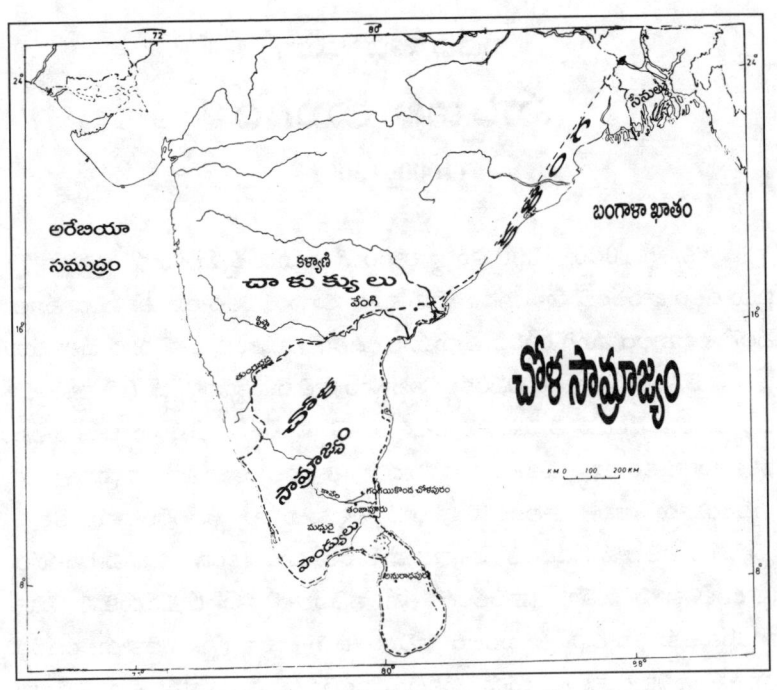

అరేబియా
సముద్రం
బంగాళా ఖాతం
కల్యాణి
చా ళు క్యు లు
వేంగి
చోళ సామ్రాజ్యం
గంగయికొండ చోళపురం
తంజావూరు
మధురై
పాండ్యులు
KM 0 100 200 KM

ఐదవ అధ్యాయం
ఘర్షణల యుగం
(1000-1200)

క్రీ.శ. 1000-1200 మధ్య కాలంలో అటు పశ్చిమ, మధ్య ఆసియాలో ఇటు ఉత్తర భారతంలోనూ వేగవంతమైన మార్పులు సంభవించాయి. ఈ పరిణామాల వల్లనే ఈ కాలం ముగిసేసరికి తురుష్కులు ఉత్తర భారతంలోకి చొచ్చుకువచ్చారు.

తొమ్మిదవ శతాబ్దం చివరికల్లా అబ్బాసిర్ కాలీఫేట్ క్షీణించింది. దీని స్థానంలో ఇస్లామీకరణ చెందిన తురుష్కులు రాజ్యాలు ఏర్పడ్డాయి. తురుష్కులు రాజ భవన రక్షకులుగా, కిరాయి సైనికులుగా తొమ్మిదవ శతాబ్దంలో అబ్బాసిర్ సామ్రాజ్యంలో ప్రవేశించారు. ఆనతి కాలంలోనే 'విధాన శాసకులు'గా అవతరించారు. కేంద్ర ప్రభుత్వం బలహీన పడడంతో రాష్ట్రాల పాలకులు స్వతంత్రంగా వ్యవహరించడం ప్రారంభించారు. ఒక్కొక్క ప్రాంతంలో తమ ఆధిపత్యాన్ని సుస్థిర పరచుకొన్న సేనా నాయకులకు కాలీఫా కుటుంబం అమీర్-ఉల్-ఉమ్రా (సైనికాధికారులందరికి ప్రధాన సైనికాధికారి) బిరుదు ప్రకటించడంతో మొత్తం సామ్రాజ్యం ఏకంగా ఉందనే భ్రమ కొంతకాలం నెలకొంది. అయితే ఈ రాష్ట్రాల పాలకులు మొదట 'అమీర్' అని ఆ తర్వాత సుల్తాన్ అని ప్రకటించుకున్నారు

మధ్య ఆసియా తురుష్క గిరిజన తెగలు అదే పనిగా దాడులకు పాల్పడుతుండడం, కిరాయి సైనికుల తత్వం గల తురుష్క సైనికులు బలహీనమైన రాజును నిస్సంకోచంగా వదిలి మరొకరి వైపు మొగ్గడం, భిన్నమైన ముస్లిం తెగలు తరచూ ఘర్షణ పడడం, భిన్న ప్రాంతాల మధ్య ఘర్షణలు సాగడం మొదలైన కారణాల వల్ల ఈ కాలమంతా అల్లకల్లోలంగా సాగింది ఒకదాని తర్వాత మరొకటిగా సామ్రాజ్యాలు పుట్టుకురావడం, కూలిపోవడం జరిగింది. ఇలాంటి పరిస్థితులలో

సాహసయోధుడు, నాయకత్వ లక్షణాలు గలవాడు, కుట్రలు, తిరుగుబాట్లుకు తట్టుకోగలిగి యుద్ధ తంత్రంలో ఆరితేరిన వ్యక్తి మాత్రమే రాణించగలడు.

తురుష్క గిరిజన తెగలు యధేచ్ఛగా కొల్లగొట్టే అలవాటును కూడా తమ వెంట తెచ్చుకున్నాయి. సైనికులు వేగంగా వెళ్ళి, వేగంగా వెనక్కు తగ్గడం, మెరుపుదాడులు, వేగంగా వెళ్ళలేని ప్రత్యర్థి మిగులు సైనికులపై దాడి చేయడం. వీరి యుద్ధతంత్రంలోని ప్రధాన లక్షణాలు. వీరి మొరటు లక్షణం వల్ల, వీరి గుర్రాలు మేలు రకానివి కావడం వల్ల వీరికి ఈ విధానమైన పోరాట విధానం సాధ్యమైంది.

ఈలోగా గుర్జర-ప్రతీహార సామ్రాజ్యం ముక్కలైపోవడంతో ఉత్తర భారతంలో రాజకీయ అనిశ్చితి ఏర్పడి ఆధిపత్య పోరు దశ ప్రారంభమైంది. తత్ఫలితంగా భారతదేశ వాయువ్య సరిహద్దులో యుద్ధకాంక్ష, విస్తరణ కాంక్ష గల తురుష్క రాజ్య అవతరణను వీరు గుర్తించలేకపోయారు.

ఘజ్నావిద్‌లు

తొమ్మిదవ శతాబ్దం ముగిసే నాటికి ఆగ్నేయాన మీదు భాగం, ఖురాసన్, ఇరాన్‌లోని కొన్ని ప్రాంతాలు ఇరానియన్ జాతీయులైన సమానిద్‌ల పాలనలోకి వచ్చాయి. వీరు ఉత్తర, తూర్పు సరిహద్దుల్లో నిరంతరం తురుష్కుల తెగలతో పోరాడవలసి వచ్చింది. ఈ విధమైన పోరాట క్రమంలోనే 'ఘజనీ'లనే కొత్తరకం సైనికులు అవతరించారు. ప్రకృతి శక్తులను ఆరాధించే తురుష్కులు ముస్లింలకు అవిశ్వాసులుగా కనిపించేవారు. అందువల్ల తురుష్కులతో యుద్ధమంటే మతాన్ని, రాజ్యాన్ని రక్షించుకోవడంగా వీరు భావించారు. అందువల్ల 'ఘజనీ' మత ప్రచారకునిగా, యోధునిగా అవతరించాడు. వీరు సైన్యానికి అదనపు సైనికులుగా ఉండి దోపిడీ ద్వారా 'వేతనం' పొందేవారు. ఘజనీల శక్తి సామర్థ్యాలు, జీవిత సౌఖ్యాలు త్యజించే అంకిత భావం మూలంగా శైశవావస్థలో ఉన్న ముస్లిం రాజ్యాలు తురుష్కుల ధాటికి తట్టుకుని నిలువగలిగాయి. కాలం గడిచే కొద్దీ పలువురు తురుష్కులు ముస్లింలుగా మారిపోయారు. అయితే ముస్లిమేతర తురుష్క తెగల దాడులపై పోరాటం అలాగే కొనసాగింది. ఇస్లామీకరణ చెందిన తురుష్క తెగల వారు ఇస్లామిక్ పరిరక్షకులుగా, మత యోధులుగా మారిపోయారు. అయితే అటు ఇస్లాం పరిరక్షణతో పాటు ఇటు దోపిడీ కూడా సాగింది.

సమానిద్ సామ్రాజ్యంలోని రాష్ట్రాల గవర్నర్లలో తురుష్క బానిస అయిన అలాప్‌కీగిన్ ఒకడు. ఇతడు క్రమంగా ఘజ్నీ రాజధానిగా ఒక స్వతంత్ర రాజ్యాన్ని స్థాపించుకున్నాడు. అనతి కాలంలోనే సమానిద్ సామ్రాజ్యం పతనం కావడంతో

ఖజరహో దేవాలయం

మధ్య ఆసియా తెగల నుంచి ఇస్లామిక్ ప్రాంతాలను కాపాడే బాధ్యతను ఘజనీలు స్వీకరించారు.

ఈ క్రమంలో మహ్మద్ (998-1030) ఘజ్ని సింహాసనాన్ని అధిష్టించాడు. మధ్య ఆసియా నుంచి వచ్చిపడే తురుష్క తెగల దాడుల సమర్థవంతంగా ఎదుర్కొన్నందువల్ల ఇతడిని మధ్యయుగపు ముస్లిం చరిత్రకారులు ' ఇస్లాం వీరునిగా' అభివర్ణించారు. ఇతడి పాలనలో 'ఘజ్నీ' భావన ఇనుమడించింది. పైగా ఈ కాలంలో పునరుజ్జీవనం పొందిన ఇరానీ జాతి భావోద్వేగంతో ఘజ్నీ మమేకం కావడం అతడి ప్రశస్తికి మరో కారణం. ఆత్మాభిమానం గల ఇరానీలు ఏనాడూ అరబిక్ భాషను, సంస్కృతిని అంగీకరించలేదు. సమానిద్ రాజ్యం పర్షియన్ భాషా సాహిత్యాన్ని ప్రోత్సహించింది. ఫిరదౌసి 'షాహ్‌నామా' ఇరానీ పునరుజ్జీవానికి ప్రతీక. ఫిరదౌసి మహ్మద్ ఆస్థాన కవి. ఈయన ఇరాన్, తురాన్‌ల పోరాటాన్ని పురాణ కాలానికి తీసుకువెళ్ళి ఇరానీ యోధులను పురాణ పురుషులుగా కీర్తించాడు. ఇరానీ దేశభక్తి పెల్లుబుకి, ఇరానీ భాష సంస్కృతులు ఘజనీ సామ్రాజ్య అధికార భాషా సంస్కృతులుగా మారాయి. చివరకు మహ్మద్ కూడా ఇరానీ పౌరాణిక రాజు అఫ్రాసియాబ్ వారసునిగా చెప్పుకున్నాడు. ఈ విధంగా తురుష్కులు ఇస్లామీకరణ, పర్షియాకరణ చెందారు. ఈ సంస్కృతిని వారు రెండు శతాబ్దాల అనంతరం భారతదేశానికి తీసుకువచ్చారు.

తురుష్క తెగల నుంచి ఇస్లామిక్ రాష్ట్రాలను కాపాడడంలో, ఇరానీ పునరుజ్జీవనంలో ప్రధాన పాత్ర వహించిన మహ్మద్ భారతదేశంలో మాత్రం దోపిడీదారుగా, దేవాలయాల విధ్వంసకునిగా గుర్తిండిపోయాడు. మహమ్మద్ భారతదేశంపై 17సార్లు దాడి చేశాడంటారు. తొలిదాడులు పెషావర్, పంజాబ్‌లపై పట్టుగల హిందూషాహీ పాలకులపై జరిగాయి. ముల్తాన్ పాలకులు ముస్లింలే అయినప్పటికీ మహ్మద్ అనుసరిస్తున్న మతశాఖకు బద్ధ వ్యతిరేకం. అందువల్ల ముల్తాన్‌పై కూడా మహ్మద్ దాడులు జరిపాడు. మహ్మద్ తండ్రి కాలం నుంచే ఘజనీలతో హిందూషాహీ పాలకులు పోరాడుతున్నారు. పంజాబ్ నుంచి నేటి ఆఫ్ఘనిస్తాన్ దాకా విస్తరించిన ప్రాంతాలన్నీ హిందుషాహీ రాజ్యంలో భాగంగా ఉండేవి. అందువల్ల ఘజనీలలో స్వతంత్ర రాజ్యం ఆవిర్భావం వల్ల వచ్చే ప్రమాదాన్ని వీరు వెంటనే గుర్తించారు. సమానిద్‌ల కాలంలో ఘజ్నీ రాష్ట్ర పాలకుడిగా వ్యవహరించిన ఒక సంస్థానాధీశుడి కుమారుడితో కలిసి హిందూషాహీ రాజు జయపాలుడు ఘజ్నీపై దాడి చేశాడు. అయితే జయపాలుడు ఓటమి చెందాడు. మరుసటి సంవత్సరం కూడా దాడి చేసి ఓడిపోయాడు. ఈ పోరాటాలలో యువరాజుగా ఉన్న మహ్మద్ చురుగ్గా పాల్గొన్నాడు.

'మహ్మద్ అధికారానికి రాగానే హిందూషాహీలపై దాడి ప్రారంభించాడు. ముల్తాన్‌ను పాలిస్తున్న ముస్లిం పాలకులు కూడా ఆ తరువాత పోరాటాలలో జయపాలుడికి మద్దతుగా పోరాడారు. మహ్మద్ 1001లో జయపాలుడిని ఓడించి, బంధించి ఆ తర్వాత వదిలిపెట్టాడు. ఈ అవమానాన్ని భరించలేక జయపాలుడు ఆత్మాహుతి చేసుకున్నాడు. దీంతో ఇతడి కుమారుడు ఆనందపాలుడు రాజయ్యాడు. 1008-09లో పెషావర్‌కు సమీపంలో హిందూషాహీ రాజధాని అయిన వైహింద్ వద్ద నిర్ణయాత్మక యుద్ధం జరిగింది. కనౌజ్, రాజస్థాన్‌లతో సహా వాయువ్య భారతానికి చెందిన పలువురు రాజులు హిందూషాహీలకు మద్దతుగా యుద్ధంలో పాల్గొన్నారు. ముల్తాన్‌కు చెందిన ముస్లిం రాజు కూడా ఆనందపాలుడికి మద్దతునిచ్చాడు. పంజాబ్‌లోని సాహస యుద్ధజాతి ఖోఖార్లు కూడా ఆనందపాలుడి పక్షాన పోరాడారు. హిందూషాహీల సైన్యాలు భారీ సంఖ్యలో మహ్మద్ సైన్యాన్ని మించి వున్నాయి. అయినప్పటికీ మహ్మద్ అశ్విక యోధుల ముందు నిలువలేకపోయాయి. ఈ యుద్ధం పర్యవసానంగా పంజాబ్ ఘజనీల వశమైంది. హిందూషాహీ పాలకులు సామంతరాజులుగా తమ పాత రాజ్యంలోని కొంత భాగాన్ని పాలించుకోవడానికి అనుమతి పొంది 1020 వరకు కొనసాగారు. ముల్తాన్ కూడా అణగిపోయింది.

ఆ తర్వాత మహ్మద్ సాగించిన దాడులన్నీ మధ్య ఆసియాలోని తన శత్రువులను

తట్టుకొనడానికి వీలుగా ఉత్తర భారతంలోని నగరాలను, దేవాలయాలను దోచుకోవడానికి పరిమితమయ్యాయి. భారతదేశంలోని రాజులు మళ్ళీ ఏకమై తనపై పోరాటానికి అవకాశం ఇవ్వకూడదని కూడా అతడు భావించాడు. మహ్మద్ ఒకవైపు మధ్య ఆసియాలో యుద్ధాలు సాగిస్తూ మధ్యలో భారత్‌పై దాడులు సాగించాడు. భారతదేశంలో దోపిడీలకు ఘజనీలు ఉపయోగపడ్డారు. ఇస్లాం మత వ్యాప్తికోసం 'విగ్రహ విధ్వంసకుని'గా కనిపించేట్టుగా మహ్మద్ వ్యవహరించాడు. పంజాబ్ నుంచి మహ్మద్ పంజాబ్ కొండల్లో గల నాగర్‌కోట్‌పై, ఢిల్లీ సమీపంలోని ధానేశ్వర్‌పై దాడి చేశాడు.

1028లో కనౌజ్‌పైన, 1025లో గుజరాత్‌లోని సోమనాథ్‌పైన చేసిన దాడులు అత్యంత దుందుడుకువి. కనౌజ్ పైన జరిపిన దాడుల్లో మధుర, కనౌజ్‌లను కొల్లగొట్టి ధనరాశులతో బుందేల్‌ఖండ్‌లోని కలింజర్ ద్వారా తిరిగివచ్చాడు. ఆనాడు ఉత్తర భారతంలో బలమైన రాజ్యం ఒక్కటి కూడా లేకపోవడం వల్ల వేటు పడకుండా తిరిగి రాగలిగాడు. ఈ ప్రాంతాలను తన రాజ్యంలో కలుపుకోవడానికి మహ్మద్ ఏ మాత్రం ప్రయత్నించలేదు. సంపన్నమైన సోమనాథ్ ఆలయాన్ని దోచుకోవడానికి ఎలాంటి ప్రతిఘటన లేకుండానే ముల్తాన్ నుంచి రాజ్‌పుటానా ద్వారా ప్రయాణించారు. మహ్మద్ పంజాబ్ దాటి ఇండియాలో దాడి చేయడం ఇదే చివరిసారి. అతడు 1030లో ఘజనీలో మరణించాడు.

మహ్మద్ దాడులను కేవలం దోపిడీలుగా కొట్టిపారేయడం సబబు కాదు. పంజాబ్, ముల్తాన్‌లపై ఘజనీ విజయం ఉత్తర భారతంలోని రాజకీయ పరిస్థితిని మార్చివేసింది. తురుష్కులు వాయువ్యం నుంచి భారతదేశానికి రక్షణగా వున్న పర్వత పంక్తులను దాటి, గంగా మైదానంలో లోపలికి దాడులు చేసే అవకాశం ఏర్పడింది. అయితే వారు 150 సంవత్సరాల వరకు ఈ దాడులను విస్తరించకపోవడానికి కారణం అటు మధ్య ఆసియాలో, ఇటు ఉత్తర భారతంలో వేగవంతంగా వచ్చిన మార్పులే కారణం.

మహ్మద్ మరణం తర్వాత శక్తివంతమైన సెల్‌జుక్ సామ్రాజ్యం అవతరించింది. సిరియా, ఇరాన్, ఆగ్జియానా మీదు భాగం సెల్‌జుక్ సామ్రాజ్యంలో భాగంగా ఉండేవి. ఈ సామ్రాజ్యం ఖొరాసన్‌పై పట్టుకోసం ఘజనీలతో పోరాడుతూ ఉండేది. ఒక ప్రధాన యుద్ధంలో మహ్మద్ కుమారుడు మసూద్ పరాజయం పొంది లాహోర్‌కు పారిపోయి తలదాచుకోవాల్సి వచ్చింది. ఘజనీల సామ్రాజ్యం ఘజనీ, పంజాబ్ వరకే కుదించుకుపోయింది. ఘజనీలు గంగాలోయ, రాజపుటానా ప్రాంతంలో దాడులు చేసి దోపిడీలు సాగించినప్పటికీ, భారతదేశానికి పెద్ద సైనిక విపత్తు కల్పించే స్థితిలో

లేరు. ఉత్తర భారతంలో ఘజనీ దాడులను తిప్పికొట్టే స్థాయిలో పలు కొత్త రాజ్యాలు ఆవిర్భవించాయి.

రాజపుత్ర రాజ్యాలు

ప్రతీహార సామ్రాజ్యం ముక్కలు కావడంతో ఉత్తర భారతంలో పలు రాజపుత్ర రాజ్యాలు ఏర్పడ్డాయి. కనౌజ్‌లోని గహడవాలులు, మాల్వాలోని పరమారులు, అజ్మీరులోని చౌహానులు ఈ రాజపుత్ రాజులలో ప్రముఖులు. దేశంలోని పలు ప్రాంతాలలో పలు చిన్న రాజ్యాలు కూడా ఏర్పడ్డాయి. నేటి జబుల్‌పూర్ ప్రాంతంలో కాలచూరులు, బుందేల్‌ఖండ్‌లో చందేలాలు, గుజరాత్‌లో చాళుక్యులు, ఢిల్లీలో తోమరులు తదితరమైనవి చిన్నరాజపుత్ర రాజ్యాలు. బెంగాల్ పాలారాజుల పాలనలో కొనసాగి ఆ తర్వాత సేన రాజుల పాలనలోకి వచ్చింది. కనౌజ్‌లోని గహడవాలా రాజులు క్రమంగా బీహార్ నుంచి పాలారాజులను పారదోలి బనారస్‌ను రెండవ రాజధానిగా చేసుకున్నారు. ఈలోగా అజ్మీర్‌లో స్థిరపడిన చౌహానులు క్రమంగా గుజరాత్ వైపుగా, ఢిల్లీ, పంజాబ్‌ల వైపుగా తమ సామ్రాజ్యాన్ని విస్తరించుకున్నారు. దీంతో వీరికి, గహడవాలులకు ఘర్షణ తలెత్తింది. ఈ ఘర్షణ వల్లనే ఈ రాజపుత్ర రాజులు చేతులు కలిపి పంజాబ్ నుంచి ఘజనీలను తరిమేసే అవకాశం లేకుండా పోయింది. ఘజనీలు ఉజ్జయిని వరకు దాడులు సాగించే విశ్వాసంలో ఉన్నారు.

రాజపుత్ర సమాజానికి తెగలే పునాది. ప్రతీ తెగ తమ పూర్వీకులు ఫలానా వాళ్ళు అంటూ చెప్పుకునేది. ఆ పూర్వీకులు నిజం కావచ్చు, ఊహాజనితం కావచ్చు. ఒక్కో తెగ ఒక నిర్దిష్ట భూభాగంపై ఆధిపత్యం కలిగి ఉండేది. ఒక్కోసారి, ఒక్కో గుంపు 12 లేదా 24 లేదా 48 లేదా 84 గ్రామాలు కలిగి ఉండేది. తెగ ప్రముఖుడు గ్రామాలలోని భూములను ఉపప్రముఖులకు కేటాయిస్తాడు. ఆ ఉప ప్రముఖుడు తన భూములలోని ఒక్కో భూభాగాన్ని ఒక్కో రాజపుత్ర యోధునికి కుటుంబ నిర్వహణ కోసం కేటాయిస్తాడు. భూమిని, కుటుంబాన్ని, గౌరవాన్ని కాపాడుకోవడం రాజపుత్ర లక్షణం. ప్రతీ రాజపుత్ర రాజ్యంలో రాజు భూములు నిర్వహించే ప్రముఖులతో కలిసి రాజ్యనిర్వహణ సాగిస్తుంటాడు. సాధారణంగా ఈ ప్రముఖులు రక్తసంబంధీకులైన సోదరులై ఉంటారు. తన కింది ప్రముఖులైన రాజపుత్రులు భూభాగాలను రాజు స్వాధీనం చేసుకోవచ్చు. కాని ఆ రాజపుత్రులు భూమిని పవిత్రంగా భావిస్తారు. గనక రాజు అలా స్వాధీన పరచుకోవడం జరగదు. అయితే కింది ప్రముఖులు తిరుగుబాటు చేసినప్పుడు, వారసులు లేనప్పుడు మొత్తం భూమిని స్వాధీనపరచుకోవచ్చు.

రాజపుత్రులు యుద్ధాన్ని క్రీడగా భావించారు. ఈ భావన వల్ల భూమికోసం, పశువుల కోసం ఆరాటపడడం వల్ల పలు రాజపుత్ర రాజ్యాల మధ్య నిరంతరం యుద్ధాలు జరిగేవి. దసరా పండగ జరుపుకుని, తన సైన్యంతో పొరుగు రాజ్యంపై దండెత్తే వాడు ఆదర్శప్రాయమైన రాజు! ఈ విధానం వల్ల నగరాలలోని, గ్రామాలలోని ప్రజలు చాలా బాధలు పడేవారు.

ఈ కాలపు పలువురు రాజపుత్ర రాజులు హిందూ మత ఉద్ధారకులుగా వ్యవహరించారు. కొందరు జైన మతాన్ని పోషించారు. వారు బ్రాహ్మణులకు, ఆలయాలకు భారీ విరాళాలు, భూములు కేటాయించారు. బ్రాహ్మణుల ప్రయోజనాలకు, కుల వ్యవస్థకు పరిరక్షకులుగా నిలబడ్డారు. కొన్ని రాజపుత్ర రాజ్యాలలో బ్రాహ్మణులకు భూమిశిస్తు తక్కువగా విధించడం అనేది స్వతంత్ర భారతదేశంలో విలీనం అయ్యే వరకు సాగింది. రాజపుత్రులు అందించే పలు సౌకర్యాలకు ప్రయోజనాలకు ప్రతిఫలంగా బ్రాహ్మణులు వారిని (ఎప్పుడు అంతరించిన) సూర్యవంశ, చంద్రవంశ క్షత్రియుల వారసులుగా గుర్తించేవారు.

ఎనిమిదవ శతాబ్దం తర్వాత ప్రత్యేకించి పది, పన్నెండు శతాబ్దాల మధ్యకాలంలో ఉత్తర భారతదేశంలో దేవాలయాల నిర్మాణం ఉచ్ఛస్థాయికి చేరుకుంది. నేటికీ నిలిచి వున్న భారీ దేవాలయాలు కొన్ని ఈ కాలానికి చెందినవే. ఈ దేవాలయ నిర్మాణ శైలికి 'నగర' విధానమని పేరు వచ్చింది. ఈ విధమైన ఆలయ నిర్మాణం దేశమంతటా కనిపించినప్పటికీ, ప్రధాన నిర్మాణ కేంద్రాలు మాత్రం ఉత్తర భారతం, దక్కను. గర్భగృహం పైన వృత్తాకార గోపురం ఉండడం దీని ప్రధాన లక్షణం. ప్రధాన గది చతురస్రాకారంలో ఉంటుంది. అయితే అన్నివైపులా విస్తృతికి అవకాశం ఉంటుంది. గర్భగుడికి ఆనుకుని మండపం ఉంటుంది. ఒక్కోసారి ఆలయ ప్రాంగణం చుట్టూ పెద్ద ప్రహరి గోడ భారీ ద్వారాలు ఉంటాయి. మధ్యప్రదేశ్‌లోని ఖజరహోలో గల ఆలయ సముదాయం, ఒరిస్సాలోని భువనేశ్వర్‌లో గల ఆలయం ఈ శైలికి ఉదాహరణలు. ఖజరహోలోని కాందర్య మహదేవ ఆలయం, విశ్వనాథ, పార్శ్వనాథ్ ఆలయాలలో ఈ శైలి పూర్తి తీర్చిదిద్దినట్లుగా కనిపిస్తుంది. గోడలపై నిండుగా, విస్తృతంగా గల చెక్కడాలు శిల్పకళ ఉచ్ఛస్థాయిని సూచిస్తాయి. ఎక్కువ ఆలయాల్ని తొమ్మిదవ శతాబ్దం నుంచి 13వ శతాబ్దం వరకు ఈ ప్రాంతాన్ని ఏలిన చందేలాలు నిర్మించారు.

ఒరిస్సాలోని లింగరాజు ఆలయం (11వ శతాబ్దం), కోణార్క సూర్యదేవాలయం (13వ శతాబ్దం) ఈ కాలపు అద్భుత ఆలయ వాస్తు రీతికి ఉదాహరణలు. పూరిలోని ప్రఖ్యాత జగన్నాథ ఆలయం కూడా ఈ కాలానికి చెందినదే.

ఉత్తర భారతంలోని మథుర, బనారస్, దిల్వారా (అబూ) వంటి పలు చోట్ల ఎన్నో ఆలయాల నిర్మాణం జరిగింది. దక్షిణాది లాగానే ఉత్తరాదిన కూడా ఆలయాలు క్రమంగా విశాలమయ్యాయి. ఇవి సామాజిక, సాంస్కృతిక జీవన కేంద్రాలు. సోమనాథ్ వంటి కొన్ని ఆలయాలు మహాసంపన్నమయ్యాయి. ఇవి పలు గ్రామాలను పాలించడమే గాకుండా వ్యాపార కార్యకలాపాలు కూడా నిర్వహించాయి.

రాజపుత్ర రాజులు సాహిత్యాన్ని కళలను పోషించారు. ఈ కాలంలో, వీరి పోషణలో పలు సంస్కృత గ్రంథాలు, నాటకాలు వెలువడ్డాయి. చాళుక్య రాజు భీమ ఆస్థానంలో మంత్రి అయిన వాస్తుపాలుడు రచయిత, పండిత పోషకుడు. ఇతడు అబూ పర్వతంపై అందమైన జైన ఆలయం నిర్మించాడు.

పరమార రాజుల రాజధానులయిన ఉజ్జయిని, ధారా నగరాలు ప్రముఖ సంస్కృత అధ్యయన కేంద్రాలు. ఆ ప్రాంతపు అపభ్రంశ, ప్రాకృత భాషలలో పలు రచనలు సాగాయి. జైన పండితులు కూడా పలు రచనలు చేశారు. సంస్కృతంలో, అపభ్రంశాల్లో రచనలు చేసిన క్షేమచంద్రుడు వీరిలో ప్రముఖుడు. బ్రాహ్మణవాదం పునరుద్ధరణ కావడంతో ఉన్నత వర్గాలలో సంస్కృతం క్రమంగా అపభ్రంశ, ప్రాకృతాల స్థానాన్ని ఆక్రమించింది. అయితే వాడుక భాషకు దగ్గరగా ఉండే ఈ భాషలలో రచనలు వెలువడడం కొనసాగింది. ఈ అపభ్రంశ, ప్రాకృతాల నుండి భారతీయ ఆధునిక భాషలైన హిందీ, బెంగాలీ, మరాఠీ తదితరమైనవి ఆవిర్భవించాయి.

ఉత్తర భారతంపై తురుష్కుల విజయం

ఘజనీలు పంజాబ్‌ను జయించిన తర్వాత ముస్లింలకు, హిందువులకు మధ్య రెండు రకాల సంబంధాలు నెలకొన్నాయి. మహ్మద్ వారసులు దోపిడీ కాంక్షతో రాజపుత్ర, గంగాలోయపై దాడులు సాగించడం మొదటిది. రాజపుత్ర రాజ్యాల పాలకులు గట్టిగా ప్రతిఘటించి పలుసార్లు తురుష్కులపై విజయం సాధించారు. ఘజనీ రాజ్యం బలహీనపడి ఉండడం వల్ల, పలు స్థానిక యుద్ధాలలో విజయం లభించడం వల్ల రాజపుత్‌లు అంతటితో సంతృప్తి చెందారు. మరోవైపు ముస్లిం వర్తకులను దేశంలోకి అనుమతించారు. మధ్య, పశ్చిమాసియాలలో వాణిజ్యం బలపడడానికి విస్తృతం కావడానికి ఉపయోగపడతారని, దేశంలోకి ఆదాయం రావడం కోసం ఈ విధంగా వ్యవహరించారు. ఉత్తర భారతంలోని కొన్ని పట్టణాలలో ముస్లిం వర్తకుల స్థావరాలు వెలిశాయి. ఈ క్రమంలోనే సూఫీలనే ముస్లిం మత ప్రచారకులు కూడా వచ్చారు. సూఫీలు ప్రేమ, విశ్వాసం, ఒకే దేవుడి పట్ల అంకిత భావాన్ని బోధించారు. వ్యాపారం కోసం వచ్చి స్థిరపడిన ముస్లింలను ఉద్దేశించి వీరు బోధనలు

సాగించారు. అయినా వీరు హిందువులను కూడా ప్రభావితం చేశారు. ఈ విధంగా హిందూ ముస్లిం మతాల మధ్య, సమాజాల మధ్య సంబంధాలు మొదలయ్యాయి. లాహోర్ అరబిక్, పర్షియన్ భాషా సాహిత్యాల కేంద్రంగా మారి పోయింది. తిలక్ వంటి హిందూ సేనా నాయకులు ఘజనీల సేనలకు నాయకత్వం వహించారు. ఈ సైన్యంలో హిందూ సైనికులను కూడా చేర్చుకున్నారు.

ఈ హిందూ ముస్లిం సమ్మేళనం ఇంకా ఇలాగే కొనసాగేది. అయితే మధ్య ఆసియాలో రాజకీయ పరిస్థితి భారీ ఎత్తున మారిపోయింది. పాక్షికంగా బౌద్ధులు, పాక్షికంగా స్థానిక మత విశ్వాసం కలవారయిన మరో తురుష్క తెగ 12వ శతాబ్దం మధ్య భాగంలో విజృంభించి సెల్‌జుక్ తుర్కుల రాజ్యాన్ని కూలదోసింది. ఈ శూన్యాన్ని పూరించడానికి రెండు కొత్త రాజ్యాలు తలెత్తాయి. ఒకటి ఇరాన్‌లోని ఖ్వారిజ్మి సామ్రాజ్యం కాగా మరొకటి వాయువ్య ఆఫ్ఘనిస్తాన్‌లోని ఘర్ కేంద్రంగా ఏర్పడిన ఘరిద్ సామ్రాజ్యం. ఘరిద్‌లు ఘజ్నీల సామంతులుగా పాలన ప్రారంభించి ఆ తర్వాత వారి ఆధిపత్యాన్ని తోసిపుచ్చారు. సుల్తాన్ అలాద్దీన్ నాయకత్వంలో ఘరిద్‌లు శక్తివంతులయ్యారు. ఘజ్నీలో తన సోదరుల పట్ల అక్కడి పాలకులు వ్యవహరించిన తీరుకు ఆగ్రహించిన అలాద్దీన్ ఘజ్నీపై దాడి చేసి దానిని తగులబెట్టి నేలమట్టం చేశాడు. దీంతో ఆయన 'జహాసోజ్' (ప్రపంచాన్ని మండింప చేసిన వాడు) అనే బిరుదు వచ్చింది. ఖ్వారిజ్మి సామ్రాజ్యం బలపడుతుండటంతో మధ్య ఆసియాలోకి విస్తరించాలనే ఘరిద్‌ల ప్రయత్నాలకు అడ్డుకట్టపడింది. రెండు రాజ్యాలు పట్టు సాధించాలని ఆరాటపడుతున్న ఖొరాసన్ చివరకు ఖ్వారిజ్మీ షా వశమయింది. ఇక ఆ వైపు ముందుకు సాగలేని ఘరిద్‌లు భారత్‌వైపు విస్తరించాలని నిర్ణయించుకున్నారు. 1173లో షహబుద్దీన్ మహమ్మద్ (1178–1206) ఇతడికి ముయిజుద్దీన్ మహ్మద్ బిన్ సామ్ అనే పేరు కూడా ఉంది) ఘజ్నీ సింహాసనం అధిష్టించాడు. కాగా ఇతడి సోదరుడు ఘర్ పాలకుడయ్యాడు. గోమాల్ కనుమ గుండా సాగిపోతూ ముయిజుద్దీన్ మహమ్మద్ ముల్తాన్, ఉచ్ఛ్‌లను జయించాడు. 1178లో రాజపుత్ర ఎడారి గుండా సాగిపోయి గుజరాత్‌లోకి చొచ్చుకుపోవడానికి ప్రయత్నించాడు. అయితే అబూ పర్వతం వద్ద జరిగిన యుద్ధంలో మయిజుదీన్ మహమ్మద్‌ను గుజరాత్ పాలకుడు చిత్తుగా ఓడించాడు. ముయిజుద్దీన్ ప్రాణాలతో బయటపడగలిగాడు. ఈ అనుభవం వల్ల భారత్‌ను జయించడానికి ముందు పంజాబ్‌లో తగిన స్థావరం ఏర్పాటు చేసుకోవాలని ముయిజుద్దీన్ నిర్ణయించుకున్నాడు. ఈ ప్రకారం అతడు పంజాబ్‌లోని ఘజనీల అధీనంలో గల ప్రాంతాలపై దాడులు ప్రారంభించాడు. 1190 నాటికి పెషావర్, లాహోర్, సియాల్కోట్‌లను జయించి ఢిల్లీ, గంగా మైదాన ప్రాంతం వైపు చొచ్చుకు

వచ్చే స్థితిలో వున్నాడు.

ఈలోగా ఉత్తర భారతంలోనూ మార్పులు వచ్చాయి. చౌహానుల అధికారం పెరగసాగింది. చౌహానులు పంజాబ్ వైపు నుంచి రాజస్థాన్‌పై దాడి చేయడానికి ప్రయత్నించిన అనేకమంది తురుష్కులను ఓడించి హతమార్చారు. ఈ శతాబ్దం మధ్యనాటికే తోమరుల నుంచి ఢిల్లీ (అప్పుడు ఢిల్లిక అనేవారు)ని చేజిక్కించుకున్నారు. చౌహానుల ప్రాబల్యం పంజాబ్ వైపుగా విస్తరించడంతో వారికి ఘజనీ పాలకులతో ఘర్షణలు ప్రారంభమయ్యాయి.

ముయిజుద్దీన్ మహమ్మద్ (చరిత్ర పుస్తకాలలో మహమ్మద్ ఘోరి అని ఉంది) ముల్తాన్, ఉచ్ఛ్‌లను ఆక్రమించుకుంటుండగా మరోవైపు అజ్మీర్ సింహాసనాన్ని 14 సంవత్సరాల బాలుడు అధిష్టించాడు. ఇతడు పృధ్వీరాజు, ఇతడి పేర పలు కథలు ప్రచారంలో ఉన్నాయి. ఇతడు రాజయిన వెంటనే జైత్రయాత్ర ప్రారంభించాడు. అతడి బంధువులు వ్యతిరేకించినా లక్ష్యపెట్టక రాజస్థాన్‌లోని పలు చిన్న రాజ్యాలను స్వాధీనం చేసుకున్నాడు. బుందేల్‌ఖండ్‌పై దాడి చేసి మహుబా వద్ద జరిగిన యుద్ధంలో చండిల్లా పాలకులను ఓడించాడు. ఈ ప్రముఖ యుద్ధంలోనే మహూబాను రక్షిస్తూ తల్హా, ఉదల్ అనే సోదరులు మరణించారు. అయితే పృధ్వీరాజు ఈ రాజ్యాన్ని తన సామ్రాజ్యంలో విలీనం చేసుకోలేదు. ఆ తర్వాత పృధ్వీరాజు గుజరాత్‌పై దాడి చేశాడు. అయితే గతంలో ముయిజుద్దీన్ మహమ్మద్‌ను ఓడించిన రెండవ భీముడు ఈసారి పృధ్వీరాజ్‌ను కూడా ఓడించాడు. దీంతో పృధ్వీరాజు పంజాబ్, గంగలోయ ప్రాంతాల వైపు దృష్టిసారించాడు.

తరాయి యుద్ధం

రాజ్యవిస్తరణకు ఉవ్విళ్ళూరుతున్న ముయిజుద్దీన్ మహమ్మద్, పృధ్వీరాజ్‌ల మధ్య యుద్ధం అనివార్యమైపోయింది. తాబరిందా (భటిండా)ను ఇరువురూ మాదేననడంతో ఘర్షణ ప్రారంభమైంది. 1191లో తరాయి వద్ద జరిగిన యుద్ధంలో ఘోరి సైన్యాలు ఘోరంగా ఓడిపోయాయి. ముయిజుద్దీన్ మహమ్మద్ ప్రాణాలను ఒక యువ ఖిల్జీ అశ్వికుడు కాపాడాడు. భటిండా వైపు చొచ్చుకు వచ్చిన పృధ్వీరాజ్ 12 నెలల ముట్టడి తర్వాత దానిని స్వాధీనం చేసుకున్నాడు. అయితే పంజాబ్ నుంచి ఘురిద్‌లను పారదోలడానికి పృధ్వీరాజ్ ఏ మాత్రం ప్రయత్నించలేదు. పంజాబ్‌లో ఘురిద్‌ల ఉనికిని చూసి, ఇది తరచుగా జరిగిపోయే తురుష్కుల దాడి లాంటిదే అని భావించాడు. వారు పంజాబ్‌తోనే సంతృప్తి చెందుతారని అనుకున్నాడు. దీనివల్ల ముయిజుద్దీన్ మహమ్మద్ తన బలగాలను పునస్సమీకరించుకుని మరుసటి

సంవత్సరం భారత్‌లో ప్రవేశించడానికి అవకాశం లభించింది. పంజాబ్‌ను తనకే వదలిపెట్టాలంటూ పృధ్వీరాజ్ చేసిన ప్రతిపాదనను అతడు తిరస్కరించాడు.

1192లో జరిగిన రెండవ తరాయి యుద్ధం భారతదేశ చరిత్రను మలుపు తిప్పింది. ముయిజుద్దీన్ మహమ్మద్ దాడి కోసం జాగ్రత్తగా ఏర్పాట్లు చేసుకున్నాడు. ఇతడి సైన్యంలో లక్షా ఇరవై వేల మంది సైనికులు వున్నారని, ఎక్కువ మంది అశ్వికులు ఇనుప కవచాలు, ఆయుధాలు ధరించారని, 10 వేల మంది అశ్వికులు విల్లంబులు ధరించారని అంటారు. పృధ్వీరాజు రాజ్య రక్షణలో నిర్లక్ష్యం వహించాడని, ఆలస్యంగా మేలుకున్నాడని అనడం పొరపాటు. అతడు సైన్యాధ్యక్షుడు. మరో ప్రాంతంలో విజయయాత్ర సాగిస్తున్నాడు. ఘరిద్ దాడి ప్రమాదం గ్రహించగానే ఉత్తర భారతంలోని రాజులందరినీ సహాయం అందించాల్సిందిగా అర్థించాడు. అయితే కనౌజ్ పాలకుడు జయచంద్రుడు తప్ప పలువురు రాజులు సహాయం అందించారు. జయచంద్రుడి కుమార్తె, తన ప్రేయసి అయిన సంయుక్తను పృధ్వీరాజు అపహరించుకు వెళ్లాడని, అందువల్ల జయచంద్రుడు సహాయ పడలేదని ఒక తప్పుడు కథ ప్రచారంలో ఉంది. ప్రేమ కథను చాలాకాలం తర్వాత చంద్‌బర్దాయి అనే కవి రాశాడు. ఇందులో పలు అసంబద్ధ సంఘటనలు ఉన్నాయి. అప్పటికే రెండు రాజ్యాల మధ్య శత్రుత్వం ఉన్నందువల్ల జయచంద్రుడు సహాయపడకుండా తప్పుకున్నాడు.

పృధ్వీరాజు మూడు లక్షల సైన్యాన్ని సమీకరించాడు. ఇందులో అధిక భాగం అశ్వికదళం కాగా 300 గజ దళం కూడా ఉంది. రెండు పక్షాల సైనిక బలగాల సంఖ్య గురించి గొప్పగా చెప్పుకుని ఉంటాయి. కాని భారతీయ సైన్యాలు సంఖ్య రీత్యా ఎక్కువగా ఉన్నాయి. కాని తురుష్క సైన్యాల నిర్వహణ, నాయకత్వం మెరుగ్గా ఉంది. అశ్విక దళాల మధ్యనే ప్రధాన యుద్ధం జరిగింది. నిర్వహణా కౌశల్యం, తురుష్క అశ్విక దళాల వేగవంతమైన కదలికలు జయాపజయాలను మార్చివేశాయి. అనేక మంది భారతీయ సైనికులు ప్రాణాలు కోల్పోయారు. మొదట తప్పించుకున్నా పృధ్వీరాజు సరస్వతి వద్ద దొరికిపోయాడు. హంసి, సరస్వతి, సామన దుర్గాలు తురుష్క సేనల వశమయ్యాయి. ఆ తర్వాత తురుష్క సైన్యాలు అజ్మీర్‌పై దాడి చేసి స్వాధీనం చేసుకున్నాయి. కొంతకాలం పాటు పృధ్వీరాజ్‌నే అజ్మీర్‌ను పాలించడానికి అనుమతించారు. అందువల్ల ఆనాటి నాణేలపై తేదీతో పాటు ఒకవైపు పృధ్వీరాజు బొమ్మ, మరోవైపు 'శ్రీ మహమ్మద్ సమ్' అనే పదాలు ఉన్నాయి.

కొంతకాలం తర్వాత కుట్ర పన్నాడనే ఆరోపణతో పృధ్వీరాజుకు మరణశిక్ష విధించడంతో అతడి కుమారుడు రాజయ్యాడు. ఢిల్లీని కూడా అక్కడి పాలకుడికి అప్పగించారు. అయితే అనతి కాలంలో అతడిని మళ్ళీ తొలగించి తురుష్కులు తమ

అధీనంలోనే ఉంచుకున్నారు. గంగాలోయ ప్రాంతంలోకి ప్రవేశించడానికి తురుష్కులు ఢిల్లీని తమ స్థావరంగా ఉపయోగించుకున్నారు. తిరుగుబాటు రావడం వల్ల ముస్లిం సైన్యం అజ్మీరును స్వాధీనం చేసుకుని తురుష్క సైనికాధికారిని నియమించింది. పృథ్వీరాజు కుమారుడు రణథంబోర్ వెళ్ళి అక్కడ బలమైన కొత్త చౌహాన్ రాజ్యాన్ని స్థాపించుకున్నాడు.

ఈ విధంగా ఢిల్లీ ప్రాంతం, తూర్పు రాజస్థాన్ తురుష్క పాలనలోకి వెళ్ళాయి.

గంగాలోయ, బీహార్, బెంగాల్‌పై తురుష్కుల విజయం

1182-1206 మధ్య కాలంలో గంగ-యమున మధ్య ప్రాంతానికి తురుష్క పాలన విస్తరించి, బీహార్, బెంగాల్ కూడా వారి స్వాధీనమైంది. గంగాయమునల మధ్య ప్రాంతంలో తమ పట్టును సుస్థిరపరచుకోవడానికి తురుష్కులు మొదట కనౌజ్‌లోని బలమైన గంహడవాల సామ్రాజ్యాన్ని ఓడించవలసి ఉంటుంది. ఆ కాలంలో గంతుడవాల రాజు జయచంద్రుడు భారతదేశంలోనే అత్యంత బలమైన రాజుగా ప్రఖ్యాతి పొందాడు. రెండు దశాబ్దాలుగా అతడు శాంతియుతంగా పాలిస్తున్నాడు. అయితే గతంలో బెంగాల్‌లోని సేన రాజుల చేతిలో ఓటమి పొందినందున అతడు శక్తివంతుడయిన యుద్ధవీరుడు అయి ఉండడు.

తరాయి యుద్ధం తర్వాత ముయిజుద్దీన్ ఘజనీ తిరిగి వెళ్ళేముందు భారతదేశ వ్యవహారాలను నమ్మకమైన బానిస కుత్బుద్దీన్ ఐబక్‌కు అప్పగించాడు. ఆ తర్వాత రెండేళ్ళ పాటు తురుష్కులు గంగ-యమున ఎగువ ప్రాంతాన్ని, గంగడవాలుల నుంచి ఎటువంటి ప్రతిఘటన లేకుండానే స్వాధీనం చేసుకున్నాడు. 1194లో ముయిజుద్దీన్ భారతదేశానికి తిరిగి వచ్చాడు. 50,000 అశ్వికదళంతో యమునను దాటి కనౌజ్ వైపు సాగాడు. కనౌజ్ సమీపంలోని చందవార్ వద్ద ముయిజుద్దీన్, జయచంద్రుల మధ్య భారీ పోరాటం జరిగింది. మొదట జయచంద్రుడిదే పై చేయి అయింది. అయితే ఒక బాణం తగిలి అతడు మరణించడంతో సైన్యం పూర్తిగా ఓడిపోయింది. ఆ తర్వాత ముయిజుద్దీన్ బనారస్ వెళ్ళి భారీ విధ్వంసాన్ని సృష్టించాడు. పలు దేవాలయాలను కూలగొట్టాడు. బీహార్ వరకు విస్తరించిన విశాల భూభాగంపై తురుష్కులు పట్టు సాధించారు.

ఈ విధంగా తరాయిన్, చందవార్ యుద్ధాలు ఉత్తర భారతదేశంలో తురుష్క పాలనకు పునాదులు వేశాయి. అయితే గెలిచిన ప్రాంతాలలో తమ పాలనను సుస్థిరం చేసుకోవడం తురుష్కులకు క్లిష్టమైన వ్యవహారంగా మారింది. ఇందుకు బదులు 50 ఏళ్ళ పాటు ఇదే వ్యవహారాలలో మునిగి తేలాల్సి వచ్చింది. (ఈ వివరాలు తదుపరి

అధ్యాయంలో వున్నాయి)

ముయిజుద్దీన్ 1206 వరకు జీవించాడు. ఈ కాలంలో అతడు ఢిల్లీ దక్షిణ భాగం రక్షణకు బలమైన బయానా, గ్వాలియర్ కోటలను వశపరచుకున్నాడు. కొద్దికాలం తర్వాత ఐబక్ కలింజర్, మహుబా, ఖజరహోలను చండేలా పాలకుల నుంచి స్వాధీనం చేసుకున్నాడు.

గంగా–యమున మధ్య ప్రాంతంలో స్థావరం ఏర్పరచుకున్న తర్వాత తురుష్కులు పొరుగు ప్రాంతాలపై పలు దాడులు జరిపారు. ఐబక్ గుజరాత్ రాజు రెండవ భీముడిని ఓడించి, తన్హిల్వారా తదితర పట్టణాలలో విధ్వంసం సృష్టించి దోచుకున్నాడు. ఈ ప్రాంతాన్ని పాలించడానికి మొదట ఒక ముస్లిం పాలకుడిని నియమించినప్పటికీ, అనతి కాలంలోనే అతడిని తొలగించారు. దీనివల్ల తురుష్కులు దూర ప్రాంతాలను పాలించే స్థితిలో లేరని తెలుస్తున్నది.

అయితే తూర్పు ప్రాంతంలో మాత్రం తురుష్కులు విజయవంతమయ్యారు. బనారస్ ఆవలి భూభాగాన్ని పాలించడానికి ఒక ఖిల్జీ అధికారి భక్తియార్ ఖిల్జీని నియమించారు. ఇతడి పినతండ్రి ఇదివరకు తరాయి యుద్ధంలో మరణించాడు. తనను నియమించిన వెంటనే భక్తియార్ ఖిల్జీ బీహార్‌పై తరచుగా దాడులు సాగించాడు. అప్పుడు బీహార్ ఎవరికీ చెందనట్టుగా ఉండేది. ఈ దాడుల సందర్భంగా బీహార్‌లో ఎలాంటి రక్షణ లేకుండా ఉన్న ప్రముఖ బౌద్ధమతాలను, నలందా విక్రయశాలలను ధ్వంసం చేశాడు. ధనరాశులు పోగు చేసుకుని తనకంటూ ఒక పరివారాన్ని ఏర్పాటు చేసుకున్నాడు. ఈ దాడుల సందర్భంగా బెంగాల్ చేరుకునే మార్గాలను కూడా తెలుసుకున్నాడు. పుష్కలమైన దేశీయ వనరులు, విదేశీ వాణిజ్యంతో బెంగాల్ సుసంపన్నమైందిగా పేరు పొందింది.

జాగ్రత్తగా ఏర్పాట్లన్నీ చేసుకున్న బఖ్తియార్ ఖిల్జీ తన సైన్యాన్ని బెంగాల్‌లోని సేన రాజుల రాజధాని అయిన నాడియా వైపు నడిపించాడు. ఖిల్జీ నాయకుడు గుర్రాల వ్యాపారిగా మారువేషం వేసుకుని 18 మందితో సేన రాజుల రాజధానిలోకి చేరుకున్నాడు. తురుష్క గుర్రపు వ్యాపారులు రావడం అనేది ఆ రోజుల్లో సాధారణ విషయం గనక ఇతడిని ఎవరూ గుర్తుపట్టలేకపోయారు. రాజభవనంలోకి చేరగానే బఖ్తియార్ ఖిల్జీ హఠాత్తుగా దాడి చేసి భారీ గందరగోళం సృష్టించాడు. రాజు లక్ష్మణసేన పేరొందిన యోధుడు. అయితే తురుష్క సైన్యం ప్రవేశించిందనే ఆందోళనతో వెనకదారి గుండా పరారై సోనార్‌గావ్ చేరుకున్నాడు. దరిదాపుల్లో ఉన్న తుర్కు సైన్యం వెంటనే ప్రవేశించి ఆయుధ గిడ్డంగిని స్వాధీనపరచుకుంది. రాజు సంపదను భార్యల్ని, పిల్లల్ని స్వాధీనపరచుకున్నారు. ఈ సంఘటన 1204లో జరిగింది. నదుల సంఖ్య, వాటి

పరిణామం ఎక్కువగా ఉన్నందువల్ల నాడియాపై పట్టుకొనసాగుకోనడం భక్తియార్ ఖిల్జీకి కష్టతరమైంది. దీంతో అక్కడి నుంచి ఉపసంహరించుకుని ఉత్తర బెంగాల్ లక్నౌతి వద్ద రాజధానిని ఏర్పరచాడు. లక్ష్మణసేన, ఆయన వారసులు సోనార్‌గావ్ కేంద్రంగా దక్షిణ బెంగాల్‌ను పాలించారు.

ముయిజుద్దీన్‌చే బెంగాల్ పాలకునిగా బఖ్తియర్ ఖిల్జీ నియమితుడయినప్పటికీ, స్వతంత్ర పాలకుడిలాగానే వ్యవహరించాడు. అయితే ఈ పదవిని ఎక్కువ కాలం అనుభవించలేకపోయాడు. ఇతడు మూర్ఖంగా అస్సాంలోని బ్రహ్మపుత్రలోకి తన దండయాత్ర ప్రారంభించాడు. టిబెట్‌లోకి దాడి జరపాలని ఆయన భావించాడని చరిత్రకారులు అంటారు. అస్సాంలోని మఘ పాలకులు వెనక్కు తగ్గుతూ పోయారు. ఈ విధంగా వీలైనంత లోపలికి తురుష్క సైన్యాన్ని ప్రవేశింపనిచ్చారు. చివరకు అలసిసొలసిన తురుష్క సైన్యం ఇక ముందుకు సాగలేక వెనక్కు వెళ్ళాలని నిర్ణయించింది. తిరుగు ప్రయాణంలో ఆహారం లేక ఇబ్బందులు పడుతున్నా తురుష్క సైన్యాలను అస్సామీ సైన్యాలు వెంటాడి వేధించడం ప్రారంభించాయి. అలసిపోయి, ఆకలి అనారోగ్యంతో అల్లాడుతున్న తురుష్క సైన్యం ఒకచోటికి చేరేసరికి ముందు వెడల్పాటి నది ఉండగా వెనక అస్సామీ సైన్యం ఉంది. తురుష్క సైన్యాలు ఘోర పరాజయం పొందాయి. బఖ్తియార్ ఖిల్జీ కొద్దిమంది అనుచరులతో కొండజాతి వారి సహాయం వల్ల క్షేమంగా తిరిగి రాగలిగాడు. అయితే అప్పటికే అతడి ఆరోగ్యం, ఆవేశం అడుగంటింది. బఖ్తియార్ ఖిల్జీ మరణ శయ్యపై ఉండగా అతడిని జమీర్ పొడిచి చంపాడు.

ఉత్తర భారతంలో జయించిన ప్రాంతాలలో పరిపాలనను సుస్థిరపరచడానికి ఐబక్, తురుష్కులు, ఖిల్జీలు పాటు పడుతుండగా మరోవైపు ముయిజుద్దీన్, అతడి సోదరుడు ఘరిద్ సామ్రాజ్యాన్ని మధ్య ఆసియాలోకి విస్తరించడానికి ప్రయత్నాలు సాగించారు. ఘరిద్‌ల సామ్రాజ్యవాద కాంక్ష వల్ల వారు శక్తివంతమైన ఖ్వారిజ్మి సామ్రాజ్యంతో ఢీకొనవలసి వచ్చింది. 1203లో ముయిజుద్దీన్ ఖ్వారిజ్మి రాజు చేతిలో ఘోర పరాజయం పొందవలసి వచ్చింది. ఈ ఓటమి వారికి వరంగా పరిణమించింది. ఈ ఘోర పరాజయం వల్ల తురుష్కులు మధ్య ఆసియా విస్తరణ పథకాలు వదులుకొని తమ శక్తినంతటినీ భారత్‌లో వెచ్చించాలని నిర్ణయించారు. దీంతో కొంతకాలం తర్వాత భారతదేశం కేంద్రంగా తురుష్క రాజ్యం అవతరించడానికి అవకాశం కలిగింది. అయితే తక్షణ పరిణామం మరో విధంగా ఉంది. ఖ్వారిజ్మి పాలకుడి చేతిలో ముయిజుద్దీన్ పరాజయం పొందడంతో పలువురు అతడి శత్రువులు ఉత్సాహవంతులై తిరగబడడానికి వీలు కలిగింది. పశ్చిమ పంజాబ్‌లోని యుద్ధ జాతి ఖొఖార్‌లు

తిరగబడడంతో లాహోర్ నుంచి ఘజ్నీకి సమాచార సంబంధాలు తెగిపోయాయి. ఖొఖార్ తిరుగుబాటును అణచివేయడానికి ముయిజుద్దీన్ 1206 భారత్‌లోకి దండయాత్రకు వచ్చాడు. ఖొఖార్‌లను భారీ ఎత్తున ఊచకోత జరిపి అణచివేశాడు. అయితే ఘజ్నీకి తిరుగు ప్రయాణంలో అతడిని ఇస్లాంలోని మరో శాఖకు చెందిన ఉన్మాది ఒకడు హత్య చేశాడు.

ముయిజుద్దీన్ మహమ్మద్ బీన్ సామ్‌ను తరచుగా మహమ్మద్ ఘజ్నీతో పోల్చుతుంటారు. మహమ్మద్ ఘజ్నీ యోధునిగా ముయిజుద్దీన్ కన్నా విజయవంతంగా దండయాత్రలు జరిపాడు. ఇతడు భారత్‌లో కాని, మధ్య ఆసియాలో కాని ఏ ఒక్క యుద్ధంలో ఓడిపోలేదు. భారత్ బయట కూడా విశాల సామ్రాజ్యాన్ని పాలించాడు. అయితే మహ్మద్ ఘజ్నీ కన్నా ముయిజుద్దీన్ భారత్‌లో శక్తివంతమైన రాజ్యాలను ఎదుర్కోవలసి వచ్చింది. ముయిజుద్దీన్ మధ్య ఆసియాలో అంతగా విజయవంతం కానప్పటికీ భారత్‌లో అతడి విజయాలు ఘనమైనవి. అయితే మహమ్మద్ గతంలో పంజాబ్‌ను జయించడం వల్లనే ఉత్తర భారతంలో ముయిజుద్దీన్ విజయాలకు బాటపడింది. ఇరువురు ఆయా కాలాల్లో ఎదుర్కొన్న పరిస్థితులు భిన్నమైనవి. అందువల్ల పోలిక నిరుపయోగం. భారతదేశంపై దాడికి ఇరువురికి గల రాజకీయ, సైనిక కారణాలు, ఉద్దేశాలు భిన్నమైనవి.

ఈ ఇరువురిలో ఎవరికీ ఇస్లాంపై ఎలాంటి పట్టింపు లేదు. ఏ రాజయినా లొంగిపోతే అతడి రాజ్యాన్ని అలాగే పాలించుకోనిచ్చారు. ఏవైనా ప్రత్యేక కారణాలుంటే మొత్తం రాజ్యాన్ని కాని, అందులో కొంతభాగాన్ని కాని స్వాధీనం చేసుకునే వారు. మహ్మద్, ముయిజుద్దీన్ హిందూ అధికారులను సైనికులను కూడా ఉపయోగించుకున్నారు. అయితే వారి అవసరాల కోసం భారతదేశంలోని నగరాలను, ఆలయాలను దోచుకోవడం కోసం ఇస్లాం నినాదాన్ని ఉపయోగించుకోవడానికి ఇరువురూ సంకోచించలేదు.

15 ఏళ్ళ స్వల్ప వ్యవధిలో తురుష్క సైన్యాల చేతిలో ప్రముఖ భారతీయ రాజ్యాలు పరాజయం పొందడానికి గల కారణాలు కూడా గమనార్హమైనవి. రాజనీతి సూత్రం ప్రకారం ఒక దేశం సామాజికంగా, రాజకీయంగా బలహీనపడినప్పుడు లేదా ఆర్థికంగా, సైనికంగా పొరుగు దేశాల కన్నా వెనకబడినప్పుడు మాత్రమే ఇతర దేశాలు దానిని జయింపగలుగుతాయి. ఇటీవలి పరిశోధన ప్రకారం తురుష్కుల వద్ద భారతీయుల వద్ద కన్నా మించిన ఆయుధాలు లేవు. ఐరోపాలో యుద్ధరీతిని మార్చివేసిన గుర్రపు ఇనుప కవచాలు భారతదేశంలో ఎనిమిదవ శతాబ్దం నుంచే వాడుకలో ఉన్నాయి. తురుష్క విల్లులతో అమ్ములను మరింత దూరం ప్రయోగించవచ్చు. కాని

భాగమీగు విల్లులతో లక్ష్యాన్ని కచ్చితంగా కొట్టవచ్చు. పైగా అవి ప్రాణాంతకమైనవి. అమ్ముల కొనకు విషం పూసేవారు. ముఖాముఖి యుద్ధంలో భారతీయ ఖడ్గాలు ప్రపంచంలోనే నాణ్యమైనవి. భారతీయులకు గజబలం కూడా ఉంది. బహుశా తురుష్కుల గుర్రాలు, భారతదేశానికి దిగుమతి అయ్యే గుర్రాలతో పోలిస్తే మరింత బలమైనవి, వేగంగా కదిలేవి.

తురుష్కుల ఆధిపత్యం అనేది సామాజికమైంది. వ్యవస్థాగతమైంది. ఫ్యూడలిజం బలపడడం, స్థానిక భూస్వామ్య వర్గాలు తలెత్తడం వల్ల భారత రాజ్యాల పాలనాయంత్రాంగం, సైనిక వ్యవస్థ బలహీన పడింది. భారతీయ రాజులు సామంతులపై ఆధారపడేవారు. అయితే సామంతులు సమన్వయంతో వ్యవహరించాక, యుద్ధం అయిపోగానే ఆయా ప్రాంతాలకు వెళ్ళిపోయేవారు. ఇక తురుష్కుల గిరిజన నిర్మాణ వ్యవస్థ, ఇఖ్తా, ఖలీసా వ్యవస్థలు (ఈ రెండింటి గురించి వివరాలు తరువాత వస్తాయి) వల్ల భారీ సైన్యం నిర్వహించడానికి, దానిని యుద్ధ రంగంలో ఎక్కువ కాలం ఉంచడానికి అవకాశం ఏర్పడింది. లేకపోతే తురుష్కుల కన్నా మానవ, భౌతిక వనరులు అధికంగా గల రాజపుత్ర రాజ్యాలు వారి చేతిలో పరాజయం పొందకపోయేవి. ఒకవేళ పరాజయం పొందినా త్వరగా కోలుకునేవి.

ఞ

ఆరొవ అధ్యాయం

ఢిల్లీ సుల్తానుల సామ్రాజ్యం-1

(1200-1400)

మామెలుక్ సుల్తానులు

తురుష్కులు పంజాబ్, ముల్తాన్‌ల నుంచి గంగాలోయలోకి విస్తరించడానికి, బీహార్‌ను, పశ్చిమ బెంగాల్‌లోని కొన్ని ప్రాంతాలను కూడా స్వాధీనంలోకి తెచ్చుకోగలగడానికి దోహదం చేసిన కారణాలను గత అధ్యాయాలలో తెలుసుకున్నాం. ఈ ఆక్రమణదారులు పాలించిన రాజ్యానికి ఢిల్లీ సుల్తాను సామ్రాజ్యం అనే పేరు వచ్చింది. భారత్‌లో తురుష్కులు రాజ్యపాలన ప్రారంభించిన తరువాత దాదాపు మొదటి వంద సంవత్సరాల పాటు విదేశీదాడులు, తురుష్క నాయకుల మధ్య అంతరంగిక ఘర్షణలు, రాజ్యాలు కోల్పోయిన రాజపుత్రులు, తురుష్కులను కూలదోసి తిరిగి స్వతంత్రం పొందడానికి ప్రయత్నించడం వంటి పలు సమస్యలను ఎదుర్కోవడంలో తలమునకలయ్యారు. ఈ సమస్యలన్నీ విజయవంతంగా అధిగమించిన తురుష్క పాలకులు, శతాబ్దాంతం వరకు మాల్వా, గుజరాత్‌లలోకి తమ పాలనను విస్తరించుకుని దక్కన్, దక్షిణ భారతంలోకి చొచ్చుకుపోయే స్థితికి చేరుకున్నారు. ఉత్తర భారతంలో తురుష్కుల పాలన స్థిరపడిన స్వభావం, వంద సంవత్సరాలలోపు భారతదేశమంతటా కనిపించింది. సమాజంలో, పరిపాలనా రంగంలో, సాంస్కృతిక జీవనంలో దీర్ఘకాలిక పరిణామాలకు దారితీసింది.

బలమైన రాజరికం ఏర్పాటుకు పోరాటం

మూయిజుద్దీన్ (మహ్మద్ ఘోరి) తరువాత (1206) కుతుబుద్దీన్ ఐబక్ అధికారంలోకి వచ్చాడు. తురుష్క బానిస అయిన ఐబక్ తరాయి యుద్ధం తరువాత

భారతదేశంలో తుగ్లక్ సుల్తాన్ సామ్రాజ్యాన్ని విస్తరించడంలో కీలక పాత్ర పోషించాడు. మూయిజుద్దీన్ తరువాత ఆయన మరో బానిస అయిన యాల్డుజ్ ఘజనీలో అధికారం చేపట్టాడు. ఘజనీ పాలకుడుగా ఢిల్లీపై కూడా అధికారం చెలాయించే ప్రయత్నం చేశాడు. అయితే దీనిని ఐబక్ అంగీకరించ లేదు. ఈ విధంగా ఢిల్లీ సుల్తాను రాజ్యానికి ఘజనీతో సంబంధాలు తెగిపోయాయి. దీనివల్ల మధ్య ఆసియా రాజకీయాలలోకి భారత్ ప్రవేశించే ప్రమాదం తప్పిపోయింది. బయటి రాజ్యాలపై ఆధారపడకుండా సొంత విధానాలతో ఢిల్లీ సుల్తాన్ సామ్రాజ్యం నిలదొక్కుకునే అవకాశం లభించింది.

ఇల్‌తుత్‌మిష్ (1210-36)

1210లో ఐబక్ చౌగాన్ (పోలో) ఆడుతూ గుర్రంపై నుండి జారిపడి మరణించాడు. ఐబక్ వారసునిగా అతడి అల్లుడు ఇల్‌తుత్‌మిష్ అధికారం చేపట్టాడు. ఇతడు అధికారం చేపట్టేముందు వారసత్వ యుద్ధంలో ఐబక్ కుమారున్ని ఓడించాడు. ఈ విధంగా కుమారుడే అధికారంలోకి రావాలన్న సంప్రదాయం నిలిచి పోయింది.

ఇల్‌తుత్‌మిష్ ఉత్తర భారతంలో టర్కిష్ విజయాలను సుస్థిరపరచిన వానిగా గుర్తింపు పొందాడు. ఇలతుత్‌మిష్ అధికారం చేపట్టే సమయానికి అలీమర్దాన్‌ఖాన్ బెంగాల్ బీహార్ రాజుగా ప్రకటించుకున్నాడు. ఐబక్ సహచర బానిస అయిన ఖుబాచా ముల్తాన్ స్వతంత్ర పాలకునిగా ప్రకటించుకుని పంజాబ్‌లోని కొన్ని ప్రాంతాలను లాహోర్‌ను స్వాధీనం చేసుకున్నాడు. మొదట్లో ఢిల్లీ సమీపంలోని తన తోటి అధికారులు కూడా ఇల్‌తుత్‌మిష్ అధికారాన్ని ఆమోదించలేదు. రాజుపుత్రులు కూడా ఇదే అదనుగా స్వతంత్రం ప్రకటించుకున్నాడు. కలింజిర్, గ్వాలియర్, అజ్మీర్, బయానాలతో సహా రాజస్తాన్ తూర్పు ప్రాంతాలు తురుష్క పాలన నుంచి విడిపోయాయి. ఇల్‌తుత్‌మిష్

ఖిల్జీల నాణేలు

మొదట వాయువ్య ప్రాంతంపై దృష్టిని కేంద్రీకరించాడు. ఖ్వారిజ్మీ-షా గజనీని జయించడంతో ఇల్‌తుత్‌మిష్‌కు కొత్త ప్రమాదం ఎదురైంది. ఆనాడు మధ్య ఆసియాలో ఖ్వారిజ్మీ సామ్రాజ్యం అత్యంత బలమైంది. దాని తూర్పు సరిహద్దు సింధూనది వరకు విస్తరించి ఉండేది. ఈ ప్రమాదాన్ని అడ్డుకోవడం కోసం ఇల్‌తుత్‌మిష్ లాహోర్‌కు వెళ్ళి దానిని స్వాధీనం చేసుకున్నాడు. ఈలోగా 1220లో ఖ్వారిజ్మీ సామ్రాజ్యాన్ని మంగోలులు ధ్వంసం చేశారు. ఆనాడు మంగోలులు చరిత్రలోని అత్యంత బలమైన సామ్రాజ్యాన్ని స్థాపించారు. ఈ సామ్రాజ్యం ఉచ్చస్థాయిలో ఉన్నప్పుడు ఇటు చైనా నుంచి మధ్యధరా సముద్రతీరం వరకు కాస్పియన్ సముద్రం నుంచి జాక్సర్టెస్ నది వరకు విస్తరించింది. వీరి వల్ల భారతదేశానికి ఏర్పడిన ముప్పు ఢిల్లీ సుల్తాన్ సామ్రాజ్యంపై ప్రభావాన్ని తర్వాతి అధ్యాయంలో చదువుకుందాం. మంగోలులు మరోవైపు తలమునకలై వుండగా ఇల్‌తుత్‌మిష్ ముల్తాన్, వుచ్ఛేల నుంచి ఖుబాచాను కూలదోశాడు. ఈ విధంగా తిరిగి ఢిల్లీ సుల్తాన్ సామ్రాజ్యం సింధూనది వరకు విస్తరించింది.

పశ్చిమం వైపు సుస్థిర పరిస్థితులు ఏర్పడగానే ఇల్‌తుత్‌మిష్ తూర్పు వైపు దృష్టి సారించాడు. బెంగాల్ బీహార్‌లలో ఇవాజ్ అనే వ్యక్తి సుల్తాన్ గియాజుద్దీన్ అనే బిరుదు ధరించి స్వతంత్రం ప్రకటించుకున్నాడు. సమర్థుడైన కరుణామయుడైన పాలకునిగా గుర్తింపు తెచ్చుకున్న గియాజుద్దీన్ పలు ప్రజోపయోగకర పనులు చేపట్టాడు. ఇతడు పొరుగు రాజ్యాలపై దాడులు సాగించినప్పటికీ తూర్పు బెంగాల్‌లోని సేనా పాలకులు ఒరిస్సా, కామారూప్ (అస్సాం) రాజులు తమ పట్టును కొనసాగించారు. 1226-27లో లఖనౌతీ వద్ద జరిగిన ఒక యుద్ధంలో ఇవాజ్‌ను ఇల్‌తుత్‌మిష్ కుమారుడు ఓడించి హతమార్చాడు. బెంగాల్ బీహార్‌లు తిరిగి ఢిల్లీ పాలనలోకి వచ్చాయి. అయితే వాటిని అదుపు చేయడం కష్టతరంగానే వుండేది. పలుసార్లు ఢిల్లీ ఆధిపత్యానికి సవాలు ఎదురైంది.

ఇదే సమయంలో గ్వాలియర్, బయానాలను తిరిగి స్వాధీనం చేసుకోవడానికి ఇల్‌తుత్‌మిష్ చర్యలు తీసుకున్నాడు. అజ్మీర్, నాగోర్‌లు తిరిగి ఆయన వశమయ్యాయి. రణథంబోర్, జాలోర్‌లకు సైన్యాలు పంపి తన ఆధిపత్యాన్ని ప్రకటించుకున్నాడు. ఉదయ్‌పూర్‌కు దాదాపు 22 కిలోమీటర్ల దూరంలో వున్న మేవార్ రాజధాని అయిన నగడపై దాడి చేశాడు. అయితే రాణాకు మద్దతుగా గుజరాత్ సైన్యాలు రావడంతో ఇల్‌తుత్‌మిష్ వెనక్కి తగ్గి రావలసి వచ్చింది. ఇందుకు ప్రతీకారంగా ఇల్‌తుత్‌మిష్ గుజరాత్‌లోని చాళుక్యులపై సైన్యాలు పంపాడు. అయితే ఈ సైన్యం ఎదురు దెబ్బతిని భారీగా నష్టపోయింది.

రజియా (1236-1239)

ఇల్‌తుత్‌మిష్ చివరి దశలో వారసుల విషయమై కలతచెందాడు. తన కుమారులలో సింహాసనం అధిష్టించే అర్హత ఎవరికీ లేదని భావించాడు. ఉద్వేగభరితమైన పరిశీలన అనంతరం చివరికి తన కుమార్తె రజియాను తన సింహాసానికి వారసురాలిగా నిర్ణయించాడు. ఆమె అభ్యర్థిత్వానికి ఆస్థాన ప్రముఖులను, మతాధిపతుల్ని కూడా ఒప్పించాడు. ఇరాన్ ఈజిప్టులలో మహిళలు రాణులై పాలించిన సందర్భాలు చిన్న వయసులో వున్న రాజకుమారులకు సంరక్షకులుగా వ్యవహరించిన సందర్భాలు వున్నాయి. అయితే కుమారులు వున్నప్పటికి కుమార్తెకి ప్రాధాన్యత ఇచ్చి రాజ్యం అప్పగించడం వినూత్నమైన చర్య. రజియా రాజరికం చేపట్టడానికి తన సోదరులతో తురుష్క ఆస్థాన ప్రముఖులతో పోరాడి మూడు సంవత్సరాలు మాత్రమే పాలించగలిగింది. ఈ తక్కువ వ్యవధి పాలనలోనే పలు ఆసక్తికర అంశాలు చోటు చేసుకున్నాయి. రాజరికానికి 'చహల్‌గనీ' (నలభైమంది)గా పేరుపొందిన తురుష్క అధిపతులకు మధ్య ఘర్షణ ఇప్పుడే ప్రారంభమైంది. ఇల్‌తుత్‌మిష్ ఈ అధిపతులకు ఎంతో గౌరవం ప్రాధాన్యత ఇచ్చేవాడు. అధికార పిపాసగల ఈ అధిపతులు ఇల్‌తుత్‌మిష్ మరణం తరువాత సింహాసనంపై తమ కీలుబొమ్మని ప్రతిష్టించి నియంత్రించాలని భావించారు. రజియా మహిళ అయినప్పటికీ తమ చెప్పు చేతులతో వుండే రకం కాదని వారు గ్రహించారు. ఆమె స్త్రీ వేషధారణ తొలగించుకుని మొహంపై ముసుగు లేకుండానే ఆస్థానంలోకి రావడానికి ప్రయత్నించింది. ఆమె వేటాడేది, యుద్ధం చేసేది. తాను అధికారం చేపట్టకుండా వ్యతిరేకించిన ఆస్థాన ప్రముఖుల తిరుగుబాటును ప్రోత్సహించిన మంత్రి నిజాం-ఉల్-ముల్క్ జునైదీని ఓడించి తరిమి వేసింది. రాజపుత్రులను అణచివేయడానికి రణథంబోర్‌కు సైన్యాన్ని పంపింది. రాజ్యం నలుచెరుగులా శాంతి భద్రతలను స్థిరపరిచింది. అయితే ఆస్థాన ప్రముఖులలో తనకంటూ ఒక వర్గాన్ని సృష్టించుకోవడానికి ఉన్నత స్థానాలకు తురుష్కులు కాని వారిని నియమించడానికి ఆమె చేసిన ప్రయత్నాలకు వ్యతిరేకత ఎదురైంది. ఆమె స్త్రీత్వ మర్యాదను మంటగలిపిందని, ఆస్థాన ప్రముఖుడు యాకూత్‌ఖాన్‌తో అతి సన్నిహితంగా వుంటున్నదని తురుష్క ప్రముఖులు ఆరోపించారు. లాహోర్ సర్‌హింద్ తిరుగుబాట్లు చెలరేగి అక్కడి పాలకుడ్ని లొంగదీసుకున్నాయి. రజియా సర్‌హింద్ ప్రయాణిస్తుండగా అంతరంగిక తిరుగుబాటు పెల్లుబికింది. యాఖుత్‌ఖాన్‌ను హత్య చేసి రజియాను తబరిందా (భటిండా)లో బంధించారు. అయితే రజియా తనను బంధించిన అల్తూనియాను వివాహమాడి ఢిల్లీని చేజిక్కించుకోవడానికి ప్రయత్నించింది. రజియా వీరోచితంగా పోరాడింది. అయితే బందిపోట్ల చేతిలో చిక్కి మరణించింది.

బాల్బన్ హయాం (1246-87)

రాజరికానికి తురుష్క సామంతులకు మధ్య ఘర్షణ కొనసాగుతుండగా ఉలూఫ్‌ఖాన్ అనే సామంతుడు బలపడి క్రమంగా ప్రాబల్యాన్ని 1265లో సింహాసనాన్ని అధిష్టించాడు. ఇతడే చరిత్రలో బాల్బన్ అనే బిరుదుతో చరిత్ర ప్రసిద్ధి పొందాడు. బాల్బన్ మొదట ఇల్‌తుత్‌మిష్ చిన్న కుమారుడైన నసీరుద్దీన్ మహముద్‌కు నాయిబ్ (డిప్యూటీ)గా వ్యవహరించి 1246లో అతడు సింహాసనాన్ని అధిష్టించడానికి సహకరించాడు. యువకుడైన ఆ సుల్తాన్‌కు తన కుమార్తెను ఇచ్చి వివాహం జరిపించి తన స్థానాన్ని మరింత బలోపేతం చేసుకున్నాడు. నసీరుద్దీన్ మహముద్ చిన్నవాడు అనుభవశూన్యుడు అయినందువల్ల ప్రభుత్వం తమ ప్రాబల్యం వుంటుందని భావించిన సామంతులకు బాల్బన్ స్థానం బలపడడం నచ్చలేదు. దీనితో వారు కుట్రపన్ని 1250లో అతడిని పదవి భ్రష్టున్ని చేశారు. బాల్బన్ స్థానంలో ఇమాదుద్దీన్ రైహన్ అనే భారతీయ ముస్లిం ప్రధానమంత్రి అయ్యాడు. తురుష్క సామంతులకు ప్రభుత్వంపై పూర్తి పట్టు సాధించాలని వున్నప్పటికీ తమలో ఎవరు కావాలనే విషయమై ఏకాభిప్రాయం లేకపోవడం రైహన్‌కు ఆ పదవి అప్పగించారు. బాల్బన్ పక్కకు తప్పుకోవడానికీ అంగీకరించినప్పటికీ జాగ్రత్తగా తన వర్గాన్ని పెంచుకోసాగాడు. తాను పదవి కోల్పోయిన ఏడాదిన్నరలోగా తన ప్రత్యర్థులతో స్నేహం పెంచుకున్నాడు. ఆ తరువాత సైనిక బల ప్రదర్శనకు రంగం సిద్ధం చేసుకున్నాడు. పంజాబ్‌లో ఎక్కువ భాగాన్ని జయించిన మంగోలుల సహాయాన్ని అతడు అర్థించినట్టున్నాడు. బాల్బన్ శక్తికి తలవొగ్గిన సుల్తాన్ మహమూద్ రైహన్‌ను తొలగించాడు. కొంతకాలం తరువాత రైహన్‌ను ఓడించి హతమార్చడం జరిగింది. బాల్బన్ చతుర్‌విధ ఉపాయాల ద్వారా శత్రువులపై పట్టు సాధించాడు. రాజరిక చిహ్నమైన "ఛత్ర్" ధరించడం ప్రారంభించాడు. అయితే సింహాసనాన్ని మాత్రం అధిష్టించలేదు. బహుశా తురుష్క సామంతుల మనోభావాలు దెబ్బతింటాయని వెనుకాడి వుంటాడు. 1265లో సుల్తాన్ మహమూద్ మరణించాడు. రాజుకు బాల్బనే విషప్రయోగం జరిపాడని ఆయన కుమారులను కూడా హతమార్చాడని కొందరు చరిత్రకారుల అభిప్రాయం. బాల్బన్ అవాంఛనీయమైన పద్ధతులను అనుసరించినప్పటికీ అతడు సింహాసనం అధిష్టించడంతో బలమైన కేంద్రీకృత ప్రభుత్వం గల కొత్తశకం ప్రారంభమైంది.

రాజరికపు గౌరవ ప్రతిష్టలు పెంచడానికి బాల్బన్ ప్రయత్నించాడు. రాజు పదవి గౌరవప్రదంగా శక్తివంతంగా వున్నప్పుడే ఆంతరంగిక బహిరంగ ప్రమాదాలను నివారించవచ్చని అతడు భావించాడు. అధికారం ఉన్నత కుటుంబీకులకు, గొప్ప వంశీకులైన వారికి మాత్రమే లభిస్తుందని నమ్మేరోజులవి. అందువల్ల బాల్బన్ ప్రఖ్యాత

ఇరాన్ పౌరాణిక రాజు అఫ్రసియాబ్ సంతతివాడిగా ప్రకటించుకుని రాజపదవికి గల తన అర్హతను పటిష్టపరచుకున్నాడు. తాను వున్నత వంశస్తుడుగా ప్రదర్శించుకునే ఆరాటంలో తురుష్క ఉన్నత కుటుంబాల పరిరక్షకుడుగా వ్యవహరించాడు. ఈ ఉన్నత కుటుంబాలకు చెందని వారికి ఎవరికీ ప్రభుత్వంలో వున్నత పదవులు ఇవ్వలేదు. దీనివల్ల భారతీయ ముస్లింలెవరికి ఉన్నత పదవులు లభించలేదు. ఈ విధంగా ఒక్కోసారి చౌకబారుగా కూడా వ్యవహరించాడు. వున్నత కుటుంబీకుడు కాదనే కారణంగా ఒక ప్రముఖ వర్తకుడికి దర్శనం ఇవ్వడానికి నిరాకరించాడు. తురుష్క వున్నత వర్గాల పరిరక్షకుడిగా వ్యవహరించిన చరిత్రకారుడు బరానీ వెల్లడించిన ప్రకారం "నిమ్న తరగతి వారిని చూసినపుడు నా కళ్లు మండుతాయి. కోపంతో నా చేయి ఖడ్గంపై పడుతుంది" అని బాల్బన్ పేర్కొన్నాడట. ఈ మాటలు బాల్బన్ అన్నాడో లేదో కానీ దీనివల్ల తురుష్కేతరుల పట్ల బాల్బన్ వైఖరి మాత్రం వెల్లడవుతుంది.

తురుష్క వున్నత కుటుంబాల పరిరక్షకుడిగా చాటుకున్నప్పటికీ బాల్బన్ ఎవరితోను, చివరకు తన కుటుంబ సభ్యులతో కూడా అధికారం పంచుకోవడానికి ఇష్టపడలేదు. తన మద్దతుదారుల నుంచి కూడా విమర్శను సహించేవాడు కాదు తురుష్క పాలక వర్గమైన 'చహల్‌ఘనీ' ప్రాబల్యాన్ని పటాపంచలు చేసి, రాచరికాన్ని పటిష్టం చేసే కృత నిశ్చయంతో వ్యవహరించేవాడు. ఇందుకోసం తన సోదర సమానుడు షేర్‌ఖాన్‌పై విషప్రయోగం జరపడానికి కూడా వెనుకాడలేదు. ఒకవైపు తురుష్క వున్నత కుటుంబీకుల ప్రాబల్యాన్ని దెబ్బతీస్తూనే మరోవైపు సాధారణ ప్రజల విశ్వాసాన్ని చూరగొనే వుద్దేశంతో నిష్పాక్షికంగా న్యాయం అందించాడు. అధికారాన్ని అతిక్రమించిన వారు ఎంతటి వున్నత స్థానంలో వున్నా శిక్షించకుండా వదిలిపెట్టలేదు. తన బానిసల పట్ల క్రూరంగా వ్యవహరించిన "బదవున్" సామంతుడి తండ్రిని, అవధ్ సామంతుడి తండ్రిని కఠినంగా శిక్షించాడు. సమాచార సేకరణ కోసం ప్రతి శాఖలోనూ గూఢచారులను నియమించాడు. ఆంతరంగిక తిరుగుబాట్లను అణచివేయడాన్ని, పంజాబ్‌వైపు నుంచి చొచ్చుకుని వచ్చి ఢిల్లీకి ప్రమాదకరంగా పరిణమించిన మంగోలులను తిప్పి కొట్టడానికి బలోపేతమైన కేంద్రీకృత సైన్యాన్ని నిర్మించాడు. ఇందుకోసం సైనిక శాఖ (దివాన్-ఈ-అర్జ్)ను పునర్వ్యవస్థీకరించి అనర్హులైన సైనికులను తొలగించి వారికి పింఛను మంజూరు చేశాడు. ఉద్యోగం కోల్పోయిన సైనికులలో ఎక్కువ మంది ఇల్‌తుత్‌మిష్ కాలంలో భారత్‌కు వచ్చిన తురుష్కులు కావడంతో వారు కొంత ఆగ్రహ ఆందోళనలకు వ్యక్తం చేశారు. అయినప్పటికీ బాల్బన్ చలించలేదు. ఢిల్లీ లోపల పరిసరాలలో, గ్రామీణ ప్రాంతంలో శాంతి భద్రతలు క్షీణించాయి. గంగాయమున లోయలోనూ అవధ్‌లోనూ రహదారులు సరిగా

లేకపోయేవి. దారి దోపిడీలు సాగేవి. తూర్పు ప్రాంతాలకు సమాంతర సంబంధాలు వుంచకపోయేవి. దీంతో కొందరు రాజపుత్రులు ఈ ప్రాంతాలలో కోటలు కట్టి ధిక్కరించారు. మేవాటీలు ఢిల్లీ పొలిమేరలలో కూడా ప్రజలను దోచుకునేంతగా తెగించారు. వీరిని బాల్బన్ ఉక్కుపాదంతో అణచివేశాడు. దొంగలను నిర్దాక్షిణ్యంగా వెంటాడి హతమార్చాడు. బదాయన్ లోపల చుట్టుపక్కల రాజపుత్రుల స్థావరాలను ధ్వంసం చేశాడు. అడవులను నరికించాడు. అక్కడ ఆఫ్ఘన్ సైనికుల నివాసాలను ఏర్పాటు చేశాడు. తద్వారా రహదారుల రక్షణకు, కల్లోలం సృష్టించిన రాజపుత్ర జమిందారుల అణచివేతకు చర్యలు తీసుకున్నాడు.

ఈ పద్ధతులలో బాల్బన్ పరిస్థితిని అదుపు చేశాడు. ప్రజలను తన పటాటోపంతో ముగ్ధులను చేయడం కోసం వైభవోపేతమైన సభను నిర్వహించేవాడు. బయటకు వెళ్ళినపుడు ఖడ్గధారులైన అంగరక్షకులు చుట్టూరా వుండేవారు. సభలో నవ్వేవాడుకాదు. గంభీర వదనంతో కనిపించడానికి మద్యం కూడా మానివేశాడు. వున్నత కుటుంబీకులు చక్రవర్తికి సమానులు కాదని నొక్కి చెప్పడానికి 'సజాదా', 'పైబోస్' (చక్రవర్తి ముందు సాష్టాంగ పడడం, పాదాలను ముద్దు పెట్టుకోవడం) ఇత్యాది పద్ధతులు జరిపేవాడు. ఇతడు జరిపే ఇలాంటి పద్ధతులు ఇరాన్ నుంచి వచ్చినవి, ఇస్లాంకు విరుద్ధమైనవి అయినప్పటికీ ఎవరూ అభ్యంతరం తెలుపలేదు. ఆ సమయంలో మధ్య, పశ్చిమాసియాలలో మంగోలుల దాడుల వల్ల ఏ ఒక్క ముస్లిం రాజ్యం నిలువలేకపోయిన నేపథ్యంలో బాల్బన్ నేతృత్వంలోని ఢిల్లీ సుల్తాన్ సామ్రాజ్యం ఒక్కటే ఇస్లాం పరిరక్షణదేశంగా నిలవడం వల్ల బాల్బన్ ఇస్లాం వ్యతిరేక చర్యలు చెల్లుబాటయ్యాయి. బాల్బన్ 1286లో మరణించారు. ఇతడు ఢిల్లీ సుల్తాన్ సామ్రాజ్య ప్రధాన రూపశిల్పి మాత్రమే కాకుండా ప్రభుత్వ వ్యవస్థకు ఒకరూపమిచ్చిన వాడు. రాచరికాన్ని బలోపేతం చేయడం ద్వారా ఢిల్లీ సుల్తాన్ సుస్థిరపరిచాడు. అయినప్పటికీ మంగోలులు చొచ్చుకు రాకుండా ఉత్తర భారతానికి పూర్తి రక్షణ కల్పించలేకపోయాడు. పైగా టర్కేతరులకు ప్రభుత్వ పదవులు నిరాకరించి అతి చిన్న వర్గాన్ని పునాదిగా చేసుకుని ప్రభుత్వాన్ని ఏర్పరిచాడు. దీనితో అతడు మరణించిన వెంటనే కల్లోలాలు చెలరేగాయి.

మంగోలులు, వాయువ్య సరిహద్దు సమస్య

సహజ సరిహద్దుల మూలంగా చరిత్ర పొడుగునా ఎక్కువ కాలం భారతదేశానికి విదేశీ దాడుల నుంచి రక్షణ లభించింది. అయితే వాయువ్య సరిహద్దు బలహీనంగా వుండేది. ఇక్కడి పర్వత కనుముల నుంచే గతంలో 'హుణులు' సింధియెన్ల మాదిరిగా

తురుష్కులు కూడా భారతదేశంలోకి చొచ్చుకువచ్చి సామ్రాజ్యం స్థాపించుకోగలిగారు. అక్కడి భౌగోళిక పరిస్థితి ప్రకారం అక్రమణదారులను పంజాబ్ సింధులలోనే సారవంతమైన లోయల లోనికి రాకుండా నివారించాలంటే కాబూల్ నుంచి గజనీ మీదుగా కాందహార్ వరకు విస్తరించి వున్న భూభాగాన్ని కూడా అధీనంలో పెట్టుకోవలసి వుంటుంది. మధ్య ఆసియా నుంచి సైనిక పటాలాలు రాకుండా నిరోధించాలంటే హిందూకుష్ పర్వతాలు చుట్టి వున్న ప్రాంతాన్ని కూడా అధీనంలో పెట్టుకోగలగడం మరింత అవసరం. పశ్చిమాసియాలో అస్థిర పరిస్థితి కారణంగా ఢిల్లీ సుల్తాన్ సామ్రాజ్యం ఈ సరిహద్దు ప్రాంతాలను అదుపులో పెట్టుకోలేకపోయింది దీనితో భారతదేశానికి ప్రమాదం ఎప్పుడూ పొంచే వుంది.

క్వారిజ్మీ సామ్రాజ్యం ఆవిర్భవించడంతో కాబూల్, కాందహార్, గజనీలపై ఘురీద్‌లు అతి వేగంగా పట్టుకోల్పోయారు. దీనితో క్వారిజ్మీ సామ్రాజ్యం సింధూనది వరకు విస్తరించింది. ఉత్తర భారతంపై ప్రాచుర్యం కోసం క్వారిజ్మీ పాలకులకు కుతుబుద్దీన్ ఐబక్ వారసులకు ఇక ఘర్షణ అనివార్యమైన పరిస్థితి ఏర్పడింది. ఇంతలో మరో పెద్ద ప్రమాదం వచ్చి పడింది. "నేను దైవ విపత్తును" అని ప్రకటించుకున్న మంగోలు నాయకుడు చెంఘిజ్‌ఖాన్ రంగ ప్రవేశం చేశాడు. 1220లో మంగోలులు క్వారిజ్మీ సామ్రాజ్యాన్ని నాశనం చేశాడు. వారు "జాక్స్‌ర్టెన్" నుంచి కాస్పియన్ సముద్రం వరకు గజనీ నుంచి ఇరాక్ వరకు గల సుసంపన్నమైన నగరాలన్నీ అతిక్రూరంగా కొల్లగొట్టి పల్లె ప్రాంతాలను కూడా దోచుకున్నాడు. పలువురు తురుష్క సైనికులు మంగోలుల పక్షం చేరారు. భయోత్పాతాన్ని ఒక అస్త్రంగా వాడుకున్నారు. ఒక నగరాన్ని స్వాధీనపరుచుకున్న వెంటనే అందులోని సైనికులను వారి నాయకులను ఊచకోత కోసి స్త్రీలను పిల్లలను బానిసలుగా చేసుకునే వారు. సాధారణ పౌరులను కూడా వదిలి పెట్టేవారు కారు. వృత్తిపని వాళ్ళను మంగోలుల సైన్యానికి సేవలు చేయడానికి తీసుకుపోయేవారు. దేహదారుధ్యం కల వారిని ఇతర పట్టణాల దాడికి కూలీలుగా వాడుకునే వారు. దీనివల్ల ఆయా ప్రాంతాల ఆర్థిక వ్యవస్థకు సాంస్కృతిక జీవనానికి తీవ్ర విఘాతం కలిగినది. అయితే మంగోలులు ఆ తరువాత ఆయా ప్రాంతాలలో శాంతి భద్రతలను నెలకొల్పి చైనా నుంచి మధ్యధరా సముద్రం తీరం దాకా వాణిజ్య మార్గాలకు రక్షణ కల్పించడం వల్ల కోలుకోవడం సాధ్యపడింది. అయితే ఇరాన్, తురాన్, ఇరాక్‌లు కోలుకొని గత వైభవం పొందడానికీ కొన్ని తరాలు పట్టింది. ఈలోగా మంగోలుల దాడి ఢిల్లీ సుల్తాన్ సామ్రాజ్యంపై తీవ్ర ప్రభావాలను చూపింది. భారీ సంఖ్యలో రాకుమారులు పండితులు, తత్వవేత్తలు విద్యాధికులు, వున్నత కుటుంబాల వారు ఢిల్లీకి వలసవచ్చారు. ఏకైక ముస్లిం రాజ్యంగా ఢిల్లీ సుల్తాన్

సామ్రాజ్యం ప్రాధాన్యత సంతరించుకున్నది. ఒకవైపు అన్ని వర్గాల పాలకుల మధ్య ఇస్లాం అనేది ఉమ్మడి బంధంగా నిలిచింది. తమ స్వదేశాలను వదిలి ఏ ఆధారాలు లేకుండా ఢిల్లీ చేరిన తురుష్కులు భారతదేశ పరిస్థితులకు అనుగుణంగా సర్దుకున్నారు.

1221లో భారత్‌కు మంగోలు నుండి ప్రమాదం వచ్చి పడింది. పరాజయం పొందిన క్వారిజ్మి రాకుమారుడు జలాలుద్దీన్ పరారయ్యే కొద్ది చెంఘీజ్‌ఖాన్ వెంటాడాడు. జలాలుద్దీన్ సింధూ నది ఒడ్డున ధైర్యంగా పోరాడాడు. అయితే ఓటమి చెందిన వెంటనే గుర్రాన్ని నదిలోకి దూకించి భారతదేశంలోకి ప్రవేశించాడు. చెంఘీజ్‌ఖాన్ మూడు నెలల పాటు సింధూనది సమీపంలో తచ్చాడినప్పటికీ భారత్‌లోకి ప్రవేశించడానికి ఆసక్తి చూపలేదు. ఇందుకు బదులుగా క్వారిజ్మీ సామ్రాజ్యంలో మిగతా భాగాలను జయించడం పైనే దృష్టి కేంద్రీకరించాడు. చెంఘీజ్‌ఖాన్ భారతదేశంపై దాడి చేయాలని నిర్ణయించుకుని వుంటే ఏమి జరిగేదో ఊహించడం కష్టం. అప్పుడు తురుష్క సామ్రాజ్యం బలహీనంగా అస్తవ్యస్తంగా వుంది. తురుష్క దాడుల వల్ల అనుభవించిన క్షోభాన్ని మరింత భారీ స్థాయిలో మరణాలు, విధ్వంసం సంభవించేది. అప్పుడు ఢిల్లీని పాలిస్తున్న ఇల్‌తుత్‌మిష్ తన శరణు కోరిన జలాలుద్దీన్ అభ్యర్థనను తిరస్కరించడం ద్వారా మంగోలులను శాంతపరిచే ప్రయత్నం చేశాడు. జలాలుద్దీన్ కొంతకాలం లాహోర్, సట్లేజ్ నదీ మధ్య భాగంలో వున్నాడు. దీనితో మంగోలులు పలు దాడులు జరిపారు. సింధూనది భారత పశ్చిమ సరిహద్దు కాకుండా పోయింది. లాహోర్ ముల్తాన్‌ల కోసం ఇల్‌తుత్‌మిష్‌కు ఆయన ప్రత్యర్థులు యాల్డుజ్, కుబాచాలకు మధ్య ఘర్షణ ప్రారంభమైంది. లాహోర్ కోసం పోరాడి యాల్డుజ్ కుబాచాలు అలసిపోయారు. చివరకు ఈ రెండు ఇల్‌తుత్‌మిష్ వశమయ్యాయి. ఈ విధంగా మంగోలుల నుంచి రక్షణగా కట్టుదిట్టమైన సరిహద్దు ఏర్పడింది. చెంఘిజ్‌ఖాన్ 1227లో మరణించడంతో బలోపేతమైన మంగోలులు మహాసామ్రాజ్యం ఆయన కొడుకుల మధ్య ముక్కలైంది. ఈ కాలంలో మంగోలులు బాటూఖాన్ నాయకత్వంలో రష్యాను జయించారు. అయితే 1240 వరకు మంగోలులు సింధూనది దాటి భారత్‌లోకి ప్రవేశించలేదు. వారు ఇరాక్ సిరియా వ్యవహారాలలో నిమగ్నమై ఉండడమే ఇందుకు కారణం. దీనితో ఢిల్లీ సుల్తానులు కేంద్రీకృత రాజ్యం ఏర్పరిచి బలమైన సైన్యం నిర్మించడానికి తెరిపి దొరికింది.

'హెరాట్', ఘోర్', 'గజనీ' తుఖారిస్తాన్ ప్రాంతాలకు మంగోలు సైనిక నాయకుడైన తాయిర్ బహుదూర్ 1241లో లాహోర్ దగ్గరికి చేరుకున్నాడు. అత్యవసర సహాయం కోసం ఢిల్లీని ఎంత అభ్యర్థించినా ఫలితం లేకపోవడంతో ఆ పట్టణం నుంచి పాలకులు పరారయ్యారు. మంగోలులు కొల్లగొట్టడంతో పట్టణం నిర్జీవ

ప్రదేశంగా మారింది. 1245లో మంగోలులు ముల్తాన్‌పై కన్ను వేశారు. అయితే బాల్బన్ అతి వేగంగా తరలివచ్చి దానిని రక్షించాడు. బాల్బన్ ఇమాదుద్దీన్ రైహన్ నేతృత్వంలోని ప్రత్యర్థులను ఎదుర్కోవడంలో తలమునకలై వుండగా మంగోలులు ఇదే అదనుగా లాహోర్‌ను ఆక్రమించుకున్నారు. ముల్తాన్ పాలకుడు షేర్‌ఖాన్‌తో సహా కొందరు తురుష్క ప్రముఖులు మంగోలుల పక్షం చేరారు. బాల్బన్ గట్టిగా ప్రతిఘటించినప్పటికీ సరిహద్దు రేఖ జీలం నుంచి బియాస్‌కు జరిగిపోయింది. ఆనాడు బియాస్ నది రావి సట్లెజ్ నదుల మధ్య ప్రవహించేది. బాల్బన్ ముల్తాన్‌ను తిరిగి స్వాధీనం చేసుకున్నాడు. అయినప్పటికీ ముల్తాన్‌పై మంగోలు వత్తిడి కొనసాగింది.

ఈ పరిస్థితిలో బాల్బన్ ఒకవైపు సైనిక బలగాలను మరోవైపు దౌత్య యుద్ధాన్ని ప్రయోగించాడు. భాటిండా, సునాం, సామ్నా, కులులకు మరమ్మతులు చేయించి మంగోలు బియాస్ నది దాటకుండా బలమైన సైన్యాన్ని నిలిపాడు. తాను ఢిల్లీలోనే వుంటూ సుదూరపు యుద్ధాలకు పాల్పడకుండా సరిహద్దుల పట్ల అప్రమత్తంగా వున్నాడు. మరోవైపు ఇరాన్ ఆ పొరుగు ప్రాంతాలను పాలిస్తున్న మంగోలు ఇల్‌ఖాన్‌ను కలిసికొని సంప్రదింపులు నెరపడానికి హలాకుకు దూతలను పంపాడు. ఢిల్లీకి వచ్చిన హలాకు దూతలకు ఘనంగా స్వాగతం పలికాడు. పంజాబ్‌లోని అధిక భాగం మంగోలుల అధీనంలో వుండడానికి పరోక్షంగా అంగీకరించాడు. ఇక మంగోలులు ఢిల్లీపై దాడి చేయకుండా మిన్నకుండిపోయారు. అయితే ఇరుపక్షాల మధ్య సరిహద్దు అనిశ్చితంగానే వుండిపోయింది. మంగోలులను నివారించడానికి బాల్బన్ ప్రతియేటా దాడులు సాగించవలసి వచ్చేది. ముల్తాన్‌ను చేజిక్కించుకున్న బాల్బన్ దానిని స్వతంత్రంగా పాలించడానికి తన పెద్ద కుమారుడు మహమూద్‌కు అప్పగించాడు. బాల్బన్ తరువాత రాజ్యానికి వారసుడైన మహమూద్ ముల్తాన్-బియాస్ సరిహద్దు రేఖను కాపాడుతూ ఒక ఎదురు దాడిలో మరణించాడు. బాల్బన్ 1286లో మరణించినప్పటికీ ఆయన నెలకొల్పిన వ్యూహాత్మక దౌత్యపరమైన ఏర్పాట్లు ఆ తరువాత కూడా ఢిల్లీ సుల్తాన్ సామ్రాజ్యానికి ఉపయోగపడ్డాయి. హలాకు మనవడైన అబ్దుల్లా 1292లో లక్షా యాభైవేల అశ్వికదళంతో ఢిల్లీ వైపుగా పయనమయ్యాడు. గతంలో బాల్బన్ నెలకొల్పిన భటిండా, సునాం సరిహద్దు రేఖ వద్ద అబ్దుల్లా సైన్యాన్ని జలాలుద్దీన్ ఖల్జీ ఓడించాడు. ఆత్మస్థైర్యం కోల్పోయిన మంగోలులు సంధికి అభ్యర్థించారు. ఈ మేరకు నాలుగు వేల మంది మంగోలులు ఇస్లాం మతం స్వీకరించి, భారతీయ పాలకుల పక్షం చేరి ఢిల్లీ వద్ద స్థిరపడిపోయారు.

మధ్య ఆసియా రాజకీయాలలో మార్పు వచ్చినందువల్లనే మంగోలులు పంజాబ్‌ను దాటి వచ్చి ఢిల్లీపై దాడికి ప్రయత్నించారు. ఇరాన్‌లోని మంగోలు ఇల్‌ఖాన్

మొత్తానికి ఢిల్లీ సుల్తాన్‌తో స్నేహ సంబంధాలే కొనసాగించారు. తూర్పున ఆక్సియానా భాగాన్ని పాలిస్తున్న చిగతాయి మంగోలునే తమ శత్రువుగా భావించాడు. ఆక్సియానా ప్రాంత పాలకుడు దావాఖాన్ ఇల్‌ఖాన్‌పై ఆధిపత్యం వహించలేక భారతదేశాన్ని జయించ తలపెట్టాడు. 1297 నుంచి అతడు ఢిల్లీకి రక్షణగా వున్న కోటలపై పలుదాడులు సాగిచాడు. 1299లో అతడి కుమారుడు ఖుత్‌లగ్ ఖ్వాజా నేతృత్వంలో రెండు లక్షల మంగోలు సైన్యం ఢిల్లీని జయించడానికి వచ్చింది. మంగోలు సైన్యం ఢిల్లీకి పొరుగు ప్రాంతాల నుంచి సమాచార సంబంధాలు తెంచివేసి, ఢిల్లీ వీధులలో కూడా ప్రవేశించింది. ఢిల్లీని పాలించే నిశ్చయంతో మంగోలులు దాడి చేయడం ఇదే మొదటి సారి. ఢిల్లీని పాలిస్తున్న అల్లాఉద్దీన్ ఖల్జీ మంగోలు సైన్యాన్ని నగరం బయట ఎదుర్కోవాలని నిర్ణయించాడు. పలు ఘర్షణలలో ఢిల్లీ సైన్యానిదే పై చేయి అయ్యేది. అయితే ఒక ఘర్షణలో మాత్రం ప్రముఖ సేనా నాయుడు జాఫర్‌ఖాన్ మరణించాడు. కొంతకాలం తర్వాత మంగోలులు పూర్తి స్థాయి యుద్ధానికి సాహసించకనే వెనుతిరిగి వెళ్ళారు. 1303లో మంగోలులు లక్షా ఇరవై వేల సైన్యంతో మళ్ళీ వచ్చారు. రాజపుటాను చేరి చిత్తోడ్‌పై దాడికి దిగుతున్న అల్లాఉద్దీన్ ఖల్జీ మంగోలుల దాడి వార్త వినగానే ఢిల్లీకి తిరిగి వచ్చాడు. ఢిల్లీ సమీపంలోని తన కొత్త రాజధాని 'సిరి' రక్షణకు కట్టుదిట్టమైన ఏర్పాట్లు చేశాడు. ఇరు సైన్యాలు రెండు నెలల పాటు ఎదురెదురుగా ఉన్నాయి. ఈ సందర్భంగా ఢిల్లీ పౌరులు నానా అవస్థలు పడ్డారు. రోజు ఘర్షణలు జరుగుతుండేవి. చివరకు ఏమీ సాధించకుండానే మంగోలులు వెనుదిరిగి పోయారు.

ఆనాడు మధ్య ఆసియా పాలకులు తట్టుకుని నిలువలేని మంగోలులను ఢిల్లీ సుల్తాను సామ్రాజ్యం మొత్తంగా ఎదుర్కొని ధీటుగా నిలువగలదని ఈ రెండు దాడులు రుజువు చేశాయి. మరోవైపు ఈ దాడులు ఢిల్లీ సుల్తానులకు హెచ్చరికగా పని చేశాయి. అల్లా ఉద్దీన్ ఖల్జీ అప్రమత్తమై సమర్థవంతమైన భారీ సైన్యాన్ని తయారు చేసుకున్నాడు. బియాస్ వద్ద దుర్గాలను మరమ్మత్తు చేయించాడు. అందువల్ల ఆ తర్వాత సంవత్సరాలలో జరిగిన మంగోలు దాడులను కఠినంగా తిప్పి కొట్టగలిగారు 1306లో ట్రాన్స్‌ఆక్సియానా మంగోలు పాలకుడు దావాఖానా మరణించడంతో అయోమయం నెలకొని, అంతర్యుద్ధం రగులుకుంది. దీంతో మరో ప్రముఖ యోధుడు తైమూరు మంగోలులను ఏకం చేసే వరకు భారత్‌కు మంగోలు ప్రమాదం తొలగిపోయింది. మంగోలులలో నెలకొన్న అయోమయాన్ని ఆసరాగా చేసుకుని ఢిల్లీ పాలకులు లాహోర్‌ను మళ్ళీ తమ స్వాధీనంలోకి తెచ్చుకోవడమే గాకుండా జీలం నది దాటి సాల్ట్ పర్వత పంక్తుల వరకు తమ ప్రాబల్యాన్ని విస్తరించుకున్నారు.

13వ శతాబ్దం యావత్తూ ఢిల్లీ సుల్తాను సామ్రాజ్యం నాయువ్య సరిహద్దు నుంచి నిరంతర ప్రమాదాన్ని ఎదుర్కొంది. మంగోలులు క్రమంగా మొత్తం పంజాబ్‌ను, కాశ్మీర్‌ను తమ అధీనంలోకి తెచ్చుకుని ఢిల్లీకి ప్రమాదకరంగా మారినప్పటికీ, ఢిల్లీ పాలకుల దృఢత్వం, వీరత్వం, దౌత్యం వల్ల ఈ ప్రమాదం తప్పింది. ఢిల్లీ పాలకులు ఆ తర్వాత పంజాబ్‌ను కూడా మళ్ళీ స్వాధీనం చేసుకోగలిగారు. ఢిల్లీ సుల్తాను సామ్రాజ్యంపై మంగోలుల దాడులు ఆంతరంగిక సమస్యలపై కూడా ప్రభావం చూపాయి.

ఆంతరంగిక తిరుగుబాట్లు : ప్రాదేశిక సుస్థిరతకు పాటుపడటం :

ఇల్బారీ టర్కుల (వీరిని మామెలుక్ లేదా బానిస రాజులు అంటారు) హయాంలో ఢిల్లీ సుల్తానులు అంతర్గత విభేదాలను, విదేశీ దాడులనే కాకుండా ఆంతరంగిక తిరుగుబాట్లను కూడా ఎదుర్కొన్నారు. ఈ తిరుగుబాట్లు చేసిన వారిలో స్వతంత్రరాజ్యం స్థాపించు కోవాలనుకున్న ముస్లిం సామంతులు కొందరు కాగా మరికొందరు రాజపుత్రులు, జమీందారులు. ఈ రాజపుత్రులు, జమీందారులు తురుష్క పాలకులను తమ ప్రాంతాల నుంచి వెళ్ళగొట్టాలని, తురుష్క పాలకుల బలహీనతను ఆసరాగా చేసుకుని తమ పొరుగు రాజ్యాలను కబళించడం ద్వారా బలోపేతం కావాలని భావించేవారు. అందువల్ల వీరు తురుష్కులతోనే కాకుండ తమలో తాము కలహించుకునే వారు. ఈ ఆంతరంగిక తిరుగుబాట్ల స్వభావం, లక్ష్యాలు వేర్వేరుగా ఉండడం వల్ల వీటన్నింటిని కలిపి హిందూ ప్రతిఘటనగా పేర్కొనడం సబబుకాదు. భారతదేశం విశాలమైనదైనందువల్ల, పలు భౌగోళిక ప్రాంతాలు కలిగి వున్నందున, ఒకే కేంద్రం నుంచి దేశాన్నంతా పాలించడం కష్ట తరం. సామంతులకు ఎక్కువ స్వయం ప్రతిపత్తి ఇవ్వాల్సి వచ్చేది. దీనికి తోడు స్థానిక మనోభావాలు దృఢంగా ఉండడం వల్ల తరచుగా కేంద్ర అధికారాన్ని ధిక్కరించడం, స్వతంత్రం ప్రకటించుకోవడం జరిగేది. ఢిల్లీ పట్ల వ్యతిరేకతను కూడగట్టడానికి స్థానిక రాజులు ప్రాంతీయ మనోభావాలను ఉపయోగించుకునే వారు.

తిరుగుబాట్లన్నీ ఢిల్లీ సుల్తానుకు వ్యతిరేకంగా అని భావించడం సరికాదు. బెంగాల్, బీహార్‌లతో కూడకుని ఉన్న తూర్పు బెంగాల్, ఢిల్లీ ఆధిపత్యాన్ని వదిలించుకోవడానికి నిరంతరం ప్రయత్నించేది. గత అధ్యాయంలో చదివినట్లుగా నాడియా నుంచి సేనరాజు లక్ష్మణ సేనను మహ్మద్‌బిన్ భక్తియార్ ఖిల్జీ బహిష్కరించగలిగాడు. కొంతకాలం అయోమయం నెలకొంది. ఆ తరువాత ఇవాజ్ అనే వ్యక్తి గియాజుద్దీన్ సుల్తాన్ అనే బిరుదు ధరించి స్వతంత్ర రాజుగా వ్యవహరించాడు.

ఇల్‌తుత్‌మిష్ వాయువ్య ప్రాంత వ్యవహారాలలో నిమగ్నమై వున్నప్పుడు ఇదే అదనుగా భావించి తన అధికారాన్ని బీహార్‌కు విస్తరించాడు. జాజ్‌నగర్ (ఒరిస్సా) తిర్‌హుత్ (ఉత్తర బెంగాల్), బంగ్ (తూర్పు బెంగాల్), కామరూప్ (అస్సాం) పాలకుల నుంచి కప్పం వసూలు చేశాడు.

ఇల్‌తుత్‌మిష్ సమయం దొరికిన వెంటనే 1225లో ఇవాజ్‌పై దండెత్తాడు. వెంటనే లొంగిపోయిన ఇవాజ్ ఇల్‌తుత్‌మిష్ వెనక్కి తిరిగి వెళ్ళగానే స్వతంత్రం ప్రకటించుకున్నాడు. అయోధ్య పాలకుడిగా వున్న ఇల్‌తుత్‌మిష్ కుమారుడొకడు ఇవాజ్‌తో యుద్ధం చేసి హతమార్చాడు. అయినప్పటికీ, 1230లో ఇల్‌తుత్‌మిష్ మరోదాడి జరిపే వరకు పరిస్థితి అయోమయంగానే వుంది.

ఇల్‌తుత్‌మిష్ మరణం తరువాత బెంగాల్ పాలకులు తమ వీలు ప్రకారం ఒకసారి లొంగిపోవడం మరోసారి స్వతంత్రం ప్రకటించుకోవడం జరిగింది. బీహార్ సాధారణంగా లకనౌతీ అధీనంలోనే వుంది. ఇక్కడి రాజులు స్వతంత్రంగా వ్యవహరిస్తూ అయోధ్య బీహార్ మధ్య ప్రాంతంలోనే అయోధ్య, కారా, మాణిక్‌పూర్, తదితరమైన వాటిని తమ అధీనంలోకి తెచ్చుకోవడానికి విఫలయత్నం చేశాడు. రాధా (దక్షిణ బెంగాల్) ఒరిస్సా, కామరూప్ (అస్సాం)లలోకి తమ రాజ్యాన్ని విస్తరించడానికి కూడా ప్రయత్నించారు. ఈ ఘర్షణలో ఒరిస్సా, అస్సాంలో రాజులు తమ ప్రాంతాలను కాపాడుకోగలిగారు. 1244లో ఒరిస్సా రాజు లక్నౌతీ దగ్గర ముస్లిం బలగాలను ఘోరంగా ఓడించాడు. ఒరిస్సా రాజధాని జాజ్‌నగర్‌పై దాడి చేయటానికి ముస్లింలు చేసిన ప్రయత్నాలు విఫలమయ్యాయి. స్వతంత్ర లక్నౌతీ ముస్లిం పాలకులు ఇరుగు పొరుగున గల హిందూ ప్రాంతాలను తమ అధీనంలోకి తెచ్చుకోగలిగినంత శక్తివంతులు కారని ఈ ఉదంతాల వల్ల వెల్లడవుతున్నది.

బాల్బన్ వంటి బలమైన రాజు అవతరించడంతో ఢిల్లీ ప్రభుత్వం బీహార్, బెంగాల్‌పై ఆధిపత్యం నెరపడానికి ఆసక్తి కనపరిచింది. అయితే కేవలం ఢిల్లీకి విధేయత ప్రకటిస్తే సరిపోయే కాలం మారిపోయింది. మొదట లొంగిపోయి ఆ తరువాత స్వతంత్రం ప్రకటించుకున్న తుగ్రిల్ అనే అతడిని బాల్బన్ 1280లో వదలకుండా వెంటాడాడు. తుగ్రిల్ కుటుంబ సభ్యులకు, అనుచరులకు కూడా కఠిన శిక్ష విధించాడు. బాల్బన్ చేపట్టిన సైనిక చర్యలలో కెల్లా సుదూరమైనందువల్ల దీనికి మూడేళ్ళు పట్టింది.

అయితే ఢిల్లీ బెంగాల్‌ను ఎక్కువకాలం అదుపులో పెట్టుకోలేకపోయింది. బాల్బన్ మరణానంతరం ఆయన కుమారుడు బుగ్రాఖాన్ బెంగాల్ రాజుగా స్వతంత్రంగా కొనసాగడానికే మొగ్గు చూపాడు తప్ప ఢిల్లీ సింహాసనంపై ఆసక్తి

రనపరచలేదు. బెంగాల్‌లో ఈయన స్థాపించిన స్వతంత్ర రాజ్యం నలభై ఏళ్ళ పాటు కొనసాగింది.

ఈ విధంగా 13వ శతాబ్దంలో ఎక్కువ భాగం బెంగాల్ బీహార్‌లో ఢిల్లీ నియంత్రణకు వెలుపలే వున్నాయి. పంజాబ్‌లోని అత్యధిక ప్రాంతం కూడా మంగోలుల అధీనంలోకి వెళ్ళింది. గంగా లోయలో కూడా తురుష్క పాలన భద్రంగా లేదు. అహిచ్ఛేత్ర రాజధానిగా పాలిస్తున్న ఖాతేహ్రియ రాజపుత్రులు బలమైన రాజ్యం నెలకొల్పారు. వీరు తరచు బదావున్ జిల్లాపై దాడులు జరిపేవారు బాల్బన్ సింహాసనం అధిష్టించిన వెంటనే పెద్ద సైన్యంతో వెళ్ళి భారీ ఎత్తున ఊచకోత జరిపి దోచుకున్నారు. ఈ జిల్లా మొత్తం నిర్జీవమైపోయింది. అడవులన్ని నరికి రోడ్లు నిర్మించారు. ఇక అప్పటి నుంచి బరన్, అమ్రోష, సంబల్, కాటేహార్ (నేటి పశ్చిమ యుపి) ప్రాంతాలు సురక్షితంగా ఎలాంటి సమస్యలు లేకుండా వున్నాయని బరానీ పేర్కొన్నాడు.

ఢిల్లీ దక్షిణ పశ్చిమ సరిహద్దులు కూడా పూర్తి సురక్షితంగా లేవు. ఇక్కడ రెండు రకాల సమస్యలు తలెత్తాయి. ఐబక్ హయాంలో టర్కులు తిజారా (అత్వార్) బయానా గ్వాలియర్, కలంజిర్, తదితర కోటలను స్వాధీనం చేసుకున్నారు. దానిలో తంబూర్, నాగోర్, అజ్మీర్, జాలోర్ దగ్గరికి నాడాల్ వరకు గల తూర్పు రాజస్థాన్ ప్రాంతాలను జయించారు. ఈ ప్రాంతాలు ఒకప్పుడు చౌహాన్ సామ్రాజ్యంలో భాగం. ఇప్పటికి, ఈ రాజ్యాలను చౌహాన్ కుటుంబాలే పాలిస్తున్నాయి. అందువల్ల ఐబక్ సైనిక చర్యలన్నీ చౌహాన్ సామ్రాజ్యంపై చేపట్టినవే. అయితే తురుష్కులు మాల్వా గుజరాత్‌ల వైపుగా ముందుకు సాగడానికి బదులు తూర్పు రాజస్థాన్‌లో తాము జయించిన ప్రాంతాలను కాపాడుకోవడంలోనే తంటాలు పడ్డారు. ఢిల్లీని గంగా మైదానాన్ని పరిరక్షించే కోటలను కాపాడుకోవడమే వారికి కష్టతరమైంది.

ఇల్‌తుత్‌మిష్ వాయువ్య ప్రాంత వ్యవహారాలలో తలమునకలై ఉండడాన్ని అదనుగా తీసుకుని రాజపుత్రరాజులు కలింజర్ గ్వాలియర్, బయానా ప్రాంతాలను తిరిగి స్వాధీనం చేసుకున్నారు. రణథంబోర్ జాలోర్ వంటి చిన్న రాజ్యాలు కూడా తుర్కు ఆధిపత్యాన్ని ధిక్కరించాయి. ఈ ప్రాంతాలన్నీ తిరిగి స్వాధీనంలోకి తెచ్చుకోవడానికి 1226లో సైనిక చర్యను చేపట్టాడు. మొదట రణథంబోర్‌పై దాడి చేసి అక్కడి రాజును తన ఆధిపత్యాన్ని అంగీకరించేందుకు ఒప్పించాడు. గుజరాత్ మార్గంలో వున్న జాలోర్ జయించాడు. అయితే గుజరాత్ మాల్వాలపై ఆధిపత్యం నెరపాలన్న ఇల్‌తుత్‌మిష్ ప్రయత్నాలు విఫలమయ్యాయి. మాల్వాను పాలించే పర్మార్ రాజులు తుర్కులను ఎదురించేంతటి బలంగా వున్నారు. అయితే ఇల్‌తుత్‌మిష్ మాల్వా రాజ్యంలోకి ప్రవేశించి ఉజ్జయినీ రాయిసీనాలను దోచుకున్నాడు. ఆయన సేవా

నాయకుడొకుడు. బూండిపై కూడా దాడి చేశాడు. తూర్పున బయానా గ్వాలియర్‌లను కూడా ఇల్‌తుత్‌మిష్ స్వాధీనం చేసుకున్నాడు. కానీ బగేల్‌ఖండ్ రాజపుత్రులను జయించలేకపోయాడు.

ఇల్‌తుత్‌మిష్ మరణానంతరం నెలకొన్న అయోమయ పరిస్థితులలో తూర్పు రాజస్థాన్‌పై తురుష్కుల ఆధిపత్యం ఊగిసలాడింది. కొందరు రాజపుత్ర రాజులు టర్కిష్ ఆధిపత్యాన్ని ధిక్కరించారు. గ్వాలియర్ కోట కూడా చేజారిపోయింది. భట్టి రాజపుత్రులు మేవాత్‌లోకి చొచ్చుకు వచ్చి బయానాను విడగొట్టి ఢిల్లీ పొలిమేర దాకా విస్తరించారు. అజ్మీర్, నాగోర్ మాత్రం తురుష్కుల ఆధిపత్యంలోనే వుండిపోయాయి.

రణథంబోర్‌ను జయించడానికి గ్వాలియర్ స్వాధీనంలోకి తెచ్చుకోవడానికి బాల్బన్ చేసిన యత్నాలు విఫలమయ్యాయి. అయితే మేవాడీలను మాత్రం కఠినంగా అణచివేశాడు. దీనితో వందేళ్ళ దాకా మేవాడీల దాడులు లేకుండా ఢిల్లీ సురక్షితంగా వుండగలిగింది అజ్మీర్ నాగోర్‌లు ఢిల్లీ సుల్తాన్ సామ్రాజ్య అధీనంలోనే వుండిపోయాయి. ఈ విధంగా ఎన్ని ఇతర వ్యాపకాలు వున్నప్పటికీ తూర్పు రాజస్థాన్‌లో మాత్రం తురుష్క పాలనను బాల్బన్ సుస్థిరపరచగలిగాడు. రాజపుత్రులు నిరంతరం కలహించుకోవడం తురుష్కులకు లాభించింది. వారంతా ఏకమై తురుష్కులను ఎదుర్కోవడం అసాధ్యమైపోయింది.

బలమైన రాజరికాన్ని నెలకొల్పడానికి, మంగోలుల దాడులను తిప్పికొట్టడం, గంగా లోయ, తూర్పు రాజస్థాన్‌లో సుస్థిరపడడం వల్ల ఢిల్లీ సుల్తాన్ సామ్రాజ్యం తదుపరి దశలో పశ్చిమ భారతం, దక్కనులోకి విస్తరించడానికి మార్గం సుగమం అయ్యింది.

☺

ఏడవ అధ్యాయం

ఢిల్లీ సుల్తానుల సామ్రాజ్యం-2

(1200-1400)

ఖల్జీలు-తుగ్లక్‌లు

బాల్బన్1286లో మరణించిన తరువాత ఢిల్లీలో కొంతకాలం పాటు అనిశ్చితి నెలకొంది. బాల్బన్ ఎంపిక చేసిన వారసుడు రాకుమారుడు మహమ్మద్ అంతకు ముందే మంగోలులతో జరిగిన యుద్ధంలో మరణించాడు. రెండవ కుమారుడు బుగ్రాఖాన్‌ను ఢిల్లీ సింహాసనం అధిష్టించవలసిందిగా ఆస్థానప్రముఖులు ఆహ్వానించినప్పటికీ అతడు తిరస్కరించి బెంగాల్, బీహార్‌లను అక్కడే ఉండి పాలించాలని నిర్ణయించుకున్నాడు. దీనితో బాల్బన్ మనవడు ఒకడికి ఢిల్లీ పట్టం కట్టారు. అయితే అతడు చిన్న వయస్కుడే కాకుండా ఆనాటి పరిస్థితులను ఎదుర్కోలేని అనుభవశూన్యుడు. ఉన్నత పదవులపై తురుష్క ఉన్నత కుటుంబాలవారికి గుత్తాధిపత్యం ఉండడం పట్ల తీవ్ర వ్యతిరేకత నెలకొంది. ఖల్జీల వంటి పలువురు తురుష్కేతరులు గురిద్ దాడి సందర్భంగా భారతదేశానికి వలస వచ్చారు. ఢిల్లీలో తగిన గుర్తింపు లభించకపోవడంతో ఉన్నత పదవులకోసం బెంగాల్, బీహార్‌లకు వలస పోవలసి వచ్చింది. వీరిలో సైనికులుగా ఉద్యోగం దొరికినవారు కూడా ఉన్నారు. వీరిలో చాలా మందిని మంగోలు దాడులు ఎదుర్కోవడానికి వాయువ్య సరిహద్దుదగ్గర నియమించారు. కాలక్రమేణ ఎందరో భారతీయ ముస్లింలు పాలక వర్గాలలో చేరిపోయారు. వారు కూడా ఉన్నత పదవులు లభించకపోవడం చేత అసంతృప్తి చెందారు. బాల్బన్‌కు వ్యతిరేకంగా ఇమాదుద్దీన్ రైహాన్‌ను నిలబెట్టిన ఉదంతం ఇందుకు తార్కాణంగా నిలిచింది. బాల్బన్ నసీరుద్దీన్ మహమూద్ కుమారులను పక్కన పెట్టిన ఉదంతం వల్ల ఉన్నత కుటుంబీకుల నుంచి సైన్యం నుంచి గట్టి మద్దతు లభించినట్టయితే

దౌలతాబాద్ కోట

రాజు వారసులను కూలదోసి అధికారం చేపట్టవచ్చునని స్పష్టమయిపోయింది.

ఖల్జీలు(1290-1320)

వాయువ్య ప్రాంతంలో పలు దాడులు ఎదుర్కొన్న, మంగోలు సైన్యాలను విజయవంతంగా ఎదుర్కొన్న జలాలుద్దీన్ ఖల్జీ నేతృత్వంలో ఖల్జీ ఉన్నత కుటుంబీకులు ఏకమయ్యారు. ఖల్జీ బృందం 1290లో బాల్బన్ అసమర్థ వారసులను కూలదోసింది. తురుష్కేతర కులీన వర్గాలు ఈ ఖల్జీ తిరుగుబాటుకు మద్దతు ఇచ్చాయి. ఖల్జీలు అధికారం చేపట్టిన తరువాత ఆస్థానంలో తురుష్కులకు కూడా ఉన్నత పదవులు ఇచ్చారు. అయితే ఉన్నత పదవులపై ఇంతవరకు తురుష్కులకుగల గుత్తాధిపత్యం దెబ్బతిన్నది.

జలాలుద్దీన్ ఖల్జీ ఆరు సంవత్సరాల స్వల్ప కాలం మాత్రమే పాలించాడు. బాల్బన్ హయాంలోని కొన్ని కఠినవిధానాలను సడలించడానికి ప్రయత్నించాడు. రాజ్యం పాలితుల మనస్పూర్వక మద్దతుపై నిలచి ఉండాలనే భావనను ప్రవేశపెట్టిన మొట్టమొదటి ఢిల్లీ సుల్తాన్ రాజు జలాలుద్దీన్ఖల్జీ. ప్రజలలో అధిక సంఖ్యాకులు హిందువులు అయినందువల్ల భారత్ పూర్తి ఇస్లామిక్ రాజ్యంగా ఉండలేదని అతడు భావించాడు. క్షమాగుణం ద్వారా, కఠిన శిక్షలను తొలగించడం ద్వారా కులీనుల సౌహార్ద్రతను చూరగొన్నాడు. అయితే ఆయన మద్దతుదారులతో పాటు పలువురు దీనిని ఆనాటి పరిస్థితులకు తగని మెతక విధానంగా భావించారు. ఢిల్లీ సుల్తాన్

సామ్రాజ్యానికి ఇంటా బయట శత్రువులు ప్రబలంగా ఉండడంతో భద్రతా రాహిత్య భావన ఎక్కువగా ఉండేది. జలాలుద్దీన్ విధానానికి భిన్నంగా అల్లాద్దీన్ తనను వ్యతిరేకించిన వారిని కఠినంగా దండించాడు.

తన మేనమామ, భార్య తండ్రి అయిన జలాలుద్దీన్, ఖల్జీని మోసపూరితంగా హత్య చేయడం ద్వారా అలాద్దీన్‌ఖల్జీ (1296-1316) సింహాసనం అధిష్టించగలిగాడు. అయోధ్య పాలకునిగా ఉన్న అలాద్దీన్ దక్కనులోని దేవగిరిపై దండెత్తి బోలెడు ధనరాసులను చేజిక్కించుకున్నాడు. ఈ ధనరాసులను తీసుకునే ఉద్దేశంతో జలాలుద్దీన్ కారాలో ఉన్న అలాద్దీన్‌ను చూడడానికి వెళ్ళాడు. తాను భారీసైన్యంతో వెళ్ళినట్టయితే మేనల్లుడు భయపడి పారిపోతాడనే ఉద్దేశంతో జలాలుద్దీన్ తన సైన్యాన్ని వద్దని కొద్దిపాటి బలగంతో అలావుద్దీన్‌ను కలవడానికి గంగ దాటి వెళ్ళాడు. అల్లావుద్దీన్ ఇదే అదనుగా జలాలుద్దీన్‌ను హతమార్చి, భారీ ఎత్తున బంగారం ఇవ్వడం ద్వారా ఆస్థాన ప్రముఖులను, సైనికాధికారులను లోబరచుకున్నాడు. కొద్దికాలంపాటు అసంతృప్తి చెందిన కులీన కుటుంబాలనుంచి సొంతబంధువులనుంచి అలాద్దీన్ తిరుగుబాటును ఎదుర్కోవలసి వచ్చింది. తన ప్రత్యర్థులను భయపెట్టి విధేయులను చేసుకోవడానికి అలాద్దీన్ కఠిన,క్రూర విధానాలను అమలుపరిచాడు. బంగారం ఆశకు అలాద్దీన్ పక్షం చేరిన ప్రముఖులలో చాలామందిని తొలగించడం హత మార్చడం, వారి ఆస్తిపాస్తులను స్వాధీనం చేసుకోవడం జరిగింది. తిరగబడిన వారు తమ కుటుంబంలోనివారే అయినప్పటికీ కఠినంగా శిక్షించాడు. జలాలుద్దీన్ కాలంలో ఇస్లాంమతం స్వీకరించి ఢిల్లీ వద్ద స్థిరపడిన మంగోలులు దాదాపు రెండువేలమంది దాకా ఉంటారు. వీరిని భారీఎత్తున ఊచకోత కోయించాడు. వీరు గుజరాత్‌లో లూటీ చేసిన సొమ్ములో ఎక్కువ భాగం కావాలని పట్టుబట్టి తిరగబడ్డారు. దీంతో అలాద్దీన్ కఠినంగా వ్యవహరించాడు. తిరగబడిన వారి భార్యాపిల్లలను కూడా దండించాడు. చరిత్రకారుడు బరూనీ ప్రకారం ఈ విధానాన్ని అలాద్దీన్ కొత్తగా ప్రవేశపెట్టగా, అతడి వారసులు కొనసాగించారు. ఆస్థాన ప్రముఖులు తనకు వ్యతిరేకంగా కుట్ర చేయకుండా అలాద్దీన్ పలు నిబంధనలు రూపొందించాడు. వీరు విందులువేడుకలు జరపుకోకూడదని, సుల్తాన్ అనుమతి లేనిదే వివాహ సంబంధాలు పెట్టుకోకూడదని శాసించాడు.

విందులు రూపుమాపడానికి మద్యాన్ని మత్తుపానీయాలను నిషేధించాడు. ఆస్థాన ప్రముఖుల మాటలు, చేతలు తెలుసుకోవడానికి గూఢచారులను నియమించాడు.

అలాద్దీన్ ఖల్జీ ఈ విధానాల ద్వారా ఆస్థాన ప్రముఖుల మెడలు వంచి అధికార పీఠానికి లొంగి ఉండేట్టుగా చేశాడు. ఈయన జీవిత కాలంలో ఇక ఒక్క తిరుగుబాటు

కూడా జరగలేదు. అయితే దీర్ఘకాలికంగా ఈ విధానాలు ఈ వంశపాలనకు హానికరంగా పరిణమించాయి. పాత కులీన వర్గం నశించి పోయింది. కొత్తగా తలెత్తిన కులీనవర్గం ఎంతటి బలహీనుడు రాజయినా తలూపేస్థాయికి చేరుకుంది. 1316లో అలాద్దీన్ మరణం తరువాత ఈ విషయం స్పష్టమైపోయింది. అలాద్దీన్‌కు అత్యంత ఇష్టుడైన మాలిక్‌కఫూర్ అతడి మరణానంతరం అతడి చిన్న వయసుగల కుమారుడిని సింహాసనంపై కూర్చోబెట్టి మిగతా కుమారుల కళ్ళు పెకిలించడమో, కారాగారంలో బంధించడమో చేశాడు. అయినా ఆస్థాన ప్రముఖుల నుంచి ఎలాంటి ప్రతిఘటన ఎదురుకాలేదు. అనతికాలంలో కఫూర్‌ను రాజభవన్ రక్షకులు హతమార్చారు. హిందూమతంనుంచి ఇస్లాం స్వీకరించిన ఖుస్రూ సింహాసనం అధిష్టించాడు. ఖుస్రూ ఇస్లాం వ్యతిరేకి అని, అన్ని రకాల నేరాలకు పాల్పడ్డాడని ఆనాటి చరిత్రకారులు ఆరోపించారు. కానీ ఖుస్రూ గత రాజులకన్నా దుష్టుడేమీ కాదు. అతని పట్ల ఆస్థాన ప్రముఖుల నుంచి లేదా ఢిల్లీవాసులనుంచి ఎలాంటి వ్యతిరేకత వ్యక్తంకాలేదు. ఢిల్లీలోని ప్రముఖ సూఫీసన్యాసి నిజాముద్దీన్‌అవులియా కూడా ఖుస్రూనుంచి కానుకలు స్వీకరించడం ద్వారా అతడి అధికారాన్ని గుర్తించాడు. ఇందులో ఒక అనుకూల అంశం కూడా ఉంది. ఢిల్లీలోని, దాని పరిసర ప్రాంతాలలోని ముస్లింలు. ఇక ఎంతో కాలం జాతి విభేదాలను కలిగిలేరని, ఏ జాతి వారు, ఏ కుటుంబం వారు అధికారానికి వచ్చినా విధేయత ప్రదర్శించడానికి సిద్ధంగా ఉన్నారని స్పష్టం అవుతున్నది. ఈ విధంగా కులీన వర్గాల సామాజిక పునాది మరింత విస్తృతమైంది. అయితే 1320లో గియాసుద్దీన్ తుగ్లక్ నేతృత్వంలో ఒక అధికారుల బృందం తిరగబడింది. రాజధాని వెలుపల జరిగిన భారీ పోరాటంలో ఖుస్రూ ఓడిపోయి హతుడయ్యాడు.

తుగ్లక్‌లు (1320-1412)

గియాజుద్దీన్ స్థాపించిన కొత్త వంశం పాలన 1412 వరకు సాగింది. తుగ్లక్‌ల నుంచి ముగ్గురు దక్షత గల పరిపాలకులు వచ్చారు. గియాజుద్దీన్, అతడి కుమారుడు మహమ్మద్ బిన్ తుగ్లక్ (1324-1351), అతడి మేనల్లుడు ఫిరజ్ షా తుగ్లక్ (1351-1388) - మొదటి ఇద్దరు పాలించిన సామ్రాజ్యం దాదాపు దేశమంతా విస్తరించి ఉంది. ఫిరజ్ పాలించిన సామ్రాజ్యం చిన్నదైనప్పటికీ అలాద్దీన్‌ఖల్జీ సామ్రాజ్యమంత పెద్దదిగా ఉంది. ఫిరజ్ మరణం తరువాత ఢిల్లీ సుల్తాన్ సామ్రాజ్యం విచ్ఛిన్నమై ఉత్తర భారతం చిన్నచిన్న రాజ్యాలుగా విడిపోయింది. తుగ్లక్‌లు 1412వరకు పాలించినప్పటికీ, 1398లో ఢిల్లీ పై తైమూర్ దండయాత్రతో తుగ్లక్ సామ్రాజ్యం

అంతమైందని చెప్పవచ్చు.

అలాద్దీన్ ఖిల్జీ కాలంనుంచి ఢిల్లీసుల్తాన్ సామ్రాజ్యం గణనీయంగా విస్తరించిన తీరు, ఈ కాలంలో చేపట్టిన వివిధ అంతరంగిక సంస్కరణలు, సామ్రాజ్య విచ్ఛిన్నానికి గల కారణాలను పరిశీలిద్దాం.

ఢిల్లీ సుల్తాన్ సామ్రాజ్య విస్తరణ

బలమైన రాజపుత్ర రాజ్యమైన రణథంబోర్ బాల్బన్ కాలం నుంచి అదుపు తప్పిపోయినప్పటికీ, అజ్మీర్ దాని కొన్ని పరిసర ప్రాంతాలతో సహా తూర్పు రాజస్థాన్ ఢిల్లీసుల్తాన్ సామ్రాజ్యం పరిధిలోకి వచ్చిన తీరు ఇప్పటి వరకు చూశాం. జలాలుద్దీన్ రణథంబోర్‌పై దాడిజరిపినప్పటికీ దానినిస్వాధీనం చేసుకోవడం అసాధ్యమైంది. ఈవిధంగా రాజస్థాన్ దక్షిణ పశ్చిమ ప్రాంతాలు ఢిల్లీ సుల్తాన్ సామ్రాజ్యం బయట ఉండి పోయాయి. అలాద్దీన్ ఖిల్జీ అధికారానికి రావడంతో పరిస్థితి మారిపోయింది. 25 ఏళ్ళ కాలంలో ఢిల్లీ సుల్తాన్ సామ్రాజ్య సైన్యాలు గుజరాత్, మాల్వాలను తమ ఆధీనంలోకి తేవడం, రాజస్థాన్‌లోని పలువురు రాజులను లొంగదీసుకోవడమే కాకుండా దక్కన్‌ను స్వాధీనపరచుకుని దక్షిణ భారతంలో మధురై వరకు జైత్రయాత్ర జరిపాయి. ఈ విశాల భూభాగాన్నంతా ఢిల్లీ ప్రత్యక్ష పాలన క్రిందకు తెచ్చే ప్రయత్నం జరిగింది. ఈ కొత్తదశ సామ్రాజ్య విస్తరణను అల్లాద్దీన్ ఖిల్జీ ప్రారంభించగా అతడి వారసులు కొనసాగించారు. మహ్మద్ బిన్ తుగ్లక్ హయాంలో సామ్రాజ్య విస్తృతి ఉచ్చస్థాయికి చేరుకుంది.

ఈ కొత్తదశ విస్తృతికి తగినరీతిలో ఢిల్లీ సుల్తాన్ సామ్రాజ్యం ఏ విధంగా సమాయత్తమైందో ఇప్పటికే పరిశీలించాం. ఈ కాలంలో మాల్వా, గుజరాత్, దేవగిరిలు రాజపుత్ర పాలనలో వుండేవి. ఇవన్నీ 12 వ శతాబ్దాంతం 13 వ శతాబ్ద ఆరంభకాలంలో పుట్టుకొచ్చాయి. గంగా మైదాన ప్రాంతంలో తురుష్క పాలన స్థిరపడినప్పటికీ ఈ రాజపుత్ర రాజ్యాలు తమ పాతపద్ధతిని ఏమాత్రం మార్చుకోలేదు. పైగా ఈ మొత్తం ప్రాంతంపై ఆధిపత్యం కోసం పరస్పరం కలహించుకునేవి. ఈ కలహం ఏస్థాయిలో వుందంటే, ఇల్‌తుత్‌మిష్ నేతృత్వంలోని తురుష్కులు గుజరాత్‌పై దాడి చేసినప్పుడు మాల్వా, దేవగిరి రాజ్యాలు దానిపై దక్షిణం నుంచి దాడిచేశాయి. మరాఠా ప్రాంతంలోని దేవగిరి రాజులు, తెలంగాణ ప్రాంతంలోని వరంగల్‌తోనూ, కర్నాటక ప్రాంతంలోని హోయసలతోనూ నిరంతరం యుద్ధాలు చేసేవారు. హోయసలులు తమ పొరుగువారైన మాబార్(తమిళ ప్రాంతం)లోని పాండ్యులతో యుద్ధం చేసేవారు. ఈ విభేదాల వల్ల మాల్వా, గుజరాత్‌లను జయించడం సులభం

కావడమేకాకుండా ఆక్రమణదారు దక్షిణాదిన లోలోపలికి చొచ్చుకుపోవడానికి వీలు కలిగింది.

తురుష్కుల పాలకులు మాల్వా, గుజరాత్‌లను చేజిక్కించుకోవాలని ఆరాట పడడానికి బలమైన కారణాలు ఉన్నాయి. ఈ ప్రాంతాలు సారవంతమైనవి, జనాభా కలవి మాత్రమేకాకుండా పశ్చిమ తీర ఓడరేవుల పై, వాటిని గంగాలోయతో కలిపే వాణిజ్యమార్గాల పై ఆధిపత్యం కలిగి ఉన్నాయి. గుజరాత్ రేవుల నుంచి విదేశీ వాణిజ్యం సాగడం వల్ల ఆ ప్రాంతపాలకులకు భారీగా బంగారం, వెండి లభించేవి. విదేశాలనుంచి తమ సైన్యానికి గుర్రాలు దిగుమతి చేసుకోవడం, ఢిల్లీ పాలకులు గుజరాత్‌లో పట్టు సాధించడానికి మరో కారణం. మధ్య, పశ్చిమాసియాలో మంగోలులు పట్టు సాధించాక వారికి ఢిల్లీ పాలకులతో ఘర్షణ మొదలైంది. దీంతో ఆ ప్రాంతం ద్వారా మేలురకాల గుర్రాలను తెప్పించుకోవడం కష్టమైంది. అరబ్బీ, ఇరాకీ, టర్కీ గుర్రాలను పశ్చిమరేవులనుంచి తెప్పించుకోవడం ఎనిమిదవ శతాబ్దం నుంచి వాణిజ్యంలో ప్రధానాంశమైంది.

1299లోనే అలాద్దీన్ సైన్యం ఇద్దరు ప్రముఖ సేనానుల నేతృత్వంలో రాజస్థాన్ మీదుగా గుజరాత్‌పై దాడి చేసింది. ఈ మార్గ మధ్యంలో జైసల్మేర్‌పై కూడా దాడిచేసి స్వాధీనం చేసుకుంది. ఢిల్లీ సైన్యం దాడి చేయడంతో, ఈ హఠాత్పరిణామానికి ఖంగుతిన్న గుజరాత్ రాజు రాయికిరణ్ యుద్ధం చేయకుండానే పరారయ్యాడు. తరతరాలుగా ఎన్నో అందమైన భవనాలు, ఆలయాలకు నిలయమైన అన్హిల్వారాతో సహా గుజరాత్‌లోని పలు నగరాలను ఖల్జీ సైన్యం కొల్లగొట్టింది. పన్నెండవ శతాబ్దంలో పునర్నిర్మించిన సోమనాథ దేవాలయాన్ని కూడా దోచుకుని విశేష ధనరాసులను స్వాధీనంచేసుకుంది. కాంబేలోని సంపన్న ముస్లిం వర్తకులను కూడా వదలి పెట్టలేదు. ఇక్కడ ఖల్జీ సైన్యానికి బందీ అయిన మాలిక్‌కపూర్ ఆ తర్వాత ఇదే సైన్యానికి నాయకత్వం వహించి దక్షిణ భారతంపై దండయాత్రలు జరిపాడు. ఇతడిని బందీ చేసి అలాద్దీన్‌కు అప్పగించిన తరువాత క్రమంగా ఉన్నత స్థాయికి ఎదిగాడు.

ఇక గుజరాత్ ఢిల్లీ ఆధీనంలోకి వెళ్ళి పోయింది. గుజరాత్ అతిసులభంగా, అత్యంతవేగంగా స్వాధీనం అయిన తీరునుపట్టి, అక్కడి రాజుకు అంతగా ప్రజల మద్దతులేదనిపిస్తుంది. రాజుకు దూరమైన ఒక మంత్రి అలాద్దీన్‌ను చేరి ఈ దాడికి ప్రోత్సహించి సహాయం చేశాడని కూడా తెలుస్తుంది. గుజరాత్ సైన్యం సుశిక్షితమైంది కాకపోవచ్చు. పరిపాలనలో కూడా అలసత్వం ఉండి ఉంటుంది. పదవీ భ్రష్టుడైన గుజరాత్ రాజు రాయికిరణ్, దేవగిరి రాజు రామచంద్ర సహకారంతో దక్షిణ

గుజరాత్‌లోని కొంత భాగాన్ని పాలించసాగాడు. ఢిల్లీకి, దేవగిరి యాదవులకు మధ్య యుద్ధానికి ఈ కారణం కొంత దోహదపడింది.

రాజస్థాన్

గుజరాత్‌ను జయించిన అనంతరం రాజస్థాన్‌లో తమ పాలనను సుస్థిర పరచడంపై అలాద్దీన్ దృష్టి కేంద్రీకరించాడు. పృథ్వీరాజ్ వారసులైన చౌహాన్‌లు పాలిస్తున్న రణథంబోర్ పై మొదట అతడి దృష్టి పడింది. ఇక్కడి రాజు హమీరదేవ ఇరుగుపొరుగు రాజ్యాలపై దాడులు సాగిస్తున్నాడు. అతనికి ధార్ భోజరాజు, మేవార్ రాణాలపై విజయం సాధించిన ఘనత ఉంది. అయితే ఈ విజయాలే అతడికి చేటు తెచ్చాయి. అలాద్దీన్ గుజరాత్ పై దాడి చేసిన అనంతరం దోచుకున్న సొమ్ముతో ఢిల్లీకి తిరిగి వెళుతున్నప్పుడు వాటా విషయమై గొడవ జరిగి మంగోలు సైనికులు తిరగబడ్డారు. ఈ తిరుగుబాటును అణచి మంగోలులను ఊచకోత కోశారు. ఇద్దరు మంగోలు ప్రముఖులు పారిపోయి రణథంబోరులో శరణు పొందారు. ఈ మంగోలులను హతమార్చాలని లేదా బహిష్కరించాలని అలాద్దీన్, హమీరదేవకు సందేశం పంపాడు. తనను శరణుజొచ్చిన వారిని చంపకూడదనే భావనతో, మరో వైపున కోట, సైన్యాలపై గల దృఢ విశ్వాసం వల్ల హమీరదేవ నిర్లక్ష్యమైన జవాబు పంపాడు. హమీరదేవ అంచనా కూడా పొరపాటేమీ కాదు. రణథంబోరు కోట రాజస్థాన్‌లోనే అత్యంత బలమైంది. గతంలో జలాలుద్దీన్‌ఖల్జీని ధిక్కరించాడు. అలాద్దీన్ ఒక ప్రముఖ సేనాని నాయకత్వంలో సైన్యాన్ని రణతంబోరుపై దాడికి పంపించాడు. అయితే హమీరదేవ గట్టి దెబ్బ తీయడంతో సైన్యం నష్టపోయి వెనక్కువచ్చింది. చివరకు అలాద్దీన్ స్వయంగా నాయకత్వం వహించి రణథంబోరుపై దాడికి వెళ్ళాడు. ప్రముఖ కవి అమీర్ ఖుస్రూ ఈ దాడిలో అలాద్దీన్ వెంట వెళ్ళాడు. అతడి రచనలలో అక్కడి కోటను కళ్ళకు కట్టినట్టు వర్ణించాడు. మూడు నెలలపాటు కోటను దిగ్బంధం చేశారు. దీనితో "జోహార్" (సతీ) ఉత్సవం జరిగింది. శత్రువుల బారిన పడకుండా మహిళలు చితిని అధిరోహించగా మగవారంతా యుద్ధరంగంలోకి దిగారు. రాజపుత్‌లతో పాటు యుద్ధం చేస్తూ మంగోలులు అందరు కూడా మరణించారు. పర్షియన్‌లో జోహారు వర్ణన ఇదే మొదటి సారి. ఈ సంఘటన 1301 లో జరిగింది.

ఆ తర్వాత రాజస్థాన్‌లో రణథంబోర్ తరువాత అత్యంత బలమైన చిత్తోడ్ దుర్గంపై అలాద్దీన్ దృష్టిపడింది. ఇది బలమైంది కావడం ఒక కారణం కాగా, గతంలో అలాద్దీన్ సైన్యం గుజరాత్‌పై దాడి చేసినప్పుడు తాము మేవార్ భూభాగం గుండా పోవడానికి రాజు రతన్‌సింగ్ నిరాకరించాడు. ఇది అలాద్దీన్‌కు ఆగ్రహం కలిగించింది.

అజ్మీర్ నుంచి మాల్వాకు వెళ్ళే మార్గంపై చిత్తోడ్‌కు ఆధిపత్యం ఉంది. రతన్‌సింగ్ అందమైన రాణి పద్మినిపై మనసు పడడం వల్ల అలాద్దీన్ దాడి చేశాడనే కథ ప్రచారంలో ఉంది. అయితే ఆధునిక చరిత్రకారులు దీనిని కేవలం కథగానే కొట్టిపారేస్తున్నారు. సంఘటన జరిగిన వంద సంవత్సరాల తర్వాత ఈ కథ కనిపిస్తుంది. ఈ కథలో పద్మిని సింహళ ద్వీప రాకుమారి. రతన్‌సింగ్ సప్త సముద్రాలు దాటి ఎన్నో సాహసాలు చేసి రాకుమారిని చిత్తోడ్‌కు తెచ్చుకుంటాడు. ఇందులోని అంశాలు ఆచరణ సాధ్యాలు కావు. పద్మిని వృత్తాంతం ఈ కథలోనిదే.

అలాద్దీన్ చిత్తోడ్ కోటను పూర్తిగా చుట్టుముట్టాడు. ఏడునెలల గట్టి ప్రతిఘటన తరువాత అలాద్దీన్ (1303లో) కోటను ఛేదించి లోపలికి ప్రవేశించగలిగాడు. రాజపుత్ర స్త్రీలు సతీ సహగమనానికి పాల్పడ్డారు. పలువురు యోధులు పోరాడుతూ మరణించారు. రతన్‌సింగ్‌ను బంధించి కొంతకాలం ఖైదు చేసినట్టుంది. చిత్తోడును అల్లాద్దీన్ చిన్నకుమారుడు ఖిజ్ర్‌ఖాన్ కు అప్పగించి అక్కడ కోటలో ముస్లిం సైన్యాన్ని ఏర్పాటు చేశాడు. కొంతకాలం తర్వాత రతన్ సింగ్ వరస సోదరుడుకి ఈ కోటను అప్పగించాడు. గుజరాత్ మార్గంలోగల జాలోర్‌ను కూడా అలాద్దీన్ ఆక్రమించుకున్నాడు. రాజస్థాన్‌లోని దాదాపు అన్ని ప్రధాన రాజ్యాలు అతడికి తలొగ్గక తప్పలేదు. అయితే రాజపుత్ర రాజ్యాలను స్వయంగా పాలించడానికి ప్రయత్నించలేదు. రాజపుత్రులనే పరిపాలించుకోనిచ్చాడు. అయితే వారు కప్పంకడుతూ ఢిల్లీ ఆదేశాలను పాటించాల్సి ఉంటుంది. అజ్మీర్, నాగోర్ వంటి పలు ప్రధాన పట్టణాలలో సైనిక శిబిరాలు ఏర్పాటు చేశాడు. ఈ విధంగా మొత్తం రాజస్థాన్ ఢిల్లీ ఆధీనంలోకి వచ్చింది.

దక్కను, దక్షిణ భారతం

రాజస్థాన్‌ను లొంగదీసుకోవడానికి ముందే అలాద్దీన్ మాల్వాను జయించాడు. మాల్వా విశాలమైందని, తెలివైన భూగోళవేత్తలు కూడా దాని సరిహద్దులు కొలువలేరని అమీర్ ఖుస్రూ పేర్కొన్నాడు. రాజస్థాన్ వలెగాకుండా మాల్వాను తన పాలన కిందనే పెట్టుకొని దానికొక పాలకుడిని నియమించాడు.

1306-07 లో అలాద్దీన్ రెండు సైనిక చర్యలు చేపట్టాడు. మొదటిది రాయికిరణ్ పైన. ఇతడు గుజరాత్ నుంచి బహిష్కరణ అనంతరం మాల్వా సరిహద్దునగల బంగ్లానాను పాలిస్తున్నాడు. రాయికిరణ్ ధైర్యంగా పోరాడినప్పటికీ ఎక్కువకాలం నిలువలేకపోయాడు. రెండవ దాడి రాయికిరణ్‌తో చేయికలిపిన దేవగిరిరాజు రాయి రామచంద్ర పైన. అంతకు ముందే ఒకసారి దాడి జరిగినప్పుడు రాయి రామచంద్ర ప్రతి ఏటా ఢిల్లీకి కప్పం చెల్లించడానికి అంగీకరించాడు. అయితే

ఆ తర్వాత చెల్లించడం మానివేశాడు. ఈ రెండవ దాడికి అలాద్దీన్ బానిస మాలిక్‌కపూర్ నాయకత్వం వహించాడు. కపూర్‌కు లొంగిపోయిన రాయి రామచంద్రను గౌరవప్రదంగా ఢిల్లీకి తీసుకుపోయాడు. కొంతకాలం తర్వాత అతడికి రాయి రాయన్ బిరుదునిచ్చి రాజ్యాన్ని అప్పగించాడు. రాజరికానికి సంకేతమైన బంగారు ఛత్రంతో పాటు లక్ష టంకాలను కూడా బహుమానంగా ఇచ్చాడు. అతనికి గుజరాత్ లోని ఒక జిల్లాను కూడా అప్పగించాడు. రాయి రామచంద్ర కుమార్తెలలో ఒకరిని అలాద్దీన్‌కు ఇచ్చి వివాహం చేశాడు. రాయి రామచంద్రతో వియ్యం, దక్కనుపై తదుపరి దాడులకు అలాద్దీన్‌కు ఎంతో లాభించింది.

1309-11 మధ్యకాలంలో మాలిక్‌కపూర్ దక్షిణ భారతదేశం పై రెండు దాడులకు నాయకత్వం వహించాడు. మొదటిది తెలంగాణలోని వరంగల్ పైన. రెండవది ద్వారసముద్ర, మాబార్ (ఆధునిక కర్నాటక) , మధురై (తమిళనాడు)ల పైన. సమకాలీనులలో ఈ దాడులు సంచలనం కలిగించినందువల్ల వీటికి సాహిత్యంలో ఎక్కువ స్థానం లభించింది. ఆస్థానకవి అమీర్‌ఖుస్రూ ఒక రచనకు ఈ దాడులనే ఇతివృత్తంగా ఎంచుకున్నాడు. ఢిల్లీపాలకులలోని ఆత్మవిశ్వాసం, సాహసం ఈ దాడులలో ప్రతిబింబించాయి. ముస్లిం సైన్యాలు మొదటిసారిగా దక్షిణాదిన మధురై వరకు చొచ్చుకుపోయి, అశేష ధనరాసులను కొల్లగొట్టుకు పోయాయి. ఈ సాహిత్యంలో భౌగోళిక వివరాలు కొత్తగా ఏమందివ్వనప్పటికీ దక్షిణాదిన ఆనాటి పరిస్థితుల వర్ణన ఉంది. దక్షిణ భారతానికి వాణిజ్య రహదారులు అప్పటికే సుపరిచితం. కపూర్ సైన్యాలు మలబార్‌లోని పాటన్ చేరేసరికి ముస్లిం వర్తకుల వాడ కనిపించింది. అక్కడి రాజు సైన్యంలో ముస్లిం సైనికుల పటాలం కూడా ఉంది. ఈ దాడుల వల్ల మాలిక్ కపూర్ పేరు ప్రతిష్ఠలు పెరిగాయి. అలాద్దీన్ ఇతడిని తన సామ్రాజ్య మాలిక్ నాయిబ్ (ఉపసంరక్షకుడు)గా నియమించాడు. అయితే రాజకీయంగా ఈ దాడుల ఫలితాలు చాలా పరిమితమైనవి. మాలిక్‌కపూర్ వరంగల్, ద్వారసముద్ర పాలకులను రాజీ ఒప్పందం కుదుర్చుకునేందుకు ఒప్పించగలిగాడు. ఈ రాజులు తమ సంపదను, ఏనుగులను ధారపోసి ప్రతిఏటా కప్పం కట్టడానికి అంగీకరించారు. అయితే కప్పం వసూలు చేయాలంటే ప్రతీఏటా సైనిక చర్య తప్పదు. మాబార్ రాజుతో ఈ మేరకు ఒప్పందం కూడా సాధ్యంకాలేదు. అక్కడి రాజు ముఖాముఖి యుద్ధం జరగకుండా తప్పించుకున్నాడు. నేటి చెన్నయికి సమీపంలోని చిదంబరం తదితర ఆలయాలతో సహా కపూర్ వీలైనంతగా దోచుకున్నాడు. అయితే తమిళ సైన్యాలను ఓడించకుండానే ఢిల్లీకి వెళ్ళాల్సివచ్చింది.

అలాద్దీన్ మరణించిన తర్వాత పలు సమస్యలు ఎదురైనప్పటికీ, ఒకటిన్నర

దశాబ్దంలోగా ఈ దక్షిణాది రాజ్యాలన్నీ తుడిచిపెట్టుకుపోయాయి. ఈ ప్రాంతాలు ఢిల్లీ ప్రత్యక్ష పాలన క్రిందకువచ్చాయి. స్వయంగా ఈ దూరప్రాంతాలను పాలించడానికి అలాద్దీన్ అంగీకరించకపోయేవాడు. కానీ ఆయనే ఈ విధానపరమైన మార్పులు చేయాల్సివచ్చింది. ఢిల్లీకి విధేయునిగా ఉండే రాయి రామచంద్ర 1315లో మరణించడంతో ఆయన కుమారులు ఢిల్లీ పెత్తనాన్ని ధిక్కరించారు. మాలిక్‌కపూర్ వెంటనే సైన్యాలతో వచ్చి తిరుగుబాటును అణచివేసి, ప్రత్యక్షపాలన ప్రారంభించాడు. అయితే చుట్టూరాగల కొన్ని ప్రాంతాలు స్వతంత్రం ప్రకటించుకోగా మరికొన్ని ప్రాంతాలు రాయి రామచంద్ర వారసుల పాలనలో ఉన్నాయి.

ముబారక్ షా సింహాసనం అధిష్టించగానే దేవగిరిని మళ్లీ లొంగదీసుకుని అక్కడ పాలకుడిని నియమించాడు. వరంగల్ పై కూడా దాడి చేసి ఒక జిల్లాను అప్పగించి ఏడాదికి 40 బంగారు ఇటుకలు కప్పంగా చెల్లించేవిధంగా ఒప్పందం కుదుర్చుకున్నాడు. సుల్తాన్ బానిస అయిన ఖుస్రూ ఖాన్ మాబార్ పై దాడి చేసి దోచుకున్నాడు. సంపన్ననగరమైన పటాన్‌ను కొల్లగొట్టాడు. అంతేతప్ప ఈ ప్రాంతంలో సాధించిన విజయాలేమిలేవు.

1320లో గియాసుద్దీన్ తుగ్లక్ సింహాసనం అధిష్ఠించగానే సామ్రాజ్య విస్తరణ విధానాన్ని అమలు చేశాడు. సుల్తాన్ తన కుమారుడైన మహ్మద్ బిన్ తుగ్లక్‌ను ఇందుకోసం దేవగిరికి పంపించాడు. కప్పం చెల్లించలేదనే సాకును చూపి మహ్మద్ బిన్ తుగ్లక్ వరంగల్‌ను ముట్టడించాడు. మొదటి ఎదురు దెబ్బ తిన్నాడు. ఢిల్లీ సుల్తాన్ మరణించాడనే పుకారు వ్యాపించడంతో సైన్యం చెల్లాచెదురైంది. వరంగల్ సైన్యాలు తుగ్లక్ సైన్యాలపై పడి తీవ్రనష్టం కలిగించాయి. మహమ్మద్ బిన్ తుగ్లక్ దేవగిరికి తిరిగి రావల్సివచ్చింది. తన సైన్యాన్ని పునర్వ్యవస్థీకరించుకుని తుగ్లక్ మళ్ళీ దాడి చేశాడు. ఆ తర్వాత మాబార్‌ను కూడా జయించి తన సామ్రాజ్యంలో కలుపుకున్నాడు. మహ్మద్ బిన్ తుగ్లక్ ఆ తర్వాత ఒరిస్సా పై కూడా దాడి చేసి దోచుకున్న భారీ సొమ్ముతో ఢిల్లీ చేరుకున్నాడు. మరుసటి సంవత్సరం బెంగాల్‌ను కూడా లొంగదీసుకున్నాడు. బాల్బన్ మరణించినప్పటి నుంచి బెంగాల్ స్వతంత్రంగా ఉండేది.

1324 నాటికి ఢిల్లీ సుల్తాను సామ్రాజ్యం మధురై వరకు విస్తరించింది. ఇక దక్షిణ కర్ణాటకలోని కంపిలి మాత్రమే ఏకైక హిందూరాజ్యం గా మిగిలిఉండేది. ఈ చిన్న రాజ్యాన్ని కూడా 1328లో తుగ్లక్ సామ్రాజ్యం కలిపేసుకుంది. మహమ్మద్ బిన్ తుగ్లక్‌కు వరస సోదరుడు ఒకడు తిరుగుబాటు చేసి ఈ కంపిలిలో తలదాచుకున్నాడనే సాకుతో దాడి జరిగింది.

ఢిల్లీ సుల్తాన్ సామ్రాజ్యం ఒక్కసారిగా ఇటు దక్షిణానికి అటు తూర్పున ఒరిస్సా వరకు విస్తరించడంతో పలు పరిపాలన, ఆర్థికపరమైన సమస్యలను తుగ్లక్ ఎదుర్కోవాల్సి వచ్చింది. ఈ సమస్యలను తుగ్లక్ ఎదుర్కొన్న విధానం. అది సామ్రాజ్యంపై చూపిన ప్రభావాన్ని పరిశీలిద్దాం.

అంతర్గత సంస్కరణలు-ప్రయోగాలు :

అలాద్దీన్ ఖల్జీ అధికారానికి వచ్చిన సమయంలో ఢిల్లీసుల్తాన్ సామ్రాజ్యం మధ్యప్రాంతమైన ఎగువ గంగాలోయ తూర్పు రాజస్థాన్‌లలో స్థిరపడి ఉంది. అందువల్ల సుల్తాన్‌లకు పలు అంతరంగిక సంస్కరణలు, ప్రయోగాలు చేపట్టడంవీలైంది. పరిపాలనను పటిష్టంచేయడం, సైన్యాన్ని పటిష్టపరచడం, భూమిశిస్తు విధానాన్ని మెరుగుపరచడం, పంటల సాగును వృద్ధిపరచడం, వేగంగా విస్తరిస్తున్న పట్టణాలలోని పౌరులసంక్షేమానికి పాటుపడడం వంటి లక్ష్యాల సాధనకోసం ఈ యత్నాలు జరిగాయి. చేపట్టిన కార్యక్రమాలన్నీ విజయవంతం కాలేదు. అయితే కొన్ని కొత్త మార్గాలు ఏర్పడ్డాయి. అనుభవం లేకపోవడం, పథక రచన సరిగ్గాలేకపోవడం, స్వార్ధశక్తులు వ్యతిరేకించడం వంటి కారణాల వల్ల కొన్ని ప్రయోగాలు విఫలమయ్యాయి. అయితే ఢిల్లీ సుల్తాన్ సామ్రాజ్యం బాగా స్థిరపడిందని కేవలం యుద్ధాలుచేయడం, శాంతిభద్రతలు పరిరక్షించడం వరకే పరిమితమయ్యే దశను దాటిపోయిందనడానికి ఈ ప్రయోగాలు ఉదాహరణగా నిలుస్తాయి.

అలాద్దీన్ మార్కెట్ నియంత్రణ, వ్యవసాయవిధానం :

అలాద్దీన్ మార్కెట్‌ను నియంత్రించడానికి ఆనాడు తీసుకున్న చర్యలు సమకాలీనులకు ఒక గొప్ప ప్రపంచ అద్భుతంగా అనిపించాయి. అలాద్దీన్ చిత్తోడ్ పై దాడి చేసి తిరిగి రాగానే వరుసగా ఉత్తర్వులు జారీ చేశాడు. ఆహార ధాన్యాలు, చక్కెర, వంటనూనె మొదలుకొని సూది వరకు, ఖరీదైన దిగుమతి వస్త్రాలు మొదలుకొని గుర్రాలు, పశువులు, బానిస బాలబాలికల వరకు అన్నింటికీ ధరలు నిర్ణయించాడు. ఇందుకోసం ఢిల్లీవద్ద మూడు మార్కెట్లు నెలకొల్పాడు. ఒకటి ఆహార ధాన్యాలు కోసం, రెండోది వస్త్రాలకోసం, మూడవది గుర్రాలు, పశువులు, బానిసల కోసం. ప్రతీ మార్కెట్ షాహనా అనే అధికారి నియంత్రణలో ఉండేది. ఇతడు వర్తకుల పట్టికలు తయారుచేసి వస్తువుల ధరలను కఠినంగా నియంత్రించేవాడు. వస్తువుల ధరలను ప్రత్యేకించి ఆహారధాన్యాలను నియంత్రించడం మధ్యయుగాల పాలకులకు, మొదటినుంచీ సమస్యగానే ఉండేది. పట్టణాలలో చౌకగా ఆహారధాన్యాలు సరఫరా

కానట్టయితే అక్కడ నివసించే పౌరుల, సైనికుల మద్దతు పోతుంది. అలాద్దీన్ మార్కెట్ ధరలను నియంత్రించడానికి మరో కారణం కూడా ఉంది. ఢిల్లీపై మంగోలులు దాడివల్ల వారిని అడ్డుకోవడానికి భారీగా సైన్యాన్ని పెంచవలసిన అవసరం ఏర్పడింది. అయితే భారీ సైన్యం వల్ల ఖజానా ఖాళీ అవుతుంది. అందువల్ల ధరలు తగ్గిస్తూ సైనికుల జీతాలు కూడా తగ్గించినట్టయితేనే భారీ సైన్యాన్ని పోషించడం సాధ్యం. ఇందుకోసం అలాద్దీన్ పకడ్బందీగా వ్యవహరించాడు. ఆహారధాన్యాలు చౌకగా నిరంతరం సరఫరా కావడానికి వీలుగా-యమున దగ్గరి మీరట్ నుంచి అలహాబాద్ సమీపంలోని కారా సరిహద్దు వరకు గల నడిగడ్డ ప్రాంతంలోని భూమిశిస్తు నేరుగా ప్రభుత్వానికే చెల్లించే ఏర్పాటు చేశాడు. ఈ భూములను ఎవరికీ ఇఖ్తా ఇవ్వలేదు. పైగా భూమిశిస్తును పంట దిగుబడిలో సగానికి పెంచాడు. ఈ శిస్తు చాలా ఎక్కువ. ఈ పరిస్థితిని ఎదుర్కోవడానికి అలాద్దీన్ ఇంకా పలు చర్యలు తీసుకున్నాడు. ఒకవైపు శిస్తు పెంచుతూనే, నగదు రూపంలోనే చెల్లించాలని ఒత్తిడి చేశాడు. దీంతో రైతులు తమ ధాన్యాన్ని తక్కువ ధరకు బంజారాలకు అమ్ముకోవలసి వచ్చేది. ఈ బంజారాలు ధాన్యాన్ని పట్టణాలకు మోసుకువచ్చి ప్రభుత్వం నిర్ణయించిన ధరలకు అమ్మేవారు. ధాన్యాన్ని అక్రమ నిల్వ చేయకుండా చర్యలు తీసుకున్నారు. బంజారాల పేర్లు నమోదు చేసుకునేవారు. చట్టాన్ని ఉల్లంఘిస్తే వారి దళారులను కుటుంబసభ్యులను సమిష్టిగా బాధ్యులను చేసేవారు. ప్రభుత్వమే గిడ్డంగులను నెలకొల్పి ధాన్యాన్ని నిల్వచేసేది. కరువు వచ్చినా, ధాన్య సరఫరా తగ్గినా నిలువ ధాన్యాన్ని విడుదల చేసేవారు. అలాద్దీన్ ఎప్పటికప్పుడు సమాచారాన్ని స్వయంగా తెలుసుకునేవాడు. దుకాణదారులు ధరపెంచినా, తప్పుడు తూకాలు, కొలతలు ఉపయోగించి మోసంచేసినా కఠినశిక్ష విధించేవాడు. కరవు కాలంలో కూడా ఒక్క దమ్ (పైస)ధర పెరగకపోయేదని బరానీ ఆనాటి పరిస్థితిని వివరించాడు. గోధుమ ధర మణుగు ఏడున్నర జీతాల్‌లు, బానిస ధర నాలుగు జీతాల్‌లు, మేలురకం బియ్యం మణుగు ఐదు జీతాల్‌లు ఉండేది. అంగడిలో ధాన్యం ధర స్థిరంగా ఉండడం ఆ కాలపు అద్భుతం అని బరానీ పేర్కొన్నాడు.

గుర్రాల ధరలు నియంత్రించడం కూడా సుల్తాన్‌కు ప్రధానమే. తగిన ధరలకు ఉత్తమాశ్వాలు సరఫరా అయినప్పుడే సైన్యం సమర్థవంతంగా ఉంటుంది. గుజరాత్‌ను జయించడం వల్ల గుర్రాల సరఫరా మెరుగుపడింది. ప్రభుత్వానికి మాత్రమే మేలురకం గుర్రాలు సరఫరా చేసే అవకాశం ఉండేది. ఉత్తమశ్రేణి గుర్రం ధరను 100 నుండి 120 టంకాలుగా అలాద్దీన్ నిర్ణయించాడు. కాగా సైన్యానికి పనికిరాని పొట్టిగుర్రం ధర 10 నుంచి 25 టంకాలు ఉంటుంది. పశువులు, బానిసల ధరలపై కూడా కఠినమైన నియంత్రణ ఉండేది. ఈ ధరల వివరాలను బరాని అందించాడు. బరాని

పశువుల, బానిసల ధరలను పక్క పక్కనే రాశాడు. దీనిని బట్టి మధ్యయుగంలో భారతదేశంలో బానిసత్వాన్ని సాధారణమైందిగా భావించేవారని అవగతమవుతుంది. విలువైన వస్త్రాలు, సుగంధద్రవ్యాల ధరల నియంత్రణ సుల్తాన్‌కు ప్రధానమైన విషయంకాదు. అయినా వీటి ధరలను కూడా నిర్ణయించాడు. వీటి ధరలు ఎక్కువగా ఉంటే ఆ ప్రభావం మిగతా ధరలపై పడుతుందని భావించి ఉంటారు. లేదా ఉన్నతవర్గాలవారిని సంతృప్తిపరచడం కోసం ఈ చర్య తీసుకొని ఉంటారు. దేశంలోని వివిధ ప్రాంతాల నుంచి ఢిల్లీకి మేలురకం వస్త్రాలు తేవడానికి ముల్తాన్ వ్యాపారులకు భారీగా ధనమందించారు. దీంతో ఢిల్లీ మేలురకం వస్త్రాలకు ప్రధాన కేంద్రమైపోయింది. ఈ వస్త్రాల ధర కూడా నిర్ణయించి ఉండేది. అన్ని ప్రాంతాల వ్యాపారులు ఢిల్లీకి వచ్చి మేలురకం వస్త్రాలు కొనుగోలు చేసి ఇతర ప్రదేశాలలో ఎక్కువ ధరలకు అమ్మేవారు.

అలాద్దీన్ భూమిశిస్తును నగదురూపంలో వసూలు చేయడం వల్ల సైనికులకు కూడా నగదురూపంలో జీతాలు ఇవ్వగలిగాడు. సైనికులకు నగదు చెల్లించిన మొదటి సుల్తాన్ ఇతడే. ఒక సవార్ (అశ్వికుడు)కి ఏడాదికి 238 టంకాలు కానీ నెలకు 20టంకాలు కానీ చెల్లించేవారు. ఈ నగదుతోనే అశ్వికుడు తన సొంతఖర్చుతోపాటు గుర్రాన్ని పోషించాలి, తన ఆయుధాలు మెరుగుపట్టి ఉంచుకోవాలి. ఈ ప్రకారం చూసినా ఈ వేతనం తక్కువ ఉన్నట్టే. అక్బరు కాలంలో ధరలు ఎక్కువగా ఉన్నప్పుడు ఒక అశ్వికుడికి నెలకు 20రూపాయలు ఇచ్చేవారు. 13, 14వ శతాబ్దాలలో అశ్వికుడు అంటే ఒక పెద్దమనిషిగా గుర్తింపు ఉండేది. అందువల్ల వేతనం కూడా ఆ మోస్తరు జీవితం గడపడానికి అనుగుణంగా ఉండేది. ఈ విధంగా అలాద్దీన్ ఇచ్చే వేతనం తక్కువే. అందువల్ల ధరలను నియంత్రించవలసి వచ్చింది.

వ్యాపారస్తులు ఎక్కువమంది హిందువులు కావడం వల్ల, వారు ఆహారధాన్యాలు, ఇతర వస్తువులు అమ్మి భారీ లాభాలు సంపాదిస్తున్నందు వల్ల, వీరిని శిక్షించడానికే అలాద్దీన్ ధరల నియంత్రణ చేపట్టాడని బరానీ అనే చరిత్రకారుడు అభిప్రాయపడ్డాడు. అయితే పశ్చిమ నుంచి మధ్యఆసియా దాకా వ్యాపారం ఖురాసానీల చేతిలో, ముల్తానీల చేతిలో ఉంది. ఖురాసానీలు ముస్లింలు కాగా ముల్తానీలలో ఎక్కువ మంది హిందువులు. అలాద్దీన్ చర్యలు ఈ వ్యాపారులపై కూడా ప్రభావం చూపాయి. ఈ విషయాన్ని బరానీ ప్రస్తావించలేదు.

అలాద్దీన్ మార్కెట్ నియంత్రణ చర్యలు ఒక ఢిల్లీకే వర్తింపజేశాడా? లేక సామ్రాజ్యంలోని ఇతర పట్టణాలలో కూడా అమలు అయ్యాయా? అనేది తెలియదు. ఢిల్లీలో అమలు అయ్యే నిబంధనలు క్రమంగా ఇతర పట్టణాలలో అమలు చేసేవారని

బరానీ చెప్పాడు. సైన్యం ఢిల్లీలోనే కాకుండా ఇతర పట్టణాలలో కూడా ఉండేది. అయితే ఇందుకు సంబంధించి తగినంత సమాచారం లేదు. ధరల నియంత్రణ పట్ల హిందూ, ముస్లిం వ్యాపారులు ఫిర్యాదులు చేసి ఉండవచ్చు. కానీ ఈ విధానం వల్ల ఆహార ధాన్యాలు ఇతర వస్తువులు చౌకగా లభించడం వల్ల ఏ మతం వారైనప్పటికీ పౌరులు, సైన్యం అందరూ లాభపడ్డారు. ధరల నియంత్రణే కాకుండా భూమిశిస్తు, పాలనకు సంబంధించి కూడా అల్లాద్దీన్ పలు ప్రధానమైన చర్యలు తీసుకున్నాడు. నడిగడ్డ (నదుల మధ్య ప్రదేశం) లో సాగులో ఉన్న భూమి ప్రాతిపదికన భూమి శిస్తును నిర్ణయించిన మొదటి సుల్తాన్ ఇతడే. దీనివల్ల గ్రామాలలో ఎక్కువ భూమిని కలిగియున్న సంపన్నులు, శక్తిమంతులు తమ పన్నుల భారాన్ని పేదలపైకి నెట్టడం తప్పింది. భూస్వాములను ఖత్, ముకద్దమ్ అనే పేర్లతో పిలిచేవారు. ఈ భూస్వాములు ఇతరుల మాదిరిగానే పన్నులు చెల్లించాలని అలాద్దీన్ నిర్ణయించాడు. దీనివల్ల భూస్వాములు పాడి పశువులకు, ఇంటికి పన్నులు చెల్లించాల్సి వచ్చేది. వారు ప్రజల నుంచి అక్రమ పన్నులు వసూలు చేసే అవకాశం లేకుండా పోయింది. బరానీ అభివర్ణించినట్టు ఖత్, ముకద్దమ్‌లు గుర్రాలపై వెళ్ళడం, తమలపాకులు తినడం మానివేశారు. వీరు ఎంత పేదవారు అయ్యారంటే వారి భార్యలు ముస్లింల ఇళ్ళకువెళ్ళి పనిచేయాల్సి వచ్చేది. అమీల్ లేదా స్థానిక ఉద్యోగి నిజాయితీపరుడు అయినప్పుడే సాగుభూమి కొలచి చక్కగా భూమిశిస్తు వసూలు చేయడం సాధ్యమవుతుంది. అలాద్దీన్ ఈ ఉద్యోగులకు సౌకర్యవంతంగా బతికేందుకు అవసరమైన జీతాలు ఇవ్వడమే కాకుండా వారి జమాఖాతాలను కచ్చితంగా తనిఖీ చేయించేవాడు. చిన్న తప్పిదాలకు కూడా కొట్టి జైలులో వేసేవాడు. వీరి జీవితం భద్రతలేకుండా మారిందని ఎవరూ వీరికి తమ కూతురును ఇచ్చి పెళ్ళి చేసేవారుకారని బరానీ రాసాడు! అయితే ఇది మరీ ఎక్కువచేసి చెప్పడమే. ఇప్పటిలాగే ఆనాడు కూడా ఉద్యోగం ప్రతిష్టాత్మకమైనదిగా భావించేవారు. హిందువులైనా, ముస్లింలైనా ప్రభుత్వ ఉద్యోగం చేసే వారిని పెళ్ళి చేసుకోవడానికి ఆసక్తి ప్రదర్శించేవారు.

ఈ చర్యలన్నీ హిందువులకు వ్యతిరేకంగా తీసుకున్నవని బరానీ రాసినప్పటికీ ప్రధానంగా గ్రామీణ ప్రాంతంలోని ఆధిపత్యవర్గాలకు వ్యతిరేకంగా తీసుకున్నవని చెప్పవచ్చు. అలాద్దీన్ వ్యవసాయవిధానం కఠినంగా ఉండేది. ఇది సాధారణ రైతులపై కూడా ప్రభావం చూపి ఉంటుంది. అయితే వారు తిరగబడేంత లేదా భూములు విడిచి పెట్టి వెళ్ళేంత భారంగా ఉండక పోయేది.

అలాద్దీన్ మరణంతో అతడి మార్కెట్ నియంత్రణలు కూడా ముగిశాయి. అయితే ఈ విధానం ఎన్నో ప్రయోజనాలను చేకూర్చింది. బరానీ పేర్కొన్నట్టు అలాద్దీన్

భారీ అశ్వికసైన్యం నిర్మించడం దీనివల్ల సాధ్యపడింది. ఈ భారీ సైన్యం ఉండడం వల్లనే, ఊచకోతలతో భీకరంగా దాడులు చేసే మంగోలులను ఓడించి సింధూనది అవతలికి తరిమివేయడం సాధ్యమైంది. అలాద్దీన్ భూమి శిస్తు సంస్కరణ గ్రామీణ ప్రాంతాలతో సన్నిహిత సంబంధాల వైపు వేసిన ప్రధానమైన అడుగు. ఈ విధానాలను కొన్నింటిని ఇతడి వారసులు కొనసాగించారు. ఇవి ఆ తరువాత కాలంలో షేర్‌షా, అక్బర్ వ్యవసాయ సంస్కరణలకు ప్రాతిపదిక అయ్యాయి.

మహమ్మద్ తుగ్లక్ ప్రయోగాలు

అలాద్దీన్ ఖల్జీ తరువాత పలు సాహస ప్రయోగాలు చేసిన, వ్యవసాయంపై అత్యంత ఆసక్తి ప్రదర్శించిన పాలకునిగా మహమ్మద్ బిన్ తుగ్లక్ (1324-51) గుర్తుంటాడు. కొన్ని విధాలుగా చూసినట్టయితే, మహమ్మద్ బిన్ తుగ్లక్ తనకాలంలోనే అత్యంత గణనీయమైన పాలకులలో ఒకడు. మతం, తత్వశాస్త్రం చదివిన తుగ్లక్ విమర్శనాత్మక దృష్టి, స్వేచ్ఛా ఆలోచనావిధానం కలవాడు. ముస్లింమార్మికవాదులతోనే కాకుండా, హిందూ యోగులతోనూ, జినప్రభ సూరి వంటి జైన సాధువులతోనూ సంభాషించేవాడు. ఇది నచ్చని సంప్రదాయ మతవేత్తలు అతడిని 'హేతువాది' అని విమర్శించేవారు. ఇతర మత విశ్వాసాలను కూడా అంగీకరించేవారు వారి దృష్టిలో హేతువాదులు. ఉన్నత కుటుంబాల వారు అయినా కాకున్నా ఆయన ప్రతిభ ఉంటే ఉన్నత పదవులు ఇచ్చేవాడు. అయితే ఇతనికి తొందరపాటు, అసహనం ఎక్కువ. అందువల్ల ఈయన చేసిన పలు ప్రయోగాలు విఫలం అయ్యాయి. 'నష్టజాతకుడైన ఆదర్శవాది'గా పేరు తెచ్చుకున్నాడు. మహమ్మద్ తుగ్లక్ పాలన అపశకునాలతో ప్రారంభం అయింది. బెంగాల్ పై దాడి విజయవంతమైన తరువాత సుల్తాన్ గియాసుద్దీన్‌తుగ్లక్ ఢిల్లీకి తిరిగి వస్తున్న సమయంలో, ఆయనకు ఘనస్వాగతం పలకాలని మహమ్మద్ తుగ్లక్ భావించాడు. ఇందుకోసం హడావుడిగా ఒక చెక్కవేదిక నిర్మించారు. తాము స్వాధీనం చేసుకున్న ఏనుగులను ప్రదర్శిస్తున్నప్పుడు, అవి బెదిరి చెదిరిపోవడంతో ఈ చెక్క వేదిక కుప్పకూలి సుల్తాన్ మరణించాడు. మహమ్మద్ తుగ్లక్ తండ్రిని హతమార్చడానికి పథకం వేశాడని, దేవతలు శపించారని, సుల్తాన్ గతంలో శిక్షిస్తానని బెదిరించిన ప్రముఖ సాధువు షేక్ నిజాముద్దీన్ అవులియా శపించారని పుకార్లు పుట్టాయి.

మహమ్మద్ తుగ్లక్ అధికారం చేపట్టిన వెంటనే తీసుకున్న వివాదాస్పద నిర్ణయం రాజధానిని ఢిల్లీ నుంచి దేవగిరికి మార్చడం. దేవగిరిని స్థావరంగా చేసుకునే దక్షిణ భారతంలో తురుష్కుల పాలన విస్తరించింది. రాకుమారుడిగా మహమ్మద్ స్వయంగా

కొన్నేళ్ళ పాటు దేవగిరిలో గడిపాడు. దక్షిణ భారతమంతా ఢిల్లీ ప్రత్యక్ష పాలనకిందకు తేవడానికి తీవ్ర రాజకీయ సమస్యలు ఎదురయ్యాయి. విదేశీ పాలన అనే భావం నెలకొనడం వల్ల ప్రజలను అదుపు చేయడం కష్టమైంది. ఈ పరిస్థితిని ఆసరాగా చేసుకుని స్వతంత్రం ప్రకటించుకోవడానికి పలువురు ముస్లిం ప్రముఖులు యత్నించారు. మహమ్మద్ తుగ్లక్ సోదరుడి వరస అయిన గుర్షాస్ప్ లేవదీసిన తిరుగుబాటు అతి తీవ్రమైంది. దీనిని అణచి వేయడానికి సుల్తాన్ స్వయంగా వెళ్ళవలసి వచ్చింది. దక్షిణ భారతాన్ని అదుపులో పెట్టుకోవడానికి దేవగిరిని రెండవ రాజధానిగా చేయాలని సుల్తాన్ భావించినట్టుంది. ఇందుకోసం అతడు పలువురు అధికారులను, సూఫీ సన్యాసులతో సహా ప్రముఖులను దౌలతాబాద్‌గా పేరు మార్చిన దేవగిరి మకాం మార్చవలసిందిగా ఆదేశించాడు. మిగతా జనాభాను తరలించడానికి ఎలాంటి ప్రయత్నం చేయలేదు. సుల్తాన్ లేకున్నా అధిక జనాభా గల నగరంగా ఢిల్లీ ఉండి పోయింది. సుల్తాన్ దేవగిరిలో ఉండగానే ఢిల్లీలో నాణేల ముద్రణ జరగడం ఇందుకు ఉదాహరణ. మహమ్మద్ ఢిల్లీ నుంచి దౌలతాబాద్‌కు రహదారి వేసి, మధ్యలో ప్రయాణికుల కోసం విశ్రాంతి గృహాలు కూడా నిర్మించాడు. అయితే రెండు నగరాల మధ్య 1500 కిలోమీటర్ల దూరం ఉంది. ప్రయాణంలో ఎదురయ్యే కష్టాల వల్ల, వేసవి తాపం వల్ల పలువురు మరణించారు. ఢిల్లీలో తరతరాలుగా ఉంటూ దానిని తమ నివాసంగా భావించుకుంటున్న వారు దౌలతాబాద్‌లో ఉండలేకపోయారు. దీంతో అసంతృప్తి నెలకొంది. రెండేళ్ళు గడిచేసరికి, మహమ్మద్ తుగ్లక్ దౌలతాబాద్ నుంచి మళ్ళీ ఢిల్లీకి మకాం మార్చాలని నిర్ణయించాడు. ఢిల్లీ నుంచి దక్షిణ భారతాన్ని నియంత్రించడం ఎంత కష్టమో, దౌలతాబాద్ నుంచి ఉత్తర భారతాన్ని నియంత్రించడం అంతే కష్టమని తెలుసుకున్నాడు.

దేవగిరిని రెండవ రాజధానిగా చేసే యత్నం విఫలమైనప్పటికీ, ఇలా పలువురిని ఇక్కడకు తరలించడం వల్ల పలు దీర్ఘకాలిక ప్రయోజనాలు కలిగాయి. సమాచార సంబంధాలు పెరగడం వల్ల ఉత్తర, దక్షిణ భారతం మరింత సన్నిహితమైంది. మత ప్రముఖులతోపాటు పలువురు దౌలతాబాద్‌లోనే స్థిరపడ్డారు. తురుష్కులు ఉత్తర భారతానికి తీసుకువచ్చిన సాంస్కృతిక, మత, సామాజిక భావనలు దక్కనులో వ్యాపించడానికి వీరు తోడ్పడ్డారు. ఉత్తర దక్షిణ భారతాల మధ్య, దక్షిణ భారతంలోని వివిధ ప్రాంతాల మధ్య కొత్త సాంస్కృతిక సమ్మేళనానికి ఇది దారి తీసింది.

ఈ దశలో మహమ్మద్ తుగ్లక్ తీసుకున్న మరో నిర్ణయం సాధారణ మారకాన్ని ప్రవేశపెట్టడం. డబ్బు అనేది మార్పిడి సాధనం కనక, నేడు ప్రపంచంలోని దేశాలన్నీ సాధారణ మారకాన్ని – సాధారణంగా కాగితపు నోట్లు ప్రవేశపెట్టాయి. దీని వల్ల

బంగారం, వెండి సరఫరా చేయాల్సిన శ్రమ ఉండదు. 14 శతాబ్దంలో ప్రసంచ వ్యాప్తంగా వెండికి కొరత ఏర్పడింది. చైనాలో కుబ్లయి ఖాన్ ఇప్పటికే సాధారణ మారకం ప్రయోగం విజయవంతంగా అమలు జరిపాడు. ఇరాన్‌లోని మంగోలు పాలకుడు గజన్ ఖాన్ కూడా ఈ ప్రయోగం జరిపాడు. మహమ్మద్ తుగ్లక్ వెండి టంకతో సమాన విలువ గల కాంస్య నాణేలను ప్రవేశపెట్టాలని నిర్ణయించాడు. దేశంలోని వివిధ ప్రాంతాలలో ఈ నాణేలు లభించాయి. మ్యూజియంలలో కూడా వీటిని చూడవచ్చు. సాధారణ మారకం భారతదేశానికి కొత్త. వీటిని తీసుకోవడానికి వ్యాపారులను, సాధారణ ప్రజలను ఒప్పించడం కష్టం. ప్రజలు నకిలీ నాణేలు ముద్రించకుండా ప్రభుత్వం నివారించగలిగినా మహమ్మద్ తుగ్లక్ ఈ ప్రయోగంలో విజయవంతం అయ్యేవాడు. ప్రభుత్వం ఈ పనిచేయలేకపోవడంతో కొత్త నాణేలకు మార్కెట్‌లో విలువ లేకుండా పోయింది. చివరకు తుగ్లక్ సాధారణ మారకాన్ని ఉపసంహరించుకున్నాడు. అయితే కాంస్య నాణేలకు బదులుగా వెండి నాణేలను ఇస్తానని ప్రకటించాడు. ప్రజలు కొత్త నాణేలు మార్చుకోవడం ప్రారంభించారు. అయితే నకిలీ నాణేలను మాత్రం స్వీకరించలేదు. ఈ నకిలీ నాణేలను కోట బయట కుప్పలా పోసినట్టు, చాలా కాలం పాటు అవి అలాగే ఉన్నట్టు బరానీ రాశాడు.

ఈ రెండు ప్రయోగాలు విఫలం కావడం వల్ల సార్వభౌముని ప్రతిష్ట దెబ్బతినడమే కాకుండా, ధనం కూడా వృధా అయింది. అయితే ప్రభుత్వం త్వరగా కోలుకుంది. 1333లో ఢిల్లీ వచ్చిన మొరాకో యాత్రికుడు ఇబిన్ బట్టూటా ఈ ప్రయోగాల వల్ల తరువాత కాలంలో ఎలాంటి ఇబ్బందులు తలెత్తలేదని అభిప్రాయపడ్డాడు. మహమ్మద్ బిన్ తుగ్లక్ ఎదుర్కొన్న తీవ్ర సమస్య సరిహద్దుల భద్రత. పరిపాలన – ప్రత్యేకించి రెవెన్యూ పాలన, ఆస్థాన ప్రముఖులతో సంబంధాలు కొన్ని సమస్యలు సృష్టించాయి.

పంజాబ్‌లోకి మంగోలు ప్రాబల్యం వేగంగా విస్తరించడం, వారు ఢిల్లీపై దాడి చేయడం వల్ల ఢిల్లీ సుల్తాన్‌సామ్రాజ్యానికి తలెత్తిన సమస్యలు గత అధ్యాయంలో చదివాము. అంతర్గత కలహాల వల్ల అప్పటివరకు మంగోలులు బలహీనపడినప్పటికీ పంజాబ్, ఢిల్లీలోని ప్రాంతాలపై దాడి చేయగలిగినంత బలంగా ఉన్నారు. తుగ్లక్ హయాం మొదటి కొద్ది సంవత్సరాలలో మంగోలులు తార్మశిన్ నాయకత్వంలో సింధ్‌ను ముంచెత్తి ఢిల్లీకి 65 కిలోమీటర్ల దూరంలో గల మీరట్‌కు చేరుకున్నారు. మహమ్మద్ బితుగ్లక్ ఝీలం వద్ద జరిగిన యుద్ధంలో మంగోలులను ఓడించడమే కాకుండా కలనౌర్‌ను కూడా ఆక్రమించుకున్నాడు. కొద్దికాలం అతడి అధికారం సింధూ నదిని దాటి పెషావర్ వరకు విస్తరించింది. ఢిల్లీ సుల్తాన్ మంగోలులపైనే దాడి చేసే

స్థితికి చేరుకున్నాడని దీనివల్ల తెలుస్తున్నది. దేవగిరి నుంచి తిరిగి వచ్చిన తరువాత అఫ్ఘనిస్థాన్‌లోని ఘజ్నీని ఆక్రమించుకోవడానికి సుల్తాన్ భారీ సైన్యాన్ని నిర్మించుకున్నాడు. ఇరాక్‌లోని ఖురాసన్‌ను ఆక్రమించుకోవాలనేది అతడి లక్ష్యమని బరానీ పేర్కొన్నాడు. అయితే తుగ్లక్ అసలు ఉద్దేశ్యమేదో తెలుసుకునే ఆధారాలు లేవు. మనం 'శాస్త్రీయమైన సరిహద్దు'గా చెప్పుకుంటున్న హిందూకుష్, కాందహార్‌ల వరకు గల ప్రాంతాన్నంతా అధీనంలోకి తెచ్చుకోవాలనేది అతడి ఉద్దేశ్యం కావచ్చు. మధ్య ఆసియానుంచి పారిపోయి వచ్చి తుగ్లక్ ఆస్థానంలో తలదాచుకున్న రాకుమారులు తదితరులు ఈ ప్రాంతం నుంచి మంగోలులను పారదోలడానికి ఇది తగిన అదనుగా భావించి ఉంటారు. ఒక ఏడాది గడిచాక, సాధారణ మారకాన్ని ఏర్పాటు చేయడం విఫలమైన తరువాత తుగ్లక్ ఈ సైన్యాన్ని రద్దు చేశాడు. ఈ లోగా మధ్య ఆసియాలో పరిస్థితి వేగంగా మారిపోయింది. తైమూరు ఆ ప్రాంతాన్నంతా తన ఆధీనంలోకి తెచ్చుకుని భారత్‌కు ప్రమాదకరంగా తయారయ్యాడు.

ఖురాసన్ పథకం ప్రభావం అతిగా చెప్పుకోవద్దు. అలాగే కరాచిల్ దాడితో పోల్చుకోవద్దు. ఈ దండయాత్రను హిమాలయాలలోని కుమావన్ కొండలలో చైనా దాడులను తిప్పికొట్టడానికి సాగించారని అంటారు. ఈవిజయం తరువాత సైన్యాలు మరీ ముందుకు, తట్టుకోలేని వాతావరణ పరిస్థితులుగల ప్రాంతానికి వెళ్లి ఘోరంగా నాశనం అయ్యాయి. పదివేల సైన్యం వెళ్ళగా పదిమంది మాత్రమే తిరిగి వచ్చారని అంటారు. అయితే కొండరాజులు ఢిల్లీ ఆధిత్యాన్ని అంగీకరించినట్టుంది. ఆ తరువాత కాంగ్రా కొండలలో కూడా తుగ్లక్ దండయాత్ర చేపట్టాడు. దీంతో కొండప్రాంతాలు భద్రంగా మారిపోయాయి.

వ్యవసాయాభివృద్ధికి తుగ్లక్ పలుచర్యలు చేపట్టాడు. ఇవన్నీ నడిగడ్డ ప్రాంతంలో ప్రయోగాత్మకంగా ప్రవేశపెట్టినవే. ఖుత్‌లు,ముకద్దమ్‌ల(గ్రామ పెద్దలు)ను సాధారణ రైతుల స్థాయికి తగ్గించి వేయాలనే అలాద్దీన్ విధానం పట్ల తుగ్లక్‌కు నమ్మకం లేదు. కాని భూమి శిస్తు తగినంత రావాలని భావించాడు. అతడు చేపట్టిన చర్యలు దీర్ఘకాలిక ప్రయోజనాలనిచ్చినా ఆయన కాలంలో ఘోరంగా విఫలమయ్యాయి. విఫలం కావడానికి తగిన పథకం ప్రకారం వ్యవహరించకపోవడమా లేక అనుభవం లేని అధికారులు అమలు చేయడంలో లోపమా అనేది చెప్పడం కష్టం.

తుగ్లక్ అధికారం చేపట్టగానే గంగ నడిగడ్డ ప్రాంతంలో తీవ్రమైన రైతుల తిరుగుబాటు తలెత్తింది. రైతులు గ్రామాలు వదలి పారిపోయారు. వారిని పట్టుకుని శిక్షించడానికి తుగ్లక్ కఠిన చర్యలు తీసుకున్నాడు. పంట శిస్తును తప్పుడుగా అంచనావేయడం వల్ల గొడవ జరిగినట్టు చరిత్రకారులు అభిప్రాయపడ్డారు. అలాద్దీన్

హయాంలో మాదిరిగా పంటలో సగం శిస్తుగా నిర్ణయమైనప్పటికీ, అసలు ఉత్పత్తి ఎంత అవుతుందనే విషయమై నిరంకుశంగా వ్యవహరించారు. పంట శిస్తును నగదు రూపంలోకి మార్చేప్పుడు ధరలను కృత్రిమంగా లెక్కగట్టారు. దాదాపు ఆరు సంవత్సరాల పాటు వచ్చిన కరవు వల్ల పరిస్థితి మరింత దిగజారింది. పశువులు,విత్తనాలు కొనుగోలు చేయడానికి, బావులు తవ్వుకోవడానికి రుణాలు మంజూరు చేయడంలో జాప్యం జరిగింది. ఢిల్లీలో చాలా మంది మరణించడం వల్ల వాతావరణం కలుషితమై వ్యాధులు వ్యాపించాయి. సుల్తాన్ ఢిల్లీ వదలి రెండున్నర ఏళ్ళపాటు 100 కిలోమీటర్ల దూరంలో కనౌజ్ వద్ద గంగానది ఒడ్డున స్వర్గద్వారి అనే శిబిరంలో నివసించాడు. అతడు ఢిల్లీకి తిరిగి వచ్చిన తరువాత నడిగడ్డ ప్రాంతంలో పంట విస్తీర్ణం పెంచడానికి, వ్యవసాయాభివృద్ధికి పథకం ప్రారంభించాడు. దివాన్ -ఇ-అమీర్-ఇ కోహి అనే ప్రత్యేక శాఖను ఏర్పాటు చేశాడు. ప్రాంతాన్నంతా అభివృద్ధి విభాగాలుగా విభజించాడు. విభాగానికి ఒక అధికారి ఉంటాడు. సాగు ప్రాంతం పెంచడానికి వీలుగా వ్యవసాయానికి రుణాలు ఇవ్వడం, బార్లీ స్థానంలో గోధుమ, గోధుమ స్థానంలో చెరుకు, చెరుకు స్థానంలో ద్రాక్షలు ఖజూరలు ఇలా మేలు రకాల పంటలు పండించేందుకు ప్రోత్సహించడం ఈ అధికారి విధి. అధికారులు అసమర్థులు, నిజాయితీ లేని వారు కావడంతో ఈ పథకం విఫలమైంది. ఈ పథకం అమలుకు అందచేసిన రుణాలు తిరిగి రాలేదు. వీరి అదృష్టం కొద్దీ తుగ్లక్ మరణించి, కొత్తగా అధికారం చేపట్టిన ఫిరజ్ రుణాలను రద్దు చేశాడు. అయితే సాగుభూమి విస్తరింప చేయడానికి, వ్యవసాయాభివృద్ధికి చర్యలు చేపట్టాలనే తుగ్లక్ విధానం నిలిచి పోలేదు. ఫిరజ్ దీనిని కొనసాగించగా, ఆ తరువాత కాలంలో అక్బర్ మరింత పకడ్బందీగా ఈ విధానాన్ని అమలు చేశాడు.

మహమ్మద్ తుగ్లక్ ఎదుర్కొన్న మరో సమస్య ఆస్థానంలోని ఉన్నత వర్గాల నుంచి. చహల్గాని తుర్కుల ప్రాభవం పోయి ఖల్జీలు అధికారంలోకి రావడంతో ఉన్నత పదవులకు అన్ని జాతులలోని ముస్లింలను చేర్చుకున్నారు. వీరిలో ముస్లిం మతంలోకి మారిన భారతీయులు కూడా ఉన్నారు. తుగ్లక్ మరో అడుగు ముందుకు వేసి ఉన్నత కుటుంబీకులు కాని వారిని కూడా ఆదరించి ఉన్నత పదవులు ఇచ్చాడు. వీరిలో కొందరు హిందువులు ఉన్నప్పటికీ ఎక్కువ మంది ముస్లిం మతం పుచ్చుకున్న కుటుంబాల నుంచి వచ్చినవారు. వీరు విద్యా విహీనులనీ లేదా అసమర్థులనీ అనుకోవడానికి వీలు లేదు. అయితే గతంలో ఉన్నత పదవులలో ఉండే ఉన్నత కుటుంబీకులు వీరికి ఉన్నత స్థానాలు కట్టబెట్టడాన్ని వ్యతిరేకించేవారు. చరిత్రకారుడు బరానీ కూడా ఈ విషయంలో తుగ్లక్‌ను తప్పు పడతాడు. తుగ్లక్ విదేశీయులను

కూడా ఆహ్వానించి ఆస్థానంలో చేర్చుకున్నాడు. దీంతో చాలామంది వచ్చి అతడి ఆస్థానంలో చేరారు.

ఈ విధంగా తుగ్లక్ ఆస్థానం భిన్న వర్గాలతో నిండిపోయింది. వీరి కలసికట్టుగా పనిచేసే పరిస్థితి లేదు. సుల్తాన్ పట్ల విధేయత కూడా లేకుండేది. పైగా సువిశాల సామ్రాజ్యం కావడం వల్ల తిరుగుబాటుకు, ఎక్కడి వారు అక్కడ స్వతంత్రం ప్రకటించుకోవడానికి అనుకూలంగా ఉండేది. తుగ్లక్ ముక్కోపి కావడం, తనకు వ్యతిరేకులు, అవిధేయులని భావించినవారిని తొందరపాటుతో తీవ్రమైన శిక్షలు విధించడం వల్ల ఈ ధోరణి మరింత పెరిగింది.

ఈ విధంగా మహమ్మద్ బిన్ తుగ్లక్ పాలనలో ఢిల్లీ సుల్తాన్ సామ్రాజ్యం ఉచ్ఛ స్థితికి చేరినప్పటికీ, విచ్ఛిన్న ప్రక్రియ కూడా ఆరంభమైంది.

ఢిల్లీ సుల్తాన్ సామ్రాజ్య క్షీణత, విచ్ఛిన్నత : ఫిరజ్ అతడి వారసులు

మహమ్మద్ తుగ్లక్ హయాం ద్వితీయార్థంలో సామ్రాజ్యంలోని వివిధ ప్రాంతాలలో అదేపనిగా తిరుగుబాట్లు తలెత్తాయి. సామ్రాజ్య పొలిమేరలలో ఆశిత్, సింధ్‌లలో తలెత్తిన తిరుగుబాటులను అణచి వేయగలిగాడు. తుగ్లక్ దక్షిణాదిలో ఉండగానే మరణించాడు. అతడికి సోదరుడు అయ్యే ఫిరజ్ తుగ్లక్ అధికారానికి వచ్చాడు.

తుగ్లక్ విధానాలు ఉన్నతాధికారులలోనూ, సైన్యంలోనూ తీవ్ర అసంతృప్తిని కలిగించాయి. ఎంతో పలుకుబడి కలిగిన ముస్లిం మతవేత్తలతో, సూఫీ సన్యాసులతోనూ అతడు ఘర్షణ పడ్డాడు. అయితే తుగ్లక్‌కు వచ్చిన అపఖ్యాతిని మరీ ఎక్కువ చేసి చెప్పకూడదు. ఆయన ఢిల్లీ నుంచి దీర్ఘకాలం దూరంగా ఉన్నప్పుడుకూడా రాజధానిలో, పంజాబ్‌లో ఉత్తరాదిలోని ఇతర ప్రాంతాలలో పరిపాలన సజావుగా సాగింది.

ఫిరజ్ తుగ్లక్ అధికారంలోకి రాగానే ఢిల్లీ సామ్రాజ్యం ముక్కలయే పరిస్థితి ఉంది. అతడు సైన్యం, మతవేత్తలు, ఉన్నతాధికారుల అభిమానాన్ని చూరగొనే విధానం అమలుపరిచాడు. కేంద్రం నుంచి సులభంగా అదుపు చేయగలిగే ప్రాంతాలలోనే తన ఆధిపత్యం ప్రదర్శించడం ప్రారంభించాడు. దక్షిణాదిన దక్కనులో తమ అధిపత్యం పునరుద్ధరించే ప్రయత్నం చేయలేదు. ఆయన బెంగాల్‌పై చేపట్టిన రెండు దండయాత్రలు విఫలం అయ్యాయి. ఈ విధంగా బెంగాల్ ఢిల్లీ సుల్తాన్ సామ్రాజ్యం చేజారిపోయింది. ఈ పరిస్థితిలో కూడా ఢిల్లీ సుల్తాన్ సామ్రాజ్యం అల్లావుద్దీన్ ఖల్జీ హయాం ప్రథమార్థంలో ఉన్నంత పెద్దదిగా ఉండేది. ఫిరజ్ జాజ్‌నగర్ (ఒరిస్సా) పాలకునిపై కూడా దాడి చేసి ఆలయాలు ధ్వంసం చేసి దోచుకున్నాడు. అయితే

ఒరిస్సాను విలీనం చేసుకోవడానికి యత్నించలేదు. పంజాబ్ కొండలలోని కాంగ్రాపై కూడా దండయాత్ర జరిపాడు. అతడి సుదీర్ఘ దండయాత్రలు గుజరాత్, తట్టాలలో తిరుగుబాట్లు అణచడానికి చేపట్టినవి. ఈ తిరుగుబాట్లను అణచివేసినప్పటికీ సైన్యం రాణాఫ్ కచ్‌లో తోవతప్పి చాలా కష్టాలు పడింది.

ఈ కారణాల వల్ల ఫిరజ్ ఏ విధంగా చూసినా చెప్పుకోదగ్గ సేనా నాయకుడు కాదు. అయితే ఈయన కాలంలో శాంతి నెలకొని, అభివృద్ధి సాగింది. ఎవరైనా ఉన్నత అధికారి మరణిస్తే, అతడి కుమారుడు ఇక్తాతో సహా అధికారం చేపడతాడని, కుమారుడు లేనట్టయితే అల్లుడు, అల్లుడు కూడా లేనట్టయితే అతడి బానిస అధికారానికి వచ్చేవిధంగా ఫిరజ్ శాసనం చేశాడు. ఇక్తా లెక్కల తనిఖీలో ఏవైనా పొరపాట్లు కనిపిస్తే ఉన్నతాధికారులను హింసించే విధానాన్ని కూడా అతడు రద్దు చేశాడు. ఈ విధానాలు ఉన్నతవర్గాలను సంతుష్టపరచాయి. అందువల్ల గుజరాత్, అట్టాలలో తప్ప భారీ తిరుగుబాట్లు ఏవీ రాలేదు. అయితే దీర్ఘకాలికంగా ఉన్నతోద్యోగం, ఇక్తా వారసత్వంగా లభించడం వల్ల వ్యతిరేక ఫలితాలు వచ్చాయి. కొద్ది మంది అధికారుల బృందం కుటుంబాలు దాటి బయట గల అర్హులకు అవకాశాలు రాలేదు. దీని వల్ల చిన్న కులీన బృందంపైనే అతడు ఆధారపడవలసి వచ్చింది.

ఫిరజ్ సైన్యానికి కూడా వారసత్వ విధానం వర్తింప చేశాడు. వృద్ధ సైనికులు ప్రశాంతంగా ఉద్యోగం నుంచి విరమించుకుని వారి స్థానంలో వారి కుమారుడు, అల్లుడు లేదా బానిసను పంపించవచ్చు. సైనికులకు జీతాలు ఇవ్వకుండా గ్రామాలు కేటాయించి వాటిపై శిస్తును అప్పగించేవాడు. సైనికులు కొంతకాలం ఉద్యోగం వదలి గ్రామాలకు వెళ్ళి తమ జీతం సంపాదించుకోవాలి. లేదా తమ తరఫున వసూలుకు ఒకరిని నియమించుకోవాలి. వసూలు చేసిన వ్యక్తికి సగం లేదా మూడో వంతు ఆదాయం ఇవ్వాలి. ఇది దీర్ఘకాలంలో సైనికుడికి పెద్దగా లాభించదు. దీని వల్ల మొత్తం సైనిక పాలనలో అలసత్వం నెలకొంది. బలహీన గుర్రాలను కూడా మంచివాటిగా గుర్తింపు పొందడానికి సంబంధిత గుమాస్తాకు సైనికులు లంచం ఇవ్వడాన్ని అనుమతించారు. **పరిస్థితి ఎంతదాకా పోయిందంటే, సుల్తాన్ దయతలచి లంచం ఇవ్వడానికి ఒక సైనికునికి డబ్బు చెల్లించాడని చెబుతారు.**

తాను నిజమైన ముస్లిమనని, తమది నిజమైన ముస్లిం రాజ్యమని ప్రకటించడం ద్వారా ఫిరజ్ మతవేత్తల మద్దతు పొందేందుకు యత్నించాడు. నిజానికి ఇల్‌తుత్‌మిష్ కాలం నుంచి సంప్రదాయ మతవేత్తలకు, సుల్తాన్‌లకు మధ్య రాజ్య స్వభావం, రాజ్యం ముస్లిమేతరుల పట్ల అనుసరించవలసిన విధానం పై ఘర్షణ జరుగుతూ ఉండేది. ఇల్‌తుత్ మిష్ కాలం నుంచి ప్రత్యేకించి అలాద్దీన్, మహమ్మద్ తుగ్లక్ హయాంలలో

తురుష్క పాలకులు మతవేత్తలను రాజ్యవిధానాన్ని శాసించడానికి అనుమతించలేదు. తమకు అనుకూలంగా ఉన్నప్పుడు హిందూ పాలకులపై జిహాద్ లేవదీశారు. మతవేత్తలను సంతృప్తిపరచడానికి వారిలో చాలా మందిని ఉన్నత స్థానాలలో నియమించారు. న్యాయవ్యవస్థ, విద్యా వ్యవస్థ మాత్రం మతవేత్తల చేతిలోనే ఉండి పోయాయి.

పై మార్పులు ఎలా ఉన్నా ఫిరజ్ తన ముందువారి విధానాలనే అనుసరించాడు. ఆయన మతవేత్తలను రాజ్యవిధానం శాసించడానికి అనుమతించడానికి కారణమేదీలేదు. అయితే మతవేత్తలకు ఎన్నో వెసులుబాట్లు కల్పించాడు. ఇస్లాంకు వ్యతిరేకమైనవిగా సంప్రదాయ మతవేత్తలు భావించిన ఆచారాలను నిషేధించడానికి యత్నించాడు. ముస్లిం మహిళలు సాధువుల సమాధుల వద్ద పూజలు చేయడానికి బయటకు వెళ్ళడాన్ని నిషేధించాడు. మతవేత్తలు మత విరుద్ధమైనవిగా ప్రకటించిన ఇతర ముస్లిం శాఖల వారిని శిక్షించాడు. ఫిరజ్ హయాంలోనే జిజ్యా ప్రత్యేక పన్నుగా మారింది. మొదట ఇది భూమి శిస్తులో భాగంగా ఉండేది. షరియాలో లేదనే కారణంగా బ్రాహ్మణులకు జిజ్యా పన్ను మినహాయించడానికి ఫిరజ్ నిరాకరించాడు. మహిళలు, పిల్లలు, వికలాంగులు, జీవనాధారం లేని నిరుపేదలకు మాత్రం మినహాయించాడు. ఘోరమైన విషయం ఏమిటంటే ముస్లింలకు బోధిస్తున్న బ్రాహ్మణుడిని షరియాకు విరుద్ధమనే ఆరోపణతో బహిరంగంగా దహనం చేశాడు. ఇదే కారణంగా తన రాజభవనంలోని అందమైన గోడ బొమ్మలను చెరిపేయించాడు.

ఫిరజ్‌కు గల ఈ సంకుచిత భావాలు హానికరమైనవే. అయితే సంస్కృతంలోని హిందూ మత గ్రంథాలను పార్సీలోకి అనువదింపచేసిన మొదటి పాలకుడు ఫిరజ్ తుగ్లక్. దీని వల్ల హిందూ భావాలు, సంప్రదాయాలపై మరింత అవగాహన ఏర్పడడానికి అవకాశం ఏర్పడుతుందని భావించి ఉంటాడు. సంగీతం, వైద్యం, గణితంలపై పలు పుస్తకాలు సంస్కృతం నుంచి పార్సీలోకి అతడి హయాంలో అనువాదం అయ్యాయి.

ఫిరజ్ పలు మానవతా చర్యలు కూడా చేపట్టాడు. దొంగతనాలు ఇతర నేరాలు చేసిన వారికి కాళ్ళు, చేతులు నరకడం, ముక్కు కోయడం వంటి అమానుష శిక్షలు రద్దు చేశాడు. పేదలకు ఉచిత వైద్యం అందించడానికి ఆస్పత్రులు నిర్మించాడు. నిరుద్యోగుల పట్టికలు తయారు చేయాల్సిందిగా కొత్వాలులను ఆదేశించాడు. కుమార్తెల వరకట్నాలకోసం పేదలకు ఆర్థిక సహాయం చేశాడు. అయితే దిగజారిన ముస్లిం ఉన్నత కుటుంబాలను ఆదుకోవడం ఈ పథకం మౌలిక లక్ష్యం అయిఉంటుంది. మధ్యయుగాలలో భారత దేశంలో రాజ్యం పరిమిత స్వభావాన్ని ఇది సూచిస్తుంది.

అయితే రాజ్యం అనేది శిక్షలు విధించడానికి, పన్నులు వసూలు చేయడానికే కాకుండా దయార్ద్రమైన సంస్థ అనేది ఫిరజ్ స్పష్టం చేశాడు. మధ్యయుగాలలో రాజ్యం దయార్ద్ర సంస్థ అనే సూత్రాన్ని ప్రవేశ పెట్టడం ముఖ్యమైన విషయం. ఈ ఘనత ఫిరజ్‌కు దక్కుతుంది.

దేశ ఆర్థిక వ్యవస్థ వృద్ధి చేయడంలో ఫిరజ్ ఆసక్తి చూపాడు. భవన నిర్మాణ కార్యక్రమం కోసం భారీ ప్రజా పనుల శాఖను ఏర్పాటు చేశాడు. పలు కాలువలు తవ్వించాడు, మరమ్మతులు చేయించాడు. అత్యంత పొడగైన కాలువ సట్లెజ్ అది. హంసి దాకా 200 కిలోమీటర్ల పొడవు ఉంది. యమున నుంచి మరో కాలువ తవ్వించాడు. నీటి పారుదలకు, ఫిరజ్ నిర్మించిన కొత్త పట్టణాలకు మంచి నీరు సరఫరా చేయడానికి ఈ కాలువలు తవ్వించాడు. హిస్సార్-ఫిరూజా లేదా హిస్సార్ (నేటి హర్యానా),ఫిరూజాబాద్(నేటి ఉత్తర ప్రదేశ్) పట్టణాలు ఇప్పటికీ ఉన్నాయి.

ఆర్థిక, రాజకీయ సంబంధమైన మరో చర్యను కూడా ఫిరజ్ చేపట్టాడు. ఎక్కడ దాడిచేసినా దేహదారుఢ్యం గల యువకులను సుల్తాన్‌కు బానిసలుగా పంపించాలి. ఈ విధంగా ఫిరజ్ 1,80,000 మంది బానిసలను పోగు చేశాడు. వీరిలో కొందరికి చేతి వృత్తి కార్మికులుగా శిక్షణ ఇచ్చి, సామ్రాజ్యం అంతటా రాజ కర్మాగారాలలో(కార్ఖానాలు) నియమించాడు. మిగతావారికి సైనిక శిక్షణ ఇచ్చి సుల్తాన్‌తో మాత్రమే అనుబంధమై ఉండే దళాన్ని ఏర్పాటు చేశాడు. వీరు తనకు మాత్రమే విధేయంగా ఉంటారనేది అతడి అభిప్రాయం. ఇది కొత్త విధానమేమీ కాదు. భారత దేశంలోని తొలి తురుష్క సుల్తాన్‌లు కూడా బానిసలను చేర్చుకునేవారు. అయితే ఈ బానిసలు తమ యజమాని వారసులకు విధేయులుగా ఉండడం లేదని, ఆస్థానంలోని కులీన వర్గానికి భిన్నంగా మరో ప్రయోజన వర్గంగా ఏర్పడుతుందనేది గత అనుభవాన్ని బట్టి తెలుస్తున్నది. 1388లో ఫిరజ్ మరణించగానే ఏ సుల్తాన్ మరణించినా తలెత్తే పాలనాపర, రాజకీయ సమస్యలు ముందుకు వచ్చాయి. సుల్తాన్‌కు, కులీనవర్గానికి మధ్య అధికారం కోసం మళ్ళీ మళ్ళీ ప్రారంభమైంది. స్థానిక జమీందార్లు, రాజులు ఈ పరిస్థితిని ఆసరాగా తీసుకుని స్వతంత్రం ప్రకటించుకున్నారు. ఈ పరిస్థితులలో కనిపించిన కొత్త అంశం-ఫిరజ్ బానిసలు చురుగ్గా జోక్యం చేసుకుని తమ అభ్యర్థిని సింహాసనంపై ప్రతిష్ఠించడానికి యత్నించడం. ఫిరజ్ కుమారుడు సుల్తాన్ మహమ్మద్ వీరి సహాయంతో తన స్థానాన్ని సుస్థిరం చేసుకున్నారు. అయితే అతడు చేసిన మొదటి పని బానిసల శక్తిని విచ్ఛిన్నం చేయడం. వీరిలో కొందరిని హతమార్చి లేదా ఖైదు చేసి మిగతావారిని చెల్లాచెదురు చేశాడు. అయితే ఆయన కానీ, 1394 నుంచి 1412 వరకు పరిపాలించిన అతడి వారసుడు నసీరుద్దీన్

మహ్మద్ కానీ అత్యాశపరులైన కులీన వర్గాన్ని, మొండిగా ధిక్కరించిన రాజులను అదుపు చేయలేకపోయాడు. ఫిరజ్ చేపట్టిన సంస్కరణలు కులీన వర్గాన్ని బలోపేతం చేయడం, సైన్యాన్ని బలహీన పరచడం ఇందుకు కారణం కావచ్చు. రాష్ట్రాల పాలకులు స్వతంత్రులై పోయారు. ఢిల్లీ సుల్తాన్ పాలన ఢిల్లీ చుట్టూ కొద్ది ప్రాంతానికే పరిమితం అయిపోయింది. 'విశ్వ భగవానుడి(ఢిల్లీ సుల్తాన్ బిరుదు) రాజ్యం ఢిల్లీ నుంచి పాలం వరకు వ్యాపించి ఉందనే' హాస్యోక్తి ప్రచారంలోకి వచ్చింది.

తైమూరు దండయాత్ర (1398) వల్ల ఢిల్లీ సుల్తాన్ సామ్రాజ్యం మరింత బలహీనమైపోయింది. తురుష్కుడు అయిన తైమూరు చంఘీజ్‌ఖాన్‌కు రక్త సంబంధీకుడు. 1370లో దండయాత్రలు ప్రారంభించి సిరియా నుంచి ఆక్సియానా మీదు ప్రాంతం దాకా, దక్షిణ రష్యా మొదలుకొని సింధూనది దాకా తన సామ్రాజ్యాన్ని విస్తరింప చేసుకున్నాడు. దోచుకోవడం కోసమే భారత్‌పై దాడి చేశాడు. గత 200 ఏళ్ళుగా ఢిల్లీ సుల్తాన్‌లు పోగు చేసుకున్న సంపదను దోచుకోవడం ఈ దండయాత్ర లక్ష్యం. ఢిల్లీ సుల్తాన్ సామ్రాజ్యం బలహీన పడడంతో ఈ దండయాత్రను అడ్డుకునే వారు లేకపోయారు. తైమూరు సైన్యం ఢిల్లీ మార్గంలో ఉన్న పలు పట్టణాలను నిర్దాక్షిణ్యంగా కొల్లగొట్టింది. తైమూరు ఢిల్లీ ప్రవేశించి నిర్దాక్షిణ్యంగా దోచుకున్నాడు. ఈ దాడిలో మహిళలు, పిల్లలతో సహా హిందూ, ముస్లింలకు చెందిన ప్రజలు భారీ సంఖ్యలో హతమయ్యారు.

తైమూరు దండయాత్ర భారత్‌లో బలహీన ప్రభుత్వం ఉండడం వల్ల కలిగే ప్రమాదాన్ని మరోసారి వెల్లడించింది. ఈ దండయాత్ర వల్ల భారీగా సంపద, బంగారం, వెండి, నగలు తదితరమైనవి దేశం బయటకు తరలిపోయాయి. భవననిర్మాణ కార్మికులను, వండ్రంగివారిని తదితర చేతివృత్తుల వారిని భారీ సంఖ్యలో తైమూరు తరలించుకుపోయాడు. తైమూరు తన రాజధాని సమర్‌ఖండ్‌లో పలు అందమైన భవనాలు నిర్మించుకోవడానికి వీరు తోడ్పడ్డారు. అయితే తైమూరు దాడి వల్ల భారత్ పై పడిన రాజకీయ ప్రభావం స్వల్పమే. తుగ్లక్ సామ్రాజ్యం 1412 దాకా కునారిల్లుతూ ఉన్నప్పటికీ, తైమూరు దాడి ఢిల్లీ సుల్తానుల దృఢ పాలనకు చరమవాక్యంగా చెప్పవచ్చు.

ఢిల్లీ సుల్తాన్ సామ్రాజ్యం విచ్ఛిన్నానికి ఏ ఒక్క పాలకుడు కారణమని చెప్పలేము. మధ్య యుగాలలో రాజుకు కులీనులతో గల సంబంధాలు, స్థానిక పాలకులు జమీందార్ల మధ్య ఘర్షణలు, ప్రాంతీయ ప్రాబల్యాలు, భౌగోళిక అంశాలు వంటి పలు సమస్యలు ఉండేవి. ప్రతీ రాజు ఈ సమస్యలను ఎదుర్కోవడానికి యత్నించేవాడు. కానీ ఈ ఎడతెగని సమస్యల పరిష్కారానికి సమాజంలో మౌలిక మార్పులు తీసుకు వచ్చే

స్థితిలో వీరిలో ఏ ఒక్క రాజు లేడు. రాజకీయ విచ్ఛిన్నత అనే ప్రమాదం ఎప్పుడూ పొంచి ఉండేది. కేంద్ర పాలనలో ఏ బలహీనత ఏర్పడినా పలు సంఘటనలు గొలుసుకట్టుగా జరిగి విచ్ఛిన్నానికి దారి తీసేవి. గియాసుద్దీన్, మహమ్మద్ తుగ్లక్ హయాంలో సామ్రాజ్యం అతిగా విస్తరించి ఉండడం వల్ల తలెత్తే ఈ గొలుసుకట్టు సమస్యలను ఫిరజ్ నివారించగలిగాడు. కులీనవర్గాన్ని, సైన్యాన్ని సంతృప్తిపరచడానికి అతడు పలు సంస్కరణలు చేపట్టాడు. అయితే ఇవి కేంద్ర పాలనా యంత్రాంగాన్ని బలహీనపరచాయి.

1200 నుంచి 1400 దాకా భారతీయ జీవనంలో పలు కొత్త మార్పులు చోటు చేసుకున్నాయి. ప్రభుత్వ పాలన, ప్రజల జీవన సరళి పరిస్థితులు, కళలు, వాస్తు తదితర రంగాలలో ఈ మార్పులు చోటు చేసుకున్నాయి. ఈ అంశాలు వచ్చే అధ్యాయంలో ఉన్నాయి.

ఆ

భారతదేశం
క్రీ.శ.1200
KM 0 100 200KM
ఘోర్
ఘజ్నీ
శ్రీనగర్
లాహోర్
ముల్తాన్
తరాయిన్
చహమనులు
సాకంభారి
అజయమేరు
గహడవాలాలు
కలంజర్
కాశీ
చందేలాలు
బ్రహ్మపుత్ర
విజయపుర
చాళుక్యులు
నర్మదా నది
బంగాళా ఖాతం
A R A B I A N
S E A
చాళుక్యులు

ఎనిమిదవ అధ్యాయం

ఢిల్లీ సుల్తానుల ప్రభుత్వ వ్యవస్థ - సామాజిక, ఆర్థిక జీవనం

12వ శతాబ్ది చివరాంకంలో తురుష్కులు నెలకొల్పిన రాజ్యం ఉత్తర భారతం నుండి క్రమంగా విస్తరించింది. ఒకానొక సమయంలో వారి రాజ్యం మధురై వరకు విస్తరించి భారతదేశంలో అత్యధిక భాగాన్ని తమ పరిధిలో కలిగి ఉండేవారు. అత్యంత బలీయమైన, విపరీతమైన కేంద్రీకృత అధికారాలుగల రాజ్య వ్యవస్థ ఉండేది. పదిహేనవ శతాబ్ది తొలి దశకంలో ఢిల్లీ సుల్తానుల రాజ్యం విచ్ఛిన్నమైంది. దేశంలోని వివిధ ప్రాంతాల్లో స్వతంత్ర రాజ్యాలు ఏర్పడ్డాయి. అయితే సుల్తానుల పరిపాలనా వ్యవస్థ ఈ కొత్త రాజ్యాలపై ప్రగాఢమైన ప్రభావం చూపింది. దేశాన్ని తర్వాత పాలించిన మొగల్ చక్రవర్తులు కూడా అదే తరహా పాలనా వ్యవస్థను కొనసాగించారు. మొగల్ పరిపాలనా వ్యవస్థ 16వ శతాబ్దంలో అభివృద్ధి చెందింది.

ఢిల్లీ సుల్తాను :

భారతదేశాన్ని పాలించిన అనేక మంది తురుష్క సుల్తానులు తమను తాము బాగ్దాద్ ఖలీఫా అబ్బాసిద్ అనుచరగణంగా ప్రకటించుకున్నప్పటికీ రాజ్యస్తుతి (ఖుత్బా)లో అతడి పేరు చేరినప్పటికీ ఖలీఫాయే చట్టబద్ధమైన పాలకుడని నిర్ధారించలేము. ఖలీఫాకు నైతిక స్థాయి మాత్రమే ఉండేది. అతడి ఉన్నత స్థాయిని తరచూ చాటడం ద్వారా ఢిల్లీ సుల్తానులు తామూ మహమ్మదీయ ప్రపంచంలో ఒక భాగమని చాటుకున్నారు.

రాజ్యంలో సుల్తాను కొలువు అత్యంత ముఖ్యమైనది. రాజ్య, న్యాయ, సైనిక

అధికారాలు సుల్తాను గుప్పిట్లో ఉండేవి. రాజ్య భద్రత, రక్షణకు సుల్తాను బాధ్యుడు. అందుకే అతడు పరిపాలనా వ్యవస్థకు బాధ్యునిగా, సైనిక బలగాలకు ప్రధానాధికారిగా ఉండేవాడు. న్యాయం, చట్టాల అమలు బాధ్యత కూడా అతడిదే. ఇందులో భాగంగా అతడు న్యాయమూర్తులను నియమించాడు. న్యాయమూర్తుల తీర్పును సుల్తాను కొలువు ఖరారు చేసేది. ఉన్నతాధికారులు తమ పరిధికి మించి వ్యవహరిస్తే సుల్తానుకు నేరుగా ఫిర్యాదు చేసుకునే వ్యవస్థ ఉండేది. న్యాయ వితరణ పాలకుడి ప్రధానమైన బాధ్యతల్లో ఒకటిగా భావించబడేది. చట్టాన్ని ఉల్లంఘించేవారు ఎంతటి వారైనా బాల్బన్ ఎంత కఠినంగా శిక్షించేవాడో మనం ఇంతకుముందే చర్చించాము. మహమ్మద్ తుగ్లక్ ఇదే సూత్రాన్ని ఉలేమాలకు కూడా వర్తింపజేశాడు. ముస్లిం పాలకుల విషయంలో ఒక నిర్దిష్టమైన వారసత్వ చట్టమంటూ రూపొందలేదు. ఇస్లాం మత సూక్తుల ప్రకారం పాలకుడిని ప్రజలు ఎన్నుకోవాలి. అయితే సమర్థవంతమైన పాలకుడి తనయుడు రాజ్యాధికారం చేపట్టే ఆచారాన్ని సాధారణంగా పాటించేవారు. అయితే పాలకుడి సంతానమంతటికీ గద్దెపై సమాన హక్కులు ఉండేవి. తొలి సంతానానికే వారసత్వ హక్కు ఉండాలన్న నియమం ఇటు ముస్లిం పాలకులకు అటు హిందూ రాజులకు సమ్మతంగా ఉండేది కాదు. తమ పుత్రుల్లో ఒకరిని పాలకుడిగా ఎంచుకునేందుకు కొందరు సుల్తానులు ప్రయత్నించారు. వారసుడు ప్రథమ పుత్రుడే కానక్కరలేదు. ఆ విధంగా చూస్తే ఇల్తుమష్ రాజకుమారులకు బదులు తమ రాకుమార్తెను వారసురాలుగా ఎంచుకున్నాడు. సుల్తాను ఎంపికను రాజ్యపెద్దలు బలపరచాల్సి ఉంటుంది. చట్టబద్ధ వారసత్వాన్ని ముస్లింలు అంగీకరించే వారు కాని తిరుగుబాటు ద్వారా సైన్యాధిపతులు గద్దెను హస్తగతం చేసుకోకుండా ఎలాంటి రక్షణాచర్యలు ఉండేవి కావు. సైనిక తిరుగుబాటు ద్వారా సింహాసనాన్ని అధిరోహించిన సంఘటనలు ఢిల్లీ సుల్తానుల కాలంలో ఎన్నో సంభవించాయి. కనుక సైనిక ప్రాబల్యం వారసత్వం విషయంలో ఒక ముఖ్యమైన అంశంగా ఉండేది. అయితే వారసత్వంపై ప్రజాభిప్రాయాన్ని విస్మరించడానికి అవకాశం ఉండేదికాదు. ప్రజాభిప్రాయానికి వెరచి బాల్బన్ వారసులను పదవీచ్యుతులను చేసిన తర్వాత చాలా కాలం వరకు ఖాజీలు ఢిల్లీలో అడుగు పెట్టలేకపోయారు. అందుకే సిరి అనే కొత్త పట్టణాన్ని నిర్మించుకున్నారు.

కేంద్ర పరిపాలనా వ్యవస్థ :

రాజ్యపాలనలో సుల్తానుకు అనేక మంది మంత్రులు సహాయపడేవారు. మంత్రులను స్వయంగా సుల్తానే ఎంపిక చేసేవాడు. పాలకుడి అనుగ్రహం ఉన్నంత వరకు వారు పదవుల్లో కొనసాగేవారు. మంత్రుల సంఖ్య, వారి అధికారాలు, విధులు

సమయానుగుణంగా మారుతూ ఉండేవి. ఒక నిర్దిష్టమైన పరిపాలనా వ్యవస్థ మాత్రం 13వ శతాబ్దం చివరి నాటికే అభివృద్ధి చెందింది. పాలనా వ్యవస్థలో కీలకమైన వ్యక్తి వజీరు. అంతకు పూర్వం సైన్యాధికారులే వజీర్లుగా ఉండేవారు. అయితే 14వ శతాబ్దం వచ్చేసరికి వజీరు అంటే రెవెన్యూ వ్యవహారాల్లో అపారమైన అనుభవం, నైపుణ్యం కలిగిన వ్యక్తిగా పరిగణించబడ్డాడు. రాబడి - ఖర్చుకు సంబంధించిన విశాలమైన శాఖను అతడు శాసించేవాడు. రెవెన్యూ శాఖ సంస్థాగత స్వరూపంపై మహమ్మద్ తుగ్లక్ అత్యంత శ్రద్ధ చూపేవాడు. అతడి వజీరు ఖ్వాజా జహాన్‌కు అపారమైన గౌరవం దక్కేది. తుగ్లక్ దండయాత్రలపై రాజధాని నుండి బయల్దేరినపుడు అతడే పరిపాలనా బాధ్యతలు చూసేవాడు. ఖర్చును విశ్లేషించడానికి ఒక ప్రత్యేకమైన ఆడిటర్ జనరల్ విభాగం, రాబడిని గణించడానికి మరో అకౌంటెంట్ జనరల్ విభాగం వజీరు ఆజమాయిషీలో పని చేసేవి. ఉన్నతాధికారుల మధ్య తరచూ తగాదాలున్నా తుగ్లక్ నియంత్రణలోని రెవెన్యూ శాఖ దేశంలో మౌర్య సామ్రాజ్యం తర్వాత ఏర్పడ్డ మొట్టమొదటి విశాలమైన రాజ్య వ్యవహారాలను చక్కబెట్టేది. రైతాంగ బ్రాహ్మణుడైన ఖాన్-ఎ-జహాన్‌ను ఫిరోజ్ తుగ్లక్ వజీర్‌గా ఎంపిక చేశాడు. జహాన్‌కు రెవెన్యూ శాఖపై పూర్తి నియంత్రణ, అధికారం ఉండేది. సుమారు 18 ఏళ్ళపాటు కొనసాగిన జహాన్ వజీర్ల ఆధిపత్యానికి ఒక ఉదాహరణగా నిలిచాడు. ఉన్నత పదవులు, జాగీర్ల అనుభవానికి వారసత్వ నియమాలను ఫిరోజ్ ఖరారు చేయడంతో ఖాన్-ఎ-జహాన్ మరణం తర్వాత అతడి కుమారుడు ఖాన్-ఎ-జహాన్-2 వజీరుగా బాధ్యతలను స్వీకరించాడు. అయితే ఫిరోజ్ తుగ్లక్ మరణం తర్వాత ఖాన్-ఎ-జహాన్-2 వారసత్వం విషయంలో నిర్ణయాత్మక పాత్రను పోషించాలని ప్రయత్నించాడు. ఆ ప్రయత్నంలో అతడు విఫలం కావడంతో వజీరు స్థాయికి గట్టి ఎదురు దెబ్బతగిలింది. వజీరుకున్న ప్రాధాన్యత ఆ తర్వాత మొగల్ పాలకుల హయంలోనే తిరిగి సంతరించుకొంది.

రాజ్యంలో వజీరు తర్వాతి ఉన్నత స్థానం దీవాన్-ఎ-అర్జ్ లేదా రక్షణ శాఖ. ఈ శాఖ అధిపతిని అరిజ్-ఎ-మామలిక్ అని పిలిచేవారు. ఇతడు సైనిక దళాల ప్రధానాధికారి కాదు. ఎందుకంటే సుల్తాన్ స్వయంగా సైనిక బలగాలకు నాయకత్వం వహించేవాడు. ఆ రోజుల్లో సైనిక దళాల ప్రధానాధికారి బాధ్యతను వేరొకరికి అప్పగించి ఏ పాలకుడు మనుగడ సాధించేవాడు కాదు. సైనికుల భర్తీ, ఆయుధాల కొనుగోలు, సైనికులకు జీతభత్యాలు పంపిణీ చేయడమే రక్షణ శాఖ ప్రధాన బాధ్యత. రక్షణ శాఖను భారతదేశంలో తొలిసారిగా ఏర్పాటు చేసిన ఖ్యాతి బాల్బన్‌కు దక్కుతుంది. అతడి తర్వాత అల్లావుద్దీన్ ఖిల్జీ కూడా రక్షణ వ్యవహారాలకు అమితమైన ప్రాధాన్యం ఇచ్చేవాడు. రక్షణ బలగాలకు సంబంధించి ఒక నిరంతర హాజరు పట్టిక ఉండాలని

ఖిల్జీ భావించాడు. మేలుజాతి గుర్రాలను గుర్తించే విధంగా ముద్రలు వేసే విధానాన్ని కూడా అతడు అమలు చేశాడు. దీనివల్ల సైనికులు నాసిరకం జాతి గుర్రాలను సైనిక స్థావరాలకు తీసుకురాకుండా నివారించగలిగాడు. ప్రతి సైనికుడికి ఒక నిర్దిష్టమైన బాధ్యత ఉండేది. దేశంలో వివిధ ప్రాంతాల్లో సైనిక స్థావరాలు ఉండేవి. ఒక విస్తృతమైన సైనిక బలగం పాలకుడి సంరక్షణ కోసం రాజధానిలో ఉండేది. వేటకు వెళుతున్నామన్న సాకు చెప్పి బాల్బన్ తన సైనికులను సుదూర ప్రాంతాలకు పరుగెత్తించేవాడు. ఆ విధంగా సైనికులు బలిష్టంగా, చురుగ్గా ఉండేలా అతడు చేయగలిగాడు. ఢిల్లీని పాలించిన సుల్తానులలో అల్లావుద్దీన్ ఖిల్జీకి అత్యంత విశాలమైన సైనిక బలగాల నిల్వ ఉండేది. అతడి సైనిక బలగాల సంఖ్య మూడు లక్షల వరకు ఉన్నట్లు బరానీ ఉల్లేఖించాడు. కాని ఆ సంఖ్య వాస్తవ విరుద్ధంగా ఉన్నట్లు తెలుస్తోంది. సైనికులకు జీతభత్యాలను నగదు రూపంలో చెల్లించిన తొలి ఢిల్లీ పాలకుడు అల్లావుద్దీన్. అంతకుముందు తురుష్కసైనికులకు ఆయా గ్రామాల పంట దిగుబడిలో కొంత భాగాన్ని జీతభత్యం రూపంలో చెల్లించేవారు. సైనికులు తమ విధులను వంశపారంపర్యమైనవిగా భావించేవారు. ముసలివారైపోయినా తమ ఉద్యోగాలను వదులుకోవడానికి సిద్ధపడేవారుకాదు. గ్రామాలను సైనికులకు అప్పగించే పద్ధతిని బాల్బన్ పునరుద్ధరించాలనుకున్నాడు. అయితే మాజీ సైనికుల ఉద్యమం కారణంగా, తనకు బాల్యమిత్రుడైన ఢిల్లీ కొత్వాలు సూచన ఆధారంగా రాజ్యాదేశాలను మార్పు చేశాడు. కాని ఇలాంటి జమిందారీ హక్కులను ఒక్క కలంపోటుతో రద్దు చేశాడు అల్లావుద్దీన్. సాధారణ సైనికునికి 238 తనకాలు, అశ్వదళ సైనికులకు మరో 78 తనకాలు అదనంగా వేతనాన్ని చెల్లించాడు. తన సైన్యం సామర్థ్యం కారణంగానే అల్లావుద్దీన్ మంగోల్ దండయాత్రలను తిప్పికొట్టాడు. అదే సమయంలో దక్కను భూభాగాన్ని ఆక్రమించాడు.

యుద్ధ అవసరాల కోసం తురుష్కులు (టర్కులు) విశేష సంఖ్యలో ఏనుగులను కూడా సిద్ధం చేసేవారు. దండయాత్రల్లో సైనికులు ముందుకు చొచ్చుకుపోవడానికి రహదారులను సిద్ధం చేసే ఒక ప్రత్యేకమైన కార్మికుల విభాగం కూడా ఉండేది. మందుగుండు సామగ్రిని వినియోగించడంలో తురుష్కులు, ఆఫ్ఘన్లు ముందుండేవారు. వారి దళం ప్రతిష్టాత్మకమైనది. గజనీల కాలంలో హిందువులు సాయుధ బలగాల్లో, సాధారణ సైనిక విభాగాల్లో కూడా నియమితులయ్యేవారు. తర్వాతి కాలంలో వారిని సైన్యంలోకి తీసుకున్నా ఎక్కువగా రక్షణ బలగాల్లోనే నియమించేవారు.

రాజ్యంలో మరో రెండు ముఖ్యమైన విభాగాలుండేవి. అవి దీవానే - రిసాలత్, దీవానే ఇన్షా. మొదటి విభాగం మత వ్యవహారాలు, మతపరమైన సంస్థలు, విద్యావేత్తలు,

సాత్వికులకు భత్యం చెల్లించేది కార్యక్రమాలు చూసేది. ఒక పేరు మోసిన మత ప్రబోధకుడు ఆ విభాగానికి అధిపతిగా ఉండేవాడు. సాధారణంగా అతడిని ప్రధాన మతబోధకుడిగా గుర్తించేవారు (ఖాజీ) అతడే న్యాయమూర్తిగా బాధ్యతలు నిర్వర్తించేవాడు. మహమ్మదీయులు ఎక్కువగా నివసించే ప్రాంతాల్లో (దేశవ్యాప్తంగా) ఖాజీలను నియమించేవారు. షరియా ప్రకారం పౌర చట్టాలను ఈ ఖాజీలు అమలు చేసేవారు. గ్రామాల్లో పంచాయతీలు హిందువులకు తమ మత ఆచారాల ప్రకారం చట్టాలు, శిక్షలను అమలు చేసేవారు. నగరాల్లో కులపెద్దలు న్యాయమూర్తులుగా వ్యవహరించేవారు. పాలకుల నిర్దేశం మేరకు రూపొందించబడిన నేర చట్టాలను అన్ని కులాలు, మతాలకు చెందిన వారికి సమానంగా వర్తింపచేసేవారు.

దౌత్యపరమైన విధులను దీవానే ఇన్షా విభాగం నిర్వర్తించేది. సాధారణ, గుప్త ఉత్తర ప్రత్యుత్తరాలను (ఆయా రాజ్యాల అధిపతుల మధ్య), రాజ్యంలోని ఉన్నతాధికారులతో లావాదేవీలను ఈ విభాగం నిర్వహించేది.

ఇవి కాకుండా అనేక విభాగాలు కూడా ఉండేవి. దేశంలోని వివిధ ప్రాంతాల్లో గూఢచారులను నియమించి అక్కడ ఏమి జరుగుతోందో ఎప్పటికప్పుడు పాలకులు తెలుసుకునే వారు. గూఢచారులను బరీదులని పిలిచేవారు. పాలకుడికి పూర్తి విశ్వాసపాత్రుడైన సామాంతుడినే గూఢచార విభాగానికి అధిపతిగా నియమించేవారు. పాలకుడి రాజ మందిరం రాజ్య వ్యవస్థలో మరో ముఖ్యమైన విభాగం. పాలకుడి వ్యక్తిగత సుఖాలు, రాచరిక కుటుంబాలకు చెందిన మహిళల బాగోగులను ఈ విభాగమే చూసేది. పాలకుడికి, రాజమందిరానికి అవసరమైన వస్తువులు, ఉపకరణాలను తయారు చేసే కర్మాగారాలను కూడా రాజమందిరమే నిర్వహించేది. కొన్ని సందర్భాల్లో పాలకుడి అజమాయిషీలోనే ఉపకరణాలు తయారు అయ్యేవి. ఇలాంటి రాచరిక అవసరాలు తీర్చే కర్మాగారాల్లో కార్మికులుగా పని చేయించడానికి బానిసలకు ఒక ప్రత్యేకమైన విభాగం ఉండేది. దీనిని ఫిరోజ్ తుగ్లక్ నెలకొల్పాడు. ఈ వ్యవహారాలను చూసే అధికారిని వకీల్‌దార్ అని పిలిచేవారు. విందులు వినోదాల సమయంలో రాజమందిరాన్ని అలంకరించే బాధ్యత, అతిథులకు వారి స్థాయిని బట్టి కూర్చునే ఏర్పాట్లు చేయాల్సిన బాధ్యత వకీలుదారునిదే. నీటి కాల్వలు, సార్వజనిక భవంతుల నిర్మాణానికి ఫిరోజ్ తుగ్లక్ ఒక ప్రత్యేకమైన ప్రజాపనుల శాఖను నెలకొల్పాడు.

స్థానిక పరిపాలన :

ఆక్రమణ తర్వాత తురుష్కులు దేశాన్ని ఎన్నో ప్రాంతాలుగా విభజించారు. వాటిని ఇక్తాలుగా పిలిచేవారు. ఆయా ప్రాంతాలను రాచరిక కుటుంబాలకు చెందిన

ఉన్నతాధికారులకు పంచి పెట్టేవారు. ఇలాంటి జాగీరును అనుభవించే వారిని ముక్తీలు లేదా వాలీలుగా పిలిచేవారు. ఇలాంటి ఇక్తాలే తర్వాత సుబాలుగా రూపాంతరం చెందాయి. తొలుత ముక్తీలు సర్వస్వతంత్రంగా వ్యవహరించేవారు. తమ ప్రాంతంలో శాంతిభద్రతలను కాపాడే బాధ్యత వారిదే. అలాగే ప్రభుత్వం తరఫున భూమి శిస్తును కూడా వసూలు చేసేవారు. అనుభవం పెరిగిన కొద్దీ, కేంద్ర పాలనా వ్యవస్థ పటిష్టమయ్యేకొద్దీ కేంద్ర ప్రభుత్వం ముక్తీలను నియంత్రించడం ప్రారంభించింది. వారి వ్యవహారాలను సునిశితంగా విశ్లేషించడం మొదలుపెట్టింది. భూమిశిస్తు, తదితర రూపాల్లో ఆదాయం ఎంత లభిస్తోందో ఖచ్చితంగా లెక్కలు వేయడానికి ప్రయత్నించింది. ముక్తీలతో సహా సైనికులకు నగదు రూపంలో వేతనాలను నిర్ధారించడానికి కృషి చేసింది. దీని పర్యవసానంగా ముక్తీలు ఖర్చులు పోను మిగతా మొత్తాన్ని కేంద్ర ఖజానాలో జమ చేయాల్సి వచ్చింది. రెండేళ్ళకోసారి జరిగే ఖాతాల పరిశీలన తరచూ హింసాత్మక సంఘటనలకు దారి తీసేది. ముక్తీలు భౌతిక హింస, కారాగార శిక్షలను అనుభవించేవారు. అయితే ఇలాంటి కఠిన చర్యలను ఫిరోజ్ తుగ్లక్ ఉపసంహరించాడు. అది కూడా సుల్తాను పాలన చరమాంకంలో.

సుబాల (రాష్ట్రాలు) తర్వాత షిక్‌లు, వాటి కింద పరగణాలు ఉండేవి. వాటి పాలనా వ్యవస్థ గురించి పెద్దగా తెలియదు. అయితే వంద నుండి 84 గ్రామాలను కలిపి ఒక పరగణాగా గుర్తించేవారని తెలుస్తోంది. ఈ పరగణాలకు అమిల్ అనేవాడు అధిపతిగా ఉండేవాడు. గ్రామ స్థాయిలో ముఖ్యమైన వారు భూస్వాములు (ఖుత్), గ్రామ పెద్దలు గ్రామ పెద్దను ముకద్దంగా పిలిచేవారు. పట్వారీ కూడా ఉండేవాడు. అయితే గ్రామాన్ని ఎలా పాలించేవారో స్పష్టంగా తెలియదు. భూమి శిస్తు చెల్లించినంత కాలం గ్రామంలో బహుశా ఎవరూ జోక్యం చేసుకునేవారు కాదు.

స్థానిక స్థాయిలో పరిపాలనా వ్యవస్థను మార్చడానికి తొలి దశలో ఎలాంటి ప్రయత్నాలు జరగలేదు. భూమిశిస్తును ఒకే తరహాలో వసూలు చేసేవారు. వసూలుదారులు కూడా పాతవారే ఉండేవారు. గ్రామ సీమల్లో తమ ఆధిపత్యాన్ని విస్తరించుకోవడానికి ఈ వ్యవస్థ తుర్కులకు బాగా ఉపయోగపడింది. మార్పులు సంభవించడం ప్రారంభించింది. 14వ తొలి దశకం నుండి అది కూడా ఖిల్జీ నేతృత్వంలో. పాలనా సంస్కరణలవల్ల ఘర్షణలు జరిగాయి. అవి రైతాంగ ఉద్యమాలకు తెరతీశాయి.

ఆర్థిక–సామాజిక జీవనం :

ఢిల్లీ సుల్తానుల పాలన కింద ప్రజల ఆర్థిక స్థితిగతులపై చాలా తక్కువ

సమాచారం ఉంది. సాధారణ ప్రజల జీవితాల కంటే రాజమందిరంలో సంభవించే పరిణామాలపైనే అప్పటి చరిత్రకారులు ఎక్కువగా దృష్టి సారించారు. అయితే ఆయా సందర్భాల్లో ఉన్న ధరలను వారు ఉల్లేఖించారు. ఇబ్న్ బటుటా అనే ఉత్తర ఆఫ్రికా (టాంజియర్) నివాసి 14వ శతాబ్దిలో భారతదేశాన్ని సందర్శించాడు. మహమ్మద్ తుగ్లక్ ఆస్థానంలో ఎనిమిదేళ్ళపాటు ఉన్నాడు. అతడు దేశవ్యాప్తంగా విస్తృతంగా పర్యటించాడు. ఆయా ప్రాంతాల్లో లభ్యమయ్యే ఉత్పత్తులు, రహదారుల వ్యవస్థ, సాధారణ ప్రజల జీవితం గురించి విపులంగా వివరించాడు. ఇలాంటి వర్ణనలు ఇంకా అనేకం ఉన్నాయి. తిండి గింజలు, ఇతర పంటలు, పండ్లు, పూల గురించి చెప్పాడు. ఈ ఉత్పత్తులు మనకు సుపరిచితమే. గ్రామ సీమల్లో భూమి చాలా సారవంతంగా ఉందని, సంవత్సరానికి రెండు పంటలు పండిస్తారని ఇబ్న్ బటుటా వివరించాడు. కొన్ని చోట్ల వరిని సంవత్సరానికి మూడుసార్లు సాగు చేస్తారని ఉల్లేఖించాడు. చెరుకు, పత్తి, తదితర వాణిజ్య పంటలు కూడా సాగయ్యేవి. వీటి ఆధారంగా అనేక గ్రామీణ పరిశ్రమలు వెలిశాయి. ప్రధానంగా నూనె, బెల్లము, జౌళి పరిశ్రమలు ఉండేవి.

రైతాంగం - గ్రామీణ ఉన్నత వర్గాలు :

ఎప్పటిలాగే గ్రామాల్లో రైతాంగం జనాభాలో - అధిక సంఖ్యలో ఉండేవారు. మనుగడకు సరిపడ సంపాదన కోసం రైతులు రేయింబవళ్ళు కష్టపడేవారు. తరచూ కరువు యుద్ధాల బారిన పడుతుండడంతో దేశంలోని అన్ని ప్రాంతాల్లో రైతులు తీవ్ర ఇబ్బందులకు గురయ్యేవారు. గ్రామంలోని రైతుల జీవన ప్రమాణాలు ఒకేలా ఉండేవి కాదు. గ్రామ పెద్దలు, చిన్నతరహా భూస్వాములు సుఖంగా జీవించేవారు. తమ సొంత భూములనే కాకుండా నామమాత్రపు కౌలుపై తీసుకున్న భూములను కూడా వారు సాగుచేసేవారు. తమ అధికార బలంతో తాము చెల్లించాల్సిన శిస్తును కూడా పేద రైతులతో బలవంతంగా వసూలు చేసేవారు. వీరు ఎంత విలాసవంతంగా జీవించారంటే ఖరీదైన అరబ్బుజాతి గుర్రాలపై స్వారీ చేసేవారు. ఉన్నతమైన దుస్తులు ధరించేవారు. భూస్వాములుగా ప్రవర్తించేవారు. అల్లావుద్దీన్ ఖిల్జీ ఇలాంటి వారి పట్ల కఠినంగా వ్యవహరించాడు. వారి సౌకర్యాలను, హక్కులను కుదించివేశాడు. అయినా ఈ వర్గాలు సాధారణ రైతుల కంటే విలాసవంతమైన జీవితం గడిపేవారు. ఖిల్జీ మరణానంతరం వాడు మళ్ళీ తమ పద్ధతులను పునరుద్ధరించారు.

అత్యున్నత జీవన ప్రమాణాలు కలిగిన మరో వర్గం హిందూ సామంతరాజులది. తమకు వంశపారంపర్యంగా వస్తున్న జాగీరులను వారు అంటిపెట్టుకున్నారు. బాల్బన్

పాలనలో ఈ హిందూ రాజులు అతడి రాజప్రసాదాన్ని దర్శించుకున్న సంఘటనలు అనేకం వున్నాయి. ఢిల్లీ సుల్తానుల నియంత్రణ ఉన్న తమ తమ ప్రాంతాల్లో ఈ సామంత రాజులు బలమైన వ్యక్తులుగా వెలుగొందారు.

వాణిజ్యం, పరిశ్రమలు, వ్యాపారులు :

ఢిల్లీ సుల్తాన్‌ల సామ్రాజ్యం బలపడడంతో రవాణా సంచార వ్యవస్థలు అభివృద్ధి చెందాయి. రజత తనకా, కాంస్య దిర్హామ్‌ల కరెన్సీ వ్యవస్థ బలపడింది. దీనితో దేశంలో వాణిజ్య కార్యకలాపాలు ఊపందుకున్నాయి. పట్టణాలు విస్తరించాయి. పట్టణ జీవితం పెరిగిపోయింది. ఇస్లామిక్ ప్రపంచ ఈశాన్య భాగంలో ఢిల్లీ అతి పెద్ద నగరమని ఇబ్న్ బటుటా కీర్తించాడు. పరిమాణంలో ఢిల్లీతో సమానంగా దౌలతాబాదు (దియోగిర్) తూగేదని చెప్పాడు. దక్షిణ, ఉత్తర ప్రాంతాల మధ్య వృద్ధి చెందిన వ్యాపార సంబంధాలకు దౌలతాబాదు ఒక సూచిక. ఆ రోజుల్లో వెలసిల్లిన ఇతర ముఖ్యనగరాల్లో లాహోర్, ముల్తాన్ (ఉత్తర-పశ్చిమ) కారా, లక్నౌతి (ఈశాన్యం), అన్హిల్‌వారా (పటన్), కాంబే (ఖాంబాయత్) (పశ్చిమ ప్రాంతంలో) ఉన్నాయి. మొత్తం మీద చెప్పాలంటే ఢిల్లీ సుల్తాన్ల సామ్రాజ్యం ఒక వికాసదాయకమైన నగర ఆర్థిక వ్యవస్థను ప్రతిబింబించిందని ఒక చరిత్రకారుడు పేర్కొన్నాడు. “అలాంటి ఆర్థిక వ్యవస్థ అవసరాలకు అనుగుణంగా వాణిజ్య, వ్యాపార కార్యకలాపాలు విస్తృత స్థాయిలో ఉండాల్సిన అవసరం ఏర్పడి ఉండవచ్చు.” బెంగాల్, గుజరాత్‌లోని పట్టణాలు మేలురకం జౌళి ఉత్పత్తులకు ప్రఖ్యాతిగాంచాయి. నాణ్యమైన వస్త్రాలు ఇతర పట్టణాల్లో కూడా ఉత్పత్తయ్యేవి. గుజరాత్‌లోని కాంబే నాణ్యమైన వస్త్రాలకు, బంగారు-వెండి అభరణాలకు ఎంతో ప్రసిద్ధి గాంచింది. బెంగాల్‌లోని సోనార్‌గావ్ ముడిపట్టు, నాణ్యమైన పత్తి వస్త్రాలకు పెట్టింది పేరు. చేతివృత్తులు కూడా అనేకం ఉండేవి. ముఖ్యంగా చర్మ ఉత్పత్తులు, కాంస్య ఉత్పత్తులు, తివాచీల తయారీ జరిగేది. కాగితాల ఉత్పత్తిని తుర్కులు ప్రవేశపెట్టారు. పేపరు తయారీ విధానాన్ని, నైపుణ్యాన్ని చైనీయులు రెండవ శతాబ్దంలో కనిపెట్టారు. అరబ్బులకు ఆ విధానం ఐదవ శతాబ్దంలో తెలిసింది. అయితే 14వ శతాబ్దంలోనే పేపరు తయారీ విధానాన్ని ఐరోపా తెలుసుకోగలిగింది.

నూలు వడికే రాట్నం ప్రవేశపెట్టడంతో వస్త్రాల ఉత్పాదన కూడా మెరుగుపడింది. పత్తిని త్వరగా, పరిపూర్ణంగా శుద్ధి చేయడానికి ధునియా ఉపయోగపడింది. ఈ ప్రక్రియలో అన్నింటికంటే ప్రధానమైనది భారతదేశ హస్తకళల వారి నైపుణ్యం. పర్షియా, ఎర్ర సముద్రం తీరాన ఉన్న దేశాలకు వస్త్రాలు ఎగుమతి చేసే స్థాయికి మన దేశం చేరుకుంది. ఈ కాలంలోని మన దేశంలో ఉత్పత్తయ్యే

నాణ్యమైన వస్త్రాలు చైనీయులకు కూడా పరిచయమయ్యాయి. ఈ వస్త్రాలకు పట్టు కంటే ఎక్కువ విలువ ఉండేది. సాటిన్‌లాంటి నాణ్యమైన జౌళి పదార్థాలు, గాజు పరికరాలను, అలాగే గుర్రాలను పశ్చిమాసియా నుండి దిగుమతి చేసుకునేవారు. చైనా నుండి ముడి పట్టు, పింగాణీ సామగ్రి తయారీ మట్టి దిగుమతి అయ్యేవి.

సరిహద్దు మార్గాల ద్వారా, ఓడ రవాణా ద్వారా అభివృద్ధి చెందిన మన విదేశీ వాణిజ్యం వాస్తవంగా ఒక అంతర్జాతీయ సంస్థాగత స్వరూపం కలది. అరబ్బులు సముద్ర వ్యాపారంలో ఆరితేరిన వారైనప్పటికీ భారత వ్యాపారులు, ముఖ్యంగా తమిళ, గుజరాతి వ్యాపారులు (హిందువులు, ముస్లింలు కలిపి) వారికి గట్టి పోటీ ఇచ్చారు. తీర ప్రాంత వ్యాపారం, ఓడరేవుల మార్గాల తీర పట్టణాలకు సరుకుల రవాణాలో మార్వారీ) గుజరాతీలదే పై చేయిగా ఉండేది. వీరందరూ జైన మతస్తులు. ముస్లిం బొహ్రా వ్యాపారులు కూడా ఇలాంటి వాణిజ్య కార్యకలాపాలు నిర్వహించేవారు. మధ్య, పశ్చిమాసియాలకు భూమార్గాన వ్యాపారం ఎక్కువగా ముల్తానీల చేతుల్లో ఉండేది. వీరు హిందువులు. అలాగే ఖురాసనీలు (అఫ్ఘానీ, ఇరానీయులు) కూడా వ్యాపారం చేసేవారు. ఈ వ్యాపారులందరూ ఎక్కువగా ఢిల్లీలో స్థిరపడిపోయారు. గుజరాతీ, మార్వారీ (జైన్ మతస్తులు) వ్యాపారులు అత్యంత ధనికులు. ప్రార్థనాలయాల నిర్మాణంపై వీరు తమ సంపదలో విశేష భాగాన్ని వెచ్చించారు. కాంబే మహానగరంగా విలసిల్లేది. అక్కడ ఎంతో మంది ధనిక వ్యాపారులు నివాసముండే వారు. నల్లరాయి, ఇసుక గచ్చుతో నిర్మించిన విశాలమైన భవంతులకు ఖరీదైన పెంకులు వేసేవారు. భవంతుల చుట్టూ పండ్లు, పూలతోటలు పెంచేవారు. ఎన్నో నీటి ట్యాంకులను కూడా కలిగి ఉండేవారు. ఈ ధనిక వ్యాపారులు, హస్తకళల వారు విలాసవంతమైన జీవితం గడిపేవారు. ఖరీదైన దుస్తులు, రుచికరమైన వంటకాలకు అలవాటు పడ్డారు. హిందూ, ముస్లిం వ్యాపారులకు రక్షణగా కొందరు ఉండేవారు. వారి చేతుల్లో బంగారు, వెండి అంచులు కలిగిన ఖడ్గాలు ఎల్లప్పుడు ఉండేవి. ఢిల్లీలో హిందూ వ్యాపారులు ఖరీదైన గుర్రాలపై స్వారీ చేసేవారు. గుర్రాలపై ఖరీదైన పట్టువస్త్రాలు, ఇతర సామాగ్రి ఉండేవి. విశాలమైన భవనాల్లో నివాసముండేవారు, పండుగలను పబ్బాలను ఎంతో ఘనంగా జరుపుకునే వారు. ముల్తానీ వ్యాపారుల ఇళ్ళలో వెండి, బంగారు ఆభరణాలు, వస్తువులు ఎక్కడపడితే అక్కడ ఉండేవని, రాజ్యపాలనలో ఉన్న అధికారులు తమ విందులు, వినోదాల అవసరం కోసం ప్రతిసారి ముల్తానీ వ్యాపారుల వద్ద రుణం తీసుకునేవారని బరానీ తన రచనల్లో వివరించారు.

ఆ రోజుల్లో దోపిడీదారులు, గిరిజన తెగల ముప్పువల్ల ప్రయాణం ఎంతో సంక్లిష్టంగా ఉండేది. అయితే రాచరిక రహదారులు విశాలంగా, ఎలాంటి ఆటంకాలు

లేకుండా ఉండేవి. దారి పొడవునా సరయిలు ఉండేవి. అలిసిపోయిన ప్రయాణీకులు సేద తీరడానికి, వారి ఉత్పత్తులకు భద్రత కల్పించడానికి అవి ఎంతో అనువుగా ఉండేవి. పెషావర్ నుండి సోనార్‌గావ్ వరకు ఉన్న రాచరిక రహదారికి తోడు ఢిల్లీ నుండి దౌలతాబాదు వరకు మరో రహదారిని మహమ్మద్ తుగ్లక్ నిర్మింపచేశాడు. తపాలాను దేశంలోని ఒక ప్రాంతం నుండి మరో ప్రాంతానికి త్వరగా చేరవేయడానికి పటిష్టమైన వ్యవస్థ ఉండేది. ఆయా ప్రాంతాల్లో వ్యక్తులను ఏర్పాటు చేసి వారి ద్వారా గుర్రాలపై తపాలాను త్వరగా చేరవేయడానికి ఏర్పాట్లు వుండేవి. లేదా ఒక చౌకి నుండి మరో చౌకికి పరుగెత్తుకుంటూ వెళ్ళి తపాలా అందించే వారు ఉండేవారు. ఇలా పరుగెత్తి వెళ్లే వారు దారి వెంబడి ఒక గంటను మోగించేవారు. తదుపరి చౌకిలో ఉన్న వ్యక్తి అతడిని గుర్తించి వెంటనే దిగి వచ్చి అతడి వద్ద ఉన్న రేఖను తీసుకొని మరో చౌకికి చేరవేస్తాడు. ఇలా రిలే పద్ధతిలో సుల్తాను కోసం ఖురాసన్ నుండి తాజా పండ్లను తెప్పించేవారు. ఢిల్లీ నుండి 40 రోజుల ప్రయాణ దూరంలో ఉన్న దౌలతాబాదులో మహమ్మద్ తుగ్లక్ మకాం వేసిన సందర్భాల్లో ప్రతి రోజూ ఈ రిలే పద్ధతుల్లో తాగునీటి అవసరాల కోసం గంగా జలాలను తెప్పించుకునేవాడు.

సంచార, రహదారుల వ్యవస్థ (భూ, సముద్ర మార్గాలు) అభివృద్ధి చెందడంతో ఈ కాలంలో ఆర్థిక జీవనం కూడా వేగంగా పుంజుకుంది. కొత్త వృత్తులు, ఉత్పాదనా పద్ధతులు చాలా వాటిని తురుష్కులు ప్రవేశపెట్టారు లేదా వాటికి మంచి ఆదరణ కల్పించారు. ఇంతకు ముందే మనం ఇనుముతో తయారు చేసిన గరిటె వాడకాన్ని, ఆశ్విక, పాదాతి దళాలు భారీ స్థాయిలో ఆయుధాల వాడటాన్ని తెలుసుకున్నాము. ఈ కారణంగా లోహ పరిశ్రమ, కాంస్య కళారూపాల తయారీ బాగా అభివృద్ధి చెందాయి.

అన్నింటి కంటే ముఖ్యమైన పరిణామం రాహట్ (దీనిని పర్షియన్ చక్రం అని తప్పుగా పిలిచారు)ను మెరుగుపరచడం. వ్యవసాయ అవసరాల కోసం నీటిని లోతైన బావుల నుండి తోడడానికి ఈ సాధనం ఎంతో ఉపయోగకరంగా ఉండేది. పేపరు తయారీ, గాజు తయారీ, చేనేత వస్త్రాల తయారీ ఇతర ముఖ్యమైన వృత్తులుగా ఉండేవి.

ఆర్చీలు, బురుజులతో నిలువెత్తు భవనాలను నిర్మించడానికి తుర్కులు నాణ్యమైన గచ్చుని వినియోగించేవారు. ఈ వృత్తులు, కళానైపుణ్యాలు కొత్తవి కాకపోయినా వాటిని బాగా మెరుగుపరిచారు. భారతదేశంలో తరతరాలుగా సంక్రమిస్తూ వచ్చిన కళానైపుణ్యాన్ని మరింత పదును పెట్టారు. దీనికితోడు వ్యవసాయం కూడా బాగా అభివృద్ధి చెందింది. ఈ రెండు కారణాలవల్ల 14వ శతాబ్ది ద్వితీయ

భాగం అభివృద్ధి, సిరిసంపదలతో వెలిగిపోయింది.

సుల్తాను - ఉన్నతాధికారులు :

ఢిల్లీ సుల్తాను, అతడి ఉన్నతాధికారులు అత్యంత విలాసవంతమైన జీవితాన్ని గడిపేవారు. పశ్చిమ, మధ్య ఆసియాలోని ఇస్లామిక్ ప్రపంచ పాలకులకు ఏ మాత్రం తగ్గకుండా వీరి జీవన ప్రమాణాలు ఉండేవి. ఐరోపా అప్పటికి ఇంకా వెనుకబాటుతనాన్ని అధిగమించే ప్రయత్నంలో ఉండగా ఇస్లామిక్ ప్రపంచం సిరిసంపదలతో వెలిగిపోయేది. అక్కడి పాలకుల విలాసవంతమైన జీవితం, వారి ధనం, దర్పం ఎంతో ఆశ్చర్యాన్ని గొలిపేది. వారిని అనుకరించడానికి ఇతర దేశాల్లోని ప్రతి పాలకుడు ప్రయత్నించేవాడు. హిందూ పాలకుల వలే ఢిల్లీని పాలించిన ప్రతి సుల్తాను తన కోసం ప్రత్యేకంగా ఒక రాజభవనాన్ని నిర్మించుకున్నాడు. సందర్శకులను కట్టిపడేసేలా ఉండేది బాల్బన్ రాజమందిరం. అల్లావుద్దీన్ ఖిల్జీ, అతడి వారసులు కూడా ఇదే సాంప్రదాయాన్ని అనుసరించారు. మహమ్మద్ తుగ్లక్ నివాసముండిన రాజభవనం గురించి ఇబ్న్ బటుటా విపులంగా వివరించాడు. సుల్తాన్‌ను సందర్శించుకోవాలనే వ్యక్తి మూడు మహాద్వారాల గుండా ప్రవేశించాల్సి ఉంటుంది. ఈ మహాద్వారాల వద్ద భారీ బందోబస్తు ఉండేది. తర్వాత ఆ వ్యక్తి వెయ్యి స్తంభాల మందిరంలోకి ప్రవేశించాడు. ఆ మందిరం విశాలమైనది. చెక్క దిమ్మెలపై ఆధారపడిన ఆ మందిరం ఖరీదైన కళారూపాలు, సామగ్రితో అలంకరించబడి ఉండేది. ఆ మందిరంలోనే సుల్తాను ప్రజాదర్బారు నిర్వహించేవాడు.

చలి, వేసవి కాలాలకు వేర్వేరు దుస్తులను తన ఉన్నతాధికారులకు సుల్తాను బహూకరించేవాడు. ఆ లెక్కన అతడు సంవత్సరానికి రెండు లక్షల దుస్తులను బహుమానంగా అందించేవారు. ఆ దుస్తుల్లో విదేశాల నుండి తెప్పించిన ఉన్నత స్థాయి మఖ్మల్ వస్త్రాలు, ఉన్ని వస్త్రాలు (దమస్క్) ఉండేది. వాటిపై ఖరీదైన నక్కాషి ఉండేది. ఆ దుస్తుల ఖరీదు భారీ మోతాదులోనే ఉండేది. అలాగే రాచ కుటుంబానికి చెందిన ఉన్నతాధికారులకు విలువైన బహుమానాలు కూడా అందించేవారు. ముఖ్యంగా పండుగలు, సుల్తాను జన్మదినం సందర్భంగా బహుమానాలను పంచిపెట్టేవారు. లేదా నౌరోజ్ (పార్సీ నూతన సంవత్సరం), సుల్తాను గద్దెనెక్కిన రోజును పురస్కరించుకొని అలాంటి ఏర్పాట్లు చేసేవారు.

సుల్తాను వ్యక్తిగత అవసరాలన్నింటిని రాచరిక కర్మాగారాలు తీర్చేవి. వెండి, బంగారు, పట్టు వస్త్రాలు, తదితర ఉత్పత్తులను ఈ కర్మాగారాలు తయారు చేసేవి. విలువైన, అరుదైన వస్తువులను సమకూర్చే భాండాగారాలు కూడా ఉండేవి.

భాండాగారాలను నిర్వహించే అధికారులకు నాణ్యమైన కళారూపాలు, హస్తకళలను కొనుగోలు చేయమని ఫిరోజ్ తుగ్లక్ తగిన సూచనలు ఇచ్చేవాడు. అని ఎక్కడ దొరికినా, ఎంత ఖరీదైనా వాటిని సమీకరించమని అతడు అధికారులను ఆదేశించేవాడు. ఒక సందర్భంలో సుల్తాన్ కోసం కొనుగోలు చేసిన జత పాదరక్షలు 70 వేల తనకాలు ఖరీదు చేసిందని చెబుతారు. రాచరిక అవసరాలకు ఉపయోగపడే వస్తువులను బంగారు, వెండి, నక్కాషితో తయారుచేసేవారు. వాటిలో వజ్ర వైఢుర్యాలు పొదిగేవారు. ఈ భాండాగారాలు అంతఃపుర (హరామ్) అవసరాలు కూడా తీర్చేవి. ప్రతి సుల్తాన్‌కు ఒక విశాలమైన రాణి వాసముండేది. అందులో రాణులు, దేశవిదేశాలకు చెందిన మహిళలు ఉండేవారు. వారి సంరక్షణ కోసం, తోడ్పాటు కోసం బానిసలు, నౌకర్లు, మహిళలు, మగవారు ఉండేవారు. అంతఃపుర వాస మహిళలకు అన్ని సౌకర్యాలు కల్పించడానికి వీరు ఎల్లప్పుడు సిద్ధంగా ఉండేవారు. సుల్తాన్‌కు సంబంధించిన మహిళా కుటుంబ సభ్యులు రాజమాత, సుల్తాన్ అక్కాచెల్లెళ్ళు, తదితరులు - కూడా హరామ్‌లోనే ఉండేవారు. అందరికీ వ్యక్తిగత నివాస వసతి ఉండేది.

సుల్తాన్‌లాగా విలాసవంతమైన జీవితం గడపాలని ఉన్నతాధికారులు కూడా ఆరాటపడే వారు. సుల్తాన్‌ను అన్ని విధాలా అనుకరించడానికి ప్రయత్నించేవారు. వీరి నివాసం కోసం విశాలమైన భవంతులు ఉండేవి. అందులో విలువైన వస్త్రాలు, కళావస్తువులు ఉండేవి. నౌకర్లు, బానిసలు, సహాయకులు పెద్ద సంఖ్యలో ఉండేవారు. విందులు వినోదాలు ఏర్పాటు చేయడంలో, పండుగలను పెద్ద ఎత్తున జరపడంలో అధికారులు ఒకరితో ఒకరు పోటీ పడేవారు. అయితే కొందరు ఉన్నతాధికారులు కళాకారులు, సాహిత్యకారులను పోషించేవారు.

అల్లావుద్దీన్ తన పాలనలో ఉన్నతాధికారులను తీవ్రంగా అణచివేశాడు. అయితే అతడి మరణం తర్వాత వారు తిరిగి విలాసవంతమైన జీవితాన్ని గడపడం ప్రారంభించారు. తుగ్లక్‌ల పాలనలో ఈ అధికారులు ఒక బలమైన అధికార కేంద్రంగా అవతరించారు. తన సామ్రాజ్యం గణనీయంగా విస్తరించడంతో మహమ్మద్ తుగ్లక్ పరిపాలనాధికారులకు ఎక్కువ మొత్తంలో జీతభత్యాలు చెల్లించేవాడు. ఇరాక్ రాష్ట్రంతో సమానంగా తుగ్లక్ వజీరు ఆదాయం ఉండేదని చెబుతారు. ఇతర మంత్రులకు ప్రతి సంవత్సరం 20 నుండి 40 వేల తనకాల వేతనం లభించేది. ప్రధాన మంత్రి (సద్ర్)కి 60 వేల తనకాల వార్షిక ఆదాయం ఉండేది. ఫిరోజ్ తుగ్లక్ వజీరు ఖాన్-ఎ-జహాన్‌కు 15 లక్షల తనకాల ఆదాయం లభించేది. అధిక సంఖ్యలో ఉన్న అతడి కుమారులు, అల్లుళ్ళకు ప్రత్యేక జీతభత్యాలు లభించేవి.

తుగ్లక్‌ల పాలనలో పరిపాలనాధికారులు పెద్ద ఎత్తున ఆస్తులను కూడగట్టుకున్నారు. ఈ విధంగా ఫిరోజ్ తుగ్లక్ కాలంలో రక్షణ మంత్రిగా ఉన్న బషీర్ తన మరణానంతరం 13 కోట్ల రూపాయల ఆస్తులను వదిలివెళ్ళాడు. బషీర్ తొలుత తనకు బానిస అనే నెపంతో ఫిరోజ్ అతడి ఆస్తులను చాలా వరకు స్వాధీనం చేసుకున్నాడు. మిగతా సంపదను అతడి కొడుకులకు పంచిపెట్టాడు. ఇలాంటి సందర్భాలు చాలా అరుదు. సాధారణంగా ఉన్నతాధికారులు, మంత్రుల ఆస్తులకు ఎలాంటి ఢోకా ఉండదు. వారసులు వాటిని అనుభవించడానికి ఎలాంటి అడ్డంకులు ఉండేవి కావు. తమకు సంక్రమించిన ఆస్తులతో మంత్రుల వారసులు భూములను కొనుగోలు చేసి వాటిలో తోటలు పెంచారు. పరిసర ప్రాంతాల్లో సంతలు కూడా ఏర్పాటు చేశారు. సుల్తాన్, అతడి మంత్రులు, భారతదేశంలో పండ్ల నాణ్యతను పెంచడంపై ప్రత్యేక శ్రద్ధ కనబరిచేవారు. ముఖ్యంగా ద్రాక్ష, రసధార పండ్ల సాగుపై వారు ఆసక్తి చూపేవారు. ఈ విధంగా ఒక నూతన భూస్వామ్య వర్గం అభివృద్ధి చెందింది. అయితే 15వ శతాబ్దం తొలి అంకంలో ఢిల్లీ సుల్తాన్ల సామ్రాజ్యం విచ్ఛిన్నం కావడంతో భూస్వామ్య పద్ధతికి తెరపడింది.

పట్టణ జీవితం : బానిసలు, చేతివృత్తిదారులు, ఇతరులు

ఢిల్లీ సుల్తానుల పాలనలో పట్టణాలు, పట్టణ జీవితం ఎలా పునరుద్ధరించబడ్డాయో మనం ఇంతకు పూర్వమే తెలుసుకున్నాము. తురుష్క పాలకవర్గం స్వతహాగా పట్టణ ప్రాంత పాలకవర్గం. పట్టణ జీవితానికి అలవాటుపడిన వర్గం. సైనిక స్థావరాల చుట్టూ అనేక పట్టణాలు వెలిశాయి. ముఖ్యంగా సైనికులకు ఆహారం, ఉత్పత్తులు, సేవలు అందించడానికే పట్టణాలు ఏర్పడ్డాయి. కాలక్రమంలో ఇలాంటి పట్టణాలు సాంస్కృతిక కేంద్రాలుగా ఉద్భవించాయి.

మధ్యయుగం నాటి పట్టణాల్లో అన్ని వర్గాలతో కూడిన జనాభా ఉండేది. మధ్య స్థాయి అధికారులు, కిందిస్థాయి పాలనాధికారులు, దుకాణాదారులు, చేతివృత్తుల వారు, భిక్షం స్వీకరించే వారు, తదితరులు ఉండేవారు. చదవగలిగిన, వ్రాయగలిగిన సాధారణ పౌరులకే సహజంగా కిందిస్థాయి ప్రభుత్వ ఉద్యోగాలు ఇచ్చేవారు. విద్యా బోధనంతా ముస్లిం ఉలేమాల చేతిలో ఉండడం కారణంగా ఉలేమాలు, కింది స్థాయి ఉద్యోగులు ఒకే తీరుగా ఆలోచించేవారు, అలాగే ప్రవర్తించేవారు. చరిత్రకారులు ఎక్కువగా ఈ వర్గం నుండే వచ్చారు. వారి రాతల్లో ఉలేమా వర్గ ఆలోచనలు, ఇష్టాయిష్టాలు ప్రతిబింబిస్తాయి. సాధారణ ప్రజల వలె ఆయుధాలు ధరించే భిక్షగాళ్ళు అధిక సంఖ్యలో ఉండేవారు. వీరివల్ల కొన్ని సందర్భాల్లో శాంతిభద్రతలకు

విఘాతం కలిగేది.

పట్టణంలో మరో పెద్ద వర్గంగా బానిసలు, నౌకర్లు ఉండేవారు. భారతదేశంతో పాటు పశ్చిమాసియా, ఐరోపాలలో బానిసత్వం చాలా కాలం కొనసాగింది. హిందూ శాస్త్రాల్లో బానిసలను వారి స్థాయిని బట్టి వర్గీకరించారు. కొందరు కుటుంబంలో జన్మించిన వారైతే, కొందరు కొనుగోలు చేయబడిన వారు, కొందరు వారసత్వంగా బానిసలయితే మరికొందరు సమకూర్చుకోబడిన వారు. ఇలా వర్గీకరణ ఉండేది. మొదట అరబ్బులు బానిసత్వాన్ని వ్యవస్థీకరించారు. ఆ తర్వాత తురుష్కులు కూడా బానిసల వ్యవస్థను ఏర్పాటు చేసుకున్నారు. యుద్ధంలో బందీలుగా చిక్కిన వారిని బానిసలుగా తీసుకోవడం సాధారణంగా జరిగేది. మహాభారతంలో కూడా యుద్ధబందీని బానిసగా తీసుకోవడం సాధారణమేనని పేర్కొనబడింది. భారతదేశంలో, వెలుపల యుద్ధాల్లో తుర్కులు ఈ ఆచారాన్ని పెద్దఎత్తున అమలు చేశారు. మహిళలు, మగవారి బానిస సంతలు (మార్కెట్లు) పశ్చిమాసియాలోనే కాకుండా మన దేశంలో కూడా పుట్టుకొచ్చాయి. తురుష్కులు, మధ్యాసియా వారు, గ్రీకులు, భారతీయ బానిసలకు చాలా గిరాకీ ఉండేది. వారిని సొంతం చేసుకోవడానికి పాలకులు పోటీ పడేవారు. ఆఫ్రికా - ముఖ్యంగా అబిసినియా - నుండి కూడా పరిమిత సంఖ్యలో బానిసలను దిగుమతి చేసుకొనే వారు. గృహావసరాల కోసమే ప్రధానంగా బానిసలను కొనుగోలు చేసేవారు. అలాగే తోడు కోసం. వృత్తి నైపుణ్యంగల బానిసలు సైతం ఉండేవారు. నైపుణ్యంగల బానిసలు, అందమైన మహిళలకు అధిక ధర లభించేది. నైపుణ్యంగల వారికి ఎక్కువ విలువ ఉండేది. వారిలో కొందరు కుతుబుద్దీన్ ఐబక్ హయాంలో ఉన్నత స్థానాలకు కూడా ఎదిగారు. ఫిరోజ్ తుగ్లక్ కూడా బానిసలను విలువైన ఆస్తిగా పరిగణించేవాడు. అతడు సుమారు 1,80,000 మంది బానిసలను సమకూర్చుకున్నాడు. వారిని అంగరక్షకులుగానో, చేతివృత్తిదారులుగానో నియమించాడు. అయితే ఎక్కువ మంది బానిసలను వ్యక్తిగత సేవల కోసం వినియోగించుకునేవాడు. అలాంటి బానిసలు కొన్నిసార్లు కఠినమైన శిక్షకు గురయ్యేవారు. ఇంటి నౌకరు కంటే బానిసల పరిస్థితి కొంత మెరుగ్గా ఉండేదని వాదించవచ్చు. ఎందుకంటే యజమాని తప్పనిసరిగా బానిసకు కూడు, నీడ కల్పించాలన్న నిబంధన ఉండేది. మరోవైపు స్వతంత్రుడైన ఇంటి నౌకరు ఆకలితో చనిపోయే అవకాశముండేది. బానిసలకు పెళ్ళి చేసుకునే వెసులుబాటు ఉండేది. అలాగే కొంత ఆస్తిని కూడగట్టుకోవడానికి అనుమతించేవారు. అయితే బానిసత్వం నీచమైనదని అందరూ భావించేవారు. బానిసకు విముక్తి కల్పించడం ఒక ఉదాత్తమైన చర్యగా హిందువులు, ముస్లిం లిద్దరూ పరిగణించేవారు.

సుల్తానుల కాలంలో పట్టణవాసులకు ఆహార పదార్థాలు చౌకగా లభించేవి. అల్లావుద్దీన్ ఖిల్జీ పాలనలో ఆహార పదార్థాల ధరలను కింద ఇస్తున్నాము. ఒక మణుగు (15 కేజీ) గోధుమలు 7 1/2 జితాళ్ళకు అమ్మేవారు. బార్లీ నాలుగు జితాళ్లు, బియ్యం ఐదు జితాళ్లుకు అమ్మేవారు. 50 జితాళ్లు ఒక వెండి తనకాతో సమానం. మహమ్మద్ తుగ్లక్ పాలనలో ధరలు విపరీతంగా పెరిగిపోయాయి. అయితే ఫిరోజ్ హయాంతో అవి అల్లావుద్దీన్ కాలంలో ఉన్న ధరల స్థాయికి పడిపోయాయి. వ్యవసాయం విస్తరించడమే అందుకు కారణం కావచ్చు.

పట్టణాల్లో మనుగడ ఖర్చు ఎంత ఉండేదో లెక్క కట్టడం కష్టం. ఫిరోజ్ కాలంలో ఒక కుటుంబం – భార్యాభర్త, ఇద్దరు లేదా ముగ్గురు పిల్లలు, ఒక పని మనిషి – నెలపాటు ఐదు తనకాలతో గడపగలిగేవారని ఒక ఆధునిక చరిత్రకారుడు అంచనా వేశాడు. ఆ విధంగా చూస్తే ఒక సైనికుడో లేదా కిందిస్థాయి ప్రభుత్వ ఉద్యోగి జీవితం గడపడానికి ఎక్కువ ఖర్చయ్యేది కాదు. అయితే అదే సూత్రం వృత్తిదారులకు, కార్మికులకు వర్తించదు. అక్బర్ పాలనలో కూడా నైపుణ్యం లేని కార్మికుడు నెలకు రెండున్నర నుండి మూడు రూపాయలు లేదా అంతకంటే తక్కువ సంపాదించేవాడు. వారి ఆదాయాన్ని బట్టి చూస్తే పట్టణాల్లో వృత్తిదారులు, కార్మికుల జీవన స్థితిగతులు దయనీయంగా ఉండేవని బోధపడుతుంది.

కనుక మధ్యయుగ సమాజం అసమానతలతో కూడుకున్నది. హిందువుల కంటే ముస్లిం సమాజంలోనే ఇది ప్రస్ఫుటంగా ప్రతిబింబించేది. ఎందుకంటే హిందువులు ఎక్కువగా గ్రామీణ ప్రాంతాల్లో నివాసముండేవారు. గ్రామీణ సమాజంలో అసమానతలు తీవ్ర స్థాయిలో ఉండేవి కావు. పట్టణాల్లో ముస్లిం పాలకవర్గాలు విలాసవంతంగా జీవించే వారు. ధనిక వ్యాపారులు (హిందువులు, ముస్లింలు) కూడా విలాసవంతమైన జీవితం గడిపేవారు. పట్టణాలు, గ్రామీణ ప్రాంతాల్లో ఎక్కువ శాతం మంది సాత్విక జీవితం గడిపేవారు. తరచూ కష్టాలను అనుభవించేవారు. అయితే వారి జీవితాల్లో ఎలాంటి ఆనందం ఉండేది కాదని చెప్పజాలము. ఎందుకంటే అనేక పండుగలు, తిరునాళ్ళు వారి జీవితంలో ఆనంద క్షణాలు నింపేది.

కులం, సామాజిక ప్రవర్తన, ఆచారాలు :

హిందూ సమాజ స్వరూపంలో మార్పులు ఈ కాలంలో పెద్దగా రాలేదు. అప్పటి స్మృతి రచయితలు బ్రాహ్మణులకు ఉన్నత స్థానం కల్పిస్తూ వచ్చారు. అదే సమయంలో వ్యవస్థలోని కొందరు పనికిమాలిన వ్యక్తులను నిశితంగా విమర్శించారు. ఒక ఆలోచనా వర్గం ప్రకారం బ్రాహ్మణులకు కష్టకాలంలోనే కాకుండా సాధారణ

సమయాల్లో కూడా వ్యవసాయం చేసుకోవడానికి హక్కు ఉండేది. ఎందుకంటే కలికాలంలో వృత్తి ధర్మాన్ని నిర్వర్తించిన తర్వాత బ్రాహ్మణులకు లభించే ఆదాయం మనుగడ సాగించడానికి సరిపోయేది కాదు.

స్మృతి రచనలు శిష్ట రక్షణ – దుష్ట శిక్షణను క్షత్రియులు నిరంతరం పాటించాలని నొక్కి చెబుతూ వచ్చాయి. ప్రజలను సంరక్షించేందుకు ఆయుధాలు ధరించే అధికారం క్షత్రియుడు ఒక్కడికే ఉందని ఉద్బోధించాయి. సూద్రుల కర్తవ్యాలు, వృత్తులను పదేపదే గుర్తు చేసి వారి పరిమితులను కూడా ఎత్తి చూపాయి. సూద్రుని ప్రధాన కర్తవ్యం ఇతర కులస్తులకు సేవలందించడం. అన్ని రకాల వృత్తులు చేపట్టడానికి అతనికి అవకాశం ఇచ్చారు. మద్యం, మాంసం మినహా మిగతా అన్ని సేవలు అందించవచ్చు. వేదాల అధ్యయనం, పఠనంపై (సూద్రులకు) నిషేధాన్ని పునరుద్ఘాటించారు. అయితే పురాణాల పఠనం వినడానికి ఎలాంటి ఆటంకం కలిగించలేదు. కొందరు స్మృతి ఉల్లేఖులు మరో అడుగు ముందుకేసి సూద్రుల చేతి వంట తినడం, వారి ఇంటిలో బస చేయడం, వారి మంచాలపై కూర్చోవడం, విద్యావంతుడైన సూద్రుడి నుండి మత ప్రవచనాలు వినడం ఎట్టి పరిస్థితుల్లోనూ చేయకూడని పనులని స్పష్టం చేశారు. దీనిని అతివాద ధోరణిగా పరిగణించవచ్చు. అయితే, చండాలులు, ఇతర నిమ్న కులస్తులతో కలిసి తిరగడంపై కఠినమైన ఆంక్షలు విధించారు. హిందూ సమాజంలో మహిళల స్థాయిలో కొద్దిపాటి మార్పు కూడా రాలేదు. ఆడపిల్లలకు పిన్న వయస్సులోనే వివాహాలు, భర్త సేవలో భక్తిభావంతో భార్య మెలగాలన్న పాత నియమాలు కొనసాగాయి. ప్రత్యేక పరిస్థితుల్లోనే విడాకులకు సమ్మతించేవారు. ముఖ్యంగా అంటువ్యాధులతో బాధపడుతున్నప్పుడో లేదా భర్త వదిలి వెళ్ళిపోయినప్పుడు విడిపోవడానికి సమ్మతించారు. అయితే అందరూ రచయితలు ఈ అభిప్రాయంతో ఏకీభవించరు. కలి కాలంలో నిషిద్ధమై ఆచారాల్లో వితంతు వివాహాలను కూడా చేర్చారు. కాని ఈ సూత్రాన్ని మూడు అగ్రకులాలకే వర్తింపచేశారు. సతీ సహగమనాన్ని కొందరు స్మృతి రచయితలు గట్టిగా బలపరిచారు. మరికొందరు కొన్ని నిబంధనలతో ఆ ఆచారాన్ని సమర్థించారు. దేశాన్ని సందర్శించిన అనేక మంది విదేశీ పర్యాటకులు సతీసహగమనం ఆచారం వివిధ ప్రాంతాల్లో కొనసాగుతుండడాన్ని తమ రచనల్లో ప్రస్తావించారు. ఇబ్న్ బటుటా ఇలాంటి ఒక ఘోర సన్నివేశాన్ని వివరించాడు. ఒక మహిళ తన భర్త చితిమంటలపై కాలిపోతుంటే చుట్టూ డప్పులు వాయిస్తున్న భయంకర దృశ్యాన్ని అతడు ప్రస్తావించాడు. సతీ సహగమనానికి సుల్తాన్ అనుమతి తప్పనిసరి అని అతడు పేర్కొన్నాడు.

ఆస్తి విషయానికి వస్తే, పిల్లలు లేని వితంతువుకు భర్త ఆస్తిని అనుభవించడానికి

హక్కు ఉండేది. అయితే భర్త ఆస్తి ఉమ్మడి ఆస్తిలో భాగంగా లేనప్పుడే వితంతువుకు ఆస్తి హక్కు లభిస్తుంది. అలా సంక్రమించిన ఆస్తిని సంరక్షించే బాధ్యత పూర్తిగా వితంతువుదే. అవసరమైతే ఆమె ఆస్తిని అమ్ముకోవచ్చు కూడా. ఆ విధంగా చూస్తే హిందూ చట్టంలో మహిళల ఆస్తి హక్కు మెరుగుపడినట్లు తోస్తుంది.

ఇదే కాలంలో ఉన్నత కులాల మహిళల్లో పర్దా (పరాయి మగాళ్ల ఎదుట ముఖాన్ని పూర్తిగా కప్పేయడం) పద్ధతి సర్వవ్యాపితంగా ఉండేది. పరాయి మగాళ్ల వక్ర దృష్టి నుండి కాపాడటానికి మహిళలను ప్రత్యేకంగా ఉంచే పద్ధతిని అగ్రకులాల వారు పాటించేవారు. ఇదే పద్ధతి ఇరాన్, గ్రీసు దేశాల్లో కూడా ఉండేది. తర్వాత ఆ ఆచారాన్ని అరబ్బులు తురుష్కులు స్వీకరించి తమతోపాటు భారతదేశానికి తీసుకొచ్చారు. పాలకుల ఉదాహరణవల్ల పర్దా ఆచారం దేశమంతా వ్యాపించింది. మరీ ముఖ్యంగా ఉత్తర భారతంలో ఆక్రమణదారుల కంట పడకుండా ఉండేందుకు హిందూ మహిళలు పర్దా ధరించే వారని చెప్పబడింది. యుద్ధ సమయంలో మహిళలను విజయ కానుకగా తీసుకునే అవకాశం ఎక్కువగా ఉండేది. అయితే పర్దా ఆచారం పెరగడానికి బహుశా సామాజిక అంశాలే ప్రధాన కారణం కావచ్చు. సమాజంలోని ఉన్నత వర్గాల మహిళలు పర్దా ఆచారాన్ని పాటించడం ద్వారా తమ స్థాయిని చాటుకొనే వారు. ఉన్నత స్థాయికి చేరుకోవాలన్న తలంపు ఉన్న వారు కూడా పర్దా ధరించడం మొదలుపెట్టారు. అలాగే పర్దా ఆచారానికి మతపరమైన కారణాన్ని కూడా కనిపెట్టారు. కారణం ఏదైనా పర్దా ఆచారం మహిళలపై ప్రతికూల ప్రభావం చూపింది. మగవారిపై మరింత ఎక్కువగా ఆధారపడేలా చేసింది.

సుల్తానుల కాలంలో ముస్లిం సమాజం జాతి వర్గ భేదాలతో చీలిపోయి ఉండేది. అంతకుముందు మనం ఆర్థిక అసమానతల గురించి చర్చించాము. తురుష్కులు, ఇరానీయులు, ఆఫ్ఘాన్లు, భారతీయ ముస్లింలు ఒకరినొకరు పెళ్ళాడలేదు. కొన్ని సందర్భాలు మినహాయిస్తే వీరి మధ్య పెళ్ళిళ్ళు జరగలేదు. వాస్తవంగా చెప్పాలంటే పై వర్గాలు హిందువులలో ఉన్న కుల ప్రత్యేకతను సంతరించుకున్నాయి. హిందూ నిమ్నకులాల నుండి ఇస్లాం మతం స్వీకరించిన వారిపై కూడా వివక్ష చూపేవారు.

ఈ కాలంలో హిందూ, ముస్లింలలోని ఉన్నత వర్గాల మధ్య సామాజిక అనుబంధం ఉండేది కాదు. ముస్లింలలో ఉన్న ఆధిక్యతా భావన అందుకు ఒక కారణం కావచ్చు. మతాంతర వివాహాలు, ఇతర మతస్తులతో కలవకూడదన్న మతపరమైన ఆంక్షలవల్ల ఇరువర్గాలు ఒకరికొకరు దూరంగా ఉండి ఉండొచ్చు. సూద్రులకు వర్తింపచేసే ఆంక్షలనే ముస్లింలకు కూడా వర్తింపచేశారు. హిందూ అగ్రకులాల వారు. కుల ఆంక్షలు ఉన్నంత మాత్రాన సామాజిక అవసరాల కోసం

ముస్లింలు, హిందువులు, అలాగే హిందువులు, సూద్రులు ఒకరినొకరు కలుసుకోకుండా ఉండలేకపోయారు. ఆయా సందర్భాల్లో హిందువులను ముస్లిం సైన్యాల్లో భర్తీ చేసుకున్నారు. పాలనాధికారులు అనేక మంది తమ సంచాలకులుగా హిందువులను నియమించుకున్నారు. స్థానిక పరిపాలనా యంత్రాంగం మొత్తం హిందువుల చేతుల్లో ఉండేది. ఆ విధంగా సామాజిక కలయికకు ఎన్నో సందర్భాలు, అవకాశాలు ఏర్పడ్డాయి. కనుక హిందువులు, ముస్లింలు తమ మతస్తులకే పరిమితమై ఇతరులతో ఎలాంటి పని లేదన్న భావనతో ఉండేవారన్న వాదన సరైనది కాదు. అలాంటి ప్రత్యేకతా భావాన్ని ఇరు మతాల వారు ఆచరణలో పెట్టలేదు. మనం ముందు పెట్టిన సాక్ష్యాలు కూడా అలాంటి వాదనను సమర్థించలేవు. అయితే వర్గ ప్రయోజనాలు, సామాజిక - సాంస్కృతిక ఆలోచనల్లో భేదాలు, ఆచారాలు, నమ్మకాల్లో ఉన్న తేడాలు ఉద్రిక్త పరిస్థితులను కలిగించాయి. ఆ కారణంగానే సామాజిక, సాంస్కృతిక అనుసంధాన ప్రక్రియలు మందగించాయి. ఈ విషయాలను తదుపరి అధ్యాయంలో విశ్లేషించడం జరుగుతుంది.

రాజ్యస్వభావం :

భారతదేశంలో తురుష్కుల రాజ్యం సైనికపరమైనది, బహుతంత్రమైనది (Aristocracy). తజికులు, ఆఫ్ఘన్లు, ఇతర వలసదారులకు రాజ్యవ్యవస్థలో భాగస్వామ్యం ఇవ్వకూడదని తొలుత తురుష్క పాలకవర్గాలు ఎంతో ప్రయత్నించాయి. రాజ్యాన్ని హస్తగతం చేసుకోవాలని ప్రయత్నించాయి. తుగ్లక్‌ల పాలనలో పాలకవర్గాలు విస్తరించాయి. అయితే ఉన్నత కుటుంబాల్లో పుట్టుక ఆధారంగానే రాజ్యంలో సర్వోన్నత పదవులను భర్తీ చేసేవారు. ఈ కారణంగా హిందూ-ముస్లింలలో అత్యధిక శాతం ప్రజలకు ఉన్నత పదవులను అధిరోహించడానికి ఎలాంటి అవకాశం ఉండేదికాదు. అయితే పట్టణాల్లో నివసించే ముస్లింలకు సైన్యంలో చేరడానికి, కిందిస్థాయి ప్రభుత్వ ఉద్యోగాల్లో చేరడానికి చాలా అవకాశాలు ఉండేవి. కాని హిందువులు వ్యాపారం, వాణిజ్య కార్యకలాపాల్లో అగ్రగామిగా ఉండేవారు. గ్రామీణ ప్రాంతాల్లో పెద్దరికం వహించేవారు. స్థానిక పరిపాలనా యంత్రాంగం వారి అధీనంలో ఉండేది. వీరి సహకారం లేకుండా రాజ్యం తన విధులను నిర్వర్తించలేదు. గ్రామీణ హిందూ భూస్వాములు, పట్టణ ప్రాంత ముస్లిం పాలకుల మధ్య అధికార పంపిణీకి సంబంధించి లోపాయికారి ఒప్పందం ఉండడం అత్యంత ప్రధానమైనదని ఢిల్లీ సల్తనత్ గుర్తించింది. సహజంగానే కింది స్థాయిలో ఈ వర్గాల మధ్య తరచూ ఘర్షణలు సంభవించేవి. ఈ ఘర్షణలకు మతం రంగు పులమడానికి ప్రయత్నాలు జరిగినా అవి అధికార పరిధికి,

భూములకు సంబంధించినవి లేదా వ్యవసాయోత్పత్తిలో మిగులు వాటాను పంచుకోవడానికి సంబంధించినవి. ఆ రోజుల్లో సాధారణంగా భూములను అమ్ముకునే వారు కాదు. ముస్లింలు కూడా తమలో తాము ఈ లక్ష్యాల కోసమే కలహించుకునే వారు. అధికారికంగా దేశంలో ఇస్లామిక్ రాజ్యం ఉండేది. దీనర్థం ఇస్లాం మత చట్టం (షరియా) అమల్లో ఉండేది. షరియా ఉల్లంఘనను సుల్తానులు ఎట్టి పరిస్థితుల్లోనూ అనుమతించే వారు కాదు. మత బోధకులను ప్రభుత్వ ఉద్యోగాల్లో నియమించి ఎలాంటి శిస్తు చెల్లించనవసరం లేకుండా భూములను మంజూరు చేశారు. అయితే ప్రభుత్వ విధానాలను ప్రభావితం చేయడానికి మతబోధకులకు సుల్తానులు అవకాశమివ్వలేదు. ఇల్తుమిష్ హయాంలో మత పెద్దలందరూ సుల్తాన్‌ను కలిసి మరణదండన తప్ప మరో అవకాశం ఇవ్వరాదని సూచించారు. సుల్తాను పక్షాన అతడి వజీరు (ప్రధాన మంత్రి) మతపెద్దలతో సంప్రదింపులు జరిపి వారి సూచనలను అమలు చేయడం ఆచరణ సాధ్యం కాదని, అలా చేస్తే అరాజకీయమే అవుతుంది తేల్చి చెప్పాడు. ఎందుకంటే దేశంలో ముస్లింల సంఖ్య నామమాత్రంగా - వంటకంలో ఉప్పువలే ఉందని, అలాంటి స్థితిలో పౌరులందరికీ షరియా అమలు చేయడం అసాధ్యమని వివరించాడు.

షరియా స్థానంలో సుల్తాన్‌లు తమ సొంత నియమనిబంధనలను (జవాబిల్) రూపొందించారు. రాజ్యానికి ఉపయోగపడే చట్టాలు అవసరమని, అవి న్యాయమైనవో, అన్యాయమైనవో తనకు తెలియని ఢిల్లీ నగర ప్రధాన ఖాజీతో అల్లావుద్దీన్ ఖిల్జీ ఓ సందర్భంలో అన్నాడు. ఈ కారణంగానే అప్పటి చరిత్రకారుడు బరానీ భారతదేశాన్ని పరిపూర్ణమైన ఇస్లామిక్ రాజ్యంగా గుర్తించడానికి నిరాకరించాడు. రాజ్యం ప్రాపంచిక లేదా లౌకికవాద విలువలపై (జహాన్‌దారి) ఆధారపడి ఉందని పేర్కొన్నాడు.

సింధ్ ప్రాంతాన్ని అరబ్బులు స్వాధీనపరుచుకున్న సమయం నుండి రాజ్యంలోని హిందూ పౌరులకు జిమ్మీల స్థాయి కల్పించారు. అంటే ముస్లిం పాలనను అంగీకరించి జిజ్యా పన్ను చెల్లించడానికి సమ్మతించిన ప్రజలని రాజ్యం కాపాడుతుంది. వాస్తవంగా ఈ పన్ను సైనిక సేవలు అందించేందుకు ఉద్దేశించబడినది. ఆదాయ స్థాయిని బట్టి జిజ్యాను వసూలు చేసేవారు. ఎలాంటి జీవనోపాధి లేని మహిళలు, పిల్లలు, వృద్ధులను పన్ను పరిధి నుండి మినహాయించారు. బ్రాహ్మణులు కూడా మినహాయించబడ్డారు. షరియాలో అందుకు అనుమతి లేకున్నా పాలకులు వారిని పన్ను పరిధి నుండి తప్పించారు. తొలుత జిజ్యాను భూమి శిస్తుతోపాటు వసూలు చేసేవారు. నిజానికి జిజ్యాకు భూమి శిస్తుకు మధ్య పెద్దగా తేడా ఉండేది కాదు. ఎందుకంటే వ్యవసాయదారులందరూ హిందువులే. ఆ తర్వాత పాలనా పగ్గాలు చేపట్టిన ఫిరోజ్

అక్రమమైన పన్నులన్నింటిని రద్దు చేసి జిజ్యాను ప్రత్యేక పన్నుగా విధించాడు. బ్రాహ్మణులపై కూడా జిజ్యాను విధించాడు. పన్ను వసూలు చేసే ముస్లిం మతపెద్దలు కొన్ని సందర్భాల్లో అదే పనిగా హిందువులను వేధించడానికి, అవమానపరచడానికి ప్రయత్నించారు. అయితే హిందువులను ఇస్లాం మతం స్వీకరించమని ఒత్తిడి చేసే సాధనంగా మాత్రం జిజ్యా ఉండేది కాదు. ఒక్క మాటలో చెప్పాలంటే మధ్యయుగం నాటి రాజ్యాలు సమానత్వమనే ఆలోచనపై ఆధారపడి ఉండేవి కావు. ప్రయోజనాలు, సదుపాయాలు అనే ప్రాతిపదికన రాజ్య వ్యవస్థ నడిచేది. తుర్కులకు ముందు రాజ్‌పుతులు, కొంత వరకు బ్రాహ్మణులు విశేష హక్కులు కలిగిన ఉన్నత వర్గాలుగా (Privileged Sections) ఉండేవారు. వారి స్థానంలో తుర్కులు వచ్చారు. తర్వాత తుర్కులు, ఇరానీయులు, ఆఫ్ఘాన్లు భారతీయ ముస్లింలలోని ఒక చిన్న వర్గం ఉన్నత వర్గాలుగా మారారు. ముస్లిం మతపెద్దలు కూడా ఈ వర్గాల్లో ఒక భాగంగా ఉండేవారు. అలాంటి స్థాయికి ఎప్పుడూ ఎదగని మెజారిటీ హిందూ పౌరులను ఈ మార్పులు పెద్దగా ప్రభావితం చేయలేదు. ఎప్పటిలాగే వారి నిత్య జీవితం కొనసాగేది. కనుక దేశంలో ఇస్లామిక్ రాజ్యం ఉన్నా రాజ్యానికి సైనిక, బహుతంత్ర స్వభావం ఉండేది.

సుల్తానుల పాలనలో మత స్వేచ్ఛ :

ఈ నేపథ్యంలో ఢిల్లీ సుల్తానుల పాలనలో ముస్లిమేతరులకు కల్పించిన మత స్వేచ్ఛను విశ్లేషించవచ్చు. దండయాత్ర తొలిదశలో ఎన్నో నగరాలు ధ్వంసమయ్యాయి. ఆక్రమణదారులు తమ యుద్ధ లక్ష్యాలను న్యాయబద్ధమైనవిగా (మత పరిభాషలో) చిత్రీకరించడానికి దేవాలయాలను ధ్వంసం చేశారు. దేవాలయాల్లో దాచిపెట్టిన నిధి నిక్షేపాలను స్వాధీనం చేసుకోవడానికే వాటిని కూలగొట్టాల్సి వచ్చిందనే కారణమూ చూపారు. ఈ దండయాత్రల సమయంలో అనేక హిందూ దేవాలయాలను మసీదులుగా మార్చివేశారు. ఢిల్లీలోని కుతుబ్ మినార్ సమీపాన ఏర్పాటైన కువ్వత్-ఉల్-ఇస్లామ్ మసీదు అందుకో చక్కటి ఉదాహరణ. అంతకు పూర్వం అది విష్ణు ఆలయంగా ఉండేది. మందిరాన్ని మసీదుగా మలిచేందుకు లోపల ఉన్న గర్భగుడిని కూల్చివేశారు. అక్కడ ఖురాన్ బోధనలు చెక్కబడిన ఆర్చీలను ఏర్పాటు చేశారు. ఇతర మందిరాల నుండి సేకరించిన స్తంభాలను కట్టడం చుట్టూ నాటారు. ఆరుబయటి (Courtyard) ప్రాంతాన్ని అలాగే ఉంచారు. ఇలా అనేక ప్రాంతాల్లో, ముఖ్యంగా అజ్మీర్‌లో, మందిరాలను మసీదులుగా మార్చివేశారు. అయితే తుర్కులు రాజ్యపాలనలో స్థిరపడగానే సొంతంగా మసీదులను నిర్మించడం మొదలుపెట్టారు. హిందూ, జైన

దేవాలయాలకు సంబంధించిన ప్రభుత్వ విధానం షరియా ఆధారంగా ఉండేది. ఇస్లాం మతానికి వ్యతిరేకంగా ఇతర మతాల వారు ఆలయాలు నిర్మించడం నిషిద్ధమని షరియా నిర్దేశించింది. అయితే పాత ఆలయాలను పునరుద్ధరించడానికి అనుమతించింది. కట్టడాలు శాశ్వతంగా మనజాలవు అన్న ఆలోచనలతో అలాంటి సదుపాయాన్ని కల్పించింది. దీనర్థం గ్రామాల్లో దేవాలయాల నిర్మాణంపై ఎలాంటి నిషేధం ఉండేదికాదు. అక్కడ ఇస్లాం మతాన్ని పాటించేవారు ఎవరూ లేరు. అలాగే నివాసాల్లో, నివాస ఆవరణలో ఆలయాల నిర్మాణంపై నిషేధం ఉండేది కాదు. కాని ఇలాంటి ఉదారవాద విధానాన్ని యుద్ధ సమయాల్లో పాటించే వారు కాదు. అట్టి సమయాల్లో ఇస్లాం వ్యతిరేకులు – వ్యక్తులైనా, దేవతలైనా – ఎవరైనా వారిని ఎదురించాల్సిందే, నాశనం చేయాల్సిందే.

అయితే శాంతియుత పరిస్థితుల్లో హిందువులు తమ మతాన్ని బహిరంగంగా, ఉత్సాహభరితంగా పాటించేవారు. తురుష్కుల పాలనలో ఉన్న ప్రాంతాల్లో, ముస్లిం పాలనను అంగీకరించిన హిందూ – సంస్థానాల్లో పూర్తి మత స్వేచ్ఛ ఉండేది. ఢిల్లీ నగరం, రాష్ట్ర కేంద్రాల్లో సైతం విగ్రహాలను బహిరంగంగా కొలిచేవారిని, మతగ్రంథాలను పఠించేవారిని జలాలుద్దీన్ ఖిల్జీ స్వయంగా చూసాడని బరానీ పేర్కొన్నాడు. "రాచమందిర ప్రహరీగోడ మాటున హిందువులు ఆడుతూ పాడుతూ మతపరమైన ఊరేగింపులు జరిపి విగ్రహాలను యమునా నదిలో నిమజ్జనం చేస్తున్నా నేను ఏమీ చేయలేని నిస్సహాయ స్థితిలో ఉన్నాను," అని జలాలుద్దీన్ వాపోయాడు.

కరుడుగట్టిన మతబోధకులు ఎంత ఒత్తిడి తెచ్చినా పరమత సహనం అనే ఉదారవాద విధానాన్ని సుల్తానుల పాలనలో పాటించారు. అయితే కొన్ని సందర్భాల్లో ఈ విధానాన్ని నామమాత్రంగా అమలు చేశారు. యుద్ధఖైదీలు లేదా నేరస్తులు ఇస్లాం మతాన్ని స్వీకరిస్తే వారికి ఎలాంటి శిక్ష విధించకుండా విడుదల చేసేవారు. ఇస్లాం మతాన్ని దూషించాడనే అభియోగంపై ఒక బ్రాహ్మణుడికి ఫిరోజ్ మరణదండన విధించాడు. మరో వైపు కొందరు ముస్లింలు హిందూ మతాన్ని స్వీకరించారు. వైష్ణవ మత సంస్కర్త చైతన్య ఆ విధంగా అనేక మంది ముస్లింలను హిందువులుగా మార్చాడు. సహజంగానే ముస్లిం మతపెద్దలు ఇస్లాం మత ధిక్కారాన్ని క్షమించరాని నేరంగా పరిగణించేవారు.

మొత్తం మీద, ఖడ్గం నీడలో ఇస్లాం మతానికి మార్పిడులు జరగలేదు. అలా జరిగి ఉన్నట్లయితే ఢిల్లీలోని హిందువులంతా ముస్లింలుగా మారి ఉండేవారు. బలవంతంగా మత మార్పిడి చేయడానికి హిందూ మతం అంత బలహీనమైనది కాదన్న విషయాన్ని ముస్లిం పాలకులు ముందే గ్రహించారు. ఢిల్లీ సూఫీ మతబోధకుడు

నిజాముద్దీన్ ఔలియా ఒక సందర్భంలో ఇలా అన్నాడు : "కొందరు హిందువులు ఇస్లాంను పరిపూర్ణమైన మతంగా గుర్తించారు. అయినా వారు ఇస్లాం మతాన్ని స్వీకరించలేదు." అధికార బలాన్ని ప్రయోగించాలన్న ప్రయత్నం హిందువులపై ఎలాంటి ప్రభావాన్ని చూపలేదని బరానీ కూడా పేర్కొన్నాడు.[1]

రాజకీయ ప్రయోజనాలు ఆశించో లేదా ఆర్థిక తోడ్పాటును ఆశించో లేదా తమ సామాజిక స్థాయిని పెంచుకునేందుకో కొందరు ఇస్లాం మతాన్ని స్వీకరించారు. ఒక సామంత రాజో లేదా గిరిజన నాయకుడో మతం మార్చుకున్నప్పుడు అతడి అనుచరులు కూడా తమ పాలకుడు లేదా నాయకుడి అడుగుజాడల్లో నడిచారు. ఈ విషయంలో సూఫీ బోధకులు కూడా తమ వంతు పాత్రను పోషించారు. అయితే సాధారణంగా వారు మత మార్పిడి వ్యవహారాల్లో జోక్యం చేసుకునే వారు కాదు. ముస్లింలు, హిందువులను సమానంగా తమ ప్రవచనాలకు ఆహ్వానించేవారు. సూఫీ సంతుల మృదు స్వభావం ఇస్లాం మతానికి అనుకూలమైన వాతావరణాన్ని సృష్టించింది. అయితే హిందూ సమాజంలో తాము ఎదుర్కొంటున్న వివక్షకు వ్యతిరేకంగా దళిత వర్గాలు ఇస్లాం మతాన్ని స్వీకరించారని చెప్పడానికి ఎలాంటి ఆధారాలు లేవు. వారిని సూఫీ సంతులు కూడా ప్రభావితం చేయలేదు. వ్యక్తిగత, రాజకీయ, ఆర్థిక కారణాలవల్లే కొందరు మతాన్ని మార్చుకున్నారు. కొన్ని సందర్భాల్లో ప్రాంతీయ కారణాలవల్ల - ముఖ్యంగా పంజాబ్, ఈశాన్య బెంగాల్‌లో కూడా మతమార్పిడులు జరిగాయి. పశ్చిమాసియాపై మంగోలియులు దండయాత్ర చేసిన తర్వాత పేరు మోసిన ముస్లిం కుటుంబాలనేకం భారతదేశానికి పారిపోయాయి. అలాగే ఆఫ్ఘనిస్తాన్ నుండి కూడా భారతదేశానికి వలసలు ఎక్కువయ్యాయి. వీరిలో చాలా మంది తుర్కు సైన్యాలలో భర్తీ అయ్యారు. లోఢీ పాలనలో మరింత మంది ఆఫ్ఘన్లు దేశానికి వలస వచ్చారు. అయినా దేశంలో ముస్లింల సంఖ్య చాలా తక్కువగా ఉండేది. హిందూ - ముస్లిం - సంబంధాల స్వభావం, వారి సాంస్కృతిక ధోరణులు ఈ పరిస్థితి నుండే నిర్ధారించబడేవి. ఈ విషయాల గురించి ముందు ముందు తెలుసుకుందాము.

ఆ

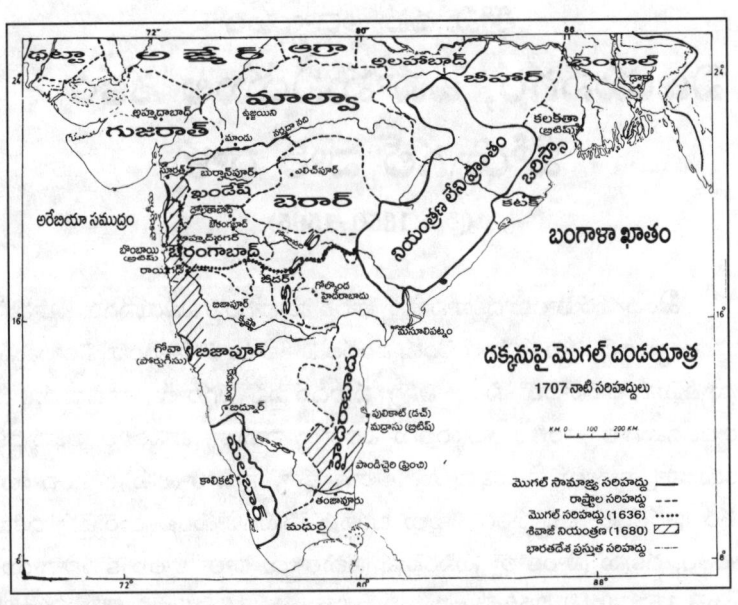

దక్కనుపై మొగల్ దండయాత్ర
1707 నాటి సరిహద్దులు
అజ్మీర్
ఆగ్రా
అలహాబాద్
బీహార్
బెంగాల్
మాల్వా
గుజరాత్
అహ్మదాబాద్
ఉజ్జయిని
నర్మదా నది
మాండు
సూరత్
బుర్హాన్‌పూర్
ఎలిచ్‌పూర్
ఖండేష్
బెరార్
అరేబియా సముద్రం
బొంబాయి (బ్రిటిష్)
ఔరంగాబాద్
బీదర్
గోల్కొండ
హైదరాబాదు
బిజాపూర్
కృష్ణా
గోవా (పోర్చుగీసు)
బిజాపూర్
బిదనూర్
కలకతా (బ్రిటిష్)
ఒరిస్సా
కటక్
నియంత్రణ లేని ప్రాంతం
బంగాళా ఖాతం
మసూలిపట్నం
పులికాట్ (డచ్)
మద్రాసు (బ్రిటిష్)
పాండిచ్చేరి (ఫ్రెంచి)
కాలికట్
మలబార్
తంజావూరు
మధురై
KM 0 100 200 KM
మొగల్ సామ్రాజ్య సరిహద్దు
రాష్ట్రాల సరిహద్దు
మొగల్ సరిహద్దు (1636)
శివాజీ నియంత్రణ (1680)
భారతదేశ ప్రస్తుత సరిహద్దు
72°
80°
88°
24°
16°
8°

తొమ్మిదవ అధ్యాయం

విజయనగర, బహమనీయుల శకం - పోర్చుగల్ వారి రాక

(క్రీ.శ.1350-1565)

వింధ్య పర్వతాలకు దక్షిణాన ఉన్న భారత భూభాగంపై విజయనగర, బహమనీ సామ్రాజ్యాల ఆధిపత్యం సుమారు రెండు వందల ఏళ్ళపాటు కొనసాగింది. విశాలమైన, అద్భుతమైన భవనాలతో నిండి ఎన్నో సుందరమైన నగరాలు, రాజధానులను నిర్మించడమేగాక శాంతిని, సుస్థిరతను నెలకొల్పి వాణిజ్య, హస్తకళల అభివృద్ధికి రెండు సామ్రాజ్యాలు పాటుపడ్డాయి. అలాగే కళా, సాహిత్యాలను పోషించాయి. ఉత్తర భారతంలో విచ్ఛిన్నకర శక్తులు ఒకవైపు పెట్రేగిపోతుంటే మరోవైపు దక్షిణ భారతం, దక్కను ప్రాంతాల్లో సుస్థిరమైన ప్రభుత్వాలు చాలా కాలం కొనసాగాయి. అయితే 15వ శతాబ్ది చివరిలో బహమనీ సామ్రాజ్యం, 16వ శతాబ్ది తొలి దశకాల్లో విజయనగర సామ్రాజ్యం పతనం కావడంతో ఈ సుస్థిరతకు భంగం వాటిల్లింది. 1565 సంవత్సరంలో బన్నిహట్టి యుద్ధం తర్వాత 50 ఏళ్ళకు విజయనగర సామ్రాజ్యం విచ్ఛిన్నమైంది. ఇదిలా ఉంటే, రెండు పరిణామాలవల్ల భారతదేశ రాజకీయ ముఖచిత్రం మారిపోయింది. మొదటిది, పశ్చిమ భారత తీర పట్టణాల్లో పోర్చుగల్‌వారు తిష్టవేసి భారత సముద్ర జలాలపై ఆధిపత్యం వహించడానికి ప్రయత్నించడం. రెండవది, ఉత్తర భారతంలో మొగల్ సైన్యాల ఆగమనం. మొగలుల రాకతో ఉత్తర భారతంలో మరోసారి ఏకీకరణ ప్రక్రియ పుంజుకుంది. అదే సమయంలో భూ మార్గాల ద్వారా వాణిజ్యం నిర్వహించే ఆసియా దేశాలకు, సముద్ర మార్గాన వ్యాపారం నిర్వహించే ఐరోపా దేశాలకు మధ్య ప్రత్యక్ష పోరుకు తెర లేచింది. ఈ సంఘర్షణ సుదీర్ఘకాలం పాటు కొనసాగింది.

విజయనగర సామ్రాజ్య స్థాపన - బహమనీ సామ్రాజ్యంతో వైరం :

ఐదుగురు సోదరుల కుటుంబానికి చెందిన హరిహర, బుక్క విజయనగర సామ్రాజ్యానికి పునాది వేశారు. ఒక కథనం ప్రకారం ఈ సోదరులు పూర్వం ఓరుగల్లు (వరంగల్)కు చెందిన కాకతీయులకు సామంతరాజులుగా ఉండేవారు. తర్వాత ఇప్పటి ఆధునిక కర్ణాటకలోని కంపిలి రాజ్యంలో మంత్రులయ్యారు. ఒక ముస్లిం విద్రోహికి ఆశ్రయం కల్పించిందన్న ఆరోపణపై మహమ్మద్ తుగ్లక్ కంపిలిపై దాడి చేసిన సమయంలో ఇద్దరు సోదరులను బందీలుగా తీసుకున్నారు. వారిని ఇస్లాం మతానికి మార్పించారు. ఆ ప్రాంతంలో తిరుగుబాటు పోరాటాలను అణచివేసే బాధ్యతను వారికి అప్పగించారు. అప్పటికే మధురైని పాలిస్తున్న ముస్లిం సంస్థానాధీశుడు తనను తాను స్వతంత్రుడిగా ప్రకటించుకున్నాడు. అలాగే మైసూరుకు చెందిన హోయసల పాలకుడు, వరంగల్‌కు చెందిన కాకతీయులు తమ సార్వభౌమత్వాన్ని చాటుకొనే ప్రయత్నంలో ఉన్నారు. స్వల్ప కాలంలోనే హరిహర, బుక్క సోదరులు తమ అధినాయకుడిని, నూతన మతాన్ని త్యజించారు. తమ గురువైన విద్యారణ్య ప్రోద్బలంతో వారు తిరిగి హిందూ మతంలో చేరారు. విజయనగరంలో తమ రాజధానిని ప్రతిష్టించారు. హరిహరుని పట్టాభిషేకం 1336లో జరిగింది.

తొలినాళ్ళలో ఆ కొత్త మైసూరు హోయసల పాలకుడితో, మధురై సుల్తానుతో వేగాల్సి వచ్చింది. మధురై సుల్తానుకు రాజ్యకాంక్ష ఎక్కువగా ఉండేది. మైసూరుపై దాడి చేసి అక్కడి హోయసల పాలకుడిని అత్యంత కిరాతకంగా హతమార్చాడు. హోయసల రాజ్యం పతనం కావడంతో తమ చిన్న రాజ్యాన్ని విస్తరించుకోవడానికి హరిహర బుక్కలకు అవకాశం లభించింది. 1346 సంవత్సరం నాటికి హోయసల రాజ్యమంతా విజయనగర పాలకుల ఆధీనంలోకి వచ్చింది. ఈ ఆక్రమణలో హరిహర బుక్కలకు వారి సోదరులు, బంధువర్గం ఎంతో సహకారమందించారు. కొత్తగా తమ ఆధీనంలోకి తెచ్చుకున్న ప్రాంతాల్లో పాలనా బాధ్యతలను వారు చేపట్టారు. ఆ విధంగా విజయనగర రాజ్యం తొలుత ఒక సహకార కూటమిగా ఉండేది. సోదరుని మరణానంతరం విజయనగర సింహాసనాన్ని 1356లో అధిరోహించిన బుక్క 1377 వరకు పాలించాడు.

హంపీలోని విరూపాక్షాలయం

విజయనగర సామ్రాజ్య ప్రాబల్యం పెరిగేకొద్దీ దక్షిణ, ఉత్తర భారతంలోని శక్తులతో దానికి వైరం కూడా పెరిగింది. దక్షిణాన విజయనగర సామ్రాజ్యానికి ప్రతిద్వందిగా మధురై సుల్తానులు ఉండేవారు. ఇరువురి మధ్య ఘర్షణ సుమారు నాలుగు దశాబ్దాలపాటు కొనసాగింది. 1377 నాటికి మధురై సుల్తాను రాజ్యం తుడిచిపెట్టుకుపోయింది. తర్వాత దక్షిణ భారతమంతా విజయనగర సామ్రాజ్య పరిధిలోకి వచ్చి చేరింది. తమిళనాడు గ్రామీణ ప్రాంతాలను కలుపుకొని రామేశ్వరం వరకు, కేరళలో చేరాలు పాలించిన అన్ని ప్రాంతాలు విజయనగర సామ్రాజ్యం ఆధీనంలోకి వచ్చాయి. అయితే ఉత్తరాన బహమనీ రాజ్యం రూపంలో ఒక బలమైన ప్రత్యర్థిని విజయనగరం ఎదుర్కోవలసి వచ్చింది.

బహుమనీ రాజ్యం 1347లో స్థాపించబడింది. ఆఫ్ఘనిస్తాన్‌కు చెందిన పోరాట వీరుడు అలావుద్దీన్ హసన్ బహమనీ రాజ్యానికి ప్రాణం పోశాడు. గంగూ అనే బ్రాహ్మణుడి సేవలో హసన్ ఉన్నతస్థాయికి ఎదిగాడు. ఆ కారణంగానే అతడు హసన్ గంగూ అని పిలువబడ్డాడు. పట్టాభిషేకం తర్వాత హసన్ తనకు తాను అల్లావుద్దీన్ హసన్ బహమన్ షా అనే బిరుదును ఇచ్చుకున్నాడు. ఇరాన్‌కు చెందిన అర్ధ దైవ సంభూతుడు బహమన్ షా వారసత్వం తనదని ప్రకటించుకున్నాడు. అయితే ఫెరిష్టా వెల్లడించిన ఒక లోక కథనం ప్రకారం బహమన్ షా అనే బిరుదును హసన్ తన బ్రాహ్మణ పోషకుడికి నివాళిగా పెట్టుకున్నాడు. ఏది ఏమైనా ఈ బిరుదును అనుసరించే అతడి రాజ్యం బహమనీ రాజ్యంగా పిలవబడింది.

మూడు విభిన్నమైన, ప్రత్యేకమైన ప్రాంతాల్లో విజయనగర, బహమనీ రాజ్యాల మధ్య ఘర్షణ ఏర్పడింది. అవి తుంగభద్ర పరివాహక ప్రాంతం, కృష్ణా-గోదావరి డెల్టా, మరాఠ్వాడా గ్రామీణ ప్రాంతం. ఈ ప్రాంతాల్లో తమ ప్రయోజనాలను కాపాడుకోవాలని ఇరు రాజ్యాలు పట్టుదలతో ఉండేవి. తుంగభద్ర, కృష్ణా నదుల మధ్య ఉన్న తుంగభద్ర పరివాహక ప్రాంతం సంపన్నమైనది. ఆ ప్రాంత ఆర్థిక వనరులపై ఆధిపత్యం కోసం పూర్వం చాళుక్యులు, చోళులు, తర్వాత యాదవులు, హోయసలలు పోరు సాగించారు. కృష్ణా-గోదావరి డెల్టాపై పట్టుకోసం జరిగిన సంఘర్షణలను తరచూ తుంగభద్ర ప్రాంతంపై ఆధిపత్యం కోసం జరిగిన పోరుతో ముడిపెట్టారు. కృష్ణా - గోదావరి ప్రాంతం సారవంతమైనది. అలాగే విదేశీ వాణిజ్యాన్ని నియంత్రించే ఎన్నో ఓడరేవులు కలిగి ఉండేవి. అందుకే ఆ ప్రాంతంపై పట్టుకోసం దక్షిణ భారతంలోని అన్ని రాజ్యాలు ప్రయత్నించేవి. ఇక మరాఠ్వాడా గ్రామీణ ప్రాంతంలో ఓడరేవులకు దగ్గరి దారి కల్పించే కోరికను, పరిసర ప్రాంతాలపై హక్కు కోసం ఉభయ రాజ్యాలు ఘర్షణ పడేవి. పశ్చిమ పర్వత శ్రేణులు, అరేబియా సముద్రం

మధ్య పొడవాటి భూమి పట్టి కోంకను ప్రాంతం. అక్కడి నేలలు ఎంతో సారవంతంగా ఉండేవి. ఆ ప్రాంతంలో గోవా ఓడరేవు కూడా ఉండేది. ఎగుమతులు, దిగుమతులకు (ఇరాన్, ఇరాక్‌ల నుండి మేలుజాతి గుర్రాలు) ఆ ఓడరేవు ప్రధాన సముద్రతీర కేంద్రంగా ఉండేది. ఇంతకు ముందే చెప్పినట్లు భారతదేశంలో మేలుజాతి గుర్రాలను పెంచేవారు కాదు. గోవా ద్వారా అరబ్బుజాతి గుర్రాలను దిగుమతి చేసుకోవడం దక్షిణ రాజ్యాలకు అత్యంత ప్రధానమైన అంశంగా ఉండేది.

విజయనగర, బహమనీ రాజ్యాలు కొనసాగినంత కాలం వాటి మధ్య సైనిక ఘర్షణలు నిత్యకృత్యంగా ఉండేవి. తరచూ సాయుధ ఘర్షణలు జరగడంవల్ల వివాదాస్పదమైన ప్రాంతాలు, పొరుగు రాష్ట్రాలు తీవ్రంగా నష్టపోయేవి. ధన, ప్రాణం నష్టం భారీ స్థాయిలో సంభవించేది. ఇరుపక్షాలు ఎన్నో గ్రామాలు, పట్టణాలను ధ్వంసం చేశాయి. యుద్ధ బందీలను బానిసలుగా అమ్ముకున్నాయి. చివరికి మహిళలు, పిల్లలను సైతం బానిసలుగా తీసుకున్నాయి. ఇలాంటి ఘోర కృత్యాలు ఎన్నో చేశాయి. ఆ క్రమంలో 1367లో బుక్క-1 తుంగభద్ర ప్రాంతంలోని ముద్కల్ కోటపై దాడి చేసినపుడు అక్కడి సైనిక స్థావరంలో ఒకే ఒక్క వ్యక్తిని మినహాయించి అందరినీ హతమార్చాడు. ఈ విషయాన్ని ఆలస్యంగా తెలుసుకున్న బహమనీ సుల్తాను ఆగ్రహంతో ఊగిపోయాడు. దాడికి ప్రతీకారంగా లక్ష మంది హిందువులను హతమార్చందే తన ఖడ్గాన్ని కిందికి దించనని ప్రతిజ్ఞ చేశాడు. ఒక వైపు వర్షాలు కురుస్తున్నా, మరోవైపు విజయనగర సైనికుల నుండి ప్రతిఘటన ఎదురవుతున్నా అతడు తుంగభద్రను దాటి తొలిసారిగా విజయనగర సామ్రాజ్య ప్రాంతాల్లో అడుగుపెట్టాడు. యుద్ధంలో విజయనగర రాజు ఓడిపోయాడు. అడవుల్లోకి పారిపోయి తలదాచుకున్నాడు. ఈ యుద్ధంలో ఇరు రాజ్యాలు తొలిసారిగా మందుగుండును ప్రయోగించాయి. అయితే బహమనీ రాజ్యానికి అపారమైన ఆయుధ సంపత్తి, సైనిక శక్తి ఉండడంతో యుద్ధంలో వారు విజయం సాధించగలిగారు. యుద్ధం కొన్ని నెలలపాటు కొనసాగినా బహమనీ సుల్తాను విజయనగర రాజును కాని అతడి రాజధానిని కాని స్వాధీనం చేసుకోలేకపోయాడు. ఆ లోపు వేలాది మంది ప్రజలు (మగవారు, మహిళలు, పిల్లలు) కిరాతకంగా హత్య చేయబడ్డారు. చివరికి ఇరు పక్షాలు అలిసిపోయి శాంతి ఒప్పందాన్ని కుదుర్చుకున్నాయి. యథాస్థితిని కొనసాగించాలని, తుంగభద్ర ప్రాంతాన్ని సమానంగా పంచుకోవాలని నిర్ణయించాయి. ఎల్లకాలం పొరుగు రాజ్యాలుగా ఉంటామన్న భావనతో యుద్ధంలో కిరాతక చర్యలను నివారించాలని మరో ముఖ్యమైన ఒప్పందాన్ని కుదుర్చుకున్నాయి. భవిష్యత్తులో తలెత్తే ఘర్షణల్లో నిస్సహాయులను, నిరాయుధులను ఊచకోత కోయరాదని ఒప్పుకున్నారు. ఈ ఒప్పందాన్ని ఆయా సందర్భాల్లో

ఉల్లంఘించినా మొత్తానికి దక్షిణ భారతంలో యుద్ధతంత్రానికి ఒక మానవీయ కోణం ఏర్పడింది.

మధురై సుల్తాన్‌ను తుదముట్టించి దక్షిణ భారతంలో తన పట్టును పదిలం చేసుకున్న విజయనగర సామ్రాజ్యం రాజ్య విస్తరణ విధానాన్ని అనుసరించింది. అందులో భాగంగా హరిహర-2 (1377-1406) నాయకత్వంలో ఈశాన్య సముద్ర తీరం వరకు తన పరిధిని విస్తరించుకుంది. ఆ ప్రాంతంలో చిన్న చిన్న హిందూ సంస్థానాలు ఎన్నో ఉండేవి. వారిలో కృష్ణా-గోదావరి డెల్టా ఎగువ ప్రాంతాల్లో రెడ్డి రాజులు, దిగువ ప్రాంతాల్లో వరంగల్ పాలకులు ఉండేవారు. ఉత్తరాన ఒరిస్సా పాలకులు, ఈశాన్యాన బహమనీ పాలకులు కూడా ఆ ప్రాంతంపై కన్ను వేసి ఉండేవారు. ఢిల్లీ పాలకులతో యుద్ధంలో వరంగల్ పాలకుడు హసన్ గంగూకు తోడ్పడినప్పటికీ అతడి వారసుడు వరంగల్‌పై దాడి చేసి కౌళుల ప్రాంతాలను, గోల్కొండ కోటను స్వాధీనం చేసుకున్నాడు. దక్షిణాన తన వ్యవహారాల్లో మునిగి ఉన్న విజయనగర సామ్రాజ్యం ఈ యుద్ధంలో జోక్యం చేసుకోలేకపోయింది. బహమనీ సుల్తాను గోల్కొండ కోటను తన రాజ్యం సరిహద్దుగా ప్రకటించాడు. ఇక ముందు వరంగల్‌పై దాడి చేయబోమని హామీ ఇచ్చాడు. ఈ ఒప్పందాన్ని కుదుర్చుకోవడానికి వరంగల్ పాలకుడు సుల్తానుకు వజ్రాలతో పొదిగిన ఒక సింహాసనాన్ని బహుమానంగా సమర్పించాడు. నిజానికి ఆ సింహాసనం మహమ్మద్ తుగ్లక్‌కు కానుకగా ఇవ్వడానికి తయారు చేయించారు. బహమనీ రాజ్యం, వరంగల్ మధ్య మైత్రి 50 ఏళ్ళపాటు కొనసాగింది. దీనివల్లే తుంగభద్ర ప్రాంతాన్ని ఆక్రమించుకోవడంలో విజయనగర రాజులు సఫలం కాలేకపోయారు. బహమనీల ఎదురుదాడిని తిప్పికొట్టలేకపోయారు. విజయనగర, బహమనీల మధ్య జరిగిన యుద్ధాలను ఆ కాలం నాటి చరిత్రకారులు విపులంగా వివరించారు. అయితే వాటికంత చారిత్రక ప్రాధాన్యత లేదు. ఇరుపక్షాలు 'తమ వాదనలకు, పంతాలకు కట్టుబడి ఉండేవి. ఒక్కసారి ఒక పక్షానిది పై చేయి అయితే మరోసారి వేరే పక్షానిది. బహమనీ - వరంగల్ సైన్యాలు సంయుక్తంగా దాడి చేసినా హరిహర-2 ఎదురొడ్డి నిలవగలిగాడు. బెల్గామ్, గోవాలను స్వాధీనం చేసుకోవడం అతడి అత్యుత్తమ విజయాల్లో ప్రధానమైనది. పై రెండు పట్టణాలను అతడు బహమనీల నుండి హస్తగతం చేసుకోగలిగాడు. ఉత్తర శ్రీలంకకు కూడా అతడు ఓ సైనిక బలగాన్ని పంపాడు.

హరిహర-2 మరణానంతరం సామ్రాజ్యంలో అంతర్గత ఘర్షణలు చోటు చేసుకున్నాయి. కొంత కాలానికి దేవరాయ-1 (1404-1422) సింహాసనాన్ని అధిష్టించాడు. అతడి పాలన తొలిరోజుల్లో తుంగభద్ర పరివాహక ప్రాంతంపై

పట్టుకోసం మరలా యుద్ధం మొదలైంది. బహమనీ పాలకుడు ఫిరోజ్ షా దేవరాయను ఓడించాడు. పరిహారంగా అతడు 10 లక్షల హన్లు, మాణిక్యాలు, ఏనుగులను చెల్లించాల్సి వచ్చింది. తన కుమార్తెను సుల్తాన్‌కు ఇచ్చి పెళ్లి చేశాడు. కట్నంగా ఆ ప్రాంతంలోని బంకాపూరంను రాసి ఇచ్చాడు. ఆ విధంగా భవిష్యత్తులో తమ మీద దండెత్తకుండా సంధి కుదుర్చుకున్నాడు. తన కుమార్తె వివాహాన్ని దేవరాయ ఘనంగా నిర్వహించాడు. పెళ్లి కోసం విజయనగరం సమీపంలో ఫిరోజ్ షా అడుగు పెట్టినపుడు దేవరాయ స్వయంగా రాజధాని నుండి తరలి వచ్చి అతడిని కలుసుకున్నాడు. నగర మహాద్వారం నుండి రాజప్రసాదం వరకు రహదారులన్నీ బంగారు, పట్టుతో తయారు చేసిన వస్త్రాలతో, ఇతర విలువైన కళాకృతులతో అలంకరించబడ్డాయి. సుమారు పది కిలోమీటర్ల వరకు తివాచీలు పరిచారు. దేవరాయ, సుల్తాన్‌లిద్దరూ కలిసి గుర్రాలపై స్వారీ చేస్తూ నగర ప్రధాన కూడలి నుండి రాజప్రసాదానికి బయలుదేరారు. దేవరాయ బంధుగణం ఊరేగింపులో అగ్రభాగాన నడుచుకుంటూ వెళ్లారు. పెళ్లి సంబరాలు మూడు రోజులపాటు ఘనంగా సాగాయి.

ఇలాంటి రాజకీయ వివాహం జరగడం దక్షిణ భారతంలో అదే మొదటిసారి కాదు. అంతకు ముందే గోంద్వానాకు చెందిన ఖేర్లా పాలకుడు తన కూతురిని ఫిరోజ్ షా బహమనీకి ఇచ్చి పెళ్లి జరిపించాడు. శాంతి యత్నాల్లో భాగంగానే ఆ పెళ్లి జరిపించాడు. ఈ రాకుమారి అంటే ఫిరోజ్‌షాకు ఎంతో అభిమానం అయితే ఇలాంటి పెళ్ళిళ్ళు శాంతికి బాటలు వేయలేదు. కృష్ణా-గోదావరి ప్రాంతంపై వివాదం మరోసారి చెలరేగి సైనిక ఘర్షణకు దారి తీసింది. విజయనగర, బహమనీ, ఒరిస్సా పాలకులు ఆ ప్రాంతం కోసం తలపడ్డారు. రెడ్డి రాజ్యంలో అరాచకం బయల్దేరినపుడు దేవరాయ వరంగల్ పాలకుడితో ఒప్పందం కుదుర్చుకొని ఆ రాజ్యాన్ని సమానంగా పంచుకున్నారు. బహమనీ రాజ్యంతో వరంగల్ మైత్రిని తెంచుకొని విజయనగర సామ్రాజ్యంతో చేతులు కలపడంతో దక్కను ప్రాంతంలో అధికార సమతుల్యం మారిపోయింది. దేవరాయ ఫిరోజ్ షాను కోలుకోని విధంగా దెబ్బతీశాడు. తన రాజ్యాన్ని కృష్ణాతీరం వరకు విస్తరించాడు.

శాంతి ఫలాలను దేవరాయ-1 ఎన్నడూ విస్మరించలేదు. తుంగభద్రపై భారీ నీటిపారుదల పథకాన్ని నిర్మించాడు. కాలువల ద్వారా నగరానికి మంచినీటిని తరలించి నీటి సమస్య లేకుండా చేశాడు. పరిసర ప్రాంతాల్లో భూములు కూడా సాగయ్యాయి. నీటి కాలువలు రాజ్య ఆదాయాన్ని 3,50,000 పర్దావులు వరకు పెంచాయి. సాగునీటి అవసరాల కోసం అతడు హరిద్ర నదిపై కూడా జలాశయాన్ని నిర్మించాడు.

స్వల్ప ఆంతరంగిక ఘర్షణ తర్వాత దేవరాయ-2 (1425-1446) గద్దెనెక్కాడు. రాయ వంశానికి చెందిన గొప్ప పాలకుడిగా ఇతడు ప్రఖ్యాతి పొందాడు. తన సైన్యాన్ని మరింత పటిష్టం చేయడం కోసం అతడు ముస్లింలను కూడా భర్తీ చేసుకున్నాడు. మేలుజాతి గుర్రాలు, గురితప్పని విల్లుకాండ్రు ఎక్కువ సంఖ్యలో ఉండడంవల్లే బహమనీ సైన్యాలు ఆధిపత్యం వహిస్తున్నాయని గ్రహించిన దేవరాయ-2 తన సైన్యంలో 2,000 ముస్లిం సైనికులను చేర్చుకున్నాడు. వారికి జాగీర్లు రాసి ఇచ్చాడు. వారి నుండి విలు విద్య నేర్చుకొమ్మని హిందూ సైనికులకు హితవు పలికాడు. విజయనగర సైన్యంలో ముస్లింలను చేర్చుకోవడం కొత్తకాదు. దేవరాయ-1 తన సైన్యంలో 10,000 మంది ముస్లింలను కలిగి ఉండేవాడు. ఫెరిష్టా ప్రకారం దేవరాయ-2 సైన్యంలో 60,000 మంది హిందూ విలుకాండ్రు, 80,000 మందితో కూడిన ఆశ్విక దళం, 2,00,000 మందితో కూడిన పదాతి దళం ఉండేవి. ఈ లెక్కలు ఊహాజనితంగా ఉన్నాయి. అయితే భారీ స్థాయిలో ఆశ్విక దళాన్ని సమకూర్చుకోవడంలో విజయనగర సామ్రాజ్యం భారీ మూల్యాన్ని చెల్లించి ఉండొచ్చు. ఎందుకు దృఢమైన గుర్రాలను పశ్చిమాసియా నుండే దిగుమతి చేసుకోవాలి. భారత పాలకుల యుద్ధ అవసరాలను గుర్తించిన అరబ్బులు గుర్రాల ధరను విపరీతంగా పెంచేశారు.

కొత్తగా ఏర్పాటు చేసుకున్న సైన్యాన్ని తీసుకొని దేవరాయ-2 1443లో తుంగభద్ర నదిని దాటి ముద్కల్, బంకాపురంలను తిరిగి స్వాధీనం చేసుకోవడానికి ప్రయత్నించాడు. ఈ పట్టణాలు కృష్ణానది దక్షిణాన ఉండేవి. గతంలో వాటిని బహమనీ సుల్తానులకు సమర్పించుకోవలసి వచ్చింది. మూడు భీకరమైన యుద్ధాలు జరిగిన తర్వాత ఇరుపక్షాలు యథాస్థితిని కొనసాగించాలని నిర్ణయించాయి.

నునిజ్ అనే పోర్చుగల్ రచయిత ప్రకారం క్విలాన్, శ్రీలంక, పులికాట్, పెగు, తెనాస్సెరిన్ (బర్మా, మలయా) రాజులు దేవరాయ-2కు జోహార్లు అర్పించారు. అయితే విజయనగర పాలకులు సముద్ర జలాల్లో అంత శక్తిమంతులని, వారి గురించి పెగూ, తెనాస్సెరిమ్ రాజులు కీర్తిస్తూ లేఖలు పంపించేవారని చెప్పడం సందేహాస్పదమే. బహుశా ఆ దేశాల అధిపతులు విజయనగరంతో దౌత్య సంబంధాలు నెరుపుతూ స్నేహపూర్వక భావనతో బహుమానాలను పంపి ఉండొచ్చు. అయితే శ్రీలంకను మాత్రం విజయనగర సైన్యాలు అనేకసార్లు ముట్టడించాయి. శక్తివంతమైన నావికా దళం లేనిదే అది సాధ్యమై ఉండేదికాదు.

సమర్థులైన పాలకుల కింద విజయనగరం దక్షిణ భారతంలో ఒక తిరుగులేని శక్తిగా, సంపన్నమైన రాజ్యంగా ఉద్భవించింది. అది 15వ శతాబ్ది తొలి భాగంలో ఇటలీ యాత్రికుడు నికోలో కొంటీ 1420లో విజయనగరాన్ని సందర్శించాడు. తన

పర్యటన వివరాలను పూసగుచ్చినట్లు వివరించాడు. "నగర వైశాల్యం 60 చదరపు మైళ్ళు. ప్రహరీ గోడలు కొండలను తాకే వరకు ఉన్నాయి. లోయలను చుట్టు ముడుతూ తమలో దాచుకున్నాయి. ఈ నగరంలో ఆయుధాలు ధరించగల సామర్థ్యం ఉన్న 90,000 మంది యువకులు ఉన్నారు. వారి రాజు భారతదేశంలో ఉన్న రాజులలోకెల్లా శక్తిమంతుడు," అని నికోలో రాశాడు. అలాగే ఫెరిష్టా కూడా ఏమన్నాడంటే : "బహమనీ రాకుమారులు తమ ధైర్య సాహసాలతోనే ప్రసిద్ధులయ్యారు. అయితే రాజ్య వైశాల్యం, సంపద, సైనిక శక్తిలో బీజానగర్ (విజయనగర) రాయులు బహమనీల కంటే ఎంతో ముందున్నారు."

పర్షియా యాత్రికుడు అబ్దుల్ రజ్జాక్ దేవరాయ-2 కాలంలో విజయనగరంను సందర్శించాడు. "ఈ రాజు ఆధీనంలో మూడు వందల ఓడరేవులు వున్నాయి. ఒక్కో ఓడరేవు కాలికట్‌తో సమానంగా ఉంది. అతడి రాజ్యంలోని ప్రాంతాలను సందర్శించాలంటే మూడు నెలల సమయం పడుతుంది." అని రజ్జాక్ విజయనగర సామ్రాజ్య వైభవాన్ని కీర్తించాడు. రాజ్యంలోని అనేక పట్టణాలు, గ్రామాల్లో జనసాంద్రత ఎక్కువగా ఉండేదన్న విషయాన్ని అందరు యాత్రికులు అంగీకరించారు. అబ్దుల్ రజ్జాక్ ఇలా అన్నాడు : "ఈ రాజ్యంలో ఎక్కువ భూభాగం సాగులో ఉంది. ఇక్కడ భూములు ఎంతో సారవంతమైనవి. ఈ దేశ సైనికుల సంఖ్య 11 లక్షల వరకు ఉంటుంది."

ప్రపంచంలోనే తాను కన్న విన్న నగరాల్లో విజయనగరం అద్భుతమైన నగరమని రజ్జాక్ భావించాడు. నగరాన్ని వర్ణిస్తూ ఇలా అన్నాడు : "నగరాన్ని ఎంతో పకడ్బందీగా నిర్మించారు. ఏడు ప్రాకారాలు, అంతే సంఖ్యలో ప్రహరీగోడలు నగరాన్ని పెనవేసి ఉన్నాయి. నగరం నడిబొడ్డులో ఉన్న ఏడవ కోట హెరాత్ (ఇరాక్) నగర వ్యాపార కూడలికి పదింతల భూభాగంలో విస్తరించి ఉంది. రాజప్రసాదం మొదలుకొని మొత్తం నాలుగు బజార్లు ఉన్నాయి. బజార్లు ఎంతో పొడవుగా, విశాలంగా ఉన్నాయి."

భారత సాంప్రదాయం ప్రకారం ఒక వృత్తిని ఆచరించే వారు నగరంలోని ఒక భాగంగా ప్రత్యేకంగా నివాసముండేవారు. తమకు వేరుగా కేటాయించిన గృహ సముదాయాల్లో ముస్లింలు నివసించేవారు. బజార్లలో, రాజప్రసాదంలో కాలువలు, నీటి సరస్సులు ప్రవహిస్తూ ఉండేవి. వాటిని సున్నితమైన రాతితో నిర్మించేవారు. మరో యాత్రికుడు విజయనగరాన్ని సందర్శించి రాజధాని నగరం రోమ్ కంటే విశాలంగా ఉందని పేర్కొన్నాడు. పశ్చిమ ప్రపంచంలో అప్పుడు రోమ్ నగరమే అత్యంత విశాలమైనది. విజయనగర రాజులు అపర కుబేరులని ప్రతీక. "రాజప్రసాదంలో అర్థ చంద్రాకారంలో ఉండే కుండలలో బంగారు నాణెలు నిండుగా

ఉండేవి," అని రజ్జాక్ వివరించాడు. ధనాన్ని సమకూర్చుకోవడం పాలకులకు అలవాటు. అది ప్రాచీన సాంప్రదాయం. అయితే అలా సమకూర్చుకున్న ధనం చెలామణిలో ఉండేది కాదు. కొన్నిసార్లు ఈ నిధి నిక్షేపాల కోసమే దండయాత్రలు జరిగాయి.

బహమనీ రాజ్యం - విస్తరణ, విచ్ఛిన్నం :

బహమనీ రాజ్య ఉత్థాన చరిత్ర, విజయనగరంతో దాని వైరం (1446లో దేవరాయ-2 మరణించేంత వరకు) గురించి ఇప్పటికే ఒక అవగాహనకు వచ్చాము. రాజ్యంలో ప్రముఖమైన వ్యక్తి ఫిరోజ్ షా బహమని (1397-1422). మతశాస్త్రాలు (ఖురాన్, న్యాయ చట్టాలు) జీవశాస్త్రాలు అంటే అతడికి మక్కువ. అతడి మంచి దస్తూరి కూడా (Calligraphist). కొన్ని సందర్భాల్లో ఉదాత్తమైన కవిత్వాన్ని (Extanpore verses) కూడా రచించేవాడు. పర్షియన్, అరబిక్, తుర్కు భాషల్లోనే కాకుండా ఫిరోజ్‌షాకు తెలుగు, కన్నడ, మరాఠీ భాషల్లో కూడా ప్రావీణ్యం ఉండేదని ఫెరిష్టా తెలిపాడు. రాణివాసంలో అతడికి ఎంతో మంది పట్టపురాణులు ఉండేవారు. వారు దేశంలోని వివిధ ప్రాంతాలకు చెందిన వారు. కొందరు విదేశీ రాకుమార్తెలు కూడా ఉండేవారు. హిందూ రాణులతో వారి ప్రాంతీయ భాషలోనే సంభాషణ సాగించేవాడు ఫిరోజ్.

దక్కను ప్రాంతాన్ని భారతదేశంలోనే ప్రముఖమైన సాంస్కృతిక కేంద్రంగా తీర్చిదిద్దాలన్న పట్టుదలతో ఫిరోజ్ షా బహమనీ ఉండేవాడు. ఢిల్లీలో సుల్తానుల పాలన అంతం కావడం అతడికి కలిసి వచ్చింది. ఎందుకంటే సుల్తాను కొలువులో పని చేసిన ఎంతో మంది విద్యావేత్తలు, కవులు, కళాకారులు దక్కను ప్రాంతానికి వలస వచ్చారు. ఇరాన్, ఇరాక్‌లకు చెందిన సాహిత్యకారులను కూడా ఫిరోజ్ ఎంతో ప్రోత్సహించాడు. అన్ని దేశాలకు చెందిన జ్ఞానులను రాజు తన కొలువులో చేర్చుకుంటే అతడి పాలనలో ఉన్న ప్రజలు వారి అనుభవాలు, నైపుణ్యం నుండి లబ్ధి పొందగలరని సుల్తాన్ తరచూ పేర్కొనేవాడు.

ఈ విధంగా ప్రపంచాన్ని చుట్టుముట్టకుండానే ప్రజలు జ్ఞానాన్ని ఆర్జించగలరని అతడు భావించేవాడు. రాత్రి బాగా పొద్దుపోయే వరకు సుల్తాను కవులు, మత ప్రబోధకులు, సంగీత విద్వాంసులతో కాలం గడిపేవాడు. తన కొలువులో విద్యావంతులు, చమత్కారంగా మాట్లాడేవారితో అతడు సన్నిహితంగా మెలిగేవాడు. క్రైస్తవ మతానికి సంబంధించి పాత, కొత్త టెస్టామెంట్లను అధ్యయనం చేశాడు. అలా అన్ని మత ప్రబోధనలను, సూత్రాలను అతడు గౌరవించేవాడు. ఫెరిష్టా దృష్టితో ఫిరోజ్ సాంప్రదాయ ముస్లిం (Orthodox muslim). కాని అతడి బలహీనత ఒక్కటే

: మధువు సేవించడం, సంగీతం ఆలకించడం.

ఫిరోజ్ షా బహమనీ తీసుకున్న విప్లవాత్మక చర్య పరిపాలనా బాధ్యతల్లో హిందువులను అధిక సంఖ్యలో నియమించడం. అతడి హయాం నుండే పరిపాలనలో బ్రాహ్మణులు ఆధిపత్యం వహించడం మొదలుపెట్టారు. ముఖ్యంగా రెవెన్యూ పరిపాలనలో బ్రాహ్మణులదే పై చేయిగా ఉండేది. దక్కన్ హిందువులు కూడా వలసదారులతో సమానంగా హోదాలు పొందగలిగారు. అంతరిక్ష విద్యను ఫిరోజ్ షా బాగా ప్రోత్సహించాడు. అందులో భాగంగానే దౌలతాబాదు వద్ద అంతరిక్ష పరిశోధనా కేంద్రాన్ని నిర్మించాడు. రాజ్యంలో ప్రధాన అధికార కేంద్రాలైన ఛాల్, డాభోల్‌ల పరిపాలనపై శ్రద్ధ చూపేవాడు. ఈ పట్టణాలకు పర్షియన్ ఏడారి నుండి వాణిజ్య ఓడలు తరలివచ్చేవి. పశ్చిమాసియా తీర పట్టణాల నుండి వ్యాపారులు విలువైన, విలాసవంతమైన ఉత్పత్తులను (ప్రపంచం నలుమూలల నుండి సేకరించినవి) తెచ్చి అమ్మేవారు.

ఫిరోజ్ ఖేర్లాకు చెందిన గోందుల రాజు నరసింగ్ రాయ్‌ని యుద్ధంలో ఓడించి బహమనీ రాజ్యాన్ని బేరార్ (గుజరాత్) వరకు విస్తరింప చేశాడు. రాయ్ సుల్తాన్‌కు కానుకగా 40 ఏనుగులు, ఐదు రాసుల బంగారు, 50 రాసుల వెండిని సమర్పించుకున్నాడు. తన కుమార్తెను కూడా ఫిరోజ్‌కు ఇచ్చి వివాహం జరిపించాడు. ఫిరోజ్ ఖేర్లాను తిరిగి నరసింగ్ రాయ్‌కి అప్పగించి అతడిని అమీర్‌గా నియమించాడు. అందుకు చిహ్నంగా రాచరిక వస్త్రాలను, నక్కాషి గుచ్చిన టోపీని బహూకరించాడు.

దేవరాయ-1 కుమార్తెతో ఫిరోజ్ షా బహమనీ వివాహం గురించి, విజయనగరంతో అతడి యుద్ధాల గురించి ఇంతకు ముందే చర్చించాము. కృష్ణా-గోదావరి పరివాహక ప్రాంతంపై పట్టుకోసం ఇరు రాజ్యాల మధ్య సంఘర్షణ సుదీర్ఘ కాలంపాటు కొనసాగింది. 1419లో బహమనీ రాజ్యానికి గట్టి ఎదురుదెబ్బ తగిలింది. ఫిరోజ్‌షాను దేవరాయ-1 యుద్ధంలో ఓడించాడు. ఈ ఓటమితో ఫిరోజ్ అధికారానికి సవాళ్లు ఎదురయ్యాయి. తన సోదరుడు అహ్మద్ షా-1 (ఇతడిని వలీ (దైవాధీనుడు) అని పిలుస్తారు.) కోసం అతడు గద్దెదిగాల్సి వచ్చింది. అహ్మద్ షా ప్రముఖ సూఫీ బోధకుడు గేసు దరాజ్ శిష్యుడు. దక్షిణ భారతంలోని ఈశాన్య తీర ప్రాంతంపై ఆధిపత్యం కోసం అహ్మద్ షా ఎన్నో యుద్ధాలు చేశాడు. బహమనీ సుల్తాను ఓటమిని చవిచూసిన చివరి రెండు యుద్ధాల్లో విజయనగర పాలకులకు వరంగల్ పాలకుడు తోడ్పాటు అందించిన విషయాన్ని అహ్మద్ షా ఎన్నడూ మరువలేదు. ప్రతీకారం తీర్చుకోవడం కోసం అతడు వరంగల్‌పై దాడి చేశాడు. యుద్ధంలో అక్కడి పాలకుడిని తుదముట్టించాడు. వరంగల్ పాలనలో ఉన్న చాలా ప్రాంతాలను తన రాజ్యంలో

కలుపుకున్నాడు. కొత్తగా స్వాధీనం చేసుకున్న ప్రాంతాల్లో తన పట్టును సుస్థిరం చేసుకోవడం కోసం అతడు బహమనీ రాజధానిని గుల్బర్గా నుండి బీదర్‌కు మార్చాడు. ఆ తర్వాత తన దృష్టిని మాల్వా, గోంద్వానా, కోంకణ్ ప్రాంతాలపై పెట్టాడు.

మహమూద్ గవాన్

బహమనీ చేతిలో వరంగల్ ఓటమి చవిచూడటంతో దక్షిణ భారతంలో అధికార సమతుల్యం మారిపోయింది. బహమనీ రాజ్యం క్రమంగా విస్తరించింది. విస్తరణ, సైనిక పాటవం విషయంలో ఉన్నత శిఖరానికి చేరుకొంది. ఇందులో ప్రధానమంత్రి మహమూద్ గవాన్ పాత్ర గణనీయంగా ఉంది. గవాన్ తొలి జీవితం గురించి పెద్దగా తెలియరాలేదు. పుట్టుకతో అతడు ఇరానీ. తొలుత వ్యాపారిగా ఉండేవాడు. అతడికి సుల్తాన్‌తో పరిచయం ఏర్పడిన తర్వాత బహమనీ పాలకులకు అభిమాన పాత్రుడయ్యాడు. సుల్తాన్ అతడిని మాలిక్-ఉల్-తజ్జార్ (ప్రధాన వ్యాపారి) బిరుదుతో సత్కరించాడు. కొంత కాలానికే అతడిని ప్రధాన మంత్రి (పేష్వా)గా నియమించాడు. బహమనీ రాజ్యపాలనా వ్యవహారాలపై సుమారు 20 ఏళ్ళపాటు ఆధిపత్యం వహించిన గవాన్ రాజ్యాన్ని ఈశాన్య దిశగా మరింత విస్తరించాడు. ఎన్నో ప్రాంతాలను స్వాధీనం చేసుకున్నాడు. విజయనగర సామ్రాజ్య పరిధిలో ఉన్న కంచీ వరకు తన సైన్యాలను తీసుకెళ్ళగలిగాడు. ఈ దండయాత్రతో బహమనీల ఆయుధశక్తి ఏపాటిదో అర్థమవుతుంది. అయితే మహమూద్ గవాన్ సాధించిన అత్యుత్తమ సైనిక విజయాలలో దాభోల్, గోవా లాంటి పశ్చిమ తీరపట్టణాల స్వాధీనం ప్రధానమైనది. ఈ ఓడరేవు పట్టణాలను కోల్పోవడంతో విజయనగర సామ్రాజ్యానికి తీరని నష్టం వాటిల్లింది. గోవా, దాభోల్‌పై బహమనీలకు నియంత్రణ రావడంతో ఇరాన్, ఇరాక్ తదితర అరబ్బు దేశాలతో వారి వ్యాపార కార్యకలాపాలు ముమ్మరమయ్యాయి. దేశీయ వాణిజ్యం కూడా అభివృద్ధి చెందింది. ఉత్పాదనా పెరిగింది.

బహమనీ రాజ్య ఉత్తర సరిహద్దులను కూడా విస్తరించాలని మహమూద్ గవాన్ ప్రయత్నించాడు. ఖిల్జీల పాలనలో ఉన్న మాల్వా అహ్మద్ షా-1 హయాం నుండే గోంద్వానా, బెరార్, కోంకణ్ ప్రాంతాలపై ఆధిపత్యం కోసం ప్రయత్నిస్తూ ఉండేది. ఈ ఆధిపత్య పోరులో బహమనీ సుల్తానులు గుజరాత్ పాలకుల సహాయాన్ని అర్థించి వారి మద్దతును కూడగట్టుకో గలిగారు. సుదీర్ఘపోరు తర్వాత ఆ ప్రాంత రాజ్యాలు ఒక ఒప్పందాన్ని కుదుర్చుకున్నాయి. దాని ప్రకారం గోంద్వానా రాజ్యంలోని ఖేర్లాను మాల్వాకు ధారాదత్తం చేశారు. బెరార్‌ను బహమనీలకు అప్పగించారు. అయితే మాల్వా పాలకులకు బెరార్‌పై ఎప్పటి నుండో కన్ను ఉండేది. బెరార్‌పై తమ

నియంత్రణను సుస్థిరం చేసుకోవడానికి గవాన్ మాల్వా పాలకుడు మహమూద్ ఖిల్జీతో వరుస యుద్ధాలు చేశాడు. గుజరాత్ పాలకుడు అందించిన సహాయ సహకారాలవల్ల గవాన్ ఎట్టకేలకు విజయం సాధించగలిగాడు.

ఈ సంఘర్షణలను బట్టి అర్థమయ్యేదేమిటంటే దక్షిణ భారత పాలకులు మతం ఆధారంగా ఎన్నడూ యుద్ధాలు చేయలేదు. రాజకీయ, రక్షణ వ్యూహాల్లో భాగంగానే వారు ఎత్తులు పైఎత్తులు వేసేవారు. అలాగే వ్యాపార, వాణిజ్య కార్యకలాపాలపై నియంత్రణ కోసం పోటీ పడేవారు. రెండవది, ఉత్తర, దక్షిణ భారత ప్రాంతాల్లో ఆధిపత్య పోరు ఒకదానికి ఒకటి సంబంధం లేకుండా సాగలేదు. పశ్చిమ ప్రాంతంలోని గుజరాత్, మాల్వాలు దక్కనులో, ఈశాన్యాన ఒరిస్సా బెంగాల్ వ్యవహారాల్లో జోక్యం చేసుకున్నాయి. ఒరిస్సా పాలకులకు కోరమాండల్ తీర ప్రాంతంపై ఎప్పటి నుండో కన్ను ఉండేది. 1450 తర్వాత ఒరిస్సా పాలకులు దక్షిణ ప్రాంతంలో దండయాత్ర జరిపారు. తమ సైన్యాలను మధురై లాంటి సుదూర ప్రాంతాలకు తీసుకెళ్ళగలిగారు. వారి దండయాత్రతో విజయనగర సామ్రాజ్య ప్రాబల్యం మరింత క్షీణించింది. అప్పటికే విజయనగరంలో అంతర్గత పోరు తీవ్ర స్థాయిలో ఉంది. దేవరాయ-2 మరణం తర్వాత అధికారం కోసం రాయవంశానికి చెందిన సభ్యులు బలప్రదర్శనకు దిగారు. మహబూద్ గవాన్ అనేక అంతర్గత సంస్కరణలు కూడా చేపట్టాడు. రాజ్యాన్ని ఎనిమిది ప్రాంతాలుగా (తరఫ్‌లు) విభజించాడు. ఒక్కో ప్రాంతాన్ని పాలించడానికి తరఫ్‌దార్‌లను నియమించాడు. వీరి బాధ్యతలను, జీతభత్యాలను నిర్ణయించాడు. ఒక్కో తరఫ్‌దారు 500 గుర్రాలతో కూడిన దళాన్ని కలిగి ఉండేవాడు. అతడికి ప్రతి ఏటా లక్ష హన్ల వేతనం లభించేది. వేతనాన్ని నగదు రూపంలో కాని జాగీరు అప్పగించడం ద్వారా కాని చెల్లించేవారు. జాగీరు ద్వారా వేతనాలు తీసుకునే వారికి భూమి శిస్తు వసూలు చేయడానికి అయ్యే వ్యయాన్ని కూడా చెల్లించేవారు. ప్రతి ప్రాంతంలో కొంత జాగీరును (ఖాలిసా) సుల్తాన్ ఖర్చుల నిమిత్తం ప్రత్యేకంగా నిర్వహిస్తారు. భూమిని కొలిచి దాని ఆధారంగా వ్యవసాయదారుడు రాజ్యానికి చెల్లించాల్సిన పన్నును నిర్ధారించడానికి ప్రయత్నాలు జరిగాయి.

మహమూద్ గవాన్ గొప్ప కళాపోషకుడు. బీదర్‌లో ఓ విశాలమైన మద్రసాను నిర్మించాడు. ఈ భవంతిలో మూడు అంతస్తులు ఉన్నాయి. రంగు రంగుల పెంకులతో దాని పై కప్పును తీర్చిదిద్దారు. అందులో వెయ్యి మంది బోధకులు, విద్యార్థులకు వసతి కల్పించేవారు. ఇక్కడ వారికి దుస్తులు, భోజనం ఉచితంగా ఇచ్చేవారు. ఇరాన్, ఇరాక్‌ల నుండి కొందరు ప్రముఖ విద్యావేత్తలు గవాన్ ఆహ్వానంపై మద్రసాను సందర్శించారు.

సంస్థానాధీశుల మధ్య అంతర్గత పోరుతో బహమనీ రాజ్యం అతలాకుతలమైంది. దక్కనీ, అఫాకీ (ఘరీబ్) వర్గాలుగా వారు చీలిపోయారు. కొత్తవాడు కావడంవల్ల తన నిబద్ధతను దక్కనీలకు చాటడానికి గవాన్ ఎన్నో ప్రయత్నాలు చేయాల్సి వచ్చింది. అందరినీ కలుపుకుని పోవాలనే విధానాన్ని అవలంబించిన గవాన్ అంతర్గత వైషమ్యాలను మాత్రం రూపుమాపలేకపోయాడు. అతడి వ్యతిరేకులు సుల్తాన్ చెవుల్లో విషం నూరిపోశారు. యువకుడైన సుల్తాన్ వారి మాటలను నమ్మి గవాన్‌కు 1482లో మరణదండన విధించాడు. ఆ సమయానికి మహమూద్ గవాన్ వయస్సు 70 సంవత్సరాలు. ఆ తర్వాత అంతర్గత వైషమ్యాలు మరింత పెచ్చరిల్లిపోయాయి. తరఫ్‌దారులు ఎవరికి వారు స్వాతంత్ర్యం ప్రకటించుకున్నారు. కొంత కాలానికి బహమనీ రాజ్యం ఐదు భాగాలుగా చీలిపోయింది. అవి గోల్కొండ, బిజాపూర్, అహ్మద్‌నగర్, బెరార్, బీదర్. ఇందులో అహ్మద్‌నగర్, గోల్కొండ, బీజాపూర్ రాజ్యాలు దక్కను రాజకీయాల్లో కీలక పాత్రను పోషించాయి. 17వ శతాబ్దంలో మొగల్ సామ్రాజ్యంలో విలీనమయ్యేంత వరకు అవి చురుకుగా ఉండేవి.

ఉత్తర, దక్షిణ భారత ప్రాంతాల మధ్య సాంస్కృతిక వారధిగా బహమనీ రాజ్యం విలసిల్లింది. ఆ విధంగా వెలుగులోకి వచ్చిన సంస్కృతికి ప్రత్యేక లక్షణాలుండేవి. అయితే అవి ఉత్తర భారత సంస్కృతికి భిన్నంగా ఉండేవి. ఈ సాంస్కృతిక ఆచారాలు తదుపరి పాలకుల హయాంలో కూడా కొనసాగాయి. మొగల్ సంస్కృతిని వ్యాపింప చేయడంలో ఈ ఆచారాలు గణనీయమైన ప్రభావం చూపాయి.

విజయనగర సామ్రాజ్య చివరాంకం - పతనం :

దేవరాయ - 2 మరణం తర్వాత రాజ్యంలో అరాచకం, అస్థిరత నెలకొన్నాయి. వారసత్వాన్ని ఖరారు చేసే నిబంధన ఏదీ లేకపోవడంతో అంతర్గత పోరాటాలు ప్రారంభమయ్యాయి. సింహాసనం కోసం భావి వారసులు బలప్రదర్శనకు దిగారు. ఈ క్రమంలో సామంతరాజులు సామ్రాజ్యం నుండి స్వాతంత్ర్యం ప్రకటించుకున్నారు. మంత్రులు బలోపేతమయ్యారు. ప్రజల నుండి కానుకలు, పన్నులు వసూలు చేయడం మొదలుపెట్టారు. దీంతో ప్రజలు అనేక ఇబ్బందులకు గురయ్యారు. రాయ ప్రాబల్యం కర్ణాటక వరకే కుదించుకుపోయింది. ఆంధ్ర ప్రాంతంలోని పశ్చిమ భాగం కొంత వరకు సామ్రాజ్యం ఆధీనంలో ఉండేది. పాలకులు విందులు, విలాసాల్లో మునిగిపోయి రాజ్య వ్యవహారాలను పూర్తిగా విస్మరించారు. కొంత కాలం తర్వాత సలువా అనే మంత్రి సింహాసనాన్ని హస్తగతం చేసుకున్నాడు. అంతటితో రాయవంశ పాలనకు తెరపడింది. అంతర్గత భద్రతను సలువా చక్కదిద్దాడు. కొత్త వంశాన్ని స్థాపించాడు.

ఈ వంశం కూడా అసతి కాలంలోనే అంతరించింది. చివరికి కృష్ణదేవ తులువ వంశాన్ని స్థాపించాడు. ఈ వంశం నుండి వచ్చిన గొప్ప పాలకుడు కృష్ణదేవరాయ (1509-30). కొందరు చరిత్రకారులు అతడిని విజయనగర పాలకుల్లోనే అత్యంత గొప్పవాడిగా కీర్తిస్తారు. శాంతిభద్రతలను పునరుద్ధరించే బాధ్యతే కాకుండా విజయనగర సామ్రాజ్యానికి శత్రువులైన పొరుగు రాజ్యాల (బహమనీ రాజ్య వారసులు, ఒరిస్సా పాలకులు) నుండి ముప్పును నివారించే భారం కూడా కృష్ణదేవరాయపై ఉండేది. అందుకు తోడు పోర్చుగల్ వారిని నియంత్రణలో పెట్టాల్సిన అవసరం కూడా ఉండేది. అప్పటికే వారు వ్యాపార కార్యకలాపాల ముసుగులో తమ ప్రాబల్యాన్ని క్రమంగా పెంచుకునే ప్రయత్నాల్లో ఉన్నారు. సముద్ర జలాలపై తమకు ఉన్న ఆధిపత్యంతో విజయనగర సామ్రాజ్యంలోని చిన్న చిన్న సంస్థానాలను లొంగదీసుకోవాలని ప్రయత్నించారు. తమకు మరిన్ని రాజకీయ, ఆర్థిక రాయితీలు సమకూర్చాలని సంస్థానాధీశులపై ఒత్తిడిని పెంచారు. బీజాపూర్ పాలనలో ఉన్న గోవాను తిరిగి విజయనగరానికి స్వాధీనం చేస్తామన్న హామీతో రాయను తటస్థంగా వ్యవహరించేలా ఒప్పించాలని కూడా ప్రయత్నించారు. గుర్రాల సరఫరాలో రాయకే గుత్తాధిపత్యం ఇస్తామని భరోసా ఇచ్చారు.

ఏడేళ్ళపాటు సాగిన యుద్ధాల అనంతరం కృష్ణానది తీరం వరకు ఉన్న ప్రాంతాలను తిరిగి విజయనగరానికి అప్పగించేలా ఒరిస్సా పాలకుడిపై కృష్ణదేవరాయ వత్తిడి చేసి సాధించాడు. ఆ విధంగా బలపడిన కృష్ణదేవరాయ తన సామ్రాజ్యానికి పూర్వ వైభవం సంతరింప చేయాలన్న పట్టుదలతో తుంగభద్ర పరివాహక ప్రాంతాన్ని స్వాధీనం చేసుకోవడానికి దండయాత్ర జరిపాడు. ఈ పరిణామంతో బీజాపూర్, ఒరిస్సా రాజ్యాలు ఒకటయ్యాయి. తొలుత రాయచూర్, ముద్కల్ కోటలను కృష్ణదేవరాయ స్వాధీనం చేసుకున్నాడు. ఆ తర్వాత జరిగిన యుద్ధంలో (1520) బీజాపూర్ పాలకులు పూర్తిగా ఓడిపోయారు. ప్రాణం కాపాడుకొన్న బీజాపూర్ సుల్తాను కృష్ణ అవతల తీరానికి పారిపోయాడు. విజయనగర సైన్యాలు బెల్గాంకు చేరుకున్నాయి. అక్కడి నుండి బీజాపూర్‌పై దాడి చేసి ఆ నగరాన్ని ధ్వంసం చేశాయి. శాంతి ఒప్పందం కుదరకముందే గుల్బర్గాను కూడా నాశనం చేశాయి.

ఆ విధంగా కృష్ణదేవ నేతృత్వంలో విజయనగర సామ్రాజ్యం ప్రబలమైన సైనిక శక్తిగా (దక్షిణ భారతంలో) ఎదిగింది. అయితే పాత వైరాన్ని తిరగదోడాలన్న ఆతృతలో దక్షిణ రాజ్యాలు తమకు, తమ వ్యాపారానికి సవాలు విసురుతున్న పోర్చుగలీయులను పూర్తిగా విస్మరించాయి. పూర్వపు విజయనగర పాలకులు లేదా చోళుల వలె నావికా దళాన్ని బలోపేతం చేసే అంశానికి కృష్ణదేవ కనీస ప్రాధాన్యత కూడా ఇవ్వలేదు.

ఈ కాలంలో విజయనగర సామ్రాజ్యంలో నెలకొన్న పరిస్థితులను ఎందరో యాత్రికులు వివరించారు. పయేస్ అనే ఇటలీ యాత్రికుడు కృష్ణదేవరాయ కొలువులో అనేక సంవత్సరాలు గడిపాడు. అతడు రాయను కీర్తిస్తూ రచనలు చేశాడు. అయితే రాయ వ్యక్తిత్వం గురించి అతడు ఓ వ్యాఖ్య చేశాడు : "అతడు గొప్ప పాలకుడు, ధర్మాన్ని ఆచరించేవాడు. కాని ఉన్నట్టుండి ఆగ్రహంతో ఊగిపోతాడు." తన పాలనలో ఉన్న ప్రజల సంక్షేమం కోసం రాయ పాటుపడేవాడు. అతడి సంక్షేమ పథకాల గురించి నేటికీ కథలు కథలుగా చెప్పుకుంటారు.

కృష్ణదేవ గొప్ప నిర్మాణ కుశలత కలవాడు. విజయనగర సమీపాన కొత్త పట్టణాన్ని నిర్మింపచేశాడు. సాగునీటి అవసరాల కోసం ఒక పెద్ద చెరువును కూడా తవ్వించాడు. తెలుగు, సంస్కృత భాషల్లో పండితుడు. తెలుగులో రాజకీయ వ్యవస్థపై రాసిన గ్రంథం, సంస్కృతంలో రచించిన ఒక నాటకం మాత్రమే నేడు అందుబాటులో ఉన్నాయి. అతడి హయాం తెలుగు సాహిత్యంలో నూతన శకాన్ని ఆవిష్కరించింది. సంస్కృత మూలాధార రచనల స్థానంలో స్వతంత్ర కావ్యాలు వెలువడ్డాయి. తెలుగు, కన్నడ, తమిళ కవులు, సాహిత్యకారులను సమానంగా ఆదరించేవాడు. బార్బోసా, పయేస్, నూనిజ్ లాంటి విదేశీ యాత్రికులు దేశ సమర్థవంతమైన పాలన గురించి, అతడి సామ్రాజ్య వైభోగం గురించి విపులంగా వివరించారు. కృష్ణదేవ సాధించిన మరపురాని విజయాల్లో అతడి ఉదార విధానం ప్రధానమైనది. తన సామ్రాజ్యంలో పౌరులుకు అతడు స్వేచ్ఛా స్వాతంత్ర్యాలను ప్రసాదించాడు. ఈ విషయమై బార్బోసా ఇలా రాశాడు : "ప్రజలు తమ ఇష్టానుసారంగా వచ్చిపోవడానికి, తమ మత విశ్వాసాల ప్రకారం నడుచుకోవడానికి, జీవితం గడపడానికి కృష్ణదేవ పూర్తి స్వేచ్ఛను కల్పించాడు. ప్రజలకు ఎలాంటి ఇబ్బందులు ఉండేవి కావు. నీవు క్రైస్తవుడివా, యూదునివా లేదా మళయాళివా అని అధికారులు ప్రజలను ప్రశ్నించేవారు కాదు." రాజ్యంలో న్యాయం, సమానత్వం నెలకొనడానికి కృష్ణదేవ తీసుకున్న నిర్ణయాలే కారణమని బార్బోసా ప్రస్తుతించాడు.

కృష్ణదేవ మరణం తర్వాత అతడి బంధుగణంలో అధికారం కోసం సంఘర్షణ మొదలైంది. అప్పుడు అతడి కుమారులు పిన్న వయస్కులుగా ఉన్నారు. ఎట్టకేలకు 1543లో గద్దెనెక్కిన సదాశివరాయ 1567 వరకు విజయనగర సామ్రాజ్యాన్ని పాలించాడు. అయితే అధికారాన్నంతా ముగ్గురు మంత్రుల బృందమే చెలాయించేది. ఆ బృందంలో ప్రధానమైన వ్యక్తి రామరాజ. అతడు తన రాజకీయ చాతుర్యంతో ముస్లిం పాలకుల మధ్య చిచ్చు రగిల్చేవాడు. పోర్చుగల్‌తో వాణిజ్య ఒప్పందం కుదుర్చుకున్నాడు. దాని ప్రకారం బీజాపూర్ పాలకుడికి గుర్రాలను సరఫరా చేయకుండా

నిలిపివేశారు. వరుస యుద్ధాలు చేసి బీజాపూర్ పాలకుడిని సంపూర్ణంగా ఓడించాడు. తద్వారా గోల్కొండ, అహ్మద్‌నగర్ రాజ్యాలను తీవ్ర పరాభవానికి గురి చేశాడు. విజయనగర సామ్రాజ్యానికి అనుకూలమైన రాజకీయ సమతుల్యాన్ని కొనసాగించాలన్న ఆకాంక్ష తప్ప రామరాజకు మారో ఉద్దేశం ఉండేదని కాదని తెలుస్తోంది. కాలక్రమేణా గోల్కొండ, బీజాపూర్, అహ్మద్‌నగర్ రాజ్యాలు పుంజుకొని విజయనగర సామ్రాజ్యంపై ఉమ్మడి పోరును సాగించాయి. చివరికి 1565లో తళ్ళికోట సమీపంలోని బన్నిహట్టి వద్ద విజయనగర సైన్యాన్ని మట్టి కరిపించాయి. ఈ యుద్ధాన్ని తళ్ళికోట యుద్ధమని కూడా పిలుస్తారు. లేదా రాక్షస - తంగడి యుద్ధమంటారు. రామరాజును శత్రు సైన్యాలు చుట్టుముట్టి బందీగా తీసుకున్నాయి. ఆ వెంటనే అతడిని చంపివేశారు. ఈ యుద్ధంలో సుమారు లక్ష మంది హిందువులు మృత్యువాత పడ్డారని ఒక అంచనా. అనంతరం విజయనగరాన్ని పూర్తిగా దోచుకొని శిథిలంగా మార్చేశారు.

విజయనగర సామ్రాజ్యాన్ని బన్నిహట్టి యుద్ధం పాతర వేసిందని సాధారణంగా పరిగణిస్తారు. యుద్ధం తర్వాత వందేళ్ళపాటు ఆ రాజ్యం కొనసాగినా దాని విస్తీర్ణం గణనీయంగా కుదించుకుపోయింది. దక్షిణ భారత రాజకీయ వ్యవహారాల్లో రాయ ప్రాముఖ్యం లేని వ్యక్తిగా మిగిలిపోయాడు. రాజరికం అనే సిద్ధాంతాన్ని విజయనగర పాలకులు ప్రగాఢంగా నమ్మేవారు. రాజకీయంపై కృష్ణదేవరాయ రాసిన పుస్తకంలో రాజు కర్తవ్యాలను సూచించాడు. రాజు తన శక్తియుక్తుల మేరకు అత్యంత జాగ్రత్తగా దుష్టశిక్షణ - శిక్ష రక్షణ ధర్మాన్ని పాటించాలని, తాను కన్న - విన్న విషయాలను ఎప్పుడూ విస్మరించకూడదని కృష్ణదేవ సలహా ఇచ్చాడు. ప్రజల నుండి ఆచితూచి పన్నులు వసూలు చేయాలని కూడా రాజులకు అతడు సూచించాడు. విజయనగర రాజ్యంలో రాజుకు పరిపాలనా వ్యవహారాల్లో సలహా ఇచ్చేందుకు ఒక మంత్రి మండలి ఉండేది. అందులో రాజ్యంలోని వివిధ ప్రాంతాలకు చెందిన సంస్థానాధీశులు ఉండేవారు. రాజ్యాన్ని మండలాలుగా విభజించారు. మండలాల తర్వాత స్థాయిలో నాడు (జిల్లా), స్థల (ఉపజిల్లా), గ్రామం ఉండేవి.

చోళుల కాలం నాటి గ్రామీణ స్వపరిపాలన విజయనగర పాలకుల కింద బాగా బలహీనపడింది. వారసత్వ నాయకగణం స్థానిక పాలనకున్న స్వేచ్ఛను కుదించడానికి ప్రయత్నించారు. మండలాల అధిపతులుగా పూర్వం రాకుమారులు ఉండేవారు. తర్వాత రాచరిక కుటుంబాలకు చెందిన వ్యక్తులు, సామంతరాజుల బంధుగణం ఆ పదవుల్లోకి వచ్చారు. మండలాధిపతులకు పూర్తిస్థాయిలో స్వేచ్ఛ ఉండేది. ప్రజాదర్బారులను నిర్వహించేవారు. అధికారులను సొంతంగా నియమించేవారు. ప్రత్యేక దళాలను కలిగి ఉండేవారు. తమ పేరు మీద నాణేలు

విడుదల చేసుకోవడానికి మండలాధిపతులకు అధికారం ఉండేది. అయితే తక్కువ విలువగల నాణేలు ముద్రించడం వరకే వారికి అనుమతి ఉండేది. మండలాధిపతులకు ఒక నిర్దిష్టమైన గడువు అంటూ ఉండేది కాదు. అతడి సామర్థ్యం, సైనిక బలం ఆధారంగానే పదవీ కాలాన్ని పొడిగించేవారు. పాత పన్నుల రద్దు లేదా కొత్త పన్నుల విధింపు అధికారం కూడా వారికి ఉండేది. నిర్ధారించిన మేరకు మండలాధిపతులు కేంద్ర పాలకులకు సైనికులను, ధనాన్ని సమకూర్చేవారు. రాజ్యం స్థూల ఆదాయం 12,000,000 పరాడులు ఉంటే కేంద్ర ప్రభుత్వానికి అందులో సగం మాత్రమే చేరేది. కనుక కొందరు చరిత్రకారులు విజయనగర సామ్రాజ్యాన్ని కేంద్రీకృత ప్రభుత్వం కంటే ఫెడరల్ రాజ్యంగానే గుర్తించేవారు.

పరాధీన పాలకుల నియంత్రణలో అనేక ప్రాంతాలు ఉండేవి. అంటే యుద్ధంలో ఓడిపోయిన రాజులకు వారి రాజ్యాలను తిరిగి అప్పగించడంవల్ల విజయనగర సామ్రాజ్యానికి కృతజ్ఞుడిగా ఉండేలా చేయడం. నిర్ధారిత ఆదాయం కలిగిన జాగీరును (అమరం) పాలెగాళ్ళు లేదా నాయక్‌లకు రాజు కట్టబెట్టేవాడు. ప్రభుత్వ సేవ కోసం ఈ పాలెగాళ్ళు సాలీనా కొందరు సైనికులు, కొన్ని గుర్రాలు, ఏనుగులను సమకూర్చేవారు. వీరు కేంద్ర ఖజానాకు కొంత సొమ్మును కూడా ఇచ్చేవారు. పాలెగాళ్ళు బలమైన వర్గంగా ఉండేవారు. కొన్నిసార్లు వారిని నియంత్రించడం ప్రభుత్వానికి కష్టంగా ఉండేది. ఇలాంటి అంతర్గత బలహీనతలే బన్నిహట్టి యుద్ధంలో విజయనగర సైన్యాలు ఓడిపోవడానికి దోహదపడ్డాయి. అలాగే రాజ్యం కూడా విచ్ఛిన్నమైంది. తంజావూరు, మధురై నాయకులు అప్పుడు తమ సొంత రాజ్యాలను ఏర్పాటు చేసుకున్నారు.

విజయనగర పాలనలో రైతాంగం ఆర్థిక స్థితిగతులపై చరిత్రకారుల మధ్య ఏకాభిప్రాయం లేదు. ఎందుకంటే రాజ్యాన్ని దర్శించిన ఎందరో యాత్రికులకు గ్రామీణ జీవనంపై చాలా తక్కువ పరిజ్ఞానం ఉండేది. గ్రామీణ ప్రాంతాల గురించి వారు చుచాయగా మాట్లాడారే తప్ప వివరాల్లోకి వెళ్ళలేదు. సాధారణంగా రైతుల ఆర్థిక స్థితిగతులు ఒకేలా ఉండేవని మాత్రం ఊహించగలము. గ్రామీణ ప్రాంతాల్లో గృహాలు మట్టితో నిర్మితమై బోదతో కప్పబడేవి. వాటికి చిన్న తలుపులు ఉండేవి. సాధారణంగా ప్రజలు ఎలాంటి పాదరక్షలు ధరించకుండా తిరిగేవారు. నడుము పై భాగంలో ఎలాంటి దుస్తులు ధరించేవారు కాదు. ఉన్నత కుటుంబాలకు చెందిన వారు ఖరీదైన పాదరక్షలు, పట్టు వస్త్రాలు ధరించేవారు. తలపై పాగా చుట్టుకొనేవారు. అయితే వారు కూడా నడుంపై భాగంలో ఏమీ ధరించేవారు కాదు. అన్ని వర్గాలకు చెందిన ప్రజలకు నగలంటే మక్కువగా ఉండేది. చెవులు, చేతులు, మెడపై ఆభరణాలు

ధరించేవారు.

రైతులు వ్యవసాయ దిగుబడిలో ప్రభుత్వానికి ఎంత వాటా చెల్లించేవారన్న విషయంపై ఖచ్చితమైన సమాచారం లేదు. ఒక శిలాశాసనం ప్రకారం పన్ను ధరలు

ఈ కింది విధంగా ఉండేవి :

శీతాకాలంలో కురువాయి (ధాన్యం) పంటలో మూడోవంతు

శనగ, రాగి, జొన్న తదితర వాటిపై నాలుగోవంతు

బంజరు నేలలపై పండించే తృణ ధాన్యాలపై ఆరోవంతు (వాటా)

భూసారం, పంట, సాగునీటి పద్ధతుల ఆధారంగా వాటాను నిర్ధారించేవారని దీనితో స్పష్టమవుతుంది. భూమి శిస్తుకు అదనంగా ఇతర పన్నులు కూడా ఉండేవి. ఆస్తి పన్ను, అమ్మకం పన్ను, వృత్తి పన్ను, సైనిక విరాళం (యుద్ధ సమయాల్లో), వివాహ పన్ను... ఇలా వివిధ రకాల పన్నులుండేవి. నికితిన్ అనే పదహారవ శతాబ్దపు యాత్రికుడు ఇలా అన్నాడు : "(ఈ) భూమి ప్రజలతో నిండిపోయి ఉంది. అయితే గ్రామీణులు సాధారణ జీవితాన్ని గడుపుతుండగా నగరాల్లో నివసించే ఉన్నతాధికారులు సంపన్నులు కావడంచేత విలాసాల్లో మునిగి తేలుతున్నారు."

విజయనగర సామ్రాజ్యంలో నగర జీవనం బాగా పెరిగిపోయింది. వ్యాపారం బాగా అభివృద్ధి చెందింది. దేవాలయాల చుట్టూ ఎన్నో పట్టణాలు వెలిశాయి. దేవాలయాలు విశాలంగా ఉండేవి. కనుక వాటికి ఆహార పదార్థాలు, ఇతర ఉత్పత్తులు పెద్ద మోతాదులో అవసరమయ్యేవి. ప్రసాదాన్ని భక్తులకు పంచి పెట్టడానికి, నైవేద్యానికి, పూజారులకు భోజనం పెట్టడానికి వాటిని ఉపయోగించేవారు. దేవాలయాలు సంపన్నంగా ఉండేవి. కొన్ని ఆలయాలు దేశీయ, విదేశీ వ్యాపారం కూడా నిర్వహించేవి.

పోర్చుగల్ వారి రాక :

కాలికట్ ఓడరేవులో 1498లో అడుగుపెట్టిన వాస్కోడగామా భారత విదేశీ వాణిజ్యంలో ఒక నూతన శకాన్ని ఆరంభించాడు. రెండు పెద్ద ఓడలతో అతడు తొలిసారిగా భారత భూభాగంపై కాలు మోపాడు. ఆఫ్రికా తీరం నుండి కాలికట్ వరకు అతడి ఓడలకు దిశానిర్దేశం చేసింది గుజరాత్‌కు చెందిన అబ్దుల్ మజీద్ అనే నావికుడు. అప్పటి నుండి సముద్ర మార్గాన విదేశీ వాణిజ్యం భారతీయుల నుండి ఐరోపా వాసుల చేతుల్లోకి క్రమంగా మారింది. భారతీయ వాణిజ్యం, భారతీయ వ్యాపారులు కోలుకోలేని విధంగా నష్టపోయారు. చివరికి ఐరోపా వాసులు దేశంలో వలసవాద పాలనను స్థాపించారు. దేశాన్నంతా ఆక్రమించుకున్నారు. పొరుగు దేశాలను

సైతం తమ ఆధీనంలోకి తెచ్చుకున్నారు. అయితే ఈ పరిణామ క్రమాన్ని పశ్చిమ, భారత చరిత్రకారులిద్దరూ ప్రశ్నిస్తున్నారు. ముఖ్యంగా ద్వితీయ ప్రపంచ యుద్ధం, ఆసియా దేశాలపై ఐరోపా దేశాల రాజకీయ పాలన అంతమైన తర్వాత చరిత్రకారులు ఎన్నో సందేహాలను, వివాదాస్పద అంశాలను ముందుకు తీసుకొచ్చారు. భారత సమాజం, ఆర్థిక వ్యవస్థ, రాజకీయాలపై పోర్చుగల్ వారి ప్రభావాన్ని విశ్లేషించడానికి ముందు వారిని భారత దేశాన్ని రప్పించిన కారణాలను పరిశీలిద్దాము. స్థూలంగా చెప్పాలంటే, ఐరోపా ఆర్థిక వ్యవస్థ శీఘ్రగతిన అభివృద్ధి చెందుతున్నప్పుడు పోర్చుగల్ వారు భారత్ వచ్చారు. అడవులను నేలమట్టం చేసిన తర్వాత విస్తారమైన భూముల్లో పంటలను సాగు చేయడం ద్వారా (శాస్త్రీయ పద్ధతుల్లో) ఆర్థిక వ్యవస్థలో విప్లవాత్మకమైన మార్పులను ఐరోపా వాసులు తీసుకురాగలిగారు. మాంసం సరఫరా కూడా పెరిగిపోయింది. కొత్తగా వెలిసిన పట్టణాలు ఈ అభివృద్ధికి సూచికలు. జాతీయ, అంతర్జాతీయ వాణిజ్యం కూడా పుంజుకుంది. రోమను సామ్రాజ్య కాలం నుండే మధ్యాసియా, తూర్పు ఆసియా (ఆగ్నేయ ఆసియా) ఉత్పత్తులకు ఐరోపాలో మంచి గిరాకీ ఉండేది. అందులో చైనా పట్టు వస్త్రాలు, భారతీయ మందులు, మసాలా దినుసులు ప్రధానమైనవి. ఆర్థిక వ్యవస్థ ఊహించని విధంగా అభివృద్ధి చెందడంలో ఐరోపాలో ఈ ఉత్పత్తులకు విపరీతమైన డిమాండ్ పెరిగింది. ముఖ్యంగా మసాలాదినుసుల కోసం వారు పరితపించేవారు. పశుగ్రాసం (శీతాకాలంలో) కొరత కారణంగా పశువులను వధిస్తుండడంతో మాంసాన్ని రుచికరంగా తయారు చేయడానికి మసాలాదినుసుల అవసరం ఎక్కువగా ఉండేది.

లేవాంట్, ఈజిప్టు, నల్లసముద్రం ఓడరేవులకు మిరియాలను భారత్ నుండి తెచ్చేవారు. 15వ శతాబ్దం తొలి భాగంలో ఒట్టోమన్ తుర్కుల ప్రాబల్యం పెరగడంతో పై ప్రాంతాలన్నీ తురుష్కుల వశమయ్యాయి. అలాగే 1453లో వారు కాంస్టంటినోపుల్‌ను స్వాధీనం చేసుకున్నారు. తర్వాత సిరియా, ఈజిప్టు దేశాలను కూడా ఆక్రమించుకున్నారు. తురుష్కులు వాణిజ్య కార్యకలాపాలకు వ్యతిరేకులు కారు. అయితే మసాలాదినుసుల వ్యాపారంపై వారికి గుత్తాధిపత్యం ఉండడం ఐరోపావాసులకు మింగుడుపడలేదు. తురుష్కుల సామ్రాజ్యం ఈశాన్య ఐరోపాకు విస్తరించింది. తురుష్క నావికా దళం విస్తరించడంవల్ల ఈశాన్య మధ్యధరా తురుష్క కాలువగా మారిపోయింది. గతంలో ఆసియా నుండి ఉత్పత్తులు తెచ్చి అమ్ముకునే వెనీసు, జెనీవా నగర వ్యాపారులు తురుష్కుల ధాటికి నిలవలేకపోయారు. ఆ రెండు రాజ్యాలు కూడా ఏమీ చేయలేకపోయాయి. వెనీసు నగరం త్వరగా తురుష్కులతో వ్యాపార ఒప్పందాన్ని కుదుర్చుకుంది. తురుష్క ఆధిపత్యాన్ని సవాలు చేసే బాధ్యతను

మధ్యధరాకు పశ్చిమాన ఉన్న స్పెయిన్, పోర్చుగల్ భుజాన వేసుకున్నాయి. ఈ దేశాలరు ఉత్తర ఐరోపా వాసులు ధనాన్ని, సైనికులను సమకూర్చిపెట్టారు. వెనీసు పోటీదారులైన జెనీవా ప్రజలు సాంకేతిక నైపుణ్యాన్ని, ఓడలను అందించారు.

పోర్చుగల్ వారు ఒక్కరే భారతదేశానికి సముద్ర మార్గాన్ని అన్వేషించాలని ఆరాటపడలేదు. ఆ ఆరాటం ఐరోపా వాసులందరిలోనూ ఉండేది. అందుకే అనేక నౌకా యాత్రలకు శ్రీకారం చుట్టారు. ఈ పరిణామక్రమంలోనే క్రిష్టోఫర్ కొలంబస్ అమెరికాను 'కనుగొన్నాడు' (అమెరికాను ఎవరూ కొత్తగా కనుగొనలేదు. అక్కడ అంతకు పూర్వమే ఉత్తర భూగోళం నుండి వచ్చిన నోర్స్‌మన్లు స్థిరపడ్డారు. అలాగే రెడ్ ఇండియన్లు బేరింగ్ జల సంధుల మార్గాన అమెరికా చేరుకున్నారు). ఈ నేపథ్యంలో హెన్రీ (పోర్చుగీసు పాలకుడు డామ్ హెన్రీకె) జరిపిన సముద్ర యానాలను పరిశీలించాల్సి ఉంది.

1418 మొదలుకొని ప్రతి సంవత్సరం రెండు లేదా మూడు ఓడలను ఆఫ్రికా పశ్చిమ తీరాన్ని అన్వేషించడం కోసం హెన్రీ పంపేవాడు. అలాగే భారత్‌కు సముద్ర మార్గాన్ని అన్వేషించడానికి కృషి చేసేవాడు. అతడికి రెండు లక్ష్యాలు ఉండేవి. మొదటిది, అరబ్బులతోపాటు వ్యాపారంలో తనకు పోటీగా ఉన్న ఐరోపా దేశాలను దెబ్బతీయడం. రెండవది, ఆఫ్రికా, ఆసియాలలో బడుగు వర్గాలను క్రైస్తవ మతంలోకి మార్పించి పెరిగిపోతున్న తురుష్క – అరబ్బు ఆధిపత్యాన్ని అధిగమించడం. ఈ రెండు లక్ష్యాల సాధన కోసం హెన్రీ అన్ని ప్రయత్నాలను కొనసాగించాడు. వాస్తవానికి పై రెండు లక్ష్యాలు పరస్పర పూరకంగా ఉండేవి. పోర్చుగల్‌కు పోపు నైతికంగా మద్దతు ఇచ్చాడు. 1453లో ఒక శాసనాన్ని విడుదల చేయడం ద్వారా హెన్రీకి కొత్తగా సమకూరే భూభాగాలపై శాశ్వత హక్కును కల్పించాడు. అక్కడి ప్రజలను క్రైస్తవులుగా మార్చాలనే షరతుపైనే పోపు పోర్చుగీసును సమర్థించాడు.

1487లో బార్థలోమీవ్ కేప్ ఆఫ్ గుడ్ హోప్‌ను చుట్టుముట్టి వచ్చాడు. ఐరోపా – భారతదేశాల మధ్య వ్యాపార సంబంధాలకు పునాది వేశాడు. దిక్సూచి, తెరచాపల అభివృద్ధితో సుదీర్ఘ సముద్రయానం సులువైంది. ఈ రెండు పరికరాలను ఐరోపా వాసులు కనుగొనలేదు. ఏడు శతాబ్దాల క్రితమే చైనీయులు దిక్సూచిని తయారు చేశారు. అయితే దానిని వినియోగంలోకి తేలేదు. కాని తెరచాపను మాత్రం అరబ్బులు, భారతీయులు, ఇతరులు ఉపయోగించేవారు. చైనాలో తయారైన ఓడల కంటే ఐరోపా ఓడలు నాణ్యమైనవి కావు. అయితే సృజనాత్మక, ధైర్య సాహసాలను ప్రదర్శించడంలో మాత్రం ఐరోపా వారు ముందున్నారు. వ్యాపారంలో పోటీ వారినలా ప్రేరేపించింది. పదమూడవ శతాబ్ది ఆరంభం నుండి ప్రగతి మార్గంలో పడిన ఆర్థిక వ్యవస్థ వారిలో

ధైర్యసాహసాలను నూరిపోసింది. అలాగే పునర్వికాస ఉద్యమం కూడా ప్రధానమైన కారకంగా ఉండేది. వ్యక్తిగత పరిశీలన, అధ్యయనానికి ఈ ఉద్యమం ప్రాధాన్యతనిచ్చింది. చర్చి చెప్పిందే వేదంగా స్వీకరించకుండా ప్రజలు సొంతంగా ఆలోచించడం నేర్చుకోవాలని, అన్ని కోణాల నుండి ఆలోచించాకే ఒక అవగాహనకు, ఒక నిర్ణయానికి రావాలని పిలుపునిచ్చింది. ఈ పరిణామాలవల్ల సాంస్కృతిక, శాస్త్రీయ, వ్యాపార సంబంధాలు మెరుగుపడి ఐరోపావాసులు మందుగుండు, ముద్రణ, దుర్భిణీ లాంటి విదేశీ ఉత్పత్తుల గురించి తెలుసుకోగలిగారు. వాటిని ఉపయోగంలోకి తేగలిగారు. లోహ పరిశ్రమలో కొత్తకొత్త ఉత్పాదనా పద్ధతులు రావడంతో నాణ్యమైన తుపాకులను తయారు చేయగలిగారు.

ఒక గుజరాతి నావికుడు సహాయంతో వాస్కోడగామా 1498లో కాలికట్‌లో అడుగు పెట్టాడు. అక్కడ స్థిరపడిన అరబ్బు వ్యాపారులు వారి రాకను తీవ్రంగా వ్యతిరేకించారు. అయితే అక్కడి పాలకుడు జమోరిన్ వారికి ఘనంగా స్వాగతం పలకడమే కాకుండా ఔషధాలు, మసాలాదినుసులు ఇచ్చి పంపాడు. పోర్చుగల్‌లో వాస్కోడగామా తెచ్చిన ఉత్పత్తులకు సముద్రయాన వ్యయానికి అరవై రెట్లు ఎక్కువగా ధర కట్టారు. పరిస్థితి అలా ఉన్నా భారత్, ఐరోపాల మధ్య వ్యాపారం నత్తనడకన అభివృద్ధి చెందింది. ఇందుకు ముఖ్యకారణం పోర్చుగల్ ప్రభుత్వ గుత్తాధిపత్యమే. మొదటి నుండి కూడా ఈశాన్య వ్యాపారాన్ని ప్రభుత్వ గుత్తాధిపత్యంగా నిర్ధారిస్తూ వచ్చారు. ఇందులో ఐరోపా, ఆసియాలకు చెందిన పోటీ దేశాలకు, చివరకు వ్యక్తిగత (పోర్చుగల్) వ్యాపారులకు ఎలాంటి స్థానం ఉండకూడదని ఆ దేశ పాలకులు పట్టుదలతో ఉండేవారు. పెరుగుతున్న పోర్చుగల్ ప్రాబల్యాన్ని చూసి నివ్వెరపోయిన ఈజిప్టు సుల్తాను భారతదేశానికి ఒక నౌకా బృందాన్ని పంపాడు. ఆ నౌకలకు తోడుగా గుజరాత్ పాలకుడు పంపిన నౌకలు కూడా వచ్చాయి. ఈ బృందాలు తొలుత కొన్ని విజయాలు సాధించాయి. పోర్చుగల్ గవర్నర్ డాన్ అల్మైడా కుమారుడిని చంపగలిగాయి. కాని 1509 నాటికల్లా ఈ సంయుక్త నావికా దళాన్ని పోర్చుగల్ వారు తుత్తునియలు చేశారు. ఈ విజయం తర్వాత పోర్చుగల్ నావికా దళం హిందూ మహాసముద్రంలో తిరుగులేని శక్తిగా అవతరించింది. వారు తమ కార్యకలాపాలను క్రమంగా పర్షియన్ ఎడారి, ఎర్ర సముద్రం వరకు విస్తరించుకున్నారు.

ఈశాన్యంలో పోర్చుగల్ వారు స్వాధీనం చేసుకున్న ప్రాంతాలకు అల్బురేక్ గవర్నర్‌గా నియమితుడయ్యాడు. ఈశాన్య వాణిజ్యంపై గుత్తాధిపత్యం సాధించేందుకు అతడు విస్తరణా విధానాన్ని అవలంబించాడు. వ్యూహాత్మకమైన ప్రాంతాల్లో కోటలు నిర్మింపచేశాడు. వాటికి సహాయకారిగా నావికాదళం ఉండేది. ఇలా ఆఫ్రికా, ఆసియా

తీర ప్రాంతాల్లో ఎన్నో కోటలు వెలిశాయి. తన విధానాన్ని సమర్థించుకుంటూ అల్బరేక్ ఇలా రాశాడు : "కేవలం నావికాదళ ప్రాబల్యంపై కనుగొనే వలసవాద కేంద్రం ఎక్కువ కాలం నిలవలేదు. కోటలు లేనిదే పాలకులు వ్యాపారం చేయలేరు. అలాగే ఇక్కడి వ్యాపారులు మీతో సన్నిహితంగా మెలగరు."

1510లో గోవాను బీజాపూర్ నుండి స్వాధీనం చేసుకోవడం ద్వారా అల్బరేక్ ఈ విధానాన్ని ఆచరణలో పెట్టాడు. గోవా ద్వీపం సహజ ఓడరేవుగా, దుర్భేద్యమైన కోటగా రెండు విధాలా ఉపయోగకరమైనది. వ్యూహాత్మక ప్రాంతంలో నిర్మితమైన ఆ కోట నుండి పోర్చుగల్ పాలకులు మలబార్ ప్రాంతంలో వ్యాపారాన్ని నియంత్రించగలిగారు. దక్కను పాలకుల వ్యాపార, రాజకీయ విధానాలను నిశితంగా పరిశీలించగలిగారు. గుజరాత్ ఓడరేవులు కూడా సమీపంలోనే ఉండడంతో అక్కడ కూడా తమ ప్రాబల్యాన్ని పోర్చుగల్ వ్యాపారులు పెంచుకోగలిగారు. ఆ విధంగా గోవా పోర్చుగల్ వారికి ఈశాన్యంలో కీలకమైన వ్యాపార, రాజకీయ కేంద్రంగా అవతరించింది. గోవా ద్వీపానికి ఎదురుగా ఉన్న ప్రధాన భూభాగానికి తమ పరిధిని పోర్చుగల్ వారు విస్తరించుకోగలిగారు. దండా-రాజోరి, దాభోల్ ఓడరేవు మార్గాలను దిగ్బంధనం చేసి బీజాపూర్ సముద్ర వ్యాపారాన్ని నిర్వీర్యం చేశారు.

ప్రధాన స్థావరమైన గోవా నుండి పోర్చుగల్ వారు తమ కార్యకలాపాలను మరింత విస్తరించారు. ఆ విధంగా శ్రీలంకలోని కొలంబోలో కోటను నిర్మించారు. అలాగే సుమత్రాలోని అచిన్, మలక్కా ఓడరేవులలో కూడా స్థావరాలు ఏర్పాటు చేసుకున్నారు. మాలే, సుమత్రాల మధ్య ఉన్న ఇరుకైన నీటి మార్గాన్ని మలక్కా నుండి నియంత్రించడానికి అవకాశముంటుంది. ఎర్రసముద్రం ముఖద్వారంలో ఉన్న సాకోత్రా దీవిలో మరో కేంద్రాన్ని ఏర్పాటు చేసుకున్నారు. అడెన్‌ను చుట్టుముట్టి ఆర్మూజ్ పాలకుడితో ఒప్పందం కుదుర్చుకున్నారు. ఒప్పందం ప్రకారం పర్షియన్ ఎడారికి మార్గాన్ని నియంత్రించే వెసులుబాటు ఉన్న అడెన్‌లో కోటను నిర్మించుకోవడానికి పోర్చుగల్ వారికి అనుమతినిచ్చారు.

పోర్చుగల్ వారి విజయాలు నిర్దిష్టమైనవి కాకున్నా తమ ప్రాబల్యం అపరిమితమైనదన్న భావన కలిగించడంలో మాత్రం వారు సఫలమయ్యారు. తొలి నుండి బాహ్య, అంతర్గత సవాళ్ళను వారు ఎదుర్కోవలసి వచ్చింది. బయటి నుండి సవాళ్ళు ప్రధానంగా తురుష్కులు, అరబ్బులు, కొన్ని సందర్భాల్లో భారత పాలకుల నుండి ఎదుర్కొన్నారు. సిరియా, ఈజిప్టు, అరేబియాను ఆక్రమించుకున్న తర్వాత తురుష్కులు తమ దృష్టిని ఈశాన్య ఐరోపాపై పెట్టారు. మధ్య ఐరోపా రాజధానిగా ఉన్న వియన్నాను స్వాధీనం చేసుకునే వరకు వెళ్ళారు. అప్పుడు వియన్నా మధ్య

ఐరోపా రక్షణకు ప్రధాన సైనిక స్థావరంగా ఉండేది. 1529లో తురుష్కులు వియన్నా భద్రతకు ముప్పు తెచ్చే పరిస్థితిలో ఉన్నారు. ఎర్ర సముద్రం తీర ప్రాంతాలు, పర్షియన్ ఎడారి మార్గాల్లో తురుష్కులకు గుత్తాధిపత్యం ఉండడంవల్లే పోర్చుగల్‌వారు వారితో హిందూ మహాసముద్రం దక్షిణ ప్రాంతంలో ఘర్షణలకు దిగారు. భవిష్యత్తు వాణిజ్య మార్గాలపై నియంత్రణ కోసం ఇలాంటి సంఘర్షణలు నిత్యకృత్యమయ్యాయి. 1541 తర్వాత తురుష్క సుల్తాన్‌కు రాసిన రేఖలో ఒట్టోమన్ ప్రధాన మంత్రి లుఫ్తీ పాషా ఇలా పేర్కొన్నాడు : "గతంలో మన పాలకులు ఎందరో తురుష్క భూభాగాన్ని పాలించారు. అయితే బహుకొద్దిమందే సముద్ర జలాలను శాసించారు. నావికా దళ పోరాటంలో మనకంటే అవిశ్వాసులు ఎంతో ముందున్నారు. వారిని మనం అధిగమించాల్సిన అవసరం ఉంది."

గుజరాత్ వ్యాపారానికి, తీర ప్రాంతాలకు పోర్చుగీసుల నుండి పొంచి ఉన్న ప్రమాదాన్ని గ్రహించిన గుజరాత్ సుల్తాను తన రాయబారిని తురుష్క సుల్తాను సులేమాన్ వద్దకు పంపించాడు. సుల్తాన్ సులేమాన్ సాధించిన అనేక విజయాలపై అతడిని అభినందించాడు. పోర్చుగల్ వారిని ఎదుర్కోవడంలో గుజరాత్‌కు సహకరించాలని విజ్ఞప్తి చేశాడు. అందుకు ప్రతిస్పందించిన సులేమాన్ అవిశ్వాసుల (పోర్చుగల్)ను మట్టుబెట్టేందుకు తన సంసిద్ధతను తెలిపాడు. అప్పటికే పోర్చుగల్ వారు అరేబియా తీర ప్రాంతాల్లో అలజడి సృష్టించి ఉన్నారు. ఈ రాయబారం తర్వాత గుజరాత్, తురుష్క సామ్రాజ్యం మధ్య దౌత్య సంబంధాలు మరింత బలపడ్డాయి. ఇరు రాజ్యాలు నిత్యం రాయబారులను పంపుకునేవి. ఉత్తర ప్రత్యుత్తరాలు కొనసాగాయి. 1529లో పోర్చుగల్ వారిని ఎర్రసముద్రం తీర ప్రాంతాల నుండి తరిమికొట్టిన తర్వాత సులేమాన్ రాయిస్ నాయకత్వంలో ఒక భారీ నావికా దళ బృందాన్ని గుజరాత్ పాలకుడు బహదూర్ షాకు మద్దతుగా పంపాడు. బహదూర్ షా ఆ బృందానికి ఘన స్వాగతం పలికాడు. తర్వాత ఇద్దరు తురుష్క అధికారులకు భారతీయ పేర్లు పెట్టి సూరత్, డయూ గరవ్నర్లుగా నియమించాడు. ఈ ఇద్దరు అధికారుల్లో రూమీ ఖాన్ అనే వాడు అనతి కాలంలోనే గొప్ప గురికాడుగా పేరు సంపాదించాడు. స్థానిక అధికారులతో లోపాయికారి ఒప్పందం కుదుర్చుకున్న తర్వాత 1531లో పోర్చుగల్ వారు దామన్, డయూలపై దాడి చేశారు. అయితే తురుష్క సైనికాధికారి రూమీ ఖాన్ వారి దాడిని తిప్పికొట్టాడు. కాని ఆ తీరం వెంబడి ఉన్న కింది ప్రాంతం చౌల్‌లో పోర్చుగల్ వారు ఒక కోటను నిర్మించడంలో సఫలమయ్యారు.

గుజరాత్-తుర్కు సైనిక సంబంధం బలపడేలోపే గుజరాత్‌కు మొగల్ సైన్యాల నుండి పెద్ద ముప్పు ముంచుకొచ్చింది. హుమాయూన్ గుజరాత్‌పై దాడి చేశాడు.

మొగల్ సైన్యాలను ఎదుర్కోవడంలో భాగంగా గుజరాత్ పాలకుడు పోర్చుగల్ వారికి బస్సైన్ దీవిని అప్పగించాడు. మొగలులకు వ్యతిరేకంగా ఒక సైనిక కూటమిని కూడా ఏర్పాటు చేసుకున్నాడు. డయూలో కోట నిర్మించుకోవడానికి పోర్చుగల్ వారికి అనుమతి ఇచ్చాడు. ఆ విధంగా పోర్చుగల్ వారు గుజరాత్‌లో స్థావరాలను ఏర్పాటు చేసుకోగలిగారు.

అయితే అనతి కాలంలోనే గుజరాత్ పాలకుడు తాను చేసిన తప్పును తెలుసుకున్నాడు. పోర్చుగల్ వారికి అన్ని రకాల రాయితీలు, అనుమతులు ఇవ్వడం వల్ల వారు తమ ప్రాబల్యాన్ని గణనీయంగా పెంచుకున్నారు. గుజరాత్ నుండి మొగల్ సైన్యాలు నిష్క్రమించిన తర్వాత అక్కడి పాలకుడు మరోసారి తురుష్క సైనిక సహాయాన్ని అర్థించాడు. పోర్చుగీసులను నియంత్రించాలని ప్రయత్నించాడు. డయూ కోట గవర్నరుతో ఒక ఓడలో మంతనాలు జరుపుతున్న సమయంతో ఏదో కుట్ర జరుగుతోందని గుజరాత్ సుల్తాను శంకించాడు. అనంతరం జరిగిన ఘర్షణలో పోర్చుగీసు గవర్నరు మరణించాడు. సముద్రంలో దూకి ప్రాణాలు కాపాడుకోవాలని ప్రయత్నించిన గుజరాత్ సుల్తాను నీటిలో మునిగిపోయాడు. ఈ సంఘటన 1536లో జరిగింది.

ఇస్లాం ధర్మ పరిరక్షకులమని చెప్పుకునే ఒట్టోమాన్ సుల్తానులు పర్షియన్ ఎడారి, ఇతర ప్రాంతాల్లో పోర్చుగీసు వారి ప్రభావాన్ని నియంత్రించేందుకు ఆచరణలో చేసింది శూన్యం. నావికా దళ సామర్థ్యం, పదాతిదళాలకు అపారమైన ఆయుధశక్తి (మందుగుండు) ఉన్నా తురుష్కులు ఎలాంటి నిర్దిష్టమైన చర్యలు తీసుకోలేదు. ఈశాన్య మధ్యధరా ప్రాంతంపై తురుష్క నావికాదళానికే ఆధిపత్యం ఉండేది. అది జిబ్రాల్టర్ వరకు కూడా దాడులు నిర్వహిస్తూ ఉండేది.

1536లో భారత సముద్రజలాల్లో పోర్చుగల్ వారికి వ్యతిరేకంగా తురుష్క నావికా దళం భారీ విన్యాసాలను నిర్వహించింది. తురుష్క నౌకా దళంలో 45 ఓడలు ఉండేవి. అలాగే 20,000 మంది సైనికులు ఉండేవారు. అందులో పది వేల మంది పదాతి సైనికులు. వీరిని జానీస్సారీ అని పిలిచేవారు. ఎక్కువ మంది సైనికులను అలెగ్జాండ్రియా సమీపంలోని వెనేషియన్ దీవుల నుండి తరలించే వారు. తురుష్క నావికాదళానికి 82 సంవత్సరాల సులేమాన్ పాషా నాయకత్వం వహించేవాడు. అతడు తురుష్క సుల్తానుకు అత్యంత విశ్వాసపాత్రుడు. కైరో గవర్నరుగా కూడా పనిచేశాడు. 1538లో అతడు డయూను చుట్టుముట్టి అక్కడి కోటను స్వాధీనం చేసుకున్నాడు. అయితే దురదృష్టవశాత్తు ఆ తురుష్క సైనికాధికారి అహంకార ధోరణితో వ్యవహరించడం మొదలుపెట్టాడు. చివరికి గుజరాత్ పాలకుడు తుర్కులకు

తన మద్దతును ఉపసంహరించుకున్నాడు. డయ్యూలో రెండు నెలలపాటు మకాం వేసిన తురుష్క నావికాదళ సైనికులు ఒక భారీ పోర్చుగల్ నావికాదళం డయ్యూను తిరిగి స్వాధీనం చేసుకోవడానికి బయల్దేరిందన్న సమాచారం తెలుసుకొని అక్కడి నుండి ఉపసంహరించుకున్నారు.

తురుష్కుల నుండి పోర్చుగల్ వారికి మరో రెండు దశాబ్దాలపాటు ముప్పు అలాగే కొనసాగింది. 1551లో పెరిరయాస్ కాలికట్‌కు చెందిన జమోరిన్ సహాయంతో మస్కట్, ఆర్మూజ్ వద్ద ఉన్న పోర్చుగల్ కోటలపై దాడి చేశాడు. ఈ లోపు దమన్‌ను తమ ఆధీనంలోకి తెచ్చుకున్న పోర్చుగల్ వారు భారత తీర ప్రాంతాల్లో మరింత బలపడ్డారు. ఒట్టోమాన్ పాలకులు చివరిసారిగా 1554లో అలీ రయాస్ నాయకత్వంలో ఒక నావికా దళాన్ని పంపారు. ఈ దండయాత్రలన్నీ విఫలం కావడంతో తురుష్క పాలకులు తమ వైఖరిని మార్చుకున్నారు. 1566లో పోర్చుగీసు వారితో వ్యాపార, వాణిజ్య ఒప్పందాన్ని కుదుర్చుకున్నారు. ఎలాంటి సంఘర్షణలకు తావులేకుండా మసాలాదినుసులను, భారత వ్యాపారాన్ని పంచుకోవాలని, అరేబియా సముద్ర జలాల్లో పోటీని నివారించాలని అంగీకరించారు. ఒట్టోమాన్లు మరోసారి తమ దృష్టిని ఐరోపాపై కేంద్రీకరించారు. పోర్చుగల్ వారితో ఒప్పందం కుదుర్చుకొని ఆగ్నేసియా వ్యాపారాన్ని కూడా తమ మధ్య సరిసమానంగా పంచుకున్నారు. ఈ కారణంగా పోర్చుగల్ వారికి వ్యతిరేకంగా మొగల్ పాలకులతో జతకట్టాలన్న తురుష్క ఆలోచనకు తెరపడింది. అయితే ఈ ఒప్పందం పర్యవసానంగా కొన్ని ఆర్థికపరమైన పరిణామాలు కూడా సంభవించాయి. వాటి గురించి ముందు చర్చిద్దాము.

భారత వాణిజ్యం, సమాజం, రాజకీయాలపై పోర్చుగల్ వారి ప్రభావం

విశాలమైన హిందూ మహాసముద్రం తీరాన్ని, భారత వాణిజ్యాన్ని, చివరికి భారత వ్యాపారులను కూడా పోర్చుగల్‌వారు మొదటి నుండి పూర్తిగా నియంత్రించలేకపోయారు. వారు చేయగలిగిందల్లా ఒక్కటే : కొన్ని ఉత్పత్తులు, పన్ను, తదితర విషయాలపై గుత్తాధిపత్యం సాధించడానికి ప్రయత్నించడం. అలా మిరియాలు, ఆయుధాలు, మందుగుండు, యుద్ధగుర్రాల వ్యాపారాన్ని పోర్చుగల్ రాచరిక గుత్తాధిపత్యంగా ప్రకటించారు. ఏ ఇతర దేశాలుకాని, పోర్చుగల్ వ్యాపారులు కాని ఈ ఉత్పత్తులతో వ్యాపారం నిర్వహించడానికి అనుమతించలేదు. ఇతర ఉత్పత్తులు రవాణా చేసే ఓడలు సైతం పోర్చుగల్ అధికారుల నుండి అనుమతి పత్రాలు తీసుకోవాల్సి వచ్చేది. ఈశాన్య దేశాలు లేదా ఆఫ్రికాకు బయల్దేరే ఓడలన్నీ గోవా ఓడరేవు గుండా తప్పకుండా వెళ్ళేలా చేయడానికి పోర్చుగల్ వారు అన్ని ప్రయత్నాలు

చేశారు.

ఈ నిబంధనలను అమలు చేయడానికి పోర్చుగల్ వారు లేని అధికారాలను కట్టబెట్టుకున్నారు. నిషిద్ధ ఉత్పత్తుల రవాణాను అరికట్టే సాకుతో ప్రతి ఓడను తనిఖీ చేసే అధికారం తమకు ఉందని ప్రకటించుకున్నారు. తనిఖీకి ఒప్పుకోని ఓడలను యుద్ధ కానుకలుగా తీసుకునే వారు లేదా వాటిని నడిసముద్రంలో ముంచేసేవారు. వాటిలో ప్రయాణించే ఆడ, మగ అందరినీ బానిసలుగా మార్చేవారు. ఈ కిరాతక చర్యలవల్ల పోర్చుగల్ వ్యతిరేక భావన భారత ప్రధాన భూభాగంపై పెరిగిపోయింది. బలవంతపు చర్యలవల్ల సాధించే దానికంటే నష్టపోవడమే ఎక్కువగా ఉంటుందని పోర్చుగల్ వారు త్వరగానే తెలుసుకున్నారు. అప్పటికే ఆసియా దేశాలు స్వేచ్ఛా వాణిజ్యాన్ని పాటిస్తూ ఉండేవి. చాలా ఓడలు ఆయుధాలు, సైనికులు రవాణా చేసిన మాట వాస్తవమే అయినా సముద్ర దొంగల నుండి ఆత్మరక్షణ కోసమే అలా చేసేవి. మలబార్, అరబ్ తీర ప్రాంతంలో దోపిడీదారుల బెడద ఎక్కువగా ఉండేది.

ఆసియాలో అమల్లో ఉన్న వ్యాపార ధోరణులు, పంథాలను పోర్చుగల్ వారు ఇసుమంతైనా మార్చలేకపోయారు. ఆసియా వ్యాపారంలో గుజరాతీ, అరబ్బు వ్యాపారులదే పై చేయిగా ఉండేది. ముఖ్యంగా వస్త్రాలు, బియ్యం, చక్కెరలను విక్రయించి మసాలా దినుసులను, అరబ్బు దేశాల నుండి గుర్రాలను సమకూర్చుకునే వారు. చైనా నుండి పట్టు, పింగాణి ఉత్పత్తులు పొందేవారు. ఐరోపాలో మసాలాదినుసుల వ్యాపారంపై పోర్చుగల్ వారు గుత్తాధిపత్యాన్ని పొందలేకపోయారు. తొలి దశలో కొన్ని సంవత్సరాలు మినహా వారు తమ ఆధిపత్యాన్ని నిలుపుకోలేకపోయారు. 16వ శతాబ్దం చివరి నాటికి లేవాంట్, ఈజిప్టు మార్కెట్లకు మిరియాల సరఫరా విపరీతంగా పెరిగిపోయింది. మొగల్, సఫావిదు పాలకులు భూమార్గాన వ్యాపారాన్ని ప్రోత్సహించడం, అరబ్బు దేశాలకు కొత్త సముద్ర మార్గాలను గుజరాతీ వ్యాపారులు కనుగొనడం ఇందుకు ప్రధాన కారణాలు. సుమత్రాలోని అచిన్ నుండి లక్షద్వీపు, ఎర్ర సముద్రం గుండా ఈజిప్టుకు కొత్త మార్గాలను గుజరాతీ వ్యాపారులు కనుగొని వ్యాపారం నిర్వహించేవారు. ఈ మార్గాల్లో పోర్చుగల్ వారి కార్యకలాపాలు (నావికా దళం) ఉండేవి కావు.

అలాగే గోవాను పోర్చుగల్ వారు ఆసియా ప్రాంత ప్రధాన వాణిజ్య కేంద్రంగా కూడా మలచలేకపోయారు. గుజరాత్‌లోని కాంబే, సూరత్‌లను వ్యాపారంలో మించలేక పోయారు. అయితే మలబార్ వ్యాపారాన్ని తీవ్రంగా ప్రభావితం చేయగలిగారు. చిట్టాగాంగ్ నుండి బెంగాల్ సముద్ర వ్యాపారాన్ని నియంత్రించగలిగారు. అలాగే భారత్ నుండి జపాన్‌కు వ్యాపార మార్గాన్ని తెరిచారు. ఈ వ్యాపారం ద్వారా వెండి,

కాంస్యాన్ని అర్జించేవారు. నావికాదళ శక్తితో భారత్ లాంటి అభివృద్ధి చెందిన దేశాన్ని సైతం వ్యాపారంలో ఎలా వేధించవచ్చో పోర్చుగల్ వారు నిరూపించారు.

పునర్వికాస ఉద్యమం తర్వాత ఐరోపాలో అభివృద్ధి చెందిన శాస్త్ర సాంకేతిక విజ్ఞానాన్ని భారతదేశానికి చేరవేయడానికి పోర్చుగల్ ఒక వారధిలాగా పని చేయలేక పోయింది. ఇటలీ, ఉత్తర ఐరోపాలాగా పునర్వికాస ఉద్యమం వల్ల పోర్చుగల్ తీవ్ర ప్రభావానికి లోను కాకపోవడమే ఇందుకో కారణం కావచ్చు. జెసుయిట్‌ల నేతృత్వంలో కాథలిక్ మతోన్మాదం చెలరేగినపుడు కూడా వారు ముఖాన్ని చాటేశారు. అయితే మధ్య అమెరికా నుండి పొగాకు, ఉల్లిగడ్డ లాంటి పంటలను ఇతర దేశాలకు విస్తరింపచేయడంలో తోడ్పడ్డారు. కాని మొగల్ పాలకులు అధికారంలోకి వచ్చిన తర్వాతే ఇలాంటి కార్యకలాపాలు పుంజుకున్నాయి.

బన్నిహట్టి యుద్ధంలో (1565) విజయనగరం ఓటమి పాలైన తర్వాత దక్కను రాజ్యాలు సంయుక్తంగా దక్కను తీర ప్రాంతం నుండి పోర్చుగల్ వారిని తరిమికొట్టాలని ప్రయత్నించాయి. బీజాపూర్‌కు దక్షిణం వైపు నుండి విజయనగరంతో ముప్పు ఉన్నన్ని రోజులు అక్కడి సుల్తానులు పోర్చుగల్‌వారితో సన్నిహిత సంబంధాలను నెరిపారు. ఎందుకంటే వారి చేతిలో యుద్ధ గుర్రాల వ్యాపారం ఉండేది. వారితో వైరం విజయనగర వ్యాపారానికి అనుకూలంగా మారి ఉండేది. బీజాపూర్ సుల్తాన్ అలీ ఆదిల్ షా 1570లో అహ్మద్‌నగర్ సుల్తానుతో ఒప్పందం కుదుర్చుకున్నాడు. కాలికట్ జమోరిన్‌ను కూడా ఒప్పందంలో భాగస్వాముడిని చేశారు. తమ తమ ప్రాంతాల్లో పోర్చుగల్ వారిపై దాడి జరపాలని వారు నిర్ణయించారు. ఆదిల్ షా స్వయంగా గోవాను ముట్టడించాడు. నిజాం షా చౌల్‌పై దాడి చేశాడు. అయితే అపారమైన నావికా దళ శక్తి కలిగిన పోర్చుగల్ వారు ఈ దాడులను తిప్పికొట్టారు. ఆ విధంగా వారు పశ్చిమ తీర ప్రాంతంలో తమ స్థానాన్ని సుస్థిరం చేసుకున్నారు.

ం

పదవ అధ్యాయం

ఉత్తర భారతంలో సామ్రాజ్య పోరు -1

(క్రీ.శ.1400-1525)

ఢిల్లీలో సుల్తానుల రాజ్యం బాగా బలహీనపడిపోయింది. దానికి తోడు 1398లో ఢిల్లీపై తైమూర్ లంగ్ దాడి చేయడంతో తుగ్లక్ రాజు రాజధాని నుండి పారిపోయాడు. రాజ్యంలో అస్థిరత నెలకొంది. అదే అదనుగా భావించిన ప్రాంతీయ పాలకులు, గవర్నర్లు ప్రత్యేక రాజ్యాలను ఏర్పాటు చేసుకున్నారు. దక్కను రాజ్యాలకు తోడు ఈశాన్యంలో బెంగాల్, పశ్చిమాన సింధ్, ముల్తాన్‌లు ఢిల్లీ నుండి విడిపోయాయి. అలాగే గుజరాత్, మాల్వా, జౌన్‌పూర్ (ఉత్తర ప్రదేశ్) గవర్నర్లు స్వతంత్ర రాజ్యాలను ఏర్పాటు చేసుకున్నారు. అజ్మీరు నుండి ముస్లిం సంస్థానాధీశుడిని తరిమివేసిన రాజస్థాన్ సంస్థానాలు స్వాతంత్ర్యాన్ని ప్రకటించుకున్నాయి.

దేశంలోని వివిధ ప్రాంతాల్లో ఉన్న రాజ్యాల మధ్య క్రమంగా అధికార సమతుల్యం ఏర్పడింది. పశ్చిమాన గుజరాత్, మాల్వా, మేవార్ రాజ్యాలు రాజకీయ సమతుల్యాన్ని పాటించాయి. బెంగాల్‌ను ఒరిస్సా, జౌన్‌పూర్ పాలకులు అదుపులో పెట్టారు. 15వ శతాబ్ది మధ్య కాలంలో ఢిల్లీలో లోఢీలు తమ అధికారాన్ని స్థాపించడంతో గంగా-యమున లోయపై ఆధిపత్యం కోసం జౌన్‌పూర్ పాలకులు, లోఢీల మధ్య తీవ్రస్థాయిలో సంఘర్షణ జరిగింది. అయితే 15వ శతాబ్దం చివరి నాటికి జౌన్‌పూర్‌ను తమ సామ్రాజ్యంలో లోఢీలు విలీనం చేసుకోవడంతో పరిస్థితిలో మార్పు వచ్చింది. ఈ విజయం తర్వాత లోఢీలు తమ ప్రాబల్యాన్ని ఈశాన్య రాజస్థాన్, మాల్వాకు విస్తరించడం మొదలుపెట్టారు. అంతర్గత కారణాల వల్ల అప్పటికే మాల్వా విచ్ఛిన్న దశకు చేరుకుంది. ఫలితంగా మాల్వాను హస్తగతం చేసుకోవడం కోసం గుజరాత్, మేవార్, లోఢీ పాలకులు పోటీ పడ్డారు. ఈ ఆధిపత్య పోరులో విజయం సాధించేవారు

ఉత్తర భారతాన్ని శాసించే పరిస్థితి ఉండేది. ఉత్తర భారతంపై ఆధిపత్యానికి మాల్వా కీలకంగా మారింది. ఇలాంటి విపరీతమైన సంఘర్షణా వాతావరణం బాబరును ఆహ్వానించేలా రాణా సంఘను ఒత్తిడి చేసింది. లోఢీల అధికారాన్ని దెబ్బతీయ గలిగితే మేవార్‌కు ఉత్తర భారతంలో ఇక తిరుగు ఉండదని రాణా భావించి ఉంటాడు.

ఈశాన్య భారతం - బెంగాల్, అస్సాం, ఒరిస్సా

బెంగాల్ మొదటి నుండి ఢిల్లీ ప్రభావానికి స్వతంత్రంగా ఉండేది. ఢిల్లీకి దూరంగా ఉండడం, వాతావరణ పరిస్థితులు పూర్తి భిన్నంగా ఉండడం, అంతర్గత జలమార్గాల ద్వారా సంచార వ్యవస్థ ఉండడం (తురుష్కులకు ఈ జలమార్గాలపై పెద్దగా అవగాహన ఉండేదికాదు) వల్లే బెంగాల్ స్వతంత్రంగా ఉండగలిగింది. ఆయా ప్రాంతాల్లో తిరుగుబాట్లను అణచివేయడంలో మహమ్మద్ తుగ్లక్ తీరికలేకుండా ఉండడంతో 1338లో మరోసారి బెంగాల్ ఢిల్లీ నుండి విడిపోయింది. నాలుగేళ్ళ తర్వాత ఇల్యాస్‌ఖాన్ అనే సంస్థానాధీశుడు లక్నౌతి, సోనార్‌గావ్‌ను స్వాధీనం చేసుకొని సుల్తాన్ షంషుద్దీన్ ఇల్యాస్ ఖాన్ అనే బిరుదుతో సింహాసనాన్ని అధిష్టించాడు. తన రాజ్యాన్ని పశ్చిమాన తిర్హుట్ నుండి చంపారన్, గోరఖ్‌పూర్ వరకు, చివరగా బనారస్ వరకు విస్తరించాడు. ఈ పరిణామాలతో ఆగ్రహించిన ఫిరోజ్ తుగ్లక్ ఖాన్‌కు వ్యతిరేకంగా భీకరమైన యుద్ధాన్ని ప్రారంభించాడు. చంపారన్, గోరఖ్‌పూర్‌ల మీదుగా వెళుతూ బెంగాల్ రాజధాని పండువాను స్వాధీనం చేసుకున్నాడు. ఇల్యాస్ దగ్గరలోని ఎక్దలా కోటలో దాక్కునేలా చేశాడు. బెంగాల్ రాజ్యాన్ని రెండు మాసాల పాటు ముట్టడించిన ఫిరోజ్ తనసైన్యా లను ఉపసంహరిస్తున్నట్లు నటించి ఇల్యాస్ కోట నుండి బయటికి వచ్చేలా రెచ్చ గొట్టాడు. మరోసారి బెంగాల్ సేనలు ఓటమిని చవి చూసినా ఇల్యాస్ మాత్రం ఎక్దలా కోటలోకి పారిపోయాడు. చివరికి ఒక స్నేహ ఒప్పందాన్ని కుదుర్చు కొని బీహార్‌లోని కోసి నదిని బెంగాల్, ఢిల్లీ రాజ్యాల మధ్య సరిహద్దుగా నిర్ధారించారు. ఫిరోజ్, ఇల్యాస్‌లు తరచుగా కానుకలు ఇచ్చిపుచ్చుకున్నా ఇల్యాస్ ఎన్నడూ ఢిల్లీ రాజ్యానికి దాసోహం కాలేదు. ఢిల్లీతో సన్నిహిత సంబంధా లను నెరపడం ద్వారా ఇల్యాస్ తన రాజ్యాన్ని కామరూప్ (అస్సాం) వరకు విస్తరించగలిగాడు.

ఇల్యాస్ షా ప్రజా పాలకుడు. ఎన్నో విజయాలను తన సొంతం చేసు కున్నాడు. ఫిరోజ్ పండువాలో మకాం వేసినపుడు స్థానికులను బంగారు, ఇతర కానుకలు ఇచ్చి తన వైపు తిప్పుకోవాలని ప్రయత్నించి విఫలమయ్యాడు. ఇల్యాస్‌కు ప్రజల్లో ఉన్న ఆదరణే అందుకు కారణం.

ఇల్యాస్ మరణానంతరం అతడి కుమారుడు సికందర్ గద్దెనెక్కినపుడు ఫిరోజ్ తుగ్లక్ రెండవసారి బెంగాల్‌పై దాడి చేశాడు. తన తండ్రి అనుసరించిన ఎత్తుగడలనే సికందర్ కూడా పాటించాడు. వెంటనే ఎక్డలా కోటకు నిష్క్రమించాడు. కోటను స్వాధీనం చేసుకోవడంలో ఫిరోజ్ మరోసారి విఫలమయ్యాడు. చేసేదేమీ లేక వెనుదిరిగాడు. దీని తర్వాత 200 ఏళ్ళపాటు బెంగాల్ జోలికి ఢిల్లీ రాజులెవ్వరూ వెళ్ళలేదు. 1538 వరకు ఎవరూ దురాక్రమణకు పాల్పడలేదు. ఆ తర్వాత మొగలులు ఢిల్లీలో తమ రాజ్యాన్ని స్థాపించారు. ఆ 200 సంవత్సరాల్లో బెంగాల్‌ను ఎన్నో వంశాలు పాలించాయి. 1538లో షేర్ షా బెంగాల్‌పై దాడి చేశాడు. అయితే పాలక వంశాలు తరచుగా మారినా సాధారణ బెంగాలీ ప్రజల జీవితాలపై ఎలాంటి ప్రభావం పడలేదు.

చిత్తూర్ ఘర్ కీర్తి స్తంభం

ఇల్యాస్ షా వంశంలో ప్రసిద్ధుడైన సుల్తాను గియాసుద్దీన్ ఆజం షా (1889-1409). న్యాయ ప్రియుడిగా అతడు ఖ్యాతి పొందాడు. అతడి గురించి ఒక జనరంజక కథ చెలామణిలో ఉంది. ఒకసారి అతడు పొరపాటున ఒక విధవరాలి కొడుకును హతమార్చాడు. ఆ మహిళ ఖాజీకి ఫిర్యాదు చేసింది. ఫత్వాను అందుకున్న షా ఖాజీ ఎదుట హాజరయ్యాడు. ఖాజీ విధించిన జరిమానాను చెల్లించాడు. విచారణ ముగిసిన తర్వాత ఖాజీతో షా ఏమన్నాడంటే "నీవు నీ బాధ్యతను నెరవేర్చకపోయి ఉన్నట్లయితే నీ తలను నరికించి ఉండేవాడిని."

తన కాలం నాటి మేధావులు, కవులు, విద్యావంతులతో ఆజం షాకు సన్నిహిత సంబంధాలుండేవి. వారిలో పర్షియా కవి హాఫిజ్ (షిరాజ్) కూడా ఉండేవాడు. చైనా పాలకులతో మరలా దౌత్య సంబంధాలను మెరుగుపరచుకున్నాడు. చైనా చక్రవర్తి షా పంపిన రాయబారిని సాదరంగా ఆహ్వానించాడు. సుల్తాన్, అతడి భార్యకు కానుకలను తన సొంత రాయబారి ద్వారా పంపించాడు. భారతదేశం నుండి బౌద్ధ మతబోధకులను చైనాకు పంపాలని ఆజంషాను కోరాడు. అప్పటికీ బెంగాల్‌లో బౌద్ధ మతం పూర్తిగా అంతరించలేదని ఈ ఉదంతంతో బోధపడుతుంది.

చైనాతో సంబంధాలు బలపడటంతో బెంగాల్ విదేశీ వాణిజ్యం కూడా అభివృద్ధి

చెందింది. చైనాతో వ్యాపారానికి చిట్టాగాంగ్ ఓడరేవు కేంద్రమైంది. వ్యాపార, వాణిజ్య కార్యకలాపాలతో ఆ ప్రాంతంలో రద్దీ ఎక్కువైంది. చైనా నుండి తీసుకొచ్చిన ఉత్పత్తులను మరలా ఇతర దేశాలకు ఎగుమతి చేయడానికి వ్యాపారులు చిట్టాగాంగ్‌నే స్థావరంగా చేసుకున్నారు.

ఈ కాలంలో బెంగాల్‌లో రాజా గణేష్ అనే హిందువుని పాలన స్వల్ప కాలం సాగింది. అయితే అతడి వారసులు ముస్లింలుగానే చలామణి అయ్యి పాలన సాగించారు.

బెంగాల్ సుల్తానులు తమ రాజధానులైన పండువా, గౌర్ నగరాలను విశాలమైన భవంతులతో అలంకరించారు. ఢిల్లీ నిర్మాణ శైలికి భిన్నంగా అనేక కట్టడాలను నిర్మించారు. రాయి, ఇటుకలను నిర్మాణంలో వాడారు. సుల్తానులు బెంగాలీ భాష, సాహిత్యాన్ని కూడా పెంచి పోషించారు. ప్రఖ్యాతి కవి మలాధర్ బసు సుల్తాను కొలువులో ఉండేవాడు. అతడు శ్రీకృష్ణ విజయ అనే కావ్యాన్ని రచించాడు. అతడిని గుణరాజఖాన్ అనే బిరుదుతో సత్కరించారు. బసు కుమారుడు సత్యరాజ్‌ఖాన్ అనే బిరుదు పొందాడు. అయితే బెంగాలీ సాహిత్యం బాగా అభివృద్ధి చెందింది మాత్రం అల్లావుద్దీన్ హుస్సేన్(1493-1519) హయాంలోనే. అతడి పాలనలో ప్రఖ్యాత బెంగాలీ రచయితలు ఉండేవారు.

చైతన్యవంతమైన అల్లావుద్దీన్ పాలనలో బెంగాల్ రాజ్యం ప్రగతిశీల శకాన్ని చవిచూసింది. శాంతిభద్రతలను సుల్తాను అదుపులోకి తెచ్చాడు. పరిపాలనలో ఉదారవాద విధానాలు అవలంబించాడు. హిందువులకు ఉన్నత పదవులు కట్టబెట్టాడు. రాజ్యంలో ప్రధాన వైద్యుడు, ప్రధాన అంగరక్షకుడు, ముద్రణాధిపతులుగా హిందువులే ఉండేవారు. రూపా, సనాతన్ అనే ఇద్దరు ప్రఖ్యాత వైష్ణవ బోధకులు కూడా ఉన్నత పదవులను అధిరోహించారు. వారిలో ఒకరు సుల్తాను వ్యక్తిగత కార్యదర్శిగా పని చేశాడు. అలాగే మరో ప్రఖ్యాత వైష్ణవ గురువు చైతన్య పట్ల అల్లావుద్దీన్ గౌరవ మర్యాదలతో వ్యవహరించేవాడు.

మహమ్మద్ బిన్ బఖ్తియార్ కాలం నుండి బెంగాల్ ముస్లిం పాలకులు ఆధునిక అస్సాంలోని బ్రహ్మపుత్ర లోయను తమ ఆధీనంలోకి తెచ్చుకోవాలని ఎంతో ప్రయత్నించారు. అక్కడి భౌగోళిక పరిస్థితులు తెలియని బెంగాల్ సైన్యాలు అనేకసార్లు ఘోర పరాభవాన్ని చవిచూశాయి. తమ పూర్వీకుల అడుగుజాడల్లోనే నడవాలని స్వతంత్రులైన బెంగాల్ సుల్తాన్లు ప్రయత్నించారు. ఉత్తర బెంగాల్, అస్సాంలలో అప్పుడు రెండు రాజ్యాలు పరస్పరం కలహించుకునేవి. పశ్చిమాన కమతా (అప్పటి రచయితలు దీనిని కామరూప్ అనే వారు) ఈశాన్యాన అహోం రాజ్యాలుండేవి.

అహోంలు ఉత్తర బర్మా నుండి వలస వచ్చిన ఒక మంగోలియన్ తెగకు చెందిన పాలకులు. 13వ శతాబ్దంలో వారు ఒక ప్రబలమైన రాజ్యాన్ని ఏర్పాటు చేశారు. క్రమంగా వారు హిందూ ధర్మాన్ని పాటించడం మొదలు పెట్టారు. ఇప్పటి అస్సాం పేరు వారి వల్లే వచ్చింది.

ఇల్యాస్ షా కమతాను ఆక్రమించి గౌహతి వరకు చొచ్చుకువెళ్ళినట్లు తెలుస్తోంది. అయితే ఆ ప్రాంతాన్ని అతడు తన నియంత్రణలో పెట్టుకోలేకపోయాడు. కరాతోయ నదిని బెంగాల్ ఈశాన్య సరిహద్దుగా నిర్ణయించారు. ఇల్యాస్ వారసులు భీకరమైన దాడులు నిర్వహించినా పరిస్థితిలో ఎలాంటి మార్పులు రాలేదు. కరతోయ ఈశాన్య తీరం వెంబడి ఉన్న అనేక ప్రాంతాలను కమతా పాలకులు తిరిగి స్వాధీనం చేసుకున్నారు. వారు అహోంలతో కూడా పోరాడారు. కాని ఇటు బెంగాల్, అటు అహోం పాలకులతో వైరం పెట్టుకొని వారు తమ వినాశనాన్ని కోరి తెచ్చుకున్నారు. అహోంల మద్దతుతో అల్లావుద్దీన్ హుస్సేన్ జరిపిన దాడిలో కమతాపూర్ (ప్రస్తుత కూచ్ బెహార్) నగరం ధ్వంసమైంది. కమతా బెంగాల్ రాజ్యంలో విలీనం చేయబడింది. తను కుమారుల్లో ఒకరిని ఆ ప్రాంత పరిపాలనాధికారిగా సుల్తాను నియమించాడు. ఆ ప్రాంతంలో ఆఫ్ఘనీలను స్థిరపరిచారు. తర్వాత అల్లావుద్దీన్ హుస్సేన్ కుమారుడు నస్రత్ షా అహోంపై జరిపిన దండయాత్ర విఫలమైంది. బెంగాల్ సైన్యాలు తీవ్రంగా నష్టపోయాయి. బ్రహ్మపుత్ర లోయ ఈశాన్య ప్రాంతం అపుడు సుహుంగ్‌ముంగ్ అధీనంలో ఉండేది. అహోం పాలకుల్లో అతడు గొప్పవాడిగా ప్రఖ్యాతి గడించాడు. తన పేరును స్వర్గ నారాయణగా మార్చుకున్నాడు. అహోంలు క్రమంగా హిందూ మతం వైపు మళ్ళారనడానికి ఇదో సూచిక. ముస్లింల దాడులను తిప్పికొట్టడమే కాకుండా తన రాజ్యాన్ని నలుదిక్కులా విస్తరింపచేశాడు స్వర్గనారాయణ. వైష్ణవ సంస్కర్త శంకరదేవ అతడి హయాంలోనే జీవించాడు. ఆ ప్రాంతంలో వైష్ణవ మత వ్యాప్తికి విశేష కృషి చేశాడు.

చిట్టాగాంగ్, అరకన్‌లో ఒక భాగాన్ని బెంగాల్‌కు స్వాధీనపరచాలని సుల్తాన్లు ప్రయత్నించారు. అరకన్ పాలకుడి నియంత్రణలో ఉన్న చిట్టాగాంగ్‌ను సుల్తాన్ హుస్సేన్ షా వశపరచుకున్నాడు. అలాగే ఆ రాజ్యంలోని తిప్పేరాను కూడా స్వాధీనం చేసుకున్నాడు.

ఒరిస్సా పాలకులతో కూడా బెంగాల్ రాజ్యం వేగాల్సి వచ్చింది. బెంగాల్‌లో సుల్తానుల పాలన ఉన్నప్పుడు ఒరిస్సాకు చెందిన గంగా పాలకులు దక్షిణ బెంగాల్‌లోని రాధాపై దాడి చేశారు. లక్నౌతిని ఆక్రమించుకోవాలని కూడా ప్రయత్నించారు. అయితే ఈ దాడులను బెంగాల్ సైన్యాలు తిప్పికొట్టాయి. గద్దెనెక్కిన తొలినాళ్ళలో ఇల్యాస్

షాఒరిస్సాలోని జజ్‌నగర్‌పై దాడి చేశాడు. అన్ని అడ్డంకులను అధిగమిస్తూ అతడు చిల్కా సరస్సు వరకు చొచ్చుకుపోయినట్లు తెలుస్తోంది. తిరుగు ప్రయాణంలో అతడు ఏనుగులతో సహా భారీ సంపదను మూటగట్టుకొని వెళ్ళినట్లు చరిత్రకారులు భావిస్తున్నారు. కొన్ని సంవత్సరాల తర్వాత అంటే 1360లో బెంగాల్ నుండి తన సైన్యాలతో తిరిగి వెళుతూ ఫిరోజ్ తుగ్లక్ కూడా ఒరిస్సా రాజ్యాన్ని లూటీ చేశాడు. రాజధాని నగరాన్ని స్వాధీనం చేసుకొని అనేక మంది ప్రజలను ఊచకోత కోశాడు. ప్రసిద్ధమైన జగన్నాథ ఆలయాన్ని కూడా దోచుకున్నాడు. పై రెండు దండయాత్రలవల్ల ఒరిస్సా పాలకుల ప్రతిష్ట మంటగలిసింది. తదనంతర పరిణామాలలో గజపతి వంశం ఆవిర్భవించింది. ఒరిస్సా చరిత్రలో గజపతి పాలన ఒక నూతన అధ్యాయం. గజపతి పాలకులు అభివృద్ధి కాముకులు, గొప్ప యోధులు. దక్షిణాన కర్నాటక వరకు తమ రాజ్యాన్ని విస్తరించారు. విజయనగర, బహుమనీ పాలకులు, రెడ్డిరాజులతో వైరం కొన్ని తెచ్చుకున్నారు. దక్షిణ ప్రాంతంపైనే గజపతి పాలకులు దృష్టి పెట్టడానికి ఒకే ఒక్క కారణం ఉత్తరాన బెంగాల్ సుల్తానులు సైనికపరంగా బలిష్టంగా ఉండడమే. బెంగాల్ - ఒరిస్సా సరిహద్దు నుండి బెంగాలీలను తరిమికొట్టడం అంత సులభం కాదని వారు గ్రహించారు. అయితే ఒరిస్సా పాలకులు దక్షిణాన స్వాధీనం చేసుకున్న ప్రాంతాలను ఎక్కువ కాలం నిలుపుకోలేకపోయారు. విజయనగర, బహుమనీ సైన్యాల పోరాట పటిమ, శక్తి సామర్థ్యాలు వారిని అతలాకుతలం చేశాయి.

బెంగాల్‌లో అప్పుడు సరస్వతీ నది ఒరిస్సాకు సరిహద్దుగా ఉండేది. ఈ నది గంగా జలాలను భారీ పరిమాణంలో మోసుకెళ్ళేది. ఆ విధంగా మిద్నాపూర్, హుగ్లీ జిల్లాల్లో ప్రధానమైన భాగం ఒరిస్సా ఆధీనంలో ఉండేది. భగీరధి వరకు తమ రాజ్యాన్ని విస్తరించాలని ఒరిస్సా పాలకులు ప్రయత్నించినట్లు కొన్ని చారిత్రక ఆధారాలు ఉన్నాయి. అయితే అందులో వారు సఫలం కాలేకపోయారు. అల్లావుద్దీన్ షా లాంటి కొందరు బెంగాల్ పాలకులు ఒరిస్సాపై దాడులు నిర్వహించారు. పురి వరకు చొచ్చుకు వెళ్ళారు. కటక్‌ను కూడా దోచుకున్నారు. సరిహద్దులో కూడా తరచూ సైనిక ఘర్షణలు జరుగుతూ ఉండేవి. అయితే ఒరిస్సా పాలకులను సరిహద్దు ప్రాంతాల నుండి బెంగాల్ సైన్యాలు వెలివేయలేకపోయాయి. సరస్వతీ నదిని దాటుకొని కొత్త ప్రాంతాలను ఆక్రమించుకోలేకపోయాయి. ఒకే సమయంలో బెంగాల్ సరిహద్దు, దక్షిణాన కర్నాటకలో ఒరిస్సా పాలకులు యుద్ధాలు చేయగలిగారంటే వారి సైనిక పాటవం ఏ పాటిదో అర్థమవుతుంది.

పశ్చిమ భారతం - గుజరాత్, మాల్వా, మేవార్

హస్తకళాకృతుల నాణ్యత, సారవంతమైన నేలలు, కిటకిటలాడే ఓడరేవులతో ఢిల్లీ సుల్తాను రాజ్యంలో గుజరాత్ అత్యంత సంపన్నమైన రాష్ట్రంగా వెలసిల్లేది. ఫిరోజ్ తుగ్లక్ హయాంలో గుజరాత్‌లో ఒక ఉదారవాద గవర్నరు ఉండేవాడు. ఫెరిష్టా పేర్కొన్నట్లు ఆ గవర్నరు హిందూమతాన్ని ప్రోత్సహించేవాడు. విగ్రహ ఆరాధనను నిషేధించడం పోయి దానిని సమర్థించేవాడు. అతడి తర్వాత జఫర్ ఖాన్ గవర్నరుగా పాలనా బాధ్యతలు చేపట్టాడు. జఫర్‌ఖాన్ తండ్రి సధారన్ రాజపుత్ర (క్షత్రియ) వంశానికి చెందిన వాడు. అతడు ఇస్లాం మతాన్ని స్వీకరించడమే కాకుండా తన సోదరిని ఫిరోజ్ తుగ్లక్‌కిచ్చి వివాహం జరిపించాడు. ఢిల్లీని తైమూర్‌లంగ్ ఆక్రమించుకున్న తర్వాత గుజరాత్‌తోపాటు మాల్వా కూడా స్వాతంత్ర్యాన్ని ప్రకటించుకున్నాయి. అయితే అవి పేరుకు మాత్రమే అవి ఢిల్లీ పాలన కింద ఉండేవి. ముజఫర్ షా అనే బిరుదుతో 1407లో జఫర్‌ఖాన్ తనను తాను పాలకుడిగా ప్రకటించుకునే వరకు అలాంటి పరిస్థితి కొనసాగింది.

అయితే గుజరాత్ రాజ్య వ్యవస్థాపకుడు మాత్రం అహ్మద్ షా-1 (1411-43). ఇతడు ముజఫర్‌షా మనవడు. తన సుదీర్ఘ పాలనలో అహ్మద్ షా సామంతులను నియంత్రణలో పెట్టాడు. పరిపాలనను వ్యవస్థీకరించాడు. రాజ్యాన్ని పటిష్టం చేశాడు. రాజధానిని పటన్ నుండి కొత్త నగరమైన అహ్మదాబాద్‌కు తరలించాడు. అహ్మదాబాద్ నగర నిర్మాణానికి 1413లో శంకుస్థాపన జరిగింది. అహ్మద్‌షా ప్రగతిశీల దృక్పథంతో నగరంలో ఎన్నో భవంతులు, బజార్లను నిర్మించాడు. అలాగే మసీదులు, మద్రసాలను కూడా నిర్మించాడు. జైనుల నిర్మాణ శైలిలోని కొన్ని ప్రధానమైన అంశాలను తీసుకొని ఒక నూతన నిర్మాణ శైలిని అభివృద్ధిపరిచాడు. ఢిల్లీ నిర్మాణ శైలికి అది పూర్తి భిన్నమైనది. ఆ శైలిలోని కొన్ని ప్రధాన గుణాలు : నాజుకైన కిటికీలు, అద్భుతమైన పాలరాతి నక్కాషి, బంగారు-వెండి పూతలతో తయారైన ద్వారాలు. అహ్మదాబాద్‌లోని జామా మసీదు, తీన్ దర్వాజాలు ఈ నూతన నిర్మాణ శైలికి చక్కటి ఉదాహరణలు. సౌరాష్ట్ర ప్రాంతంలోని రాజపుత్ రాజ్యాలపై ఆధిపత్యం సాధించాలని అహ్మద్ షా ప్రయత్నించాడు. అలాగే గుజరాత్ - రాజస్థాన్ సరిహద్దు ప్రాంతాలపై కూడా దృష్టి సారించాడు. సౌరాష్ట్రలోని గిర్నార్ కోటను ముట్టడించి అక్కడి పాలకుడిని యుద్ధంలో ఓడించాడు. అయితే కప్పం చెల్లించాలన్న షరతులో కోటను తిరిగి ఆ పాలకుడికి అప్పజెప్పారు. ప్రముఖ హిందూ తీర్థ కేంద్రమైన సిధ్‌పూర్‌పై దాడి చేశాడు. అక్కడి సుందరమైన ఆలయాలు ఎన్నింటినో నేలమట్టం చేశాడు. గతంలో ఎన్నడూ లేని విధంగా గుజరాత్‌లో హిందువులపై జిజ్యా పన్ను విధించాడు. ఈ చర్యలను దృష్టిలో

ఉంచుకొని మధ్యయుగ చరిత్రకారులు అహ్మద్ షాను అవిశ్వాసుల ప్రధాన శత్రువుగా కీర్తించారు. అయితే ఆధునిక చరిత్రకారులు అతడిని మతోన్మాదిగా పేర్కొన్నారు. అయితే వాస్తవం కొంత సంక్లిష్టంగానే ఉంది. హిందూ దేవాలయాలను కూల్చివేయమని ఆదేశించడంలో అహ్మద్ షా మత ఛాందసుడిగా వ్యవహరిస్తే, ప్రభుత్వంలో హిందువులను చేర్చుకోవడానికి ఏ మాత్రం సంకోచించలేదు. వైశ్య కులానికి చెందిన మాణిక్‌చంద్, మోతిచంద్‌లను మంత్రులుగా నియమించాడు. న్యాయాన్ని అమలు చేయడంలో అతడు కఠినంగా వ్యవహరించేవాడు. హత్యకు పాల్పడ్డ తన సొంత అల్లుడిని నడిబజారులో ఉరి తీయించాడు. హిందూ పాలకులతో అహ్మద్ షా పోరాడినప్పటికీ తన సమకాలీనులైన ముస్లిం పాలకులను సైతం వదల్లేదు. ముఖ్యంగా మాల్వాకు చెందిన ముస్లిం పాలకులంటే అతడికి గిట్టేది కాదు. ఇదార్‌లో ఉన్న శక్తివంతమైన కోటను, ఝులావర్, బుండీ, దుంగార్‌పూర్ తదితర రాజపుత్ రాజ్యాలను తన నియంత్రణలోకి తెచ్చుకున్నాడు. తొలి నుండి గుజరాత్, మాల్వా రాజ్యాలు బద్ధ శత్రువులుగా ఉండేవి. ప్రతి సందర్భంలోనూ ఇరుపక్షాలు పరస్పర వ్యతిరేక శిబిరాల్లో ఉండేవి. మాల్వా పాలకుడు హోషంగ్ షాను ముజఫర్ షా యుద్ధంలో ఓడించి బందీగా తీసుకున్నాడు. అయితే మాల్వాను నియంత్రించడం కష్టసాధ్యంగా ఉండడంతో కొద్ది సంవత్సరాల తర్వాత హోషంగ్ షాను విడుదల చేసి అతడికి పాలనా పగ్గాలు అప్పగించాడు. కృతజ్ఞత భావానికి బదులు గుజరాత్ పాలకులపై మాల్వా రాజులు అనుమానాలు పెంచుకున్నారు. గుజరాత్ ప్రాబల్యాన్ని నిర్వీర్యం చేసేందుకు అంది వచ్చిన ప్రతి అవకాశాన్ని సద్వినియోగం చేసుకున్నారు. గుజరాత్‌లోని అసమ్మతి వాదులను, తిరుగుబాటు చేసిన హిందూ రాజులు, ఇతర సంస్థానాధీశులను సమర్థించారు. మాల్వా పన్నాగాలను తిప్పికొట్టేందుకు అక్కడ తమ అనుచరుడిని గద్దె మీద కూర్చోబెట్టడానికి గుజరాత్ పాలకులు ప్రయత్నించారు. ఈ బద్ధ శత్రుత్వంవల్ల రెండు రాజ్యాలూ బలహీన పడ్డాయి. ఉత్తర భారత రాజకీయాల్లో ప్రధాన పాత్రను పోషించే సామర్థ్యాన్ని కోల్పోయాయి.

మహమూద్ బేగర్హా :

అహ్మద్ షా వారసులు కూడా అతడి విస్తరణ - ఆధిపత్య విధానాన్ని కొనసాగించారు. గుజరాత్ సుల్తానులలో ప్రముఖమైన వాడు మహమూద్ బేగర్హా, 1459 నుండి 1511 వరకు గుజరాత్‌ను 50 సంవత్సరాలకు పైబడి పాలించాడు. సౌరాష్ట్రలోని గిర్నార్, దక్షిణ గుజరాత్‌లోని చంపానేర్ లాంటి రెండు శక్తివంతమైన, శత్రు దుర్భేద్యమైన కోటలను ఆక్రమించడంవల్లే అతడికి బేగర్హా అనే పేరు వచ్చిందని

చెబుతారు (గర్హ్ అంటే కోట). గిర్నార్ పాలకుడు క్రమం తప్పకుండా కప్పం చెల్లిస్తున్నా మహమూద్ ఆ రాజ్యాన్ని ఆక్రమించుకోవాలని నిర్ణయించాడు. సౌరాష్ట్ర ప్రాంతాన్ని పూర్తిగా తన ఆధీనంలోకి తెచ్చుకోవాలన్న తలంపుతోనే అతడు గిర్నార్ కోటను ఆక్రమించుకున్నాడు. సౌరాష్ట్ర సంపన్నమైన ప్రాంతంగా ఉండేది. సారవంతమైన నేలలు, ధనిక వ్యాపారులతో కిటకిటలాడే ఓడ రేవులతో వెలిగిపోయేది. దురదృష్టవశాత్తు ఆ ప్రాంతం దోపిడీ దొంగలు, సముద్ర దొంగలతో నిండి ఉండేది. వ్యాపారులు, ఓడలు తరచూ దోపిడికి గురయ్యేవి. సౌరాష్ట్రను పాలించడానికి గిర్నార్ కోట అనువైన కేంద్రంగా ఉండడమే కాకుండా, సింధ్‌కు వ్యతిరేకంగా కార్యకలాపాలు నిర్వహించడానికి వ్యూహాత్మకమైన స్థావరంగా ఉండేది.

మహమూద్ బేగర్హా ఒక పెద్ద సైన్యంతో వెళ్ళి గిర్నార్ కోటను ముట్టడించాడు. తన కోటలో కొన్ని ఆయుధాలే (తుపాకులు) ఉన్నా అక్కడి రాజు వీరోచితంగానే పోరాడాడు. శత్రు దుర్భేద్యమైన ఆ కోట శత్రుసైన్యాల వశం కావడానికి అంతర్గత కుట్రే కారణమని చెబుతారు. గిర్నార్ పాలకుడు తన సహాయకుడి భార్యను బలవంతంగా లొంగదీసుకోవడంతో ఆ సహాయకుడు తన యజమాని పతనానికి కుట్ర పన్నాడు. కోట శత్రు సైన్యాల వశం కావడంతో గిర్నార్ పాలకుడు ఇస్లాం మతాన్ని స్వీకరించాడు. సుల్తాను సేవలో చేరిపోయాడు. కోటకు సమీపంలోని కొండల కింద ఒక కొత్త పట్టణాన్ని సుల్తాన్ నిర్మించాడు. దానికి ముస్తాఫాబాద్ అని నామకరణం చేశాడు. అక్కడ ఎన్నో విశాలమైన భవంతులను నిర్మించాడు. ఉన్నతాధికారులను కూడా అలాగే చేయమని కోరాడు. ఆ విధంగా ముస్తఫాబాద్ గుజరాత్ రెండవ రాజధానిగా అభివృద్ధి చెందింది.

తన పాలనలో మహమూద్ ద్వారకాను ధ్వంసం చేశాడు. మక్కాకు వెళ్ళే తీర్థయాత్రికులను దోచుకునే సముద్ర దొంగలకు ద్వారకా స్థావరంగా ఉండడంతో మహూమద్ ఆ నగరాన్ని ముట్టడించాడు. అయితే అదే అదునుగా అక్కడి ప్రసిద్ధమైన హిందూ దేవాలయాలను కూడా నేలమట్టం చేశాడు.

ఖండేశ్, మాల్వాలను తన నియంత్రణలో తెచ్చుకోవడానికి చంపానేర్ కోట మహమూద్‌కు కీలకమైన స్థావరంగా మారింది. చంపానేర్ పాలకుడు గుజరాత్ రాజ్యంలో సామంతరాజు అయినప్పటికీ అతడికి మాల్వా సుల్తానుతో సన్నిహిత సంబంధాలు ఉండేవి. ఏ మూల నుండి సహాయం దక్కకపోయినా చంపానేర్ రాజు వీరోచితంగా పోరాడాడు. జోహర్‌ను పూర్తి చేసుకొని ఆఖరి వ్యక్తి వరకు సంఘర్షణ కొనసాగించాడు. 1454లో చంపానేర్ కోట గుజరాత్ సైన్యాల వశమయ్యింది. చంపానేర్ సమీపంలో మహమ్మదాబాద్ అనే కొత్త పట్టణాన్ని మహమూద్ నిర్మించాడు.

అక్కడ తోటలు, ఉద్యానవనాలను విస్తారంగా పెంచాడు. తన విడిదికి ఆ పట్టణాన్ని ప్రధాన కేంద్రంగా చేసుకున్నాడు.

చంపానేర్ నేడు శిథిలావస్థలో ఉంది. అయితే అక్కడి జామా మసీదు నేటికీ పర్యాటకులను ఆకట్టుకుంటోంది. చుట్టూ ప్రహరీగోడలతో అక్కడ విశాలమైన ఆవరణ ఉంది. అందులో జైన నిర్మాణ శైలి ఛాయలు కనిపిస్తాయి. అక్కడ శిథిలంగా ఉన్న ఇతర కట్టడాల్లో అద్భుతమైన నిర్మాణ కౌశల్యం కనిపిస్తోంది. రాతి నక్కాషి స్వర్ణకారుని పనితనాన్ని తలపిస్తుంది.

పశ్చిమాసియాతో గుజరాత్‌కు ఉన్న వ్యాపార లావాదేవీల్లో మితిమీరి జోక్యం చేసుకుంటున్న పోర్చుగీసు వారితో కూడా మహమూద్ బేగర్హా తలపడాల్సి వచ్చింది. ఈజిప్టు పాలకుడితో చేతులు కలిపి పోర్చుగీసు సైన్యాలను తుదముట్టించాలని మహమూద్ వ్యూహం పన్నాడు. అయితే అందులో సఫలం కాలేకపోయాడు.

సుదీర్ఘంగా, సుస్థిరంగా సాగిన మహమూద్ పాలనలో వ్యాపార, వాణిజ్య కార్యకలాపాలు బాగా అభివృద్ధి చెందాయి. రహదారుల వెంబడి విశ్రాంతి గృహాలను (సరాయి) నిర్మించడంవల్ల వ్యాపారులకు ఎంతో సౌకర్యంగా ఉండేది. రహదారులు సరుకుల రవాణాకు ఎంతో అనుకూలంగా ఉండడంతో వ్యాపారులు సంతోషంగా ఉండేవారు. దోపిడీదొంగల బెడద, తదితర అడ్డంకులు ఉండేవి కావు. ఒక పద్ధతి ప్రకారం విద్యను అభ్యసించకపోయినా మహమూద్ నిత్య జీవిత అనుభవం నుండి ఎంతో జ్ఞానాన్ని సమకూర్చుకున్నాడు. ఎప్పుడూ విద్యావంతులు, మేధావులతో మంతనాలు జరిపేవాడు. అతడి పాలనా కాలంలో ఎన్నో అరబిక్ సాహిత్య కృతులు పర్షియన్ భాషలోకి అనువదించబడ్డాయి. అతడి ఆస్థానంలో ప్రధాన కవిగా ఉదయరాజు ఉండేవాడు. అతడు సంస్కృతంలో రచనలు చేసేవాడు.

మహమూద్ బేగర్హా విలక్షణమైన వ్యక్తిత్వం కలవాడు. నడుము వరకు జాలువారే గడ్డం ఉండేది. అతడి మీసాలు ఎంతో పొడవుగా ఉండడంతో తల వెనుక వాటికి ముడి వేసేవాడు. బాల్యం నుండి అతడికి ఆహారంలో పరిమితంగా విషం కలిపి ఇచ్చేవారు. అందుకే అతడిని దోమ కుట్టగానే ఉబ్బిపోయి చనిపోయేది.

మహమూద్ మంచి భోజన ప్రియుడిగా కూడా ప్రఖ్యాతి పొందాడు. ఉదయం అల్పాహారంలో ఒక కప్పుతేనె, ఒక కప్పు వెన్న, వంద నుండి 150 అరటిపండ్లు తినేవాడు. ప్రతి రోజు 10 నుండి 15 కిలోల ఆహారాన్ని ఆరగించేవాడు. మాంసంతో తయారు చేసిన సమోసాలను అతడి కోసం ప్రత్యేకంగా ఉంచేవారు. రాత్రివేళల్లో ఎప్పుడైనా ఆకలి వేసినపుడు మహమూద్ ఆ సమోసాలను తినేవాడు. వాటిని అతడి మంచం ఇరువైపులా ఉంచేవారు.

మహమూద్ బేగఢ్గా పాలనలో గుజరాత్ రాజ్యవిస్తరణ ఉన్నతస్థాయికి చేరుకుంది. దేశంలోనే అత్యంత శక్తివంతమైన, పటిష్టవంతమైన పాలన కలిగిన రాజ్యంగా గుజరాత్ కీర్తి గడించింది. మొగల్ పాలకుడు హుమాయూన్‌ను సవాలు చేసే స్థాయికి గుజరాత్ ఆ తర్వాత ఎదిగింది.

మాల్వా - మేవార్ :

నర్మదా, తపతి నదుల మధ్య ఎత్తయిన పీఠభూమిపై మాల్వా రాజ్యం ఉండేది. గుజరాత్ నుండి ఉత్తర భారతానికి వెళ్ళే అన్ని ప్రధాన మార్గాలను అది నియంత్రించేది. అలాగే ఉత్తర, దక్షిణ భారత రాజ్యాల మధ్య వారధిగా ఉండేది. మాల్వా శక్తివంతంగా ఉన్నంత వరకు గుజరాత్ రాజ్యకాంక్షను అదుపులో ఉంచగలిగింది. మేవార్, బహమనీ, లోఢీ పాలకుల పన్నాగాలను కూడా పారనివ్వలేదు. ఉత్తర భారతంలోని రాజకీయ - భౌగోళిక పరిస్థితులు ఎలా ఉండేవంటే అక్కడి శక్తివంతమైన రాజ్యాల్లో ఏ ఒక్కటైనా మాల్వాపై నియంత్రణ సాధించగలిగితే ఉత్తర భారతమంతటా తన ప్రాబల్యాన్ని చాటుకునేందుకు వీలు పడేది.

15వ శతాబ్దంలో మాల్వా రాజ్యం ఉన్నత కీర్తి శిఖరాలకు చేరుకొంది. ధార్ నుండి మాండుకు రాజధాని మార్చబడింది. మాండు సహజ సౌందర్యంతో శత్రుదుర్భేద్యంగా ఉండేది. ఇక్కడ మాల్వా పాలకులు ఎన్నో కట్టడాలు నిర్మించారు. నేటికీ అవి అందమైన శిథిలాలుగా ఉన్నాయి. గుజరాత్ నిర్మాణ శైలికి భిన్నంగా మాండు కట్టడాలు విశాలంగా ఉండేవి. నిర్మాణంలో పెద్ద పెద్ద రాళ్ళు వినియోగించడంవల్ల భవనాలు చూపరులకు ఎంతో విశాలంగా, భారీగా కనిపించేవి. పై కప్పు కోసం రంగురంగుల పెంకులను ఉపయోగించడం వల్ల భవనాలు వైభవంగా కనిపించేవి. జామా మసీదు, హిందోలా మహల్, జహాజ్‌మహల్ మాల్వా పాలకుల నిర్మాణ అభిరుచికి నిదర్శనాలు.

ఆది నుండి మాల్వా రాజ్యం అంతర్గత పోరుతో సతమతమైంది. అధికారం, లాభాల కోసం ఆయా వర్గాల సంస్థానాధీశుల మధ్య సంఘర్షణ జరిగేది. పాలకుల వారసులు కూడా గద్దె కోసం తీవ్రంగా పోటీ పడే వారు. మాల్వాలో నెలకొన్న అస్థిర పరిస్థితులను తమకు అనుకూలంగా మలచుకొని ఆ రాజ్యాన్ని హస్తగతం చేసుకోవడానికి గుజరాత్, మేవార్ పాలకులు ఎల్లప్పుడూ సంసిద్ధంగా ఉండేవారు. మాల్వాను తొలినాళ్ళలో పాలించిన హోషంగ్ షా పరమత సహనమనే ఉదారవాద విధానాన్ని అవలంబించేవాడు. మాల్వాలో స్థిరపడేలా ఎందరో రాజపుత్‌లను అతడు ప్రోత్సహించాడు. ఆ విధంగా మేవార్ పాలకుడు రాణా మోకల్ అగ్రజులకు మాల్వాలో

జాగీర్లను ప్రదానం చేశాడు. లలిత్‌పూర్ దేవాలయంలోని శిలాశాసనం ప్రకారం ఆలయాల నిర్మాణంపై ఎలాంటి ఆంక్షలు ఉండేవి కావని బోధపడుతుంది. ఆ ప్రాంతంలో వడ్డీ వ్యాపారులు, వాణిజ్యవేత్తలుగా అధిక సంఖ్యలో ఉండిన జైనులను హోషంగ్ షా తన పాలనలో అధికారులుగా నియమించాడు. సుప్రసిద్ధ వ్యాపారి నర్దేవ సోనీ హోషంగ్ షా కోశాధికారిగా, సలహాదారునిగా ఉండేవాడు.

దురదృష్టవశాత్తు మాల్వా పాలకులందరూ ఉదారంగా వ్యవహరించలేదు. మాల్వా పాలకుల్లో సమర్థుడైన వాడిగా పేరు గడించిన మహమూద్ ఖిల్జీ (1436-69) మేవార్ పాలకుడు రాణా కుంభాతో జరిపిన అనేక యుద్ధాల్లో లెక్కలేనన్ని హిందూ దేవాలయాలను నాశనం చేశాడు. పొరుగున ఉన్న ఇతర హిందూ రాజ్యాలతో కూడా వైరం పెట్టుకున్నాడు. అతడి చర్యలు సమర్థనీయం కాకపోయినా అవన్ని యుద్ధ సమయాల్లోనే చోటు చేసుకున్నాయి. హిందూ ప్రార్థనా మందిరాలను ధ్వంసం చేయడాన్ని ఒక అధికార విధానంగా పెట్టుకున్నాడని భావించడానికి వీలు లేదు.

మహమూద్ ఖిల్జీ రాజ్యకాంక్ష ఎక్కువగల పాలకుడు. గుజరాత్ పాలకుడితో మొదలుకొని గోంద్వానా, ఒరిస్సా, బహమనీ, చివరికి ఢిల్లీ సుల్తానుతో సహా అందరితో ఘర్షణ పడ్డాడు. అయితే తన శక్తియుక్తులన్నింటినీ దక్షిణ రాజస్థాన్‌ను నాశనం చేయడానికి, మేవార్‌ను అదుపులో పెట్టడానికే ధారపోశాడు.

ఉత్తరభారత రాజకీయ జీవితంలో 15వ శతాబ్దం సందర్భంగా మేవార్ ప్రబలమైన శక్తిగా ఎదగడం ఒక ప్రధానమైన ఘట్టం. రణథంబోర్‌ను అల్లావుద్దీన్ ఖిల్జీ ఆక్రమించడంతో రాజస్థాన్‌లో చౌహాన్ల ఆధిపత్యానికి తెరపడింది. ఆ తర్వాత ఎన్నో రాజ్యాలు పైకి వచ్చాయి. అందులో ముఖ్యమైనది మార్వార్. దానికి జోధ్‌పూర్ రాజధానిగా ఉండేది. జోధ్‌పూర్ నిర్మాణం 1465లో మొదలైంది. మరో ముఖ్యమైన రాజ్యం ముస్లింల ఆధీనంలోని నాగోర్. ముస్లిం గవర్నర్ల పాలనలో ఉన్న అజ్మీర్ అనేకసార్లు చేతులు మారింది. ఎదుగుతున్న రాజపుత్ రాజ్యాల మధ్య అజ్మీర్‌పై ఆధిపత్యం కోసం నిరంతరం ఘర్షణ జరిగేది. ఈశాన్య రాజపుతానా ప్రాబల్యంపై కూడా వివాదం ముసురుకొంది. ఢిల్లీ పాలకుడు ఆ ప్రాంతాన్ని స్వాధీనం చేసుకోవడంపై ఎంతో ఆసక్తిగా ఉండేవాడు.

మేవార్ రాజ్య పూర్వ చరిత్ర గందరగోళంగా ఉంది. ఎనిమిదవ శతాబ్దంలోనే ఆ రాజ్యం ఉద్భవించినా 1433-68 మధ్య దానిని పాలించిన రాణా కుంభ మేవార్‌ను ఒక ప్రబలమైన శక్తిగా తీర్చిదిద్దాడు. అంతర్గత శత్రువులను రూపుమాపిన తర్వాత రాణా తన స్థానాన్ని సుస్థిరం చేసుకున్నాడు. అనంతరం బుండీ, కోట, గుజరాత్ సరిహద్దులో ఉన్న దుంగార్‌పూర్‌లను ఆక్రమించుకోవడానికి పెద్ద సైన్యంతో

బయల్దేరాడు. అప్పటికే కోటా మాల్వారు, దుంగార్‌పూర్ గుజరాత్‌కు కప్పం చెల్లిస్తుండేవి. ఈ కారణంగా మాల్వా, గుజరాత్ రాజ్యాలతో రాణా వైరం కొని తెచ్చుకున్నాడు. అయితే ఈ వైరానికి ఇతర కారణాలు కూడా ఉన్నాయి. నాగోర్ పాలకుడు ఖాన్‌పై రాణా యుద్ధభేరి మ్రోగించడంతో అతడు గుజరాత్ పాలకుడి సహాయాన్ని అర్థించాడు. అలాగే మహమూద్ ఖిల్జీ వ్యతిరేకుడికి రాణా ఆశ్రయం కల్పించాడు. మాల్వా పీఠంపై అతడిని కూర్చోబెట్టడానికి కూడా ప్రయత్నించాడు. దీనికి ప్రతీకారంగా మహమూద్‌ఖిల్జీ రాణా వ్యతిరేకులకు ఆశ్రయం ఇచ్చాడు. వారిలో రాణా సోదరుడు మోకల్ కూడా ఉన్నాడు. వారికి ఖిల్జీ అన్ని విధాలా సహకరించాడు.

తాను పాలించినంత కాలం మాల్వా, గుజరాత్‌లతో రాణా ఘర్షణ పడుతూ వచ్చాడు. అలాగే మార్వార్‌కు చెందిన రాథోడ్లతో కూడా ఎల్లకాలం వైరం పెట్టుకున్నాడు. తొలుత మార్వార్ మేవార్ ఆధీనంలో ఉండేది. తర్వాత అది స్వతంత్ర రాజ్యంగా ఎదిగింది. రావుజోథా నాయకత్వంలో స్వాతంత్ర్యం కోసం మార్వార్ రాథోడ్లు సుదీర్ఘమైన పోరాటం చేశారు. అన్ని వైపుల నుండి ఒత్తిడి ఉన్నా మేవార్‌లో తన ఆధిపత్యాన్ని నిలుపుకోవడంలో రాణా సఫలమయ్యాడు. గుజరాత్ సైన్యాలు కుంభల్‌గడ్‌ను పలుమార్లు చుట్టుముట్టాయి. అలాగే మహమూద్ ఖిల్జీ అజ్మీర్ వరకు చొచ్చుకుపోయి అక్కడ తన సొంత గవర్నరును నియమించాడు. అయితే రాణా ఈ దాడులను తిప్పికొట్టగలిగాడు. ఆక్రమణకు గురైన ప్రాంతాలను తిరిగి తన నియంత్రణలోకి తెచ్చుకున్నాడు. రణథంబోర్ లాంటి సరిహద్దు ప్రాంతాలు మినహా అన్ని అతడి ఆధీనంలో ఉండేవి. అన్ని అడ్డంకుల నడుమ గుజరాత్, మాల్వా లాంటి శక్తివంతమైన రాజ్యాలను ఎదుర్కోవడం రాణా సాధించిన ఘన విజయాల్లో ప్రధానమైనది.

తన ఆస్థానంలో మేధావులను రాణా పోషించేవాడు. ఎన్నో గ్రంథాలను కూడా రచించాడు. వాటిలో కొన్ని ఇప్పుడు కూడా లభిస్తాయి. చిత్తోర్‌గఢ్‌లో అతడు నిర్మించిన కీర్తి స్తంభం, రాజభవనం కట్టడాల నిర్మాణంపై రాణాకు ఉన్న మక్కువను తెలియజేస్తాయి. సాగునీటి అవసరాల కోసం అతడు ఎన్నో కాలువలను, జలాశయాలను నిర్మించాడు. అతడి హయాంలో నిర్మాణమైన ఆలయాలు ఉన్నతమైన నిర్మాణశైలికి చిహ్నాలు.

గద్దెకోసం తన సొంత తండ్రినే హతమార్చాడు రాణా కుమారుడు ఉదా. స్వల్పకాలంలో పదవి కోల్పోయిన ఉదా రాజ్యంలో అశాంతికి బీజం వేశాడు. తన సోదరులతో సుదీర్ఘ ఘర్షణ తర్వాత రాణా సంఘా (కుంభా మనవడు) సింహాసనాన్ని అధిష్టించాడు (1508). కుంభా మరణానంతరం నుండి సంఘా గద్దెనెక్కే వరకు మాల్వాలో అంతర్గత చీలికలు తీవ్రస్థాయికి చేరుకున్నాయి. మాల్వాలో అధికారం

చేపట్టేందుకు తనకు సహకరించిన మేదినీ రాయ్ అనే రాజ్‌పుత్ సామంతుడితో మహమూద్-2 వైరం పెంచుకున్నాడు. మాల్వా పాలకుడు గుజరాత్ సహాయాన్ని అర్థిస్తే మేదినీ రాయ్ రాణా సంఘా కొలువులో ఫిర్యాదు చేశాడు. 1517లో జరిగిన యుద్ధంలో రాణా మహమూద్-2ను ఓడించాడు. అతడిని బందీగా తీసుకొని చిత్తోర్‌కు తరలించాడు. అయితే ఆరు నెలల తర్వాత మహమూద్ కుమారుడిని చెరసాలలో ఉంచి అతడిని రాణా విడుదల చేశాడన్నవాదన కూడా ఉంది. చందేరితో సహా ఈశాన్య మాల్వా ప్రాంతం రాణా సంఘా పాలన కిందికి వచ్చింది.

మాల్వా పరిణామాలతో ఆందోళన చెందిన లోఢీ పాలకులు ఇబ్రహీం లోఢీ నేతృత్వంలో మేవార్‌పై దాడి చేశారు. అయితే ఘటోలి వద్ద రాణా సంఘా చేతిలో ఎదురు దెబ్బ తిన్నారు. ఢిల్లీలో తన అధికారాన్ని నిలబెట్టుకునేందుకు లోఢీ తన సైన్యాలతో నిష్క్రమించాడు. ఈ లోగా బాబర్ భారతదేశం తలుపులు తట్టాడు.

అలా 1525 నాటికి ఉత్తర భారతంలోని రాజకీయ పరిస్థితులు అనూహ్యంగా మారిపోయాయి. ఉత్తర భారతంపై ఆధిపత్యం కోసం నిర్ణయాత్మక పోరుకు మూహూర్తం ఖరారైంది.

ఉత్తర-పశ్చిమ, ఉత్తర భారతం - షర్కీలు, లోఢీ సుల్తానులు, కాశ్మీరు :

తైమూర్ దండయాత్ర తర్వాత సుల్తాన్ మహమ్మద్ తుగ్లక్ ఢిల్లీ నుండి పారిపోయి తొలుత గుజరాత్‌లో, అనంతరం మాల్వాలో తలదాచుకున్న విషయాన్ని ఇంతకుముందే తెలుసుకున్నాము. ఢిల్లీకి తిరిగి వెళ్ళాలని అతడు నిర్ణయించే సమయానికి ఢిల్లీ సింహాసనానికి ఉన్న ప్రతిష్ట మంటగలిసింది. ఢిల్లీ పొరుగునే ఉన్న సామంతులు, జమీందార్లు స్వతంత్రంగా వ్యవహరించడానికి ప్రయత్నించారు. ఒక చతురుడు చెప్పినట్లు : "ప్రపంచ పాలకుడి రాజ్యం నేడు ఢిల్లీ నుండి పాలం వరకే పరిమితమైంది."

గంగాలోయలో తొలుత స్వాతంత్ర్యం ప్రకటించుకున్న వ్యక్తి మాలిక్ సర్వర్. అతడు ఫిరోజ్ తుగ్లక్ పాలనలో సామంతునిగా ఉండేవాడు. కొంతకాలం వజీరుగా కూడా పని చేశాడు. తర్వాత మాలిక్-ఉస్-షర్క్ (ఈశాన్య ప్రాంతాల అధిపతి) బిరుదుతో ఈశాన్య ప్రాంతాల పరిపాలకుడిగా నియమితుడయ్యాడు. అతడి బిరుదును అనుసరించి అతడి వారసులు షర్కీలుగా పిలువబడ్డారు. షర్కీ సుల్తానులు జౌన్‌పూర్ (ఈశాన్య ఉత్తరప్రదేశ్)ను రాజధానిగా చేసుకొని పాలించారు. అక్కడ ఎన్నో రాజప్రసాదాలను, మసీదులను, దర్గాలను నిర్మించారు. ఈ కట్టడాల్లో కొన్ని మాత్రమే మిగిలి ఉన్నాయి. ఢిల్లీ నిర్మాణ శైలిని గుడ్డిగా అనుకరించకుండా షర్కీ సుల్తానులు తమ సొంత శైలిని అభివృద్ధి చేసుకున్నారు. వారు నిర్మించిన కట్టడాలే అందుకు

నిదర్శనం. ఎత్తయిన ఆర్చీలు, విశాలమైన ద్వారాలతో వారి కట్టడాలు ఎంతో వైభవంగా ఉండేవి. సాహిత్య, సాంస్కృతిక రంగ పోషకులుగా షర్కీలు కీర్తి గడించారు. విద్యావేత్తలు, కవులు, మేధావులు, మత బోధకులు జౌన్‌పూర్‌లో సమావేశమవుతూ ఆ నగరానికి ఎనలేని గౌరవాన్ని తెచ్చేవారు. అనతి కాలంలోనే జౌన్‌పూర్ ఈశాన్య షిరాజ్‌గా ప్రఖ్యాతిని గడించింది. 'పద్మావత్' లాంటి హిందీ మహాకావ్యాన్ని రచించిన మాలిక్ మహ్మద్ జైసి జౌన్‌పూర్‌లో నివసించేవాడు.

షర్కీలు సుమారు వందేళ్ళపాటు పాలించారు. ఉన్నత శిఖరానికి చేరుకున్న సమయంలో షర్కీల రాజ్యం అలీఘడ్ నుండి ఉత్తర బీహార్‌లోని దర్భంగా వరకు, నేపాల్ సరిహద్దు నుండి బుందేల్‌ఖండ్ వరకు విస్తరించి ఉండేది. ఢిల్లీని ఆక్రమించుకోవాలని షర్కీ పాలకులు ఎంతో ఆసక్తితో ఉండేవారు. అయితే అందులో సఫలం కాలేకపోయారు. 15వ శతాబ్దంలో మధ్య నాటికి ఢిల్లీలో లోఢీల పాలన మొదలైంది. దానితో షర్కీ పాలకులు ఆత్మరక్షణలో పడ్డారు. పశ్చిమ ఉత్తర ప్రదేశ్‌లోని చాలా ప్రాంతాలను కోల్పోయారు. ఢిల్లీపై జరిపిన దండయాత్రలతో భారీగా నష్టపోయారు. ఈ క్రమంలో బహలుల్ లోఢీ 1484లో జౌన్‌పూర్‌ను ఆక్రమించుకొని షర్కీ రాజ్యాన్ని ఢిల్లీ రాజ్యంలో విలీనం చేశాడు. చునార్‌లో కొంత కాలం పాటు షర్కీ పాలకుడు అజ్ఞాతంగా గడిపాడు. తన రాజ్యాన్ని తిరిగి సంపాదించుకునేందుకు ఎన్నో విఫలయత్నాలు చేశాడు. చివరికి పరాభవ భారంతో కన్నుమూశాడు.

ఢిల్లీలో ప్రభుత్వం పతనమైన తర్వాత షర్కీ పాలకులు విశాలమైన భూభాగంలో శాంతిభద్రతలను పునరుద్ధరించారు. ఈశాన్య ఉత్తర ప్రదేశ్‌లో బెంగాల్ పాలకులు తమ ప్రాబల్యాన్ని పెంచుకోకుండా అడ్డుకట్ట వేశారు. అన్నింటికంటే మించి షర్కీలు ఒక సాంస్కృతిక సాంప్రదాయాన్ని నెలకొల్పారు. వారి పాలన ముగిసినా వారు నెలకొల్పిన సాంప్రదాయం ఎంతో కాలం కొనసాగింది.

తైమూరు దండయాత్ర తర్వాత ఢిల్లీలో సయిద్ వంశం కొత్తగా అధికారంలోకి వచ్చింది. పంజాబ్‌లో ఎందరో ఆఫ్ఘన్ సర్దార్లు మకాం వేశారు. వీరిలో ముఖ్యమైనవాడు బహలుల్ లోఢీ. అతడికి సర్హింద్ ప్రాంతాన్ని జాగీరుగా ఇచ్చారు. ఉప్పు తీర ప్రాంతాల్లో ప్రబలమైన శక్తిగా ఉన్న ఖోఖార్లను (యుద్ధ తెగవారు) బహలుల్ లోఢీ అణచివేశాడు. అనంతరం పంజాబ్ అంతటిపై నియంత్రణ సాధించాడు.

మాల్వా నుండి తనకు ముప్పు తప్పదని భావించిన ఢిల్లీ పాలకుడు బహలుల్‌ను ఢిల్లీకి ఆహ్వానించాడు. తన సైన్యాలతో ఢిల్లీ వెళ్ళిన బహలుల్ అక్కడే స్థిరపడిపోయాడు. ఎక్కువ సమయం వృధా చేయకుండా బహలుల్ సైన్యాలు ఢిల్లీని తమ నియంత్రణలోకి తీసుకున్నాయి. ఢిల్లీ పాలకుడు అజ్ఞాతవాసంలో చనిపోయిన తర్వాత 1451లో

బహలుల్ తనకు తాను పాలకుడిగా ప్రకటించుకున్నాడు. ఆ విధంగా సయీద్ వంశం పతనమైంది.

పదిహేనవ శతాబ్ది మధ్య దశకాల నుండి లోఢీలు ఎగువ గంగాలోయ, పంజాబ్‌లపై ఆధిపత్యం కొనసాగించారు. పూర్వపు ఢిల్లీ పాలకులందరూ తుర్కులైతే లోఢీలు ఆఫ్ఘనిస్తాన్‌కు చెందిన వారు కావడం విశేషం. ఢిల్లీ సుల్తానుల సైన్యంలో ఆఫ్ఘన్లు పెద్ద సంఖ్యలో పని చేసినప్పటికీ కేవలం కొద్ది మందినే ఉన్నత పదవుల్లో నియమించారు. ఈ కారణంగానే భక్తియార్ ఖల్జీ బీహార్, బెంగాల్‌లలో తన అదృష్టాన్ని పరీక్షించుకోవలసి వచ్చింది. ఉత్తర భారతంలో ఆఫ్ఘన్ల ప్రాధాన్యత పెరుగుతుండడానికి సూచిక మాల్వాలో వారి పాలనే. దక్షిణంలో బహమనీ రాజ్యంలో వారు ఉన్నత పదవులను అనుభవించారు.

తన శక్తిసామర్థ్యాలను షర్కీ పాలకులను ఎదుర్కోవడానికే బహలుల్ లోఢీ వెచ్చించాడు. అయితే తన పరిస్థితి బలహీనంగా ఉందని గ్రహించిన లోఢీ రోహ్‌కు చెందిన ఆఫ్ఘన్లను భారత్‌కు రావలసిందిగా రాయబారం పంపాడు. ఢిల్లీ వస్తే వారి ఆర్థిక సమస్యలను పరిష్కరించడంతోపాటు అధికారంలో భాగస్వామ్యం కల్పిస్తానని హామీ ఇచ్చాడు. ఆఫ్ఘన్ చరిత్రకారుడు అబ్బాస్ సర్వానీ ఇలా రాశాడు : "లోఢీ నుండి ఫర్మాన్లు అందగానే రోహ్‌కు చెందిన ఆఫ్ఘన్లు వెల్లువలా వచ్చి సుల్తాన్ బహలుల్ సేవలో చేరిపోయారు."

ఇది కొంచెం విపరీతమైన వర్ణనే అయినా ఆఫ్ఘన్ల రాకతో బహలుల్ షర్కీలను ఓడించగలిగాడు. భారత్‌లో ముస్లిం సమాజ స్వరూపంలో కూడా భారీ మార్పు చోటు చేసుకున్నాయి. అధిక సంఖ్యలో ఉన్న ఆఫ్ఘన్లు ముస్లిం సమాజంలో ఒక ప్రముఖమైన వర్గంగా ఎదిగారు. ఉత్తర, దక్షిణ భారత ప్రాంతాల్లో విస్తరించి ఎన్నో ఉన్నతమైన పదవులను చేపట్టారు. లోఢీ సుల్తాన్లలో ముఖ్యమైన వాడు సికందర్ లోఢీ (1489–1517). గుజరాత్‌కు చెందిన మహమూద్ బేగర్హా, మేవార్‌కు చెందిన రాణా సంఘాకు సమకాలీనుడైన సికందర్ ఢిల్లీ రాజ్యాన్ని ఆధిపత్య పోరుకు సమాయత్తం చేశాడు. గుజరాత్, మేవార్‌లతో తలపడేందుకు సిద్ధమయ్యాడు. సర్వస్వతంత్రంగా వ్యవహరించే ఆఫ్ఘన్ తెగలకు చెందిన సర్దార్లను అణచివేసేందుకు ప్రయత్నించాడు. ఆఫ్ఘన్ సర్దార్లు ఢిల్లీ సుల్తాన్లను అధినాయకులుగా పరిగణించి గౌరవించేవారు కాదు. సికందర్ రాచరికపు ఉత్తర్వు వెలువడగానే సర్దార్లందరూ పట్టణ శివార్లకు చేరుకొని దానిని అందుకోవలసి వచ్చేది. జాగీరు అనుభవించే వారు క్రమం తప్పకుండా జమా ఖర్చులు దాఖలు చేయాల్సి వచ్చేది. ధనాన్ని స్వాహా చేసేవారిని, అవినీతికి పాల్పడే వారిని సికందర్ కఠినంగా శిక్షించేవాడు. అయితే ఆఫ్ఘన్ తెగ నాయకులను

నియంత్రించే ప్రయత్నంలో లోడీ నామమాత్రపు విజయాన్ని సాధించగలిగాడు. తన మరణానికి ముందు బహలుల్ లోడీ ఢిల్లీ రాజ్యాన్ని కుమారులు, బంధువుల మధ్య పంచిపెట్టాడు. ఈ ఆచారాన్ని అరికట్టేందుకు సికందర్ గట్టిగా కృషి చేసినా, పాలకుడి వారసుల మధ్య రాజ్యాన్ని పంచడమనే సాంప్రదాయం ఆఫ్ఘన్లలో అలాగే కొనసాగింది.

తన రాజ్యంలో సమర్థవంతమైన పరిపాలనా వ్యవస్థను నెలకొల్పడంలో సికందర్ లోడీ సఫలమయ్యాడు. న్యాయరక్షణకు అధిక ప్రాధాన్యతనిచ్చాడు. రాజ్యంలోని ప్రధాన రహదారుల వెంబడి దోపిడీదారులు, గజదొంగల బెడద లేకుండా నివారించాడు. నిత్యావసర వస్తువుల ధరలను నియంత్రణలో ఉంచాడు. వ్యవసాయంపై సుల్తాన్‌కు ఎంతో ఆసక్తి ఉండేది. ఆహార ధాన్యాలపై రవాణా పన్నును ఎత్తివేశాడు. భూమి కొలతకు నూతన ప్రమాణాలను రూపొందించాడు. గాజీ సికందరీ అనే అడుగుల (గజ్) పద్ధతిని భూముల కొలతకు వినియోగించాడు. మొగల్ పాలకులు కూడా ఈ కొలతల పద్ధతినే అనుసరించారు. సికందర్ కాలంలో నిర్ణయించబడిన కౌలు ధరలు షేర్‌షా కాలంలో కౌలు ధరల జాబితాను రూపొందించడానికి ప్రామాణికంగా ఉపయోగపడ్డాయి. సికందర్ లోడీని సనాతనవాదిగా, చివరికి మతోన్మాదిగా కూడా పరిగణిస్తారు. షరియాకు వ్యతిరేకమైన చర్యలకు పాల్పడరాదని అతడు ముస్లింలకు కచ్చితమైన ఆదేశాలు జారీ చేశాడు. మహిళలు ప్రార్థనా మందిరాలను దర్శించడానికి, మతపరమైన ఊరేగింపుల్లో పాల్గొనడానికి అనుమతించబడేవారు కాదు. హిందువులపై జిజ్యాపన్నును మరలా పునరుద్ధరించాడు. హిందూ, ముస్లిం మతగ్రంథాలు రెండూ పవిత్రమైనవేనని పేర్కొన్న ఒక బ్రాహ్మణుడిని ఉరి తీయించాడు. నాగర్‌కోట్ లాంటి ప్రదేశాల్లో హిందూ దేవాలయాలను కూలగొట్టించాడు. యుద్ధ సమయాల్లోనే ఇలాంటి ఆకృత్యాలు ఎక్కువగా జరిగేవి.

పండితులు, సాహిత్యకారులు, మేధావులకు సికందర్ విరివిగా విరాళాలు ఇచ్చేవాడు. ఈ కారణంగా అతడి ఆస్థానానికి అరేబియా, ఇరాన్‌ల నుండి ఎంతో మంది విద్యావంతులు వచ్చేవారు. సుల్తాన్ కృషి మూలంగా ఎన్నో సంస్కృత గ్రంథాలు పార్సీలోకి అనువదించబడ్డాయి. అతడి హయాంలో ఎందరో హిందువులు పార్సీ భాషను అభ్యసించారు. పరిపాలనా వ్యవస్థలో కీలకమైన బాధ్యతలు చేపట్టారు.

ఆ విధంగా హిందూ-ముస్లింల మధ్య సాహిత్య, పరిపాలనా రంగాల్లో ఏకీకరణ ప్రక్రియ మొదలైంది. ఢోల్‌పూర్, గ్వాలియర్‌లను స్వాధీనం చేసుకోవడం ద్వారా సికందర్ లోడీ తన రాజ్యాన్ని విస్తరించాడు. ఈ దండయాత్రల సమయంలో జాగ్రత్తగా అధ్యయనం చేసి ఆగ్రా నగర నిర్మాణానికి (1506) ఒక అనువైన స్థలాన్ని ఎంపిక చేసుకున్నాడు. ఈశాన్య రాజస్థాన్, గుజరాత్-మాల్వాలకు వెళ్ళే రహదారిని

నియంత్రించేందుకే ఆగ్రా పట్టణాన్ని నిర్మించాడు. కాలక్రమేణా ఆగ్రా విస్తరించి పెద్ద పట్టణంగా అవతరించింది. లోఢీ పాలకులకు రెండవ రాజధానిగా మారింది.

నాగోర్ ఖాన్‌ను తన రక్షణలో తీసుకోవడం ద్వారా, మాల్వా నుండి ఢిల్లీకి తన సాన్నిహిత్యాన్ని రణథంబోర్ మార్చుకొనేలా చేయడం ద్వారా ఈశాన్య రాజస్థాన్, మాల్వాలపై తనకున్న ఆసక్తిని సికిందర్ ప్రదర్శించాడు. అతడి వారసుడు ఇబ్రహీం లోఢీ మేవార్‌ను స్వాధీనం చేసుకోవాలని ప్రయత్నించి విఫలమైన సంగతి తెలిసిందే. మాల్వాలో పెరిగిపోతున్న రాణా జోక్యం, ఆగ్రా, బయానా వరకు అతడి ప్రాబల్యం విస్తరించడం మేవార్, ఢిల్లీల మధ్య సంఘర్షణకు దారి తీసింది. బాబర్ జోక్యం చేసుకోకపోయి ఉన్నట్లయితే ఈ సంఘర్షణ ఎలాంటి పరిణామాలకు దారి తీసేదో చెప్పడం కష్టం.

కాశ్మీర్ రాజ్యం గురించి ప్రస్తావించందే ఉత్తర భారత చరిత్ర (15వ శతాబ్ది) సంపూర్ణం కాదు. సుందరమైన కాశ్మీరు లోయ చాలా కాలంపాటు విదేశీయులకు అంతరాని ప్రాంతంగా ఉండేది. అల్‌బరౌని ప్రకారం స్థానిక పాలకులతో పరిచయం లేనిదే హిందువులను కూడా రాజ్యంలోకి అడుగుపెట్టనిచ్చేవారు కాదు. ఈ కాలంలో కాశ్మీర్ గొప్ప శైవ కేంద్రంగా విలసిల్లింది. అయితే 14వ శతాబ్ది మధ్య నాటికి హిందూ పాలన అంతమవడంతో ఈ పరిస్థితి పూర్తిగా మారిపోయింది. 1320లో కాశ్మీరుపై మంగోలు నాయకుడు దలూచా జరిపిన భీకరమైన దాడి అందుకు నాంది పలికింది. ఆడ, మగ తేడా లేకుండా పెద్ద సంఖ్యలో ప్రజలను ఊచకోత కోసి మిగతా వారిని మధ్యాసియాకు బానిసలుగా అమ్మేశారని చెబుతారు. పట్టణాలు, గ్రామాలు దోపిడికి గురయ్యాయి, చాలా ప్రాంతాలు అగ్నికి ఆహుతయ్యాయి. కాశ్మీరు ప్రభుత్వం ఈ కిరాతక చర్యలను అడ్డుకోవడంలో ఘోరంగా విఫలమై ప్రజాభిమానాన్ని, సానుభూతిని కోల్పోయింది.

మంగోలు దాడి తర్వాత వందేళ్ళకు జైనుల్ అబిదిన్ కాశ్మీర్ పీఠాన్ని అధిష్ఠించాడు. కాశ్మీరు చక్రవర్తుల్లో ప్రముఖునిగా కీర్తి గడించాడు. అతడి పాలనలో కాశ్మీరు సమాజం సమూలంగా మారిపోయింది. బారాముల్లా మార్గం ద్వారా కాశ్మీరు లోయకు మధ్య ఆసియా ప్రాంతం నుండి పెద్ద సంఖ్యలో ముస్లిం మతగురువులు, మతబోధకులు తరలివచ్చారు. సూఫీ బోధకులు కూడా తమ స్థానాన్ని పదిలం చేసుకున్నారు. ఇస్లాం, హిందూ మతాల్లోని సారాలను మేళవించి వారు చేసిన బోధనలు అన్ని వర్గాల ప్రజలను ఆకట్టుకునేవి. వారి బోధనలు, రాజ్య పాలకుల నుండి ఒత్తిడి కారణంగా బడుగువర్గాలకు చెందిన హిందువులు ఇస్లాం మతాన్ని స్వీకరించారు. మతమార్పిడి ప్రక్రియను త్వరగా పూర్తి చేయాలన్న పట్టుదలతో పాలకులు

బ్రాహ్మణులను నిర్మూలించడం మొదలుపెట్టారు. ముఖ్యంగా సికందర్ షా (1389 1413) హయాంలో హిందువులను వేధించే కార్యక్రమం ఎక్కువైంది. బ్రాహ్మణులు, విద్యావంతులైన హిందువులందరూ ఇస్లాం మతాన్ని స్వీకరించాలని, లేదంటే కాశ్మీరు లోయను విడిచి వెళ్ళాలని అతడు ఆదేశాలు జారీ చేశాడు. వారి దేవాలయాలను నేలమట్టం చేసి బంగారు, వెండి విగ్రహాలను కరిగించి నాణేలుగా మలచాలని నిర్ణయించాడు. ఈ ఆజ్ఞలు సికంద్ షా ఆస్థానంలోని సూహాభట్ అనే మంత్రి ప్రోద్బలంతో విడుదలయ్యాయని చెబుతారు. మతాన్ని మార్చుకున్న భట్ తన పూర్వపు మతస్తులను క్రూరంగా వేధించాలని కంకణం కట్టుకున్నాడు.

అయితే జైనుల్ అబిదిన్ అధికారంలోకి వచ్చిన తర్వాత ఈ పరిస్థితిలో మార్పు వచ్చింది. 1420 నుండి 1470 వరకు పాలించిన జైనుల్ పై ఆజ్ఞలన్నింటినీ రద్దు చేయించాడు. కాశ్మీరు లోయ వదిలి పారిపోయిన హిందువులందరినీ తిరిగి రప్పించాడు. మరలా హిందూ మతాన్ని స్వీకరించాలని భావిస్తున్న వారికి, ప్రాణభయంతో ముస్లింలుగా నటిస్తున్న వారికి పూర్తి స్వేచ్ఛనిచ్చి తమకు ఇష్టమైన ధర్మాన్ని పాటించవచ్చని స్పష్టం చేశాడు. గ్రంథాలయాలను, హిందూ సంస్థలకు విరాళాలను పునరుద్ధరించాడు. దేవాలయాలను పునఃనిర్మించాడు. ఆ తర్వాత వందేళ్ళకు కాశ్మీరులో 150 దేవాలయాలు ఉండేవి. బహుశా వాటిలో ఎక్కువ దేవాలయాలు జైనుల్ అబిదిన్ హయాంలోనే పునరుద్ధరించబడి ఉంటాయి.

అన్ని రంగాల్లో పరమత సహనమనే విశాలమైన ఉదారవాద విధానాన్ని అనుసరించాడు జైనుల్ అబిదిన్. గోహత్య, జిజ్యాలను నిషేధించాడు. హిందూ మత విశ్వాసాలను గౌరవించాడు. అందులో భాగంగా సతీసహగమనంపై ఉన్న నిషేధాన్ని ఎత్తివేశాడు. జైనుల్ ప్రభుత్వంలో ఎందరో హిందువులు ఉన్నత పదవులను అధిరోహించారు. న్యాయ శాఖ మంత్రిగా, ఆస్థాన వైద్యునిగా శ్రేయ భట్ ఉండేవాడు. జైనుల్ మొదటి ఇద్దరు రాణులు హిందువులే. వారు జమ్మూ రాజు కుమార్తెలు. వారి ద్వారా అతడికి నలుగురు కుమారులు కలిగారు. ఆ ఇద్దరు రాణులు మరణించిన తర్వాత మూడవసారి వివాహం చేసుకున్నాడు.

సుల్తాను స్వయంగా విద్యాధికుడు. కవిత్వం రాసేవాడు. పార్సీ, కాశ్మీరీ, సంస్కృత, టిబెట్ భాషల్లో అతడికి మంచి ప్రావీణ్యం ఉండేది. పార్సీ, సంస్కృత పండితులను పోషించేవాడు. అతడి ప్రోద్బలంతోనే మహాభారతం లాంటి సంస్కృత మహాకావ్యాలు, కల్హణుడు రచించిన రాజతరంగిణి పార్సీలోకి అనువదించబడ్డాయి. రాజ తరంగిణిని అప్పటి పాలన వరకు సంభవించిన పరిణామాలతో పరిపూర్ణం చేసి పార్సీలో అనువదించారు. సుల్తాను సంగీత ప్రియుడు కూడా. ఈ విషయం

తెలుసుకొని గ్వాలియర్ రాజు కాశ్మీర్ ఆస్థానానికి సంగీతంపై రచించబడిన రెండు సంస్కృత కావ్యాలను పంపించాడు.

కాశ్మీరును ఆర్థికంగా అభివృద్ధి పరిచేందుకు జైనుల్ కృషి చేశాడు. పేపరు-తయారీ, బైండింగ్ కళలను నేర్చుకోవడానికి తన రాజ్యం నుండి ఇద్దరు వ్యక్తులను సమర్‌ఖండ్ పంపించాడు. హస్తకళలను ప్రోత్సహించాడు. రాతిని మలచడం, బండచప్పుడును నునుపుగా తీర్చిదిద్దడం, సీసాల తయారీ, బంగారం చిత్తడి పనులను అభివృద్ధి పరిచాడు. తివాచీల తయారీని అన్ని విధాలా ప్రోత్సహించాడు. తివాచీ పరిశ్రమకు కాశ్మీరు పెట్టింది పేరుగా ఖ్యాతి గడించింది. మస్కత్ తయారీ, టపాసుల తయారీలో కూడా కాశ్మీరు అగ్రభాగాన ఉండేది. జలాశయాలు, కాలువలు, వంతెనలు నిర్మించడం ద్వారా వ్యవసాయాభివృద్ధికి జైనుల్ అబిదిన్ ఎంతో దోహదపడ్డాడు. సుల్తాన్ గొప్ప నిర్మాణ దక్షత కలవాడు. వుల్లర్ సరస్సులోని జైన లంక అద్భుతమైన సాంకేతిక నైపుణ్యానికి మచ్చుతునక. ఆ దీవిపై అతడు తన రాజమందిరాన్ని, ఒక పెద్ద మసీదును నిర్మించాడు. నేటికి కూడా కాశ్మీరు ప్రజలు జైనుల్ అబిదిన్‌ను బుద్ షా (గొప్ప పాలకుడు) అని పిలుస్తారు. అతడు పోరాట వీరుడు కాకపోయినా లడఖ్‌ను మంగోలుల దాడి నుండి రక్షించడమే కాకుండా బల్తిస్తాన్ (తిబ్బత్-ఎ-ఖుర్ద్) ప్రాంతాన్ని స్వాధీనం చేసుకున్నాడు. జమ్మూ, రజౌరీలపై ఆధిపత్యం వహించాడు. ఆ విధంగా అతడు కాశ్మీరును సంఘటిత రాజ్యంగా తీర్చిదిద్దాడు.

జైనుల్ అబిదిన్ ఖ్యాతి నలువైపులా పాకింది. ఆసియాలోని వివిధ ప్రాంతాల పాలకులతో, భారత్ పాలకులతో అతడికి దౌత్యపరమైన సంబంధాలు ఉండేవి.

15వ శతాబ్ది పరిణామాలను విశ్లేషిస్తే కేవలం అధికార సమతుల్యం ద్వారా శాంతి, సుస్థిరత సాధ్యపడవని స్పష్టమవుతుంది. అయితే ప్రాంతీయ రాజ్యాలు సాంస్కృతిక రంగానికి ఎంతో చేయూతనిచ్చాయి. ఈ రాజ్యాల్లో ప్రత్యేకమైన నిర్మాణ శైలి అభివృద్ధి చెందింది. స్థానిక నైపుణ్యం, ఆచారాల ఆధారంగా కట్టడాలు నిర్మితమయ్యాయి. ప్రాంతీయ భాషలను పాలకులు పోషించారు. మొత్తమ్మీద, ఈ రాజ్యాల్లో ఉదారవాద, సాంస్కృతిక సమ్మేళన శక్తులు చురుకుగా ఉండేవి. కొంత మంది పాలకులు అన్ని రంగాల్లో అక్బర్‌ను అనుకరించారు.

ఔ

ఢిల్లీ సుల్తానుల రాజ్యం
14వ శతాబ్దం తొలియార్థంలో
KM 0 100 200 KM
మహమ్మద్ తుగ్లక్ హయాంలో సుల్తానుల రాజ్యం శిఖర స్థాయికి విస్తరించింది
శ్రీనగర్
కాశ్మీరు
ముల్తాన్
సమన
ఢిల్లీ
గంగా లోయ
బదౌన్
అవధ్
కారా
భాయిన్
చిత్తోర్
చందేరి
పాటన్
మాల్వా
ధార్
గుజరాత్
బీహార్
బెంగాల్
దౌలతాబాద్ లేదా దేవగిరి
గోదావరి నది
వరంగల్
బంగాళా ఖాతం
అరేబియా సముద్రం
కంపిల
ద్వారసముద్ర
మాబర్
మదురై

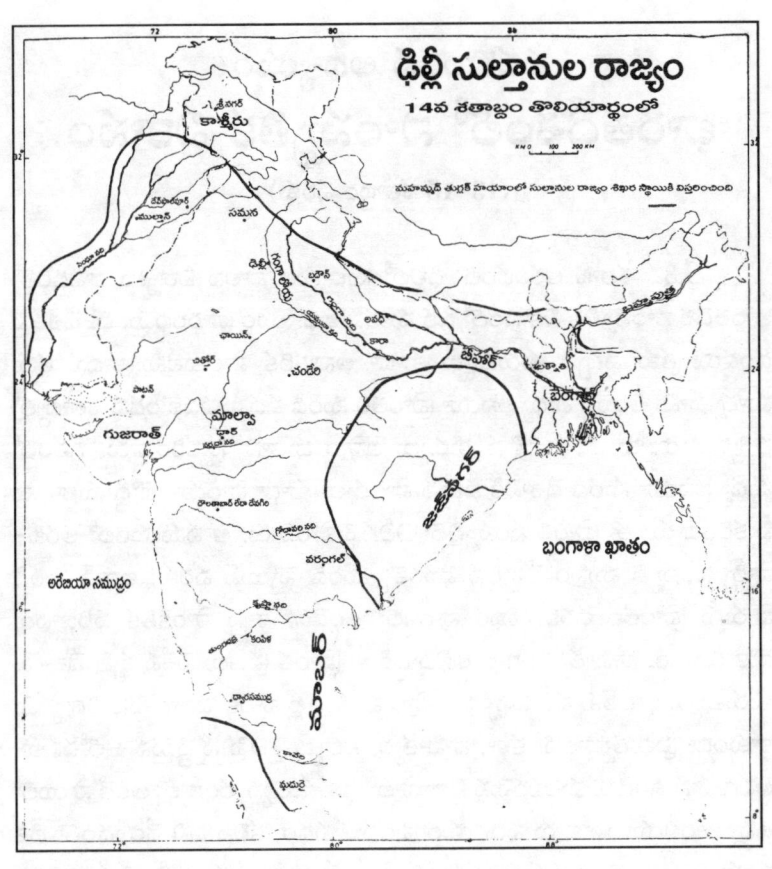

పదకొండవ అధ్యాయం

భారతదేశంలో సాంస్కృతిక వికాసం

(13-15 శతాబ్దం వరకు)

13వ శతాబ్ది ఆరంభంలో ఢిల్లీలో సుల్తానుల పాలన ఏర్పాటు కావడంతో భారతదేశ సాంస్కృతిక వికాసంలో ఒక నూతన అధ్యాయం ప్రారంభమైంది. దేశంపై దండయాత్రకు వచ్చిన తురుష్కులు కూడా అనాగరిక పాలకులేమీ కాదు. తమ మాతృభూమి అయిన మధ్య ఆసియా ప్రాంతం నుండి పదవ, పదకొండవ శతాబ్దాల్లో పశ్చిమాసియాకు తరలి వెళ్ళిన తుర్కులు ఇస్లాం మతాన్ని స్వీకరించారు. గతంలో మధ్య ఆసియా నుండి దేశానికి వచ్చిన పాలకులు కూడా హిందూ, బౌద్ధ మతాలను స్వీకరించారు. ఈ ప్రాంత సంస్కృతితో విలీనమైపోయారు. ఆ సమయంలో అరబ్-పార్సీ సంస్కృతి ముస్లిం దేశాలైన మొరక్కో నుండి స్పెయిన్ వరకు, ఇరాన్ నుండి పొరుగు ప్రాంతం వరకు శిఖర స్థాయిలో ఉండేది. శాస్త్ర సాంకేతిక పరిజ్ఞానం, నౌకాయానం, సాహిత్య రంగాల అభివృద్ధికి ఆ ప్రాంత ప్రజలు విశేష కృషి చేశారు. తురుష్కులు భారత్‌కు వచ్చినప్పుడు ఇస్లాం మతంపట్ల వారికి ప్రగాఢమైన విశ్వాసమే కాకుండా ప్రభుత్వపాలన, కళా, సాహిత్యం, నిర్మాణ శైలిపై స్పష్టమైన ఆలోచనలు, అవగాహన ఉండేవి. మతపరమైన విశ్వాసాలు, పైన పేర్కొన్న రంగాల్లో అంతే స్థాయిలో ఉన్న భారతీయులతోవారు పరిచయం పెంచుకోవడం, కలిసి పని చేయడంతో దేశ సంస్కృతి మరింత బలపడుతూ వచ్చింది. అయితే ఈ ప్రక్రియ సుదీర్ఘమైనది. ఎన్నో ఉత్థాన పతనాలతో ముందుకు సాగింది. పరస్పర అవగాహనలేమి, బద్ధవైరానికి ఎప్పుడూ అవకాశముండేది. ఇరువర్గాలకు నిశ్చితమైన, బలమైన అభిప్రాయాలు ఉండడంవల్లే ఘర్షణకు ఎక్కువ ఆస్కారం ఉండేది. అన్నింటికంటే ముఖ్యమైనది పరస్పర అవగాహన ప్రక్రియ. ఆ దిశలో చర్యలు తీసుకోవడంతో కళా, సాహిత్యం,

సంగీతం, నిర్మాణం, ఆహార వ్యవహారాలు, మత విశ్వాసాలు, పూజలు-పురస్కారాలు, శాస్త్ర సాంకేతిక రంగాల్లో సమ్మేళనం వచ్చింది. అయితే ఇరువర్గాల్లోనూ సనాతనవాదులు, అరాచక శక్తులు బలంగా నాటుకుపోయి ఉండేవి. ఫలితంగా, ఈ సాంస్కృతిక సమ్మేళన ప్రక్రియ ఒక ప్రాంతం నుండి మరో ప్రాంతంలో, ఒక రంగం నుండి మరో రంగంలో ఎన్నో ఆటంకాలను అధిగమించాల్సి వచ్చింది.

ఢిల్లీలోని కుతుబ్ మీనార్

నిర్మాణశైలి :

కొత్త పాలకులకు మౌలికంగా అవసరమైనవి నివాస గృహాలు, ప్రార్థన మందిరాలు. తొలుత దేవాలయాలు, ఇతర కట్టడాలను మసీదులుగా మార్చివేశారు. ఇందుకు ఉదారహరణ : ఢిల్లీలో కుతుబ్ మినార్ సమీపంలోని కువ్వత్-ఉల్-ఇస్లాం మసీదు, అజ్మీరులో అర్హాయ్ దీన్ కా ఝోంప్రా. కువ్వత్-ఉల్-ఇస్లాం మసీదు పూర్వం జైన మందిరంగా ఉండేది. తర్వాత దానిని విష్ణు మందిరంగా మార్చారు. అజ్మీరులోని కట్టడం బౌద్ధ ఆరామంగా ఉండేది. ఢిల్లీలో కొత్తగా నిర్మించింది ఏమైనా ఉందంటే గర్భగుడిని కూలదోసి, ప్రాంగణం చుట్టూ మూడు ఎత్తయిన ఆర్చీలను ఏర్పాటు చేయడమే. ఆర్చీల నిర్మాణానికి అనుసరించిన శైలి ఆసక్తికరంగా ఉంది. తొలిసారిగా వాటిపై మానవులు లేదా జంతువుల శిల్పాలను చెక్కలేదు. అలా చేయడం ఇస్లాం మత సూత్రాలకు విరుద్ధం. అయితే వాటి స్థానంలో పూల నక్కాషి, ఖురాన్ బోధనలను చెక్కారు. వాటిని కళాత్మకంగా తీర్చిదిద్దారు. అనతి కాలంలోనే తురుష్కులు సొంత భవనాలను నిర్మించడం మొదలు పెట్టారు. అందుకోసం స్థానిక చేతివృత్తుల వారిని, నిర్మాణ కార్మికులను వినియోగించారు. నిర్మాణ, కళానైపుణ్యానికి స్థానికులు పేరుగాంచారు. తర్వాత పశ్చిమాసియా నుండి కొందరు నిర్మాణ పర్యవేక్షకులు వచ్చారు. తమ కట్టడాల్లో తురుష్కులు ఆర్చీలు, గోపురాలను పెద్ద ఎత్తున ఉపయోగించారు.

అయితే ఆర్చీ కాని గోపురం కాని ముస్లిం అన్వేషణ కాదు. బైజాంటీన్ సామ్రాజ్యం ద్వారా రోమ్ నుండి అరబ్బులు వాటిని తీసుకున్నారు. వాటిని మరింత అభివృద్ధి పరిచి తమదైన నిర్మాణ ముద్రవేశారు. ఆర్చీలు, గోపురాల వినియోగంవల్ల ఎన్నో ప్రయోజనాలు ఉండేవి. గోపురంవల్ల మనోహరమైన ఆకాశదృశ్యం ఏర్పడేది. నిర్మాణ సారథులు అనుభవం, విశ్వాసం పెంచుకునే కొద్దీ గోపురాలు మరింత ఎత్తులో నిర్మితమయ్యాయి. చదరంగా ఉండే కట్టడాలపై గుండ్రటి గోపురాన్ని ఏర్పాటు చేయడానికి ఎన్నో ప్రయోగాలు చేశారు. గోపురాన్ని మరింత ఎత్తులో నిర్మించడానికి కృషి చేశారు. ఆ విధంగా ఎన్నో ఎత్తయిన, విశాలమైన భవంతులను నిర్మించారు. ఆర్చీలు, గోపురాల వాడకంవల్ల వందల కొద్ది స్తంభాలను నిర్మించాల్సిన అవసరం లేకుండా పోయింది. విశాలమైన మందిరాలను దృష్టికి ఆటంకం కలగకుండా నిర్మించడానికి వీలుపడింది. అలాంటి సమావేశ మందిరాలు మసీదుల్లోనూ, రాజ ప్రసాదాల్లోనూ అవసరం. అయితే ఆర్చీలు, గోపురాల నిర్మాణానికి దృఢమైన సిమెంటు తప్పనిసరి. లేకుంటే భారీ రాళ్ళను ఒక చోట సమకూర్చడం కష్టం. కట్టడాల నిర్మాణంలో తురుష్కులు నాణ్యమైన సన్నటి గచ్చిని వాడేవారు. తురుష్కుల రాకతో అలా ఉత్తర భారతంలో నాణ్యమైన నిర్మాణ సామాగ్రి అందరికీ అందుబాటులో వచ్చింది.

ఆర్చీ-గోపుర నిర్మాణ పద్ధతి భారతీయులకు ముందే తెలిసినా దానిని ఎక్కువగా ఆచరణలో పెట్టలేదు. నిర్మించింది కొద్ది కట్టడాలే అయినా వాటి నిర్మాణంలో సరైన సాంకేతిక నైపుణ్యాన్ని నామమాత్రంగా వాడారు. సాధారణంగా భారతీయులు కట్టడాల నిర్మాణంలో రాళ్ళను పెద్దఎత్తున వినియోగించేవారు. రాళ్ళను ఒకదానిపై ఒకటి పేర్చుకుంటూ పోయి సందులు ఏర్పడిన చోట మట్టికాని చిన్న రాళ్ళను కాని అమర్చేవారు. పై కప్పుకు సహాయంగా కింది భాగంలో బీములు ఏర్పాటు చేసేవారు. తురుష్క పాలకులు ఆర్చీ-గోపురం పద్ధతిని, భారతీయ నిర్మాణ పద్ధతి రెండింటిని తమ కట్టడాలలో వినియోగించారు. అలంకరణ విషయానికి వస్తే తురుష్కులు మానవులు, జంతువుల ఆకారాలను పూర్తిగా నిషేధించారు. వాటికి బదులుగా త్రికోణాకారాలు, పూల డిజైన్లు, వాటికి అనుబంధంగా ఖురాన్ పలుకులను చెక్కేవారు. అరబిక్ లిపి ఆ విధంగా ఒక కళారూపాన్ని సంతరించుకుంది. వీటి సమ్మేళనాన్ని అరబేస్కు అనే వారు. గంట, ఆకులు, స్వస్తిక్, కమలం లాంటి హిందూ చిహ్నాలను తురుష్కులు విరివిగా వాడుకున్నారు. భారతీయుల వలే తుర్కులు కూడా అలంకరణ విషయంలో శ్రద్ధ చూపేవారు. రాళ్ళను చెక్కే కార్మికుల నైపుణ్యాన్ని తురుష్కులు పూర్తిగా వినియోగించుకున్నారు. ఇల్తుమిష్ సమాధి (కుతుబ్ మినార్ సమీపంలో)

చుట్టూ లేపిన గోడలను ఎంతో నైపుణ్యంతో అమర్చారు. గోడల్లో చిన్న సందు కూడా కనిపించదు. ఎర్రటి ఇసుకరాయిని వినియోగించడం ద్వారా తుర్కులు తమ కట్టడాలకు రంగులు కూడా అద్దారు. పాలరాతిని కూడా ఎక్కువగా వినియోగించారు.

13వ శతాబ్దంలో తురుష్కులు నిర్మించిన అద్భుతమైన కట్టడం కుతుబ్ మినార్. 71.4 మీటర్ల ఎత్తుగల ఈ ధ్వజస్తంభం తొలుత ఇల్తుమిష్ నిర్మించి సూఫీ గురువు కుతుబ్-ఉద్-దీన్ బఖ్తియార్ స్మృతికి చిహ్నంగా అర్పించాడు. ధ్వజస్తంభాల నిర్మాణం పశ్చిమాసియా, భారతదేశాలకు కొత్త కాకపోయినా కుతుబ్ మినార్ చాలా విధాలా ప్రత్యేకమైనది. నిర్మాణంలో అద్భుతమైన కళా నైపుణ్యంవల్ల కుతుబ్ మినార్‌కు ఎనలేని ఆకర్షణ వచ్చింది. గూళ్ళ నిర్మాణం ప్రధాన స్తంభంతో అన్వయించిన తీరు, ఎర్ర తెల్లటి ఇసుక రాళ్ళ వినియోగం, పై భాగంలో పాలరాతితో అలంకరణ, అన్నింటి కంటే మించి కట్టడానికి ఉన్న అలల ఆకారం కుతుబ్ మినార్‌ను ప్రత్యేకంగా నిలుపుతాయి. ఖిల్జీ హయాంలో నిర్మాణ ప్రక్రియ పుంజుకుంది. అల్లావుద్దీన్ తన రాజధానిని సిరిలో నిర్మించాడు. కుతుబ్‌కు కొన్ని మైళ్ళ దూరంలో సిరి ఉండేది. దురదృష్టవశాత్తు ఈ నగరానికి సంబంధించి ఆనవాళ్ళు ఏవీ లభించలేదు. కుతుబ్ కంటే రెండింతల ఎత్తుగల ధ్వజస్తంభాన్ని నిర్మించాలని అల్లావుద్దీన్ యోచించాడు. అయితే తన కల సాకారమయ్యేలోపే అతడు మరణించాడు. కాని కుతుబ్‌కు ఒక ముఖద్వారాన్ని ఏర్పాటు చేయగలిగాడు. ఈ ద్వారాన్ని అలాయ్ దర్వాజా అని పిలిచేవారు. ఎత్తయిన ఆర్చీలతో ఆ ద్వారం వైభవంగా ఉండేది. దానిపై ఒక విశాలమైన గోపురం కూడా ఉండేది. తొలిసారిగా సాంకేతికపరమైన విలువలతో ఆ కట్టడాన్ని నిర్మించారు. ఆ కాలానికి ఆర్చీలు, గోపురాల నిర్మాణంలో భారతీయ హస్త కళాకారులు సాంకేతికపరమైన నైపుణ్యాన్ని సాధించారు. తుగ్లక్ పాలనలో కూడా ఎన్నో కట్టడాలు వెలిసాయి. అప్పుడు ఢిల్లీ సుల్తాను రాజ్యం శిఖర స్థాయికి చేరుకొని ఉంది. అలాగే కూలిపోవడానికి సిద్ధంగా ఉండేది. గియాసుద్దీన్, మహ్మద్ తుగ్లక్‌లు తుగ్లకాబాద్ అనే భారీ రాజభవంతి - కోటల సముదాయాన్ని నిర్మించారు. యమునా నది ప్రవాహానికి అడ్డుకట్ట వేసి ఒక కాలువను తుగ్లకాబాద్ చుట్టూ ఏర్పాటు చేశారు. గియాసుద్దీన్ సమాధి నిర్మాణ శైలిలో ఒక మరపురాని మలుపు. ఎత్తయిన వేదికపై నిర్మించబడిన ఆ సమాధిపై పాలరాతి గోపురాన్ని ఏర్పాటు చేయడంవల్ల ఆ కట్టడానికి ఎనలేని అందం వచ్చింది. చూపరులను బాగా ఆకట్టుకుంది.

జాలువారే గోడలు తుగ్లక్‌ల నిర్మాణ శైలిలో ప్రత్యేక ఆకర్షణగా ఉండేవి. అలాంటి గోడల వల్ల కట్టడానికి బలం చేకూరేది. అయితే ఫిరోజ్ తుగ్లక్ నిర్మించిన కట్టడాల్లో ఇలాంటి గోడలు ఎక్కడా కనిపించలేదు. తుగ్లక్ నిర్మాణ శైలిలో మరో

ముఖ్యమైన లక్షణం ఆర్చీ - పై కప్పు - బీములతో కూడిన కట్టడాల నిర్మాణం. ఫిరోజ్ ఇదే పద్ధతిని అనుసరించాడు. విహార విడిద్ది అయిన హౌజ్‌ఖాజ్‌లో ఒక అంతస్తును విడచి మరో అంతస్తుకు ఆర్చీలను ఏర్పాటు చేశారు. వాటిలో కిటికీలు, బీములు అమర్చారు. కట్టడం చుట్టూ ఒక పెద్ద సరస్సు ఉండేది. కోట్ల బురుజులో కూడా ఇలాంటి నిర్మాణశైలే కనిపిస్తుంది. ఖరీదైన ఇసుక రాళ్ళకు బదులు విస్తారంగా చవకగా లభించే రాళ్ళనే తుగ్లక్‌లు వాడేవారు. నల్లని రాళ్ళపై కళారూపాలు చెక్కడం కష్టం. అందుకే వారి భవంతులపై పరిమిత స్థాయిలోనే అలంకరణ ఉండేది. కానీ వారు ఎక్కువగా వినియోగించిన అలంకార చిహ్నం మాత్రం కమలం.

ఈ కాలంలో ఎన్నో అందమైన మసీదులను కూడా నిర్మించారు. వాటి గురించి ఇక్కడ వివరించడం సాధ్యం కాదు. అయితే ఇక్కడ గమనించాల్సిన విషయమేమిటంటే ఆ సమయానికి భారతదేశంలో ఒక స్వతంత్రమైన నిర్మాణ శైలి అభివృద్ధి చెందింది. తురుష్కులు తమతోపాటు తీసుకొచ్చిన పరికరాలతోపాటు స్థానికంగా ఉన్న నైపుణ్యాన్ని కలబోసి ఈ నూతన నిర్మాణ శైలిని ప్రవేశపెట్టారు.. లోఢీలు ఈ ఆచారాన్ని మరింత అభివృద్ధి పరిచారు. ఆర్చీలు, కిటికీలు రెండింటిని వారు తమ కట్టడాల్లో వినియోగించారు. బాల్కనీ, గుడారాలు, రాజస్థానీ - గుజరాతీ శైలిలో ఉండే ఆకులను కూడా ఉపయోగించారు. ఎత్తయిన వేదికలపై కట్టడాలు నిర్మించడంవల్ల వాటికి అందం, వైభోగం రెండూ కలిసి వస్తాయి. లోఢీలు అదే పద్ధతిని అనుసరించారు. కొన్ని చోట్ల విజయ స్తంభాలను ఉద్యానవనాల మధ్యలో ఏర్పాటు చేశారు. ఢిల్లీలోని లోఢీ గార్డెన్ (ఉద్యానవనం) ఇందుకో ఉదాహరణ. కొన్ని సమాధులు అష్టమాకారంలో ఉండేవి. ఇలాంటి నిర్మాణ లక్షణాలు చాలా వాటిని తర్వాత వచ్చిన మొగలులు వాడుకున్నారు. షా జహాన్ నిర్మించిన తాజ్‌మహల్‌లో ఈ అపూర్వ కలయిక కనిపిస్తుంది. ఢిల్లీలో సుల్తానుల రాజ్యం విచ్ఛిన్నమయ్యే సమయానికి దేశంలోని వివిధ ప్రాంతాల్లో స్వతంత్ర నిర్మాణశైలి అభివృద్ధి చెందింది. ప్రతి రాజ్యం భిన్నమైన శైలిని అవలంబించేది. అవి కూడా స్థానిక నైపుణ్యం, ఆచారాల ఆధారంగా నిర్మాణాలు చేపట్టేవి. బెంగాల్, గుజరాత్, మాల్వా, దక్కను ప్రాంతాల్లో అలా జరిగింది.

దేశంలోని అన్ని ప్రాంతాల్లో అలా నిర్మాణ కార్యక్రమాలు ముమ్మరంగా కొనసాగాయి. సొంత అభిరుచులు, నిర్మాణ కళతో పాలకులు విశాలమైన, వైభవోపేతమైన భవనాలు నిర్మించారు.

ఢిల్లీలో తుగ్లక్‌ల పాలన కింద (13, 14వ శతాబ్దాలు) అభివృద్ధి చెందిన నిర్మాణ కళను ప్రాంతీయ రాజ్యాలు సంస్కరించి మరింత ముందుకు తీసుకెళ్ళాయి.

మతపరమైన ఆలోచనలు - విశ్వాసాలు :

ఉత్తర భారతంలో తురుష్కులు తమ రాజ్యాన్ని స్థాపించినపుడు ఇస్లాం మతం భారతీయులకు పరిచితమే. సింధ్‌లో ఎనిమిదవ శతాబ్దంలో, పంజాబ్‌లో పదవ శతాబ్దంలో ఇస్లాం స్థాపించబడింది. అదే కాలంలో అరబ్బులు కేరళలో స్థిరపడ్డారు. సూఫీ సంతులు దేశంలోని వివిధ ప్రాంతాల్లో పర్యటిస్తూ మత బోధనలు చేశారు. అల్ బరౌనీ రచించిన కితాబ్-ఎ-హింద్ ద్వారా హిందూ మత ఆచారాలు, విశ్వాసాల గురించి పశ్చిమాసియా వాసులు తెలుసుకున్నారు. జాతక కథలు, నీతి కథలు, ఖగోళ శాస్త్రం, వైద్యంపై సంస్కృతంలో వెలువడిన పుస్తకాలు అరబిక్ భాషలోకి అనువదించబడ్డాయి.

భారతీయ సాధువులు పశ్చిమాసియాను సందర్శించారనడానికి ఎలాంటి ఆధారాలు లేవు. ఇస్లాం ఆలోచనలపై బౌద్ధ, వైదిక ప్రభావం ఏ మేరకు ఉండేదన్న విషయమై ఇప్పటికి కూడా పండితుల మధ్య చర్చ జరుగుతోంది. ఆఫ్ఘనిస్తాన్, మధ్య ఆసియాలోని కొన్ని ప్రాంతాలు, ముఖ్యంగా ప్రాచీన వాణిజ్య మార్గాల వెంబడి, బౌద్ధ ఆరామాలు, స్థూపాలు, బుద్ధుని విగ్రహాల శిథిలాలు లభించడం బట్టి చూస్తే ఆ రోజుల్లో ఆ ప్రాంతాల్లో బౌద్ధ మత ప్రభావం ఏ మేరకు ఉండేదో అర్థమవుతుంది. భారత తాత్విక ఆలోచనల ప్రభావం ఎంత విస్తారంగా ఉండేదో చెప్పడం కష్టమే అయినా ఇస్లాం తత్త్వశాస్త్రం అభివృద్ధి చెందుతున్న తొలి దశలో భారతీయ, గ్రీకు ఆలోచనలు దానిపై తీవ్రమైన ప్రభావం చూపాయని నిస్సందేహంగా చెప్పవచ్చు. ఈ ఆలోచనలు సూఫీ ఉద్యమానికి నేపథ్యంగా పని చేశాయి. 12వ శతాబ్దం తర్వాత భారతదేశంలో విస్తరించిన సూఫీ ఉద్యమం అటు ముస్లింలను, ఇటు హిందువులను అంతే స్థాయిలో ప్రభావితం చేసింది. ఇద్దరు మతస్తులను ఒకే వేదికపై తీసుకురాగలిగింది. అయితే కొన్ని హిందు మత ఆచారాలను, పద్ధతులను, యోగా తదితర వాటిని సూఫీలు తమ వ్యవస్థలో అంతర్భాగం చేసుకున్నప్పటికీ వారి మౌలిక సిద్ధాంత స్వరూపం మాత్రం ఇస్లాం మతానిదేనని చాలా మంది విద్వాంసులు భావిస్తారు.

సూఫీ ఉద్యమం :

విభిన్న కారణాలవల్ల పదవ శతాబ్దం ఇస్లాం చరిత్రలో మరపురానిదిగా మిగిలిపోయింది. ఈ కాలంలోనే అబ్బాసిద్ కాలిఫ్‌ల స్థానంలో తురుష్కులు ఎదిగారు. అలాగే ఆలోచనలు, నమ్మకాల్లో గణనీయమైన మార్పులు చోటు చేసుకున్నాయి. ఆలోచనల (సిద్ధాంతాలు) విషయానికి వస్తే ముతాజితా లేదా హేతువాద ధోరణికి

కాలం చెల్లింది. సనాతనవాద మతబోధనా సంస్థలు వెలుగులోకి వచ్చాయి. సూఫీ ఉద్యమం తెరపైకి వచ్చింది. ప్రజల్లో నాస్తికత్వాన్ని, గందరగోళాన్ని నింపుతున్నారని హేతువాదులను మత నాయకులు నిందించారు. దేవుడు, సృష్టి రెండూ ఒక్కటేనన్న ఏకధార తత్వం (హేతువాదులది) దేవుడికి, అతడు సృష్టించిన ప్రపంచానికి మధ్య ఎలాంటి భేదం చూపకపోవడం మహాపాపమని మతబోధకులు వాదించారు.

సాంప్రదాయవాదుల రచనలన్నీ ఇస్లాం మత చట్టానికి సంబంధించి నాలుగు వేర్వేరు ఆలోచనా పంథాలుగా రూపాంతరం చెందాయి. వాటిలో హనాఫీ ఆలోచనా పంథా చాలా ఉదారమైనది. తర్వాతి కాలంలో భారతదేశానికి వచ్చిన తుర్కులు హనాఫీ విధానాన్ని అనుసరించారు.

ఇస్లాంలో సూఫీలు (బాబాలు) ప్రాథమిక దశలోనే ఉద్భవించారు. వీరు అత్యంత భక్తి విశ్వాసాలుగలవారు. నైతిక విలువల పతనం, ధన వ్యామోహాన్ని నిరసించారు. ఈ కారణంగానే రాజ్యంతో ఎలాంటి సంబంధం పెట్టుకోకూడదని నిర్ణయించారు. ఈ సాంప్రదాయం తర్వాత కూడా చాలా కాలం పాటు కొనసాగింది. రాబియా (ఎనిమిదవ శతాబ్దం), మన్సూర్ బిన్ హల్లజ్ (10వ శతాబ్దం) లాంటి కొందరు తొలి సూఫీ గురువులు దేవునికి, భక్తునికి మధ్య అనుబంధాన్ని సృష్టించడానికి ప్రాధాన్యతనిచ్చేవారు. అయితే సూఫీల విశాలమైన దృక్పథం సనాతనవాదులకు ఎనలేని ఆగ్రహాన్ని తెప్పించింది. దైవ దూషణకు పాల్పడుతున్నాడన్న అభియోగంపై మన్సూర్‌ను వారు ఉరి తీయించారు. ఇలాంటి ఎదురుదెబ్బలు తగిలినా ముస్లిం ప్రజల్లో సూఫీ ఆలోచనలు విస్తరించసాగాయి.

సనాతన వాదులు, సూఫీలు ఎంతగానో ఆరాధించే అల్-గజాలి (1112) సూఫీ వాదాన్ని సనాతన ఇస్లాం బోధనలతో మమేకం చేయడానికి ప్రయత్నించాడు. అందులో చాలా వరకు సఫలమయ్యాడు. హేతువాద ధోరణులకు అడ్డుకట్ట వేశాడు. దేవుడు, అతడి లక్షణాల గురించి తీక్షణంగా పరిశోధిస్తే సరైన దృక్పథం, అవగాహన కలగవని, కేవలం దివ్యవాణి ద్వారానే అది సాధ్యమవుతుందని వాదించాడు. అందుకే ఖురాన్‌కు ఎనలేని ప్రాధాన్యత ఉందని బోధించాడు. ఈ కాలంలోనే సూఫీలు 12 బృందాలుగా విడిపోయారు. ఈ బృందాన్ని సిల్‌సిలా అని పిలిచేవారు. ఖాన్‌కాహ్‌లో తన శిష్యబృందంతో నివసిస్తూ సూఫీ గురువు మతబోధనలు చేసేవాడు. సాధారణంగా గురువును పీర్ అని, శిష్యుడిని మురీద్ అని పిలిచేవారు. పీర్-మురీద్ అనుబంధం సూఫీ వ్యవస్థలో కీలకమైనది. తన మరణానంతరం మత ప్రచారం కొనసాగించేందుకు ప్రతి పీర్ ఒక వలీని నియమించేవాడు.

సూఫీలు పాటించిన ఆరామాల పద్ధతి, పాప పరిహారం కోసం జపం,

ఉపవాసం, శ్వాస నియంత్రణ లాంటి ఆచారాలు బౌద్ధ, హిందూమతాల్లో ఎక్కువగా కనిపిస్తాయి. సూఫీలు ఈ రెండు మతాల ఆచారాలతో ప్రభావితమైనట్లు స్పష్టంగా బోధపడుతుంది. ఇస్లాం రాకకు ముందు మధ్య ఆసియాలో బౌద్ధ మతం విస్తృతంగా వ్యాపించి ఉండేది. సాత్వికుడైన బుద్ధుని గాధ ఇస్లామిక్ గాధగా మారిపోయింది. పశ్చిమాసియాలో యోగులు తరచూ పర్యటించేవారు. ఇస్లాం మతం వ్యాపించిన తర్వాత కూడా వారు ఆ ప్రాంతాన్ని దర్శించేవారు. అమృత్‌కుండ్ అనే సంస్కృత గ్రంథం పార్సీలోకి అనువదించబడింది. అందులో యోగులకు సంబంధించిన అన్ని అంశాలను పొందుపరిచారు. సూఫీలు దేశానికి రావడానికి ముందే హిందూ, బౌద్ధ, మత ఆచారా వ్యవహారాలను తమ వ్యవస్థలో అంతర్లీనం చేసుకున్నారు. అయితే బౌద్ధ, వైదిక తత్వ ఆలోచనలు సూఫీవాదాన్ని ఎంత మేరకు ప్రభావితం చేశాయన్న విషయం వివాదాస్పదమైనది. సిద్ధాంతాల పుట్టుపూర్వోత్తరాలను తవ్వితీయడం చాలా కష్టం. సూఫీ సంతులు, ఆధునిక ఆలోచకులు మాత్రం సూఫీ సూత్రాలు ఖురాన్ నుండే గ్రహించబడ్డాయని విస్పష్టంగా చెబుతున్నారు. ఆలోచనల వేదిక ఏదైనా సూఫీ, హిందూ యోగులు, దేవునితో వారి అనుబంధం, ఆచారాల స్వరూపం ఒకేలా స్ఫురిస్తాయి. ఈ కారణంగానే పరమత సహనం, పరస్పర అవగాహన సాధ్యమయ్యాయి. సూఫీవాదంలో మానవతా స్ఫూర్తిని పార్సీ కవి సనాయ్ ఈ కింది విధంగా ఉల్లేఖించాడు : "విశ్వాసం అపనమ్మకం రెండూ అతడి వైపే (దేవునివైపు) పరుగులు తీసుకున్నాయి. రెండూ కలిసి ముక్తకంఠంతో అంటున్నాయి : "అతడు ఒక్కడే, అతడి రాజ్యంలో ఎవరూ భాగస్వాములు కారు."

సూఫీవాదంలో రెండు పార్శ్వాలు ఉన్నాయి : ఒకటి బా-షరా, రెండవది బే-షరా. బా-షరా షరియా సూత్రాలను పాటిస్తుంది. కాని బేషరా షరియాకు కట్టుబడి పని చేయదు. పై రెండు రకాల సూఫీవాదం భారతదేశంలో విలసిల్లింది. బేషరా గురువులు ఎక్కువగా పర్యటించేవారు. వీరు ఒక నూతన శాఖను ఏర్పాటు చేయకున్నా కొందరు గురువులు మాత్రం హిందూ, ముస్లిం ప్రజలిద్దరితో పూజించబడ్డారు.

చిష్తీ - సుహార్‌వర్దీ సిల్‌సిలాలు :

బా-షరా ఉద్యమాల్లో రెండు మాత్రమే ఉత్తర భారతంలో తమ ప్రభావాన్ని విస్తరించుకోగలిగాయి. ముఖ్యంగా 13-14 శతాబ్దాల మధ్య అవి తమ పరిధిని పెంచుకున్నాయి. అవి చిష్తి ఉద్యమం, సుహార్‌వర్దీ సిల్‌సిలాలు. చిష్తి ఉద్యమాన్ని భారతదేశంలో స్థాపించిన వాడు ఖ్వాజా మొయినుద్దీన్ చిష్తి. 1192 మధ్యకాలంలో అతడు ఇక్కడికి వచ్చాడు. పృథ్వీరాజ్ చౌహాన్ మరణించిన కొద్ది కాలానికే అతడు

ఇక్కడికి వచ్చాడు. కొంత కాలం లాహోర్, ఢిల్లీలలో మకాం చేసిన తర్వాత తన స్థావరాన్ని అజ్మీర్‌కు మార్చుకున్నాడు. అప్పటికే అజ్మీర్ ప్రధానమైన రాజకీయ కేంద్రంగా ఉండేది. నగరంలో ముస్లింలు కూడా పెద్ద సంఖ్యలో ఉండేవారు. అయితే చిష్టీ కార్యకలాపాలపై నిర్దిష్టమైన రచనలు ఏవీలేవు. అతడు ఎలాంటి గ్రంథాన్ని రచించకపోయినా అతడి కీర్తి ప్రతిష్టలు గణనీయంగా పెరిగాయి. వారసుల పేరు అంతటా మార్మోగడంతో చిష్టీ గురించి ప్రజలు మరింత ఎక్కువగా తెలుసుకొని అతడిని దైవాంససంభూతుడిగా కొలవడం మొదలుపెట్టారు. షేక్ మొయినుద్దీన్ (1235) శిష్యుల్లో బఖ్తియార్ కాకి, ఫరీద్-ఉద్-దీన్ గంజ్-ఎ-షక్కర్ ప్రధానమైనవారు. ఫరీద్-ఉద్-దీన్ హంసి, అజోథన్ (నేటి హర్యానా, పంజాబ్‌లు)లకే తన కార్యకలాపాలను పరిమితం చేసుకున్నాడు. ఢిల్లీలో కూడా అతడిని బాగా గౌరవించేవారు. ఢిల్లీ సందర్శించినపుడల్లా అతడిని కలుసుకోవడానికి వేలాది మంది ప్రజలు తరలివచ్చేవారు. అతడి ఆలోచనా విధానం విస్తారమైనది. మానవతా విలువలను ప్రబోధించేవాడు. వాటిలో కొన్నింటిని సిక్కుల ఆది గ్రంథ్‌లో కూడా పేర్కొన్నారు.

అయితే చిష్టీ సాధువుల (గురువులు)లో ప్రముఖమైన వారు నిజాముద్దీన్ ఔలియా, లియా, నసీరుద్దీన్ చిరాగ్-ఎ-ఢిల్లీ. వీరు అన్ని వర్గాల ప్రజలతో అట్టే కలిసిపోయారు. హిందుమతానికి చెందిన నిమ్నకులాలతో కూడా కలిసి తిరిగేవారు. సాత్వికమైన జీవితం గడుపుతూ ప్రజలతో వారి మాతృభాష (హిందీ-హిందావి)లోనే సంభాషించేవారు. మత మార్పిడిపై వారికి ఎక్కువగా ఆసక్తి ఉండేది కాదు. అయితే మతం మారిన తర్వాత కొందరు హిందువులు తమ నిర్ణయం వెనుక చిష్టీల దీవెనలే కారణమని చెప్పారు. భక్తి సంగీతాన్ని ఒక సాధనంగా చేసుకున్న ఈ చిష్టీలు మరింత ప్రజాదరణ పొందారు. ఆ సంగీతాన్ని 'సమా' అనేవారు. సంగీతం ద్వారా దేవునికి దగ్గర కావడానికి తగిన వాతావరణాన్ని సృష్టించేవారు. అంతకుమించి వారు హిందీలోనే పాటలు రచించేవారు. ఆ విధంగా జన సామాన్యులకు మరింత దగ్గరయ్యారు. యోగాసనాలను నిజాముద్దీన్ ఔలియా ప్రోత్సహించేవాడు. శ్వాస నియంత్రణ ఆసనాల్లో అతడు మంచి ప్రావీణ్యం సంపాదించాడు. అందుకే అతడిని హిందూ యోగులు 'సిద్ధ్' లేదా 'పరిపూర్ణుడు' అని పిలిచేవారు.

14వ శతాబ్దం మధ్యకాలంలో నసీరుద్దీన్ మరణించిన తర్వాత ఢిల్లీలో చిష్టీలకు సమర్థుడైన నాయకుడు లేకుండా పోయాడు. ఈ కారణంగా చిష్టీ గురువులు చెల్లాచెదురైపోయారు. ఈశాన్య, దక్షిణ భారత ప్రాంతాల్లో తమ సందేశాన్ని వ్యాప్తి చేయడానికి బయల్దేరి వెళ్ళారు.

చిష్టీల రాక సమయంలోనే సుహార్‌వర్దీ ఉద్యమం కూడా భారతదేశంలో ప్రవేశించింది. అయితే దాని కార్యకలాపాలు పంజాబ్, ముల్తాన్‌లకే పరిమితమయ్యాయి. ఈ ఉద్యమంలో ప్రధాన గురువులు షేక్ షిహాబుద్దీన్ సుహార్‌వర్దీ, హమీదుద్దీన్ నాగోరి. చిష్టీలకు భిన్నంగా వారు పేదరికంలో జీవితాన్ని గడపలేదు. రాజ్యం అందించే అన్ని సేవలను వినియోగించుకున్నారు. కొందరు ప్రభుత్వంలో న్యాయ, మత వ్యవహారాల పాలనకు సంబంధించిన ఉన్నత పదవులను కూడా చేపట్టారు. అదే సమయంలో చిష్టీలు రాజ్య వ్యవహారాలు, రాజకీయాల నుండి దూరంగా ఉన్నారు. పాలకులు, సంస్థానాధీశుల ఆతిథ్యాన్ని తిరస్కరించారు. ఏది ఏమైనా, ఈ రెండు ఉద్యమాలు పాలకులకు తోడ్పడ్డాయి. వివిధ వర్గాలు, మతాలకు చెందిన ప్రజల్లో ప్రభుత్వంపట్ల సదాభిప్రాయాన్ని కలిగించడంలో సూఫీ, సుహార్‌వర్దీ ఉద్యమాలు సఫలం కావడంతో రాజ్యంలో శాంతిభద్రతలు నెలకొన్నాయి. ఈ కారణంగా పాలకులు ఎంతో లాభపడ్డారు.

భక్తి ఉద్యమం :

తురుష్కుల రాకకు పూర్వం నుండే భక్తి ఉద్యమం దేశంలో విస్తృతంగా వ్యాపిస్తూ వచ్చింది. భక్తులను భగవంతునిలో లీనం చేయడానికి ఉద్దేశించబడిన ఈ ఉద్యమం వేదాల నుండి స్ఫూర్తిని పొందింది. అయితే తొలినాళ్ళలో ఈ విషయాన్ని భక్తి ఉద్యమం నొక్కి చెప్పలేదు. వ్యక్తిగత ఆరాధన అన్న ఆలోచనకు బౌద్ధమతమే నేపథ్యం. క్రీస్తు శకం తొలి శతాబ్దాల్లో మహాయాన బౌద్ధ శాఖ కింద బుద్ధుడు ఆరాధించబడ్డాడు. అతడిని అవలోకిత ఆకారంలో పూజించేవారు. సుమారుగా అదే సమయంలో విష్ణు కూడా అలాగే కొలవబడ్డాడు. గుప్తుల కాలంలో రామాయణ, మహాభారతాలను పునఃలిఖించినపుడు జ్ఞానం, కర్మలతోపాటు భక్తిని కూడా ఆమోదించారు. వాటిని ముక్తిమార్గాలుగా గుర్తించారు. వాస్తవంగా అయితే భక్తి సిద్ధాంతం 7-12 శతాబ్దాల మధ్య దక్షిణ భారతంలోనే ప్రగతి సాధించింది. అంతకుముందే చర్చించినట్లు శైవ నయనార్లు, వైష్ణవ ఆల్వార్లు జైన-బౌద్ధ మతాలు ప్రబోధించిన సాత్విక సూత్రాలను తిరస్కరించి, ముక్తికి భగవంతునిపట్ల వ్యక్తిగత ఆరాధనే ఏకైక మార్గమని ప్రచారం చేశారు. కులవ్యవస్థను పక్కనపెట్టి అన్ని వర్గాల ప్రజలకు తమ సందేశాన్ని వినిపించారు. స్థానిక భాషల్లోనే భక్తి (వ్యక్తిగత ఆరాధన) ఉద్యమాన్ని నిర్వహించారు.

ఉత్తర, దక్షిణ భారతాల మధ్య సమాచార వ్యవస్థ ఉన్న భక్తి ఉద్యమ సిద్ధాంతాలు ఉత్తర భాగానికి చాలా కాలం తర్వాత వ్యాపించాయి. ఆ ప్రక్రియ కూడా మందకొడిగా, సుదీర్ఘకాలం కొనసాగింది. దక్షిణంలో ఏ కారణాలవల్లనైతే ఆల్వార్లు, నయనార్లు

ప్రజాదరణ పొందారో అవే కారణాలవల్ల ఇతర ప్రాంతాల్లో తమ పలుకుబడిని పెంచుకోలేకపోయారు. ముఖ్యంగా ప్రాంతీయ భాషల్లోనే వారు ప్రచారం చేయడం, గేయాలు వ్రాయడంవల్ల ఉత్తర భారత ప్రజలను ప్రభావితం చేయలేకపోయారు. అప్పటికి కూడా దేశవ్యాప్తంగా సంస్కృతమే దైవ ప్రచారానికి మాధ్యమంగా ఉండేది. సంతులు, విద్వాంసులిద్దరూ భక్తి సందేశాన్ని దక్షిణ భారతం నుండి ఉత్తర ప్రాంతానికి తీసుకెళ్ళారు. వారిలో మహారాష్ట్రకు చెందిన నామదేవుడు ముఖ్యమైన వాడు. 14వ శతాబ్ది తొలియార్థంలో అతడు జీవించాడు. తర్వాత రామానంద ఆ కార్యాన్ని కొనసాగించాడు. అతడు 14వ శతాబ్ది ద్వితీయార్థం నుండి 15వ శతాబ్ది తొలి రెండు దశకాల వరకు జీవించాడు. నామదేవుడు తొలుత దర్జీగా ఉంటూ గజదొంగగా మారాడు. తర్వాత సాధువయ్యాడు. మరాఠిలో అతడు రచించిన కవిత్వంలో దేవునిపట్ల అతనికున్న అపారమైన భక్తి విశ్వాసాలు ప్రతిబింబిస్తాయి. దేశవ్యాప్తంగా విస్తృతంగా పర్యటించిన నామదేవుడు ఢిల్లీలో సూఫీ గురువులతో కూడా సుదీర్ఘ చర్చలు జరిపినట్లు చెబుతారు. రామానుజ అనుచరుడైన రామానంద ప్రయాగ (అలహాబాదు)లో జన్మించాడు. ప్రయాగతోపాటు బనారస్‌లో కూడా జీవించాడు. విష్ణు స్థానంలో రాముని కొలవడం ప్రారంభించాడు. అంతేకాదు భక్తి సిద్ధాంతాన్ని నాలుగు వర్ణాల వారికి బోధించేవాడు. వివిధ కులాలకు చెందిన వారు సామూహికంగా వంట చేయకూడదని, కలిసి భోజనాలు చేయకూడదని ఉన్న నిషేధాజ్ఞను తోసిపుచ్చాడు. అన్ని కులాలకు చెందిన వారిని తన శిష్యులుగా చేర్చుకున్నాడు. అతడి శిష్యుల్లో రవిదాసు చర్మకారుల కుటుంబానికి చెందిన వాడు, కబీరు నేత పనివాడు, సేన మంగలివాడు, సాధన కసాయి పని చేసేవాడు. నామదేవుడు కూడా ఇలాంటి ఉదార విధానాన్నే అవలంబించేవాడు.

ఈ సంతులు విత్తిన విత్తనాలు సారవంతమైన నేలల్లో పడ్డాయి. రాజపుత్ర పాలకుల ఓటమి, తుర్కు సుల్తానుల పాలన మొదలైన తర్వాత బ్రాహ్మణులు సమాజంలో ప్రతిష్టను, అధికారాన్ని కోల్పోయారు. ఫలితంగా కుల వ్యవస్థను సవాలు చేస్తూ, బ్రాహ్మణ ఆధిపత్యాన్ని నిరసిస్తూ మొదలైన ఉద్యమాలు ఊపందుకున్నాయి. ముఖ్యంగా నాథ్ పంథి ఉద్యమం అసాధారణమైన ప్రజాదరణను చూరగొంది.

సూఫీ గురువులు ప్రవచించిన సమానత్వం, సోదరభావం అనే ఇస్లాం ఆలోచనలతో పై ఉద్యమాలు ఏకీభవించాయి. ప్రజలు సనాతన హిందూ మతంతో ఇక ఏ మాత్రం తృప్తి పడలేదు. తమ ఆలోచనలను, భావాలను గౌరవించే మతం కావాలని కోరుకున్నారు. పై రెండు కారణాలవల్ల భక్తి ఉద్యమం ప్రజా ఉద్యమంగా ఉత్తర భారతమంతటా వ్యాపించింది. ఇది 15-16 శతాబ్దాల మధ్య జరిగింది.

అప్పటికి అనుల్లో ఉన్న సామాజిక వ్యవస్థను తీవ్రంగా వ్యతిరేకించి, హిందూ – ముస్లిం ఐక్యతను గట్టిగా సమర్థించిన వారిలో కబీరు, నానక్‌లు అగ్రగణ్యులు. కబీరుకు సంబంధించిన తొలి జీవితం, తేదీలపై నిర్దిష్టమైన అభిప్రాయం లేదు. ఒక కథనం ప్రకారం కబీరు ఒక బ్రాహ్మణ వితంతువునకు జన్మించాడు. పుట్టగానే అతడిని ఆ మహిళ వదిలివేసింది. తర్వాత అతడిని ఒక ముస్లిం నేతవాడు పెంచి పెద్ద చేశాడు. తండ్రి వృత్తినే అతడూ చేపట్టాడు. అయితే కాశీలో ఉన్నప్పుడు అతడు హిందూ, ముస్లిం సాధువులకు దగ్గరయ్యాడు. 15వ శతాబ్దంలో జీవించినట్లుగా భావించబడుతున్న కబీరు అన్ని మతాల ఐక్యతను కోరుకునేవాడు. రామ, హరి, గోవింద, అల్లా, సెయిన్, సాహిబ్ అని ఏ పేర్లతో దేవుడు ఒక్కడేనని అతడు భావించేవాడు. అదే సమయంలో విగ్రహపూజ, తీర్థయాత్రలు, నదుల్లో పుణ్యస్నానాలు లేదా నియమబద్ధంగా పూజలు చేయడాన్ని అతడు గట్టిగా వ్యతిరేకించాడు. నమాజు లాంటి నియమబద్ధ ప్రార్థనలను నిరసించాడు. భక్తి ప్రచారాన్ని కొనసాగించడానికి గృహస్థ జీవితాన్ని వదులుకోవడం అవసరంలేదని భావించాడు. యోగాసనాల్లో అతడి ప్రవేశం ఉన్నప్పటికీ ఆస్తికత్వం లేదా గ్రంథ పరిజ్ఞానం పరిపూర్ణమైన విజ్ఞానాన్ని ఆర్జించటానికి అంత ముఖ్యమని అనుకోలేదు. ఆధునిక చరిత్రకారుడు తారాచంద్ చెప్పినట్లు : "కబీరు లక్ష్యం ప్రేమ అనే మతాన్ని ప్రచారం చేయడం. తద్వారా అన్ని కులాలు, మతాలను కలపడం. ఇందుకు అడ్డంకిగా ఉన్న అన్ని హిందూ–ఇస్లాం మత సూత్రాలను అతడు వ్యతిరేకించాడు. ఒక వ్యక్తి తాత్విక సంక్షేమానికి మత సూత్రాలు ఏ మాత్రం ఉపయోగపడవని అతడు నమ్మాడు."

వర్ణ వ్యవస్థ, ముఖ్యంగా అంటరానితనాన్ని కబీరు తీవ్రంగా నిరసించాడు. మానవుల మధ్య మౌలిక ఐకమత్యం అవసరమని ప్రబోధించాడు. కులం, మతం, వర్గం, రంగు ఆధారంగా వ్యక్తుల మధ్య వివక్ష చూపరాదని, కుటుంబం లేదా ధనం గౌరవమర్యాదలకు ప్రతిపాదిక కాదని గట్టిగా వాదించాడు. కబీరు పేదవారిపట్ల అభిమానం చూపేవాడు. వారిలో ఒకడిగా మెలిగేవాడు. అయితే అతడు సంఘ సంస్కర్త మాత్రం కాదు. ఎందుకంటే అతడి లక్ష్యం వ్యక్తులను ఒక నిజమైన గురువు మార్గదర్శకత్వంలో సంస్కరించడం. సిక్కు మత వ్యవస్థాపకుడు గురునానక్ రావీనదిని ఆనుకొని ఉన్నతల్వండి (ఇప్పుడు నన్కానా) గ్రామంలోని ఖత్రి కుటుంబంలో 1469 సంవత్సరంలో జన్మించాడు. యుక్త వయస్సులో పెళ్ళి చేసుకున్న నానక్ తన తండ్రి వృత్తి అయిన లెక్కల జమాబందీని తీసుకోవడానికి పార్సీలో విద్యను అభ్యసించాడు. దైవ చింతన ఎక్కువ కల నానక్ ఎక్కువ సమయాన్ని సాధువులు, మత గురువులతో గడిపేవారు. కొన్ని సంవత్సరాల తర్వాత దైవ దృష్టిని అలవర్చుకున్న నానక్ ప్రపంచ

సుఖాలను త్యజించాడు. భక్తిగీతాలు రచించి రబాబ్‌కు తోడుగా ఆలపించేవాడు. రబాబ్ ఒక రకమైన సంగీత వాయిద్యం. అతడికి శిష్యుడు మర్దానా దానిని తయారు చేశాడు. భారతదేశంలోనే కాక శ్రీలంక, మక్కా, మదీనాలలో కూడా నానక్ విస్తృతంగా పర్యటించాడు. తన ప్రబోధనలతో ఎంతో మందిని ఆకర్షించాడు. అతడు ఖ్యాతి నలుదిశలా వ్యాపించింది. అయితే 1538లో నానక్ కన్నుమూశాడు.

కబీరు లాగే నానక్ కూడా ఒకే దైవం అనే సిద్ధాంతాన్ని బలపరిచాడు. దేవుని స్మరిస్తూ అతడిపట్ల భక్తి విశ్వాసాలతో ఉంటే మోక్షం తప్పకుండా కలుగుతుందని బోధించేవాడు. అయితే ప్రవర్తనలో, వ్యక్తిత్వంలో స్వచ్ఛంగా ఉంటేనే దేవుని ఆశ్రయించాలని నానక్ చెప్పేవాడు. మార్గదర్శకత్వం కోసం గురువు అవసరమని భావించేవాడు. కబీరు లాగే అతడు కూడా విగ్రహారాధన, తీర్థయాత్రలు, తదితర మతాచారాలను వ్యతిరేకించాడు. తాత్విక జీవితంలో మధ్యేమార్గం అవసరమని, అప్పుడు గృహస్థుని బాధ్యతలు కూడా నెరవేర్చడానికి అవకాశముంటుందని ప్రబోధించేవాడు.

కొత్త మతాన్ని స్థాపించాలన్న ఉద్దేశం నానక్‌కు ఏ కోశానా ఉండేది కాదు. హిందువులు, ముస్లింల మధ్య దూరాన్ని తొలగించే శాంతి, సామరస్యం, పరస్పర అవగాహనను పెంచాలన్నదే అతడి లక్ష్యం. కబీరు కూడా ఈ లక్ష్యం కోసమేపాటు పడ్డాడు. హిందూ, ముస్లిం ప్రజలపై వారి ప్రబోధనల ప్రభావం ఎంత వరకు ఉండేదన్న విషయంపై పరస్పర విరుద్ధమైన అభిప్రాయాలు వెలువడ్డాయి.

సనాతన ధర్మాలు అలాగే కొనసాగాయని కొందరు విద్వాంసులు వాదించారు. కుల వ్యవస్థలో సమూల మార్పులు కూడా చోటు చేసుకోలేదు. అలాగే నానక్ ఆలోచనలు, ప్రబోధనలు ఒక కొత్త మతానికి జన్మనిచ్చాయి. అదే సిక్కు మతం. కబీరు అనుచరులు కబీరు పంథీ అనే చిన్న వర్గంగా కుదించుకుపోయారు. అయితే కబీరు, నానక్ తలపెట్టిన ఉద్యమాన్ని విశాల దృక్పథంతో విశ్లేషించాల్సి ఉంది. కాని ప్రబోధనలవల్ల దేశంలోని పరిస్థితుల్లో మార్పులు వచ్చాయి. నేటికీ అవి కొనసాగుతున్నాయి. అక్బరు మత ఆలోచనలు, విధానాలు ఈ ఇద్దరు గురువుల మౌలిక బోధనలను ప్రతిబింబిస్తాయి. ఇలాంటి విధానాలను అమలు చేయడంలో అక్బరు ఏకాకిగా మిగల్లేదని మనం అంతకు ముందు అధ్యాయాల్లో తెలుసుకున్నాము.

అయితే ఎలాంటి ప్రతిఘటన లేకుండానే రెండు మతాల్లో ఉన్న సనాతన వాదులు ఉదారవాద విధానాలకు తలొగ్గుతారని ఎవరూ నమ్మలేదు. ఈ ఛాంధసవాద శక్తులు సనాతన ధర్మ రక్షణకు సమీకృతమయ్యారు. కొత్త సవాళ్ళను ఎదుర్కోవడానికి వీలుగా సనాతన ధర్మాన్ని పునఃనిర్వచించారు. ఉదారవాద-లౌకిక పంథా, సనాతన

వాంధసవాద పంధాల మధ్య పోరు మేధావులు, విద్వాంసుల ఆలోచనపై ప్రధానాంశంగా ఉండేది. మూడు శతాబ్దాల (16, 17, 18వ శతాబ్దాల)పాటు ఈ సైద్ధాంతిక. విధాన పోరు నడిచింది. అప్పటి నుండి నిరంతరంగా కొనసాగుతున్న ఈ పోరు కబీరు, నానక్ తదితర ప్రబోధకుల ఆలోచనలు, సిద్ధాంతాల ప్రభావం ఏ మాత్రం తక్కువ కాదన్న విషయాన్ని స్పష్టం చేస్తోంది.

వైష్ణవ ఉద్యమం :

కబీర్, నానక్ నడిపిన వర్గ-రహిత ఉద్యమాలే కాకుండా, ఉత్తర భారతంలో భక్తి ఉద్యమం అభివృద్ధి చెందింది. విష్ణు అవతారాలైన రామ, కృష్ణుల ఆరాధన చుట్టూ భక్తి ఉద్యమం బలపడింది. బాల్యంలో కృష్ణుడు చేసిన సాహసాలు, గోపికలు ముఖ్యంగా రాధాతో అతడు నడిపిన ప్రేమ వ్యవహారం, తదితర అంశాలు 15, 16వ శతాబ్దాల కవుల కావ్యకృతుల్లో కోకొల్లలు. రాధ, కృష్ణుల మధ్య ఉన్న ప్రేమ బంధాన్ని భక్తుడు - భగవంతునికి మధ్య ఉండే బంధంగా వివిధ రూపాల్లో పోల్చారు. సూఫీల లాగే చైతన్యకూడా భక్తి సంగీతానికి (కీర్తనల రూపంలో) ప్రాధాన్యతనిచ్చాడు. సంగీతంలో మైమరచిపోయి భగవంతునికి దగ్గరయ్యేందుకు, భక్తి భావన బలపడేందుకు కీర్తనలను ఆలపించేవారు. అందుకోసం సామూహిక కార్యక్రమాలను ఏర్పాటు చేసేవారు. ప్రేమ, భక్తిభావన, నృత్యం-సంగీతంతో కూడిన ప్రార్థన గొప్ప దైవానుభూతిని కలిగించి భక్తుడిని దేవుని సమక్షంలోకి తీసుకెళుతుందని చైతన్య ఉద్బోధించాడు. దేవుడిని అతడు 'హరి' అని పిలిచేవాడు. ఇలాంటి ప్రార్థనను ప్రతి ఒక్కరూ చేయవచ్చని, అందుకు కుల వర్గ తారతమ్యాలు లేవని అతడు స్పష్టం చేశాడు.

మీరా, గుజరాత్‌కు చెందిన నరసింహ్నా మెహతా, ఉత్తర ప్రదేశ్‌కు చెందిన సుర్‌దాస్, బెంగాల్ - ఒరిస్సాకు చెందిన చైతన్యలు రాసిన కావ్యాల్లో ప్రేమను అన్ని కోణాల నుండి స్పృశించారు. ప్రేమకు కుల, వర్గ, వర్ణ భేదాలు లేవని వారు ప్రబోధించారు. నిమ్నకులాలకు చెందిన వారిని సైతం తమ ఆశ్రమాల్లోకి అనుమతించేవారు. చైతన్య ఈ విషయంలో స్పష్టంగా ఉండేవాడు. వేదాంత హేతువాదానికి కేంద్రమైన నాదియాలో పుట్టిన చైతన్య 22 ఏళ్ళ ప్రాయంలో గయను సందర్శించాడు. అప్పటి నుండి అతడి జీవితమే మారిపోయింది. ఒక సాధువు అతడిని కృష్ణభక్తి బృందంలో చేర్పించాడు. కృష్ణుడి పెద్ద భక్తుడిగా మారిపోయాడు. 24 గంటలూ కృష్ణుడి పేరును స్మరిస్తూ ఉండేవాడు. బృందావన్‌తో సహా దేశంలోని వివిధ ప్రాంతాల్లో పర్యటించాడు. అయితే ఎక్కువ సమయం గయలోనే ఉండేవాడు.

ఈశాన్య భారత ప్రాంతాలపై తీవ్రమైన ప్రభావం చూపాడు. ముస్లింతో సహా హిందువులు అతడి శిష్యబృందంలో చేరారు. ముఖ్యంగా శూద్ర కులాల నుండి ఎక్కువ మంది అతడికి అనుచరులుగా మారారు. విగ్రహారాధన, మత గ్రంథాలను అతడు వ్యతిరేకించలేదు. అయినా అతడిని సాంప్రదాయవాదిగా పరిగణించలేము.

పైన పేర్కొన్న కవులు, సంతులు అందరూ హిందూమత విశాల ఛాయల్లోనే ఉండిపోయారు. వారి తాత్విక నమ్మకాలు వైదిక ఏకోపాసన సిద్ధాంతంపై ఆధారపడినవి. దేవుడు, సృష్టి మధ్య మౌలికమైన ఐక్యతను ఆ సిద్ధాంతం ప్రబోధిస్తుంది. ఎందరో విద్వాంసులు వైదిక తత్త్వ శాస్త్రాన్ని అభివృద్ధిపరిచారు. అయితే వారిలో బాగా ప్రభావం చూపిన వారిలో తైలాంగ బ్రాహ్మణుడైన వల్లభుడు ముఖ్యమైనవాడు. 15వ శతాబ్ది చివరి దశకాల నుండి 15వ శతాబ్ది తొలి సంవత్సరాల మధ్య అతడు జీవించాడు.

ఈ కవి- సిద్ధాంతవేత్తల వైఖరి మానవతా విలువలతో కూడినది. ప్రేమ, సౌందర్యాన్ని జీవితంలో అన్ని పార్శ్వాల్లో ప్రతిబింబించేందుకు వారు ప్రాధాన్యత ఇచ్చారు. వర్గ, వర్ణ-రహిత ఉద్యమకర్తల వలె వీరు కూడా కుల వ్యవస్థ స్వరూపాన్ని పెద్దగా మార్చలేకపోయారు. అయితే వర్ణ వివక్ష తీవ్రతను కొంత తగ్గించగలిగారు. ఆ విధంగా వివిధ కులాలు, వర్గాలకు చెందిన ప్రజలను ఐక్యవేదికపైకి తీసుకురాగలిగారు.

భక్తి ఉద్యమ నాయకులు సూత్రీకరించిన మౌలిక సిద్ధాంతాలు, విధానాలకు సూఫీ సంతులు, కవులు కూడా అంతే స్థాయిలో ప్రతిస్పందించారు. 15వ శతాబ్దంలో ఇబ్న్-ఎ-అరబీ అనే అరబ్బు తత్త్వవేత్త ప్రతిపాదించిన ఏకోపాసన సిద్ధాంతాలు భారత్‌లో ప్రజాదరణను చూరగొన్నాయి. సనాతనవాదులు అరబీని తీవ్రస్థాయిలో నిందించారు. అతడి అనుచరులను ఉరి తీశారు. అన్ని జీవాల పరమార్థం ఒక్కటే, సృష్టిలో ప్రతి వస్తువు దైవానికి ప్రతిరూపమని ప్రబోధించినందుకు అరబీని ఛాందసవాదులు దుర్భాషలాడారు. అరబీ అభిప్రాయంలో మతాలన్నీ ఒక్కటే. అరబీ సిద్ధాంతాన్ని తౌహిద్-ఎ-వజూదీ అంటారు. దేశంలో ఈ సిద్ధాంతానికి ఆదరణ పెరిగి సూఫీ ఆలోచనలకు ప్రధానాధారం అయ్యింది. అక్బరు రాకకు పూర్వమే ఈ పరిణామం సంభవించింది. యోగులు, హిందూ సాధువులతో సంబంధాలు ఏర్పరచుకున్న తర్వాత సూఫీలు తమ పంథాను ప్రజల్లో మరింత లోతుగా తీసుకెళ్ళగలిగారు. భారతీయ సూఫీలు సంస్కృతం, హిందీ భాషలపట్ల ఆసక్తి పెంచుకున్నారు. మాలిక్ మహమ్మద్ జైసి లాంటి కొందరు సూఫీ గురువులు హిందీలోనే కావ్యాలు, గ్రంథాలు రచించారు. పార్సీ కవిత్వం కంటే హిందీలో రచించబడిన

వైష్ణవ సంతుల భక్తి గీతాలు సూఫీల హృదయాలను ఎక్కువగా రంజింపచేశాయి. హిందీ పాటల వినియోగం ఎక్కువైంది. తాను రాసిన హాకాయిక్-ఎ-హిందీ గ్రంథంలో అబ్దుల్ వహీద్ బెల్గ్రామి "కృష్ణ", "మురళి", "గోపికలు", "రాధ", "యమున" తదితర హిందీ పదాలను సూఫీ పరిభాషలో వివరించే ప్రయత్నం చేశాడు.

ఆ విధంగా 15-16 శతాబ్దాల మధ్య సూఫీ, భక్తి ఉద్యమ నాయకులు ఒకే పంథాలో పని చేస్తూ ప్రజలను విశాలవేదికపైకి తీసుకురాగలిగారు. అన్నికులాలు, వర్గాల ప్రజలను సమీకృతం చేయగలిగారు.

అక్బరు ఆలోచనలకు, తౌహీద్ (ఐక్యత) అనే సిద్ధాంతానికి పై రెండు ఉద్యమాలే అసలైన నేపథ్యం.

సాహిత్యం - లలిత కళలు :

సంస్కృత సాహిత్యం :

ఉన్నత ఆలోచనల వ్యాప్తికి సంస్కృతమే సాధనంగా ఉండేది సాహిత్యానికి ప్రధాన మాధ్యమంగా ఉండేది. వివిధ అంశాలపై సంస్కృతంలో అనేక గ్రంథాలు వెలువడ్డాయి. సాహిత్య ఉత్పత్తి గతంలో ఎన్నడూలేని విధంగా ఈ కాలంలో ఉండేది. శంకరాచార్య నుండి రామానుజ, మాధవ, వల్లభ తదితరులు అద్వైత సిద్ధాంతాలను సంస్కృతంలోనే రచించేవారు. వారి ఆలోచనలు, సిద్ధాంతాలు దేశవ్యాప్తంగా త్వరగా వ్యాప్తి చెందడానికి సంస్కృతంలో వారు చేసిన రచనలే కారణం. దేశంలోని వివిధ ప్రాంతాల్లో ప్రత్యేకమైన విద్యా సంస్థలు, సాహిత్యశాలలు ఉండేవి. వాటిలో కొన్ని ముస్లిం విద్వాంసులు ఆధీనంలో ఉండేవి. రాజ్యం ఇలాంటి సంస్థల వ్యవహారాల్లో జోక్యం చేసుకునేది కాదు. ఫలితంగా అవి మరింత విస్తరించాయి. నిజం చెప్పాలంటే పేపరు ఉత్పత్తి ఎక్కువైన తర్వాత పాత గ్రంథాలను పునఃలిఖించడానికి ప్రజలకు అందుబాటులోకి తేవడానికి అవకాశం ఏర్పడింది. చాలా మంది ఇలాంటి అవకాశాన్ని సద్వినియోగం చేసుకున్నారు. రామాయణ, మహాభారతాలకు సంబంధించి ఇప్పుడున్న ప్రాచీన గ్రంథాలు 11 లేదా 12వ శతాబ్దానికి చెందినవే.

తత్వశాస్త్రమే కాకుండా కవిత్వం, నాటకం, వైద్యం, అంతరిక్ష శాస్త్రం, సంగీతం, కాల్పనిక సాహిత్యం ఎక్కువగా వెలువడింది. హిందూ ధర్మశాస్త్రాలపై అనేక గ్రంథాలు, వ్యాఖ్యానాలు వచ్చాయి. విజ్ఞానేశ్వరుడు రచించిన 'మితాక్షర' 12వ శతాబ్దం కంటే మించి ప్రాచీనమైనది కాదు. అప్పుడున్న హిందూ ధర్మశాస్త్రాలపై మితాక్షర రెండు ప్రధాన విచారధారల్లో ఒకటిగా ఉండేది. బీహార్‌కు చెందిన చండేశ్వర్ మరో ప్రధాన

వ్యాఖ్యాతగా ఉండేవాడు. అతడు 14వ శతాబ్దంలో జీవించాడు. అయితే సంస్కృత సాహిత్యం ఎక్కువగా వెలువడింది మాత్రం దక్షిణ భారతంలోనే. దాని తర్వాత బెంగాల్, మిథిలా, పశ్చిమ భారతంలో హిందూ పాలకుల సౌజన్యంతో ఎన్నో గ్రంథాలు వెలువడ్డాయి. జైనులు కూడా సంస్కృత భాష, సాహిత్యాభివృద్ధికి తోడ్పాటును అందించారు. వారిలో హేమచంద్ర సూరి ముఖ్యమైనవాడు. విచిత్రమేమిటంటే, సంస్కృత సాహిత్యకృతులన్నీ దేశంలో ముస్లింల ఉనికిని పూర్తిగా విస్మరించాయి. అరబిక్ లేదా పార్సీ గ్రంథాలను సంస్కృతంలోకి అనువదించడానికి ఎవరూ చొరవ తీసుకోలేదు. ప్రఖ్యాత పార్సీ కవి జామి రచించిన యూసుఫ్, జులేఖల ప్రేమకథ ఒక్కటే ఇందుకు మినహాయింపు. దీనినిబట్టి చూస్తే సంస్కృత పండితులు, కవుల్లో సనాతనవాదం, సాంప్రదాయవాదం ఎంత ప్రబలంగా ఉండేదో అర్థమవుతుంది. ఇదే విషయాన్ని అల్‌బరౌనీ కూడా ప్రస్తావించాడు. వాస్తవ పరిస్థితులను పరిగణనలోకి తీసుకోకపోవడంవల్లే ఈ కాలంలో వెలువడ్డ సాహిత్యంలో సృజనాత్మకత నడిసముద్రంలో కొరవడింది. నూతన దృక్పథంలేని సామాన్య కృతులు, లేదా వల్లెవేసిన సాహిత్యం ఎక్కువగా వచ్చింది.

అరబిక్, పార్సీ సాహిత్యం :

మహమ్మద్ ప్రవక్త భాష అయిన అరబిక్‌లోనే ముస్లిం సాహిత్యం ఎక్కువగా వెలువడింది. స్పెయిన్ నుండి బాగ్దాద్ వరకు అరబిక్ భాషలోనే సాహిత్యరచన జరిగేది. అయితే తుర్కులు పార్సీ భాష పట్ల ఎనలేని అభిమానాన్ని పెంచుకున్నారు. మధ్య ఆసియాలో పరిపాలన, సాహిత్య అవసరాలకు పార్సీ భాషనే వినియోగించేవారు. పదవ శతాబ్దం నుండి ఈ ప్రాంతంలో పార్సీ భాషలోనే వ్యవహారాలు నడిచేవి. భారతదేశంలో అరబిక్ భాష వాడుక ఒక పరిమితమైన వర్గానికే (ముస్లిం విద్వాంసులు, తత్త్వవేత్తలు) కుదించుకుపోయి ఉండేది. ఎందుకంటే తత్త్వశాస్త్రంపై వెలువడ్డ ప్రాచీన కృతులన్నీ అరబిక్ భాషలోనే ఉండేవి. విజ్ఞాన శాస్త్రం, అంతరిక్ష శాస్త్రంపై కొన్ని కృతులు కూడా అరబిక్‌లో అనువదించబడ్డాయి. కాలక్రమంలో షరియాను పార్సీలోకి అనువదించారు. అందుకు భారతీయ విద్వాంసులు సహాయపడ్డారు. ఫిరోజ్ తుగ్లక్ పాలనలోనే ఈ సాహిత్యాన్ని ఎక్కువగా అనువదించారు. అయితే అరబిక్‌లో కూడా శాసనాలు తయారయ్యేవి. అందులో ముఖ్యమైనది ఫత్వా-ఎ-ఆలంగిరి. కొందరు న్యాయమూర్తులతో కూడిన ఓ బృందంలో ఈ ఫత్వాను ఔరంగజేబు కాలంలో తయారు చేసింది.

పదవ శతాబ్దంలో తురుష్కులు భారతదేశం రావడంతోనే దేశంలో పార్సీ

అనే కొత్త భాషను ప్రవేశపెట్టారు. ఇరాన్, మధ్య ఆసియాలో ఆ సమయానికి పార్సీ భాష, సాహిత్యం ఉన్నత శిఖరాలను అధిరోహించి ఉండేది. పార్సీ భాషలో గొప్ప కవులైన ఫిర్దౌసి, సాది 10 నుండి 14వ శతాబ్దం మధ్యలో జీవించారు. ఎన్నో ఉన్నతమైన రచనలు చేశారు. తొలి నుండి పార్సీని పాలనావసరాలకు, సాహిత్యాభివృద్ధికి మాధ్యమంగా తుర్కులు ఎంచుకున్నారు. ఆ విధంగా లాహోర్ పార్సీ సాహిత్యానికి దేశంలో తొలి కేంద్రంగా ఆవిర్భవించింది. భారత తొలి పార్సీ కవుల కృతులు నేడు కొన్నే మిగిలినా మసూద్ సాద్ సల్మాన్ రాసిన కావ్యాల్లో లాహోర్ పట్ల అభిమానం, అనుబంధం, ఆత్మీయత ప్రస్ఫుటంగా కనిపిస్తాయి. అయితే ఈ కాలంలోని ప్రముఖ పార్సీ కవి మాత్రం అమీర్ ఖుస్రో పాటియాలి (పశ్చిమ ఉత్తర ప్రదేశ్‌లోని బదాయూన్ సమీపంలో) 1252లో జన్మించిన ఖుస్రో తాను భారతీయుడినైనందుకు ఎంతో గర్వించేవాడు. "నేను భారతదేశాన్ని రెండు కారణాలవల్ల పొగిడాను. మొదటిది, భారత్ నా జన్మభూమి, మన దేశం. దేశాభిమానం మన ముఖ్యమైన కర్తవ్యం. హిందుస్తాన్ ఒక స్వర్గం లాంటిది. ఇక్కడి వాతావరణం ఖురాసన్ కంటే ఆహ్లాదకరమైనది. సంవత్సరం పొడవునా ఈ దేశం పచ్చగా, పూలతో కళకళలాడుతూ ఉంటుంది. ఇక్కడి బ్రాహ్మణులు అరిస్టాటిల్ అంతటి మేధావులు. వివిధ రంగాల్లో అనేక మంది పండితులు ఉన్నారు," అని ఖుస్రో ఓ సందర్భంలో అన్నాడు.

దేశంపట్ల ఖుస్రో కనబరిచిన ప్రేమను చూస్తే తుర్కు పాలకవర్గాలు తాము విదేశీ పాలకులుగా ప్రవర్తించకూడదని, సంస్కృతిపరంగా భారతీయులతో కలిసిపోవాలని నిర్ణయించినట్లు స్పష్టమవుతుంది. ఖుస్రో ఎన్నో కావ్యాలను రచించాడు. వాటిలో చారిత్రక ప్రేమ కావ్యాలు కూడా ఉన్నాయి. కొత్త కొత్త కవిత శైలులతో అతడు ప్రయోగాలు చేశాడు. పార్సీలో ఓ నూతన సాహిత్య శైలిని సృష్టించాడు. అది సబక్-ఎ-హిందీ (భారతీయ శైలిగా) ప్రసిద్ధి గాంచింది.

ఖుస్రో ఇతర భారతీయ భాషలను కూడా ప్రశంసించాడు. ముఖ్యంగా హిందీని ఆయన బాగా మెచ్చుకున్నాడు. (హిందీని హిందావి అని పిలిచేవాడు) 'ఖాలిక్‌బారి' అనే హిందీ కృతిలో ఖుస్రో రచించిన కొన్ని హిందీ పద్యాలు అక్కడక్కడా కనిపిస్తాయి. బహుశా ఆకృతిని అదే పేరుగల తర్వాతి తరం కవి రచించి ఉంటాడు. ఖుస్రో మంచి సంగీతకారుడు కూడా. ప్రఖ్యాత సూఫీ గురువు నిజాముద్దీన్ ఔలియా ఏర్పాటు చేసే సంగీత సమ్మేళనాలలో (సమా) పాల్గొనేవాడు. 1325లో నిజాముద్దీన్ ఔలియా మరణించినట్లు తెలియగానే ఖుస్రో కూడా తన జీవితాన్ని చాలించాడు. ఖుస్రోను నిజాముద్దీన్ సమాధి పక్కనే పూడ్చారు.

కవిత్వానికి తోడు పార్సీలో చరిత్ర రచన కూడా భారతదేశంలో గణనీయంగా పెరిగింది. ఆ కాలంలో ప్రసిద్ధ చరిత్రకారులుగా జియావుద్దీన్ బరానీ, ఆఫీఫ్, ఇసామీ ఉండేవారు.

పార్సీ భాష బాగా అభివృద్ధి చెందడంతో భారత్ ఇరాన్, మధ్య ఆసియా దేశాలతో సాంస్కృతిక సంబంధాలను మెరుగుపరచుకోగలిగింది. కాలక్రమంలో పార్సీ అధికార, దౌత్య భాషగానే కాకుండా ఉన్నత వర్గాలు, వారి మీద ఆధారపడిన వారికి కూడా వాడుక భాషగా (ముఖ్యంగా ఉత్తర భారతంలో) మారిపోయింది. ఢిల్లీ సుల్తానుల రాజ్యం దేశమంతటా వ్యాపించడంతో పార్సీ కూడా అందరికీ పరిచయమైంది. అలాగే దేశంలోని దక్షిణ, ఈశాన్య ప్రాంతాలలో ముస్లిం రాజ్యాలు ఏర్పడటంతో పాలకులు పార్సీ భాషను పెంచి పోషించారు.

ఆ విధంగా దేశ రాజకీయాల్లో మత వ్యవహారాల్లో, తాత్విక చింతనలో పార్సీ, సంస్కృత భాషలు అనుబంధ భాషలుగా, సాహిత్య ఉత్పత్తికి ప్రధాన సాధనాలుగా పని చేశాయి. తొలినాళ్ళలో పై రెండు భాషల మధ్య పెద్దగా అనుబంధముండేదికాదు. భర్త పరాయి దేశానికి వెళ్ళినపుడు ఒక మహిళకు తోడుగా ఉన్న చిలుక చెప్పే కథలను (సంస్కృతంలో వెలువడిన) జియా నక్షాబి (1350) పార్సీలోకి అనువదించాడు. మహమ్మద్ తుగ్లక్ కాలంలో అనువదించబడిన ఆ పుస్తకం పేరు తుతినామా (చిలుక కథలు) దానికి ప్రజల్లో విశేషమైన ఆదరణ లభించింది. ఆ పార్సీ పుస్తకాన్ని మరలా తురుష్క, ఇతర ఐరోపా భాషల్లోకి అనువదించారు. జియా కామశాస్త్రంపై వెలువడిన కోక్‌శాస్త్రను కూడా పార్సీలోకి అనువదించాడు. ఫిరోజ్ షా కాలంలో వైద్యం, సంగీతంపై వెలువడిన కొన్ని సంస్కృత గ్రంథాలను పార్సీలోకి అనువదించారు. కాశ్మీరు పాలకుడు జైనుల్ అబిదిన్ చారిత్రక గ్రంథమైన రాజ తరంగిణి, మహాభారతాన్ని పార్సీలోకి అనువాదం చేయించాడు. కొన్ని వైద్య, సంగీత గ్రంథాలను కూడా అనువాదం చేయించాడు.

ప్రాంతీయ భాషలు :

ఇదే కాలంలో ప్రాంతీయ భాషల్లో కూడా కొన్ని గొప్ప సాహిత్యకృతులు వెలువడ్డాయి. హిందీ, బెంగాలీ, మరాఠి తదితర భాషలు ఎనిమిదవ శతాబ్దంలో వెలుగులోకి వచ్చాయి. తమిళం లాంటి కొన్ని ఇతర భాషలు అంతకంటే ప్రాచీనమైనవి. అమీర్ ఖుస్రో 14వ శతాబ్దం ఆరంభంలో ప్రాంతీయ భాషల ఉనికిపై రాస్తూ ఇలా వ్యాఖ్యానించాడు : "ఈ భాషలు ప్రాచీన కాలం నుండి ప్రజల ఉమ్మడి అవసరాలను అన్ని విధాలా తీర్చడానికి ఉపయోగపడ్డాయి." ప్రాంతీయ భాషలు పరిణతి చెందడం, సాహిత్య రచనకు మాధ్యమం కావడం మధ్యయుగానికి చెందిన ముఖ్యమైన లక్షణంగా

పరిగణించవచ్చు. ఇందుకు చాలా కారణాలు ఉన్నాయి. బ్రాహ్మణులు తమ ప్రతిష్టను, హోదాను కోల్పోవడంతో బహుశా సంస్కృత భాష కూడా తన ప్రతిష్టను కోల్పోయి ఉండొచ్చు. భక్తి ఉద్యమంలో సాధారణ (సరళమైన) భాషను వినియోగించడంవల్ల ప్రాంతీయ భాషలు అభివృద్ధి చెందాయని నిస్సందేహంగా చెప్పవచ్చు. నిజానికి దేశంలోని చాలా ప్రాంతాల్లో భక్తి ఉద్యమ సారధులు ప్రాంతీయ భాషలను సాహిత్య అవసరాల కోసం కూడా వినియోగించారు. తురుష్కుల ఏ పాలనకు ముందే ఉన్న ప్రాంతీయ రాజ్యాల్లో తమిళం, కన్నడం, మరాఠి లాంటి ప్రాంతీయ భాషలను సంస్కృతానికి అదనంగా పాలనా వ్యవహారాల్లో వాడుకునేవారు. ఇదే వ్యవస్థ తురుష్క పాలనలో కూడా కొనసాగి ఉండొచ్చు. ఎందుకంటే ఢిల్లీ ప్రభుత్వంలో హిందీ తెలిసిన జమేదార్లను నియమించేవారు. ఢిల్లీ సుల్తానుల రాజ్యం పతనమైన తర్వాత కూడా పార్సీతోపాటు ఇతర ప్రాంతీయ భాషలను పరిపాలనావసరాల కోసం అనేక ప్రాంతీయ రాజ్యాలు ఉపయోగించేవి. ఆ విధంగా దక్షిణ భారతంలో విజయనగర పాలకుల పోషణలో తెలుగు సాహిత్యం అభివృద్ధి చెందింది. బహమనీ రాజ్యంలో మరాఠి అధికార భాషలలో ఒకటిగా ఉండేది. తర్వాత బీజాపూర్ కొలువులో కూడా మరాఠి భాష వాడుకలో ఉండేది. కాలక్రమంలో ఈ ప్రాంతీయ భాషలు ఒక స్థాయికి ఎదగడంతో కొందరు ముస్లిం పాలకులు సాహిత్య కృతుల ఉత్పత్తికి కూడా తోడ్పాటునిచ్చేవారు. ఉదాహరణకు బెంగాల్‌కు చెందిన నుస్రత్‌షా మహాభారత, రామాయణాలను బెంగాలీలోకి అనువాదం చేయించాడు. అతడి పోషణలోనే మలాధర్ బసు భగవద్గీతను కూడా బెంగాలీలోకి అనువదించాడు. నుస్రత్ బెంగాలీ కవులను పోషించిన విషయాన్ని మనం ఇంతకుముందే తెలుసుకున్నాము.

తమ సంగీత సమ్మేళనాలలో హిందీలో ఉన్న భక్తి గేయాలను సూఫీ గురువులు వాడుకున్న విషయాన్ని కూడా ముందే ప్రస్తావించాము. జౌన్‌పూర్‌లో మాలిక్ మహమ్మద్ జైసి లాంటి సూఫీ కవులు హిందీలో రచనలు చేశారు. సాధారణ ప్రజలకు అర్థమయ్యే రీతిలో సూఫీవాద ఆలోచనలు, సిద్ధాంతాలను హిందీలో వివరించారు. మస్నావి లాంటి ఎన్నో పార్సీ పద్యాలను జనసామాన్యంలోకి తీసుకెళ్ళారు.

లలిత కళలు :

మతపరమైన నమ్మకాలు, ఆచారాలు, వాస్తు శిల్పకళ, సాహిత్యరంగాల్లో పరస్పర అవగాహన, సమైక్యతకు నూతన ఒరవడులు దిద్దడమే కాకుండా లలిత కళల్లో కూడా వాటిని విస్తరించారు. ముఖ్యంగా సంగీతం విషయంలో హిందూ - ముస్లిం సమ్మేళనం జరిగింది. తురుష్కులు భారతదేశానికి వచ్చినపుడు ఘనమైన అరబ్ సాంప్రదాయ సంగీత వారసత్వాన్ని తీసుకువచ్చారు. అరబ్బు సంగీతం ఇరాన్, మధ్య

ఆసియా దేశంలో మరింత అభివృద్ధి పరచబడింది. తరుష్కులు రబాబ్, సారంగీలాంటి కొత్త సంగీత వాయిద్యాలను వెంట తీసుకొచ్చారు. అలాగే సంగీత పద్ధతులను, నిబంధనలను ప్రవేశపెట్టారు. బాగ్దాద్ ఖలీఫ్‌ల ఆస్థానంలో పని చేసిన భారతీయ సంగీత విద్వాంసులు అక్కడి సంగీతం అభివృద్ధిపై ప్రభావం చూపి ఉంటారు. అయితే భారతీయ, అరబ్బు సంగీత విద్వాంసుల మధ్య నిర్దిష్టమైన కలయిక ఢిల్లీ సుల్తానుల పాలనలోనే మొదలైంది. మనం ఇంతకు ముందే అమీర్ ఖుస్రో గురించి చర్చించాము. ఖుస్రో అయిమన్, ఘోరా, సనమ్ లాంటి ఎన్నో పార్సీ - అరబిక్ రాగాలను ప్రవేశపెట్టాడు. అతడిని సంగీతంలో నాయక్ అనే బిరుదుతో సత్కరించారు. రాగాల జ్ఞానంలో, వాటిని ఆచరణలో ప్రదర్శించడంలో అతడికి అతడే సాటి. సితార్‌ను కనుగొన్న ఘనత కూడా అతడికే దక్కింది. అయితే అందుకు తగిన ఆధారాలు లేవు. తబలాను కూడా అతడే రూపొందించాడని చెబుతున్నా 17వ శతాబ్దం చివరాంకంలోనో లేదా 18వ శతాబ్దం తొలినాళ్ళలోనో తబలాను అభివృద్ధిపరిచారు.

ఫిరోజ్ హయాంలో కూడా సంగీతం ద్వారా ఐక్యతా ప్రక్రియ కొనసాగింది. ప్రాచీన భారత సంగీత కృతి అయిన రాగదర్పన్ ఫిరోజ్ కాలంలోనే పార్సీలోకి అనువదించబడింది. సంగీత సమ్మేళనాలు సూఫీల నివాసాల నుండి రాజప్రసాదాలకు విస్తరించాయి. జౌన్‌పూర్ పాలకుడు సుల్తాన్ హుసేన్ షర్కీ గొప్ప సంగీత కళాపోషకుడు. ఆ కాలంలో పీర్ బోధన్ అనే సూఫీ సాధువు మరో ప్రఖ్యాత సంగీత విద్వాంసుడిగా ఉండేవాడు. సంగీతాన్ని అన్ని విధాలా పోషించిన మరో ప్రాంతీయ రాజ్యం గ్వాలియర్. గ్వాలియర్ రాజు రాజా మాన్‌సింగ్ గొప్ప సంగీత ప్రియుడు. మన్ కుతుహల్ అనే సంగీత కృతి అతడి పోషణలోనే కూర్చబడింది. దేశంలో తురుష్కులు ప్రవేశపెట్టిన అన్ని సంగీత పద్ధతులను అందులో విలీనం చేశారు. ఉత్తర, దక్షిణ భారతాల్లో సంగీత పద్ధతులు ఎప్పటి నుండి నేరుగా ధ్వనించడం మొదలు పెట్టాయో మనకు తెలియదు. కాని సంగీతంలో వైవిధ్యం లేదా వైరుధ్యానికి పార్సీ - అరబిక్ ధ్వనులు, పద్ధతులు, శృతుల స్థాయి, రాగాలు ఎక్కువగా అంతర్లీనం చేయడమే కారణం. పార్సీ సంగీత ప్రభావమున్న ఒక వైవిధ్యమైన సంగీత శైలి కాశ్మీరు రాజ్యంలో అభివృద్ధి చెందింది.

జౌన్‌పూర్‌ను ఆక్రమించుకున్న తర్వాత సికందర్ లోధీ కూడా ఆ రాజ్యం అనుసరించిన సంగీత పోషణ సాంప్రదాయాన్ని పెద్ద ఎత్తున కొనసాగించాడు. ఆ తరువాత దేశాన్ని పాలించిన గొప్ప మొగల్ పాలకులు కూడా అదే సాంప్రదాయాన్ని పాటించారు.

ఱ

భారతదేశం
ప్రాంతీయ రాజ్యాలు
15వ శతాబ్దం
సింధ్
థట్టా
ముల్తాన్
సింధూ నది
చిత్తోర్
మేవార్
గుజరాత్
మాల్వా
మాండు
నర్మదా నది
ఖండేష్
దౌలతాబాద్
బహమనీ
రాజ్యం
బీదర్
గుల్బర్గా
గోదావరి
గజపతులు
కటక్
అరేబియా సముద్రం
గోవా
విజయనగర
విజయనగర
సామ్రాజ్యం
బంగాళా ఖాతం

పన్నెండవ అధ్యాయం

ఉత్తర భారతంలో ఆధిపత్య పోరు - 2

మొగలులు, అఫ్ఘాన్లు (1525-55)

మధ్య ఆసియా - బాబరు :

మధ్య, పశ్చిమాసియాలలో 15వ శతాబ్దం సందర్భంగా ముఖ్యమైన మార్పులు చోటు చేసుకున్నాయి. 14వ శతాబ్దంలో మంగోలుల సామ్రాజ్యం పతనమైన తర్వాత ఇరాన్, తురాన్‌లను మరోసారి ఒకే పాలన కింద తీసుకొచ్చాడు తైమూర్. దిగువ ఓల్గా సరస్సు నుండి సింధూ నది వరకు విస్తరించిన తైమూర్ సామ్రాజ్యంలో ఆసియా మైనర్ (ఆధునిక టర్కీ), ఇరాన్, సువిశాలమైన ఆక్సియానా, అఫ్ఘనిస్తాన్, పంజాబ్‌లోని ఒక ప్రాంతం అంతర్భాగంగా ఉండేవి. 1405లో తైమూర్ చనిపోయినా అతడి మనవడు షారుఖ్ మిర్జా (1448) సామ్రాజ్యాన్ని చాలా వరకు ఐక్యంగానే ఉంచగలిగాడు. కళాసాహిత్యాలను పోషించాడు. అతడి హయాంలో సమర్‌ఖండ్, హెరాత్ నగరాలు పశ్చిమాసియా సాంస్కృతిక కేంద్రాలుగా ఎదిగాయి. సమర్‌ఖండ్ పాలకుడికి ఇస్లాం ప్రపంచంలో గొప్ప పేరు ప్రతిష్టలు ఉండేవి.

15వ శతాబ్దం ద్వితీయార్థంలో తైమూరిద్‌ల ప్రాబల్యం చాలా వరకు క్షీణించింది. ప్రధానంగా తైమూరిద్‌ల సాంప్రదాయమైన రాజ్యవిభజనే అందుకు కారణం. ఆ విధంగా ఏర్పడ్డ వివిధ తైమూరిద్ రాజ్యాలు తమలో తాము కలహించుకుంటూ ఉండేవి. ఈ పరిస్థితులు రెండు కొత్త శక్తులు తెరపైకి రావడానికి అవకాశం కల్పించాయి. ఉత్తరం నుండి మంగోలు తెగకు చెందిన ఉజ్బేక్‌లు ట్రాన్స్-ఆక్సియానాలోకి చొచ్చుకు వచ్చారు. అప్పటికే ఉజ్బేక్‌లు ముస్లింలుగా మారి ఉన్నారు. అయితే వారిని తైమూరిద్‌లు తక్కువ చేసి చూసేవారు. తైమూరిద్‌ల దృష్టిలో ఉజ్బేక్‌లు అనాగరిక, ఆటవికులు. పశ్చిమ దిశలో సఫావిద్ అనే కొత్త వంశం

తెరపైకి వచ్చింది. ఇరాన్‌ను తన ఆధిపత్యం కిందికి తెచ్చుకుంది. మహమ్మద్ ప్రవక్త వారసులైన కొందరు మతబోధకుల వంశం నుండి సఫావిద్‌లు వచ్చారు. ముస్లింలలో షియా వర్గాన్ని వారు సమర్థించారు. షియా సూత్రాలను అనుసరించని వారిని వెంటాడారు. ఉజ్బేక్‌లు సున్ని తెగకు చెందిన వారు. ఆ విధంగా ఇద్దరి మధ్య రాజకీయ సంఘర్షణకు మతపరమైన విభేదాలు మరింత ఆజ్యం పోశాయి. ఇరాన్‌కు పశ్చిమాన ఒట్టోమన్ తురుష్కుల ప్రాబల్యం పెరుగుతూ ఉంది. ఈశాన్య ఐరోపాతోపాటు ఇరాన్, ఇరాక్‌లపై కూడా ఆధిపత్యం వహించాలని తురుష్కులు భావించారు.

ఆ విధంగా పదహారవ శతాబ్దంలో ఆసియాలోని మూడు ప్రబలమైన సామ్రాజ్యాల మధ్య పోరుకు రంగం సిద్ధమైంది.

1494లో తన 12వ ఏట బాబర్ ఆక్సియానాలోని చిన్న రాష్ట్రమైన ఫర్ఘన గద్దెపై ఎక్కాడు. తైమూరిద్ పాలకులు ఉజ్బేక్‌ల నుండి పొంచి ఉన్న ముప్పును విస్మరించి తమలో తాము ఘర్షణ పడసాగారు. తన మేనమామ అయిన సమరఖండ్ పాలకుడిని ఓడించి సమర్‌ఖండ్‌ను ఆక్రమించుకోవాలని బాబర్ కూడా ప్రయత్నించాడు. రెండుసార్లు ఆ నగరాన్ని అతడు గెలుచుకున్నా అనతి కాలంలోనే వెనుదిరగాల్సి వచ్చింది. బాబర్ రెండవసారి సమర్‌ఖండ్‌పై దాడి చేసినపుడు అతడిని ఎదుర్కోవడానికి ఉజ్బేక్ నాయకుడు షైబానీ ఖాన్‌ను రప్పించారు. బాబర్‌ను

హుమాయూన్ సమాధి

పదవీచ్యుతుడ్ని చేసేందుకు ఖాన్ సహాయం తీసుకున్నారు. బాబర్‌ను ఓడించి సమర్‌ఖండ్‌ను స్వాధీనం చేసుకున్నాడు షైబానీ ఖాన్. తర్వాత అతడు తైమూరిద్ రాజ్యాలన్నింటిని వశం చేసుకున్నాడు. ఈ కారణంగా బాబర్ కాబుల్ వైపు మళ్ళాల్సి వచ్చింది. 1504లో బాబర్ కాబుల్‌ను స్వాధీనం చేసుకున్నాడు. తర్వాతి 14 ఏళ్ళ వరకు తన రాజ్యాన్ని ఉజ్బేక్‌ల నుండి చేజిక్కించుకోవాలని వేచి చూశాడు. తన మామ అయిన హెరాత్ పాలకుడి సహాయం తీసుకోవాలని ప్రయత్నించి విఫలమయ్యాడు.

చివరికి హెరాత్‌ను కూడా షైబానీ ఖాన్ ఆక్రమించుకున్నాడు. దీనితో ఉజ్బేక్, సఫావిద్‌ల మధ్య ప్రత్యక్ష పోరు ప్రారంభమైంది. సఫావిద్‌లు తమకు హెరాత్‌పై, దాని పరిసర ప్రాంతాలపై సర్వహక్కులు ఉన్నాయని వాదించారు. అప్పటి రచయితలు హెరాత్ సమీపాన ఉన్న నగరాన్ని ఖురాసన్ అని పిలిచేవారు. 1510లో జరిగిన ఒక భీకరమైన యుద్ధంలో ఇరాన్ షా (పాలకుడు) షా ఇస్మాయిల్ షైబానీ ఖాన్‌ను ఓడించి, చంపివేశాడు. ఈసారి ఇరానీల సహాయంతో సమర్‌ఖండ్‌ను స్వాధీనం చేసుకోవాలని బాబర్ ప్రయత్నించాడు. అందులో కొంత వరకు సఫలమయ్యాడు. ఇరానీ సైనికాధికారులు అతడిని సమర్‌ఖండ్ గద్దెపై కూర్చోబెట్టినా తమ రాజ్యంలో ఓ ప్రాంతానికి సంస్థానాధీశునిగా మాత్రమే పరిగణించేవారు. ఇరానీ సైనికాధికారులు అతడిని నియంత్రణలో ఉంచడానికి ప్రయత్నించారు. ఈ లోపు ఉజ్బేక్‌లు శక్తిని కూడగట్టుకొని మరలా బాబర్‌ను సమర్‌ఖండ్ నుండి వెలివేశారు. బాబర్ కాబుల్‌కు తరలివచ్చాడు. చివరికి ఒట్టోమన్ సుల్తాను ఇరాన్ పాలకుడు షా ఇస్మాయిల్‌ను 1514లో ఓడించడంతో ట్రాన్-ఆక్సియానా ప్రాంతం ఉజ్బేక్‌ల ఆధిపత్యంలోకి వచ్చింది. ఈ పరిణామాలు బాబర్‌ను భారత్ వైపు దృష్టి సారించేలా చేశాయి.

భారత్‌పై దండయాత్ర :

"కాబుల్‌ను స్వాధీనం చేసుకున్న సమయం (1504) నుండి పానిపట్ యుద్ధంలో విజయం వరకు భారత్‌ను ఆక్రమించుకోవాలన్న ఆలోచనను నేను ఎప్పుడూ పక్కనపెట్టలేదు," అని బాబర్ పేర్కొన్నాడు. "అయితే దండయాత్రకు బయల్దేరేందుకు సరైన అవకాశం దొరకలేదు. ఎందుకంటే కొందరు బేగ్‌ల సందేహాలు నన్ను పునరాలోచింపచేశాయి. కొన్నిసార్లు నాకు, నా సోదరుల మధ్య అభిప్రాయభేదాలు తలెత్తాయి," అని కూడా చెప్పాడు. మధ్య ఆసియా నుండి దండయాత్రపై వచ్చిన ఎందరో పాలకుల వలె బాబర్ కూడా భారత దేశ సిరిసంపదలపట్ల వ్యామోహంతోనే దాడికి ఉపక్రమించాడు. బాబర్ పూర్వీకుడు తైమూర్ దేశం నుండి పెద్ద ఎత్తున

ఖజానాను, వృత్తికారులను తీసుకెళ్ళడమే కాకుండా పంజాబ్‌లోని కొన్ని ప్రాంతాలను సైతం ఆక్రమించుకున్నాడు. తన వెంట తీసుకెళ్ళిన భారతీయ పనివారలు అతడి రాజ్యాన్ని సుస్థిరం చేయడమే కాకుండా రాజధాని నగరాన్ని సర్వాంగ సుందరంగా తీర్చిదిద్దారు. పంజాబ్‌లోని కొన్ని భాగాల్లో తైమూర్ వారసుల పాలన ఎన్నో తరాలు కొనసాగింది. ఆఫ్ఘనిస్తాన్‌ను ఆక్రమించిన బాబర్ పంజాబ్ ప్రాంతాలపై తనకు న్యాయమైన హక్కు ఉందని భావించాడు.

పంజాబ్‌పై బాబర్ దృష్టి సారించడానికి మరో కారణం కూడా ఉంది. కాబుల్‌లో ఆదాయం అంతంత మాత్రంగానే ఉండేది. సంపన్నమైన పంజాబ్ పరగణాలను స్వాధీనం చేసుకుంటే ఆ లోటు తీరుతుందని భావించాడు. చరిత్రకారుడైన అబుల్ ఫజల్ ఇలా వ్యాఖ్యానించాడు : "అతడు (బాబర్) కాబుల్, కందహార్, బదక్‌షాన్‌లపై ఆధిపత్యం వహించినా తన సైన్యానికి సరిపడ సంపాదన లభించేది కాదు. నిజానికి, కొన్ని సరిహద్దు ప్రాంతాల్లో సైనికపరమైన, పాలనాపరమైన వ్యయం రాబడి కంటే ఎక్కువగా ఉండేది." అలా లభించిన అరకొర నిధులతో బాబర్ తన బేగ్‌లను, అనుచరులను వారి ఆకాంక్షలకు అనుగుణంగా పోషించలేకపోయాడు. కాబుల్‌పై ఉజ్బేక్‌లు దాడి చేస్తారన్న ఆందోళన కూడా అతడిని పట్టి పీడించేది. భారత్ అయితే తలదాచుకోవడానికి అనువుగా ఉంటుందని, ఉజ్బేక్‌లకు వ్యతిరేకంగా తదుపరి కార్యకలాపాలకు వ్యూహాత్మకమైన స్థావరంగా ఉపయోగపడగలదని భావించాడు.

ఉత్తర - పశ్చిమ భారత ప్రాంతంలో అప్పుడు నెలకొని ఉన్న రాజకీయ పరిస్థితులు భారత్‌పై దాడి చేయడానికి అనుకూలంగా ఉండేవి. 1517లో సికందర్ లోఢీ మరణించిన తర్వాత అతడి వారసునిగా ఇబ్రహీం లోఢీ ఢిల్లీ సింహాసనాన్ని అధిష్టించి ఉన్నాడు. సువిశాలమైన కేంద్రీకృత సామ్రాజ్యాన్ని ఏర్పాటు చేయాలన్న ఇబ్రహీం ప్రయత్నాలు ఆఫ్ఘన్ తెగ నాయకులను, రాజపుత్ర పాలకులను ఆందోళనకు గురి చేశాయి. పంజాబ్ గవర్నరుగా ఉన్న దౌలత్‌ఖాన్ లోఢీ ఆఫ్ఘన్ తెగ నాయకుల్లో అత్యంత శక్తిమంతుడు. వాస్తవానికి అతడు ఢిల్లీతో సంబంధం లేకుండా స్వతంత్రంగా పాలించేవాడు. ఇబ్రహీం లోఢీని మచ్చిక చేసుకోవడానికి తన కొడుకును ఢిల్లీ దర్బారుకు కానుకలతో పంపాడు. అదే సమయంలో భీరా తదితర సరిహద్దు ప్రాంతాలను స్వాధీనం చేసుకొని తన స్థానాన్ని సుస్థిరం చేసుకోవాలనుకున్నాడు.

1518-19లో బాబర్ శక్తివంతమైన భీరా కోటను స్వాధీనం చేసుకున్నాడు. తర్వాత దౌలత్‌ఖాన్, ఇబ్రహీం లోఢీలకు లేఖలు, మౌఖిక సందేశాలు పంపాడు. తురుష్కులు ఒకప్పుడు పాలించిన ప్రాంతాలను తనకు అప్పగించాలని కోరాడు. అయితే బాబర్ పంపిన రాయబారిని దౌలత్‌ఖాన్ లాహోర్‌లో బంధించాడు.

రాజదర్శనానికి అనుమతినివ్వకుండా, ఇబ్రహీం లోఢీ వద్దకు పంపకుండా ఆ రాయబారిని గృహ నిర్బంధంలో ఉంచాడు. బాబర్ కాబుల్‌కు తిరిగి వెళ్ళినప్పుడు భీరాలో అతడు నియమించిన పాలనాధికారిని దౌలత్‌ఖాన్ బహిష్కరించాడు.

1520-21లో బాబర్ మరోసారి సింధూనదిని దాటి హిందుస్తాన్‌కు ద్వారాలైన భీరా, సియాల్‌కోట్‌లను సునాయసంగా ఆక్రమించుకున్నాడు. లాహోర్ కూడా అతడి ధాటికి కుప్పకూలింది. అతడు ఇంకా ముందుకు చొచ్చుకువెళ్ళేవాడే కాని కందహార్‌లో తిరుగుబాటు జరిగినట్లు సమాచారం అందడంతో వెనక్కి తగ్గాడు. సుమారు ఏడాదిన్నరపాటు ముట్టడించి కందహార్‌ను స్వాధీనం చేసుకోగలిగాడు. దాంతో సంతృప్తి చెందని బాబర్ మరోసారి భారత్‌వైపు దృష్టి సారించాడు.

అదే సమయంలో బాబర్ వద్దకు దౌలత్ ఖాన్ ఒక ప్రతినిధి బృందాన్ని పంపాడు. బృందానికి దౌలత్‌ఖాన్ కుమారుడు దిలావర్ ఖాన్ నాయకత్వం వహించాడు. భారత్‌కు రావాలని, కిరాతక నియంతగా వ్యవహరిస్తున్న ఇబ్రహీం లోఢీని పక్కకు తప్పించాలని ఆ దౌత్య బృందం బాబర్‌కు విజ్ఞప్తి చేసింది. భారత్‌పై దండయాత్రకు రావలసిందిగా కోరుతూ రాణా సంఘా కూడా అదే సమయంలో తన రాయబారిని బాబర్ వద్దకు పంపించి ఉంటాడు. భారత దేశమంతటిని కాకపోయినా కనీసం పంజాబ్ రాష్ట్రాన్నైనా ఆక్రమించుకోవచ్చన్న అభిప్రాయాన్ని ఈ రాయబారాలు బాబర్‌లో కలిగించాయి.

1525లో బాబర్ పెషావర్‌లో ఉండగా దౌలత్‌ఖాన్ లోఢీ మళ్ళీ తన ఆలోచనలు మార్చుకున్నాడన్న సమాచారాన్ని అందుకున్నాడు. దౌలత్‌ఖాన్ 30,000-40,000 మంది సైనికులను సమీకరించుకొని బాబర్ అనుయాయులను సియాల్‌కోట్ నుండి తరిమి కొట్టాడు. లాహోర్ దిశగా బయల్దేరాడు. బాబర్ తన విశాలమైన సైన్యంతో ఎదురుపడగానే దౌలత్‌ఖాన్ కరిగిపోయాడు. వెంటనే లొంగిపోయాడు. బాబర్ అతడిని క్షమించి వదిలిపెట్టాడు. ఆ విధంగా సింధూనదిని దాటిన మూడు వారాల్లోనే బాబర్ పంజాబ్ ప్రాంతానికి అధిపతి అయ్యాడు.

పానిపట్ యుద్ధం (20 ఏప్రిల్, 1526)

ఢిల్లీ పాలకుడు ఇబ్రహీం లోఢీతో ప్రత్యక్ష పోరు అనివార్యమైంది. బాబర్ అందుకు సిద్ధమై ఢిల్లీ వైపు తన సైన్యాలతో కదిలాడు. లక్ష మంది సైనికులు, వెయ్యి ఏనుగులతో కూడిన భారీ బలగంతో లోఢీ బాబర్‌ను పానిపట్ వద్ద అడ్డుకున్నాడు. సాధారణంగా భారత సైన్యాల్లో సేవకులు అధిక సంఖ్యలో ఉంటారు కాబట్టి లోఢీ సైనికుల సంఖ్య పైన పేర్కొన్న సంఖ్య కంటే చాలా తక్కువగా ఉండొచ్చు. సింధూ

నదిని దాటినప్పుడు బాబర్ సైన్యంలో 12,000 నుండి సైనికులే ఉండేవారు. అయితే పంజాబ్‌లో స్థిరపడిన తర్వాత భారతీయుల చేరికతో అతడి సైన్యం అమాంతంగా పెరిగిపోయింది. అయినా బాబర్ సైన్యం లోఢీ సైన్యం కంటే చాలా బలహీనంగా ఉండేది. తన సైన్యంలో ఒక భాగాన్ని పానిపట్ నగరంలో విశ్రాంతినివ్వడం ద్వారా బాబర్ తన పరిస్థితిని బలోపేతం చేసుకున్నాడు. నగరంలో చాలా నివాస గృహాలుండేవి. అలాగే రంగంలో ఉన్న సైనికులను గోతులు తవ్వి చెట్టుకొమ్మల మధ్య ఉంచి కాపాడుకున్నాడు. ముందు వరుసలో అసంఖ్యాకమైన గుర్రపు బండ్లతో రక్షణ వలయాన్ని ఏర్పాటు చేశాడు. కదనరంగంలో తానే స్వయంగా ముందుండి యుద్ధ వ్యూహాన్ని రచించాడు.రెండు బండ్ల మధ్య ఛాతి ఎత్తులో ఉన్న కవచాలను అమర్చి వాటిపై సైనికులు తుపాకులు పెట్టి కాల్చడానికి ఏర్పాట్లు చేశాడు. ఈ పరికరాన్ని ఒట్టోమన్ (రూమీ) పరికరంగా పిలిచేవాడు బాబర్. ఎందుకంటే అలాంటి పరికరాలనే తురుష్కులు ఇరాన్ షాతో జరిగిన యుద్ధంలో ఉపయోగించారు. బాబర్ కూడా ఇద్దరు తురుష్క సైనికాధికారుల - ఉస్తాద్ అలీ, ముస్తఫా - సేవలను వినియోగించుకున్నాడు. వీరిద్దరు ఫిరంగులను కాల్చడంలో ఆరితేరినవారు. అప్పటికే భారతదేశంలో మందుగుండు సామగ్రి వినియోగం ఎక్కువగా ఉండేది. తాను తొలిసారిగా మందుగుండును భీరా కోటను ఆక్రమించుకొనే సమయంలో వాడినట్లు బాబర్ తన జ్ఞాపకాల్లో పేర్కొన్నాడు. మందుగుండు గురించిన పరిజ్ఞానం భారతీయులకు ఎప్పటి నుంచో ఉన్నా బాబర్ రాక తర్వాత ఉత్తర భారతంలో దానిని వినియోగంలోకి తెచ్చారు.

బాబర్ పన్నిన యుద్ధ వ్యూహం గురించి, అతడు ఏర్పాటు చేసుకున్న రక్షణా వలయాల గురించి ఇబ్రహీం లోఢికి ఎలాంటి అవగాహన ఉండేది కాదు. సాధారణంగా మధ్య ఆసియా పాలకులు అనుసరించే యుద్ధతంత్రాన్నే బాబర్ కూడా అవలంబిస్తాడని లోఢీ భావించాడు. పోరాడుతూ ముందుకు దూసుకెళ్ళడం, ప్రతిఘటన ఎదురైనప్పుడు వెనక్కు మళ్ళడం మధ్య ఆసియా సైన్యాలకు మామూలే. ఏడెనిమిది రోజుల సాధారణ సంఘర్షణ తర్వాత లోఢీ సైన్యాలు ముందుకు వచ్చాయి. బాబర్‌కు ఉన్న ప్రబలమైన రక్షణ వ్యూహాన్ని గమనించిన లోఢీ సైన్యాలు తొలుత సందేహించాయి. లోఢీ సైనికులను పునఃసమీకరించడంలో నిమగ్నమై ఉండగా బాబర్ సైన్యంలోని రెండు తీవ్రవాద దళాలు లోఢీ సైన్యాలను రెండు వైపుల నుండి చుట్టుముట్టాయి. ముందు నుండి వచ్చిన బాబర్ సైనికులు తమ ఫిరంగులను సమర్థవంతంగా ఉపయోగించారు. అయితే పానిపట్ యుద్ధంలో తన విల్లుకారులు ప్రదర్శించిన నైపుణ్యంవల్లే విజయావకాశాలు చాలా వరకు మెరుగుపడ్డాయని ఆ తర్వాత బాబర్ వ్యాఖ్యానించాడు.

ఆశ్చర్యకరమైన విషయమేమిటంటే ఇబ్రహీం లోఢీ ఉపయోగించిన ఏనుగుల గురించి బాబర్ ఎక్కడా ప్రస్తావించలేదు. బహుశా గజ దళాన్ని దళాన్ని రంగంలో దించడానికి లోఢీకి సమయమే లభించకపోయి ఉండొచ్చు. తొలి దశలో ఇలాంటి ఎదురుదెబ్బలు ఎన్నో తగిలినప్పటికీ లోఢీ సైన్యం వీరోచితంగా పోరాడింది. యుద్ధం రెండు మూడు గంటలపాటు భీకరంగా కొనసాగింది. చివర వరకు లోఢీ పోరాడాడు. అప్పుడు అతని చుట్టూ 5,000-6,000 మంది సైనికులు ఉన్నారు. లోఢీతో సహా అతడి సైన్యంలోని 15,000 మంది ఆ యుద్ధంలో ప్రాణాలు కోల్పోయినట్లు ఒక అంచనా.

భారత చరిత్రలో పానిపట్ యుద్ధం నిర్ణయాత్మక పోరాటాల్లో ఒకటిగా నిలిచిపోయింది. పానిపట్ యుద్ధం లోఢీ రాజ్యం వెన్ను విరిచింది. ఢిల్లీ, ఆగ్రా వరకు వున్న ప్రాంతమంతా బాబర్ ఆధీనంలోకి వచ్చింది. ఆగ్రాలో లోఢీ దాచిపెట్టిన సంపద బాబర్ ఆర్థిక కష్టాలను తీర్చింది. జౌన్‌పూర్ వరకు ఉన్న సంపన్నమైన ప్రాంతం బాబర్ వశం కావడానికి సిద్ధమైంది. అయితే మేవార్‌కు చెందిన రాణా సంఘా, ఈశాన్య ఆఫ్ఘన్లతో బాబర్ రెండు భీకరమైన యుద్ధాలు చేయాల్సి వచ్చింది. ఆ తర్వాతనే అతడు జౌన్‌పూర్ రాజ్యంపై దృష్టి సారించగలిగాడు. ఈ కోణం నుండి చూస్తే పానిపట్ యుద్ధం అంత నిర్ణయాత్మకమైనది కాదేమో అనిపిస్తుంది ఉత్తర భారతంపై ఆధిపత్య పోరులో ఒక కీలకమైన ఘట్టంగా మాత్రం పానిపట్ యుద్ధాన్ని పరిగణించవచ్చు.

పానిపట్ యుద్ధం తర్వాత బాబర్ ఎదుర్కొన్న కష్టాలు అన్నీ ఇన్నీ కావు. చాలా మంది బేగ్‌లు భారత్‌లో ఎక్కువ కాలం మకాం వేయడానికి ఇష్టపడలేదు. వేసవి మొదలు కాగానే వారి సందేహాలు మరింత బలపడ్డాయి. ఇంటి నుండి ఎంతో దూరంగా వున్న ఒక కొత్త ప్రాంతంలో ప్రజల వ్యతిరేకతను వారు ఎదుర్కోవలసి వచ్చింది. భారతీయులు మొగలుల పట్ల తీవ్ర వ్యతిరేక ధోరణి ప్రదర్శించారని, మొగలు సైన్యాలు సమీపిస్తుంటే తమ గ్రామాలను వదలివెళ్ళి పోయారని బాబర్ పేర్కొన్నాడు. అంతకు ముందు తైమూరు సైన్యాలు పట్టణాలు, పల్లెల్లో సృష్టించిన విధ్వంసం చేసిన లూటీలు ప్రజల జ్ఞాపకాల నుండి ఇంకా చెరిగిపోలేదు. ఆ కిరాతక దృశ్యాలు వారి మదిలో తాజాగానే ఉండేవి. భారతదేశంలో లభించే వనరులతోనే ఓ పెద్ద సామ్రాజ్యాన్ని ఏర్పాటు చేయవచ్చని, ఆ విధంగా బేగ్‌లను సంతృప్తిపరచవచ్చని బాబర్‌కు బాగా తెలుసు. తన డైరీలో ఈ విధంగా రాశాడు : "కాబుల్‌లో అనుభవించిన పేదరికం మనకిక వద్దు." అలా అతడు ఒక దృఢమైన నిర్ణయం తీసుకొని భారతదేశంలో సుదీర్ఘ కాలంపాటు కొనసాగాలన్న తన ఆశయాన్ని బేగ్‌లకు స్పష్టంగా తెలియజేశాడు. కాబుల్‌కు తిరిగి వెళ్ళదలచుకున్న చాలా మంది బేగ్‌లకు సెలవు మంజూరు చేశాడు.

దానితో సమస్యలు కొంత వరకు తీరాయి. కాని అదే సమయంలో రాణా సంఘాతో వైరం కొనితెచ్చుకున్నాడు. రాణా సైన్యాన్ని సమీకరించి బాబర్‌తో తలపడేందుకు సిద్ధమయ్యాడు.

ఖాన్వా యుద్ధం :

ఈశాన్య రాజస్థాన్, మాల్వా ప్రాంతాలపై ఆధిపత్యం కోసం రాణా సంఘా, ఇబ్రహీం లోఢీల మధ్య జరిగిన పోరు గురించి ఇంతకుముందే తెలుసుకున్నాము. మాల్వా పాలకుడు మహమూద్ ఖల్జీని ఓడించిన తర్వాత రాణా ప్రాబల్యం పిలియా ఖార్ వరకు విస్తరించింది. పిలియా ఖార్ ఆగ్రా పొరుగున ఉన్న ఒక చిన్న నది. గంగా లోయలో పెద్ద సామ్రాజ్యాన్ని బాబర్ ఏర్పాటు చేయడం రాణాకు ముప్పుగా పరిణమించింది. గంగాలోయ ప్రాంతం నుండి బాబర్‌ను వెలివేయడానికి లేదా అతడిని పంజాబ్‌కి పరిమితం చేయడానికి రాణా యుద్ధ సన్నాహాలను ప్రారంభించాడు.

రాణా సంఘా ఒప్పందాన్ని ఉల్లంఘించాడని బాబర్ ఆరోపించాడు. భారత్‌కు తనను ఆహ్వానించింది రాణా అని, అయితే తాను ఢిల్లీ, ఆగ్రాలను స్వాధీనం చేసుకోగా అతడు (రాణా) తన సైన్యాలకు మద్దతుగా ఎలాంటి చర్యలు తీసుకోలేదని నిందించాడు. సంఘా బాబర్‌కు ఎలాంటి హామీలు ఇచ్చాడో మనకు తెలియదు. లోఢీతో యుద్ధం సుదీర్ఘకాలంపాటు కొనసాగగలదని ఈ లోపు తాను ఈశాన్య రాజస్థాన్, మాల్వా రాజ్యాలను హస్తగతం చేసుకోవచ్చని రాణా భావించి ఉంటాడు. లేదా తైమూర్ లాగా బాబర్ కూడా ఢిల్లీని దోచుకుని, లోఢీలను శక్తిహీనులను చేసిన తర్వాత తన సైన్యాలను ఉపసంహరించుకుంటాడని రాణా భావించి ఉంటాడు. అయితే భారత్‌లోనే స్థిరపడాలని బాబర్ తీసుకున్న నిర్ణయంతో పరిస్థితి పూర్తిగా మారిపోయింది.

ఇబ్రహీం లోఢీ సోదరుడు మహమూద్ లోఢీతో సహా అనేక మంది ఆఫ్ఘన్లు రాణా సంఘా వెనుక సమీకృతమయ్యారు. సంఘా యుద్ధంలో గెలిచినట్లయితే ఢిల్లీ గద్దెను తిరిగి దక్కించుకోవచ్చన్న ఆశతో వారు సంఘాకు మద్దతు పలికారు. మేవాత్ పాలకుడు హసన్ ఖాన్ మేవతి కూడా సంఘాకు సహాయంగా తన సైన్యాన్ని పంపాడు. దాదాపు రాజపుత్ర పాలకులందరూ రాణాకు మద్దతుగా తమ బలగాలను పంపారు.

రాణా సంఘాకు ఉన్న ప్రతిష్ట, బయానా లాంటి సరిహద్దు ప్రాంతాలపై అతడి ఆధిపత్యం (యుద్ధం తొలి దశలో) బాబర్ సైనికుల మనోబలాన్ని దెబ్బతీసింది. వారిలో స్థైర్యం నిలిపేందుకు సంఘాతో జరుగుతున్న యుద్ధాన్ని బాబర్ ఒక జిహాద్‌గా ప్రకటించాడు. యుద్ధానికి బయల్దేరి వెళ్ళే ముందు మద్యంతో నింపిన జాడీలు, సీసాలను బద్దలు కొట్టించి తాను ఎంత పవిత్రమైన మహమ్మదీయుడైనది చాటి

చెప్పాడు. తన రాజ్యంలో మద్యం అమ్మకాలు, కొనుగోళ్ళను నిషేధించాడు. ముస్లింలపై విధించబడిన అన్ని రకాల వాణిజ్య పన్నులను రద్దు చేశాడు.

జాగ్రత్తగా ఒక స్థావరాన్ని ఎంచుకున్న తర్వాత బాబరు ఆగ్రాకు 40 కిలోమీటర్ల దూరంలో ఉన్న ఖాన్వాలో మకాం వేశాడు. పానిపట్‌లో లాగే ఎక్కువ సంఖ్యలో గుర్రపు బండ్లను వినియోగించి బాహ్య రక్షణా వలయాన్ని విసిరాడు. ముందు వరుసలో గోతులు తవ్వించి రెండో రక్షణ కవచం ఏర్పాటు చేశాడు. రక్షణ దళాల మధ్య కొంత ఖాళీ వదలి గురికారులు ఫిరంగులు పేల్చడానికి మార్గం సుగమం చేశాడు. కాల్పులు జరుపుతూ బండ్లపై ముందుకు దూసుకెళ్ళేలా వ్యూహం పన్నాడు.

ఖాన్వా యుద్ధం (1527) భీకరంగా సాగింది. సంఘా సైన్యాల్లో సుమారు 2,00,000 మంది సైనికులు (పది వేల మంది ఆఫ్ఘన్లతోసహా) ఉన్నారని బాబర్ పేర్కొన్నాడు. ఆఫ్ఘన్ల ఆశ్విక దళాలతోపాటు అంతే సంఖ్యలో హసన్ ఖాన్ మేవాతి సైన్యం కూడా ఉండేది. ఈ లెక్కలు చాలా వరకు ఎక్కువగా ఉన్నా బాబర్ సైన్యాలు తక్కువ సంఖ్యలోనే ఉండేవి. కుడివైపు నుండి ధాటిగా పోరాడుతూ సంఘా బాబర్ సైన్యాన్ని మట్టుపెట్టాడు. దాదాపు రక్షణ వలయాన్ని ఛేదించినంత పని చేశాడు. అయితే మొగలులు ఉపయోగించిన మందుగుండు ఎక్కువ సంఖ్యలో ప్రాణాలను బలిగొంది. క్రమంగా సంఘా సైన్యాలు వెనక్కి నెట్టబడ్డాయి. ఈ దశలో ఫిరంగులు వెనుక కదనరంగంలో మధ్యభాగంలో ఉన్న తన సైనికులను ముందుకు దూసుకెళ్ళాలని బాబర్ ఆదేశించాడు. ఫిరంగులు కూడా ముందుకు కదిలాయి. ఆ విధంగా సంఘ బలగాలను మొగల్ సైనికులు చుట్టుముట్టారు. వేలాది సంఖ్యలో సైనికులు ఊచకోతకు గురయ్యారు. ఆ తర్వాత వారిని మొగల్ సైన్యాలు ఓడించాయి. రాణా సంఘా తప్పించుకున్నాడు. బాబర్‌తో మరలా యుద్ధానికి సిద్ధమవ్వాలని భావించాడు. అయితే అలాంటి ఆలోచన ప్రమాదకరమైనది, ఆత్మహత్య సదృశ్యమైనదని భావించిన రాణా ఆస్థాన పాలకులు అతడికి విషమిచ్చి చంపేశారు.

ఆ విధంగా రాజస్థాన్ జన్మనిచ్చిన ఒక గొప్ప పోరాట యోధుడు మరణించాడు. సంఘా మరణం తర్వాత ఆగ్రా వరకు సరిహద్దుతో విశాల రాజస్థాన్ ఏర్పాటు చేయాలన్న లక్ష్యం నీరుగారిపోయింది.

ఖాన్వా యుద్ధం ఢిల్లీ – ఆగ్రా ప్రాంతంలో బాబర్ ప్రాబల్యాన్ని మరింత సుస్థిరం చేసింది. గ్వాలియర్, ధోల్‌పూర్ కోటలను స్వాధీనం చేసుకొని బాబర్ మరింత బలపడ్డాడు. అలాగే హసన్‌ఖాన్ మేవాతి నుండి ఆల్వార్‌లోని అనేక ప్రాంతాలను హస్తగతం చేసుకున్నాడు. తర్వాత మాల్వాలోని చందేరికి చెందిన మేదినీ రాయ్‌కి వ్యతిరేకంగా యుద్ధభేరి మ్రోగించాడు. చివరి వరకు పోరాడిన రాజ్‌పుత్‌లు చందేరీ

కోటను కోల్పోయారు. వారి మహిళలు యోహార్‌ను పాటించారు. ఈశాన్య ఉత్తరప్రదేశ్‌లో ఆఫ్ఘన్ల కార్యకలాపాలు తీవ్రతరం కావడంతో బాబర్ తన తదుపరి దండయాత్రను నిలిపివేశాడు.

ఆఫ్ఘాన్లు

ఆఫ్ఘన్లు ఓడిపోయినా మొగల్ పాలనకు దాసోహం కావడానికి ఇష్టపడలేదు. బాబర్‌పట్ల విశ్వాసాన్ని ప్రకటించిన కొందరు ఆఫ్ఘాన్ నాయకుల ఆధిపత్యంలో ఈశాన్య ఉత్తర ప్రదేశ్ ప్రాంతం ఉండేది. ఢిల్లీ ప్రభుత్వాన్ని ఏ క్షణమైనా కూలదోయడానికి వారు సిద్ధంగా ఉండేవారు. ఆఫ్ఘాన్ సర్దార్లకు వెన్నుదన్నుగా బెంగాల్ పాలకుడు నుస్రత్‌షా ఉండేవాడు. (నుస్రత్ షా ఇబ్రహీం లోఢీ కుమార్తెను వివాహం చేసుకొన్నాడు) అంతకుముందు ఆఫ్ఘన్లు మొగల్ పాలనాధికారులను ఈశాన్య ఉత్తర ప్రదేశ్ నుండి వెలివేసి కనేజ్ వరకు దూసుకెళ్ళారు. అయితే వారి పెద్ద బలహీనత ఒక ప్రజానాయకుడి సారథ్యం లేకపోవడమే. కొంత కాలం తర్వాత ఇబ్రహీం లోఢీ సోదరుడు మహమూద్ లోఢీ బీహార్ చేరుకున్నాడు. మహమూద్‌లోఢీ ఖాన్వా వద్ద బాబర్‌తో తలపడి ప్రాణాలతో తప్పించుకున్నాడు. బీహార్‌కు రాగానే అతడిని ఆఫ్ఘాన్లు తమ నాయకుడిగా ఎన్నుకున్నారు. అతడి నేతృత్వంలో బలం పుంజుకున్నారు.

ఆఫ్ఘన్ల నుండి ఎదురవుతున్న ఈ సవాళ్ళను బాబర్ విస్మరించలేదు. అందుకే 1529 తొలినాళ్ళలో ఆగ్రా వదలి ఈశాన్యం వైపు కదిలాడు. బనారస్ సమీపంలో గంగానదిని దాటి ఆఫ్ఘన్ - బెంగాల్ సంయుక్త సైన్యాన్ని ఘాగ్రా నది వద్ద ఎదుర్కొన్నాడు. బాబర్ ఘాగ్రా నదిని దాటిపోయినా, ఆఫ్ఘాన్, బెంగాల్ సైన్యాలు వెనుదిరిగేలా చేసినా నిర్దిష్టమైన విజయాన్ని మాత్రం సాధించలేకపోయాడు. అప్పటికే బాబర్ అనారోగ్యంతో ఉన్నాడు. దానికితోడు మధ్య ఆసియాలో సంభవిస్తున్న రాజకీయ పరిణామాలు అతడిని కలవరపెట్టాయి. ఆ దశలో బాబర్ ఆఫ్ఘన్లతో ఒప్పందం కుదుర్చుకోవాలని నిర్ణయించాడు. బీహార్‌పై తన హక్కు ఉండాలని అతడు ప్రతిపాదించినా ఆఫ్ఘాన్ సర్దార్లకే పాలనా బాధ్యతలు అప్పగించాడు. తర్వాత బాబర్ ఆగ్రా వెళ్ళిపోయాడు. తర్వాత కొద్ది కాలానికే, కాబుల్ వెళుతూ మార్గమధ్యంలో లాహోర్ వద్ద మరణించాడు.

బాబర్ భారత్ రాక - ప్రాధాన్యత :

బాబర్ భారత ఆగమనం చాలా కోణాల నుండి ప్రాధాన్యత కలది. కుషన్ సామ్రాజ్యం పతనమైన తర్వాత తొలిసారిగా కాబుల్, కందహార్ నగరాలు ఉత్తర

భారత సామ్రాజ్యంలో అంతర్భాగమయ్యాయి. భారతదేశానికి ద్వారాలుగా ఉన్న ఈ నగరాలపై ఆధిపత్యం వహించడం ద్వారా బాబర్, అతడి వారసులు, పశ్చిమ, మధ్య ఆసియా నుండి జరుగుతున్న దండయాత్రలను నివారించగలిగారు. సుమారు 200 ఏళ్ళపాటు విదేశీ పాలకుల నుండి దేశాన్ని రక్షించగలిగారు. ఆర్థికపరంగా కూడా పై రెండు నగరాలపై ఆధిపత్యంవల్ల భారత విదేశీ వాణిజ్యం బలపడింది. కందహార్, కాబుల్ నగరాలు ఈశాన్యంలో చైనా, పశ్చిమంలో మధ్యదరా ఓడరేవులకు సరుకులు రవాణా చేయడానికి కీలకమైన స్థావరాలుగా ఉండేవి. ఆ విధంగా ఆసియాంతర వ్యాపారంలో భారత్‌కు ప్రధానమైన వాటా లభించేది.

ఉత్తర భారతంలో లోధీలు, రాజపుత్రుల ప్రాబల్యాన్ని బాబర్ క్షీణింపచేశాడు. మందుగుండు గురించి భారతీయులకు మొదటి నుండి తెలిసినా బాబర్ తన సాయుధ, అశ్విక దళాల సంయుక్త నైపుణ్యంతో మందుగుండు శక్తి ఏ పాటిదో నిరూపించాడు. బాబర్ సాధించిన విజయాలతో దేశంలో మందుగుండు, సాయుధ దళాల ప్రాముఖ్యత పెరిగిపోయింది. ఫిరంగులు ఖరీదైనవి కావడంతో నిధులు అపారంగా ఉన్న పాలకులు మాత్రమే వాటిని సమీకరించుకోగలిగారు. ఆ విధంగా సువిశాల రాజ్యాల శకం ప్రారంభమైంది.

వైవిధ్యమైన యుద్ధతంత్ర పద్ధతులతోపాటు తన వ్యక్తిగత నడవడిక ద్వారా బాబర్ ఢిల్లీ కిరీటానికి గత వైభవాన్ని సమకూర్చాడు. ఫిరోజ్ తుగ్లక్ మరణం తర్వాత ఢిల్లీ సింహాసనానికి ఒక ప్రతిష్టంటూ లేకుండా పోయింది. సికందర్, ఇబ్రహీం లోధీలు ఢిల్లీ అధికారాన్ని, సింహాసనాన్ని సంక్షోభం నుండి బయటపడ వేయాలని ప్రయత్నించినప్పటికీ పెద్దగా విజయం సాధించలేకపోయారు. ఆఫ్ఘాన్ తెగ నాయకుల్లో ఉండే అపరిమితమైన స్వేచ్ఛా స్వభావం, సమానత్వ భావన వల్లే ఢిల్లీ రాజ్యాన్ని లోధీలు సంఘటితం చేయలేకపోయారు. ఆసియాలోనే ప్రఖ్యాతిగాంచిన ఇద్దరు పోరాట యోధులు చంగీజ్, తైమూర్‌ల వంశానికి చెందిన వాడిగా బాబర్‌కు ఎనలేని గౌరవ ప్రతిష్టలు ఉండేవి. ఈ కారణంగానే అతడి సంస్థానాధీశులు తాము బాబర్‌తో సమానమనే భావనకాని, సమాన హోదా కావాలని అడిగే ధైర్యం కాని చేయలేకపోయారు. గద్దెనెక్కాలన్న ఆకాంక్షను కూడా పెంచుకోలేదు. అతడి ఆధిపత్యానికి సవాలు ఎక్కడి నుండైనా ఎదురైందీ అంటే ఒక్క తైమూరిద్ పాలకుడి నుండే.

వ్యక్తిగత లక్షణాల ద్వారా బాబర్ తన బేగ్‌లను ఆకట్టుకోగలిగాడు. సైనికులతో కష్టసుఖాలు పంచుకోవడానికి అతడు ఎప్పుడూ సిద్ధంగా ఉండేవాడు. ఒకసారి చలి తీవ్రంగా ఉన్న సమయంలో బాబర్ కాబుల్‌కు తిరిగి వెళుతున్నాడు. మంచు

పేరుకుపోయి గుర్రాలు ముందుకు కదల్లేని పరిస్థితి ఏర్పడింది. సైనికులు మార్గంలో ఉన్న మంచును తొలగించడానికి సిద్ధమయ్యారు. ఎలాంటి భేషజాలకు పోకుండా బాబర్ స్వయంగా రంగంలోకి దిగాడు. ఎంతో కష్టంతో కూడుకున్న పని అయినప్పటికీ బాబర్ వ్యక్తిగతంగా చొరవ తీసుకోవడంతో బేగ్‌లు కూడా అతడితో చేతులు కలిపి ఆ కార్యాన్ని పూర్తి చేశారు.

మధువు, మేధావుల సాంగత్యమంటే బాబర్‌కు మక్కువ. అదే సమయంలో అతడు క్రమశిక్షణ, కార్యసాధనకు అమితమైన ప్రాధాన్యత ఇచ్చేవాడు. తన బేగ్‌లను బాగా చూసుకునే వాడు. విశ్వాస పాత్రులుగా ఉన్నంత వరకు వారి చిన్న చిన్న తప్పులను క్షమించేవాడు. ఆఫ్ఘాన్లు, భారతీయ పాలనాధికారుల పట్ల కూడా అదే ఔదార్యాన్ని చూపేవాడు. అయితే బాబర్‌లో కొంత క్రూరత్వం ఉండేది. బహుశా అది వారి వంశంలోనే ఉండి ఉండొచ్చు. తన వ్యతిరేకుల అస్థిపంజరాలతో స్థూపాలను లేపేవాడు. అయితే అప్పటి పరిస్థితులను బట్టి బాబర్ క్రూరంగా వ్యవహరించి ఉంటాడని భావించాల్సి ఉంటుంది.

సనాతన సున్నీ అయిన బాబర్ మతోన్మాది కాదు. మతగురువుల బాటలో నడవలేదు. ఇరాన్, తురాన్‌లలో సున్ని-షియా వర్గాల మధ్య తీవ్రవైరం ఉన్న సమయంలో కూడా అతడి ఆస్థానంలో మత-వర్గ విభేదాలు ఉండేవి కావు. రాణా సంఘాతో జరిగిన యుద్ధాన్ని అతడు 'జిహాద్'గా ప్రకటించి, యుద్ధంలో విజయం సాధించిన తర్వాత 'గాజీ' అనే బిరుదును పొందాడు. కాని ఆ యుద్ధాన్ని జిహాద్‌గా ప్రకటించడం వెనుక పూర్తిగా రాజకీయపరమైన కారణాలే ఉన్నాయి. అతడి హయాం అంతా యుద్ధాలతో గడిచిపోయింది కాని దేవాలయాలు నేలమట్టం చేసిన సంఘటనలు కొన్నే వున్నాయి.

తురుష్కం మాతృభాషగా ఉండేది. అయితే బాబర్ పార్సీ, అరబిక్ భాషల్లో ఆరితేరినవాడు. ఇద్దరు ప్రధాన తురుష్క రచయితల్లో ఒకడిగా బాబర్‌కు ఖ్యాతి ఉండేది. వచనా శైలిలో అతడికి మరెవరూ సాటిరారు. అతడు రచించిన తురుక్-ఎ-బాబరీ (జ్ఞాపకాలు)ని ప్రపంచ సాహిత్యంలో ఒక మణిపూసగా పరిగణిస్తారు. అలాగే మస్నవి అనే మరో గ్రంథాన్ని రచించాడు. ఒక ప్రఖ్యాత సూఫీ గురువు పార్సీలో రచించిన పుస్తకాన్ని బాబర్ తురుష్క భాషలోకి అనువదించాడు. తన కాలంలోని ప్రఖ్యాత కవులు, కళాకారులతో అతడు స్నేహపూర్వకంగా ఉండేవాడు. తాను రాసిన స్మృతుల్లో ఆయా కవుల రచనల గురించి వివరించాడు. బాబర్ ప్రకృతి ఆరాధకుడు. భారతదేశంలో అతడు గమనించిన పశుపక్ష్యాదుల గురించి తన రచనల్లో విపులంగా వివరించాడు. నీరు ఎప్పుడూ అందుబాటులో ఉండే విధంగా ఎన్నో

ఉద్యానవనాలను పెంచాడు. అలా దేశంలో ఒక కొత్త ఒరవడికి నాంది పలికాడు.

సింహాసన బలం, ప్రతిష్ట ఆధారంగా ఒక కొత్త రాజ్య సిద్ధాంతాన్ని బాబర్ ప్రవేశపెట్టాడు. మత-వర్గ వివక్షలేని పాలనా పద్ధతులను అనుసరించాడు. కళలు, సంస్కృతిని జాగ్రత్తగా అభివృద్ధి పరిచాడు. తన వారసులకు ఒక కొత్త దిశానిర్దేశాన్ని (పాలనలో) అందించాడు.

హుమాయూన్ : గుజరాత్‌పై విజయం - షేర్ షాతో వైరం :

బాబర్ మరణానంతరం డిసెంబరు 1530లో హుమాయూన్ ఢిల్లీ సింహాసనాన్ని అధిష్టించాడు. అప్పటికి అతడి వయస్సు 23 సంవత్సరాలు. బాబర్ తనకు వారసత్వంగా మిగిల్చిన ఎన్నో సమస్యలను అతడు ఎదుర్కోవలసి వచ్చింది. పాలనా వ్యవస్థ ఇంకా ఒక కొలిక్కి రాలేదు. నిధులు అంతంత మాత్రంగానే ఉండేవి. ఆఫ్ఘన్లు పూర్తిగా అణచి వేయబడలేదు. ఢిల్లీ నుండి మొగల్ పాలకులను వెలివేయాలని వారు సరైన అవకాశం కోసం ఎదురు చూస్తున్నారు. చివరగా సోదరుల మధ్య రాజ్యాన్ని విభజన చేసే తైమూరిద్ సాంప్రదాయం కూడా ఉండేది. సోదరులతో సున్నితంగా వ్యవహరించమని బాబర్ హుమాయూన్‌కు హితబోధ చేశాడు. అయితే ప్రారంభ దశలోనే రాజ్యాన్ని విభజిస్తే తీవ్ర పరిణామాలు ఎదుర్కోవలసి వస్తుందని గ్రహించిన బాబర్ తన కుమారుల మధ్య రాజ్య విభజనను ఇష్టపడలేదు.

ఆగ్రాలో హుమాయూన్ సింహాసనాన్ని అధిష్టించినపుడు మొగల్ సామ్రాజ్యంలో కాబుల్, కందహార్ నగరాలు అంతర్భాగంగా ఉండేవి. హిందుకుష్ పర్వతాల అవతల ఉన్న బదక్షాన్‌పై కొద్దిపాటి నియంత్రణ ఉండేది. హుమాయూన్ సోదరుడు కమ్రాన్ ఆధిపత్యంలో కాబుల్, కందహార్‌లు ఉండేవి. కమ్రాన్ నియంత్రణలో ఆ రెండు నగరాలు ఉండడం సహజమే. అయితే అతడు పేదరికంతో అల్లాడుతున్న ఆ ప్రాంతాలతో సంతృప్తి చెందలేదు. లాహోర్, ముల్తాన్ నగరాలను స్వాధీనం చేసుకున్నాడు. హుమాయూన్ ఈశాన్యంలో తిరుగుబాటుదారులను అణచివేయడంలో నిమగ్నమై ఉన్నాడు. వెంటనే అంతర్యుద్ధం ప్రారంభించకూడదని భావించిన హుమాయూన్, సోదరుడి ఆధిపత్యాన్ని అంగీకరించాడు. మరోవైపు కమ్రాన్ కూడా హుమాయూన్ స్థాయిని గౌరవించాడు. ఎక్కడ ఎప్పుడు అవసరమైనా తోడ్పడేందుకు తాను సిద్ధంగా ఉన్నానని హుమాయూన్‌కు భరోసా ఇచ్చాడు. కమ్రాన్ చర్యలవల్ల పలు సందేహాలు వ్యక్తమయ్యాయి. మిగతా సోదరులు కూడా అవకాశం వచ్చినప్పుడు రాజ్యంలోని ప్రాంతాలను హస్తగతం చేసుకోవచ్చన్న ఆందోళన పాలకవర్గాల్లో ఉండేది. అయితే పంజాబ్, ముల్తాన్‌లను కమ్రాన్‌కు కట్టబెట్టడం వల్ల హుమాయూన్‌కు

తక్షణ లాభం చేకూరింది. పశ్చిమ ప్రాంతాలపై ఆందోళన చెందరుండా ఈశాన్య ప్రాంతాలపై దృష్టి సారించడానికి అతడికి వీలుపడింది.

అంతర్గత సమస్యలే కాకుండా ఈశాన్యంలో పెరిగిపోతున్న ఆఫ్ఘన్ల ప్రాబల్యం, గుజరాత్ పాలకుడు బహదుర్ షా నుండి ఆగ్రాకు పొంచి వున్న ముప్పును హుమాయూన్ ఎదుర్కోవలసి వచ్చింది. తొలుత ఆఫ్ఘన్ల ప్రాబల్యమే ప్రమాదకరమైనదని అతడు భావించాడు. దౌరాహ్ అనే ప్రాంతంలో అతడు ఆఫ్ఘాన్ సైన్యాలను ఓడించాడు. అది 1532లో. అప్పటి వరకు ఆఫ్ఘాన్ల నియంత్రణలో బీహార్, ఈశాన్య ఉత్తరప్రదేశ్‌లోని జౌన్‌పూర్ రాజ్యం ఉండేవి. దౌరాహ్ యుద్ధంలో విజయం సాధించిన హుమాయూన్ ఆ తర్వాత చునార్‌ను ముట్టడించాడు. శక్తివంతమైన చునార్ కోట ఆగ్రా నుండి ఈశాన్యం వరకు గల భూ, నది మార్గాలను నియంత్రించేది. నిజానికి చునార్ ఈశాన్య ప్రాంతానికి మహాద్వారంగా ఉండేది. అప్పటికి ఆ కోట షేర్‌ఖాన్ అనే ఆఫ్ఘాన్ సర్దారు ఆధీనంలో ఉండేది.

నాలుగు మాసాలపాటు హుమాయూన్ సైన్యాల దిగ్బంధనంలో ఉన్న చునార్ కోటను కాపాడుకునేందుకు షేర్‌ఖాన్ హుమాయూన్‌తో ఒప్పందానికి వచ్చాడు. కోట పాలనా బాధ్యతలను తనకే వదిలివేయాలని విజ్ఞప్తి చేశాడు. అందుకు ప్రతిఫలంగా తాను మొగల్ సామ్రాజ్యానికి విధేయుడనై ఉంటానని, హామీగా తన కుమారుడిని ఆగ్రాకు పంపిస్తానని చెప్పాడు. హుమాయూన్ అందుకు అంగీకరించాడు. ఎందుకంటే ఆగ్రాకు చేరుకోవాలన్న ఆతృత అతడిలో ఎక్కువగా ఉండేది. గుజరాత్ పాలకుడు బహదుర్ షా ప్రాబల్యం గణనీయంగా పెరుగుతుండడం, ఆగ్రా సమీప ప్రాంతాలకు అతడి కార్యకలాపాలు విస్తరించడం హుమాయూన్‌కు ఆందోళన కలిగించాయి. చునార్‌లో సైనిక బలగాలను కొనసాగించి అక్కడి కోటను స్వాధీనం చేసుకోవడం కంటే సైన్యాన్ని మొత్తం ఆగ్రాకు తరలిస్తే బహదుర్ షాను నియంత్రించవచ్చని అతడు భావించాడు.

బహదుర్ షా కూడా హుమాయూన్ వయస్సువాడే. షా సమర్థుడైన పాలకుడు. అతడికి రాజ్యకాంక్ష ఎక్కువ 1526లో గద్దెనెక్కిన షా తొలుత మాల్వాను స్వాధీనం చేసుకున్నాడు. ఆ తర్వాత రాజస్థాన్‌పై దృష్టి సారించి చిత్తోర్‌ను ఆక్రమించుకున్నాడు. అనతి కాలంలోనే అతడు రాజపుత్ర పాలకులను ఆత్మరక్షణలో పడేశాడు.

ఒక కథనం ప్రకారం రాణా సంఘా విధవ రాణి కర్ణావతి హుమాయూన్‌కు రాఖీ పంపి అతడి సహాయాన్ని కోరింది. అందుకు హుమాయూన్ తక్షణమే స్పందించాడు. సమకాలీన రచయితలు ఎవ్వరూ ఈ విషయాన్ని ప్రస్తావించలేదు. అది నిజం కూడా కాకపోవచ్చు. అయితే హుమాయూన్ ఆగ్రా నుండి గ్వాలియర్‌కు

తరలి వెళ్ళడం మాత్రం వాస్తవం. మొగల్ పాలకులు జోక్యం చేసుకుంటారన్న భయంతో బహదుర్ షా రాణాతో ఒప్పందం కుదుర్చుకొని కోటను అతడికి అప్పగించి వెళ్ళిపోయాడు. భారీ మొత్తంలో కప్పం వసూలు చేసుకొని మరీ వెళ్ళాడు.

తర్వాత ఏడాదిన్నరపాటు ఢిల్లీలో కొత్త నగరాన్ని నిర్మించడంలో హుమాయూన్ నిమగ్నమయ్యాడు. ఆ నగరానికి 'దీన్ పనాహ్' అనే పేరు పెట్టాడు. ఈ కాలంలో అతడు ఎన్నో విందులు, ఉత్సవాలు నిర్వహించాడు. ఇలాంటి కార్యాలతో అతడు విలువైన సమయాన్ని వృధా చేశాడన్న ఆరోపణలు ఉన్నాయి. మరోవైపు షేర్‌ఖాన్ ఈశాన్యంలో తన ప్రాబల్యాన్ని మరింత విస్తరించుకున్నాడు. ఈ కాలంలో హుమాయూన్ అచేతనంగా, క్రియాశీలరహితంగా ఉండడానికి అతడికున్న గంజాయి పీల్చే అలవాటే కారణమని కూడా విమర్శ ఉంది. పై రెండు ఆరోపణలు పూర్తిగా వాస్తవం కాదు. మద్యపానం వదులుకున్న తర్వాత బాబర్ కూడా హుక్కా పీల్చేవాడు. అప్పుడప్పుడు మద్యం స్థానంలోనో, లేదా మద్యం తీసుకున్నప్పుడో హుమాయూన్ గంజాయి పీల్చేవాడు. పాలకవర్గాల్లో ఈ అలవాటు సాధారణమే. అయితే బాబర్ కాని హుమాయూన్‌కాని గంజాయికి బానిస కాలేదు. దీన్ పనాహ్ నిర్మాణం శత్రువులను, మిత్రులను ఒకేసారి ఆకట్టుకోవడానికే జరిగింది. ఒకవేళ బహదుర్ షా నుండి ఆగ్రాకు ముప్పు తలెత్తితే రెండవ రాజధానిగా దీన్ పనాహ్‌ను వినియోగించుకోవడానికి అవకాశం ఉండేది. అదే సమయంలో షా అజ్మీర్‌ను ఆక్రమించి ఈశాన్య రాజస్థాన్‌పై దండయాత్ర జరిపాడు.

షా హుమాయూన్‌కు మరో గట్టి సవాలు విసిరాడు. మొగల్ వ్యతిరేకుల స్థావరంగా తన కొలువును మార్చేశాడు. చిత్తోర్‌ను మరోసారి ముట్టడించాడు. ఇబ్రహీం లోధీ సమీప బంధువైన తాతర్ ఖాన్‌కు సైనికులు, ఆయుధాలను సమకూర్చాడు. ఉత్తర, ఈశాన్య ప్రాంతాల్లో గందరగోళం సృష్టించి ఆగ్రాపై 40,000 మంది సైనికులతో దాడి చేయాలని తాతర్ ఖాన్ సంకల్పించాడు. అయితే తాతర్‌ఖాన్ సవాలును హుమాయూన్ అవలీలగా ఎదుర్కొన్నాడు. మొగల్ సైన్యాలు కంటపడగానే తాతర్ ఖాన్ అనుయాయులు చెల్లాచెదురైపోయారు. తాతర్‌ఖాన్ పరాభవం పాలయ్యాడు. ఘర్షణలో అతడిని హత్య చేశారు. బహదుర్ షా సమస్యను శాశ్వతంగా పరిష్కరించాలని నిర్ణయించుకున్న హుమాయూన్ మాల్వాపై దాడి చేశాడు.

ఆ తర్వాత జరిగిన సాయుధ ఘర్షణలో హుమాయూన్ గొప్ప నాయకత్వ లక్షణాలు, వ్యక్తిగత ధీరత్వాన్ని ప్రదర్శించాడు. మొగల్ సేనలను ఎదుర్కోవడానికి షా సాహసం చేయలేకపోయాడు. తాను ఆక్రమించుకున్న చిత్తోర్ కోటను వదలి మాండుకు పారిపోయాడు. విలువైన యుద్ధ సామాగ్రి, తుపాకులకు చిత్తోర్‌లోనే

వదలి వచ్చాడు. మాండు కోటను ఎలాంటి ప్రతిఘటన లేకుండానే స్వాధీనం చేసుకోగలిగాడు. మాండు నుండి మరోసారి చంపానేర్‌కు పారిపోయాడు. శత్రు దుర్భేద్యమైన చంపానేర్ కోటను ఒక చిన్న మొగల్ సైనిక బృందం అధిరోహించగలిగింది. కోట గోడలను అధిరోహించిన 41వ వ్యక్తి హుమాయూన్. అప్పుడు షా అహ్మదాబాద్‌కు పారిపోయాడు. చివరగా కథియావార్‌కు చేరుకున్నాడు. ఆ విధంగా మాల్వా, గుజరాత్ లాంటి సంపన్నమైన రాజ్యాలు, గుజరాత్ పాలకులు తమ సంపదను భద్రపరచిన మాండు, చంపానేర్ కోటలు హుమాయూన్ వశమయ్యాయి.

గుజరాత్, మాల్వాలను మొగలులు ఎంత త్వరగా స్వాధీనం చేసుకున్నారో అంతే త్వరగా కోల్పోయారు. ఆ విజయం తర్వాత తన సోదరుడు అస్కారీకి గుజరాత్ పాలన బాధ్యతలను హుమాయూన్ అప్పగించాడు. మాండు చేరుకొని అక్కడి ఆహ్లాదకరమైన వాతావరణాన్ని ఆస్వాదించాడు. అయితే సమస్యంతా ప్రజలకు గుజరాతీ పాలనతో ఉన్న గాఢమైన అనుబంధమే. అస్కారీ అనుభవం లేనివాడు. మరోవైపు మొగల్ సంస్థానాధీశులు పరస్పర విభేదాలతో సతమతమయ్యేవారు. వరుస ప్రజాందోళనలు, షా సమర్థకుల సైనిక దాడులు, మరలా షా ప్రాబల్యం అనూహ్యంగా పెరగడంతో అస్కారీ దిక్కుతోచని పరిస్థితిలో పడిపోయాడు. చంపానేర్‌కు చేరుకున్న అస్కారీకి అక్కడి కోట పాలనాధికారి సహాయం చేయడానికి నిరాకరించాడు. అస్కారీ అసలు ఉద్దేశ్యం ఏమిటో అర్థంకాని అక్కడి అధికారి సహాయం చేయడానికి సందేహించాడు. మాండులో మకాం చేసిన హుమాయూన్‌ను కలుసుకునే ధైర్యం లేక అస్కారీ ఆగ్రా తిరిగి వెళ్ళాడు. ఈ పరిణామం హుమాయూన్ శిబిరంలో కలకలం రేపింది. ఆగ్రా సింహాసనం నుండి హుమాయూన్‌ను తప్పించడానికే అస్కారీ బయల్దేరినట్లు వారు భావించారు. లేదా ఒక ప్రత్యేక రాజ్యాన్ని ఏర్పాటు చేసుకోవడానికి వెళ్ళినట్లు శంకించారు. ఎలాంటి అవకాశాలు తీసుకోరాదని నిర్ణయించిన హుమాయూన్ మాల్వాను వదలిపెట్టి తన సైన్యాలతో అస్కారీని వెంబడించాడు. రాజస్థాన్‌లో అస్కారీ బృందాన్ని అధిగమించాడు. ఇద్దరు సోదరుల మధ్య అవగాహన కుదరడంతో ఆగ్రాకు కలిసి వెళ్ళారు. ఈలోపు గుజరాత్, మాల్వా రాజ్యాలు పూర్వపు పాలకుల హస్తగతమయ్యాయి.

గుజరాత్ దండయాత్ర పూర్తిగా విఫలం కాలేదు. మొగల్ సామ్రాజ్యానికి కొత్త ప్రాంతాలు జత కాకున్నా మొగల్ పాలనకు బహదూర్ షా నుండి ఉన్న ముప్పు శాశ్వతంగా తొలిగిపోయింది. ఫలితంగా హుమాయూన్‌కు తన శక్తియుక్తులను, వనరులను షేర్‌ఖాన్, తదితర ఆఫ్ఘాన్ సర్దార్లను అణచివేయడంపై కేంద్రీకరించేందుకు

అవకాశం లభించింది. తర్వాత కొద్ది కాలానికే పోర్చుగీసు వారితో ఒక ఓడపై జరిగిన ఘర్షణలో బహదుర్ షా సముద్రంలో పడి మునిగిపోయాడు. షా మరణంతో మొగల్ పాలనకు గుజరాత్ నుండి ఉన్న కొద్దిపాటి ముప్పు కూడా తొలిగిపోయింది.

షేర్‌ఖాన్ :

ఫిబ్రవరి 1535–ఫిబ్రవరి 1537 మధ్య ఆగ్రా నుండి హుమాయూన్ దూరంగా ఉన్నప్పుడు షేర్‌ఖాన్ తన పరిస్థితిని మరింత బలోపేతం చేసుకున్నాడు. బీహార్‌కు మకుటంలేని మహారాజుగా తనను తాను ప్రకటించుకున్నాడు. ఆఫ్ఘాన్లందరూ అతడికి అండగా నిలిచారు. మొగల్ సామ్రాజ్యంపట్ల విశ్వాసం ప్రకటించినప్పటికీ అంతర్గంగా వారిని దేశం నుండి వెలివేయాలని ఒక నిర్దిష్టమైన ప్రణాళికను షేర్‌ఖాన్ రూపొందించాడు. అతడు బహదుర్ షాతో సన్నిహిత సంబంధాలు పెట్టుకున్నాడు. షా బీహార్ సైన్యానికి సబ్సిడీపై ఆయుధాలు, ఇతర సామాగ్రి అందించేవాడు. దీనితో షేర్‌ఖాన్ తన సైన్యాన్ని బలోపేతం చేసుకున్నాడు. 1200 ఏనుగుల గల ఒక దళాన్ని కూడా ఏర్పాటు చేయగలిగాడు. హుమాయూన్ ఆగ్రా చేరుకున్న కొద్ది కాలానికే ఈ సైన్యంతో బెంగాల్‌పై దాడి చేశాడు షేర్‌ఖాన్. సంవత్సరానికి 13,00,000 దినార్ల కప్పం చెల్లించేలా బెంగాల్ పాలకుడితో బలవంతంగా ఒప్పందంపై సంతకం చేయించాడు.

కొత్త దళాలను ఏర్పాటు చేసుకున్న తర్వాత హుమాయూన్ షేర్‌ఖాన్ పై దాడికి బయల్దేరాడు. మార్గమధ్యంలో ఉన్న చునార్ కోటను స్వాధీనం చేసుకున్నాడు. సైనికులకు సరఫరాలను నియంత్రించే ఆ ప్రాంతాన్ని విస్మరిస్తే ముప్పు తప్పదని గ్రహించిన హుమాయూన్ చునార్‌ను ముట్టడించాడు. అయితే ఆఫ్ఘాన్లు సమర్థవంతంగా, గట్టిగా పోరాడుతూ కోట మొగల్ సైన్యాల వశం కాకుండా ఆరు నెలలపాటు ప్రతిఘటించారు. రూమీ ఖాన్ లాంటి నిపుణుడైన సైనికాధికారి తన శక్తిమేరకు కృషి చేసినా ఆరు నెలల తర్వాత కాని ఆ కోట హుమాయూన్ ఆధీనంలోకి రాలేదు. ఈ లోపు షేర్‌ఖాన్ మోసపూరిత పద్ధతుల్లో రొహతాస్‌లోని శక్తివంతమైన కోటను స్వాధీనం చేసుకున్నాడు. అక్కడ తన కుటుంబం సురక్షితంగా ఉండగలదని భావించాడు. తర్వాత బెంగాల్‌ను మరోసారి ముట్టడించి రాజధాని నగరమైన గౌర్‌ను స్వాధీనం చేసుకున్నాడు.

ఆ విధంగా హుమాయూన్ ఎత్తులకు షేర్‌ఖాన్‌పై పై ఎత్తులు వేశాడు. నిర్దిష్టమైన ఏర్పాట్లు లేకుండా షేర్‌ఖాన్‌ను సైనికంగా ఎదుర్కోవడం సాధ్యం కాదని హుమాయూన్ గ్రహించి ఉండాలి. అయితే తనకు ఎదురవుతున్న రాజకీయ, సైనిక సవాళ్ళను

సరిగ్గా అర్థం చేసుకోవడంలో అతడు విఫలమయ్యాడు. గౌర్‌ను స్వాధీనం చేసుకున్న తర్వాత షేర్‌ఖాన్ హుమాయూన్ ఎదుట ఒక ప్రతిపాదన ఉంచాడు. తనకు బెంగాల్ రాజ్యంపై హక్కు కల్పిస్తే బీహార్‌ను మొగల్ సామ్రాజ్యానికి అప్పగిస్తానని, అలాగే సంవత్సరానికి పది లక్షల దినార్లను కప్పం రూపంలో చెల్లిస్తానని ప్రతిపాదించాడు. అయితే ఈ ప్రతిపాదన పెట్టే ముందు షేర్‌ఖాన్ ఎంత వరకు నిజాయితీగా వ్యవహరించాడో స్పష్టంగా తెలియదు. కాని బెంగాల్‌ను వదులుకోవడానికి హుమాయూన్ సిద్ధపడలేదు. బెంగాల్ స్వర్ణభూమి. విదేశీ వాణిజ్యానికి ప్రధాన కేంద్రంగా ఉండేది. అంతే కాకుండా గాయాలతో హుమాయూన్ శిబిరానికి చేరుకున్న బెంగాల్ పాలకుడు స్థానిక ప్రతిఘటన చెలరేగుతోందని వివరించాడు. ఈ కారణాలవల్ల షేర్‌ఖాన్ ప్రతిపాదనను హుమాయూన్ తిరస్కరించాడు. బెంగాల్‌పై దండయాత్ర చేయాలని నిర్ణయించాడు. కొద్ది కాలానికే గాయాలబారిన పడిన బెంగాల్ పాలకుడు కన్నుమూశాడు. ఫలితంగా హుమాయూన్ ఒంటరిగానే తన సైన్యంతో బెంగాల్‌పై దాడి చేయాల్సి వచ్చింది.

గౌర్‌లో మూడు - నాలుగు మాసాలపాటు ఉన్న హుమాయూన్ ఆగ్రాకు తిరిగి బయల్దేరాడు. గౌర్‌లో ఒక చిన్న సైనిక స్థావరం వదలి వెళ్ళాడు. సంస్థానాధీశల్లో అనైక్యత, వర్షాకాలం, ఆఫ్ఘన్ల దాడుల మధ్య బుక్సార్ వద్దగల చౌసా ప్రాంతానికి తన సైన్యాన్ని తీసుకురాగలిగాడు. ఈ ప్రయాణంలో పెద్దగా నష్టాలు సంభవించలేదు. ఇది పెద్ద విజయమే. అందుకు హుమాయూన్ సారథ్యమే కారణం. ఈ లోపు ఆగ్రాలో హిందల్ జరిపిన తిరుగుబాటును అణచివేయడానికి లాహోర్ నుండి కమ్రాన్ బయల్దేరాడు. ద్రోహ చింతన లేకపోయినప్పటికీ కమ్రాన్ ఈశాన్యంలో ఉన్న హుమాయూన్‌కు మద్దతుగా తన బలగాలను పంపలేదు. అలా చేసి ఉన్నట్లయితే సైనిక సమతుల్యం మొగల్ సామ్రాజ్యం వైపు మొగ్గి ఉండేది.

ఎన్ని ఎదురుదెబ్బలు తగిలినా షేర్‌ఖాన్‌ను అణచివేయగలనన్న విశ్వాసం హుమాయూన్‌లో మెండుగా ఉండేది. ఒక సంవత్సరం కిందటి ఆఫ్ఘాన్ సైన్యం ఇప్పుడు పూర్తిగా మారిపోయిందన్న విషయాన్ని హుమాయూన్ విస్మరించాడు. యుద్ధ తంత్రంలో అనుభవం, సామర్థ్యం గడించిన ఆఫ్ఘాన్ సైన్యానికి సమర్థవంతమైన సైనికాధికారులు ఎందరో నాయకత్వం వహిస్తున్నారు. షేర్‌ఖాన్ నుండి శాంతి సందేశం అందుకున్న హుమాయూన్ అందులో కుట్ర ఉందని గ్రహించకుండా తన సైన్యంతో కర్మనాస నది ఈశాన్య గడ్డు వద్ద తీరం దాటాడు. అప్పటికే అక్కడ పొంచి వున్న ఆఫ్ఘాన్ ఆశ్విక దళ సభ్యులు మొగల్ సైన్యంపై దాడి చేశారు. ఇక్కడ రాజకీయంగా, సైనికపరంగా సరైన దిశానిర్దేశం ఇవ్వడంలో హుమాయూన్ విఫలమయ్యాడు. సరైన

స్థావరాన్ని ఎంచుకోవడంలో అన్ని జాగ్రత్తలు తీసుకోకపోవడంతో మెరుపు దాడికి గురి కావాల్సి వచ్చింది.

ప్రాణాపాయం నుండి తృటితో తప్పించుకున్న హుమాయూన్ ఒక నీటిధారకుడి సహాయంతో నదిని దాటగలిగాడు. షేర్‌ఖాన్ చేతికి అపారమైన ధన సంపద చిక్కింది. సుమారు ఏడు వేల మంది మొగల్ సైనికులు, అధికారులు మృత్యువాతపడ్డారు.

మార్చి 1539లో చౌసా వద్ద పరాజయం పాలైన మొగల్ సైన్యం తిరిగి తన ప్రాబల్యాన్ని నిలబెట్టుకోవాలంటే తైమూరిద్ రాకుమారులు, సంస్థానాధీశుల మధ్య పూర్తి ఐక్యత అవసరం. ఆగ్రాలో కమ్రాన్ నాయకత్వం కింద 10,000 మంది మొగల్ సైనికులు ఉండేవారు. యుద్ధతంత్రంలో వీరు రాటుదేలిన వారు. హుమాయూన్ నాయకత్వంపై విశ్వాసం కోల్పోయిన కమ్రాన్ తన సైనికులను అతడికి సహాయంగా పంపడానికి ఒప్పుకోలేదు. మరోవైపు హుమాయూన్ సైనిక పాలనా బాధ్యతలను కమ్రాన్‌కు అప్పగించడానికి అంగీకరించలేదు. అలా చేస్తే కమ్రాన్ రాజ్యాన్ని హస్తగతం చేసుకోగలడని అతడు ఆందోళన చెందాడు. తన సైన్యంతో కమ్రాన్ లాహోర్ తిరిగి వెళ్ళేంత వరకు ఇద్దరు సోదరుల మధ్య అపోహలు కొనసాగాయి.

ఆగ్రాలో హుమాయూన్ హుటాహుటిన సమీకరించిన సైన్యం షేర్‌ఖాన్ బలగాలకు ఏ విధంగానూ సరిజోడు కాదు. అయితే కనౌజ్ యుద్ధం (మే 1540) భీకరంగా కొనసాగింది. హుమాయూన్ సోదరులు అస్కారీ, హిందల్ వీరోచితంగా పోరాడినా ఫలితం దక్కలేదు. షేర్‌ఖాన్, మొగల్ పాలకుల మధ్య ఉన్న అంశాలను కనౌజ్ యుద్ధం శాశ్వతంగా పరిష్కరించింది. అప్పుడు హుమాయూన్ రాజ్యంలేని రాజుగా మారాడు. తర్వాత రెండున్నర సంవత్సరాలపాటు సింధ్, తదితర ప్రాంతాల్లో మకాం మారుస్తూ రాజ్యాన్ని తిరిగి హస్తగతం చేసుకోవడానికి వివిధ ప్రణాళికలను రూపొందించాడు. సింధ్ పాలకులు కాని, మార్వార్ రాజు మాల్దేవ్ కాని హుమాయూన్‌కు సహాయం అందించడానికి ముందుకు రాలేదు. మరీ ఘోరమేమిటంటే సొంత సోదరులే అతడిపై తిరుగుబాటు చేశారు. అతడిని బంధించడానికో చంపడానికో ప్రయత్నించారు. ఈ అవమానాలు, ఛీత్కారాలను హుమాయూన్ ఓర్పుతో, ధైర్యంతో సహించాడు. ఈ కాలంలోనే అతడి వ్యక్తిత్వం పరిణత లక్షణాలను సంతరించుకొని ఉదాత్తంగా మారింది. చివరికి ఇరాన్ షా ఆస్థానంలో శరణు తీసుకున్న హుమాయూన్ అతడి సహాయంతో 1545లో కందహార్, కాబుల్‌లను స్వాధీనం చేసుకున్నాడు.

ఆఫ్ఘాన్‌ల ప్రాబల్య స్వరూపాన్ని అర్థం చేసుకోవడంలో హుమాయూన్ విఫలమయ్యాడని స్పష్టంగా బోధపడుతుంది. ఈ కారణంగానే అతడు షేర్‌ఖాన్‌పై ఆధిపత్యం సాధించలేకపోయాడు. ఉత్తర భారత ప్రాంతంలో చెల్లాచెదురై ఉన్న ఆఫ్ఘాన్

తగలు సమర్థుడైన నాయకుని కింద ఏకమై ఎలాంటి సవాళ్ళనైనా ఎదుర్కొనగలిగే అవకాశాలు ఎప్పుడూ ఉండేవి. స్థానిక పాలకులు, జమీందార్లను తమవైపు తిప్పుకోనిదే మొగల్ పాలకులు సంఖ్యాపరంగా (సైనిక) అధమ స్థాయిలోనే ఉండక తప్పేది కాదు. మొత్తమ్మీద, తొలినాళ్ళలో హుమాయూన్‌కు అతడి సోదరులు అందరూ నమ్మకంగా సేవలందించేవారు. షేర్‌ఖాన్ వరుసగా విజయాలు సాధించిన తర్వాతే వారి మధ్య అంతరాలు ఏర్పడ్డాయి. కొందరు చరిత్రకారులు హుమాయూన్, అతడి సోదరుల మధ్య ఉన్న వైరాన్ని ఎక్కువ చేసి చూపుతూ రచనలు చేశారు. అలాగే హుమాయూన్ వ్యక్తిగత నడవడికపై కూడా ఊహాగానాలు ప్రచురించారు. బాబర్ అంతటి పోరాటవీరుడు కాకపోయినా తానూ ఒక సమర్థుడైన సైన్యాధిపతి, పాలకుడినని హుమాయూన్ నిరూపించుకున్నాడు. లోపభూయిష్టమైన సైనిక, రాజకీయ వ్యూహంతో అతడు చేపట్టిన బెంగాల్ దండయాత్ర మొగల్ సామ్రాజ్యానికి భరతవాక్యం పలికింది. అక్కడ జరిగిన రెండు యుద్ధాల్లోనూ షేర్‌ఖాన్ తాను హుమాయూన్ కంటే సమర్థుడైన సైన్యాధిపతినని నిరూపించుకున్నాడు. హుమాయూన్ జీవితం నవరసభరితమైనది. అనేక ఎత్తు పల్లాలతో నిండినది. 1555లో సుర్ సామ్రాజ్యం విచ్ఛిన్నమైన తర్వాత అతడు మరోసారి ఢిల్లీని హస్తగతం చేసుకోగలిగాడు. అయితే ఆ విజయం తాలూకు మధుర ఫలాలు ఆస్వాదించకుండానే మరణించాడు. ఢిల్లీలోని తన కోట మొదటి అంతస్తులో ఉన్న గ్రంథాలయం నుండి పొరపాటున జారిపడి మరణించాడు. అతడి అభిమాన రాణి హుమాయూన్ స్మృత్యర్థం ఒక అద్భుతమైన సమాధిని కోట సమీపంలో నిర్మించింది. ఉత్తర భారత నిర్మాణ కళలో ఆ కట్టడం ఒక నూతన దశను ఆవిష్కరించింది. హుమాయూన్ సమాధి ముఖ్య ఆకర్షణ మాత్రం పాలరాయితో నిర్మించిన విశాలమైన గోపురం.

షేర్ షా – సుర్ సామ్రాజ్యం (1540–55)

తన 54వ ఏట షేర్ షా ఢిల్లీ సింహాసనాన్ని అధిష్టించాడు. అతడి తొలి జీవితం గురించి మనకు పెద్దగా తెలియదు. అతడి అసలు పేరు ఫరీద్. తండ్రి జౌన్‌పూర్‌లో చిన్న జాగీర్దారుగా ఉండేవాడు. తన తండ్రి జాగీరు వ్యవహారాలు చూస్తున్నప్పుడే ఫరీద్ గొప్ప పాలనా అనుభవాన్ని సంపాదించాడు. ఇబ్రహీం లోఢీ ఓటమి, మరణం, ఆ తర్వాత గందరగోళ పరిస్థితుల్లో ఫరీద్ ఆఫ్ఘాన్ సర్దార్లలో ముఖ్యుడిగా అవతరించాడు. పులి (షేర్)ని చంపినందుకుగాను అతడికి షేర్‌ఖాన్ అనే బిరుదుతో అతడి పోషకుడు సత్కరించాడు. అనతి కాలంలోనే బీహార్ పాలకుడి కుడిభుజంగా ఎదిగాడు. ఒక్క పేరు తప్ప పాలనా వ్యవహారాలన్నీ అతడే చక్కబెట్టేవాడు.

ఇది బాబర్ మరణానికి పూర్వం. ఆ విధంగా చూసినప్పుడు షేర్‌ఖాన్ ఎదుగుదల ఆకస్మికంగా ఏమీ జరగలేదు.

పాలకుడిగా షేర్ షా మహమద్ బిన్ తుగ్లక్ తర్వాత ఉత్తరభారతంలో ఏర్పడిన అత్యంత విశాలమైన సామ్రాజ్యాన్ని పరిపాలించాడు. కాశ్మీరు మినహా బెంగాల్ నుండి సింధ్ వరకు అతడి సామ్రాజ్యం విస్తరించి ఉండేది. పశ్చిమ భారత ప్రాంతంలో మాల్వాతో సహా రాజస్థాన్ రాష్ట్రమంతటిని అతడు స్వాధీనం చేసుకున్నాడు. మాల్వా అప్పుడు చాలా బలహీనంగా అంతర్గత సమస్యలతో కొట్టుమిట్టాడుతూ ఉండేది. షేర్‌ఖాన్ సైన్యాలకు ఎలాంటి ప్రతిఘటన ఇవ్వకుండానే లొంగిపోయింది. అయితే రాజస్థాన్‌లో పరిస్థితి వేరుగా ఉండేది. 1532లో గద్దెనెక్కిన మార్వార్ పాలకుడు మాల్దేవ్ ఉత్తర, పశ్చిమ రాజస్థాన్‌ను తన నియంత్రణలోకి తెచ్చుకున్నాడు. హుమాయూన్ షేర్‌షాతో యుద్ధంలో మునిగి ఉన్న సమయంలో మాల్దేవ్ తన రాజ్యాన్ని మరింత విస్తరించాడు. జైసల్మేర్‌కు చెందిన భాటీల సహాయంతో అతడు అజ్మీర్‌ను ఆక్రమించాడు. తన రాజ్య విస్తరణ కార్యక్రమంవల్ల మాల్దేవ్ రాజస్థాన్‌లోని ఇతర పాలకులతో వైరం కొని తెచ్చుకున్నాడు. మేవార్ పాలకుడు అతడి చర్యలను తీవ్రంగా వ్యతిరేకించాడు. తాజాగా అతడు బికానేర్‌ను స్వాధీనం చేసుకున్నాడు. ఆ యుద్ధంలో వీరోచితంగా పోరాడిన బికానేర్ పాలకుడు చివరికి నేలకొరిగాడు. అతడి కుమారులు కళ్యాణ్‌దాస్, భీమ్‌లు షేర్‌షా కొలువులో ఆశ్రయం పొందారు. మాల్దేవ్ వల్ల జాగీర్లు, రాజ్యాలు కోల్పోయిన ఇతరులు కూడా షేర్ షా శరణు కోరారు. వారిలో మాల్దేవ్ సమీప బంధువు మేర్తాకు చెందిన బైరమ్ దేవ్ కూడా ఉన్నాడు.

ఆ విధంగా బాబర్–రాణా సంఘా అధ్యాయం పునరావృతమైంది. రాజస్థాన్‌లో విశాలమైన కేంద్రీకృత రాజ్యాన్ని తన ఆధిపత్యంలో ఏర్పాటు చేయాలన్న మాల్దేవ్ ఆశయం ఢిల్లీ – ఆగ్రా పాలకులకు ముప్పుగా పరిణమించింది. మాల్దేవ్ వద్ద 50,000 సైనికులుగల సైన్యం ఉండేదని చెబుతారు. అయితే ఢిల్లీ లేదా ఆగ్రా పీఠాన్ని మాల్దేవ్ కాంక్షించాడని చెప్పడానికి ఎలాంటి ఆధారాలులేవు. గతంలో లాగే ఇప్పుడు కూడా ఈశాన్య రాజస్థాన్‌పై ఆధిపత్యం మాల్దేవ్, ఢిల్లీ పాలకుల మధ్య వైరానికి కారణమయ్యింది.

1544లో అజ్మీర్ – జోధ్‌పూర్ మధ్యలోని సామెల్ వద్ద రాజపుత్ర, ఆఫ్ఘన్ సైనికులు తలపడ్డారు. ఒక నెలపాటు వేచి చూసిన మాల్దేవ్ ఉన్నట్లుండి జోధ్‌పూర్ నుండి వైదొలిగాడు. కొందరు సమకాలీన రచయితల ప్రకారం షేర్ షా చాతుర్యం వల్లే మాల్దేవ్ జోధ్‌పూర్ నుండి తప్పుకోవలసి వచ్చింది. మాల్దేవ్ సైనిక శిబిరంలో కొందరు సైనికాధికారుల గుడారాల ముందు ఆకాశ రామన్న ఉత్తరాలు చల్లించి

అధికారుల విశ్వసనీయతపై మాల్దేవ్‌లో సందేహాన్ని రేకెత్తించాడు షేర్ షా. ఆ పాచిక పారింది. చాలా ఆలస్యంగా ఈ విషయాన్ని తెలుసుకున్న మాల్దేవ్ పరిస్థితిని చక్కబెట్టలేకపోయాడు. కొందరు రాజపుత్ సర్దార్లు కదనరంగం నుండి వైదొలగడానికి ఒప్పుకోలేదు. కేవలం పది వేల మంది సైనికులతో కూడిన ఒక చిన్న బలగంతో వారు షేర్ షా శిబిరంపై భీకరమైన దాడి జరిపారు. శత్రు శిబిరంలో కలకలం రేపారు. అయితే సంఖ్యాపరంగా, ఆయుధపరంగా పటిష్ట పరిస్థితిలో ఉన్న ఆఫ్ఘాన్లు రాజపుత్‌ల దాడిని తిప్పికొట్టడమే కాకుండా వారిని సంపూర్ణంగా ఓడించారు.

సామెల్ యుద్ధం రాజస్థాన్ ఉనికికి తెరవేసింది. అజ్మీర్, జోధ్‌పూర్‌లను స్వాధీనం చేసుకున్న షేర్‌షా మాల్దేవ్‌ను ఎడారి పాలు చేశాడు. తర్వాత మేవార్‌పై గురిపెట్టాడు. అక్కడి పాలకుడు ప్రతిఘటన ఇచ్చే పరిస్థితిలో లేడు. చిత్తోర్‌కోట తాళాలను షేర్‌షాకు స్వయంగా పంపించాడు. తర్వాత మౌంట్ అబు వరకు షేర్‌షా సైనిక స్థావరాలను ఏర్పాటు చేశాడు.

ఆ విధంగా పది నెలల స్వల్పకాలంలోనే షేర్ షా రాజస్థాన్ ప్రాంతమంతటిని తన నియంత్రణలోకి తెచ్చుకున్నాడు. అతడు చేపట్టిన చివరి దండయాత్ర-బుందేల్‌ఖండ్‌కు ద్వారమైన కలింజర్ కోటపై ముట్టడి-సందర్భంగా ఒక ఫిరంగి పొరపాటున పేలి షేర్ షాను తీవ్రంగా గాయపరిచింది. కోట స్వాధీనమైందన్న వార్త విని షేర్ షా తనువు చాలించాడు (1545).

షేర్ షా వారసునిగా అతడి రెండవ కుమారుడు ఇస్లాం షా గద్దెనెక్కాడు. 1553 వరకు అతడు పాలించాడు. ఇస్లాం షా సమర్థుడైన పాలకుడే కాక గొప్ప సైన్యాధిపతి కూడా. అయితే అతడి శక్తియుక్తులన్నీ అంతర్గత తిరుగుబాట్లను, తెగ నాయకుల మధ్య కలహాలను నివారించడానికే పరిమితమయ్యాయి. అలాగే మొగల్ సైన్యాల నుండి ముప్పు ఇంకా పూర్తిగా తొలగకపోవడంతో ఇస్లాం షా రాజ్య విస్తరణపై ఎలాంటి శ్రద్ధ చూపలేదు. యుక్త వయస్సులో ఇస్లాం షా మరణించడంతో అతడి వారసుల మధ్య అంతర్యుద్ధం మొదలైంది. దీనితో భారతదేశంలో తన సామ్రాజ్యాన్ని తిరిగి స్వాధీనం చేసుకోవడానికి హుమాయూన్‌కు మంచి అవకాశం లభించింది. 1555లో రెండు భీకరమైన యుద్ధాల తర్వాత హుమాయూన్ ఆఫ్ఘాన్లను ఓడించి ఢిల్లీ, ఆగ్రాలను స్వాధీనం చేసుకున్నాడు.

షేర్ షా కృషి :

సుర్ సామ్రాజ్యం ఢిల్లీ సుల్తాన్ల పాలనకు పొడిగింపుగా, ముగింపుగా అన్ని విధాలా పరిగణించవచ్చు. బాబర్ ఆగమనం, హుమాయూన్ పాలనను అంతరాయ

కాలంగా భావించవచ్చు. భారతదేశానికి షేర్ షా అందించిన సేవల్లో ముఖ్యమైనది విస్తారమైన తన సామ్రాజ్యంలో శాంతిభద్రతలను పునరుద్ధరించడం. దోపిడీదారులు, గజదొంగల పట్ల అతడు కఠినంగా వ్యవహరించాడు. భూమి శిస్తును కేంద్ర ఖజానాకు దాఖలు చేయని జమీందార్లను, ప్రభుత్వం ఆజ్ఞలను పాటించని అధికారులను కఠినంగా శిక్షించేవాడు. షేర్ షా చరిత్రకారుడు అబ్బాస్ ఖాన్ సర్వాణి ప్రకారం జమీందారులు షేర్ షా అంటే ఎంతో భయపడేవారు. తిరుగుబాటు చేసేందుకు సాహసించేవారు కాదు. అలాగే తమ ప్రాంతాల గుండా ప్రయాణించే వ్యాపారులను దోచుకునే వారు కాదు.

వ్యాపార, వాణిజ్యాభివృద్ధికి షేర్ షా అనేక చర్యలు తీసుకున్నాడు. సామ్రాజ్యంలో సంచార, రవాణా వ్యవస్థలను ఎంతో మెరుగుపరిచాడు. అత్యంత ప్రాచీనమైన గ్రాండ్ ట్రంక్ రోడ్డును పునరుద్ధరించాడు. పశ్చిమంలో సింధూనది నుండి ఈశాన్యంలో బెంగాల్‌లోని సోనార్‌గావ్ వరకు ఈ మార్గం విస్తరించి ఉండేది.

గుజరాత్ ఓడరేవులతో అనుసంధానం చేస్తూ ఆగ్రా నుండి జోధ్‌పూర్, చిత్తోర్‌లకు ఒక రవాణా మార్గాన్ని కూడా షేర్ షా నిర్మించాడు. లాహోర్ నుండి ముల్తాన్ వరకు మూడో రహదారిని నిర్మించాడు. పశ్చిమ, మధ్య ఆసియాలకు సరుకులు రవాణా చేసేందుకు ముల్తాన్‌ను ఆ సమయంలో వ్యాపారులు తొలి విడిదిగా వినియోగించుకునేవారు. పై రహదారుల వెంబడి ప్రతి రెండు కోసుల (సుమారు 8 కిలోమీటర్లు) దూరంలో ప్రయాణీకుల సౌకర్యం కోసం సరాయిలను నిర్మించాడు. సరాయి అంటే విడిది కేంద్రం. అందులో ప్రయాణీకులు రాత్రిపూట విశ్రాంతి తీసుకోవడానికి, తమ వస్తువులను భద్రపరచుకోవడానికి తగిన ఏర్పాట్లు ఉండేవి. ఈ సరాయిలలో హిందువులు, ముస్లింలకు ప్రత్యేకంగా గదులు కేటాయించేవారు. హిందు ప్రయాణీకులకు భోజన వసతి కల్పించేందుకు బ్రాహ్మణులు ఉండేవారు. గుర్రాలకు కూడా మేత అందుబాటులో ఉండేది. "ఈ సరాయిలలో ఎవరు అడుగుపెట్టినా వారి హోదా ప్రకారం భోజనం, పశువులకు మేత ప్రభుత్వం తరఫున అందించడం ఒక నియమంగా ఉండేది," అని చరిత్రకారుడు అబ్బాస్ ఖాన్ పేర్కొన్నాడు. సరాయిల చుట్టూ గ్రామాలను ఏర్పరచి వాటి ఖర్చుల కోసం రాబడిని పెంచడానికి ప్రయత్నాలు జరిగేవి. సరాయిలో ఎంతో మంది సహాయకులు, భద్రతా సిబ్బంది ఉండేవారు. వీరు 'షాహ్‌నా' అనే అధికారి నియంత్రణలో ఉండేవారు.

మొత్తమ్మీద 1700 సరాయిలను షేర్ షా నిర్మించినట్లు తెలుస్తోంది. వాటిలో కొన్ని ఇప్పటికీ ఉన్నాయి. వాటి నిర్మాణం ఎంత పటిష్టంగా ఉండేదో దీనిని బట్టి

తెలుస్తుంది. రోడ్డు మార్గాలు, సరాయిలు షేర్ షా సామ్రాజ్యానికి రక్తనాళాలుగా పని చేసేవని చెబుతారు. దేశంలో వ్యాపార, వాణిజ్య కార్యకలాపాలకు అవి ఎంతో ఊతమిచ్చాయి. చాలా సరాయిలు వాణిజ్య పట్టణాలుగా అభివృద్ధి చెందాయి. వాటిని కస్బా అని పిలిచేవారు. రైతులు కస్బాలకు చేరుకొని తమ పంట దిగుబడిని అమ్ముకునే వారు. తపాలా పంపిణీ, సమాచార కేంద్రాలుగా కూడా సరాయిలు పని చేసేవి. ఈ తపాలా కేంద్రాలను డాక్ చౌకి అని పిలిచేవారు. వాటి నిర్మాణ స్వరూపం గురించి ముందుగానే తెలుసుకున్నాము. ఈ తపాలా కేంద్రాల ద్వారా తన విశాలమైన రాజ్యంలో జరిగే పరిణామాలను షేర్ షా ఎప్పటికప్పుడు తెలుసుకునే వాడు. వ్యాపార, వాణిజ్యాభివృద్ధికి ఇతర పాలనా సంస్కరణలు ఎన్నింటినో షేర్ షా అమలు చేశాడు. అతడి సామ్రాజ్యమంతటిలో ఉత్పత్తులపై రెండు చోట్లే వాణిజ్య పన్ను విధించేవారు. ఒకటి, బెంగాల్‌లో ఉత్పత్తయ్యే సరుకులు లేదా బయటి నుండి దిగుమతి అయ్యే ఉత్పత్తులు బెంగాల్-బీహార్ సరిహద్దు ప్రాంతమైన సిక్రిగలి వద్ద పన్ను చెల్లించేవి. రెండు, సింధూనది వద్ద పశ్చిమ, మధ్య ఆసియా ప్రాంతాల నుండి వచ్చే ఉత్పత్తులు పన్నుకు గురయ్యేవి. రహదారులు, ఓడరేవులు లేదా పట్టణాల్లో ఉత్పత్తులపై అమ్మకపు పన్ను విధించే అధికారం ఎవరికీ ఉండేది కాదు. విక్రయాల సమయంలో రెండోసారి పన్ను వసూలు చేసేవారు.

వ్యాపారులు, ప్రయాణీకులను జాగ్రత్తగా చూసుకోవాలని, వారికి కాని, వారి ఉత్పత్తులకు కాని ఎలాంటి హాని జరగకుండా చూసే బాధ్యత ప్రాంతీయ పాలకులు, స్థానికాధికారులదేనని షేర్ షా స్పష్టమైన ఆదేశాలు జారీ చేశాడు. ప్రయాణంలో వ్యాపారి మరణిస్తే అతడి వస్తువులను ఎవరూ స్వాధీనం చేసుకోకూడదు. "మీ ప్రాంతంలో ఎవరైనా వ్యాపారి మరణిస్తే అతడి ఆస్తులను హస్తగతం చేసుకోవడం మహాపరాధం," అనే షేక్ నిజామీ ఆజ్ఞను తు.చ. తప్పకుండా పాటించాలని అధికారులకు షేర్ షా పిలుపునిచ్చాడు. ప్రయాణంలో వ్యాపారి నష్టాల పాలైతే స్థానిక పరిపాలనాధికారి (గ్రామ పెద్ద), అక్కడి జమీందారు బాధ్యత వహించాలని షేర్ షా స్పష్టం చేశాడు. వస్తువులు చోరీకి గురైతే గ్రామ పెద్ద, జమీందారులే వాటిని తిరిగి ఇవ్వాల్సి ఉంటుంది. లేదా దొంగలను పట్టుకొని వారి నుండి చోరీకి గురైన వస్తువులను స్వాధీనం చేసుకొని వాటి యజమానికి అప్పజెప్పాల్సి ఉంటుంది. రహదారులపై హత్యలు జరిగినా ఇదే సూత్రం అమలయ్యేది. అమాయకులను బాధ్యులను చేసే ఆ చట్టం నిర్దాక్షిణ్యంగా ఉన్నా ఎంతో ప్రభావవంతంగా పని చేసేది. అబ్బాస్ మాటల్లో చెప్పాలంటే "ఒక వృద్ధ మహిళ తన తలపై బంగారు ఆభరణాలతో నిండిన బుట్టను పెట్టుకొని ఎలాంటి చింత లేకుండా రహదారుల వెంట నడిచి

వెళ్ళవచ్చు. దొంగలు కాని, దోపిడీ ముఠా కాని ఆమెను సమీపించే సాహసం కూడా చేసే వారు కాదు. షేర్ షా అమలు చేసే కఠినమైన శిక్షకు భయపడి ఎవరూ దుస్సాహసానికి పాల్పడే వారు కాదు."

వాణిజ్యం, హస్తకళల అభివృద్ధికి షేర్ షా చేపట్టిన మారకద్రవ్య సంస్కరణలు కూడా ఎంతో చేయూతనిచ్చాయి. బంగారు, వెండి, కాంస్య నాణేలు ముద్రించి అంతకుముందు అమల్లో ఉన్న మిశ్రమ లోహ నాణేలకు స్వస్తి చెప్పాడు. ద్రవ్య వ్యవస్థకు ఒక కొత్త రూపును ఇచ్చాడు. అతడు వెలువరించిన వెండి రూపాయి బాగా చెలామణి అయ్యేది. అతడి మరణం తర్వాత కూడా శతాబ్దాల తరబడి వెండి రూపాయి చెలామణిలో ఉండేది. నిర్దిష్టమైన బరువులు-కొలతల విధానాన్ని షేర్‌షా అమలు చేశాడు. ఈ కారణంగా అతడి సామ్రాజ్యమంతటా వ్యాపార, వాణిజ్యాభివృద్ధి మరింత వేగం పుంజుకుంది.

సుల్తాన్‌ల కాలం నుండి అమల్లో ఉన్న పరిపాలనా విభాగాల్లో షేర్ షా భారీ మార్పులు తీసుకురాలేదు. కొన్ని గ్రామాల సమాహారంగా ఒక పరగణా ఉండేది. ఈ పరగణాలు షిక్దర్‌ల నియంత్రణలో ఉండేవి. వీరు శాంతి భద్రతలు, సాధారణ పాలనా వ్యవహారాలు చూసేవారు. మున్సిఫ్ లేదా ఆమిల్ భూమి శిస్తును వసూలు చేసేవాడు. పార్సీ, స్థానిక భాష (హిందీ)లు రెండింటిలో ఖర్చులు నమోదు చేసేవారు. పరగణా పై స్థాయిలో షిక్ లేదా సర్కార్ ఉండేది. వీటికి షిక్దర్-ఎ-షక్‌దరన్, మున్సిఫ్-ఎ-మున్సిఫన్ ప్రధానాధికారులుగా ఉండేవారు. అధికారుల హోదాలే కొత్తగా ఉండేవి. ఎందుకంటే పరగణ, సర్కార్‌లు అంతకుముందు కాలంలో కూడా పరిపాలనా కేంద్రాలుగా ఉండేవి.

కొన్ని సర్కార్‌లను జత చేసి ఒక రాష్ట్రాన్ని లేదా ప్రాంతీయ కేంద్రంగా పరిగణించేవారు. అయితే షేర్ షా హయాంలో ప్రాంతీయ పాలనా స్వరూపం ఎలా ఉండేదో మనకు పూర్తిగా తెలియదు. కొందరు ప్రాంతీయ గవర్నర్లు స్వతంత్రంగా వ్యవహరించేవారని అర్థమవుతోంది. బెంగాల్ లాంటి కొన్ని ప్రాంతాల్లో అధికారమంతా తెగ నాయకుల చేతుల్లో ఉండేది. వారిపై గవర్నరుకు నామమాత్రపు నియంత్రణ ఉండేది.

సుల్తాన్‌ల కాలం నాటి కేంద్రీకృత అధికార యంత్రాంగాన్నే షేర్ షా కొనసాగించాడు. అయితే దానిపై మనకు ఎక్కువ సమాచారం అందుబాటులో లేదు. మంత్రుల చేతుల్లో అపరిమితమైన అధికారాలు ఉండటాన్ని షేర్ షా ఒప్పుకునేవాడు కాదు. వేకువ జాము నుండి రాత్రి బాగా పొద్దుపోయే వరకు రాజ్య వ్యవహారాల్లో అతడు మునిగి తేలేవాడు. పాలనపట్ల ఎక్కువ శ్రద్ధ చూపేవాడు. రాజ్యంలో తరచూ

పర్యటిస్తూ ప్రజల స్థితిగతులను స్వయంగా తెలుసుకునేవాడు. అయితే ఒక వ్యక్తి ఎంత కష్టపడినప్పటికీ భారతదేశం లాంటి విశాలమైన భూభాగం వ్యవహారాలు చక్కబెట్టడం సాధ్యంకాదు. అధికారాలన్నింటిని తన చేతుల్లో కేంద్రీకరించుకోవడం షేర్ షా బలహీనతకు కారణమైంది. శృతిమించిన కేంద్రీకరణ పరిణామాలు తీవ్రంగా ఉంటాయన్న విషయం షేర్ షా లాంటి బలమైన పాలకుడు సింహాసనం మీద లేకపోవడంతో స్పష్టంగా తెలియవచ్చింది.

రెవెన్యూ వ్యవస్థపై షేర్ షా ప్రత్యేకంగా దృష్టి సారించాడు. సైనిక, న్యాయ వ్యవహారాలకు అత్యంత ప్రాధాన్యతనిచ్చాడు. తన తండ్రి జాగీరు వ్యవహారాలను చాలా కాలంపాటు నిర్వహించిన షేర్ షాకు బీహార్‌ను పరోక్షంగా పాలించిన అనుభవం కూడా ఉండేది. ఈ కారణంగా అతడికి రెవెన్యూ వ్యవస్థ వివిధ స్థాయిలలో ఎలా పని చేస్తుందో బాగా అవగాహన ఉండేది. సమర్థులైన అధికారుల బృందంతో కలిసి అతడు రెవెన్యూ వ్యవస్థను సమూలంగా ప్రక్షాళన చేశాడు. పంట దిగుబడిని ఊహకు వచ్చిన విధంగా లెక్క కట్టడం కాని పొలాల్లో పంటలను విభజించడం లేదా కోత సమయంలో దిగుబడిని నిర్ధారించడం కాని జరిగేది కాదు. సాగులో ఉన్న భూమిని ఖచ్చితంగా కొలత వేయాల్సిందేనని షేర్ షా స్థానిక అధికారులను ఆదేశించాడు. దిగుబడిలో ప్రభుత్వ వాటాను నిర్ధారించాడు. పంట పంటకు వేర్వేరుగా వాటాలు నిర్దేశించాడు. ఆయా ప్రాంతాల్లో కొనసాగుతున్న మార్కెట్ ధరల ఆధారంగా ప్రభుత్వ వాటాను ధన రూపంలో మార్చేవారు. ప్రభుత్వ వాటా సాధారణంగా పంటలో మూడోవంతుగా ఉండేది. భూములను సారవంతమైనవి, సాధారణమైనవి, నిరుపయోగమైనవిగా వర్గీకరించారు. వాటి సగటు ఉత్పత్తిని లెక్కించి అందులో మూడో వంతును ప్రభుత్వ వాటాగా నిర్ధారించేవారు. తమ వాటాను వస్తూ రూపేణా కాని నగదు రూపంలో కాని చెల్లించడానికి రైతులకు వెసులుబాటు ఉండేది. అయితే ప్రభుత్వం ఎక్కువగా నగదు రూపంలోనే వాటాను తీసుకోవడానికి ఇష్టపడేది. సాగు విస్తీర్ణం, సాగులో ఉన్న పంట రకాలు, ప్రభుత్వానికి రైతులు చెల్లించాల్సిన వాటాను 'పట్టా' అనే దస్తావేజుపై నమోదు చేసేవారు. అదే విషయాన్ని రైతులకు కూడా తెలియజేసేవారు. రైతుల నుండి ప్రభుత్వం నిర్ణయించిన వాటా కంటే అధికంగా వసూలు చేయడానికి ఎవరికీ హక్కుండేది కాదు. కొలతలు వేసే అధికారులకు కూడా ప్రభుత్వమే భత్యం నిర్ణయించేది. కరువు, ఇతర ప్రకృతి వైపరీత్యాల నుండి ప్రజలను కాపాడటానికి సాధారణ పరిస్థితులు ఉన్న ప్రాంతాల్లో ఒక బీఘా భూమిపై రెండున్నర సీర్ల అదనపు పన్ను కూడా వసూలు చేసేవారు.

రైతాంగ సంక్షేమంపట్ల షేర్ షా ఎంతో ఉదారంగా వ్యవహరించేవాడు. "రైతులు

నిర్దోషులు. అధికారంలో ఉన్న వారికి దాసోహం అంటారు. నేను వారిని అణచివేయడానికి ప్రయత్నిస్తే వారు గ్రామాలు వదిలి పారిపోతారు. అప్పుడు గ్రామ సీమలు నిర్జీవంగా, ఎడారిగా తయారవుతాయి. అవి మళ్ళీ పచ్చగా కళకళలాడాలంటే చాలా సమయం పడుతుంది." అని షేర్‌షా ఓ సందర్భంలో వ్యాఖ్యానించాడు. ఆ రోజుల్లో సాగుకు భూమి విస్తారంగా లభిస్తుండడంతో రైతులు ప్రభుత్వ దమనకాండను తప్పించుకోవడానికి గ్రామాలు ఖాళీ చేసే ప్రమాదం ఎక్కువగా ఉండేది. ఫలితంగా పాలకులు రైతులను దోచుకోవడంపై పరిమితులు విధించారు.

తన విశాలమైన సామ్రాజ్యాన్ని పాలించేందుకు, శత్రు రాజ్యాల నుండి ముప్పును నివారించేందుకు షేర్ షా ఒక శక్తివంతమైన సైన్యాన్ని ఏర్పాటు చేశాడు. తెగ నాయకులు విధించే స్థానిక పన్నులను రద్దు చేశాడు. సైనికులను నేరుగా భర్తీ చేసేవాడు. వారి కుటుంబ, సామాజిక నేపథ్యాన్ని, వ్యక్తిగత లక్షణాలను క్షుణ్ణంగా పరిశీలించాకే సైన్యంలో చేర్చుకునేవాడు. ప్రతి సైనికుడికి ఒక విధుల పట్టిక (చెహ్రా) ఉండేది. అతడి గుర్రాలపై రాచరిక చిహ్నాన్ని ముద్రించేవారు. ఆ విధంగా నాసిరకం జాతి గుర్రాలు సైనిక బలగాల్లో లేకుండా చూసేవారు. అల్లావుద్దీన్ ఖిల్జీ ప్రవేశపెట్టిన సైనిక సంస్కరణల నుండే ఈ ముద్రల విధానాన్ని షేర్‌షా అరువు తెచ్చుకున్నట్లు కనబడుతోంది. షేర్ షా వ్యక్తిగత సైన్యంలో 1,50,000 మందితో కూడిన అశ్విక దళాలు, 25,000 మందితో కూడిన పదాతి దళాలు, 5,000 ఏనుగులు, వందల సంఖ్యలో ఫిరంగులు ఉండేవి. రాజ్యంలోని వివిధ ప్రాంతాల్లో అతడు సైనిక స్థావరాలను ఏర్పాటు చేశారు. వాటిలో ఒక ప్రబలమైన సైనిక విభాగాన్ని నియమించాడు.

న్యాయపాలనపై షేర్ షా ప్రత్యేక శ్రద్ధ చూపేవాడు. చట్టాలను కఠినంగా అమలు చేయడాన్ని, న్యాయ వితరణను ఒక నిర్దిష్ట కాల పరిమితిలో పూర్తి చేయడాన్ని గట్టిగా సమర్థించేవాడు. "మత ఆచారాల్లోకెల్లా న్యాయ వితరణ అద్వితీయమైనది. దానిని విశ్వాసులు, అవిశ్వాసుల అధిపతులిద్దరూ సమానంగా ఆమోదిస్తారు," అని షేర్ షా వ్యాఖ్యానించేవాడు. దమననీతికి పాల్పడేవారు ఉన్నతాధికారులైనా, దగ్గరి బంధువులైనా అతడు క్షమించేవాడు కాదు. న్యాయపాలన కోసం రాజ్యంలోని వివిధ ప్రాంతాల్లో అతడు ఖాజీలను నియమించాడు. అయితే మునుపటిలాగే గ్రామ పంచాయితీలు, జమీందార్లు పౌర, నేర వ్యాజ్యాలపై స్థానికంగానే తీర్పు ఇచ్చేవి.

అయితే న్యాయ వితరణలో ఓ పెద్ద ముందడుగును మాత్రం షేర్ షా వారసుడైన ఇస్లాం షా తీసుకున్నాడు. ఇస్లాం షా చట్టాలను క్రోడీకరించాడు. ఆ విధంగా షరియా సూత్రాలను అనుభవ పూర్వకంగా మేళవించి తీర్పులు చెప్పే విద్వాంసుల అవసరం లేకుండా పోయింది. సంస్థానాధీశుల అధికారాలను, ప్రత్యేక హక్కులను కుదించడానికి

కూడా ఇస్లాం షా ప్రయత్నించాడు. సైనికులకు నగదు రూపంలో జీతాలు చెల్లించేందుకు కృషి చేశాడు. అయితే అతడి మరణం తర్వాత ఈ నియమనిబంధనలన్నీ అంతరించిపోయాయి.

షేర్ షా ఒక విశిష్టమైన వ్యక్తి అని చెప్పడంలో ఎలాంటి సందేహం లేదు. తాను పాలించిన ఐదేళ్ళ స్వల్ప కాలంలోనే అతడు సమర్థవంతమైన పాలనా వ్యవస్థను నెలకొల్పాడు. అతడు గొప్ప నిర్మాణ సారథి కూడా. తాను బతికుండగానే తన కోసం ససారాం వద్ద నిర్మించిన సమాధి ఒక అద్భుతమైన నిర్మాణ కళాఖండం. ప్రాచీన వాస్తుశైలి, నవ నిర్మాణశైలిల కలయికగా ఆ కట్టడం పరిగణించబడింది. ఉత్తర భారత నిర్మాణ శైలిలో ఓ కొత్త అధ్యాయానికి నాంది పలికింది. అలాగే ఢిల్లీ సమీపంలో యమునా తీరంపై ఒక కొత్త నగరాన్ని కూడా షేర్ షా నిర్మించాడు. ఆ నగరానికి సంబంధించి మిగిలిన ఏకైక ఆనవాలు పాత కోట (పురానా ఖిలా), అందులోని మసీదు మాత్రమే.

షేర్ షా అనేక మంది సాహిత్యకారులను కూడా పోషించాడు. మాలిక్ మహమ్మద్ జైసి హిందీలో రచించిన 'పద్మావత్' లాంటి ఎన్నో సాహితీకృతులు అతడి హయాంలోనే పూర్తయ్యాయి. మతపరమైన వ్యవహారాల్లో షేర్ షా సనాతనవాదిగా ప్రవర్తించలేదు. అతడు అవలంబించిన సామాజిక – ఆర్థిక విధానాలే అందుకు నిదర్శనం. షేర్ షా కాని ఇస్లాం షా కాని ఉలేమాలపై ఆధారపడలేదు. అయితే మత పెద్దలను వారు అమితంగా గౌరవించేవారు. కొన్ని సందర్భాల్లో రాజకీయ నిర్ణయాలను సమర్థించుకోవడానికి మతపరమైన నినాదాలు ఉపయోగించుకున్నారు. మాల్వాలోని రైసేన్ కోటను వదులుకున్న తర్వాత పూరణ్ మల్, అతడి సహచరులను దారుణంగా హత్య చేసి దానిని సమర్థించుకోవడానికి మతపరమైన ప్రతిజ్ఞను బూచీగా చూపడం అందుకో ఉదాహరణ. అవిశ్వాసుల (హిందువులు)పై ఎలాంటి నమ్మకం ఉంచరాదని, పూరణ్ మల్ ముస్లిం మహిళలు, మగవారిని చిత్రహింసలకు గురి చేశాడని మత గురువులు తీర్పు చెప్పారు. అయితే షేర్ షా ఎలాంటి నూతన ఉదారవాద విధానాలను ప్రవేశపెట్టలేదు. హిందువుల నుండి జిజ్యా వసూలు చేయడం అతడి హయాంలో కూడా కొనసాగింది. పాలకవర్గాల్లో ఎక్కువగా ఆఫ్ఘాన్ తెగలకు చెందిన వారే ఉండేవారు.

జాతి, వర్గపరంగా చూస్తే సుర్‌ల కింద ఢిల్లీ సామ్రాజ్యం ఒక ఆఫ్ఘాన్ సంస్థగా ఉండేది. అక్బర్ ఎదుగుదలతోనే రాజ్య స్వరూపంలో మౌలికమైన మార్పు వచ్చింది.

ఇ

పదమూడవ అధ్యాయం

మొగల్ సామ్రాజ్య విస్తరణ

(అక్బర్ శకం)

బికానేర్ నుండి వెనక్కి మళ్ళుతున్న హుమాయూన్‌కు అమర్‌కోట్ రాణా ధైర్యం చేసి ఆశ్రయమిచ్చాడు. అమర్‌కోట్‌లోనే 1542లో మొగల్ పాలకుల్లో ఉద్ధండుడైన అక్బర్ జన్మించాడు. హుమాయూన్ ఇరాన్‌కు పారిపోయినప్పుడు అక్బర్‌ను అతడి చిన్నాన్న కమ్రాన్ అదుపులోకి తీసుకున్నాడు. బాలుడైన అక్బర్‌ను బాగా చూసుకున్నాడు. కందహార్‌ను హుమాయూన్ స్వాధీనం చేసుకున్న తర్వాత అక్బర్ తన తల్లిదండ్రులతో మళ్ళీ ఏకమయ్యాడు. హుమాయూన్ చనిపోయిన సమయంలో పంజాబ్‌లోని కలనౌర్ వద్ద ఆఫ్ఘాన్ తిరుగుబాటుదారులను అణచివేసే కార్యక్రమంలో అక్బర్ నిమగ్నమై ఉన్నాడు. తన 13వ ఏట 1556లో కలనౌర్‌లోనే అక్బర్ పట్టాభిషిక్తుడయ్యాడు.

ముళ్ళకిరీటాన్ని అక్బర్ వారసత్వంగా స్వీకరించాడు. ఆగ్రా వెలుపల ఆఫ్ఘాన్లు ఇంకా బలంగా ఉన్నారు. హేము నాయకత్వంలో మొగల్ పాలనకు చరమగీతం పాడాలని సన్నాహాలు చేస్తున్నారు. కాబుల్ ముట్టడికి గురై స్వాధీనమైంది. ఓడిపోయిన ఆఫ్ఘాన్ పాలకుడు సికందర్ సుర్ శివాలిక్ పర్వతశ్రేణుల్లో తచ్చాడుతున్నాడు. అయితే, అక్బర్ గురువు, శ్రేయోభిలాషి అయిన బైరమ్ ఖాన్ పరిస్థితులకు అనుగుణంగా వ్యవహరించాడు. ఖాన్-ఎ-ఖానన్ అనే బిరుదుతో అతడు మొగల్ సామ్రాజ్యానికి మహామంత్రి అయ్యాడు. మొగల్ సైన్యాలను సమీకరించాడు. హేము వైపు నుండి వస్తున్న సవాలు అత్యంత ప్రమాదకరమైనదిగా మొగల్ పాలకులు భావించారు. షేర్ షా బంధువైన ఆదిల్ షా ఆధిపత్యంలో చునార్ నుండి బెంగాల్ సరిహద్దు వరకు ఉన్న ప్రాంతాలుండేవి. హేము ఇస్లాం షా పాలనలో గిడ్డంగుల ప్రధాన అధికారిగా పని చేస్తూ ఆదిల్‌షా నేతృత్వంలో ఉన్నత స్థానానికి ఎదిగాడు. అప్పటివరకు అతడు

పోరాడిన 22 యుద్ధాల్లో ఒక్కసారి కూడా ఓటమిని చవిచూడలేదు.

విక్రమజీత్ అనే బిరుదుతో హేమును ఆదిల్ షా ప్రధానిగా నియమించాడు. మొగల్ పాలకులను దేశం నుండి వెలివేసే బాధ్యతను అతడికి అప్పగించాడు. హేము 50,000 మంది అశ్విక దళ సభ్యులు, 500 ఏనుగులతో కూడిన సైన్యంతో ఆగ్రాపై దాడి చేసి ఆ నగరాన్ని స్వాధీనం చేసుకున్నాడు. ఫిరంగులను పెద్ద సంఖ్యలో సమకూర్చుకొని ఢిల్లీ వైపు కదిలాడు.

ఢిల్లీ సమీపంలో భీకరంగా జరిగిన యుద్ధంలో హేము మొగల్ సైన్యాలను తుదముట్టించాడు. ఢిల్లీ నగరాన్ని ఆక్రమించుకున్నాడు. పరిస్థితిని చక్కదిద్దడానికి బైరమ్ ఖాన్ నిర్దిష్టమైన చర్యలు తీసుకున్నాడు. అతడి దృఢ వైఖరి మొగల్ సైన్యంలో స్థైర్యాన్ని నింపింది. హేము స్థిరపడేలోపు బైరమ్ ఖాన్ తన సైన్యంతో ఢిల్లీపై దాడికి బయల్దేరాడు. మరోసారి మొగల్ సైన్యం, హేము నేతృత్వంలోని ఆఫ్ఘాన్ సైన్యం (5 నవంబరు 1556) పానిపట్ వద్ద తలపడ్డాయి. తన ఫిరంగి దళాన్ని మొగల్ సైన్యంలోని ఒక విభాగం స్వాధీనం చేసుకున్నా యుద్ధంలో హేముదే పై చేయిగా ఉండేది. కాని కంటికి బాణం తగలడంతో హేము మూర్ఛపోయాడు. నాయకత్వం లేని ఆఫ్ఘాన్ సైన్యం ఓడిపోయింది. హేమును నిర్బంధించి హత్య చేశారు. ఆ విధంగా అక్బర్ తన సామ్రాజ్యాన్ని తిరిగి దక్కించుకున్నాడు.

తాజ్ మహల్

తొలి దశ- పాలకవర్గాలతో సంఘర్షణ (1556-67)

తర్వాతి నాలుగేళ్ళ వరకు రాజ్య వ్యవహారాలను బైరమ్ ఖాన్ శాసించాడు. ఈ కాలంలో అతడు పాలకవర్గాలను పూర్తి నియంత్రణలో ఉంచాడు. కాబుల్‌కు ఎదురవుతున్న ముప్పును తప్పించాడు. మొగల్ సామ్రాజ్యం కాబుల్ నుండి ఈశాన్యంలో జౌన్‌పూర్ వరకు, పశ్చిమంలో అజ్మీర్ వరకు విస్తరించింది. గ్వాలియర్ స్వాధీనమైంది. రణథంబోర్, మాల్వాలను ఆక్రమించుకోవడానికి సైన్యాలను పంపారు. ఈలోపు అక్బర్ పరిణతి చెందిన వయస్సుకు చేరుకున్నాడు. సర్వాధికారాలు తన చేతిలో ఉన్నప్పుడు బైరమ్ ఖాన్ శక్తిమంతులైన వ్యక్తులనెందరినో పరాభవం పాలుచేశాడు. బైరమ్ చేతిలో అవమానాలు, ఛీత్కారాలు ఎదుర్కొన్న వీరు సమయం కోసం ఎదురు చూశారు. అక్బర్ చెవుల్లో విషం నూరి పోశారు. బైరమ్ షియా అని ఆరోపించారు. తన సొంత మద్దతుదారులను, షియాలను పెద్ద ఎత్తున ప్రభుత్వ పదవుల్లో నియమిస్తున్నాడని ఫిర్యాదు చేశారు. ఎంతో కాలం నుండి ఢిల్లీ సింహాసనాన్ని నమ్ముకొని ఉన్న తమలాంటి వారిని బైరమ్ విస్మరిస్తున్నాడని చెప్పారు. ఈ ఆరోపణల స్వభావం అంత తీవ్రమైందేమీ కాదు. అయితే అప్పటికే బైరమ్ అహంకారిగా మారాడు. అక్బర్ ఎదుగుతున్న విషయాన్ని విస్మరించి ప్రవర్తించసాగాడు. ఇద్దరి మధ్య స్వల్ప విషయాల్లో భేదాభిప్రాయాలు రావడంతో అధికారాలన్నీ ఒక్కరి చేతిలో ఎక్కువ కాలం ఉంచరాదని అక్బర్ ఒక అభిప్రాయానికి వచ్చాడు.

అక్బర్ తన పావులను జాగ్రత్తగా కదిపాడు. వేటకు వెళుతున్నానన్న సాకుతో ఆగ్రా నుండి బయల్దేరి నేరుగా ఢిల్లీ చేరుకున్నాడు. బైరమ్‌ను మహామంత్రి పదవి నుండి తొలగిస్తున్నట్లు ఢిల్లీ నుండే ఫర్మానా జారీ చేశాడు. సంస్థానాధీశులు వ్యక్తిగతంగా వచ్చి తనను కలుసుకోవాలని ఆదేశించాడు. అక్బర్ అధికారాలన్నీ తన చేతుల్లోకి తీసుకోవాలని భావిస్తున్నాడని గ్రహించిన బైరమ్ అందుకు అంగీకరించేందుకు సిద్ధమయ్యాడు. అయితే అతడి వ్యతిరేకులు బైరమ్‌ను సర్వనాశనం చేయాలని అప్పటికే గట్టి పట్టుదలతో ఉన్నారు. అతడిపై దుమ్మెత్తి పోశారు. తీవ్ర పరాభవానికి గురి చేశారు. తిరుగుబాటు చేసేలా అతడిని రెచ్చగొట్టారు. ఆ విధంగా సంభవించిన తిరుగుబాటు రాజ్యాన్ని ఆరు నెలలపాటు అతలాకుతలం చేసింది. పాలనా వ్యవహారాలు కుంటుపడ్డాయి. చివరికి బైరమ్ లొంగిపోయే విధంగా వివశుడిని చేశారు. అక్బర్ అతని సాదరంగా ఆహ్వానించాడు. తన కొలువులో కాని బయట కాని విధులు నిర్వహించే అవకాశమిచ్చాడు. లేదా మక్కా వెళ్ళి విశ్రాంతి తీసుకొమ్మని సలహా ఇచ్చాడు. మక్కాకు వెళ్ళాలని బైరమ్ నిర్ణయించాడు. అయితే మార్గమధ్యలో అహ్మదాబాద్ సమీపంలోని పటన్ వద్ద అతడు ఒక ఆఫ్ఘన్ జాతీయుని చేతిలో హత్యకు గురయ్యాడు. వ్యక్తిగత కక్ష

వల్లే బైరమ్ హత్య చేయబడ్డాడు. బైరమ్ భార్య, అతడి పసి కుమారుడిని ఆగ్రాకు తరలించారు. బైరమ్ ఖాన్ విధవను అక్బర్ పెళ్ళాడాడు. ఆమె అతడికి దగ్గరి బంధువు కూడా. అలాగే బైరమ్ కుమారుడిని తన సొంత బిడ్డలా పెంచాడు. ఆ బాలుడు పెరిగి పెద్దయి అబ్దుర్ రహీం ఖాన్-ఎ-ఖానన్‌గా ప్రఖ్యాతి పొందాడు. సామ్రాజ్యంలో ఎన్నో ఉన్నత పదవులను నిర్వహించాడు.

అక్బర్

బైరమ్ ఖాన్‌తో సంఘర్షణ, తదనంతరం అతడి కుటుంబం పట్ల చూపిన ఔదార్యం అక్బర్ వ్యక్తిత్వ లక్షణాలు కొన్నింటిని వెలుగులోకి తెస్తాయి. ఒక్కసారి నిర్ణయం తీసుకున్న తర్వాత దానిని అమలు చేసేంత వరకు వెనక్కి తగ్గేవాడు కాదు. అయితే తప్పును తెలుసుకొని లొంగిపోయే శత్రువులపై అవసరానికి మించిన ఔదార్యం చూపేవాడు.

బైరమ్ ఖాన్ తిరుగుబాటు చేసినప్పుడు చాలా మంది సంస్థానాధీశులు రాజకీయంగా క్రియాశీలమయ్యారు. వారిలో అక్బర్ పెంపుడు తల్లి మహమ్ అనగ, ఆమె బంధువులు కూడా ఉన్నారు. రాజకీయాల నుండి మహమ్ అనగా త్వరగా తప్పుకున్నా ఆమె కుమారుడు ఆదంఖాన్ మాత్రం పదవీ కాంక్షతో రగిలిపోయాడు. మాల్వాకు వ్యతిరేకంగా ఒక సైనిక బలగాన్ని పంపడం ద్వారా తన స్వాతంత్ర్యాన్ని చాటుకోవడానికి ప్రయత్నించాడు. సేనాధిపతి బాధ్యతల నుండి తొలగింపునకు గురైన తర్వాత అతడు వజీరు పదవిపై ఆశలు పెట్టుకున్నాడు. ఆ పదవిని అనుభవించే హక్కు తనకుందని వాదించాడు. అతడి వాదనను అక్బర్ తిరస్కరించడంతో పదవిలో ఉన్న వజీరును హత్య చేశాడు. ఈ సంఘటనతో ఆగ్రహించిన అక్బర్ కోటపై నుండి అతడిని విసిరివేయించాడు. అది 1561లో. అయితే తన ఆధిపత్యాన్ని సుస్థిరం చేసుకోవడానికి అక్బర్‌కు చాలా సమయం పట్టింది. సంస్థానాధీశుల్లో ఉజ్బేక్‌లు ఒక బలమైన వర్గంగా ఉండేవారు. ఈశాన్య ఉత్తరప్రదేశ్, బీహార్, మాల్వాలలో వారు కీలకమైన బాధ్యతల్లో ఉండేవారు. మొగల్ సామ్రాజ్యానికి వారు వినమ్రంగా సేవలందించినా తర్వాతి కాలంలో అహంకారంతో వ్యవహరిస్తూ కొత్తగా పాలనా

పగ్గాలు చేపట్టిన యువ పాలకుడి ఆజ్ఞలను బేఖాతరు చేయడం మొదలుపెట్టారు. 1561-67 మధ్య ఎన్నో సార్లు తిరుగుబాటు బావుటా ఎగురవేశారు. అక్బరే స్వయంగా వచ్చి తమతో కదనరంగంలో తలపడేలా చేశారు. ప్రతిసారి క్షమాభిక్ష కోరి వారు తమ ప్రాణాలను కాపాడుకున్నారు. అయితే 1565లో వారు మరోసారి తిరుగుబాటు చేసినపుడు అక్బర్ విసిగిపోయాడు. ఉజ్బేక్‌లను తుడిచి పెట్టేంత వరకు జౌన్‌పూర్‌నే తన రాజధానిగా చేసుకొని పాలిస్తానని ప్రతిజ్ఞ చేశాడు. ఈ లోపు తైమూరిద్ వంశానికి చెందిన మిర్జాలు తిరుగుబాటు చేశారు. పశ్చిమ ఉత్తరప్రదేశ్ ప్రాంతంలో అరాచక పరిస్థితులు బయల్దేరాయి. మిర్జాలు అక్బర్‌కు బంధువులు కూడా అవుతారు. అక్బర్ సోదర వరుసవాడైన మిర్జా హకీం కాబుల్‌ను స్వాధీనం చేసుకున్న తర్వాత పంజాబ్‌లోకి ప్రవేశించి లాహోర్‌ను ముట్టడించాడు. ఉజ్బేక్ తిరుగుబాటుదారులు అతడిని తమ నాయకుడిగా ఎన్నుకున్నారు.

ఢిల్లీని హేము స్వాధీనం చేసుకున్న తర్వాత అంతటి తీవ్ర సంక్షోభాన్ని అక్బర్ ఎదుర్కొన్నాడు. అయితే పట్టుదల, అదృష్టం కొద్దీ అతడు విజయం సాధించాడు. జౌన్‌పూర్ నుండి నేరుగా తనసైన్యాలతో లాహోర్‌వైపు కదిలాడు. లాహోర్‌ను ముట్టడించి మిర్జా హకీం తన సైన్యాలను ఉపసంహరించేలా ఒత్తిడి పెంచాడు. ఈ లోపు మిర్జాల తిరుగుబాటును అణచివేశారు. మిర్జాలు తొలుత మాల్వాకు పారిపోయారు. అక్కడి నుండి గుజరాత్ చేరుకున్నారు. అక్బర్ మరలా లాహోర్ నుండి జౌన్‌పూర్‌కు తిరిగి వచ్చాడు. అలహాబాద్ వద్ద యమునా నదిని దాటాడు. అప్పుడు వర్షాలు ధాటిగా కురుస్తున్నాయి. ఊహించని విధంగా అక్బర్ దాడి చేయడంతో ఉజ్బేక్ సంస్థానాధీశలు దిగ్భ్రాంతికి గురయ్యారు. 1567లో అక్బర్ వారిని పూర్తిగా తుడిచిపెట్టాడు. నాయకులందరూ ఆ యుద్ధంలో హతమవడంతో తిరుగుబాటు సమసిపోయింది. తిరుగుబాటు వైఖరితో ఉన్న మిగతా ఉజ్బేక్ సంస్థానాధీశులు, వారిలో స్వాతంత్ర్యం కోరుకుంటున్న నాయకులు అందరూ అక్బర్ ధాటికి తలవంచారు. ఈశాన్య ఉత్తరప్రదేశ్‌లో పరిస్థితి కుదుట పడటంతో సామ్రాజ్య విస్తరణపై అక్బర్ దృష్టి సారించాడు.

మొగల్ సామ్రాజ్య విస్తరణ తొలి దశ (1560-76)

బైరమ్ ఖాన్ చూపిన బాటలో మొగల్ సామ్రాజ్య సరిహద్దులు త్వరితగతంగా విస్తరించాయి. అజ్మీర్‌తోపాటు మాల్వా, ఘడ్-కటంగా సామ్రాజ్యంలో అంతర్భాగ మయ్యాయి. ఆ సమయంలో మాల్వాను బజ్ బహదూర్ అనే యువరాజు పరిపాలిస్తుండేవాడు. అతడు కవిత్వం, సంగీతంలో దిట్ట. బజ్ బహదూర్ - రూప్‌మతిల ప్రణయగాధలు కోకొల్లలు. రాణి రూప్‌మతి తన అందానికి, సంగీత సాహిత్యాలలో

ప్రావీణ్యానికి ప్రఖ్యాతి గాంచింది. బహదుర్ హయాంలో మాండు సంగీత కళలకు నిలయంగా ఉండేది. అయితే అతడు రక్షణ, సైనిక వ్యవహారాలను నిర్లక్ష్యం చేశాడు. అక్బర్ పెంపుడు తల్లి మహమ్ అనగ కుమారుడు ఆదంఖాన్ మాల్వాపై దాడి చేసిన సందర్భంగా కిరాతకానికి పాల్పడ్డాడు. 1561లో బజ్ బహదుర్ దారుణంగా ఓడిపోయాడు. మొగల్ సైన్యాలు పెద్ద ఎత్తున ధనధాన్యాలు స్వాధీనం చేసుకున్నాయి. అలాగే రూప్‌మతిని బందీగా తీసుకున్నాయి. ఆదంఖాన్ అంతఃపురానికి వెళ్ళడం కంటే చావడమే మేలని భావించిన రూప్‌మతి ఆత్మహత్యకు పాల్పడింది. ఆదంఖాన్, అతడి వారసుడు చేసిన దాష్టికాలవల్ల మాల్వా ప్రజల్లో తిరుగుబాటు వచ్చింది. ఫలితంగా బజ్ బహదుర్ మాల్వాను తిరిగి హస్తగతం చేసుకోగలిగాడు.

బైరమ్‌ఖాన్ తిరుగుబాటును అణచివేసిన తర్వాత అక్బర్ మరోసారి మాల్వాకు తన సైన్యాలను పంపాడు. బజ్ బహదుర్ పలాయనం చిత్తగించాడు. కొంత కాలంపాటు మేవార్ రాణా కొలువులో ఆశ్రయం పొందాడు. ఒక ప్రాంతం నుండి మరో ప్రాంతానికి తిరిగి అలసిపోయిన బహదుర్ అక్బర్ ఆస్థానానికి వెళ్ళి లొంగిపోయాడు. అతడిని అక్బర్ మునసబుదారునిగా నియమించాడు. ఆ విధంగా విశాలమైన మాల్వా రాజ్యం మొగల్ పాలన కిందికి వచ్చింది.

అదే సమయంలో మొగల్ సైన్యం ఘడ్-కటంగాను స్వాధీనం చేసుకుంది. నర్మదాలోయ, ప్రస్తుత మధ్యప్రదేశ్‌లోని ఉత్తర ప్రాంతాలు ఘడ్-కటంగా పాలనలో ఉండేవి. ఆ రాజ్యాన్ని అమన్‌దాస్ పాలించేవాడు. రైసేన్ కోటను స్వాధీనం చేసుకోవడంలో అమన్‌దాస్ గుజరాత్ పాలకుడు బహదుర్‌షాకు సహాయపడ్డాడు. ప్రతిఫలంగా సంగ్రామ్ షా అనే బిరుదును పొందాడు.

ఘడ్-కటంగా రాజ్యంలో గోండ్వానా, రాజపుత్ ప్రాంతాలు ఎన్నో అంతర్భాగంగా ఉండేవి. గోండ్‌లు స్థాపించిన ప్రబలమైన రాజ్యం అది. అక్కడి పాలకుడు 20,000 మంది ఆశ్వికులు, వెయ్యి ఏనుగులు, పెద్ద సంఖ్యలో పదాతి సైన్యాన్ని కలిగి ఉండేవాడు. అయితే ఈ లెక్కలు ఎంత వరకు వాస్తవమో మనకు కచ్చితంగా తెలియదు. తన కుమారుడిని మహోబాకు చెందిన ప్రఖ్యాత చందేలా పాలకుడి కుమార్తెకిచ్చి వివాహం జరిపించిన సంగ్రామ్ షా తన స్థానాన్ని మరింత సుస్థిరం చేసుకున్నాడు. దుర్గావతిగా ప్రఖ్యాతిగాంచిన ఆ రాకుమార్తె అనతి

షాజహాన్

కాలంలోనే విధవగా మారింది. కాని తన చిన్నారి కొడుకును గద్దెపై ప్రతిష్టించి ఆ రాజ్యాన్ని ఎంతో ధైర్యంగా పాలించింది. తుపాకులను, విల్లును గురిపెట్టి కాల్చడంలో ఆమె దిట్ట. వేట అంటే ఆమెకు ఎంతో మక్కువ. "పులి ఎక్కడైన కనబడిందీ అంటే దానిని చంపేవరకు ఆమె పచ్చి మంచినీరు కూడా ముట్టేది కాదు," అని అప్పటి చరిత్రకారుడొకరు పేర్కొన్నాడు. పొరుగు రాజ్యాలతో ఆమె యుద్ధాలు చేసింది. వారిలో మాల్వా పాలకుడు బజ్ బహదుర్ ఒకడు. మాల్వా మొగల్ పాలన కిందికి వచ్చినా సరిహద్దు ప్రాంతాల్లో సైనిక ఘర్షణలు కొనసాగాయి. ఇదిలా ఉండగా, అలహాబాద్ గవర్నరు అసఫ్‌ఖాన్ దుర్గావతి అందం గురించి, అమె సిరిసంపదల గురించి విన్న తర్వాత ఆమెపట్ల వ్యామోహం పెంచుకున్నాడు. బుందేల్‌ఖండ్ వైపు నుండి 10,000 మంది ఆశ్వికులతో బయల్దేరి వచ్చాడు. ఘడ్ ప్రాంతంలోని కొందరు సామంతులు అసఫ్‌ఖాన్‌కు మద్దతునిచ్చి గోండ్‌ల ప్రాబల్యానికి భరత వాక్యం పలకాలని నిర్ణయించారు. ఈ కారణంగా రాణి దుర్గావతికి సైనికులు కరువయ్యారు. యుద్ధంలో ఓటమి తప్పదని, తనను బందీగా తీసుకోవడం తథ్యమని గ్రహించిన రాణి కత్తితో పొడుచుకొని ఆత్మార్పణ చేసుకుంది. తర్వాత అసఫ్ ఖాన్ రాజధాని నగరమైన చౌరాఘడ్‌ను ముట్టడించాడు. ప్రస్తుత జబల్‌పూర్‌కు సమీపంలో ఆ నగరం ఉండేది. "నగలు, వెండి, బంగారు, ఇత్తడి, విలువైన వస్తువులను భారీ మొత్తంలో దోచుకున్నారు. అందులో ఒక భాగాన్ని కూడా లెక్కించడం అసాధ్యం," అని అబుల్ ఫజల్ రాశాడు. "దోచుకున్న ధనం, తదితర వాటిలో కేవలం 200 ఏనుగులనే అసఫ్‌ఖాన్ అక్బర్ ఆస్థానానికి పంపాడు. మిగతా తన వద్దే ఉంచుకున్నాడు," అని కూడా పేర్కొన్నాడు. రాణి చెల్లెలు కమలాదేవిని ఆస్థానానికి పంపాడు.

ఉజ్బేక్ యుద్ధ వీరుల తిరుగుబాటును అణచివేసిన తర్వాత ఆగ్రాకు చేరుకున్న అక్బర్ అసఫ్‌ఖాన్‌పై ఒత్తిడి పెంచి అక్రమంగా కూడగట్టిన సంపదనంతా కేంద్ర ఖజానాకు సమర్పించుకునేలా చేశాడు. సంగ్రామ్ షా కుమారుడు చంద్ర షాకు ఘడ్-కటంగా పీఠాన్ని కట్టబెట్టాడు. ప్రతిగా ఆ రాజ్యంలోని పది కోటలను తీసుకొని మాల్వా రాజ్యాన్ని చుట్టుముట్టాడు.

తర్వాతి పదేళ్ళకు రాజస్థాన్‌లోని ప్రధాన భాగాన్ని అక్బర్ తన నియంత్రణలోకి తెచ్చుకున్నాడు. గుజరాత్, బెంగాల్‌లను కూడా స్వాధీనం చేసుకున్నాడు. రాజపుత్ర రాజ్యాలకు వ్యతిరేకంగా అతడు నడిపిన సైనిక ఉద్యమంలో కీలకమైన విజయం చిత్తోర్‌కోటను వశం చేసుకోవడం. తన చరిత్రలో ఎన్నో ముట్టడులకు గురైన ఆ ప్రబలమైన కోట మధ్య రాజస్థాన్‌పై నియంత్రణకు కీలక స్థావరంగా ఉండేది. ఆగ్రా నుండి గుజరాత్‌కు దగ్గరి దారిని ఆ కోట కల్పించేది. అన్నింటికంటే ప్రధానమైన

విషయం రాజపుత్రుల ధీరత్వానికి, ప్రతిఘటనకు చిత్తోర్ కోట చిహ్నంగా ఉండేది. చిత్తోర్‌ను స్వాధీనం చేసుకోందే రాజపుత్ర పాలకులను లొంగదీసుకోవడం సాధ్యం కాదని అక్బర్ గ్రహించాడు. ఆరు నెలల ముట్టడి తర్వాత 1568లో చిత్తోర్ కోట మొగల్ సైన్యాల వశమైంది. మంత్రుల సలహా మేరకు రాణా ఉదయ్‌సింగ్ పక్కనే ఉన్న కొండ ప్రాంతానికి వెళ్ళి తలదాచుకున్నాడు. పోరాట యోధులైన జైమల్, పట్టాలకు కోట రక్షణ బాధ్యతలను అప్పజెప్పాడు. చిత్తోర్ చుట్టుపక్కల ప్రాంతాలకు చెందిన అనేక మంది రైతులు కూడా కోటలో మకాం వేసి సైనికులకు తోడ్పాటునందించారు. కోటను మొగల్ సైన్యాలు ఛేదించడంతో రైతులు, రాజపుత్ సైనికులు ఊచకోతకు గురయ్యారు. ఇలాంటి మారణకాండకు పాల్పడడం అక్బర్‌కు అదే తొలి, చివరిసారి. రాజపుత్ యోధులు సాధ్యమైనంత వరకు శత్రు సైన్యాలను ఎదురించి తమ ప్రాణాలు కోల్పోయారు. జైమల్, పట్టాల వీరోచిత ప్రతిఘటనకు గౌరవ సూచకంగా ఏనుగులపై కూర్చున్న వారి రాతి విగ్రహాలను ఆగ్రా కోట మహాద్వారం ఇరువైపులా ప్రతిష్టింపచేశాడు అక్బర్.

చిత్తోర్ కోట కూలిన తర్వాత రణథంబోర్‌ను మొగల్ సైన్యాలు ఆక్రమించాయి. రాజస్థాన్‌లోని కోటల్లో శక్తివంతమైనదిగా ప్రఖ్యాతిగాంచిన రణథంబోర్ కోట తీవ్రమైన ప్రతిఘటన ఇచ్చిన తర్వాత పతనమైంది. అంతకుముందు జోధ్‌పూర్ కూడా మొగలుల వశమైంది. ఈ వరుస విజయాల కారణంగా బికానేర్, జైసల్మేర్ పాలకులతో సహా ఎందరో రాజపుత్ర పాలకులు అక్బర్‌కు లొంగిపోయారు. మేవార్ ఒక్కటే మొగల్ ఆధిపత్యాన్ని ప్రతిఘటిస్తూ వచ్చింది.

బహదుర్ షా మరణం తర్వాత గుజరాత్ రాజ్యం అస్థిరంగా తయారైంది. సారవంతమైన భూములు, ఉన్నత ప్రమాణాలు గల హస్తకళాకృతులు, ఎగుమతి - దిగుమతులకు ప్రధానమైన స్థావరంగా ఉన్న గుజరాత్ యుద్ధంలో గెలిచి తీరాల్సిన రాజ్యంగా ఉండేది. గుజరాత్‌పై కొంత కాలంపాటు హుమాయూన్ ఆధిపత్యం వహించాడన్న కారణంగా ఆ రాజ్యంపై మొగల్ సామ్రాజ్యానికి హక్కు ఉందని అక్బర్ ప్రకటించాడు. మరో కారణమేమిటంటే పశ్చిమ ఉత్తరప్రదేశ్‌లో తిరుగుబాటు జరిపి అక్కడి నుండి పారిపోయిన మిర్జాలు గుజరాత్‌లో తలదాచుకున్నారు. సుసంపన్నమైన గుజరాత్ రాజ్యాన్ని మొగల్ సామ్రాజ్యానికి వ్యతిరేకమైన అధికార కేంద్రంగా ఎదగనివ్వకూడదని అక్బర్ భావించాడు. 1572లో అజ్మీర్ మార్గాన అహ్మదాబాద్ వైపు తన సైన్యాలతో బయల్దేరాడు. ఎలాంటి ప్రతిఘటన లేకుండా అహ్మదాబాద్ లొంగిపోయింది. బ్రోచ్, బరోడా, సూరత్‌లపై ఆధిపత్యం వహిస్తున్న మిర్జాలపై అక్బర్ తదుపరి దృష్టి సారించాడు. కాంబే వద్ద అక్బర్ తొలిసారిగా సముద్రాన్ని చూశాడు.

అందులో పడవపై షికారు చేశాడు. పోర్చుగీసు వ్యాపారుల బృందం ఒకటి అక్కడికి వచ్చి అక్బర్‌ను తొలిసారి కలుసుకుంది. అప్పటికే భారత సముద్ర జలాలపై పోర్చుగీసు వారికి తిరుగులేని ఆధిపత్యం ఉండేది. దేశంలో తమ సామ్రాజ్యాన్ని ఏర్పాటు చేయాలన్న లక్ష్యంతో పోర్చుగీసు పాలకులు ఉండేవారు. అయితే గుజరాత్ అక్బర్ ఆధీనంలోకి రావడంతో వారి ఆశలు అడియాసలయ్యాయి. తన సైన్యాలు సూరత్‌ను ముట్టడిస్తుండగా అక్బర్ 200 మంది యోధులతో కలిసి మాహి నదిని దాటి మిర్జాలపై దాడి చేశాడు. అక్బర్ బృందంలో అంబర్‌కు చెందిన మాన్‌సింగ్, భగవాన్‌దాస్‌లు కూడా ఉన్నారు. ఒక సందర్భంలో అక్బర్ ప్రాణాలు ప్రమాదంలో పడ్డాయి. అయితే అతడు భీకరమైన ఎదురుదాడికి దిగడంతో మిర్జాలు కకావికలయ్యారు. ఆ విధంగా గుజరాత్ మొగల్ పాలకుల నియంత్రణలోకి వచ్చింది. అయితే ఆగ్రాకు అక్బర్ బయల్దేరగానే గుజరాత్ అంతటా తిరుగుబాట్లు తలెత్తాయి. సమాచారం అందుకోగానే అక్బర్ హుటాహుటిన రాజస్థాన్ మీదుగా గుజరాత్‌కు పయనమయ్యాడు. ఒంటెలు, గుర్రాలు, బండ్లపై ప్రయాణిస్తూ కేవలం తొమ్మిది రోజుల్లో అహ్మదాబాద్‌కు చేరుకున్నాడు. సాధారణంగా అయితే ఆగ్రా నుండి అహ్మదాబాద్‌కు ప్రయాణం ఆరు వారాలపాటు ఉంటుంది. అక్బర్ వేగాన్ని కేవలం 3,000 మంది సైనికులు మాత్రమే అందుకోగలిగారు. ఈ చిన్న సైన్యంతోనే అతడు 20,000 మంది వరకు ఉన్న శత్రు సైన్యాన్ని తుదముట్టించాడు (1573).

గుజరాత్ తర్వాత బెంగాల్‌పై అక్బర్ దృష్టి సారించాడు. బెంగాల్, బీహార్‌లలో ఆఫ్ఘాన్ల ఆధిపత్యం అప్పటికీ కొనసాగుతుండేది. వారు ఒరిస్సాను కూడా స్వాధీనం చేసుకొని అక్కడి పాలకుడిని హత్య చేశారు. అయితే మొగల్ పాలకులతో వైరం ప్రమాదకరమని గుర్తించిన ఆఫ్ఘాన్ పాలకుడు తనను తాను చక్రవర్తిగా ప్రకటించుకోలేదు. ప్రార్థనలు అక్బర్ పేరు మీదే చదివేవాడు. ఆఫ్ఘాన్లలో అంతర్గత పోరు మొదలైంది. కొత్త పాలకుడు దౌద్‌ఖాన్ స్వాతంత్ర్యాన్ని ప్రకటించుకున్నాడు. ఇన్నాళ్ళు వేచి చూస్తున్న అవకాశం లభించడంతో అక్బర్ భారీ సైన్యంతో బెంగాల్ వైపు కదిలాడు. సైన్యానికి తోడుగా ప్రబలమైన పడవల దళం కూడా బయల్దేరింది. ఆఫ్ఘాన్ పాలకుడికి బలమైన సైన్యముండేదని భావిస్తారు. అతడి సైన్యంలో 40,000 మంది అశ్వికులు, 1,50,000 మంది పదాతి సైనికులు, వేల సంఖ్యలో తుపాకులు, ఏనుగులు, ఒక పెద్ద యుద్ధ పడవల బృందం ఉండేవి. అక్బర్ కనుక జాగ్రత్తగా వ్యవహరించకపోయి ఉన్నట్లయితే, ఆఫ్ఘాన్లకు సమర్థుడైన నాయకుడు ఉండి ఉన్నట్లయితే హుమాయూన్–షేర్‌షాల మధ్య జరిగిన పోరు పునరావృతమయ్యేది. తొలుత పాట్నాను ఆక్రమించుకున్న అక్బర్ బీహార్‌లో సంచార – సరఫరా వ్యవస్థను పటిష్టం చేసుకోగలిగాడు. ఆగ్రాకు తిరిగి వెళ్ళే ముందు

అక్కడ మునైమ్ ఖాన్ అనే అనుభవంగల సైనికాధికారిని తదుపరి పోరాటానికి బాధ్యునిగా నియమించాడు. మొగల్ సైన్యాలు బెంగాల్‌పై దాడి చేశాయి. సుదీర్ఘ పోరాటం తర్వాత దౌద్‌ఖాన్ శాంతి ఒప్పందానికి వచ్చాడు. అయితే అనతి కాలంలోనే మళ్ళీ తిరుగుబాటు చేశాడు. బెంగాల్, బీహార్‌లలో సైనికపరంగా మొగల్‌లుల పరిస్థితి బలహీనంగా ఉన్నప్పటికీ మొగల్ సైన్యాలు సంఘటిత శక్తిగా ఉండేవి. సైన్యంలో సమర్థులైన అధికారులు ఉండేవారు. 1576లో బీహార్‌లో జరిగిన భీకర యుద్ధంలో దౌద్‌ఖాన్‌ను మొగల్ సైన్యాలు ఓడించి, కదనరంగంలోనే అతడిని హత్య చేశాయి. ఆ విధంగా ఉత్తర భారతంలో మిగిలిన చివరి ఆఫ్ఘాన్ రాజ్యం పతనమైంది. అలాగే అక్బర్ చేపట్టిన సామ్రాజ్య విస్తరణ ప్రక్రియ తొలి దశ కూడా పూర్తయింది.

పరిపాలన :

గుజరాత్ స్వాధీనమైన తర్వాత దశాబ్దకాలంపాటు తన సామ్రాజ్యంలో పాలనా సమస్యలను పరిష్కరించడానికి అక్బర్‌కు సమయం దొరికింది. ఇస్లాం షా మరణం తర్వాత షేర్ షా ప్రవేశపెట్టిన పరిపాలనా వ్యవస్థ కుప్పకూలింది. కాబట్టి అక్బర్ కొత్తగా మళ్ళీ పరిపాలనా వ్యవస్థను ఏర్పాటు చేయాల్సి వచ్చింది.

భూమి శిస్తు వసూలు, రెవెన్యూ పరిపాలనా వ్యవస్థ ముఖ్యమైన సమస్యల్లో ఒకటిగా ఉండేది. షేర్ షా ప్రవేశపెట్టిన వ్యవస్థలో భూమిని కొలత వేసి ప్రభుత్వ వాటాను నిర్ణయించేవారు. ఉత్పాదకత (భూమి) ఆధారంగానే పన్ను వసూలు చేసేవారు. ఈ పద్ధతిని కేంద్రీకృత పద్ధతిగా మలచి ప్రతిసంవత్సరం ధరలు (పన్నువాటా) నిర్ణయించేవారు. అక్బర్ కూడా షేర్ షా ప్రవేశపెట్టిన వ్యవస్థనే ఆమోదించాడు. అయితే కేంద్రీకరణవల్ల జాప్యం జరిగి రైతులు తీవ్రంగా నష్టపోతున్నారని అనతి కాలంలోనే తెలుసుకున్నారు. రాచరిక కేంద్రమైన ఢిల్లీలో అమల్లో ఉన్న ధరలనే సాధారణంగా నిర్ణయించడంవల్ల రైతులు తమ ఉత్పత్తిలో ఎక్కువ భాగాన్ని ప్రభుత్వ వాటాగా చెల్లించాల్సి వచ్చేది. రాజధానిలో ధరలు గ్రామీణ ప్రాంతాల కంటే ఎక్కువగా ఉండడంవల్లే ఈ సమస్య తలెత్తేది.

అందుకే వార్షిక అంచనా ఆధారంగా రైతు వాటాను నిర్ణయించే వ్యవస్థను అక్బర్ పునరుద్ధరించాడు. స్థానిక పరిపాలనాధికారులు కూడా అయినా భూస్వాములను ఆయా ప్రాంతాల పరిస్థితుల ఆధారంగా నిర్దిష్టమైన ఉత్పత్తి, సాగు తీరు, స్థానిక ధరలు మొదలైన వాటిపై నివేదికను ప్రతి సంవత్సరం క్రమం తప్పకుండా సమర్పించాలని ఆదేశించాడు. ఈ అధికారులను కానూన్‌గో అని పిలిచేవారు. కాని చాలా ప్రాంతాల్లో ఈ అధికారులు అవినీతికి పాల్పడేవారు. స్థూల దిగుబడిని చాలా తక్కువ చేసి

చూపేవారు. వార్షిక అంచనాలు రాజ్యానికి, రైతులకు సమానంగా కష్టాలు తెచ్చిపెట్టేవి. 1573లో గుజరాత్ నుండి తిరిగి వచ్చిన తర్వాత భూమి రెవెన్యూ వ్యవస్థపై అక్బర్ ప్రత్యేక దృష్టి సారించాడు. కరోరీలు అనే అధికారులను ఉత్తర భారతంలోని అన్ని ప్రాంతాల్లో నియమించాడు. ఏటా ఒక కోటి దమ్‌లు (2,50,000 రూపాయలు) వసూలు చేసే బాధ్యత వారిపై ఉండేది. కానూన్‌గోలు పంపే నివేదికల్లో వాస్తవాలు, లెక్కలను విశ్లేషించే బాధ్యత కూడా వారిదే. 1580లో కరోరీలు నికర ఉత్పత్తి, స్థానిక ధరలు, ఉత్పాదకతపై సమర్పించిన నివేదికల ఆధారంగా అక్బర్ దహ్‌సాలా అనే నూతన రెవెన్యూ వ్యవస్థను ప్రవేశపెట్టాడు. ఈ వ్యవస్థ కింద వివిధ పంటల సగటు ఉత్పాదన, అలాగే దశాబ్ద కాలంలో అమల్లో ఉన్న ధరల సగటును లెక్కించేవారు. అయితే ప్రభుత్వం మాత్రం ధన రూపంలోనే తన వాటా కోరుకునేది. పదేళ్ళలో ఉన్న ధరల సగటును నిర్ధారించి దాని ఆధారంగా ప్రభుత్వ వాటాను ధన రూపంలో లెక్కించేవారు. ఆ విధంగా ఒక బీఘా భూమి ఉత్పాదనను మౌండ్‌ల కింద వాటా వేసేవారు. కాని సగటు ధరల ఆధారంగా ప్రభుత్వ డిమాండ్‌ను నగదు రూపంలో ప్రతి బీఘాపై విధించేవారు.

తర్వాత ఈ వ్యవస్థను మరింత అభివృద్ధి పరిచారు. స్థానిక ధరలను పరిగణనలోకి తీసుకోవడమే కాకుండా ఒకే రకమైన ఉత్పాదకత ఉన్న పరగణాలను ప్రత్యేక అంచనా ప్రాంతాలుగా వర్గీకరించారు. తదనుగుణంగా రైతులు స్థానిక ఉత్పత్తి, స్థానిక ధరల ఆధారంగా తమ వాటాను ప్రభుత్వానికి చెల్లించేవారు. ఈ వ్యవస్థ వల్ల ఎన్నో ప్రయోజనాలు ఉండేవి. సాగులో ఉన్న భూమిని కొలతలు వేసిన తర్వాత రాజ్యానికి, రైతులకు తమ వాటా ఎంత వస్తుందనే విషయం స్పష్టమయ్యేది. వెదురు కట్టెలను సంకెళ్ళతో జతపరచి భూములను కొలిచేవారు. కరువు లేదా వరదలవల్ల పంట నష్టం సంభవిస్తే రైతులను పన్ను నుండి మినహాయించేవారు. కొలతల వ్యవస్థ, దాని ఆధారంగా వేసే అంచనాను జబ్తీ వ్యవస్థ అని పిలిచేవారు. లాహోర్ నుండి అలహాబాద్, మాల్వా నుండి గుజరాత్ వరకు విస్తరించిన మొగల్ సామ్రాజ్యంలో ఈ వ్యవస్థను అక్బర్ అమలు చేశాడు. జబ్తీ వ్యవస్థకు కొనసాగింపే దహ్‌సాలా వ్యవస్థ.

అక్బర్ హయాంలో ఇతర అంచనా పద్ధతులను కూడా అనుసరించేవారు. వాటిలో సర్వసాధారణమైనది, అత్యంత ప్రాచీనమైనది బటాయి లేదా ఘల్లా - బక్షీ వ్యవస్థ. ఈ వ్యవస్థలో ప్రభుత్వం, రైతుల మధ్య పంట దిగుబడిని నిర్దిష్టమైన పరిమాణంలో విభజించే వారు. కోత తర్వాత కాని గింజలను నాటిన తర్వాత కాని దిగుబడిని విభజించేవారు. లేదా పొలంలో పైరు ఉండగానే వాటాలు నిర్ధారించేవారు. ఈ వ్యవస్థ న్యాయబద్ధంగా ఉండేది. కాకపోతే దానిని అమలు చేయడానికి నిజాయితీగల అధికారుల

బృందం అవసరమయ్యేది పంట కోత సమయంలో అధికారులు ప్రత్యక్షంగా వెళ్ళి వాటాలను నిర్ధారించాల్సిన అవసరం ఏర్పడేది. కొన్ని ప్రత్యేక పరిస్థితుల్లో రైతులను జల్తీ లేదా బటాయి పద్ధతుల్లో ఒక దానిని ఎంచుకోమని ప్రభుత్వం ఆదేశించేది. పంటలు దెబ్బతిన్నప్పుడు రైతులకు ఇలాంటి అవకాశాన్ని కల్పించేవారు. బటాయి కింద ధనం లేదా వస్తూ రూపేణా వాటా చెల్లించే వెసులుబాటును రైతులకు కల్పించేవారు. ఇక్కడ కూడా ప్రభుత్వం నగదు వాటానే కోరుకునేది. పత్తి, నీలం, నూనె విత్తనాలు, చెరుకు తదితర పంటల విషయంలో ప్రభుత్వం నగదు వాటానే స్వీకరించేది. అందుకే ఈ పంటలను వాణిజ్య పంటలని పిలిచేవారు.

మూడో పద్ధతి నసాక్. గతంలో రైతు చెల్లించిన వాటా ఆధారంగా అంచనా వేసే పన్నును నసాక్ అనేవారు. రైతుల బకాయిలను సాధారణ అంశాలను దృష్టిలో పెట్టుకొని లెక్కించే పన్ను విధానాన్ని నసాక్ అని పిలిచేవారని, అది ప్రత్యేకమైన అంచనాల పద్ధతి కాదని కొందరు ఆధునిక చరిత్రకారులు భావిస్తారు. గత అనుభవం, పైరు పరిశీలన ఆధారంగా వేసే సగటు అంచనా అని మరికొందరు నమ్ముతారు. ఆ విధంగా గ్రామం మొత్తానికి ఒక వాటాను నిర్ధారిస్తారని చెబుతారు. దానిని కంకుత్ అని పిలుస్తారు. కొన్ని ప్రాంతాల్లో ఇతర అంచనా పద్ధతులను కూడా అనుసరించేవారు.

భూమి శిస్తును నిర్ధారించేటప్పుడు అది ఎంత కాలం నుండి సాగులో ఉంది అన్న విషయాన్ని పరిగణనలోకి తీసుకొనేవారు. సంవత్సర కాలంగా సాగులో ఉన్న భూమిని పొలజ్ అని పిలిచేవారు. సాగులోలేని భూమిని పరతి (బీడు)గా గుర్తించేవారు. పరతి భూములు సాగులోకి వచ్చినప్పుడు పొలజ్ భూములతో సమానంగా వాటా చెల్లించాల్సి ఉంటుంది. రెండు లేదా మూడేళ్ళ నుండి బీడుగా ఉన్న భూములను చచార్ అని పిలిచేవారు. తర్వాత వాటిని బంజర్ అని పిలవసాగారు. ఈ భూములకు తక్కువ పన్ను విధించేవారు. ఐదవ లేదా ఎనిమిదవ సంవత్సరంలో పొలజ్ భూములతో సమానంగా బంజర్లు సాగులోకి వచ్చినపుడు సాధారణ ధరను వసూలు చేసేవారు. ఈ విధంగా నిరుపయోగంగా లేదా సాగులో లేని భూములను క్రమంగా సాగులోకి తెచ్చేలా ప్రభుత్వం తోడ్పాటునందించింది. తర్వాత కాలంలో భూములను సారవంతమైన, సాధారణమైన, నిరుపయోగమైన భూములుగా వర్గీకరించారు. పంట దిగుబడిలో మూడోవంతు ప్రభుత్వ వాటాగా ఉండేది. అయితే భూమి ఉత్పాదకత, అంచనా పద్ధతులను అనుసరించి ప్రభుత్వ వాటా మారుతూ ఉండేది.

వ్యవసాయ అభివృద్ధి, విస్తరణపై అక్బర్ ఎక్కువ ఆసక్తి చూపేవాడు. రైతులకు తండ్రులవలె వ్యవహరించాలని అతడు ఆమిల్‌లను కోరేవాడు. విత్తనాలు, వ్యవసాయ ఉపకరణాలు, పశువులను కొనుగోలు చేయడానికి అవసరమైన సమయంలో రుణాలు

అందించి కంతుల వారీగా వసూలు చేసేవారు.

సాధ్యమైనంత భూమిని సాగులోకి తెచ్చి నాణ్యమైన విత్తనాలు నాటాలని రైతులను ప్రోత్సహించే వారు. ఈ లక్ష్యసాధనకు జమీందార్లు సహకారం అందించాలని అక్బర్ కోరేవాడు. దిగుబడిలో కొంత వాటాను తీసుకునే హక్కు జమీందార్లకు వంశపారం పర్యంగా సంక్రమిస్తూనే ఉండేది. భూములను సాగు చేసే హక్కు రైతులకు కూడా వంశపారంపర్యంగా కొనసాగుతూ ఉండేది. భూమి శిస్తు చెల్లించినంత కాలం రైతులను వారి భూముల నుండి వెలివేసే అధికారం ఎవ్వరికీ ఉండేది కాదు.

దహ్‌సాలా అన్నది పదేళ్ళ పరిష్కారం కాదు. శాశ్వతమైనదీ కాదు. దానిని సంస్కరించే హక్కు ప్రభుత్వానికి ఉండేది. అయితే ఏవో కొన్ని మార్పులు మినహా అక్బర్ ప్రవేశపెట్టిన రెవెన్యూ వ్యవస్థ మొగల్ పాలనలో 17వ శతాబ్దం చివరి వరకు కొనసాగింది. జబ్తీ వ్యవస్థను రాజా తోడర్‌మల్ రూపొందించాడు. కొన్నిసార్లు దానిని తోడర్‌మల్ బందోబస్త్ అని కూడా పిలిచేవారు. తోడర్‌మల్ సమర్థుడైన రెవెన్యూ అధికారి. అతడు తొలుత షేర్‌షా కొలువులో పని చేశాడు. అయితే అక్బర్ సంరక్షణలోకి వచ్చిన సమర్థులైన రెవెన్యూ అధికారులలో కేవలం ఒకడిగా మాత్రమే తోడర్‌మల్ ఉండేవాడు.

మునసబుదారీ వ్యవస్థ - సైన్యం :

బలమైన సైన్యం లేనిదే అక్బర్ తన సామ్రాజ్యాన్ని విస్తరించగలిగేవాడు కాదు. అలాగే దానిపై నియంత్రణ కలిగి ఉండేవాడు కాదు. ఈ కారణంగా సంస్థానాధీశలను, సైన్యాన్ని సంఘటితం చేయడం ఎంతో అవసరమైంది. ఈ రెండు లక్ష్యాలను మునసబుదారీ వ్యవస్థను ప్రవేశపెట్టడం ద్వారా సాధించాడు అక్బర్. ఈ వ్యవస్థ కింద ప్రతి అధికారికి ఒక హోదా (మన్‌సబ్) కల్పించారు. అట్టడుగున 10, ఉన్నత స్థాయి హోదా వారికి 5,000 మనసబ్లు కేటాయించేవారు. అక్బర్ పాలన చివరాంకంలో కొందరు సంస్థానాధీశులు హోదా 5,000 నుండి 7,000కు పెరిగింది. మిర్జా అజీజ్ కోకా, రాజా మాన్‌సింగ్ 7,000 హోదాతో సత్కరించబడ్డారు. ఇదే పరిమితిని ఔరంగజేబు పాలన ముగిసేంత వరకు కొనసాగించారు. హోదాలు రెండుగా విభజించబడ్డాయి. ఒకటి జాత్, రెండవది సవార్. జాత్ అంటే వ్యక్తిగతమని అర్థం. జాత్ ఒక అధికారి వ్యక్తిగత హోదాను అతడి జీతభత్యాలను సూచించేది. సవార్ హోదా అశ్వికుల బృందానికి ఇవ్వబడేది. బృంద నాయకునికి ఈ హోదా దక్కేది. వ్యక్తిగత హోదాకు సమానంగా సవార్లను నిర్వహించేవాడికి ప్రథమ విభాగంలో స్థానం లభించేది. సగం, అంతకంటే తక్కువ మంది సవార్లను కలిగి ఉన్న వాడికి రెండో విభాగంలో, తక్కువ సవార్లు కలిగి

ఉన్న వారిని మూడో విభాగంలో చేర్చేవారు. ఆ విధంగా ప్రతి మన్‌సబ్ (హోదా)లో మూడు విభాగాలుండేవి. సంస్థానాధీశులు నియమించే ఆశ్వికులు (సవార్లు) అనుభవజ్ఞులై ఉండేలా జాగ్రత్త తీసుకునేవారు. ఇందుకోసం విధుల పట్టికను ప్రతి ఆశ్వికుడికి అమలు చేసేవారు. అతడి గుర్రాన్ని రాచముద్రతో గుర్తు వేసేవారు. దీనిని దాగ్ (ముద్ర) వ్యవస్థగా పిలిచేవారు. చక్రవర్తి నియమించిన ప్రత్యేకాధికారుల ముందు తనిఖీకి సంస్థానాధీశులు తమ ఆశ్విక బలగాన్ని తీసుకురావాల్సి ఉంటుంది. గుర్రాలను జాగ్రత్తగా పరిశీలించి మేలుజాతి గుర్రాలనే (ఇరాక్, అరబిక్ వంశానికి చెందిన) సైన్యంలో భర్తీ చేసేవారు. ప్రతి 10 మంది ఆశ్వికులకు 20 గుర్రాలను సంస్థానాధీశులు ఉంచాల్సి ఉంటుంది. ఎందుకంటే ప్రయాణంలో గుర్రాలకు విశ్రాంతి ఇచ్చి మిగతా వాటితో ముందుకు వెళ్ళాల్సి ఉంటుంది. ముఖ్యంగా దండయాత్రకు బయల్దేరినప్పుడు అదనపు గుర్రాల ఏర్పాటు తప్పనిసరిగా ఉండాలి. సవార్ ఒక గుర్రాన్నే కలిగి ఉన్నట్లయితే అతడిని అధముడిగా పరిగణించేవారు. 10:20 నిష్పత్తిని క్రమం తప్పకుండా పాటించినంత వరకు మొగల్ ఆశ్వికదళం సమర్థవంతంగా కొనసాగింది.

సంస్థానాధీశుల బలగం మిశ్రమ జాతులతోకూడి ఉండేలా ఏర్పాటు చేశారు. మొగల్, పఠాన్, హిందుస్తానీ, రాజపుత్ ఇలా అన్ని జాతుల వారికి సైనిక బలగాల్లో స్థానం కల్పించేవారు. ఆ విధంగా ప్రాంతీయ, వర్గ శక్తులను బలహీనం చేసేందుకు అక్బర్ ప్రయత్నించాడు. తొలుత మొగల్, రాజపుత్ర సంస్థానాధీశులు తమ వర్గం వారినే బలగాల్లో తీసుకునేందుకు అనుమతించబడినా కాలక్రమంలో మిశ్రమజాతి నియామకాలు అధికారిక విధానంగా మారింది.

ఆశ్వికులతోపాటు విల్లుకారులు, బందూకుధారులు (బందూక్చీ), జలధారులు, కార్మికులను కూడా సైన్యంలో భర్తీ చేసుకున్నారు. వీరికి జీతాలు హోదాను బట్టి లభించేవి. ఆశ్వికుడి సగటు జీతం నెలకు 20 రూపాయలు. అయితే ఇరానీ, తురానీలు అంతకంటే ఎక్కువ మొత్తంలో వేతనం పొందేవారు. పదాతి దళ సభ్యుడు నెలకు మూడు రూపాయల వేతనం పొందేవాడు. సైనికులకు చెల్లించాల్సిన వేతన బకాయిలను మనసబ్‌దారు వ్యక్తిగత వేతనానికి జత చేసేవారు. జాగీరు ఇవ్వడం ద్వారా అతడికి వేతనం చెల్లించేవారు. కొన్నిసార్లు వారికి నగదు రూపంలో కూడా వేతనాలు ఇచ్చేవారు. జాగీరు వ్యవస్థకు అక్బర్ అనుకూలంగా ఉండేవాడు కాదు. అయితే ఆ వ్యవస్థను రద్దు చేయలేకపోయాడు. శతాబ్దాల తరబడి ఆ వ్యవస్థ పాతుకుపోవడమే అందుకు కారణం. జాగీరు వారసత్వ సంపద కాదు. ఆయా ప్రాంతాల్లో ముందు నుండి కొనసాగుతున్న భూమి హక్కులను జాగీరు హరించలేదు. రాజ్యానికి చెల్లించాల్సిన భూమి శిస్తును జాగీరుదారునికి చెల్లిస్తే సరిపోతుందని దాని అర్థం. మొగల్ పాలకుల హయాంలో

భారతదేశంలో అభివృద్ధి చెందిన మనసబ్‌దారీ వ్యవస్థ ప్రత్యేకమైనది, విభిన్నమైనది. ఇలాంటి సమాంతర వ్యవస్థ ప్రపంచంలోని ఏ ఇతర దేశంలో ఉండేది కాదు. మనసబ్‌దారీ వ్యవస్థ పుట్టుపూర్వోత్తరాలు బహుశా చంగేజ్ ఖాన్ నాటి కాలంలో ఉండవచ్చు. సైన్యంలో అత్యల్ప హోదా పది, గరిష్ట హోదా పదివేల తోమన్లు ఉండేది. మంగోలు వ్యవస్థ కొంత వరకు ఢిల్లీ సుల్తానుల సైనిక వ్యవస్థపై ప్రభావం చూపి ఉండవచ్చు. ఎందుకంటే సుల్తానుల కాలంలో వంద నుండి వెయ్యి సాదీలు లేదా హజరాల హోదా కలిగిన ఉన్నతాధికారులు ఉండేవారని మనం విన్నాము. బాబర్, హుమాయూన్ పాలనలో ఏ వ్యవస్థ అమలులో ఉండేదో మనకు సరిగా తెలియదు.

మనసబ్‌దారీ వ్యవస్థ ఎప్పుడు ప్రారంభమైందన్న విషయమై తీవ్రమైన వివాదమే ఉంది. అయితే అందుబాటులో ఉన్న సాక్ష్యాధారాల ప్రకారం ఈ వ్యవస్థను తన పాలనా కాలంలో 19వ ఏట (1577) అక్బర్ ప్రవేశపెట్టినట్లు తెలుస్తోంది. అదే సమయంలో రెవెన్యూ వ్యవస్థను సంస్కరించి జాత్, సవార్లను ప్రవేశపెట్టాడు. సవార్ హోదాను తర్వాతి కాలంలోనే ప్రవేశపెట్టారని కొందరు చరిత్రకారుల అభిప్రాయం. అయితే ఇటీవలి అధ్యాయనాల్లో వెల్లడైన విషయం ఏమిటంటే పై రెండు హోదాలను అక్బర్ ఒకేసారి ప్రవేశపెట్టాడు. 500 జాత్ కంటే తక్కువ హోదాను అనుభవించే వ్యక్తిని మన్‌సబ్‌దార్ అని పిలిచేవారు. 500 నుండి 2500 జాత్‌ల మధ్య హోదా వున్న వారిని అమీర్లుగా పరిగణించేవారు. 2,500 కంటే ఎక్కువ హోదా జాత్‌లను అనుభవించేవారిని అమీర్-ఎ-ఉమ్దా లేదా ఉమ్దా-ఎ-ఆజమ్ అని పిలిచేవారు. అయితే మనసబ్‌దారు అనే పదం కొన్నిసార్లు పై మూడు విభాగాలకు చెందిన అధికారులను సంబోధించడానికి ఉపయోగించేవారు. హోదాతోపాటు ఈ వర్గీకరణకు ప్రాముఖ్యత ఉండేది. ఒక అమీరు కాని అమీర్-ఎ-ఉమ్దా కాని తన కింద మరో అమీరు లేదా మనసబ్‌దారుని నియమించవచ్చు. ఆ విధంగా 5,000 జాత్‌ల హోదాగల అధికారి 500జాత్‌ల వరకు హోదా కలిగిన మనసబ్‌దారును తన కింద నియమించుకోవచ్చు. అలాగే 4,000 జాత్‌ల హోదా కలిగిన అమీరు 400 జాత్‌ల మునసబ్‌దారుని నియమించుకోవచ్చు. ఈ వర్గీకరణ లేదా వర్గభేదం నిర్దిష్టమైనది కాదు. తక్కువ హోదాతో మనసబుగా నియమితులైన వారు తమ శక్తి సామర్థ్యాల ఆధారంగా కాని, చక్రవర్తి అనుగ్రహంతోకాని పదోన్నతి పొందడానికి అవకాశముండేది. క్రమశిక్షణా రాహిత్యానికి పాల్పడితే అందుకు శిక్షగా మనసబ్‌ల హోదాను గణనీయంగా తగ్గించేవారు. ఆ విధంగా పౌరులకు, సైనికులకు ఒకే రకమైన ప్రభుత్వ సేవ అమలులో ఉండేది. తక్కువ హోదాతో ఉద్యోగంలో చేరిన వారు తమ సామర్థ్యం ఆధారంగా అమీర్ లేదా అమీర్-ఎ-ఉర్దూ హోదాకు ఎదగవచ్చు. ఉద్యోగానికి అర్హతే కొలబద్దగా ఉండేది. తన

వ్యక్తిగత అవసరాలకు ఖర్చులుపోను మిగతా వేతనం (జాగీరు)లో కొంత భాగాన్ని ఒక నిర్దేశిత సంఖ్యలో ఏనుగులు, గుర్రాలు, బరువు మోయడానికి గాడిదలు, ఒంటెలు, బండ్లను కొనుగోలు చేయడానికి మనసబ్‌దారు కేటాయించాలి. ఆ విధంగా 5,000 జాత్‌ల హోదాగల మనసబ్‌దారు 340 గుర్రాలు, 100 ఏనుగులు, 400 ఒంటెలు, 100 కంచెర గాడిదలు, 160 బండ్లు కలిగి ఉండాలి. తర్వాత వీటిని కేంద్ర ప్రభుత్వం నిర్వహిస్తుంది. అయితే అందుకయ్యే వ్యయాన్ని మనసబ్‌దారు తన వేతనం నుండి భరించాల్సి ఉంటుంది. గుర్రాలను ఆరు రకాలుగా వర్గీకరించేవారు. నాణ్యతను బట్టి ఏనుగులను ఐదు వర్గాలుగా విభజించేవారు. ఏనుగులు, గుర్రాల సంఖ్య, నాణ్యతపై నిర్దిష్టమైన ప్రమాణాలు ఉండేవి. ఎందుకంటే ఉన్నత జాతి గుర్రాలు, ఏనుగులు యుద్ధంలో విజయానికి తప్పనిసరి. అలాగే వాటి ధర కూడా ఎక్కువగా ఉండేది. వాస్తవానికి, ఆశ్విక దళం, ఏనుగుల దళం సైన్యానికి ఆయువుపట్టులా ఆ రోజుల్లో ఉండేవి. అయితే అదే సందర్భంలో ఫిరంగుల ప్రాధాన్యత కూడా గణనీయంగా పెరిగింది. రవాణా దళం సైన్యాన్ని ముందుకు నడిపించడంలో కీలక పాత్ర పోషించేది.

యుద్ధ వ్యయాన్ని భరించేందుకు మొగల్ మన్‌సబ్‌దారులకు భారీగానే వేతనాలు చెల్లించేవారు. 5000 జాత్‌ల హోదాగల మన్‌సబ్‌దారు 30,000 రూపాయల వరకు జీతభత్యాలు పొందేవాడు. 3,000 జాత్‌ల హోదాగల వారు నెలకు 17,000 రూపాయలు, 1000జాత్‌ల హోదాగల వారు 8,200 రూపాయలు పొందేవారు. 100 జాత్‌ల హోదాగల సాది కూడా సంవత్సరానికి 7,000 రూపాయలు సంపాదించేవాడు. తమ జీతంలో నాలుగో వంతును మన్‌సబ్‌దారులు రవాణా దళంపై ఖర్చు చేసేవారు. ఇంత వ్యయం ఉన్నప్పటికీ ప్రపంచంలోనే అత్యధిక వేతనాలను మొగల్ మన్‌సబ్‌దారులు పొందేవారు.

అక్బర్ తన అంగరక్షకులుగా పెద్దసంఖ్యలో ఆశ్వికులను కలిగి ఉండేవాడు. గుర్రాల కోసం ఒక పెద్ద శాలను నిర్వహించేవాడు. సాధారణ అంగరక్షకులు కూడా ఎక్కువ సంఖ్యలో ఉండేవారు. వీరంతా రాచరిక కుటుంబాలకు చెందిన వారు. వీరికి సైనిక బలగాలను పోషించే సామర్థ్యం ఉండేదికాదు. లేదా చక్రవర్తిని మెప్పించిన వారై ఉంటారు. సాధారణ సైనికుల కంటే ఎక్కువగా వీరికి వేతనం లభించేది. ఒక అంచనా ప్రకారం వీరికి ప్రతి నెలా 800 రూపాయల జీతభత్యాలు చెల్లించేవారు. నేరుగా చక్రవర్తికే జవాబుదారీగా ఉండేవారు. వీరి విభాగానికి ఒక అధిపతి ఉండేవాడు. మధ్యయుగ ఐరోపాలో కొనసాగిన వీరులతో (రాజుల ఆంతరంగిక భద్రతా సిబ్బంది) వీరిని పోల్చవచ్చు. గుర్రాలు, ఏనుగులు అంటే అక్బర్‌కు ఎంతో ఇష్టంగా ఉండేది. అలాగే ఓ పెద్ద ఫిరంగుల శాలను కూడా కలిగి ఉండేవాడు. తుపాకులంటే అతడు

ప్రత్యేక శ్రద్ధ చూపేవాడు. ఏనుగు లేదా ఒంటెపై తీసుకెళ్ళడానికి వీలుపడే తుపాకులను అక్బర్ రూపొందించాడు. కోటలను ధ్వంసం చేయగలిగే శక్తివంతమైన ఫిరంగులు కూడా పెద్ద సంఖ్యలో ఉండేవి. అవి ఎంత బరువు ఉండేవంటే వాటిని లాక్కెళ్ళడానికి వంద నుండి రెండొందల ఎడ్లు అవసరమయ్యేవి. ఎడ్లకు తోడు ఏనుగులు కూడా సహాయపడేవి. రాజధాని నుండి చక్రవర్తి ఎప్పుడు బయటికి వెళ్ళినా ఒక ఫిరంగి దళం అతడిని అనుసరించేది.

నావికా దళాన్ని ఏర్పాటు చేయాలన్న ఆలోచన అక్బర్‌కు ఉండేదో లేదో మనకు పూర్తిగా తెలియదు. బలమైన నావికా దళం లేకపోవడం మొగల్ సామ్రాజ్యం బలహీనతగా ఉండేది. అక్బర్‌కు కనుక సమయం ఉండి ఉన్నట్లయితే నావికా దళ నిర్మాణంపై తప్పకుండా దృష్టి సారించేవాడు. అయితే ఒక శక్తివంతమైన యుద్ధ పడవల బృందాన్ని కలిగి ఉండేవాడు. బెంగాల్‌పై జరిపిన దండయాత్ర వాటిని బాగా ఉపయోగించుకున్నాడు. కొన్ని పడవలు 30 మీటర్ల పొడవు ఉండి 350 టన్నుల బరువును మోసుకెళ్ళేవి.

ప్రభుత్వ వ్యవస్థ :

స్థానిక పరిపాలనా వ్యవస్థలో అక్బర్ ఎలాంటి మార్పులను తీసుకురాలేదు. పరగణ, సర్కార్‌లు ఎప్పటిలాగే కొనసాగాయి. సర్కార్ ప్రధానాధికారులుగా ఫౌజ్‌దార్లు, అమల్‌గుజార్లు ఉండేవారు. ఫౌజ్‌దార్లు శాంతిభద్రతలను నియంత్రించేవారు. అమల్‌గుజార్లు భూమి శిస్తును వసూలు చేసేవారు. సామ్రాజ్యంలోని ప్రాంతాలను జాగీర్లు, ఖలీసాలు, ఇనామ్‌లుగా విభజించేవారు. ఖలీసా గ్రామాల నుండి వసూలు చేసిన పన్నులు నేరుగా కేంద్ర ఖజానాకు వెళ్ళేవి. ఇనామ్ భూములు సాహిత్యకారులు, మతపెద్దలకు కానుకగా ఇచ్చినవి. రాచరిక కుటుంబ సభ్యులు, సంస్థానాధీశులకు జాగీర్లు ప్రదానం చేసేవారు. జాగీర్లు పొందిన వారిలో రాణులు కూడా ఉండేవారు. అన్ని రకాల భూములపై అమల్‌గుజార్లకు సాధారణ నియంత్రణ ఉండేది. రాబడి అంచనా, భూమి శిస్తు వసూలులో ప్రభుత్వ నియమనిబంధనలు కచ్చితంగా అమలయ్యేలా చూసే బాధ్యత వారిదే. స్వయం ప్రతిపత్తి ఉన్న పాలకులకే తమ ప్రాంతంలో పన్నులు విధించే, వసూలు చేసే అధికారం ఉండేది. అలాంటి ప్రాంతాల్లో కూడా మొగల్ సామ్రాజ్యం అనుసరిస్తున్న రెవెన్యూ విధానాన్ని అమలు చేయాల్సిందిగా పాలకులను అక్బర్ ప్రోత్సహించేవాడు.

కేంద్ర, ప్రాంతీయ ప్రభుత్వాల పనితీరుపై అక్బర్ ఎక్కువగా దృష్టి సారించేవాడు. ఢిల్లీ సుల్తానుల కాలంలో ఏర్పాటైన కేంద్ర ప్రభుత్వ వ్యవస్థ ఆధారంగానే అక్బర్ తన

ప్రభుత్వాన్ని తీర్చిదిద్దాడు. కాని ఆయా విభాగాల బాధ్యతలు, విధులను పునఃవ్యవస్థీకరించాడు. ప్రభుత్వ వ్యవహారాల నిర్వహణకు నిర్దిష్టమైన నియమనిబంధనలను రూపొందించాడు. ఆ విధంగా ప్రభుత్వ వ్యవస్థకు ఒక కొత్త రూపాన్నిచ్చి సజీవం చేశాడు. మధ్య ఆసియా, తైమూరిద్ పాలకులు సాంప్రదాయబద్ధంగా ప్రధానమంత్రిని (వజీర్) నియమించేవారు. ప్రధాన మంత్రి లేదా మహామంత్రి కింద ఆయా పరిపాలనా విభాగాలు పని చేసేవి. అధికార యంత్రాంగానికి పాలకుడికి మధ్య అనుసంధానకర్తగా మహామంత్రి వ్యవహరించేవాడు. కాలక్రమంలో రక్షణ వ్యవహారాల శాఖ ఏర్పడింది. న్యాయ స్థానాలు ఎప్పుడూ స్వతంత్రంగానే ఉండేవి. ఆ విధంగా మహామంత్రే సర్వఅధికారాలను చెలాయించాలన్న సూత్రానికి ఆచరణయోగ్యత లేకుండా పోయింది. అయితే మహామంత్రి హోదాలో బైరమ్ ఖాన్ సర్వ అధికారాలను వినియోగించాడు.

కేంద్రీకృత అధికార యంత్రాంగాన్ని అక్బర్ పునఃవ్యవస్థీకరించాడు. వివిధ పరిపాలనా శాఖల మధ్య అధికార సమతుల్యాన్ని పాటించి పాలనలో సమన్వయం సాధించాడు. ఆ విధంగా అధికార వినియోగంపై పరిమితులు-ఆంక్షలు విధించాడు. వకీల్ (మహామంత్రికి అదనంగా న్యాయ వ్యవహారాల శాఖ) పదవిని రద్దు చేయకున్నా దాని అధికారాన్ని, ప్రభావాన్ని కుదించివేశాడు. ఫలితంగా ఆ పదవి నామమాత్రపు హోదాగా మారిపోయింది. వివిధ కాల పరిమితులతో ఆ పదవిని సంస్థానాధీశులకు కట్టబెట్టేవారు. అయితే పరిపాలనలో వారి పాత్ర చాలా పరిమితంగా ఉండేది. రెవెన్యూ శాఖ అధిపతి వజీరుగా కొనసాగేవాడు. అతడు సంస్థానాధీశుడై ఉండాల్సిన అవసరంలేదు. అయితే అనేక మంది సంస్థానాధీశులు వజీరు కంటే ఎక్కువగా మునసబ్‌లు కలిగి ఉండేవారు. ఫలితంగా వజీరు చక్రవర్తికి ప్రధాన సలహాదారుగా ఉండేవాడు కాదు. కేవలం రెవెన్యూ వ్యవహారాల్లో నిపుణులుగా మాత్రమే ఉండేవారు. ఈ అంశాన్ని నొక్కి చెప్పేందుకు అక్బర్ సాధారణంగా దీవాన్ లేదా దీవాన్-ఎ-అలా బిరుదును 'వజీరు' స్థానంలో వాడేవాడు. కొన్నిసార్లు నిపుణుల బృందానికి సంయుక్తంగా దీవాన్ బాధ్యతలు అప్పజెప్పేవాడు. రాబడి, వ్యయానికి సంబంధించిన అన్ని వ్యవహారాలను దీవాన్ చూసుకునేవాడు. ఖలీసా, జాగీరు, ఇనామ్ భూములపై అతడికి సంపూర్ణ నియంత్రణ ఉండేది.

రక్షణ శాఖ అధిపతిని మీర్ బక్షీ అని పిలిచేవారు. దీవాన్ స్థానంలో 'మీర్ బక్షీ' సంస్థానాధీశులకు అధిపతిగా ఉండేవాడు. అందుకే రాచరిక కుటుంబంలో ఉన్నత స్థాయిలో ఉన్న వారినే మీర్ బక్షీగా నియమించేవారు. మన్‌సబ్‌ల నియామకం, అధికారులకు పదోన్నతి తదితర వ్యవహారాలపై చక్రవర్తికి మీర్ బక్షీకి సిఫార్సు

చేసేవాడు. ఒక్కసారి చక్రవర్తి ఆ సిఫార్సులను ఆమోదిస్తే దీవాన్ వాటికి చట్టబద్ధత కల్పించి అధికారులకు జాగీరును బదిలీ చేస్తాడు. పదోన్నతి విషయంలో కూడా ఇదే ప్రక్రియను అనుసరించేవారు. సామ్రాజ్యానికి సంబంధించిన గూఢచార, సమాచార సంస్థలకు కూడా మీర్ బక్షీ అధిపతిగా ఉండేవాడు. గూఢాచార అధికారులు (బరీద్), వార్తాహరులు సామ్రాజ్యంలోని వివిధ ప్రాంతాల్లో పని చేస్తూ కేంద్ర ప్రభుత్వానికి సమాచారాన్ని ఎప్పటికప్పుడు పంపేవారు. వారు పంపే నివేదికలను మీర్ బక్షీ చక్రవర్తి ఆస్థానంలో ప్రవేశపెట్టేవాడు.

దీవాన్, మీర్‌బక్షీలకు సమాన హోదా ఉండేదని, ఒకరి అధికారాన్ని మరొకరు నియంత్రించే వారని దీనిని బట్టి మనకు అర్థమవుతుంది.

సామ్రాజ్యంలో మూడో ప్రధానాధికారి మీర్ సమన్. అతడు రాజప్రసాదానికి సంరక్షకునిగా వ్యవహరించేవాడు. అంతఃపుర వాసులకు, రాణి మందిరానికి అవసరమైన వస్తువులు, సేవలను అందించే బాధ్యత అతడిదే. రాచరిక కర్మాగారాలు (కార్ఖానాలు) ఈ వస్తువులను ఉత్పత్తి చేసేవి. చక్రవర్తికి పూర్తిగా విశ్వాసపాత్రుడైన వ్యక్తే మీర్ సమన్‌గా నియమితుడయ్యే వాడు. ఆస్థానంలో రాచమర్యాదలు పాటించడం, చక్రవర్తి అంగరక్షకులను నియంత్రించడం మొదలైనవి మీర్ సమన్ బాధ్యతల్లో ప్రధానమైనవి.

రాజ్యంలో నాలుగో ప్రధానమైన విభాగం న్యాయశాఖ. ప్రధాన ఖాజీ దానికి అధిపతిగా ఉండేవాడు. కొన్నిసార్లు ఈ పదవిని ప్రధాన సద్ర్ (మత వ్యవహారాలు చూసే వ్యక్తి) అదనంగా నిర్వహించేవాడు. అధికారం, ప్రాబల్యం, పోషణాశక్తి ఉన్న ఈ పదవి లేదా హోదా కాలక్రమంలో అవినీతికి మారుపేరుగా తయారైంది. అక్బర్ ప్రధాన ఖాజీ అబ్దుల్ నబీ నియంతగా వ్యవహరించేవాడు.

వివిధ హోదా గల అధికారులు అనుభవిస్తున్న ఆస్తులను నిశితంగా విశ్లేషించిన తర్వాత జాగీరు, ఖాలీసా భూముల నుండి ఇనామ్ భూములను అక్బర్ వేరు చేశాడు. సామ్రాజ్యాన్ని ఆరు భాగాలుగా విభజించి ఇనామ్ భూములను ప్రదానం చేశాడు. వాటి నియంత్రణకు ప్రత్యేకాధికారులను నియమించాడు. ఇనామ్ భూములకు ఉన్న రెండు ప్రధాన లక్షణాలు గమనార్హమైనవి. మొదటిది, కుల-మత భేదాలు లేకుండా అందరికీ ఇనామ్ భూములను పంచేవాడు అక్బర్. అదే అధికార విధానంగా ఉండేది. అనేక హిందూ మఠాలకు అక్బర్ ప్రదానం చేసిన ఇనామ్ భూములు (సనాద్) ఇప్పటికీ కొనసాగుతున్నాయి. రెండవది, ఇనామ్ భూమిలో కొంత భాగం బంజరుగా ఉండేలా అక్బర్ నిబంధన విధించాడు. ఆ విధంగా వ్యవసాయాన్ని ఇనామ్‌దారులు విస్తరించేలా ప్రోత్సహించేవాడు.

ప్రముఖులూ, మంత్రులూ అందుబాటులో ఉండేందుకు అక్బర్ ప్రాధాన్యతనిచ్చేవాడు. అందుకోసం సమయాన్ని ప్రత్యేకంగా కేటాయించేవాడు. రాజమందిరంలోని ఝరోకాలో ప్రజలకు దర్శనం ఇవ్వడం ద్వారా అక్బర్ తన దినచర్యను ప్రారంభించేవాడు. ప్రతి రోజూ వందలాది మంది ప్రజలు చక్రవర్తిని దర్శించడానికి వచ్చేవారు. అవసరమైతే తమ సమస్యలపై వినతి పత్రాలు సమర్పించేవారు. అలా అందిన వినతులు, ఫిర్యాదులపై తక్షణ చర్యలు తీసుకునేవారు. లేదా బహిరంగ దర్బార్ (దీవన్-ఎ-ఆమ్)లోనే వాటిని పరిష్కరించేవారు. ప్రజాదర్బార్లు మధ్యాహ్నం వరకు కొనసాగేవి. ఆ తర్వాత భోజనం, విశ్రాంతి కోసం చక్రవర్తి రాజమందిరానికి తిరిగి వెళ్ళేవాడు.

మంత్రులకు ప్రత్యేకంగా సమయాన్ని కేటాయించేవాడు. రహస్య చర్చలైతే మంత్రులను ప్రత్యేక గదికి రప్పించేవాడు అక్బర్. ఆ గది అతడి స్నానపు గది (ఘుసల్ ఖానా) పక్కనే ఉండేది. కాలక్రమంలో ఆ రహస్య సమావేశ గది ఘుసల్‌ఖానాగా పిలవబడేది.

1580లో అక్బర్ తన సామ్రాజ్యాన్ని 12 సూబాలుగా విభజించాడు. అవి : బెంగాల్, బీహార్, అలహాబాద్, అవధ్, ఆగ్రా, ఢిల్లీ, లాహోర్, ముల్తాన్, కాబుల్, అజ్మీర్, మాల్వా గుజరాత్. ఒక్కో సుబాకు సుబేదారు, దీవాన్, బక్షీ, సద్ర్, ఖాజీ, వాఖియానవీ (విలేకరి)ని నియమించేవారు. ఆ విధంగా పరిమితులు - ఆంక్షలతో కూడిన సమర్థవంతమైన పాలనా వ్యవస్థను అక్బర్ ఏర్పాటు చేశాడు.

రాజపుత్రులతో సంబంధాలు :

రాజ్‌పుత్రులతో అక్బర్ సంబంధాలను దేశంలోని శక్తివంతులైన రాజాలు, జమీందార్ల పట్ల మొగల్ పాలకులు అనుసరించిన విధానం నేపథ్యంలో విశ్లేషించాల్సి ఉంటుంది. హుమాయూన్ భారత్‌కు తిరిగి వచ్చినపుడు మొగల్ వ్యతిరేక శక్తులను మచ్చిక చేసుకోవడానికి ఉదారవాద విధానాన్ని అవలంబించాడు. "జమీందార్లను తన వైపునకు తిప్పుకోవడానికి వారితో హుమాయూన్ వివాహ సంబంధాలు పెట్టుకున్నాడు," అని అబుల్ ఫజల్ రాశాడు. దేశంలోని ప్రధాన జమీందారుల్లో ఒకడైన జమాల్‌ఖాన్ మేవాతి ఆ విధంగా హుమాయూన్‌కు దాసోహమన్నాడు. తర్వాత మేవాతి అందమైన కుమార్తెల్లో ఒకరిని హుమాయూన్ పెళ్లి చేసుకున్నాడు. మరో కుమార్తెతో బైరమ్ ఖాన్‌కు వివాహం జరిపించాడు. కాలక్రమంలో అక్బర్ ఇదే విధానాన్ని మరింత విస్తృతంగా అమలు చేశాడు.

అంబర్ పాలకుడు భారామల్ ఆగ్రాలోని అక్బర్ ఆస్థానానికి వచ్చి చక్రవర్తిని

కలుసుకున్నాడు. గద్దెనెక్కిన వెంటనే అక్బర్‌ను భారామల్ సందర్శించుకున్నాడు. పట్టాభిషేకం ఉత్సవాల్లో ఒక ఏనుగు రెచ్చిపోయి సభికులపైకి దూసుకురావడంతో ప్రజలు అడ్డదిడ్డంగా పరుగులు తీయడం ప్రారంభించారు. కాని భారామల్ నాయకత్వంలో రాజపుత్రులు తమ స్థానం నుండి కదలకుండా ధైర్యంగా నిలబడ్డారు. వారి ధీరత్వాన్ని యువకుడైన అక్బర్ ఎంతో మెచ్చుకున్నాడు. 1562లో అజ్మీర్‌కు ప్రయాణం కట్టిన అక్బర్ భారామల్‌ను స్థానిక మొగల్ సుబేదారు వేధిస్తున్న విషయాన్ని తెలుసుకున్నాడు. భారామల్ అక్బర్‌ను స్వయంగా కలుసుకొని కానుకలు సమర్పించాడు. తన కుమార్తె హర్కా బాయిని అక్బర్‌కిచ్చి వివాహం జరిపించాడు. ఆ విధంగా అక్బర్‌తో సంబంధాన్ని బలోపేతం చేసుకున్నాడు.

ముస్లిం పాలకులు, హిందూ రాకుమార్తెల వివాహాలు అసాధారణమైనవి కావు. 14, 15వ శతాబ్దాల్లో దేశ వ్యాప్తంగా ఇలాంటి వివాహాలు జరిగాయి. వాటి గురించి మనం చర్చించాము కూడా. జోధ్‌పూర్ మహాబలి మాల్దేవ్ తన కుమార్తె కనకాబాయిని గుజరాత్ పాలకుడు సుల్తాన్ మహమూద్‌తో పెళ్ళి జరిపించాడు. మరో కుమార్తె లాల్ బాయిని సుర్ పాలకుడు ఇస్లాం షాకిచ్చి వివాహం చేశాడు. ఇస్లాం షా మరణం తర్వాత అల్వార్‌పై ఆధిపత్యం సాధించిన హాజీఖాన్ కంచన్‌తో భారామల్ తన పెద్ద కుమార్తె వివాహం జరిపించాడు. అలాంటి చాలా వివాహాలు పాలకుల మధ్య సంబంధాలను ఏ మాత్రం మెరుగుపరచలేదు. పెళ్ళయిన తర్వాత రాకుమార్తెలు తమ కుటుంబంతో సంబంధాన్ని కోల్పోయారు. పుట్టింటికి ఎన్నడూ తిరిగి వెళ్ళలేదు. అయితే అక్బర్ ఒక విభిన్నమైన విధానాన్ని అనుసరించాడు. తన హిందూ భార్యలకు పూర్తి మతస్వేచ్ఛ ఇచ్చాడు. వారి తల్లిదండ్రులకు గౌరవ మర్యాదలు ఇచ్చాడు. రాజపుత్ర కుటుంబాలతో సన్నిహిత సంబంధాలు నెరిపాడు. భారామల్‌ను ఉన్నత పదవిలో నియమించాడు. అతడి కుమారుడు భగవాన్‌దాస్ 5,000 జాత్‌ల హోదాకు ఎదిగాడు. భారామల్ మనవడు మాన్‌సింగ్ 7,000 జాత్‌ల మన్‌సబ్ హోదాకు ఎదిగాడు. ఈ హోదాను అక్బర్ తన పెంపుడు సోదరుడు అజీజ్‌ఖాన్ కూకా ఒక్కడికే ప్రదానం చేశాడు. కచ్ వాహా పాలకుడితో తన ప్రత్యేక అనుబంధాన్ని అక్బర్ ఇతర మార్గాల్లో కూడా కొనసాగించాడు. తన కుమారుడు దాన్యాల్‌ను అంబర్‌కు పంపి భారామల్ భార్యల సంరక్షణలో పెంచాడు. 1572లో అక్బర్ గుజరాత్‌కు హుటాహుటిన బయల్దేరినపుడు భారామల్‌కు ఆగ్రా బాధ్యతలు అప్పగించి రాచరిక మహిళల సంరక్షణకు ప్రధాన బాధ్యునిగా చేశాడు. అలాంటి గౌరవాన్ని చక్రవర్తికి బంధువులు లేదా సన్నిహితులైన సంస్థానాధీశులకే ప్రదానం చేసేవారు.

సంబంధాలను పటిష్టం చేసుకోవడానికి అక్బర్ వివాహ బంధాన్ని షరతుగా

పెట్టేవాడు కాదు. రణథంబోర్ పాలకులైన హోదాలతో అతడికి ఎలాంటి బంధుత్వాలు ఉండేవి కావు. అయినా వారు అక్బర్‌కు అభిమాన పాత్రులుగా ఉండేవారు. ఘడ్-కనగా రాజ్య బాధ్యతలను రావ్ సుర్జన్ హోదాకు అప్పగించాడు. రావ్ 2000 జాత్‌ల హోదాకు ఎదిగాడు. సిరోహీ, బాన్స్‌వారా పాలకులతో అక్బర్‌కు బంధుత్వం ఉండేదికాదు. తర్వాత ఆ పాలకులు అక్బర్ ఆధిపత్యాన్ని అంగీకరించారు.

అక్బర్ రాజ్‌పుత్రుల పట్ల అవలంబించిన విధానం అతడి పరమత సహనం విధానంతో అనుసంధానంగా ఉండేది. 1564లో జిజ్యాను అతడు రద్దు చేశాడు. ముస్లిమేతరులను అవమానపర్చడానికే ఉలేమాలు జిజ్యాను ఆయుధంగా వాడుకునేవారు. అంతకు ముందు అతడు తీర్థయాత్రలపై ఉన్న పన్ను ఎత్తివేశాడు. యుద్ధఖైదీలను బలవంతంగా మతమార్పిడి చేసే పద్ధతికి స్వస్తి పలికాడు.

చిత్తోర్ కోట స్వాధీనమైన తర్వాత అనేక మంది రాజపుత్ర పాలకులు అక్బర్ ఆధిపత్యాన్ని అంగీకరించి అతడికి వ్యక్తిగతంగా నివాళి అర్పించేవారు. జైసల్మేర్, బికానేర్ పాలకులు కూడా అక్బర్‌తో బంధుత్వం ఏర్పరచుకున్నారు. మేవార్ ఒక్కటే మొగల్ సామ్రాజ్యాన్ని ధిక్కరిస్తూ ఉండేది. చిత్తోర్, దాని పరిసరాల్లో ఉన్న మైదాన ప్రాంతాలు మొగల్ పాలకుల నియంత్రణలోకి వచ్చినా మేవార్ రాజ్యంలో ప్రధాన భాగంగా ఉన్న ఉదయ్‌పూర్, దాని పరిసర కొండప్రాంతాలు రాణా ఆధీనంలో ఉండేవి.

1572లో రాణా ఉదయ్ వారసునిగా రాణా ప్రతాప్ గద్దెనెక్కాడు. మొగల్ ఆధిపత్యాన్ని అంగీకరించి చక్రవర్తికి వ్యక్తిగత నివాళి అర్పించాల్సిందిగా కోరుతూ రాణా ప్రతాప్‌కు అక్బర్ ఎన్నో రాయబారాలను పంపాడు. మాన్‌సింగ్ నేతృత్వంలోని ఒక బృందంతో సహా ఈ రాయబార బృందాలను రాణా ప్రతాప్ సాదరంగా ఆహ్వానించాడు. మాన్‌సింగ్‌ను రాణా అవమానించాడన్న కథనం చారిత్రక వాస్తవంకాదు. శత్రువులను సైతం గౌరవించే రాణా ప్రతాప్ వ్యక్తిత్వాన్ని కించపరిచే విధంగా ఆ కథనం ఉంది. మాన్‌సింగ్ తర్వాత భగవాన్‌దాస్, రాజా తోడర్‌మల్‌ల నాయకత్వంలో రెండు ప్రతినిధి బృందాలు కూడా రాణాను కలిసి చర్చలు జరిపాయి. ఒక సందర్భంలో రాజీ ఒప్పందానికి రాణా సిద్ధపడినట్లు తెలుస్తోంది. అక్బర్ పంపిన సామ్రాజ్యవాద సూచక దుస్తులను కూడా ధరించాడు. తన కుమారుడు అమర్‌సింగ్‌ను భగవాన్‌దాస్‌తోపాటు అక్బర్ ఆ స్థానానికి పంపాడు. వ్యక్తిగత నివాళి అర్పించడంతోపాటు మొగల్ సామ్రాజ్యసేవకు అమర్‌సింగ్‌ను అంకితం చేశాడు. అయితే ఇద్దరు పాలకుల మధ్య ఎలాంటి తుది ఒప్పందం కుదరలేదు. తానే అక్బర్ వద్దకు స్వయంగా వెళ్ళి నివాళి అర్పించాలన్న మొగల్ పాలకుల కోర్కెను పౌరుషం

ఎక్కువ పాళ్ళలో గల రాణా తిరస్కరించాడు. అలాగే చిత్తోర్‌ను తమ ఆధీనంలోనే పెట్టుకోవాలన్న మొగల్ పాలకుల నిర్ణయాన్ని కూడా రాణా సమ్మతించలేదు.

1576 తొలినాళ్ళలో అక్బర్ అజ్మీర్‌కు మకాం మార్చి రాజా మాన్‌సింగ్ నేతృత్వంలో ఐదు వేల మంది సైనికులను రాణాకు వ్యతిరేకంగా పోరాడేందుకు పంపాడు. అక్బర్ ఎత్తును పసిగట్టిన రాణా చిత్తోర్ వరకు విధ్వంసం సృష్టించాడు. మొగల్ సైన్యాలకు ఎలాంటి ఆహారం, పశుగ్రాసం లేకుండా చేశాడు. కొండ ప్రాంతాల గుండా ఉన్న మార్గాలను మూసివేశాడు. హల్దీఘాటి వద్ద రెండు సైన్యాలు భీషణ యుద్ధానికి పాల్పడ్డాయి. రాణా రాజధాని కుంభల్‌గడ్‌కు హల్దీఘాటి ద్వారంగా ఉండేది. ఇతర రాజపుత్ర సైన్యాలకు తోడు రాణా బలగంలో హకీంఖాన్ నాయకత్వంలోని ఆఫ్ఘాన్ సైనికులు కూడా ఉండేవారు. కనుక హల్దీఘాటి యుద్ధాన్ని హిందూ-ముస్లింలపోరుగా పరిగణించలేము. అలాగని భారతీయులు - విదేశీయుల మధ్య యుద్ధంగా గుర్తించలేము. భిల్లులకు చెందిన ఒక చిన్న సైనిక విభాగం కూడా రాణా సైన్యాల్లో ఉండేది. రాణా సైన్యాల్లో మూడు వేల మంది సైనికులు ఉన్నట్లు అంచనా. రాజపుత్ర - ఆఫ్ఘన్ల దాడి మొగల్ సైన్యాన్ని కకావికలం చేసింది. అయితే అక్బర్ స్వయంగా కదనరంగంలోకి దిగుతున్నట్లు రేగిన ఊహాగానాలు (పుకార్లు) వారిలో ధైర్యాన్ని నింపాయి. అదనపు బలగాలు వచ్చి చేరడంతో మొగల్ సైన్యం పై చేయి సాధించింది. పరిస్థితిని పసిగట్టిన రాణా అక్కడి నుండి తప్పించుకున్నాడు. అప్పటికే అలసిపోయిన మొగల్ సైన్యాలు రాణాను వేటాడేందుకు సిద్ధం కాలేదు. కాని కొన్ని రోజుల తర్వాత వారు గోగుండాను స్వాధీనం చేసుకున్నారు.

మొగలులతో రాణా ప్రత్యక్షంగా తలపడడం అదే చివరి సారి. తర్వాత గెరిల్లా పద్ధతుల్లో దాడులు కొనసాగించాడు. హల్దీఘాటి పరాజయం రాణాను కృంగదీయలేదు. స్వాతంత్ర్యం కోసం పోరాడాలన్న అతడి పట్టుదల మరింత బలపడింది. అయితే ఏ ఆశయం కోసం అతడు పోరాడుతున్నాడో అది ఎప్పుడో నీరుగారిపోయింది. చాలా రాజపుత్ర రాజ్యాలు మొగల్ సామ్రాజ్య ఆధిపత్యాన్ని అంగీకరించాయి. రాజపుత్ర రాజులను మొగల్ సామ్రాజ్య సేవలో నియమించి వారిని మొగల్ పాలకులతో సమానంగా గౌరవించాడు. తద్వారా రాజపుత్ర పాలకులతో సంబంధాలను పటిష్టం చేసుకున్నాడు. అతడు అవలంబించిన పరమత సహనమనే ఉదారవాద విధానం అందుకు ఎంతగానో తోడ్పడింది. ఈ కారణంగా రాణా ప్రతాప్ తిరుగుబాటు ఇతర రాజపుత్ర నాయకులపై ఎలాంటి ప్రభావం చూపలేకపోయింది. చిన్న రాజ్యాలు మొగల్ సామ్రాజ్యాన్ని ధిక్కరించే సాహసం చేయలేదు. అంతేకాకుండా రాజపుత్ర రాజులకు స్వయంప్రతిపత్తి ప్రసాదించిన అక్బర్ మొగల్ సామ్రాజ్యం నుండి వారి

ప్రయోజనాలకు ఎలాంటి హాని ఉండదన్న పరిస్థితులను కల్పించాడు.

అత్యంత శక్తివంతమైన మొగల్ సామ్రాజ్యాన్ని ఇతర రాజపుత్ర పాలకుల సహాయం లేకుండా ఒంటరిగా ఎదుర్కొన్న రాణా ప్రతాప్ రాజపుత్రుల ధీరత్వానికి, నమ్మిన సిద్ధాంతాలపట్ల తుదిశ్వాస వరకు కట్టుబడి ఉండే గుణానికి ప్రతీకగా నిలిచాడు. రాణా ఆవిష్కరించిన గెరిల్లా యుద్ధతంత్రాన్ని తర్వాతి కాలంలో మాలిక్ అంబర్ అనే దక్కన్ సైనికాధికారి, శివాజీలు మరింత మెరుగుపరిచారు.

అక్బర్-రాణా ప్రతాప్‌ల వైరాన్ని మరింత విస్తారంగా చర్చించడం ఇక్కడ అనవసరం. కొంత కాలంపాటు రాణాపై అక్బర్ విపరీతమైన ఒత్తిడిని పెంచాడు. దుంగార్‌పూర్, బాన్స్‌వారా, సిరోహీ తదితర రాజపుత్ర రాజ్యాలు మేవార్‌కు మిత్ర రాజ్యాలుగా ఉండేవి. అవి రాణా ప్రతాప్‌కు మద్దతునిచ్చాయి. ఈ కారణంగా అక్బర్ వాటిని స్వాధీనం చేసుకున్నాడు. మూడు రాజ్యాలతో వేర్వేరుగా ఒప్పందాలు కుదుర్చుకొని మేవార్‌ను మరింత బలహీనం చేశాడు. ఒక అడవి నుండి మరో అడవికి, ఒక లోయ నుండి మరో లోయకు రాణాను వెంటాడారు. కుంభల్‌గడ్, ఉదయ్‌పూర్ పట్టణాలు మొగల్ సైన్యాల వశమయ్యాయి. రాణా అనేక కష్టాలను ఎదుర్కొన్నాడు. అయితే బిజ్ తెగల మద్దతులో ప్రతిఘటన కొనసాగించాడు. 1579 తర్వాత మొగల్ సైన్యాల ఒత్తిడి తగ్గిపోయింది. అక్బర్ ప్రవేశపెట్టిన సంస్కరణలకు వ్యతిరేకంగా బీహార్, బెంగాల్‌లలో తీవ్రమైన తిరుగుబాటు రావడంతో సైన్యం దృష్టి ఆ ప్రాంతాలవైపు మళ్ళింది. అక్బర్‌కు సోదర వరుసవాడైన మిర్జా హకీమ్ పంజాబ్‌లోకి చొరబడ్డాడు. ఈ పరిణామాలవల్ల అక్బర్ తీవ్రమైన అంతర్గత సంక్షోభాన్ని ఎదుర్కోవలసి వచ్చింది. 1585లో అక్బర్ లాహోర్‌కు బయల్దేరి అక్కడ ప్రమాదకరంగా తయారైన పరిస్థితులను పరిశీలించాడు. తర్వాతి 12 ఏళ్ళపాటు అక్కడే మకాం చేశాడు. 1585 తర్వాత రాణాను వేటాడేందుకు ఎలాంటి సైన్యాన్ని మొగల్ పాలకులు పంపలేదు.

ఈ పరిస్థితిని తనకు అనుకూలంగా మలచుకున్న రాణా ప్రతాప్ తన రాజ్యంలోని చాలా ప్రాంతాలను తిరిగి కైవసం చేసుకున్నాడు. చిత్తోర్ పరిసర ప్రాంతాలతోపాటు కుంభల్‌గడ్‌ను కూడా స్వాధీనం చేసుకున్నాడు. అయితే చిత్తోర్ కోటను గెలవలేకపోయాడు. ఈ కాలంలో ఆధునిక దుంగార్‌పూర్ సమీపంలోని చావండ్‌లో కొత్త రాజధానిని నిర్మించాడు. తన 51వ ఏట 1597లో బాణం గాయంతో రాణా ప్రతాప్ కన్ను మూశాడు.

మేవార్‌తోపాటు మార్వార్ ప్రతిఘటనను కూడా అక్బర్ చవి చూడాల్సి వచ్చింది. 1562లో మాల్దేవ్ మరణం తర్వాత రాజ్యాధిపత్యానికై అతడి వారసుల్లో అంతర్యుద్ధం మొదలైంది. మాల్దేవ్ చిన్న కుమారుడు, అతడి అభిమాన రాణి పుత్రుడైన చంద్రసేన్

సింహాసనాన్ని అధిష్టించాడు. మొగల్ పాలకుల ఒత్తిడి కారణంగా తన రాజ్యంలోని ప్రధాన భాగాలను తన సోదరులకు జాగీరుగా రాసి ఇచ్చాడు. ఈ ఏర్పాటును సహించని చంద్రసేన్ కొంత కాలం తర్వాత తిరుగుబాటు చేశాడు. దానితో మార్వార్‌ను అక్బర్ నేరుగా మొగల్ సామ్రాజ్య నియంత్రణలోకి తీసుకున్నాడు. జోధ్‌పూర్ నుండి గుజరాత్‌కు వెళ్ళే రవాణా మార్గాన్ని రక్షించేందుకు అక్బర్ మార్వార్‌ను స్వాధీనం చేసుకున్నాడని చెబుతారు. మార్వార్‌ను స్వాధీనం చేసుకున్న తర్వాత జోధ్‌పూర్ పాలకునిగా రాయ్‌సింగ్ బికానేరిని అక్బర్ నియమించాడు. చంద్రసేన్ తీవ్రంగా ప్రతిఘటించాడు. గెరిల్లా యుద్ధాన్ని కొనసాగించాడు. అయితే కొంత కాలం తర్వాత అతడు మేవార్‌లో ఆశ్రయం పొందాల్సి వచ్చింది. అక్కడ కూడా అతడిని మొగల్ సైనికులు వేటాడారు. ఒక ప్రాంతం నుండి మరో ప్రాంతానికి మకాం మారుస్తూ చివరికి 1581లో చంద్రసేన్ మరణించాడు. కొన్నేళ్ళ తర్వాత చంద్రసేన్ సోదరుడైన ఉదయ్‌సింగ్‌కు జోధ్‌పూర్ రాజ్యాన్ని కట్టబెట్టాడు అక్బర్. తన స్థానాన్ని సుస్థిరం చేసుకునేందుకు ఉదయ్ సింగ్ తన కుమార్తె జగత్ గోసేన్ లేదా జోధా బాయిని అక్బర్ పెద్ద కుమారుడు సలీంతో వివాహం జరిపించాడు. సాంప్రదాయానికి విరుద్ధంగా పెళ్ళికుమారుడి బృందమే రాజా ఇంటికి 'డోలా' తీసుకెళ్ళింది. అన్ని హిందూ ఆచారాలతో వివాహం జరిగింది. ఆ సమయంలో అక్బర్ లాహోర్‌లో నివాసముండేవాడు.

బికానేర్, బుందీ పాలకులతో అక్బర్‌కు సన్నిహిత, వ్యక్తిగత సంబంధాలుండేవి. దండయాత్రల్లో ఆ ఇద్దరు పాలకులు ఎంతో వీరోచితంగా పోరాడుతూ మొగల్ సామ్రాజ్యాన్ని విస్తరించారు. 1593లో బికానేర్ పాలకుడు రాయ్‌సింగ్ అల్లుడు పల్లకి నుండి జారిపడి మరణించినపుడు అక్బర్ స్వయంగా వెళ్ళి రాజాను పరామర్శించాడు. చిన్న పిల్లలు అనాథలవుతారన్న కారణం చూపి రాజా కుమార్తెను సతీకి పాల్పడకుండా ఒప్పించాడు.

రాజపుత్రుల పట్ల అక్బర్ అవలంబించిన విధానం అటు మొగల్ సామ్రాజ్యానికి, ఇటు రాజపుత్ర పాలకులకు ఎంతో ప్రయోజనాన్ని చేకూర్చింది. ఈ కూటమివల్ల మొగల్ సామ్రాజ్యానికి దేశంలోనే గొప్ప పోరాట యోధులైన రాజపుత్రుల సేనలు సమకూరాయి. రాజపుత్రుల అచంచల విధేయతవల్ల సామ్రాజ్యం నలుదిక్కులా విస్తరించింది. రాజస్థాన్‌లో శాంతి ఏర్పడింది. తమ మాతృ రాజ్యాలపై నిశ్చింతగా ఉన్న రాజపుత్రులకు దేశంలోని సుదూర ప్రాంతాల్లో సేవలందించడానికి అవకాశం ఏర్పడింది. సామ్రాజ్య సేవలో నిమగ్నమైన రాజపుత్ర పాలకులకు పరిపాలనలో ఉన్నత పదవులు లభించాయి. భగవాన్‌దాస్ లాహోర్ సుబేదారుగా

నియమితుడయ్యాడు.

భగవాన్‌దాన్ కుమారుడు మాన్‌సింగ్ కాబుల్ సుబేదారుగా నియమితుడయ్యాడు. తర్వాత అతడు బీహార్, బెంగాల్ పాలనాబాధ్యతలు చేపట్టాడు. ఆగ్రా, అజ్మీర్, గుజరాత్ లాంటి కీలకమైన ప్రాంతాల్లో రాజపుత్ర నేతలనే సుబేదార్లుగా నియమించారు. సామ్రాజ్యంలో ఉన్నత స్థానాల్లో ఉన్న రాజపుత్ర పాలకులకు వంశపారంపర్యంగా సంక్రమించిన రాజ్యాలతోపాటు భారీ స్థాయిలో జాగీర్లను ప్రదానం చేసి వారి ఆదాయ వనరులను గణనీయంగా పెంచారు మొగల్ చక్రవర్తులు.

అక్బర్ అనుసరించిన రాజపుత్ర విధానాన్ని అతడి వారసులైన జహంగీర్, షాజహాన్‌లు కూడా కొనసాగించారు. ఒక రాజపుత్ర వంశానికి చెందిన రాణికి జన్మించిన జహంగీర్ తాను కూడా కచవాహా, జోధ్‌పూర్ రాకుమార్తెలను వివాహమాడాడు. అలాగే జైసల్మేర్, బికానేర్ సంస్థానాధీశులు తమ కుమార్తెలను జహంగీర్‌తో పెళ్ళి జరిపించారు. పై రాజ వంశాలకు తన సామ్రాజ్యంలో ఉన్నత పదవులు కట్టబెట్టి వారికి ఎనలేని గౌరవ ప్రతిష్టలను కల్పించాడు జహంగీర్.

అయితే జహంగీర్ సాధించిన అత్యుత్తమ విజయాల్లో మేవార్‌తో సుదీర్ఘ కాలంగా కొనసాగుతూ వచ్చిన వివాదాన్ని పరిష్కరించడం ప్రధానమైనది. రాణాసింగ్ వారసునిగా అమర్‌సింగ్ మేవార్ గద్దెను అధిష్టించాడు. మొగల్ సామ్రాజ్యానికి మేవార్ లోబడి ఉండేలా చేసేందుకు అక్బర్ అమర్‌సింగ్‌కు వ్యతిరేకంగా అనేకసార్లు తన సైన్యాలను పంపాడు. మేవార్‌పై తీవ్రమైన ఒత్తిడిని పెంచాడు. జహంగీర్ కూడా రెండుసార్లు మేవార్‌పై దాడి చేశాడు. అయితే ఎలాంటి ఫలితాలు సాధించలేకపోయాడు. 1605లో మొగల్ సింహాసనాన్ని అధిష్టించిన జహంగీర్ మేవార్‌తో ఉన్న వైరాన్ని శాశ్వతంగా పరిష్కరించే దిశలో చర్యలు తీసుకున్నాడు. మూడుసార్లు మేవార్‌పై దాడి చేసినా రాణా దృఢ సంకల్పాన్ని కదిలించలేకపోయాడు. 1613లో జహంగీర్ స్వయంగా అజ్మీర్ చేరుకొని యుద్ధ వ్యూహాన్ని ఎప్పటికప్పుడు సమీక్షిస్తూ పావులు కదిపాడు. మేవార్ పర్వత ప్రాంతాలను స్వాధీనం చేసుకునే లక్ష్యంతో రాకుమారుడు ఖుర్రం (ఇతడు తర్వాతి కాలంలో షాజహాన్‌గా కీర్తి గడించాడు) నేతృత్వంలో ఓ పెద్ద సైనిక బలగాన్ని పంపాడు. మొగల్ సైన్యం ఒత్తిడి, గ్రామీణ ప్రాంతాల నుండి భారీ వలసలు, వ్యవసాయం క్షీణించడం తదితర కారణాలు మేవార్‌పై ప్రతికూల ప్రభావాన్ని చూపాయి. చాలా మంది రాజపుత్ర సర్దార్లు మొగల్ శిబిరంలో చేరిపోయారు. మిగతా వారు శాంతి ఒప్పందం కుదుర్చుకోవలసిందిగా రాణాపై తీవ్రమైన ఒత్తిడి తీసుకొచ్చారు. చివరగా, రాణా తన కుమారుడిని జహంగీర్ ఆస్థానానికి పంపాడు. కరణ్‌సింగ్ నేతృత్వంలో వచ్చిన ప్రతినిధి బృందాన్ని జహంగీర్ సాదరంగా ఆహ్వానించాడు. తన

సింహాసనం నుండి స్వయంగా లేచి వచ్చిన జహంగీర్ కరణ్‌సింగ్‌ను దర్బార్‌లో ఆలింగనం చేసుకున్నాడు. అతడిని కానుకలు, బహుమానాలతో ముంచెత్తాడు. రాణా ప్రతిష్టకు భంగం వాటిల్లకుండా చూసేందుకు వ్యక్తిగత నివాళిని జహంగీర్ కోరలేదు. సామ్రాజ్య సేవలో చేరమని ఆహ్వానించలేదు. రాకుమారుడు కరణ్‌కు 5,000 జాత్‌ల హోదా కల్పించాడు. అంతకు ముందు జోధ్‌పూర్, అంబర్ పాలకులకు అలాంటి హోదా దక్కింది. మొగల్ సామ్రాజ్యానికి 1,500 అశ్వికులతో సేవలందించే బాధ్యత కరణ్‌పై ఉండేది. చిత్తోర్‌తో సహా మేవార్ రాజ్యానికి సంబంధించిన ప్రాంతాలన్నీ తిరిగి రాణా వశమయ్యాయి. చిత్తోర్‌కు వ్యూహాత్మక స్థావరంగా గుర్తింపు ఉండడంతో ఆ కోటను బలోపేతం చేసే ఎలాంటి చర్యలకు పాల్పడరాదని మేవార్ పాలకులపై మొగలులు షరతు విధించారు.

ఆ విధంగా అక్బర్ ప్రారంభించిన ప్రక్రియను జహంగీర్ పూర్తి చేశాడు. రాజపుత్రులతో సంబంధాలను మరింత పటిష్టం చేశాడు.

తిరుగుబాట్లు-మొగల్ సామ్రాజ్య తదుపరి విస్తరణ :

పైన పేర్కొనబడిన విధంగా అక్బర్ ప్రవేశపెట్టిన నూతన పరిపాలనా వ్యవస్థను విశ్లేషిస్తే మనకు అవగతమయ్యేదేమిటంటే : అధికార యంత్రాంగాన్ని పటిష్టం చేసి సంస్థానాధీశులపై పూర్తి నియంత్రణ సాధించడానికి, ప్రజల విశాల ప్రయోజనాలు సంరక్షించడానికే అక్బర్ ఎక్కువ ప్రాధాన్యత ఇచ్చాడు. కనుక అక్బర్ ప్రవేశపెట్టిన పరిపాలనా వ్యవస్థ సంస్థానాధీశులకు ఏ మాత్రం నచ్చలేదు. అలాగే ప్రాంతీయ స్వయంప్రతిపత్తి భావాలు ఇంకా బలంగా ఉండేవి. ముఖ్యంగా గుజరాత్, బెంగాల్, బీహార్‌లలో స్వాతంత్ర్యం కోసం పాలకులు పరితపించేవారు. తొలి నుండి ఈ రాజ్యాలకు స్వతంత్రంగా వ్యవహరించాలనే కాంక్ష బలంగా ఉండేది. అవి స్వతంత్రంగా వ్యవహరిస్తూ ఉండేవి కూడా. మొగల్ పాలకుల రాకతో వారి ఆశయాలు, ఆకాంక్షలకు గండిపడింది. రాజస్థాన్‌లో రాణా ప్రతాప్ స్వాతంత్ర్య పోరును ధాటిగా కొనసాగించాడు. ఆ దిశలోనే ముందుకు వెళ్ళాడు. ఇలాంటి క్లిష్ట పరిస్థితిలో అక్బర్ అనేక ప్రాంతాల్లో తిరుగుబాట్లను ఎదుర్కోవలసి వచ్చింది. పాత పాలక వంశానికి చెందిన ప్రతినిధి కొనసాగించిన ప్రతిఘటన వల్ల గుజరాత్ రాజ్యంలో రెండేళ్ళపాటు అనిశ్చిత పరిస్థితి నెలకొంది. అయితే అంతకంటే తీవ్రమైన ప్రతిఘటన బెంగాల్, బీహార్ జౌన్‌పూర్ ప్రాంతాల్లో కొనసాగింది. తిరుగుబాటుకు ప్రధాన కారణం అక్బర్ కఠినంగా అమలు చేసిన దాగ్ (ముద్రల) వ్యవస్థే. దాగ్ వ్యవస్థ అంటే జాగీర్దారుల గుర్రాలపై రాచరిక ముద్రలు వేయడం, వారి రాబడిని నిర్దిష్టంగా లెక్కించడం. పాలకుల అసంతృప్తికి

తోడు అక్బర్ అవలంబిస్తున్న ఉదారవాద విధానాన్ని (మత వ్యవహారాల్లో), హిందూ మత సంస్థలకు అతడు కల్పిస్తున్న రాయితీలను ఏ మాత్రం సహించని సనాతన ఇస్లాంవాదులు ప్రజల్లో చీలిక తెచ్చేందుకు రెచ్చగొట్టే ప్రకటనలు, ప్రసంగాలు చేశారు. అక్బర్ సోదరుడు మిర్జా హకీం కాబుల్‌ను పాలిస్తూనే పంజాబ్ ప్రాంతంలో తిరుగుబాటును ప్రోత్సహించాడు. సమయం చూసుకొని పంజాబ్‌పై దాడి చేయాలని వ్యూహం పన్నాడు. వాయువ్య ప్రాంతాల్లో ఆఫ్ఘాన్లు పెద్ద సంఖ్యలో ఉండేవారు. ఢిల్లీలో ప్రాబల్యాన్ని కోల్పోయినందుకు వారు అసంతృప్తితో దహించుకుపోతూ తిరుగుబాటు చేసేందుకు సిద్ధంగా ఉన్నారు.

1580 నుండి 81 వరకు రెండేళ్ళపాటు తిరుగుబాట్లతో మొగల్ సామ్రాజ్యం సతమతమైంది. చాలా కష్టమైన, సున్నితమైన పరిస్థితిని అక్బర్ ఎదుర్కోవలసి వచ్చింది. స్థానిక పాలనాధికారుల అనాలోచిత నిర్ణయాలవల్ల బెంగాల్, బీహార్‌లోని చాలా ప్రాంతాలు తిరుగుబాటుదారుల వశమయ్యాయి. మిర్జా హకీంను వారు తమ నాయకునిగా ఎన్నుకున్నారు. అక్బర్‌కు వ్యతిరేకంగా పోరాడాల్సిందిగా ముస్లింలకు పిలుపునిస్తూ మత పెద్దల ద్వారా ఫత్వా కూడా జారీ చేయించారు.

అక్బర్ విచక్షణ కోల్పోకుండా చాలా జాగ్రత్తగా వ్యవహరించాడు. తోడర్‌మల్ నాయకత్వంలో ఒక పెద్ద సైనిక బలగాన్ని బీహార్, బెంగాల్ ప్రాంతాలకు పంపాడు. అలాగే మిర్జా హకీంను కట్టడి చేయడానికి రాజా మాన్‌సింగ్ నేతృత్వంలో మరో సైన్యాన్ని పంపాడు. మిర్జా హకీం పంజాబ్‌ను ఆక్రమించకముందే బీహార్, బెంగాల్‌లో అరాచక పరిస్థితులను తోడర్‌మల్ అదుపులోకి తెచ్చాడు. ఈ సంఘర్షణలో అతడు వీరోచితంగా, వ్యూహాత్మకంగా పోరాటం చేశాడు. 15,000 గుర్రాలతో లాహోర్‌పై దండయాత్ర చేసిన మిర్జా హకీం రాజా మాన్‌సింగ్, భగవాన్‌దాస్ సైన్యాల ప్రతిఘటనతో ఆ నగరాన్ని స్వాధీనం చేసుకోలేకపోయాడు. పంజాబ్‌లోని సంస్థానాధీశులు అనేక మంది తిరుగుబాటు జరిపి తనకు మద్దతునిస్తారన్న హకీం ఆశలు కూడా నీరుగారిపోయాయి. ఈ లోపు 50,000 మంది సుశిక్షితులైన ఆశ్వికులతో అక్బర్ లాహోర్ చేరుకున్నాడు. గత్యంతరం లేక మిర్జా హకీం తన సైన్యాన్ని ఉపసంహరించుకున్నాడు.

ఈ విజయంలో అక్బర్ అదనపు కానుకగా కాబుల్‌ను (1581) ఆక్రమించాడు. ఒక భారతీయ పాలకుడు ఆ చారిత్రక పట్టణంలో అడుగుపెట్టడం అదే తొలిసారి. అక్బర్ ఆధిపత్యాన్ని మిర్జా హకీం అంగీకరించకపోవడం, భారతదేశంలో సంస్థానాధీశలు తిరుగుబాటు చేసే యోచనలో ఉండడంతో అక్బర్ కాబుల్‌ను తన సోదరికి అప్పజెప్పి ఢిల్లీకి తిరిగి వచ్చాడు. కాబుల్ గద్దెను ఒక మహిళకు అప్పజెప్పడం

అక్బర్ విశాల దృక్పథానికి, ఉదారవాద గుణానికి నిదర్శనం.

ప్రత్యర్థులపై అక్బర్ విజయం ఒక్క వ్యక్తిగత విజయమే కాదు. అతడు ప్రవేశపెట్టిన నూతన వ్యవస్థ కూడా దేశంలో బలంగా పాతుకుపోయింది. ఫలితంగా సామ్రాజ్యాన్ని మరింత విస్తరించేందుకు అక్బర్‌కు వెసులుబాటు దొరికింది. తొలి నుండి దక్కను ప్రాంతంపై ఆసక్తి చూపిన మొగల్ పాలకులు ఆ ప్రాంతం వైపు కదిలారు. అయితే నిర్దిష్టమైన ఫలితాలు సాధించకముందే ఉత్తర-పశ్చిమ సరిహద్దులో పరిస్థితులు మారిపోయాయి. వాటిని అదుపులో తెచ్చేందుకు అక్బర్ ప్రత్యేక దృష్టిని సారించాల్సి వచ్చింది. మొగల్ పాలకులకు బద్ధ శత్రువైన అబ్దుల్లాఖాన్ ఉజ్బేక్ మధ్య ఆసియాలో తన ప్రాబల్యాన్ని గణనీయంగా విస్తరించుకున్నాడు. 1584లో అతడు బదక్షాన్‌ను స్వాధీనం చేసుకున్నాడు. ఆ ప్రాంతం తైమూరిద్‌ల పాలనలో ఉండేది. అబ్దుల్లా ఖాన్ జాబితాలో తదుపరి లక్ష్యంగా కాబుల్ నగరం ఉండేది. మిర్జా హకీంతోపాటు బదక్షాన్ నుండి వెలివేయబడ్డ తైమూరిద్ పాలకులు అక్బర్ సహాయాన్ని అర్థించారు. అయితే అక్బర్ తదుపరి చర్యలు తీసుకునే లోపు మిర్జా తాగుడుకు బలైపోయాడు. కాబుల్‌లో అనిశ్చిత పరిస్థితి నెలకొంది.

కాబుల్‌కు బయల్దేరి వెళ్ళాల్సిందిగా అక్బర్ మాన్‌సింగ్‌ను ఆదేశించాడు. సింధూనది ఒడ్డున ఉన్న అట్టోక్ ప్రాంతానికి అక్బర్ స్వయంగా వెళ్ళాడు. ఉజ్బేక్‌లకు రవాణా మార్గాలు అందుబాటులో లేకుండా చేసేందుకు కాశ్మీర్, బలుచిస్తాన్‌లకు తన సైన్యాలను పంపాడు. ఇది 1586లో జరిగింది. లడఖ్, బల్తిస్తాన్ (అప్పుడు ఈ ప్రాంతాన్ని తిబెత్ ఖుర్ద్, తిబెత్ బుజుర్గ్ అని పిలిచేవారు)తో సహా కాశ్మీరు రాజ్యమంతా మొగల్ సామ్రాజ్య నియంత్రణలోకి వచ్చింది. యువకుడైన సలీంతో బల్తిస్తాన్ పాలకుడి కుమార్తె వివాహం జరిగింది. ఖైబర్ మార్గాన్ని తిరుగుబాటు చేసిన తెగల బారి నుండి సంరక్షించేందుకు కొన్ని సైనిక బలగాలు వెళ్ళాయి. ఈ దండయాత్రలో అక్బర్‌కు అభిమాన పాత్రుడైన రాజా బీర్బల్ తన ప్రాణాలు కోల్పోయాడు. అయితే ఆఫ్ఘాన్ తెగలు మొగల్ సైన్యాలకు తలొగ్గాయి. ఉత్తర-పశ్చిమ ప్రాంతంలో మొగల్ సామ్రాజ్య నియంత్రణను సుస్థిరం చేయడం, సామ్రాజ్యానికి శాస్త్రీయమైన సరిహద్దును నిర్ణయించడం అక్బర్ సాధించిన విజయాల్లో ప్రధానమైనవి. 1590లో సింధ్‌ను స్వాధీనం చేసుకోవడంతో సింధూనది దిగువ ప్రాంతాన పంజాబ్‌లో ఒక కొత్త వ్యాపార మార్గాన్ని ఏర్పాటు చేయడానికి అవకాశం ఏర్పడింది. 1598 వరకు లాహోర్‌లోనే మకాం చేసిన అక్బర్, అబ్దుల్లా ఉజ్బేక్ మరణంతో ఇక ఉజ్బేక్‌లతో ఎలాంటి ముప్పు ఉండదని గ్రహించి ఆగ్రాకు తిరిగి వచ్చాడు.

ఉత్తర-పశ్చిమ ప్రాంతంలో వ్యవహారాలను చక్కబెట్టిన తర్వాత ఈశాన్య,

పశ్చిమ భారత ప్రాంతాలు, దక్కను పీఠభూమిపై అక్బర్ దృష్టి పెట్టాడు. అప్పటి వరకు ఆఫ్ఘాన్ల పాలనలో ఉన్న ఒరిస్సాను రాజా మాన్సింగ్ ఆక్రమించాడు. అప్పుడు మాన్సింగ్ బెంగాల్ సుబేదారుగా ఉండేవాడు. కోచ్-బిహార్, ఢాకాతోసహా ఈశాన్య బెంగాల్లోని కొన్ని ప్రాంతాలను కూడా స్వాధీనం చేసుకున్నాడు. అక్బర్ పెంపుడు సోదరుడైన మిర్జా అజీజ్ కోకా పశ్చిమాన ఉన్న కథియవార్ను స్వాధీనం చేసుకున్నాడు. రాకుమారుడు మురాద్తోపాటు ఖాన్-ఎ-ఖానన్ మునీమ్ ఖాన్ను దక్కను ప్రాంతానికి పంపాడు అక్బర్. దక్కనులో సంభవించిన పరిణామాలను తదుపరి అధ్యాయంలో చర్చిద్దాము. 15వ శతాబ్దం చివరి నాటికి మొగల్ సామ్రాజ్యం అహ్మద్నగర్ వరకు విస్తరించిందని చెప్పవచ్చు. అప్పుడే మరాఠాలతో మొగల్ పాలకులు ప్రత్యక్ష సంబంధాలను తొలిసారిగా ఏర్పరచుకున్నారు.

ఆ విధంగా 15వ శతాబ్ది చివరికల్లా ఉత్తర భారమంతా రాజకీయంగా ఏకమైంది. మొగల్ సైన్యాలు దక్కనులో చొరబడడం ప్రారంభించాయి. అయితే అంతకంటే ముఖ్యమైన అంశం ఏమిటంటే సామ్రాజ్య పరిధిలో ప్రజల మధ్య సాంస్కృతిక, భావాత్మక సంబంధాలు గణనీయంగా అభివృద్ధి చెందాయి.

ఏకీకరణ వైపు :

15వ శతాబ్దంలో దేశంలోని వివిధ ప్రాంతాల్లో పాలకులు హిందూ-ముస్లింల మధ్య సామాజిక, సాహిత్య, ఆర్థిక రంగాల్లో ఏ విధంగా ఐక్యతను పెంపొందించారో మనము ఇంతకుముందే తెలుసుకున్నాము. సంస్కృతంలో ఉన్న లౌకికవాద, మతపరమైన సాహిత్యాన్ని పార్సీలో అనువదింపచేసిన పాలకులు స్థానిక భాషలు, సాహిత్యాన్ని పెంచి పోషించారు. పరమత సహనం అనే ఉదారవాద విధానాన్ని అవలంబించడమే కాకుండా రాజ్యంలో ముఖ్యమైన పదవులను హిందువులకు కట్టబెట్టారు. సైన్యంలో కూడా చేర్చుకున్నారు. చైతన్య, కబీర్, నానక్ లాంటి ప్రజాదరణ పొందిన ప్రబోధకులు హిందూ-ముస్లింల ఐక్యతను దేశంలోని వివిధ ప్రాంతాల్లో ఎలా పెంపొందించారో కూడా తెలుసుకున్నాము. ప్రేమ, ఆరాధనతో కూడిన మతం అవసరమని, కేవలం మత గ్రంథాలపై ఆధారపడ్డ మతం నిరర్థకమైనదని వారు బోధించారు. ఆ విధంగా ప్రజల్లో లౌకికవాద, ఉదారవాద భావాలను పెంపొందించారు. సనాతన మతోన్మాదాన్ని రూపుమాపేందుకు ప్రయత్నించారు. ఇలాంటి వాతావరణంలోనే అక్బర్ పెరిగి పెద్దవాడయ్యాడు.

సర్వాధికారాలు తన చేతుల్లోకి తీసుకున్న తర్వాత అక్బర్ తీసుకున్న మొట్టమొదటి విధానపరమైన నిర్ణయం ముస్లిమేతరులపై విధించిన జిజ్యాను రద్దు

చేయడం. జిజ్యా పెద్ద పన్ను కాకపోయినప్పటికీ ప్రజల్లో మతపరమైన చీలికలను ప్రోత్సహించేదిగా ఉండడంతో దానిని చాలా మంది వ్యతిరేకించారు. పౌరుల మధ్య వివక్ష (ప్రభుత్వం వైపు నుండి) చూపే చర్యగా జిజ్యా పరిగణించబడింది. అదే సమయంలో ప్రయాగ, బనారస్ లాంటి తీర్థ ప్రాంతాల్లో పుణ్యస్నానాలు ఆచరించేవారిపై విధించే పన్నును కూడా రద్దు చేశాడు. యుద్ధ ఖైదీలను బలవంతంగా మతమార్పిడి చేసే విధానానికి స్వస్తి పలికాడు. మత, కుల, వర్గ వివక్షకు తావులేని రాజ్యాన్ని ఏర్పాటు చేయడంలో అలాంటి చర్యలు ఎంతో ఉపకరించాయి. పౌరులందరికీ సమాన హక్కులు అనే సూత్రం ఆధారంగా రాజ్యం వ్యవహరించింది.

మొగల్ సామ్రాజ్యం అనుసరించిన ఉదారవాద విధానాలు ఉన్నత పదవుల్లో హిందువుల చేరికతో మరింత బలపడ్డాయి. వారిలో అనేకులు రాజపుత్ర పాలకులు. అక్బర్‌తో వారు బంధుత్వం కూడా పెంచుకున్నారు. ఫలితంగా వారితో అతడు వ్యక్తిగత సంబంధాలు నెరిపాడు. సామర్థ్యం ఆధారంగా మన్‌సబ్‌లను ఇతర వర్గాల వారికి కూడా కట్టబెట్టారు. అలాంటి వారిలో తోడర్‌మల్, బీర్బల్ ముఖ్యమైన వారు. రెవెన్యూ పాలనా వ్యవహారాల్లో నిపుణుడైన రాజా తోడర్‌మల్ దీవాన్ లాంటి ఉన్నత పదవికి ఎదిగాడు. బీర్బల్‌ను అక్బర్ ఎంతో అభిమానించేవాడు.

హిందువులపట్ల అక్బర్ అనుసరించిన ఉదారవాద విధానం, ఒక చక్రవర్తి తన రాజ్యంలోని పౌరులతో ఎలా వ్యవహరించాలన్న అతడి ఆలోచనలకు చాలా దగ్గరగా ముడిపడి ఉంది. అక్బర్ ఆలోచనలను అతడి చరిత్రకారుడు అబుల్ ఫజల్ విపులంగా వివరించాడు. సార్వభౌమత్వంపై తైమూరిద్, పార్సీ, భారతీయ ఆలోచనల సమాహారమే అక్బర్ ఆలోచనా విధానం. అబుల్ ఫజల్ ప్రకారం ఒక నిజమైన పాలకుడి ఆస్థానం బాధ్యతాయుతమైనది, దైవజ్ఞానంపై ఆధారపడినది. కనుక దేవునికి నిజమైన పాలకునికి మధ్య ఎవరూ నిలవలేరు. ఎలాంటి తారతమ్యాలు పాటించకుండా ప్రజలపట్ల పితృ ప్రేమను కలిగి ఉండడం ద్వారా పాలకుడు తన ఔన్నత్యాన్ని చాటుకోగలుగుతాడు. పేద, ధనికుడి విన్నపాలను ఏకకాలంలో పరిష్కరిస్తూ, లోకపాలకుడైన దేవుడిపట్ల పూర్తి భక్తివిశ్వాసాలు కలిగి ఉండాలి. సమాజంలో సుస్థిరతను పాటించడం పాలకుడి ప్రధాన కర్తవ్యం. ఉన్నతాధికారులు ఇతరుల వ్యవహారాల్లో జోక్యం చేసుకోకుండా నివారించాలి. అన్నింటికంటే ప్రధానమైన విషయం సమాజంలో మతోన్మాదం తలెత్తుకోకుండా చూడాలి. ఈ ఆలోచనలనే స్థూలంగా సుల్హ్-కుల్ (అందరికీ శాంతి) విధానమని పిలుస్తారు.

మతశాస్త్రాలన్నా, తత్త్వశాస్త్రమన్నా తొలి నుండి అక్బర్‌కు ప్రగాఢమైన ఆసక్తి ఉండేది. తొలుత అక్బర్ సనాతన ముస్లింగా ఉండేవాడు. రాజ్యంలోని ప్రధాన ఖాజీని

ఆరాధించేవాడు. అబ్దున్ నబీ ఖాన్ సద్ర్ ఉస్ సద్ర్‌గా (ప్రధాన ఖాజీ) ఉండేవాడు. ఒక సందర్భంలో నబీ పాదరక్షలను కూడా అక్బర్ మోసుకెళ్ళాడు. అయితే యవ్వనదశకు చేరుకున్న తర్వాత అక్బర్ సూఫీవాదంపట్ల ఆకర్షితుడయ్యాడు. దైవ చింతనలో అతడు రాత్రంతా గడిపే వాడని, దేవుడి నామాన్ని స్మరించేవాడని, విజయాలు సాధించినందుకు దేవుడికి కృతజ్ఞుడిగా ఉంటూ వేకువజామునే ప్రార్థనలు చేసేవాడని చెబుతారు. ఆగ్రాలోని తన రాజభవనానికి సమీపంలో ఉన్న పాత భవంతిలో ఒక విశాలమైన రాతిపై కూర్చొని ప్రతి రోజు ధ్యాన ముద్రలో మునిగిపోయేవాడని తెలుస్తోంది. సనాతనవాదం నుండి అక్బర్ క్రమంగా బయటపడ్డాడు. అంతకు ముందే అతడు జిజ్యా, తీర్థయాత్రికులపై పన్నును రద్దు చేశాడు. ఉదారవాద ఆలోచనలు గల సమర్థులైన విద్వాంసులను అక్బర్ తన ఆస్థానంలో చేరదీశాడు. వీరిలో అబుల్ ఫజల్, అతడి సోదరుడు, తండ్రి ముఖ్యమైన వారు. అబుల్ ఫజల్ తండ్రి గొప్ప విద్వాంసుడు, లౌకికవాది. మహదవీ ఆలోచనలను సమర్థించినందుకు గాను అతడు ముల్లాల నుండి తీవ్ర ప్రతిఘటన ఎదుర్కోవలసి వచ్చింది. మరోవ్యక్తి బ్రాహ్మణుడైన మహేష్‌దాస్. అతడు రాజా బీర్బల్ అనే బిరుదు పొందాడు. అక్బర్‌కు ఎల్లప్పుడూ సహచరుడిగా ఉండేవాడు.

తన కొత్త రాజధాని ఫతేహ్‌పూర్ సిక్రిలో 1575లో అక్బర్ ఇబాదత్ ఖానా (ప్రార్థనా మందిరం)ను నిర్మింపచేశాడు. ఆ ప్రార్థనా మందిరానికి మతప్రబోధకులు, సూఫీ బాబాలు, విద్వాంసులు, మేధావులు, ఉన్నతాధికారులను పిలిపించేవాడు. వారితో మతపరమైన, ఆధ్యాత్మిక అంశాలను చర్చించేవాడు. "నా ఏకైక లక్ష్యం సత్యాన్వేషణ నిజమైన మత సారాన్ని, సూక్తులను అన్వేషించి వాటిని ప్రచారం చేయడం", అని అక్బర్ ముల్లాలతో తరచూ చెప్పేవాడు. తొలుత ఈ సమావేశాలు ముస్లింలకే పరిమితమయ్యేవి. అయితే ఎప్పుడూ సాఫీగా జరిగేవికావు. ముల్లాలు వాదోపవాదాలకు దిగి అరుచుకొని, దూషించుకునేవారు. చక్రవర్తి సమక్షంలో కూడా అలా కలహించేవారు. ముల్లాల ప్రవర్తన, వారి గర్వం, మతశాస్త్రాలపై అవగాహన లోపం అక్బర్‌కు విసుగు పుట్టించాయి. క్రమేణా అతడు ముల్లాలను దూరంగా ఉంచడం మొదలుపెట్టాడు.

ఈ దశలో అక్బర్ ఇబాదత్ ఖానాను అన్ని వర్గాల ప్రజల కోసం తెరిచాడు. క్రైస్తవులు, జొరాస్ట్రీయన్లు, హిందువులు, జైనులు, చివరకు నాస్తికులను కూడా ఇబాదత్ ఖానాలోకి అనుమతించేవాడు. ఫలితంగా చర్చలు విస్తరించాయి. ముస్లింలకు సమ్మతమైన అంశాలపై కూడా వాదనలు జరిగేవి. ముఖ్యంగా ఖురాన్, మహమ్మద్ ప్రవక్త, పునరుత్థానం, దైవ స్వభావం తదితర విషయాలపై చర్చ జరిగేది. దీంతో

సనాతనవాదులు భయభ్రాంతులకు గురయ్యారు. అక్బర్ ఇస్లాంమతాన్ని త్యజించాలని యోచిస్తున్నాడన్న పుకార్లు షికారు చేశాయి. ఒక ఆధునిక చరిత్రకారుడు చెప్పినట్లు "అక్బర్ సహనాన్ని, విశాల దృక్పథాన్ని వివిధ మతాలకు చెందిన వారు వేర్వేరుగా విశ్లేషించేవారు. ఇబాదత్‌ఖానా తన ప్రతిష్టను ఇనుమడింపచేసుకునే బదులు అపకీర్తిని ఎక్కువగా మూటగట్టుకొంది."

అదే సమయంలో ప్రధాన ఖాజీ అబ్దున్ నబీ వ్యవహారాలపై విచారణ జరిగింది. అవినీతికి పాల్పడుతూ నియంతగా వ్యవహరిస్తూ ఉండిన నబీ చాలా ఆస్తులను కూడగట్టాడు. అతడు పచ్చి మతోన్మాది. షియాలకు మరణశిక్ష విధించేవాడు. మధురాకు చెందిన ఒక బ్రాహ్మణుడికి కూడా మరణదండన విధించాడు. తొలుత నబీ అధికారాల్లో కోత విధించారు. తర్వాత ప్రతి ప్రాంతంలో సద్రలను నియమించారు. ఇనామ్ భూముల పంపకం బాధ్యతలను వారికి అప్పగించారు. కొద్ది కాలానికే నబీని పదవి నుండి తొలగించి హజ్ యాత్రపై మక్కా బయలుదేరి వెళ్ళాల్సిందిగా ఆదేశించారు. 1580లో ఆ సమయానికి ఈశాన్యంలో తిరుగుబాటు వచ్చింది. ఖాజీలు అక్బర్‌ను మతద్రోహిగా నిందిస్తూ అనేక ఫత్వాలను జారీ చేశారు. తిరుగుబాటును అణచివేసిన అక్బర్ మతపెద్దలను కఠినంగా శిక్షించాడు.

ముల్లాలను మరింత సమర్థవంతంగా ఎదుర్కొనేందుకు అక్బర్ ఒక ప్రకటనను విడుదల చేశాడు. దాని ప్రకారం ఖురాన్‌ను అన్వయించడంలో ఖాజీల మధ్య విభేదాలు తలెత్తితే దేవుడికి ప్రియమైన జనహితంలో సరైన నిర్ణయం తీసుకొనే హక్కు చక్రవర్తికి ఉంటుంది. దేశహితంలో ఖురాన్ సూక్తులను అమలు చేసేందుకు మరో కొత్త శాసనాన్ని అక్బర్ జారీ చేశాడు. ప్రజలందరూ దానికి కట్టుబడి ఉండాలి. అనుభవజ్ఞులైన ఉలేమాలందరూ బలపరచిన ఆ ప్రకటనను "దిగ్విజయ శాసనం"గా నిర్హేతుకంగా అభివర్ణించారు. ఉలేమాల మధ్య భేదాభిప్రాయాలు తలెత్తినపుడే తనకు జోక్యం చేసుకునే హక్కు ఉంటుందని అక్బర్ వాదించాడు. ఆ సమయంలో దేశంలోని వివిధ ప్రాంతాల్లో షియా, సున్నీ, మహదలీల మధ్య హింసాత్మక సంఘటనలు చోటు చేసుకుంటూ ఉండేవి. అయినా సాధ్యమైనంత స్థాయిలో ఔదార్యం చూపాలని అక్బర్ ప్రజలను కోరాడు. సామ్రాజ్యంలో విద్వేషాలను తగ్గించడంలో అక్బర్ శాసనం కీలక పాత్రను పోషించిందని చెప్పడంలో ఎలాంటి సందేహం లేదు.

అయితే వివిధ మతాలను ఆచరించే వారి మధ్య సమన్వయం కుదర్చడంలో కొంత వరకే సఫలం కాగలిగాడు. ఇబాదత్ ఖానా చర్చలు వివిధ మతాల సారాన్ని అవగతం చేసుకోవడానికి ఉపయోగపడలేదు. అవి మరింత విద్వేషాన్ని పెంచాయి. వివిధ మతాల ప్రతినిధులు ఒకరినొకరు దూషించుకున్నారు. తమ మతమే

ఉన్నతమైనదని వాదించడానికి ప్రయత్నించారు. అందుకే 1582లో ఇబాదత్ ఖానా చర్చలను అక్బర్ నిలిపివేశాడు. కాని సత్యశోధన కోసం అతడి ప్రయత్నం ఆగలేదు. అక్బర్‌ను తీవ్రంగా విమర్శించిన బదానీ కూడా ఇలా పేర్కొన్నాడు. : "రాత్రింబవళ్ళు ప్రజలకు ఏమి చేయలేదు, విచారించడం, పరిశోధించడం తప్ప." హిందూ మత సిద్ధాంతాలను వివరించాల్సిందిగా పురుషోత్తం, దేవీలను, జొరాష్ట్ర సిద్ధాంతాలను ప్రబోధించాల్సిందిగా మహర్జీరాణాలను అక్బర్ ఆహ్వానించాడు. కొందరు పోర్చుగీసు మతబోధకులను కూడా కలుసుకొని క్రైస్తవ మత సిద్ధాంతాల గురించి తెలుసుకున్నాడు. అక్వాలీవ, మోంసరేట్ అనే మతప్రచారకులు అక్బర్ ఆస్థానంలో మూడేళ్ళపాటు ఉన్నారు. విలువైన సమాచారాన్ని తమ రచనల్లో చేర్చారు. కాని అక్బర్‌ను క్రైస్తవ మతంలోకి రప్పించడానికి వారు ప్రయత్నించారనడానికి ఎలాంటి ఆధారం ఉండేదికాదు. జైనులతో కూడా అక్బర్ సమావేశమయ్యాడు. అతడి ఆహ్వానంపై కథియావార్‌కు చెందిన జైనముని హీరా విజయ సూరీ అక్బర్ ఆస్థానంలో రెండేళ్ళపాటు ఉన్నాడు.

వివిధ మతాల ప్రతినిధులతో సమావేశం, మతగ్రంథాల పఠనం, సూఫీ సంతులు, యోగులతో చర్చలు జరిపిన అక్బర్ ఒక అభిప్రాయానికి వచ్చాడు. వేర్వేరు మతాల మధ్య తీవ్రమైన విభేదాలున్నా అన్ని మతాల్లోనూ మానవులకు ఉపయోగపడే అంశాలు ఉన్నాయని, వాటిపై ఎలాంటి వివాదం ఉండదని తెలుసుకున్నాడు. ఉమ్మడి అంశాలపై ఎక్కువ దృష్టి పెడితే సమాజంలో శాంతి, సద్భావనను పెంపొందించవచ్చని, ఫలితంగా దేశం బాగుపడుతుందని భావించాడు. దైవానికి చాలా పేర్లు, రూపాలున్నా దేవుడొక్కడే అని గ్రహించాడు. "అన్ని మతాల ప్రభావం కారణంగా అక్బర్‌లో ఒక నిశ్చితమైన అభిప్రాయం ఏర్పడింది. ప్రతి మతంలోనూ వివేచన గల వ్యక్తులున్నప్పుడు, ప్రతి మతంలోనూ జ్ఞానం ఉన్నప్పుడు సత్యాన్ని ఒక్క మతానికే ఎందుకు పరిమితం చేయాలి? అని అక్బర్ భావించాడు", అని బదౌనీ రాశాడు.

ఈ కారణంగా అక్బర్ క్రమంగా ఇస్లాం మతానికి దూరమయ్యాడు. ఒక కొత్త మతాన్ని స్థాపించాడు. అయితే ఆధునిక చరిత్రకారులు ఈ వాదనను అంగీకరించడానికి సిద్ధంగా లేరు. బదౌనీ విషయాన్ని అనవసరంగా పొడిగించాడని వారు భావిస్తున్నారు. అక్బర్ కొత్త మతాన్ని నెలకొల్పాడని చెప్పడానికి సరైన ఆధారాలు లేవు. కొత్త మతాన్ని అబుల్ ఫజల్, బదౌనీలు తౌహీద్-ఎ-ఇలాహీ అని పిలిచాడు. 'దీన్' అనే పదం 80 ఏళ్ళ తర్వాత కాని ఆ కొత్త మతానికి జతపరచలేదు. తౌహీద్-ఎ-ఇలాహీ అన్నది సూఫీ వాదులు నెలకొల్పిన పథం. కొత్త మతంలో చేరడానికి

సంసిద్ధత వ్యక్తం చేసిన వారిని, చక్రవర్తి ఆమోదించిన వారిని మాత్రమే సభ్యులుగా అంగీకరించేవారు. ఆదివారం నాడే ఈ కార్యక్రమాన్ని నిర్వహించేవారు. కొత్త అభ్యర్థులు తమ శిరస్సును చక్రవర్తి పాదాలపై ఉంచాలి. తర్వాత వారిని చక్రవర్తి పైకి లేపి షస్త్ మంత్రాన్ని పఠించమని చెబుతాడు. "అల్లాహ్-హు-అక్బర్" అనే పదంతో ప్రారంభమయ్యే ఆ మంత్రం పఠించడం ద్వారా కొత్త వారు ఆ మతంలోకి చేరతారు. వారు సాధ్యమైనంత వరకు మాంసాహారానికి దూరంగా ఉండాలి, పేదలకు ఉచిత భోజనాలు ఏర్పాటు చేయాలి, జన్మదినాన్ని పురస్కరించుకొని భిక్షం మోసే వారికి ధనాన్ని పంచిపెట్టాలి. కొత్త మతానికి పవిత్ర గ్రంథాలంటూ ఉండేవి కావు. అలాగే మత బోధకులు కాని, ప్రార్థనా మందిరాలు కాని, మత ఆచారాలు కాని ఉండేవికావు. మత స్వీకార ఉత్సవం తప్ప మరో కార్యక్రమం ఉండేది కాదు. కొత్త సభ్యులను నాలుగు రకాల భక్తులుగా విభజించేవారు. ఆస్తిని త్యాగం చేసిన వారు, ప్రాణాన్ని త్యాగం చేసిన వారు, గౌరవ ప్రతిష్టలను త్యాగం చేసిన వారు, మతాన్ని త్యాగం చేసిన వారిగా వర్గీకరించారు. మతాన్ని త్యజించడమంటే పరిమితమైన సిద్ధాంతాలను, ప్రత్యేక ఆచారాలను వదలుకోవడమే. సూఫీతత్వం కూడా అదే. బలవంతంగా కాని, ధనాశ చూపి కాని కొత్త వారిని తన మతంలో చేర్చుకునేవాడు కాదు అక్బర్. నిజానికి, ఉన్నత స్థానాల్లో ఉన్న అనేక మంది హిందూ సంస్థానాధీశులు కొత్త మతంలో చేరడానికి తిరస్కరించారు. రాజా బీర్బల్ ఒక్కడే అందుకు మినహాయింపు. అయితే అక్బర్ స్థాపించిన కొత్త మతంలోని నాలుగు తరగతులను తమ్హీద్-ఎ-ఇలాహీతో జతపరచలేము. ఈ రెండు వేర్వేరు పంథాలు. తమ్హీద్-ఎ-ఇలాహీలో సభ్యులుగా చేరిన వారందరూ చక్రవర్తి శిష్యులు (మురీద్). మురీద్‌లను చేర్చుకునే ప్రక్రియకు రాజకీయ ప్రాధాన్యత కూడా ఉండేదని స్పష్టంగా గోచరిస్తుంది. తనకు విధేయులుగా ఉంటూ శాంతి-సద్భావన సూత్రం ఆధారంగా సామ్రాజ్యాన్ని పాలించే (అధికారులు) వారు అవసరమని గుర్తించిన అక్బర్ మురీద్‌ల వ్యవస్థకు శ్రీకారం చుట్టాడు. రాజ్యంలో మతాలకు అతీతంగా ప్రజలను గౌరవించాలని అతడు సంకల్పించాడు. బదౌనీ లాంటి సాంప్రదాయవాదులు లౌకికవాద రాజ్య సిద్ధాంతాన్ని సమర్థించనూ లేదు, ఆ ఆలోచనతో ఏకీభవించనూలేదు. శిష్యులను (మురీద్) చేర్చుకోవాలన్న అక్బర్ నిర్ణయాన్ని బదౌనీ విమర్శించాడు. భజనపరులు, తాంత్రికుల పొగడ్తలతో అక్బర్ భిన్నంగా ఆలోచించడం మొదలుపెట్టాడని, ఈ యుగానికి తానే సంపూర్ణమైన పురుషుడినన్న స్పృహను పెంచుకున్నాడని బదౌనీ నిశితంగా వ్యాఖ్యానించాడు. వందిమాగధుల ప్రోద్బలంతోనే సార్వభౌముని (చక్రవర్తి) పాదాల ముందు నేలను చుంబించే సాంప్రదాయాన్ని అక్బర్ ప్రవేశపెట్టాడు. దానిని పబోస్ అని పిలిచేవారు.

అలాంటి సాంప్రదాయం అప్పటి వరకు దేవుడి వరకే పరిమితమై ఉండేది. అంటే ప్రార్థనాలయాల్లో శిలావిగ్రహం ముందు నేలపై భక్తులు శిరస్సు వంచి ముద్దు పెట్టుకునేవారు. పాలకులు అతీంద్రియ, ఆధ్యాత్మిక శక్తులను తమలో విలీనం చేసుకున్న (?) దృష్టాంతాలు ఎన్నో వున్నాయి. అబుల్ ఫజల్ ప్రకారం ప్రజలు ఆధ్యాత్మిక మార్గదర్శకత్వం కోసం పాలకుడి వైపు చూడడం స్వాభావికం. ఈ కోవలోనే ప్రజలను ఆధ్యాత్మిక మార్గాన తన నేతృత్వంలో తీసుకెళ్ళి, వైషమ్యాల స్థానంలో సామరస్యాన్ని ఏర్పాటు చేసేందుకు అక్బర్ అన్ని విధాలా అర్హుడని అబుల్ ఫజల్ అభిప్రాయపడ్డాడు.

అక్బర్ మరణంతోనే తమ్హీద్-ఎ-ఇలాహీ కూడా అంతరించింది. కాని మురీద్‌లను నమోదు చేసి వారితో షస్త్‌ను (మంత్రాన్ని) పలికించే సాంప్రదాయాన్ని జహంగీర్ కూడా కొంత కాలం కొనసాగించాడు. అయితే ఉన్నతాధికారులను (సంస్థానాధీశులు) చక్రవర్తికి వ్యక్తిగతంగా కట్టుబడి ఉండేలా చేయడంలో అక్బర్ విజయం సాధించాడు. చాలా మంది ఆస్థాన ప్రముఖులు తాము చక్రవర్తి శిష్యులమని చెప్పుకోవడానికి ఎంతో గర్వపడేవారు. రాజకీయ సామాజిక వ్యవహారాల్లో సనాతనవాదాన్ని వారు చాలా వరకు సమర్థించలేదు. అయితే ఒక కుసంప్రదాయం మాత్రం అలాగే కొనసాగింది. చక్రవర్తికి ఏవో అతీంద్రియ శక్తులు ఉన్నాయని, అతడి స్పర్శకు వ్యాధులు నయమవుతాయని, లేదా అతడు మంత్రించి ఊదిన నీరు తారకమంత్రంగా పని చేస్తుందన్న నమ్మకం ప్రజల్లో అలాగే ఉండిపోయింది. ఔరంగజేబు లాంటి క్రమశిక్షణ గల పాలకుడు కూడా ఆ నమ్మకాన్ని కదిలించలేకపోయాడు.

వివిధ మతాల మధ్య శాంతి, సామరస్యాన్ని ఇతర పద్ధతుల్లో కూడా పెంపొందించేందుకు అక్బర్ ప్రయత్నించాడు. సంస్కృతం, అరబిక్, గ్రీకు తదితర భాషల్లో వెలువడిన సాహిత్యాన్ని పార్సీలోకి అనువాదం చేసేందుకు అతడు ఒక పెద్ద తర్జుమా విభాగాన్ని ఏర్పాటు చేశాడు. ఆ విధంగా సింఘన్ బత్తీసీ, అధర్వవేద, బైబిల్‌లను తొలుత అనువాదం చేయించాడు. ఆ తర్వాత మహాభారతం, గీత, రామాయణాలను పార్సీలోకి అనువదించారు. పంచతంత్రతో సహా అనేక గ్రంథాలు కూడా అనువదించబడ్డాయి. ముఖ్యంగా ఖగోళ శాస్త్రం మీద అనేక గ్రంథాలు వెలువడ్డాయి. ఖురాన్ కూడా బహుశా తొలిసారిగా పార్సీలోకి అనువాదమైంది.

అనేక సామాజిక, విద్య సంస్కరణలను కూడా అక్బర్ ప్రవేశపెట్టాడు. సతి సహగమనాన్ని నిషేధించాడు. విధవరాలు స్వయంగా సిద్ధమైతే తప్ప సతీని అనుమతించే వారు కాదు. భర్తలతో పక్కను పంచుకోని యుక్త వయస్సు బాలికలను సతి నుండి మినహాయించారు. విధవల పునర్వివాహాన్ని చట్టబద్ధం చేశారు. తొలి

భార్య గొడ్రాలు అయితే తప్ప ద్వితీయ వివాహాన్ని సమర్థించేవాడు కాదు. బాలికల వివాహ వయస్సును 14 సంవత్సరాలకు, బాలల వివాహ వయస్సును 16 సంవత్సరాలకు పెంచారు. మద్యం అమ్మకాలపై కఠినమైన ఆంక్షలు ఉండేవి. అయితే పై చర్యలన్నీ సత్ఫలితాలను ఇచ్చాయని చెప్పలేము. సామాజిక సంస్కరణలు చాలా వరకు ప్రజల సహకారంతోనే విజయవంత మవుతాయి. మూఢ నమ్మకాల కాలంలో అక్బర్ పరిపాలన చేశాడు. సహజంగానే, అతడు ప్రవేశపెట్టిన సామాజిక సంస్కరణలు పరిమిత స్థాయిలోనే విజయవంతమయ్యాయి.

విద్యా వ్యవస్థను కూడా అక్బర్ సంస్కరించాడు. పాఠ్యాంశాలలో నైతిక విద్య, గణితం లౌకికవాద అంశాలైన వ్యవసాయం, ఖగోళ శాస్త్రం, పరిపాలనా శాస్త్రం, తత్త్వశాస్త్రం, చరిత్ర తదితర వాటికి అధిక ప్రాధాన్యత ఇచ్చడు. కవులు, కళాకారులు, సంగీత విద్వాంసులు, చిత్రకారులను పోషించాడు. నవరత్నాల్లాంటి ప్రతిభావంతులు అతడి ఆస్థానంలో ఉండేవారు. ఆ విధంగా అక్బర్ పాలనలో రాజ్యానికి లౌకికవాద, ఉదారవాద (సామాజిక, సాంస్కృతిక రంగాల్లో) స్వభావం ఉండేది.

పద్నాలుగవ అధ్యాయం

దక్కను - దక్షిణ భారతం

(1656 వరకు)

బహమనీ రాజ్యం విచ్ఛిన్నమై మూడు ప్రత్యేక రాజ్యాలుగా ఏర్పడింది. అవి : అహ్మద్‌నగర్, బీజాపూర్, గోల్కొండ. ఈ మూడు రాజ్యాలు ఏకమై విజయనగర సామ్రాజ్యాన్ని తళ్ళికోట సమీపంలోని బన్నిహట్టి వద్ద 1565లో ఘోరంగా ఓడించాయి. ఈ విజయం తర్వాత దక్కన్ రాష్ట్రాలు (రాజ్యాలు) మళ్ళీ పాత పద్ధతుల్లోకి వెళ్ళాయి. ఆధిపత్యం కోసం ఘర్షణపడ్డాయి. సారవంతమైన నేలలు కలిగి సుసంపన్నంగా ఉన్న షోలాపూర్ ప్రాంతంపై అహ్మద్‌నగర్, బీజాపూర్ రెండూ తమ హక్కును ప్రకటించాయి. యుద్ధాలు కాని, వివాహ బంధాలు కాని ఈ వివాదాన్ని పరిష్కరించలేకపోయాయి. అలాగే బీదర్‌ను హస్తగతం చేసుకోవాలన్న ఆకాంక్ష ఇరు రాజ్యాలకూ ఉండేది. ఉత్తర ప్రాంతంలో ఉన్న బేరార్‌ను కూడా స్వాధీనం చేసుకోవాలని అహ్మద్‌నగర్ భావించింది. పూర్వపు బహమనీ పాలకుల వారసులైన నిజాం షాహీలు తమకు తాము ఉన్నత వంశానికి చెందిన వారుగా ప్రకటించుకున్నారు. దక్కను ప్రాంతంలో తమ ఆధిపత్యాన్ని అందరూ అంగీకరించాలని వారు కోరుకున్నారు. బీజాపూర్ పాలకులే కాకుండా గుజరాత్ రాజులు కూడా నిజాం షాహీ సామ్రాజ్య కాంక్షను తీవ్రంగా వ్యతిరేకించారు. అదే సందర్భంలో గుజరాత్ పాలకులకు సంపన్నమైన కొంకణ్ ప్రాంతం, అలాగే బేరార్‌పై ఆధిపత్యం వహించాలన్న కోరిక ఉండేది. ఈ లక్ష్యసాధన కోసం అహ్మద్‌నగర్‌తో యుద్ధం కూడా చేశారు. అలా దక్కను ప్రాంతంలో అధికార సమతుల్యం మారకుండా జాగ్రత్త పడ్డారు. నల్‌దుర్గ్‌పై ఆధిపత్యం కోసం బీజాపూర్, గోల్కొండ రాజ్యాలు ఘర్షణపడ్డాయి.

గోల్కొండ ఖిల్లా

1572లో గుజరాత్‌పై మొగల్ పాలకుల దండయాత్ర పరిస్థితిని పూర్తిగా మార్చి వేసింది. గుజరాత్ స్వాధీనమైన తర్వాత దక్కను ప్రాంతంపై మొగల్ సైన్యాలు దృష్టి సారించేవే. అయితే అక్బర్ ఇతర వ్యవహారాల్లో తలమునకలై ఉండడంతో ఆ సమయంలో దక్కను ప్రాంతంపై అంతగా ఆసక్తి చూపలేదు. ఈ పరిస్థితిని తనకు అనుకూలంగా మలచుకున్న అహ్మద్‌నగర్ బేరార్‌ను ఆక్రమించింది. వాస్తవానికి అహ్మద్‌నగర్, బీజాపూర్ రాజ్యాలు ఒక ఒప్పందానికి వచ్చాయి. దాని ప్రకారం బీజాపూర్‌కు దక్షిణ ప్రాంతంలో తన రాజ్య సరిహద్దులను విస్తరించుకోవడానికి వెసులుబాటు ఉంటుంది. అది కూడా విజయనగర సామ్రాజ్యాన్ని బలహీనపరచి కొత్త ప్రాంతాలను స్వాధీనం చేసుకోవడానికి బీజాపూర్‌కు పూర్తి స్వేచ్ఛ లభించింది. బేరార్‌ను అహ్మద్‌నగర్ స్వాధీనం చేసుకోవడంతో గోల్కొండ కూడా విజయనగర సామ్రాజ్య పరిధిలో ఉన్న ప్రాంతాలను హస్తగతం చేసుకోవాలని ఆసక్తి చూపింది. ఆ విధంగా చూస్తే దక్కను రాజ్యాలన్నీ సామ్రాజ్యవాద శక్తులుగానే కనిపిస్తాయి.

ఈ కాలంలో గమనించదగ్గ మరో ముఖ్యమైన పరిణామం దక్కను వ్యవహారాలపై మరాఠాలు ఎక్కువగా ఆసక్తి చూపడం. బహమనీ రాజ్యంలోని వివిధ ప్రాంతాల్లో మరాఠాలు సైనిక స్థావరాలను ఏర్పాటు చేశారు. అలాంటి స్థావరాలను బర్గీలని పిలిచేవారు. కింది స్థాయిలో రెవెన్యూ వ్యవహారాలన్నింటిని దక్కనీ బ్రాహ్మణులే చూసేవారు. బహమనీ పాలకుల సేవలో ఉన్నత స్థాయికి ఎదిగిన కొన్ని మరాఠా

కుటుంబాలు మోరే, నింబాల్కర్, ఘాట్గే వంశాలకు చెందినవి. వాటికి మన్‌సబ్‌లు లేదా జాగీర్లు అనే పేర్లు కూడా ఉండేవి. వీరు శక్తివంతమైన భూస్వాములుగా ఉండేవారు. దక్కనులో వారిని సాధారణంగా దేశ్‌ముఖ్‌లని పిలిచేవారు. అయితే రాజ్‌పుత్రుల వలే వీరికి విశాలమైన రాజ్యాలంటూ ఉండేవికావు. వారు స్వతంత్రులు కూడా కాదు. రెండవది, వీరి వంశాలు విస్తారమైనవి కావు. కష్టాలు వచ్చినప్పుడు లేదా సైనిక సంఘర్షణలు తలెత్తినప్పుడు ఆదుకోవడానికి ఒక బలమైన వర్గమంటూ ఉండేది కాదు. కనుక చాలా మంది మరాఠా సర్దార్లు ఏ ఎండకు ఆ గొడుగు పట్టే రకం. తమ విధేయతలను అట్టే మార్చేసే వారు. తరచూ దుస్సహాసానికి పాల్పడేవారు. ఏది ఏమైనా దక్కను ప్రాంతంలో భూస్వామ్య వర్గానికి మరాఠాలు వెన్నెముకగా ఉండేవారు. వీరి స్థాయి ఉత్తర భారతంలోని రాజ్‌పుత్రులతో సమానంగా ఉండేదని చెప్పవచ్చు.

17వ శతాబ్ది మధ్య భాగంలో దక్కను పాలకులు మరాఠాలను తమ వైపునకు తిప్పుకోవడానికి అనేక చర్యలు తీసుకున్నారు. దానిని ఒక నిర్దిష్టమైన విధానంగా మార్చేశారు. దక్కనులోని మూడు ప్రధానమైన రాజ్యాలలో మరాఠాలు ఉన్నతమైన పదవులు పొందారు. 1535లో బీజాపూర్ సింహాసనాన్ని అధిష్టించిన ఇబ్రహీం ఆదిల్ షా ఈ విధానాన్ని గట్టిగా సమర్థించాడు. అతడు 30,000 మరాఠా బర్గీలను తన సైన్యంలో అనుమతించాడని, రెవెన్యూ వ్యవస్థలో మరాఠాలకు ప్రాధాన్యతనిచ్చాడని చెబుతారు. అన్ని స్థాయిలలో జమా బందీలను మరాఠీ భాషలో నమోదు చేయాలని ఆదిల్ షా అధికారులను ఆదేశించినట్లు తెలుస్తోంది. రాజ్యసేవలో ఉన్న పాత కుటుంబాలకు అన్ని సౌకర్యాలు కల్పించడమే కాకుండా భోంస్లే, చవాన్ వంశాలకు చెందిన కుటుంబాలను కూడా బీజాపూర్ రాజ్యంలో పదవులు ఇచ్చి సత్కరించాడు ఆదిల్ షా. దౌత్యపరమైన విధులకు బ్రాహ్మణులనే ఎక్కువగా వాడుకున్నాడు. అందుకే బ్రాహ్మణుడైన కంకోజీ నర్సీని అహ్మద్‌నగర్ పాలకులు 'పేష్వా' బిరుదుతో సత్కరించారు. అహ్మద్‌నగర్, గోల్కొండ రాజ్యాలలో కూడా మరాఠాలు కీలకమైన పాత్రను పోషించారు. భూస్వాములు, పెత్తందార్లతో స్థానికంగా పొత్తు పెట్టుకునే విధానాన్ని అక్బర్ కంటే చాలా ముందుగా దక్కను పాలకులు అవలంబించారని దీనిని బట్టి మనకు అర్థమవుతుంది.

దక్కను వైపు మొగల్ పాలకుల ప్రయాణం :

ఉత్తర భారతంలో తమ సామ్రాజ్యాన్ని పటిష్టం చేసుకున్న తర్వాత మొగల్ పాలకులు దక్కను ప్రాంతంపై దృష్టి సారించడం సహజ పరిణామం. దక్షిణ, ఉత్తర

భారతాన్ని వింధ్య పర్వతాలు విభజిస్తూ భౌగోళిక అడ్డంకి సృష్టించినా అవి ఛేదించలేని రక్షణ కవచాలు మాత్రం కావు. ప్రయాణీకులు, వ్యాపారులు, తీర్థయాత్రికులు, మత బోధకులు... ఇలా ఎందరో ఎప్పటి నుండో ఉత్తర, దక్షిణ ప్రాంతాల మధ్య రాకపోకలు సాగిస్తూ ఉండేవారు. ఆ విధంగా రెండు ప్రాంతాల మధ్య సాంస్కృతిక బంధం ఏర్పడింది. రెండు ప్రాంతాల సంస్కృతులు విభిన్నమైన లక్షణాలు కలిగి ఉన్నా సాంస్కృతిక రంగంలో ఏకాభిప్రాయం ఉండేది. దక్కనుపై తుగ్లక్‌ల దాడి, ఉత్తర-దక్షిణ ప్రాంతాల మధ్య సంచార-రవాణా వ్యవస్థ బలపడిన నేపథ్యంలో సాంస్కృతిక, వ్యాపార రంగాల్లో కూడా సంబంధాలు విస్తరించాయి. ఢిల్లీ సుల్తానుల రాజ్యం పతనం కావడంతో ఉపాధి కోల్పోయిన ఎందరో సూఫీ సంతులు, సాహిత్య, సంగీతకారులు బహమనీ పాలకులను ఆశ్రయించారు. రాజకీయంగా కూడా ఉత్తర-దక్షిణ ప్రాంతాల మధ్య అంతరాలు ఉండేవి కావు. పశ్చిమ ప్రాంతంలోని గుజరాత్, మాల్వా పాలకులు, ఈశాన్యంలోని ఒరిస్సా పాలకులు దక్షిణ భారత రాజకీయ వ్యవహారాల్లో నిరంతరంగా జోక్యం చేసుకున్న విషయాన్ని మనం పూర్వపు అధ్యయాల్లో తెలుసుకున్నాము. ఈ నేపథ్యంలో గుజరాత్, మాల్వాలను 1560, 70లలో స్వాధీనం చేసుకున్న మొగల్ పాలకులు దక్కను రాజకీయ వ్యవహారాల నుండి దూరంగా ఉండలేకపోయారు. 1576లో మొగల్ సైన్యం ఖండేష్‌ను ఆక్రమించుకొని అక్కడి పాలకులను లొంగదీసుకుంది. అయితే అత్యవసర వ్యవహారాలవల్ల అక్బర్ తన దృష్టిని వేరే ప్రాంతం వైపు కేంద్రీకరించాడు. 1586 నుండి 1598 వరకు 12 ఏళ్ళపాటు అక్బర్ లాహోర్‌లో ఉంటూ ఉత్తర-పశ్చిమ ప్రాంతాల్లో పరిస్థితిని అదుపులోకి తెచ్చాడు. ఈ అంతరాల కాలంలో దక్కను వ్యవహారాలు క్షీణించాయి.

చార్‌మినార్

దక్కను రాజకీయ విద్వేషాలతో రగిలిపోయింది. దక్కను రాజ్యాలు తరచూ యుద్ధాలకు పాల్పడ్డాయి. పాలకుడు మరణిస్తే అతడి వారసుల మధ్య అంతర్గత పోరు తీవ్రంగా నడిచేది. ఇందులో దక్కనీలు, కొత్తవారి (అఫాకీ లేదా ఘరీబ్) మధ్య సంఘర్షణ ప్రస్ఫుటమయ్యేది. దక్కనీల్లో కూడా హబ్షీలు (ఆఫ్రికన్లు), ఆఫ్ఘాన్లు ప్రత్యేక వర్గాలుగా ఉండేవారు. ఈ వర్గాలు, ముఠాలకు స్థానిక ప్రజల జీవన విధానం, సంస్కృతితో ఏ మాత్రం సంబంధం ఉండేదికాదు. దక్కను రాజ్యాల సైనిక, రాజకీయ

వ్యవస్థల్లో ముగాథాల ప్రవేశం సామాజిక, సాంస్కృతిక రంగాల్లో ఎలాంటి మార్పులకు దోహదపడలేదు. ఫలితంగా పాలకులు, సంస్థానాధీశులు ప్రజల విధేయతను ఇసుమంతైనా పొందలేకపోయారు.

మతపరమైన సంఘర్షణలు, వివాదాలవల్ల పరిస్థితి మరింత దిగజారింది. 15వ శతాబ్దం తొలినాళ్ళలో సఫావిద్ వంశం నేతృత్వంలో ఇరాన్‌లో షియా రాజ్యం ఏర్పడింది. మొదటి నుండి షియా వర్గం అణచివేయబడింది. అయితే ఇరాన్‌లో షియాతత్త్వం అధికార మతం కావడంతో ఉత్సాహం పరుగులెత్తిన షియాలు తమ వైరి వర్గాన్ని ఊచకోత కోసారు. సున్నీలను వేటాడారు. ఈ కారణంగా సున్నీ తెగకు చెందిన ఉన్నత కుటుంబాలు మధ్య ఆసియా, పశ్చిమాసియా దేశాల నుండి భారత్‌కు వలస వచ్చాయి. అక్బర్ ఆస్థానంలో శరణు పొందాయి. అక్కడ షియా, సున్నీల మధ్య వివక్ష ఉండేది కాదు. గోల్కొండ లాంటి కొన్ని దక్కను రాజ్యాలు షియాతత్త్వాన్ని అధికార మతంగా ప్రకటించాయి. బీజాపూర్, అహ్మద్‌నగర్ ఆస్థానాల్లో కూడా షియా వర్గం బలంగా ఉండేది. అయితే ఆయా సందర్భాల్లోనే తన ప్రాబల్యాన్ని చాటుకొనే వారు. ఈ కారణంగానే వర్గ వైషమ్యాలు మరింత పెచ్చరిల్లాయి.

దక్కనులో మహదవీ సిద్ధాంతాలు కూడా విస్తృతంగా వ్యాపించాయి. ప్రతిశకంలో ప్రవక్త కుటుంబం నుండి ఒకరు ప్రత్యక్షమై మతాన్ని పటిష్టం చేసి ధర్మాన్ని గెలిపిస్తారని ముస్లింలు నమ్మారు. అలాంటి వ్యక్తిని మహదీ అని పిలిచేవారు. వివిధ దేశాల్లో ఆయా కాలాల్లో చాలా మంది మహదీలు ప్రత్యక్షమైనా 16వ శతాబ్ది చివరికి ఇస్లాం మతం వెయ్యి సంవత్సరాలు పూర్తి చేసుకోవడంతో ఇస్లామిక్ ప్రపంచమంతటా కొత్త ఆశలు రేకెత్తాయి. జౌన్‌పూర్‌లో జన్మించిన సయిద్ మహమ్మద్ అనే వ్యక్తి తనను తాను మహదీగా ప్రకటించుకున్నాడు. ఇతడు 15వ శతాబ్ది తొలియార్థంలో జన్మించాడు. భారతదేశంలో, ఇస్లామిక్ ప్రపంచంలో విస్తృతంగా పర్యటించాడు. ప్రజల్లో ఉత్సాహాన్ని నింపాడు. దక్కనుతో సహా దేశంలోని వివిధ ప్రాంతాల్లో అధ్యయన కేంద్రాలను (దాయరా) నెలకొల్పి తన ఆలోచనలు, సిద్ధాంతాలను ప్రచారం చేశాడు. షియాతత్త్వంతోపాటు మహదీ పంథాను కూడా సనాతన ముస్లిం పెద్దలు తీవ్రంగా వ్యతిరేకించారు. అదే సందర్భంలో షియాలు, మహదీల మధ్య ఎలాంటి సద్భావనా ఉండేది కాదు. ఈ నేపథ్యంలోనే అక్బర్ సుల్హ్-కుల్ (శాంతి-సామరస్యం) విధానాన్ని ప్రవేశపెట్టాడు. దక్కను రాజ్యాల్లో తీవ్రస్థాయిలో ఉన్న వర్గ వైషమ్యాలు మొగలు సామ్రాజ్యానికి కూడా విస్తరించగలవని అక్బర్ ఆందోళన చెందాడు.

పోర్చుగీసుల ప్రాబల్యం పెరగడం కూడా అక్బర్‌కు ఆందోళన కలిగించింది.

మక్కాకు తీర్థయాత్రపై వెళుతున్న యాత్రికులను పోర్చుగీసు నావికాదళం అడ్డుకొనేది. రాచరిక కుటుంబానికి చెందిన మహిళలను కూడా వారు వేధించేవారు. తమకు ఆధిపత్యం ఉన్న ప్రాంతాల్లో పోర్చుగీసు సైనికులు కిరాతక చర్యలకు పాల్పడడం అక్బర్‌కు ఆగ్రహాన్ని తెప్పించింది. తమ ప్రాబల్యాన్ని భారత ప్రధాన భూభాగంలో కూడా విస్తరించడానికి పోర్చుగీసు పాలకులు నిరంతరం ప్రయత్నించేవారు. సూరత్‌పై ఆధిపత్యం వహించేందుకు కూడా ప్రయత్నించారు. అయితే సకాలంలో మొగల్ సైనికాధికారి ఒకడు జోక్యం చేసుకోవడంతో పోర్చుగీసు సైన్యం వెనక్కి తగ్గింది. దక్కను ప్రాంతాలను మొగల్ సామ్రాజ్యంలో విలీనం చేసినట్లయితే పోర్చుగీసు వారిని కనీసం అదుపులోనైనా పెట్టవచ్చని అక్బర్ భావించాడు. పోర్చుగీసు సైన్యాన్ని పూర్తిగా నిర్వీర్యం చేయలేకపోయినా వ్యాపార మార్గాల్లో వారి జోక్యాన్ని తగ్గించాలని తలపోశాడు. ఈ కారణాలవల్లే దక్కను వ్యవహారాల్లో అక్బర్ జోక్యం చేసుకున్నాడు.

బేరార్, అహ్మద్‌నగర్, ఖండేష్‌ల స్వాధీనం :

భారతదేశమంతటిపై తనకు హక్కు ఉందని అక్బర్ ప్రకటించాడు. రాజ్‌పుత్ర పాలకుల వలే దక్కను రాజ్యాలు కూడా మొగల్ సామ్రాజ్య ఆధిపత్యాన్ని అంగీకరించాలని అతడు కోరుకున్నాడు. మొగల్ సామ్రాజ్యానికి లోబడి సన్నిహిత సంబంధాలు కొనసాగించాలని కోరుతూ అతడు దక్కను పాలకుల వద్దకు పంపిన రాయబారాలు ఆశించిన ఫలితాలివ్వలేదు. మొగల్ పాలకులు తమపై సైనికపరమైన ఒత్తిడిని పెంచనంతవరకు మొగల్ సామ్రాజ్య ఆధిపత్యాన్ని అంగీకరించే స్థితిలో దక్కను పాలకులు లేరు.

1591లో అక్బర్ దౌత్యపరమైన దాడిని ప్రారంభించాడు. మొగల్ ఆధిపత్యాన్ని అంగీకరించాల్సిందిగా కోరుతూ దక్కను పాలకులకు రాయబారం పంపారు. అనుకున్నట్లే దక్కను పాలకులు ఆ ప్రతిపాదనను తిరస్కరించారు. ఒక్క ఖండేష్ సంస్థానమే అందుకు మినహాయింపు. మొగల్ సామ్రాజ్య సరిహద్దుకు దగ్గరగా ఉండడంవల్ల ఖండేష్ సాహసోపేతమైన నిర్ణయం తీసుకోలేకపోయింది. మొగల్ ఆధిపత్యాన్ని అంగీకరిస్తున్నట్లు ప్రకటించింది. అయితే అహ్మద్‌నగర్ పాలకుడు బుర్హాన్ మొగల్ రాయబారి పట్ల అనుచితంగా వ్యవహరించాడు. ఇతర పాలకులు స్నేహ సంబంధాలు పాటిస్తామని హామీ మాత్రమే ఇచ్చారు. దక్కను విషయంలో ఇక అక్బర్ నిర్దిష్టమైన చర్యలు తీసుకుంటాడన్న పరిస్థితి ఉండేది. 1595లో బుర్హాన్ మరణం తర్వాత నిజాంషాహీ వారసుల మధ్య అంతర్గత పోరు తలెత్తడంతో అక్బర్‌కు మంచి అవకాశం లభించింది. అహ్మద్‌నగర్ గద్దెపై నలుగురు తమ హక్కును ప్రకటించారు.

వారికి వేర్వేరు వర్గాల మద్దతు ఉండేది. అయితే బుర్హాన్ కుమారుడైన బహదూర్ వాదనకు బలముండేది. బీజాపూర్ పాలకుడు ఇబ్రహీం ఆదిల్ షా-2 బహదూర్‌ను సమర్థించడానికి సిద్ధమయ్యాడు. బుర్హాన్ సోదరి అయిన చాంద్ బీబీ పూర్వపు బీజాపూర్ పాలకుడి విధవ. ఆ పాలకుడు ఇబ్రహీంకు పినతండ్రి. ఇబ్రహీం షా బాలుడిగా ఉన్నపుడు చాంద్‌బీబీ బీజాపూర్‌ను పదేళ్ళపాటు నిరాఘాటంగా పాలించింది. బుర్హాన్ మరణం తర్వాత అతడి కుటుంబానికి ధైర్యం చెప్పేందుకు ఆమె అహ్మద్‌నగర్‌కు వెళ్ళింది. అయితే తన అల్లుడికి (బహదూర్) మద్దతుగా అక్కడే స్థిరపడింది. ఈ నేపథ్యంలో వైరి వర్గానికి చెందిన వారు అహ్మద్‌నగర్ వారసత్వం విషయంలో జోక్యం చేసుకోవలసిందిగా మొగల్ పాలకులను ఆహ్వానించారు. అప్పుడు ప్రారంభమైన సంఘర్షణ అహ్మద్‌నగర్‌పై ఆధిపత్యం కోసం బీజాపూర్, మొగల్ పాలకులు మధ్య ప్రత్యక్ష పోరుగా రూపాంతరం చెందింది.

గుజరాత్ సుబేదారు అయిన రాకుమారుడు మురాద్ మొగల్ సైన్యానికి నేతృత్వం వహించాడు. అతడికి అబ్దుర్ రహీం ఖాన్-ఎ-ఖానన్ తోడ్పాటునందించాడు. మొగల్ సైన్యానికి సహకారం అందించాల్సిందిగా ఖండేష్ పాలకునికి కబురు పంపారు. అహ్మద్‌నగర్ సంస్థానాధీశుల మధ్య అంతర్యుద్ధం కారణంగా మొగల్ సైన్యాలకు ఎలాంటి ప్రతిఘటన ఎదురు కాలేదు. అయితే రాజధాని అహ్మద్‌నగర్‌కు చేరిన తర్వాత పరిస్థితి ఒక్కసారిగా మారిపోయింది. బాలుడైన బహదూర్‌ను తనతో అంటిపెట్టుకున్న చాంద్‌బీబీ కోటలో ఉండిపోయింది. నాలుగు మాసాలపాటు దిగ్బంధనంలో ఉన్న కోటను చాంద్‌బీబీ తన అసమాన ధైర్య సాహసాలతో రక్షించగలిగింది. అనంతరం ఇరు వర్గాలు ఒక ఒప్పందానికి వచ్చాయి. దాని ప్రకారం బేరార్‌ను మొగల్ సామ్రాజ్యానికి ధారాదత్తం చేశారు. ప్రతిగా బహదూర్‌ను (అహ్మద్‌నగర్) రాజుగా మొగల్ పాలకులు గుర్తించారు. మొగల్ ఆధిపత్యాన్ని కూడా అహ్మద్‌నగర్ అంగీకరించింది. ఇది 1596లో జరిగింది.

బేరార్ మొగల్ పాలకుల వశం కావడంతో దక్కను రాజ్యాలు ఆందోళన చెందాయి. బేరార్‌లో మొగల్ సైన్యాలు పాతుకుపోతే దక్కనులో ఏ క్షణమైనా జోక్యం చేసుకునే వెసులుబాటు మొగల్ పాలకులకు ఉంటుందని అవి గట్టిగా నమ్మాయి. అందుకే బేరార్ విషయంలో అహ్మద్‌నగర్‌కు మద్దతునిచ్చి మొగల్ సైన్యానికి ఎన్నో అడ్డంకులు సృష్టించాయి. బీజాపూర్, గోల్కొండ, అహ్మద్‌నగర్ రాజ్యాలు సంయుక్తంగా బేరార్‌పై దాడి చేశాయి. సంకీర్ణ సైన్యానికి బీజాపూర్ సైనికాధికారి ఒకడు నాయకత్వం వహించాడు. 1597లో జరిగిన ఈ భీకర యుద్ధంలో తమకంటే మూడింతల సంఖ్యలో ఉన్న దక్కను సైన్యాలను మొగలులు ఓడించారు. పరిస్థితి చేజారుతుండడంతో

బీజాపూర్, గోల్కొండ సైన్యాలు కదనరంగం నుండి నిష్క్రమించాయి. చాంద్‌బీబీని ఒంటరిగా వదలి వెళ్ళాయి. 1596లో కుదుర్చుకున్న ఒప్పందానికి కట్టుబడి ఉండాలని చాంద్‌బీబీ భావించినా బేరార్‌లో మొగల్ సైన్యంపై తన సంస్థానాధీశులు కొనసాగిస్తున్న దాడులను ఆపలేకపోయింది. దీనితో మొగల్ సైన్యాలు రెండోసారి అహ్మద్‌నగర్‌పై దాడి చేశాయి. ఏ ప్రాంతం నుండి సహాయం లభించకపోవడంతో చాంద్‌బీబీ చర్చలకు శ్రీకారం చుట్టింది. అయితే ద్రోహానికి పాల్పడిందన్న నిందమోపి వైరి వర్గానికి చెందిన సంస్థానాధీశులు చాంద్‌బీబీని హత్య చేశారు. ఆ విధంగా దక్కను రాజకీయాలపై చెరగని ముద్ర వేసిన ఒక మహోన్నత వ్యక్తి జీవితానికి తెరపడింది. మొగల్ సైన్యం మరోమారు విజృంభించి అహ్మద్‌నగర్‌ను ఆక్రమించింది. బాలుడైన బహదూర్‌ను గ్వాలియర్ కోటకు తరలించారు. బాలాఘాట్ కూడా మొగల్ సామ్రాజ్యంలో విలీనమైంది. అహ్మద్‌నగర్‌లో మొగల్ సైనిక స్థావరం ఏర్పడింది. ఇది 1600లో జరిగింది.

అయితే అహ్మద్‌నగర్ స్వాధీనం దక్కనులో అక్బర్ సమస్యలను పూర్తిగా పరిష్కరించలేకపోయింది. నిజాం షాహీ రాకుమారుడు గాని, స్థాయిగల సంస్థానాధీశుడు కాని లేకపోవడంతో చర్చించడానికి ఎవరూ మిగల్లేదు. అదే సమయంలో అహ్మద్‌నగర్‌ను దాటి ముందుకు వెళ్ళడానికి మొగల్ సైన్యం సిద్ధంగా లేదు. రాజ్యంలోని మిగతా ప్రాంతాలను హస్తగతం చేసుకోవడానికి కూడా ప్రయత్నించలేదు. మొగల్ సైనికాధికారులు మధ్య తరచూ కీచులాటలు జరుగుతుండడంతో పరిస్థితి మరింత గందరగోళంగా తయారైంది.

పరిస్థితిని స్వయంగా అధ్యయనం చేసేందుకు అక్బర్ మాల్వా మీదుగా ఖండేష్‌కు చేరుకున్నాడు. ఖండేష్ మీదుగా అహ్మద్‌నగర్‌కు బయల్దేరిన రాకుమారుడు దానియాల్‌కు ఖండేష్ పాలకుడు ఎలాంటి మర్యాదలు చేయలేదని అక్బర్ తెలుసుకున్నాడు. దాంతో ఖండేష్‌లోని అసిర్‌గఢ్ కోటను స్వాధీనం చేసుకోవాలని అక్బర్ ఆసక్తి చూపాడు. దక్కను ప్రాంతంలోనే ప్రబలమైన కోటగా అసిర్‌గఢ్‌కు పేరు ఉండేది. ముట్టడిని చాలా రోజులు ఎదుర్కోలేకపోయిన అక్కడి పాలకుడు (1601) లొంగిపోయాడు. అనంతరం ఖండేష్ కూడా మొగల్ సామ్రాజ్యంలో అంతర్భాగమైంది.

ఈలోపు రాకుమారుడు దానియాల్ (ఇతడు అక్బర్ చివరి కుమారుడు) అహ్మద్‌నగర్ పాలకుడు ముర్తజా నిజాం షాతో ఒప్పందం కుదుర్చుకున్నాడు. అహ్మద్‌నగర్ పతనమైన తర్వాత ముర్తజాను అక్కడి సంస్థానాధీశులు రాజుగా ఎన్నుకున్నారు. ఒప్పందం ప్రకారం అహ్మద్‌నగర్, బాలాఘాట్, తెలంగాణాలోని

కొన్ని భాగాలను మొగలులకు ధారదత్తం చేశారు. మిగతా ప్రాంతం ముర్తజా నిజాం షా నియంత్రణలోకి వచ్చింది. ఎప్పుడూ తిరుగుబాటు చేయనని, మొగల్ సామ్రాజ్యానికి విధేయుడినై ఉంటానని ముర్తజా ఒప్పుకున్న తర్వాతే ఈ ఒప్పందాన్ని బలపరిచారు. 1601లో ఈ ఒప్పందం కుదిరింది.

అసిర్‌గఢ్‌ను స్వాధీనం చేసుకున్న తర్వాత ఉత్తర భారతంలో తన కుమారుడు సలీం జరిపిన తిరుగుబాటును అణచివేయడానికి అక్బర్ బయల్దేరి వెళ్ళాడు. ఖందేష్, బేరార్, బాలాఘాట్‌ల స్వాధీనం, అహ్మద్‌నగర్ కోటపై నియంత్రణ గొప్ప విజయాలైనప్పటికీ మొగల్ పాలకులు ఈ ప్రాంతంలో తమ ప్రాబల్యాన్ని సుస్థిరం చేసుకోవలసి ఉంది. బీజాపూర్‌తో అవగాహన ఏర్పడకుంటే దక్కను సమస్యకు శాశ్వత పరిష్కారం లభించడం అంత సులభం కాదని అక్బర్ గ్రహించాడు. అందుకే ఇబ్రహీం ఆదిల్ షా-2కు అశ్వాసం ఇస్తూ రాయబారాలు పంపాడు. తన కుమార్తెను రాకుమారుడు దానియాల్‌కు ఇచ్చి వివాహం జరిపించేందుకు ఆదిల్ షా సంసిద్ధతను వ్యక్తం చేశాడు. అయితే పెళ్ళి జరిగిన కొంత కాలానికే (1602లో) దానియాల్ మద్యానికి బానిసై మృత్యువాత పడ్డాడు. ఈ క్రమంలో దక్కను ప్రాంతంలో పరిస్థితులు విషమంగా మారాయి. అక్బర్ వారసుడు జహంగీర్ వాటిపై దృష్టి సారించాల్సి వచ్చింది.

మాలిక్ అంబర్ ఎదుగుదల - మొగల్ యత్నాలకు విఘాతం :

అహ్మద్‌నగర్ పతనం, బహదూర్ నిజాంషా పట్టుబడిన తర్వాత ఆ రాజ్యం అన్ని విధాలా విచ్ఛిన్నమయింది. పొరుగు రాజ్యాలు దానిని పంచుకోవాలని భావించాయి. కాని మాలిక్ అంబర్ అనే పోరాట యోధుడు ఆ పరిస్థితులు తలెత్తకుండా నివారించాడు. మాలిక్ అంబర్ అబిసీనీయుడు (ఆఫ్రికా), ఇథోపియాలో జన్మించాడు. అతడి తొలి జీవితం, వ్యాపకం గురించి మనకు పెద్దగా తెలియదు. పేదలైన అతడి తల్లితండ్రులు మాలిక్ అంబర్‌ను బాగ్దాద్ బానిస మార్కెట్‌లో అమ్మివేసినట్లు తెలుస్తోంది. కాలక్రమంలో అతడిని ఓ ధనిక వ్యాపారి కొనుగోలు చేసి బాగా పోషించాడు. తనతోపాటు అప్పటికే సంపన్నమైన ప్రాంతంగా గుర్తింపు పొందిన దక్కనుకు మాలిక్ అంబర్‌ను తీసుకువచ్చాడు. ముర్తజా నిజాం షా హయాంలో ప్రముఖుడిగా వెలుగొందిన చంగేజ్ అనే సంస్థానాధీశుని సేవలో మాలిక్ అంబర్ ఉన్నత స్థాయికి ఎదిగాడు. అహ్మద్‌నగర్‌ను మొగల్ సైన్యం ముట్టడించినపుడు అంబర్ తొలుత బీజాపూర్ వెళ్ళి తన అదృష్టాన్ని పరీక్షించుకోవాలనుకున్నాడు. కాని అనతి కాలంలో వెనుదిరిగి వచ్చాడు. చాంద్‌బీబీకి ప్రత్యర్థి అయిన హబ్షీ (అబిసినియా) వర్గంలో చేరాడు. ఈ వర్గం బీజాపూర్‌లో ప్రబలమైన శక్తిగా ఉండేది. అహ్మద్‌నగర్ పతనమైన తర్వాత

బీజాపూర్ పాలకుడి సహాయంతో మాలిక్ అంబర్ ఒక నిజాం షాహీ రాకుమారుడిని గుర్తించి అతడికి ముర్తజా నిజాం షా-2 అనే బిరుదాంకితుడిని చేసి అహ్మద్‌నగర్ గద్దెపై ప్రతిష్టింపచేశాడు. తాను పేష్వాగా బాధ్యతలు స్వీకరించాడు. పేష్వా అన్న బిరుదు అహ్మద్‌నగర్ రాజ్యంలో అంతకు పూర్వం సర్వసాధారణంగా అమల్లో ఉండేది. మాలిక్ అంబర్ మరాఠా బర్గీలు చాలా మందిని తన చుట్టూ చేరదీశాడు. మరాఠా సైనికులు చురుకుగా ముందుకు చొచ్చుకుపోవడంలో నేర్పరులు. దోపిడీకి పాల్పడుతూ శత్రు సైన్యాల సరఫరా వ్యవస్థను విచ్ఛిన్నం చేయడంతో సిద్ధహస్తులుగా పేరు గాంచారు. దక్కనులో గెరిల్లా తరహా యుద్ధ తంత్రాన్ని నిర్వహించడం మరాఠాలకు సాంప్రదాయంగా ఉండేది. అయితే మొగలులు ఈ తరహా యుద్ధానికి అలవాటు పడలేదు. మరాఠాల సహాయంతో బేరార్‌లో మొగల్ సైన్యం నిలదొక్కుకోకుండా చేశాడు అంబర్. అలాగే అహ్మద్‌నగర్, బాలాఘాట్‌లో మొగల్ సైన్యాన్ని ముప్పుతిప్పలు పెట్టాడు.

ఆ సమయంలో దక్కను ప్రాంతానికి మొగల్ సైనికాధికారిగా అబ్దుర్ రహీం ఖాన్-ఎ-ఖానన్ ఉండేవాడు. అతడు ఒక సమర్థుడైన సేనానే కాక జిత్తులమారి రాజకీయవేత్తగా కూడా. తెలంగాణా ప్రాంతంలోని నాందేడ్ సమీపంలో 1601లో అబ్దుర్ రహీం మాలిక్ అంబర్‌ను చిత్తుగా ఓడించాడు. అయితే నిజాం షాహీ రాజ్యంలో సుస్థిరత నెలకొనాలంటే అంబర్ లాంటి సమర్థుడైన అధికారి అవసరమని భావించిన రహీం అంబర్‌తో చేతులు కలిపాడు. మరోవైపు అంబర్ కూడా రహీంతో స్నేహం చేయడానికి సిద్ధమయ్యాడు. మొగలులతో చెలిమి చేస్తే రాజ్యంలోని తన ప్రత్యర్థి వర్గాలను మట్టుబెట్టవచ్చని అంబర్ భావించాడు. అయితే అక్బర్ మరణం తర్వాత దక్కనులో మొగలుల ప్రాబల్యం క్షీణించింది. మొగల్ సైనికాధికారుల మధ్య తీవ్రస్థాయిలో విభేదాలు తలెత్తడంతో వారి పరిస్థితి బలహీనపడింది. ఈ నేపథ్యంలో మొగల్ సైన్యాలను బేరార్, బాలాఘాట్, అహ్మద్‌నగర్‌ల నుండి తరిమికొట్టేందుకు అంబర్ ఒక భీషణమైన పోరాటాన్ని ప్రారంభించాడు. ఈ యుద్ధంలో అంబర్‌కు బీజాపూర్ పాలకుడు ఇబ్రహీం ఆదిల్‌షా అండగా నిలిచాడు. మొగలులు, బీజాపూర్ మధ్య అహ్మద్‌నగర్ ఒక శక్తివంతమైన రాజ్యంగా ఎదగాలని ఆదిల్‌షా కాంక్షించాడు. అలా జరిగితే బీజాపూర్‌ను మొగల్ సైన్యాల బారిని రక్షించుకోవచ్చని భావించాడు. తెలంగాణలోని కాందహార్ అనే శక్తివంతమైన కోటను అంబర్ కుటుంబానికి ఆదిల్‌షా అప్పజెప్పాడు. వస్తుసామాగ్రి, ధనధాన్యాలు దాచుకోవడానికి కూడా ఆ కోటను అంబర్ ఉపయోగించుకున్నాడు. అంబర్‌కు సహాయంగా పది వేల మంది ఆశ్వికులను కూడా ఆదిల్‌షా సమకూర్చాడు. ఈ ఆశ్విక దళం పోషణకు ఓ ప్రాంతాన్ని ప్రత్యేకంగా

కేటాయించాడు. బీజాపూర్‌లోని ప్రముఖ ఇథోపియా సంస్థానాధీశుని కుమార్తెను మాలిక్ అంబర్‌తో వివాహం జరిపించాడు. 1609లో ఈ వివాహం అత్యంత వైభవంగా జరిగింది. ఆదిల్ షా కట్నం రూపంలో పెద్ద మొత్తాన్ని చెల్లించడమే కాకుండా ఒక్క బాణాసంచా కోసమే 80,000 రూపాయలు ఖర్చు చేశాడు.

ఒకవైపు బీజాపూర్, మరోవైపు మరాఠాల మద్దతుతో అంబర్ ఖాన్-ఎ-ఖానన్‌ను బుర్హాన్‌పూర్‌కు ఉపసంహరించుకునేలా చేశాడు. ఆ విధంగా 1610 నాటికి దక్కనులో అక్బర్ సాధించిన విజయాలన్నీ నీరుగారిపోయాయి. రాకుమారుడు పర్వేజ్ నేతృత్వంలో ఓ పెద్ద సైన్యాన్ని జహంగీర్ దక్కను ప్రాంతానికి పంపించినా మాలిక్ అంబర్ విసిరిన సవాలును అతడు ఎదుర్కోలేకపోయాడు. మొగలులు అహ్మద్‌నగర్‌ను కూడా కోల్పోయారు. మాలిక్ అంబర్ ఏకపక్షంగా విధించిన షరతుల ఆధారంగా మొగలులు శాంతి ఒప్పందాన్ని కుదుర్చుకోవలసి వచ్చింది.

మాలిక్ అంబర్ కార్యకలాపాలు విస్తరించసాగాయి. దక్కనులో మరాఠాలు, ఇతర శక్తుల తోడ్పాటు ఉన్నంత వరకు అంబర్‌ను ఏమి చేయలేని స్థితిలో మొగలులు ఉండిపోయారు. అయితే కాలక్రమంలో అంబర్ అహంకారంతో విర్రవీగాడు. భాగస్వాములను దూరం చేసుకున్నాడు. దక్కను ప్రాంతానికి వైస్రాయ్‌గా మరోమారు నియమితుడైన ఖాన్-ఎ-ఖానన్ ఈ పరిస్థితిని అవకాశంగా తీసుకొని హబ్షీలను, జగ్దేవ్‌రాయ్, బాబాజీ కాటే, ఉదాజీరామ్ తదితర మరాఠా వీరులను తన వైపునకు తిప్పుకున్నాడు. మరాఠాల ప్రాధాన్యతను జహంగీర్ అప్పటికే గ్రహించాడు. “మరాఠాలు బలిష్టులు. ఆ దేశంలో (దక్కను) వారు ప్రతిఘటనకు ముఖ్య కేంద్రంగా వున్నారు”, అని జహీంగీర్ తన స్మృతుల్లో రాసుకున్నాడు. మరాఠా సర్దార్ల సహాయంతో 1616లో బీజాపూర్, అహ్మద్‌నగర్, గోల్కొండల సంకీర్ణ సైన్యాన్ని ఖాన్-ఎ-ఖానన్ కోలుకోని విధంగా దెబ్బతీశాడు. నిజాం షాహీల కొత్త రాజధాని అయిన ఖిర్కీని మొగల్ సైన్యాలు స్వాధీనం చేసుకొని, తిరిగి వెళ్ళేముందు అక్కడి భవంతులు అన్నింటిని అగ్నికి ఆహుతి చేశాయి. యుద్ధంలో ఓటమి మొగల్ వ్యతిరేక కూటమిని కదిలించివేసింది. అయితే అంబర్ తన ప్రతిఘటనను మాత్రం ఆపలేదు. ఖాన్-ఎ-ఖానన్ సాధించిన విజయాన్ని సుస్థిరం చేయడానికి రాకుమారుడు ఖుర్రం నేతృత్వంలో ఓ పెద్ద సైన్యాన్ని జహంగీర్ దక్కను ప్రాంతానికి 1618లో పంపించాడు. మొగల్ సైన్యంతో ముప్పు తప్పదని గ్రహించిన అంబర్ లొంగిపోయాడు. కాని ఇక్కడ గమనించాల్సిన విషయం ఏమిటంటే ఒప్పందం కుదిరిన తర్వాత జహంగీర్ దక్కనులో మొగల్ సామ్రాజ్యాన్ని విస్తరించడానికి ప్రయత్నించలేదు. అక్బర్ హయాంలో స్వాధీనం చేసుకున్న ప్రాంతాలను నిలబెట్టుకోవాలని కూడా ఆరాటపడలేదు. సైనికపరంగా బలహీనంగా లేకపోయినా

ఉద్దేశ్యపూర్వకంగానే తన దక్కను విధానాన్ని జహంగీర్ అమలు చేశాడు. దక్కనులో మొగల్ సైన్యాలు స్థిరపడాలని అతడు కోరుకోలేదు. లేదా దక్కను వ్యవహారాల్లో పూర్తిగా కూరుకుపోవాలని భావించలేదు. తన ఉదారవాద విధానంవల్ల దక్కను రాజ్యాలు సుస్థిరతను పెంచుకొని మొగల్ సామ్రాజ్యంతో శాంతియుతంగా సహజీవనం చేయగలవని జహంగీర్ ఆశించాడు. ఈ విధానంలో అంతర్భాగంగా బీజాపూర్‌ను మొగల్ సామ్రాజ్యం వైపు తిప్పుకోవాలని అతడు ప్రయత్నించాడు. ఆ దిశలో ఆదిల్‌షాను పుత్రునిగా సంబోధిస్తూ ఒక ఫర్మానాను పంపాడు.

ఎన్ని ఎదురుదెబ్బలు తిన్నప్పటికీ మాలిక్ అంబర్ మొగల్ సైన్యాలకు వ్యతిరేకంగా ప్రతిఘటనను కొనసాగించాడు. ఫలితంగా దక్కను ప్రాంతంలో శాంతి కరువైంది. అయితే రెండేళ్ళ తర్వాత మరోసారి దక్కను సంకీర్ణ సైన్యాలు మొగలుల చేతిలో తీవ్ర పరాభవాన్ని చవిచూశాయి. మొగలుల నుండి స్వాధీనం చేసుకున్న ప్రాంతాలన్నింటిని అంబర్ తిరిగి అప్పజెప్పాడు. అదనంగా మరో 14 కోసుల ప్రాంతాన్ని మొగలులకు సమర్పించుకున్నాడు. దక్కను రాజ్యాలు మొగల్ సామ్రాజ్యానికి 5,000,000 రూపాయల కప్పాన్ని చెల్లించాల్సి వచ్చింది. పై విజయాలు సాధించిన ఘనత రాకుమారుడు ఖుర్రంకే దక్కింది.

ఒక దాని వెంట ఒకటిగా పరాజయాలను చవిచూసిన దక్కను రాజ్యాలు మొగల్ వ్యతిరేక కూటమిని రద్దు చేశాయి. ఆ రాజ్యాల మధ్య పాత కక్షలు మళ్ళీ భగ్గుమన్నాయి. అహ్మద్‌నగర్, బీజాపూర్ రాజ్యాల మధ్య వివాదాస్పదంగా మారిన షోలాపూర్‌ను తిరిగి స్వాధీనం చేసుకోవడానికి అంబర్ బీజాపూర్‌తో అనేకసార్లు ఘర్షణపడ్డాడు. మెరుపుదాడి జరిపి బీజాపూర్ కొత్త రాజధాని నౌరస్‌పూర్‌కు చేరుకున్నాడు. నగరాన్ని తగులబెట్టాడు. ఇబ్రహీం ఆదిల్‌షా కోటలోకి పారిపోయాడు. అంబర్ ప్రాబల్యానికి ఈ దాడిని పరాకాష్టగా పరిగణించవచ్చు.

యుద్ధతంత్రంలో, శక్తిసామర్థ్యాలలో, పట్టుదలలో మంచి ప్రావీణ్యాన్ని చూపినప్పటికీ అంబర్ సాధించిన విజయాలు స్వల్పకాలంలోనే కరిగిపోయాయి. మొగల్ పాలకులతో అతడు రాజీ పడకపోవడమే అందుకు కారణం. అయితే అంబర్ ఎదుగుదలకు ఉన్న ప్రాముఖ్యత ఏమిటంటే దక్కను వ్యవహారాల్లో మరాఠాలకు ఉన్న ప్రాధాన్యతే. అంబర్ నేతృత్వంలో మరాఠాలు సాధించిన విజయం వారిలో నైతిక స్థైర్యాన్ని నింపింది. తదుపరి కాలంలో మరాఠాలు స్వతంత్ర పాత్ర నిర్వహించడానికి బాటలు వేసింది.

నిజాంషాహీ రాజ్యంలో పరిపాలనా వ్యవస్థను మెరుగుపరచడానికి అంబర్ అనేక చర్యలు తీసుకున్నాడు. తోడరమల్ రూపొందించిన రెవెన్యూ వ్యవస్థను

అహ్మదనగర్‌లో ప్రవేశపెట్టాడు. భూములను కౌలుకిచ్చే పాత పద్ధతిని (ఇజారా) రద్దు చేశాడు. దాని స్థానంలో జబ్తీ పద్ధతిని ప్రవేశపెట్టాడు. కౌలుదారి వ్యవస్థ రైతులకు వినాశకారిగా ఉండేది.

1622 తర్వాత జహంగీర్‌పై ఖుర్రం తిరుగుబాటు చేయడంతో దక్కనులో అనిశ్చితి నెలకొంది. మొగలుల ఆధీనంలో ఉన్న చాలా ప్రాంతాలను మాలిక్ అంబర్ తిరిగి హస్తగతం చేసుకోగలిగాడు. దక్కనులో మొగల్ పెత్తనాన్ని సుస్థిరం చేయాలన్న జహంగీర్ ప్రయత్నాలు ఆ విధంగా విఫలమయ్యాయి. అయితే మొగల్ పాలకులతో వైరాన్ని తిరగదోడడం ద్వారా అహ్మద్‌నగర్‌కు కలిగిన దీర్ఘకాలిక ప్రయోజనాలు ఏమిటన్నది సందేహాస్పదమే. ఈ వైరంవల్ల పరిస్థితి మరింత విషమించింది. అహ్మద్‌నగర్ స్వతంత్ర రాజ్యంగా కొనసాగడానికి వీలులేదని షాజహాన్ తీవ్రమైన నిర్ణయం తీసుకున్నాడు. తన 80వ ఏట 1626లో మాలిక్ అంబర్ కన్నుమూశాడు. అయితే అతడు రగిల్చిన కక్షల కుంపటిని అతడి వారసులు భరించాల్సి వచ్చింది.

అహ్మద్‌నగర్ పతనం, మొగల్ సామ్రాజ్యానికి బీజాపూర్, గోల్కొండ దాసోహం

1628లో షాజహాన్ మొగల్ సింహాసనాన్ని అధిష్టించాడు. దక్కనుపై రెండుసార్లు దండయాత్ర నిర్వహించడంతోపాటు తన తండ్రిపై తిరుగుబాటు చేసినపుడు దక్కనులో చాలా కాలం గడిపిన షాజహాన్‌కు ఆ ప్రాంత అనుభవం, వ్యక్తిగత పరిజ్ఞానం, రాజకీయాలపై పూర్తి అవగాహన ఉండేవి. పాలకునిగా షాజహాన్ తొలి కర్తవ్యం దక్కనులో కోల్పోయిన ప్రాంతాలను నిజాంషాహీ పాలకుడి నుండి స్వాధీనం చేసుకోవడమే. ఈ లక్ష్యసాధన కోసం అతడు అనుభవజ్ఞుడైన ఖాన్-ఎ-జహాన్ లోఢీని దక్కనుకు పంపాడు. అయితే లోఢీ ఈ ప్రయత్నంలో విఫలమయ్యాడు. అతడిని మొగల్ ఆస్థానానికి తిరిగి రప్పించారు. ఆ వెంటనే లోఢీ తిరుగుబాటు చేసి నిజాం షా పక్షాన చేరాడు. బేరార్, బాలాఘాట్‌లోని మిగతా ప్రాంతాల నుండి మొగలులను వెలివేసే బాధ్యతను నిజాం షా లోఢీకి అప్పజెప్పాడు. ఒక మొగల్ సంస్థానాధీశుడికి తన కొలువులో ఆశ్రయం కల్పించి నిజాంషా విసిరిన సవాలును షాజహాన్ విస్మరించజాలడు. మాలిక్ అంబర్ మరణం తర్వాత కూడా మొగల్ వ్యతిరేక విధానాన్ని నిజాం షాహీ పాలకుడు కొనసాగించాడని స్పష్టమవుతోంది. బేరార్, బాలాఘాట్‌లలో మొగల్ ఆధిపత్యాన్ని గుర్తించడానికి అతడు నిరాకరించాడు. అహ్మద్‌నగర్ స్వతంత్ర రాజ్యంగా కొనసాగినంత కాలం దక్కనులో మొగలులకు శాంతి లభించదన్న అభిప్రాయానికి షాజహాన్ వచ్చాడు. అక్బర్, జహంగీర్లు అవలంబించిన దక్కను విధానానికి భిన్నంగా షాజహాన్ నిర్ణయాలు తీసుకున్నాడు. అయితే దక్కనులో

అవసరానికి మించి మొగల్ సరిహద్దులు విస్తరించరాదని అతడు భావించాడు. అహ్మద్‌నగర్‌కు వ్యతిరేకంగా తాము జరిపే దాడిలో సహకరిస్తే బీజాపూర్‌కు ఆ రాజ్యంలో మూడోవంతు భూభాగాన్ని అప్పగిస్తామని బీజాపూర్ పాలకుడి ఎదుట షాజహాన్ ఒక ప్రతిపాదన పెట్టాడు. అహ్మద్‌నగర్‌ను సైనికంగా, దౌత్యపరంగా ఒంటరి చేయడానికి షాజహాన్ ఈ వ్యూహం పన్నాడు. అలాగే మొగల్ సామ్రాజ్యసేవలో చేరాల్సిందిగా కోరుతూ మరాఠా సర్దార్ల వద్దకు రాయబారాలు పంపాడు.

తొలుత, షాజహాన్ వేసిన కొన్ని ఎత్తులు పారాయి. మాలిక్ అంబర్ తాను జరిపిన దండయాత్రల్లో ఎంతో మంది బీజాపూర్ సంస్థానాధీశులను ఓడించి చంపివేశాడు. నౌరస్‌పూర్‌ను తగులబెట్టడం, షోలాపూర్‌ను ఆక్రమించుకోవడం లాంటి మాలిక్ అంబర్ చర్యలపై ఆదిల్ షా ఇంకా గుర్రుగానే ఉన్నాడు. అతడు షాజహాన్ ప్రతిపాదనను వెంటనే అంగీకరించాడు. మొగల్ సైన్యానికి సహాయపడేందుకు తన సైనిక బలగాలను నిజాం షాహీ రాజ్య సరిహద్దులపై మోహరించాడు. అదే సమయంలో ప్రముఖ మరాఠా యోధుడైన జాధవ్‌రావ్ దారుణ హత్యకు గురయ్యాడు. మొగల్ పాలకులతో కలిసి కుట్ర పన్నుతాడన్న నెపంతో అతడిని అహ్మద్‌నగర్ పాలకులు హత్య చేశారు. జహంగీర్ హయాంలో అతడు మొగల్ సైన్యానికి మద్దతునిచ్చినా తిరిగి నిజాం షా సేవలో చేరిపోయాడు. జాధవ్‌రావ్ హత్య కారణంగా అతడి అల్లుడైన షాజీ భౌంస్లే (శివాజీ తండ్రి) మొగల్ శిబిరంలోకి ఫిరా యించాడు. తనతోపాటు తన బంధుగణాన్ని కూడా తీసుకెళ్ళాడు. షాజహాన్ షాజీ భోంస్లేకు 5,000 జాత్‌ల మన్‌సబ్‌ను కట్టబెట్టాడు. పూణె ప్రాంతంలో కూడా అతడికి జాగీర్లు ప్రదానం చేశాడు. అనేక మంది ప్రముఖ మరాఠా సర్దార్లు కూడా షాజహాన్ శిబిరంలో చేరారు.

1629లో అహ్మద్‌నగర్‌పై దాడి చేసేందుకు షాజహాన్ పెద్ద సంఖ్యలో సైనిక బలగాలను పంపాడు. అందులో ఒకటి పశ్చిమ ప్రాంతంలోని బాలాఘాట్‌కు, మరొకటి ఈశాన్యంలోని తెలంగాణ ప్రాంతానికి వెళ్ళాయి. సైనిక బలగాల కదలికలను సమన్వయం చేసేందుకు షాజహాన్ స్వయంగా బుర్హాన్‌పూర్‌కు వెళ్ళాడు. తీవ్రమైన ఒత్తిడిని పెంచి అహ్మద్‌నగర్ రాజ్యంలోని చాలా ప్రాంతాలను మొగలులు తమ నియంత్రణలోకి తెచ్చుకున్నారు. రాజ్యంలోని చివరి కీలకస్థావరమైన పరెండా కూడా ముట్టడికి గురైంది. ఈ దశలో నిజాం షా బీజాపూర్ పాలకుడు ఆదిల్‌షాకు ఓ విన్నపాన్ని పంపాడు. అహ్మద్‌నగర్ రాజ్యం దాదాపు మొగల్ సైన్యాల వశమైందని, పరెండా కూడా వారి స్వాధీనమైతే మొత్తం రాజ్యం వారి చేతుల్లోకి వెళుతుందని, అప్పుడు మొగలులు బీజాపూర్ రాజ్యాన్ని కూడా హస్తగతం చేసుకోవడానికి ప్రయత్నిస్తారని హెచ్చరించాడు. ఆ ముప్పును నివారించాలంటే తనకు మద్దతునివ్వాలని

కోలాడు. అహ్మద్‌నగర్‌లో మొగల్ సైన్యాలు సాధిస్తున్న పురోగతిపై అప్పటికే బీజాపూర్ ఆస్థాన ప్రముఖులు కొందరు దిగ్భ్రాంతిని వ్యక్తం చేశారు. వాస్తవానికి, సరిహద్దుపై మోహరించిన బీజాపూర్ సైన్యాలు తటస్థంగా ఉండి పరిస్థితిని గమనించాయి. మొగల్ కార్యకలాపాల్లో ఎలాంటి చురుకైన పాత్ర పోషించకుండా ఉండిపోయాయి. మరోవైపు ఒప్పందం మేరకు నిర్ధారించిన ప్రాంతాలను బీజాపూర్‌కు అప్పగించడానికి మొగల్ పాలకులు నిరాకరించారు. ఫలితంగా ఆదిల్ షా తన నిర్ణయాన్ని మార్చుకున్నాడు. నిజాం షాకు మద్దతు ఇవ్వడానికి సిద్ధమయ్యాడు. షోలాపూర్‌ను బీజాపూర్‌కు ధారాదత్తం చేస్తానని నిజాం షా హామీ ఇచ్చాడు. మారిన రాజకీయ సమీకరణలతో మొగలులు అప్రమత్తమయ్యారు. పరెండాపై ముట్టడిని మరింత బిగించి, మిగతా సైన్యాన్ని ఉపసంహరించుకున్నారు. అయితే అహ్మద్‌నగర్‌లోని అంతర్గత పరిస్థితి మొగలులకు అనుకూలంగా మారింది. మాలిక్ అంబర్ కుమారుడైన ఫత్ ఖాన్ షాజహాన్‌తో రహస్య మంతనాలు జరిపి అతడి ప్రోద్బలంతో నిజాం షాను హత్య చేశాడు. గద్దెపై ఒక కీలుబొమ్మలాటి పాలకుడిని కూర్చోబెట్టాడు. అంతకు ముందు నిజాంషా ఫత్‌ఖాన్‌ను పేష్వాగా నియమించాడు. షాజహాన్‌తో శాంతి ఒప్పందం కుదుర్చుకోవడానికి ఫత్ ఖాన్ సహాయపడగలడని అతడు భావించాడు. కాని అతడి చేతిలోనే హత్యకు గురయ్యాడు. రాజ్యాన్ని తన చెప్పుచేతల్లోకి తీసుకున్న ఫత్ ఖాన్ ప్రార్థనలను షాజహాన్ పేరు మీద చదివాడు. చక్రవర్తి బొమ్మతో నాణేలు ముద్రించాడు. ఇందుకు ప్రతిఫలంగా షాజహాన్ అతడికి పూణె చుట్టూ ఉన్న జాగీరును కట్టబెట్టాడు. అతడిని మొగల్ సేవలోకి తీసుకున్నాడు. ఈ పరిణామంతో ఆగ్రహించిన షాజీ భోంస్లే మొగల్ శిబిరం నుండి బయటికి వచ్చాడు. పై పరిణామాలన్నీ 1632లో సంభవించాయి.

ఫత్‌ఖాన్ లొంగిపోయిన తర్వాత దక్కను వైస్రాయ్‌గా మహబత్ ఖాన్‌ను షాజహాన్ నియమించాడు. తర్వాత ఆగ్రాకు తిరిగి వెళ్ళిపోయాడు. అయితే అనతి కాలంలోనే మహబత్ ఖాన్ కష్టాల్లో చిక్కుకుపోయాడు. షాజీతోసహా నిజాంషాహీ సంస్థానాధీశులు, బీజాపూర్ పాలకుల నుండి వ్యతిరేకతను ఎదుర్కొన్నాడు. పరెండా బీజాపూర్ వశమైంది. ఫత్‌ఖాన్‌కు ధనాశ చూపి దౌలతాబాద్ కోటను కూడా హస్తగతం చేసుకోవాలని బీజాపూర్ పాలకులు ప్రయత్నించారు. ఇతర చోట్ల కూడా మొగల్ ప్రాబల్యానికి సవాళ్ళు ఎదురయ్యాయి.

అహ్మద్‌నగర్ రాజ్యాన్ని పంచుకోవడానికి బీజాపూర్, మొగల్ సైన్యాల మధ్య ఘర్షణ మొదలైందని చెప్పవచ్చు. రందౌలాఖాన్, మురారి పండిట్‌ల నేతృత్వంలో ఒక పెద్ద సైన్యాన్ని దౌలతాబాద్‌కు పంపాడు ఆదిల్ షా. అక్కడ సైనిక స్థావరాన్ని ఏర్పాటు చేయాలని సంకల్పించాడు. షాజీని కూడా బీజాపూర్ సేవలో భాగస్వామిడిని

చేసి మొగల్ సైన్యం సరఫరాలను విచ్ఛిన్నం చేయడానికి ఉపయోగించుకున్నారు. అయితే బీజాపూర్ సైన్యాలు, షాజీ బలగాలు సంయుక్తంగా జరిపిన దాడులు ఎలాంటి ఫలితాలనివ్వ లేకపోయాయి. మహబత్ ఖాన్ దౌలతాబాద్ కోటపై ఎక్కువ దృష్టిని కేంద్రీకరించి 1633లో బీజాపూర్ సైనిక స్థావరాన్ని స్వాధీనం చేసుకున్నాడు. నిజాం షాను గ్వాలియర్ చెరసాలకు తరలించారు. దీనితో నిజాం షాహీ వంశం అంతరించింది. అయితే మొగలులు ఎదుర్కొంటున్న సమస్యలు మాత్రం తొలగిపోలేదు. మాలిక్ అంబర్ తరహాలోనే షాజీ భోంస్లే కూడా ఒక నిజాం షాహీ రాకుమారుడిని గుర్తించి అతడిని పాలకుడిగా తీర్చిదిద్దాడు. ఆదిల్ షా ఏడు నుండి ఎనిమిది వేల మంది ఆశ్వికులను షాజీకి మద్దతుగా పంపాడు. షాజీకి తమ కోటలు అప్పగించాలని నిజాం షాహీ సంస్థానాధీశులకు నచ్చచెప్పాడు. సైన్యం వదలివెళ్ళిన ఎందరో నిజాం షాహీ సైనికులు షాజీ బలగాల్లో చేరారు. దీనితో షాజీ ఆశ్విక దళం సంఖ్య 20,000 వరకు పెరిగింది. ఈ బలగాలతో అతడు మొగల్ సైన్యాన్ని ముప్పతిప్పలు పెట్టాడు. అహ్మద్‌నగర్ రాజ్యంలోని చాలా భాగాలను తన నియంత్రణలోకి తెచ్చుకున్నాడు.

దక్కను ప్రాంత సమస్యలపై వ్యక్తిగత శ్రద్ధ చూపాలని షాజహాన్ ఈ దశలో నిర్ణయించాడు. బీజాపూర్ రాజ్యమే అన్ని సమస్యలకు మూలమని గ్రహించాడు. అందుకే బీజాపూర్‌ను ఆక్రమించడానికి ఓ పెద్ద సైన్యాన్ని పంపాడు. అదే సమయంలో స్నేహ హస్తం అందిస్తూ ఆదిల్‌షాకు రాయబారాలు పంపాడు. అహ్మద్‌నగర్‌లోని ప్రాంతాలను సరిసమానంగా పంచుకుందామని ప్రతిపాదించాడు.

ఒకవైపు స్నేహహస్తం అందిస్తూనే మరోవైపు దక్కనులో దూసుకొచ్చిన షాజహాన్ బీజాపూర్ రాజకీయాలను మరోమారు మార్చివేశాడు. మొగల్ వ్యతిరేక వర్గానికి చెందిన మురారి పండిట్ లాంటి వారిని పదవులను తొలగించి హత్య చేశారు. షాజహాన్‌తో బీజాపూర్ పాలకులు కొత్త ఒప్పందాన్ని కుదుర్చుకున్నారు. ఒప్పందం ప్రకారం మొగల్ ఆధిపత్యాన్ని గుర్తించడానికి ఆదిల్ షా అంగీకరించాడు. కప్పం రూపంలో 20 లక్షల రూపాయలను చెల్లించడానికి ఒప్పుకున్నాడు. గోల్కొండ వ్యవహారాల్లో జోక్యం చేసుకోనని హామీ ఇచ్చాడు. అప్పటికే గోల్కొండ మొగల్ సైన్యాల సంరక్షణలోకి వచ్చి ఉంది. భవిష్యత్తులో గోల్కొండ, బీజాపూర్‌ల మధ్య వివాదం తలెత్తితే పరిష్కరించే బాధ్యతను మొగల్ చక్రవర్తికి అప్పగించారు. షాజీని నియంత్రించడానికి మొగల్ సైన్యానికి సహకారం అందిస్తానని ఆదిల్ షా అంగీకరించాడు. ఒక వేళ బీజాపూర్ రాజ్యసేవలో షాజీ చేరితే అతడిని మొగల్ సరిహద్దులకు దూరంగా దక్షిణానికి పంపాలని నిర్ణయించాడు. ఇందుకు ప్రతిఫలంగా

సంవత్సరానికి 20 లక్షల హొన్లు (సుమారు 80 లక్షల రూపాయలు) ఆదాయాన్ని సమకూర్చే అహ్మద్‌నగర్ ప్రాంతాలను బీజాపూర్‌కు బదిలీ చేశారు. ఒప్పందం షరతులను ఎన్నడూ ఉల్లంఘించమని పేర్కొంటూ తన హస్తముద్రతో కూడిన ఒక ఫర్మానాను షాజహాన్ ఆదిల్ షాకు పంపాడు.

గోల్కొండతో సైతం ఒప్పందం కుదుర్చుకున్న షాజహాన్ దక్కను సమస్యను పూర్తిగా పరిష్కరించాడు. రాజ్య ప్రార్థనలో మొగల్ చక్రవర్తి పేరును చేర్చడానికి, ఇరాన్ చక్రవర్తి పేరు తొలగించడానికి గోల్కొండ పాలకుడు అంగీకరించాడు. మొగల్ చక్రవర్తికి విధేయుడినై ఉంటానని కుతుబ్‌షా వాగ్దానం చేశాడు. అంతకు ముందు బీజాపూర్‌కు గోల్కొండ చెల్లిస్తూ వచ్చిన నాలుగు లక్షల హొన్ల కప్పాన్ని రద్దు చేశారు. దానికి బదులుగా మొగల్ సామ్రాజ్యానికి రెండు లక్షల హొన్లు చెల్లించి సైనిక రక్షణ పొందే విధంగా గోల్కొండతో ఒప్పందం కుదిరింది.

1636లో బీజాపూర్, గోల్కొండలతో కుదుర్చుకున్న ఒప్పందాలు దార్శనికమైనవి. అక్బర్ ఆశయాలను సాధించడానికి అవి షాజహాన్‌కు ఎంతో తోడ్పడ్డాయి. మొగల్ చక్రవర్తి ఆధిపత్యాన్ని ఇప్పుడు దేశం నలువైపులా అంగీకరించారు. మొగల్ పాలకులతో శాంతి ఒప్పందం వల్ల దక్కను రాజ్యాలకు తమ పరిధిని దక్షిణంవైపు విస్తరించడానికి అవకాశం లభించింది.

1636 ఒప్పందం తర్వాతి దశాబ్దంలో బీజాపూర్, గోల్కొండలు సారవంతమైన సంపన్నమైన కర్ణాటక ప్రాంతాన్ని కృష్ణానది నుండి తంజావూరు, దాని అవతలి ప్రాంతాల వరకు స్వాధీనం చేసుకున్నాయి. ఈ ప్రాంతాన్ని సామంతరాజులు పాలించే వారు. వారిలో తంజావూరు నాయక్‌లు, జింజీ, మధురై పాలకులు ఉండేవారు. వీరంతా విజయనగర పూర్వ పాలకుడు రాయలుకు కట్టుబడి ఉండేవారు. ఈ రాజ్యాలపై బీజాపూర్, గోల్కొండలు వరుసగా దాడులు నిర్వహించాయి. షాజహాన్ సహకారంతో స్వాధీనం చేసుకున్న ప్రాంతాలను పంచుకోవడానికి అవి అంగీకరించాయి. మూడింట రెండొంతులు బీజాపూర్‌కు, మూడోవంతు ప్రాంతాలు గోల్కొండ ధారదత్తమయ్యాయి. బీజాపూర్, గోల్కొండల మధ్య చిన్న చిన్న విభేదాలు తరచూ తలెత్తినా అవి సంయుక్తంగా దండయాత్రలు నిర్వహించాయి. అనతి కాలంలోనే ఈ రాజ్యాల విస్తీర్ణం ద్విగుణీకృతం అయ్యింది. తమ ప్రాబల్యాన్ని, సంపదను రెండు రాజ్యాలు శిఖర స్థాయికి తీసుకెళ్ళాయి. తాము స్వాధీనం చేసుకున్న ప్రాంతాలపై బీజాపూర్, గోల్కొండ పాలకులు పట్టు సంపాదించి ఉన్నట్లయితే దక్కనులో చాలా కాలంపాటు శాంతి విలసిల్లేది.

దురదృష్టవశాత్తు గణనీయమైన విస్తరణ ఆ రెండు రాజ్యాల్లో ఉన్న అంతర్గత

సామరస్యాన్ని క్షీణింపచేసింది. షాజీ లాంటి రాజ్యకాంక్ష గల సంస్థానాధీశులు, అతడి కుమారుడు శివాజీ (బీజాపూర్‌లో), గోల్కొండకు చెందిన మీర్ జుమ్లాలు తమ సొంత రాజ్యాలను ఏర్పాటు చేసుకున్నారు. దక్కనులో అధికార సమతుల్యం దెబ్బతిందని మొగలులు కూడా గ్రహించారు. తాము తటస్థంగా ఉండాలంటే కొత్త రాజ్యాలు భారీ మొత్తంలో కప్పాన్ని చెల్లించాల్సి ఉంటుందని వారు షరతు విధించారు. మహమ్మద్ ఆదిల్ షా మరణం తర్వాత (1656) ఈ పరిణామాలు విస్ఫోటన దశకు చేరుకున్నాయి. దక్కను ప్రాంతానికి మొగల్ వైస్రాయ్‌గా ఔరంగజేబు రాక కూడా అందుకు దోహదపడింది. వాటి గురించి తదుపరి అధ్యాయంలో తెలుసుకుందాము.

దక్కను రాజ్యాల సాంస్కృతిక పోషణ :

దక్కను రాజ్యాలు అనేక విధాలుగా సాంస్కృతిక సేవలను అందించాయి. అలీ ఆదిల్ షా (1580) సూఫీవాది. హిందూ, ముస్లిం మతగురువులతో చర్చలు జరపడమంటే అతడికి ఎంతో ఇష్టం. అక్బర్ కంటే ముందుగా అతడు కాథలిక్ మిషనరీలను తన ఆస్థానానికి ఆహ్వానించాడు. అతడికి ఒక విశాలమైన గ్రంథాలయం ఉండేది. గ్రంథాలయాధికారిగా అతడు సంస్కృత విద్వాంసుడు వమన్ పండిట్‌ను నియమించాడు. అతడి వారసులు కూడా సంస్కృత, మరాఠీ భాషలను, సాహితీకృతులను పోషించారు.

అలీ ఆదిల్ షా వారసుడు ఇబ్రహీం ఆదిల్ షా - 2 (1580-1627) తన తొమ్మిదవ ఏట గద్దెనెక్కాడు. పేద వర్గాలపై అతడు దయ చూపేవాడు. అందుకే అతడికి అబ్లా బాబా (పేదల మిత్రుడు) అనే బిరుదు వచ్చింది. సంగీతమంటే అతడు చాలా ఆసక్తి చూపేవాడు. కితాబ్-ఎ-నౌరస్ అనే పాటల గ్రంథాన్ని కూడా రచించాడు. వివిధ రాగాలకు అనుగుణంగా అతడు గేయాలను రచించాడు. నౌరస్‌పూర్ అనే కొత్త రాజధానిని నిర్మించాడు. అక్కడ ఎంతో మంది సంగీత విద్వాంసులను స్థిరపరిచాడు. తన పాటలలో అతడు సరస్వతీ దేవిని స్తుతించాడు. ఇబ్రహీం ఆదిల్ షా -2 ది విశాల దృక్పథం కావడంతో అతడిని 'జగత్ గురు' అని పిలిచేవారు. అతడు అన్ని వర్గాల వారిని ఆదరించాడు, పోషించాడు. ముఖ్యంగా హిందూ సాధువులు, దేవాలయాలను పోషించాడు. మహారాష్ట్రలో భక్తి ఉద్యమానికి కేంద్రంగా వెలసిల్లిన పంఢార్‌పూర్‌లో విఠోబా దేవాలయానికి జాగీరును మంజూరు చేశాడు.

ఇబ్రహీం ఆదిల్ షా-2 పాటించిన ఉదారవాద విధానాన్ని అతడి వారసులు కూడా కొనసాగించారు. అహ్మద్‌నగర్ రాజ్యంలో మరాఠా కుటుంబాలు పోషించిన ముఖ్యమైన పాత్ర గురించి మనం ముందే తెలుసుకున్నాము. కుతుబ్ షాహీలు కూడా

సైనిక, పరిపాలనా, దౌత్యపరమైన అవసరాల కోసం హిందూ-ముస్లింల సేవలను వినియోగించుకున్నారు. ఇబ్రహీం కుతుబ్ షా (1580) హయాంలో మురహరి రావు పేష్వా స్థాయికి ఎదిగాడు. రాజ్యంలో మీర్ జుమ్లా లేదా వజీరు తర్వాత రెండవ స్థాయి పేష్వాది. భూస్వామ్య – సైనిక వర్గాలైన నాయక్‌వారీలు రాజ్యంలో శక్తివంతమైన అధికార కేంద్రంగా ఉండేవారు. కుతుబ్ షాహీ వంశం స్థాపించినప్పటి నుండి రాజ్యంలో వారు అధికారం చెలాయించారు. 1672 నుండి 1687లో మొగలుల నియంత్రణలోకి వెళ్ళే వరకు గోల్కొండ పరిపాలనా, సైనిక వ్యవహారాలను మాదన్న, అక్కన్న సోదరులు శాసించారు.

సాహిత్యకారులకు గోల్కొండ మేధావుల నిడిదిగా విలసిల్లింది. అక్బర్ సమకాలీనుడైన సుల్తాన్ మహమ్మద్ కులీ కుతుబ్ షాకు సాహిత్యం, వాస్తుకళ అంటే ఎంతో ఇష్టం. కళా, సాహిత్యాలను పెంచి పోషించడమే కాకుండా స్వయంగా ఉన్నత శైలి కవితను రచించేవాడు కుతుబ్ షా. అతడు దఖిని ఉర్దూ, పార్సీ, తెలుగు భాషలలో రచనలు చేశాడు. తన మరణానంతరం ఒక పెద్ద గ్రంథాలయాన్ని (దీవాన్) వదలి వెళ్ళాడు. కవిత్వంలో లౌకికవాద ఛాయలు ప్రవేశపెట్టిన మొట్టమొదటి వ్యక్తి కుతుబ్‌షా. కవిత్వంలో దైవాన్ని, ప్రవక్తను స్తుతించడమే కాకుండా ప్రకృతి, ప్రేమ, తన కాలం నాటి సామాజిక జీవితాన్ని కూడా అతడు వర్ణించాడు. ఈ కాలంలో దఖినీ రూపంలో ఉర్దూ అభివృద్ధి చెందడం ముఖ్యమైన పరిణామం. మహమ్మద్ కూలీ కుతుబ్‌షా వారసులు, అనేక మంది ఇతర కవులు, రచయితలు సాహిత్య రచనలకు ఉర్దూ భాషను మాధ్యమంగా ఎంచుకున్నారు. పార్సీకి తోడు తెలుగు, హిందీ భాషల పదాలను, భాషా రూపాలను రచయితలు తమ రచనల్లో వాడుకున్నారు. బీజాపూర్ ఆస్థానంలో కూడా ఉర్దూ భాషను పోషించారు. 17వ శతాబ్ది మధ్య కాలంలో జీవించిన ప్రఖ్యాత కవి నస్రతీ కనక్ నగర్ పాలకుడు రాకుమారుడు మనోహర్, మధుమాలతిల ప్రణయగాథను రచించాడు. 18వ శతాబ్దంలో దక్కను ప్రాంతం నుండి ఉత్తర భారతానికి ఉర్దూ విస్తరించింది.

వాస్తు కళారంగంలో మహమ్మద్ కులీ కుతుబ్‌షా ఎన్నో అందమైన కట్టడాలను నిర్మించాడు. వాటిలో ప్రధానమైనది చార్‌మినార్. 1591-92లో నిర్మాణం పూర్తయిన చార్‌మినార్ కుతుబ్‌షా స్థాపించిన కొత్త నగరం హైదరాబాద్ నడిబొడ్డులో నిలిచింది. చార్‌మినార్ నలువైపులా నాలుగు ఎత్తయిన ఆర్చీలు ఉన్నాయి. కట్టడంపై ఉన్న నాలుగు మినార్లు దానికి ఎనలేని అందాన్ని సమకూర్చాయి. నాలుగు అంతస్తులున్న ఆ మినార్లు 48 మీటర్ల ఎత్తులో ఉన్నాయి. రెండు తెరలు గల ఆర్చీలపై సుందరమైన నక్కాషి చెక్కబడింది. బీజాపూర్ పాలకులు నిర్మాణంలో ఉన్నతమైన ప్రమాణాలు

పాటించేవారు. వాస్తు కళలో వారికి ఎనలేని రుచి ఉండేది. ఈ కాలంలో నిర్మితమైన ప్రముఖ బీజాపూరి కట్టడాల్లో ఇబ్రహీం రౌజా, గోల్ గుంబజ్ ఉన్నాయి. ఇబ్రహీం ఆదిల్ షా సమాధి అయిన మొదటి కట్టడం వాస్తు కళ నైపుణ్యానికి అపూర్వ నిదర్శనం. 1660లో నిర్మితమైన గోల్ గుంబజ్ ప్రపంచంలోనే అతి పెద్ద గోపురాన్ని కలిగి ఉంది. సరిసమాన కొలతలతో నిర్మితమైన గోల్ గుంబజ్‌లో గోపురానికి వాలుగా నాలుగు మూలల్లో మినార్లు ఉన్నాయి. లోపలున్న విశాలమైన గదిలో ఓ వైపు గుసగుసలాడితే మరో వైపు స్పష్టంగా వినబడుతుందని చెబుతారు.

దక్కను రాజ్యాలు మత సామరస్యంలో ఉన్నత ప్రమాణాలు పాటించారని దీనిని బట్టి మనకు తెలుస్తుంది. అలాగే సాహిత్య, సంగీత, వాస్తు కళా రంగాలలో ఆ రాజ్యాలు ఎనలేని కృషి చేశాయి.

ఆ

పదిహేనవ అధ్యాయం

17వ శతాబ్ది తొలియార్థంలో భారతదేశం

భారతదేశంలో రాజకీయ, పరిపాలన పరిణామాలు :

స్థూలంగా చెప్పాలంటే 17వ శతాబ్ది తొలియార్థంలో భారతదేశం అన్ని రంగాల్లో పురోగతిని సాధించింది. ఈ కాలంలో మొగల్ సామ్రాజ్యాన్ని ఇద్దరు సమర్థులైన చక్రవర్తులు పాలించారు. వారు జహంగీర్ (1605-27), షాజహాన్ (1628-58). దక్షిణ భారతంలో కూడా బీజాపూర్, గోల్కొండ రాజ్యాలు అంతర్గత శాంతి, సాంస్కృతిక వికాసానికి అనువైన పరిస్థితులను సృష్టించాయి. అక్బర్ హయాంలో అభివృద్ధి చెందిన పరిపాలనా వ్యవస్థను మొగల్ పాలకులు మరింత సుస్థిరం చేశారు. రాజ్‌పుత్రులతో స్నేహాన్ని కొనసాగించారు. మొగల్ సామ్రాజ్య రాజకీయ పునాదిని మరింత విస్తరించేందుకు ఆఫ్ఘాన్లు, మరాఠాలు లాంటి బలమైన వర్గాలతో జతకట్టారు. తమ రాజధానులను సుందరమైన, అద్భుతమైన కట్టడాలతో అలంకరించారు. చాలా కట్టడాలు పాలరాతితో నిర్మించబడ్డాయి. దేశంలో సాంస్కృతిక జీవనానికి మొగల్ ఆస్థానాన్ని కేంద్రంగా మలచడానికి పాలకులు ప్రయత్నించారు. ఇరాన్, ఉజ్బేకిస్తాన్, ఒట్టోమాన్ తురుష్కులు మొదలైన ప్రబలమైన ఆసియా శక్తులతో భారతదేశ దౌత్య, వ్యాపార సంబంధాలను సుస్థిరం చేయడంలో మొగల్ చక్రవర్తులు క్రియాశీల పాత్రను పోషించారు. ఆ విధంగా భారతదేశ విదేశీ వాణిజ్యాన్ని గణనీయంగా అభివృద్ధి పరిచారు.

విదేశీ వాణిజ్యాన్ని పెంపొందించే దిశలో అనేక చర్యలు తీసుకున్నారు. అందులో భాగంగా ఐరోపా వ్యాపార సంస్థలకు రాయితీలు కల్పించారు. అదే కాలంలో అనేక ప్రతికూల అంశాలు కూడా వెలుగులోకి వచ్చాయి. పాలకవర్గాల ధనసంపత్తి విపరీతంగా పెరిగినా కార్మికులు, కర్షకులు మాత్రం సంపదకు ఆమడ దూరంలో

ఉండిపోయారు. పశ్చిమ దేశాల్లో శాస్త్ర సాంకేతిక పరిజ్ఞానం వృద్ధి చెందుతున్న విషయాన్ని పాలకవర్గాలు విస్మరించాయి. పాలకుడు మరణించినప్పుడల్లా గద్దె కోసం అంతర్గత పోరాటం ప్రబలి రాజకీయ సుస్థిరతకు ముప్పుగా పరిణమించేది. అలాగే ఆర్థిక, సాంస్కృతిక అభివృద్ధి కూడా కుంటుపడేది.

అక్బర్ పెద్ద కుమారుడైన జహంగీర్ ఎలాంటి అడ్డంకులు ఎదుర్కోకుండా సింహాసనాన్ని అధిష్టించగలిగాడు. అక్బర్ జీవించి ఉండగానే జహంగీర్ సోదరులందరూ మద్యానికి బానిసలై మరణించారు. అయితే జహంగీర్ గద్దెనెక్కిన కొంత కాలానికే అతడి పెద్ద కుమారుడు ఖుస్రో తిరుగుబాటు చేశాడు. తండ్రీ కొడుకుల మధ్య సింహాసనానికై ఆధిపత్య పోరు ఆ రోజుల్లో కొత్తేమీ కాదు. జహంగీర్ కూడా అక్బర్‌పై తిరుగుబాటు చేసి కొంత కాలంపాటు మొగల్ సామ్రాజ్యంలో గందరగోళ పరిస్థితులను సృష్టించాడు. అయితే ఖుస్రో జరిపిన తిరుగుబాటు అనతి కాలంలోనే నీరుగారిపోయింది. లాహోర్ సమీపంలో అతడిని జహంగీర్ ఓడించాడు. యుద్ధబందీగా తీసుకొని చెరసాలలో పెట్టాడు.

నాలుగు దశాబ్దాలపాటు మేవార్‌తో సాగిన వైరాన్ని జహంగీర్ ఎలా పరిష్కరించింది మనం ముందే తెలుసుకున్నాము. అక్బర్ నిర్ణయించిన మేరకు దక్కను పరిష్కారాన్ని అంగీకరించని మాలిక్ అంబర్‌ను జహంగీర్ ఎలా ఓడించింది కూడా తెలుసుకున్నాము. ఈశాన్యంలో కూడా సంఘర్షణ జరిగింది. ఆ ప్రాంతంలో ఆఫ్ఘన్ల ప్రాబల్యాన్ని అక్బర్ తీవ్రంగా దెబ్బతీసినప్పటికీ ఈశాన్య బెంగాల్‌లో ఆఫ్ఘాన్ తెగ నాయకులు ఇంకా ప్రబలంగా ఉండేవారు. వారికి ఆ ప్రాంత హిందూ రాజుల మద్దతు ఉండేది. జెస్సోర్, కామ్‌రూప్ (పశ్చిమ అస్సాం), కఛార్ తదితర రాజ్యాల పాలకులు ఆఫ్ఘాన్లకు వత్తాసు పలికేవారు. తన పాలన చివరాంకంలో అక్బర్ బెంగాల్ సుబేదారు రాజా మాన్‌సింగ్‌ను తన ఆస్థానానికి తిరిగి రప్పించాడు. మాన్‌సింగ్ గైర్హాజరిలో ఆఫ్ఘాన్ ముఖ్యనాయకుడు ఉస్మాన్ ఖాన్ ఇతరులతో కలిసి తిరుగుబాటు చేశాడు. జహంగీర్ మాన్‌సింగ్‌ను కొంత కాలంపాటు ఈశాన్య ప్రాంతానికి తిరిగి పంపినా అక్కడ పరిస్థితి మరింత వికృత రూపం దాల్చింది. ప్రఖ్యాత సూఫీ గురువు షేక్ సలీం చిష్టి మనవడైన ఇస్లాం ఖాన్‌ను జహంగీర్ బెంగాల్ సుబేదారుగా నియమించాడు. ఎంతో దూరదృష్టితో, చాకచక్యంతో వ్యవహరించి బెంగాల్ పరిస్థితిని ఇస్లాం ఖాన్ చక్కబెట్టాడు. జెస్సోర్ రాజాతో సహా ఎంతో మంది జమీందార్లను తన వైపు తిప్పుకున్నాడు. కీలక ప్రాంతమైన ఢాకాలో తన ప్రధాన కార్యాలయాన్ని స్థాపించాడు. తిరుగుబాటుదారులను అణచివేయడానికి ఢాకా అనువుగా ఉండేది. తొలుత సోనార్‌గావ్‌ను స్వాధీనం చేసుకోవడానికి తన శక్తియుక్తులన్నీ ధారపోశాడు.

అప్పటి వరకు ఆ ప్రాంతం మూసాఖాన్, అతడి వందిమాగధుల నియంత్రణలో ఉండేది. వారిని బారా భయ్యా (12 మంది సోదరులు) అని పిలిచేవారు. మూడేళ్ళ సుదీర్ఘ పోరాటం తర్వాత సోనార్‌గావ్ స్వాధీనమైంది. వెనువెంటనే మూసా ఖాన్ కూడా లొంగిపోయాడు. అతడిని బందీఖానాకు తరలించారు. తదుపరి వంతు ఉస్మాన్‌ఖాన్‌ది. భీకరమైన పోరులో అతడు ఓటమి పాలయ్యాడు. ఆఫ్ఘాన్ ప్రతిఘటన వెన్నెముక ఈ ఓటమితో విరిగిపోయింది. ఇతర తిరుగుబాటు నాయకులు కూడా లొంగిపోయారు. జెస్సోర్, కామ్‌రూప్ లాంటి చిన్న రాజ్యాలు స్వాధీనమయ్యాయి. ఈశాన్య బెంగాల్‌లో మొగలుల ప్రాబల్యం గట్టిగా పాతుకుపోయింది. ఆ ప్రాంతాన్ని పూర్తి నియంత్రణలో ఉంచుకోవడానికి ప్రాంతీయ రాజధానిని రాజమహల్ నుండి ఢాకాకు మార్చారు. అప్పటికే ఢాకా శీఘ్రగతిన అభివృద్ధి చెందుతోంది.

అక్బర్‌లాగే జహంగీర్ కూడా ప్రజల నమ్మకం ఆధారంగానే మొగల్ సామ్రాజ్యం నిలవగలదని, సైనిక శక్తిపై కాదని గ్రహించాడు. అందుకే ఓడిపోయిన ఆఫ్ఘాన్ తెగ నాయకులు, వారి అనుచరగణంపట్ల సానుభూతితో వ్యవహరించాడు. కొంత కాలం తర్వాత రాజకీయ బందీలుగా ఉన్న బెంగాల్ రాకుమారులు, జమీందార్లను వారి వారి ప్రాంతాలకు తిరిగి పంపించాడు. మూసాఖాన్ కూడా విడుదలయ్యాడు. అతడి జాగీరును తిరిగి అప్పగించాడు. ఆ విధంగా చాలా కాలం తర్వాత బెంగాల్ ప్రాంతంలో శాంతి, ఆర్థిక పురోగతి మళ్లీ సాధ్యమయ్యాయి. ఈ ప్రక్రియకు ఒక నిర్దిష్ట రూపం ఇవ్వడానికి ఆఫ్ఘాన్ నాయకులను కూడా మొగల్ సంస్థానాధీశులుగా చేర్చుకున్నారు. జహంగీర్ హయాంలో ప్రముఖ ఆఫ్ఘాన్ సంస్థానాధీశునిగా ఖాన్-ఎ-జహాన్ లోఢీ ఉండేవాడు. దక్కను ప్రాంతంలో అతడు విశిష్టమైన సేవలను అందించాడు.

1622 నాటికల్లా జహంగీర్ మాలిక్ అంబర్‌ను దారికి తెచ్చాడు. మేవార్‌తో ఒప్పందం కుదుర్చుకున్నాడు. బెంగాల్‌లో శాంతిని నెలకొల్పాడు. జహంగీర్‌కు అప్పటికి 51 సంవత్సరాలే కావడంతో భవిష్యత్తులో సుదీర్ఘకాలంపాటు శాంతి నెలకొనగలదని ఆశించారు. అయితే రెండు పరిణామాలు పరిస్థితిని ఒక్కసారిగా మార్చివేశాయి. మొదటిది, పర్షియన్లు కాందహార్‌ను ఆక్రమించుకొని మొగల్ ప్రతిష్టను దెబ్బతీశారు. రెండవది, జహంగీర్ ఆరోగ్యం క్షీణిస్తుండడంతో వారసుల మధ్య ఆధిపత్య పోరు మొదలైంది. సంస్థానాధీశులు కూడా మరిన్ని అధికారాల కోసం కుయుక్తులు పన్నడం ప్రారంభించారు. ఈ పరిణామాలు నూర్‌జహాన్‌ను రాజకీయ రంగంలోకి రప్పించాయి.

నూర్జహాన్

నూర్జహాన్ జీవిత కథ, షేర్ ఆఫ్ఘాన్ అనే ఇరానీతో ఆమె తొలి వివాహం,

బెంగాల్ మొగల్ సుబేదార్ చేతిలో అతడి మరణం, జహంగీర్ సమీప బంధువైన ఒక వృద్ధుడితో ఆగ్రాలో ఆమె నివాసం, తదుపరి నాలుగేళ్ళకు జహంగీర్‌తో ఆమె వివాహం (1611) అన్నీ మనకు సుపరిచితమే. వాటిని మళ్ళీ విపులంగా చర్చించాల్సిన అవసరం లేదు. ఆలోచనాపరులైన చరిత్రకారులు నూర్జహాన్ మొదటి భర్త మరణానికి జహంగీర్ బాధ్యుడంటే నమ్మరు. మీనా బజార్‌లో యాదృచ్ఛికంగా ఆమె జహంగీర్ కంట పడటం, జహంగీర్ ఆమెను పెళ్లి చేసుకోవడం కూడా వింతేమీ కాదు. నూర్ జహాన్‌ది గౌరవప్రదమైన కుటుంబం. ఆమె తండ్రి ఇదిమదుద్-దౌలాకు జహంగీర్ తన పాలన మొదటి సంవత్సరంలో సంయుక్త దీవాన్‌గా నియమించాడు. ఖుస్రో తిరుగుబాటులో తన కుమారుడు పాల్గొనడంతో దౌలా కొద్ది కాలం పదవికి దూరంగా ఉన్నాడు. తన బాధ్యతల్లో అసమాన ప్రతిభను చూపిన దౌలా, జహంగీర్‌తో నూర్జహాన్ వివాహం జరిగిన అనంతరం ప్రధాన దీవాన్‌గా పదోన్నతి పొందాడు. జహంగీర్‌తో వియ్యం ఏర్పడడంతో దౌలా కుటుంబ సభ్యులు, బంధువులు కూడా బాగా లబ్ధి పొందారు. వారి మన్‌సబ్‌ల స్థాయి పెరిగింది. దౌలా సమర్థుడైన, విధేయుడైన ఉన్నతాధికారిగా నిరూపించుకున్నాడు. పదేళ్ళ తర్వాత తాను మరణించేంత వరకు రాజ్య వ్యవహారాలపై గణనీయమైన ప్రభావం చూపాడు. నూర్జహాన్ సోదరుడు అసఫ్‌ఖాన్ కూడా విద్యావంతుడు, సమర్థుడు. అతడు ఖాన్-ఎ-సమన్‌గా నియమితుడయ్యాడు. చక్రవర్తి విధేయులకే అలాంటి పదవులు లభిస్తాయి. రాకుమారుడు ఖుర్రంతో అసఫ్‌ఖాన్ తన కుమార్తె వివాహం జరిపించాడు. తిరుగుబాటు చేసి ఖుస్రో చెరసాల పాలుకావడంతో ఖుర్రం జహంగీర్‌కు అభిమాన పాత్రునిగా మారాడు. కొందరు ఆధునిక చరిత్రకారుల అభిప్రాయం ప్రకారం నూర్జహాన్ తన తండ్రి, సోదరునితో కలిసి షాజహాన్ తోడ్పాటుతో జహంగీర్ ఆస్థానంలో ఒక వర్గాన్ని ఏర్పరిచింది. ఆ వర్గం జహంగీర్‌ను పూర్తిగా తన చెప్పుచేతల్లో పెట్టుకుంది. దాని మద్దతు లేనిదే ఏ ఉన్నతాధికారి లేదా ఏ సంస్థానాధీశుడు పదోన్నతి పొందలేడు. ఈ కారణంగా ఆస్థానం రెండు వర్గాలుగా చీలిపోయింది. ఒకటి నూర్జహాన్ వర్గం, మరొకటి దాని వైరి వర్గం. నూర్జహాన్ పదవీ కాంక్ష వల్లే షాజహాన్ ఆమె వర్గం నుండి తప్పుకున్నాడని, 1622లో తండ్రిపై తిరుగుబాటు చేశాడని కూడా కొందరు వాదిస్తారు. జహంగీర్ నూర్జహాన్ ప్రభావంలో పూర్తిగా పడిపోయాడని గ్రహించడంవల్లే షాజహాన్ తిరుగుబాటుకు సిద్ధమయ్యాడని చెబుతారు. అయితే కొంత మంది ఇతర చరిత్రకారులు ఈ వాదనతో ఏకీభవించరు. 1622లో తన ఆరోగ్యం క్షీణించేవరకు అన్ని ముఖ్యమైన నిర్ణయాలను జహంగీరే స్వయంగా తీసుకునేవాడు. తన ఆత్మకథలో ఈ విషయాలన్నింటిని అతడు స్పష్టంగా పేర్కొన్నాడు. ఈ కాలంలో నూర్జహాన్

నిర్వహించిన రాజకీయ పాత్ర ఏమిటన్నది స్పష్టంగా తెలియదు. కాని అమె రాచమందిరాన్ని శాసించేది. పార్సీ సాంప్రదాయాలపై ఆధారపడ్డ వస్త్రాధారణ శైలులను ఆమె ప్రవేశపెట్టింది. ఆమె హోదా కారణంగా మొగల్ ఆస్థానంలో పార్సీ కళా, సంస్కృతికి ఎనలేని ఆదరణ లభించింది. నూర్జహాన్ జహంగీర్‌కు ఎప్పుడూ తోడుగా ఉండేది. అతడితోపాటు వేటలో కూడా పాల్గొనేది. ఎందుకంటే ఆమె గుర్రపుస్వారీలో నేర్పరి. అలాగే గురితప్పకుండా బాణాలు సంధించేది. ఈ కారణంగా జహంగీర్‌ను ప్రభావితం చేసే అవకాశం ఆమెకు ఉండేది. తమ పనులు చేసిపెట్టగలదన్న నమ్మకంతో ఆమెను ఎంతో మంది కలిసేవారు. అయితే జహంగీర్ ఏ వర్గంపై ఆధారపడలేదు. నూర్జహాన్ వర్గానికి ఇష్టంలేని సంస్థానాధీశులు సైతం పదోన్నతి పొందడం అందుకు నిదర్శనం. తన వ్యక్తిగత సామర్థ్యం, విజయాల వల్లే షాజహాన్ ఎదిగాడు. అతడి ఎదుగుదలలో నూర్జహాన్ పాత్ర అంటూ ఏమీ లేదు. షాజహాన్‌కు స్వీయ ఆశయాలు ఉండేవి. వాటి గురించి తెలుసుకోలేనంత అమాయకుడేమీ కాదు జహంగీర్. ఏదేమైనా, ఆ రోజుల్లో ఏ పాలకుడు కూడా ఒక సంస్థానాధీశుడిని లేదా రాకుమారుడిని ప్రబలమైన వ్యక్తిగా ఎదగడానికి అనుమతించే వాడు కాదు. లేని పక్షంలో తన సొంత అధికారానికే ముప్పు వాటిల్లుతుంది. జహంగీర్, షాజహాన్‌ల మధ్య ఘర్షణకు మౌలిక కారణం అదే.

షాజహాన్ తిరుగుబాటు

కాందహార్‌ను పర్షియన్లు స్వాధీనం చేసుకున్న నేపథ్యంలో అక్కడికి వెళ్ళి పరిస్థితిని అదుపులో పెట్టాలని షాజహాన్‌ను జహంగీర్ ఆదేశించాడు. కాందహార్ వెళ్ళడానికి షాజహాన్ నిరాకరించడంతోనే తిరుగుబాటు మొదలైంది. కాందహార్ ముట్టడి, తదుపరి స్వాధీనానికి చాలా సమయం పట్టవచ్చని, ఈలోపు మొగల్ ఆస్థానంలో తనకు వ్యతిరేకంగా కుట్ర జరిగే అవకాశముందని షాజహాన్ ఆందోళన చెందాడు. అందుకే అతడు అసాధ్యమైన కోర్కెలను జహంగీర్ ముందుంచాడు. సైన్యంపై సర్వ అధికారాలు తనకే ఇవ్వాలని (దక్కను ప్రాంత పోరాట యోధులతోసహా), పంజాబ్‌పై పూర్తి నియంత్రణ, ముఖ్యమైన కోటల పాలనాధికారం తనకే కట్టబెట్టాలని కోరాడు. షాజహాన్ అనుచిత వైఖరితో జహంగీర్ సహనం కోల్పోయాడు. తన కుమారుడు తిరుగుబాటుకు సన్నద్ధమవుతున్నాడని గ్రహించిన జహంగీర్ పరుషమైన పదజాలంతో షాజహాన్‌కు లేఖలు రాశాడు. కొన్ని కఠినమైన చర్యలు తీసుకున్నాడు. దీంతో పరిస్థితులు మరింత విషమించి సంఘర్షణకు దారి తీశాయి. మాండులో మకాం చేసిన షాజహాన్ ఆగ్రాపై మెరుపుదాడి నిర్వహించి అక్కడి కోటలో భద్రపరచిన

ఖజానాను స్వాధీనం చేసుకోవాలని ప్రయత్నించాడు. షాజహాన్‌కు దక్కను సైన్యం పూర్తిగా సహకారం అందించింది. అక్కడ నియమితులైన మొగల్ అధికారులు కూడా షాజహాన్‌కు మద్దతు పలికారు. గుజరాత్, మాల్వా ప్రాంతాలు కూడా అతడికి మద్దతు ప్రకటించాయి. తన మామ అసఫ్‌ఖాన్‌తో సహా మొగల్ ఆస్థానంలోని కొందరు ముఖ్యమైన అధికారుల సహకారం కూడా షాజహాన్‌కు ఉండేది. అయితే ఢిల్లీ సమీపంలో జరిగిన యుద్ధంలో షాజహాన్ సైన్యాన్ని మహబత్‌ఖాన్ నేతృత్వంలోని మొగల్ సైన్యాలు ఓడించాయి. మేవార్ సైనిక బలగం చూపిన అసమాన ధైర్య సహసాలవల్ల షాజహాన్ ఘోరమైన పరాజయాన్ని తప్పించుకున్నాడు. షాజహాన్ నియంత్రణలోని గుజరాత్‌ను స్వాధీనం చేసుకోవడానికి మరో మొగల్ సైనిక బలగం బయల్దేరింది. మొగల్ ప్రాంతాల నుండి షాజహాన్ వెలివేయబడ్డాడు. ఒకప్పటి శత్రువులైన దక్కను పాలకుల ఆస్థానంలో అతడు శరణు పొందాల్సి వచ్చింది. అయితే అతడు దక్కను దాటుకొని ఒరిస్సాలోకి ప్రవేశించాడు. అక్కడి సుబేదారును ఆశ్చర్యంలో ముంచెత్తుతూ ఆ ప్రాంతాన్ని కైవసం చేసుకున్నాడు. అనతి కాలంలోనే బెంగాల్, బీహార్‌లు కూడా షాజహాన్ నియంత్రణలోకి వచ్చాయి. మరోసారి మహబత్ ఖాన్ రంగంలోకి దిగాడు. అతడి ధాటికి తట్టుకోలేక షాజహాన్ దక్కనుకు తన సైన్యాన్ని మళ్ళీ ఉపసంహరించుకున్నాడు. ఈసారి మొగల్ వ్యతిరేకి అయిన మాలిక్ అంబర్‌తో చేతులు కలిపాడు. అయితే కొంత కాలానికి షాజహాన్ తన తండ్రికి నిర్దిష్టమైన అంశాలతో కూడిన లేఖలు రాశాడు. జహంగీర్ కూడా తన సమర్థుడైన కుమారుడిని క్షమించి అతడితో సంబంధాలు పునరుద్ధరించుకోవాలని భావించాడు. ఒప్పందంలో భాగంగా షాజహాన్ తన కుమారులైన దారా, ఔరంగజేబులను మొగల్ ఆస్థానానికి బందీలుగా పంపాడు. ఖర్చుల నిమిత్తం దక్కనులో కొంత ప్రాంతాన్ని షాజహాన్‌కు కేటాయించాడు. ఇది 1626లో జరిగింది.

మహబత్ ఖాన్

షాజహాన్ తిరుగుబాటువల్ల మొగల్ సామ్రాజ్యంలో నాలుగేళ్ళపాటు అస్థిరత నెలకొంది. కందహార్‌ను కోల్పోయింది. దక్కను రాజ్యాలు తమ పాత ప్రాంతాలను తిరిగి హస్తగతం చేసుకున్నాయి. వ్యవస్థలోని మౌలిక బలహీనతను షాజహాన్ తిరుగుబాటు తెరపైకి తెచ్చింది. ఒక విజయవంతమైన రాకుమారుడు అధికార ప్రతిద్వంద్విగా మారాడు. మరీ ముఖ్యంగా, చక్రవర్తి తన సంపూర్ణ అధికారాన్ని వినియోగించలేని పరిస్థితిలో ఉన్నప్పుడు రాకుమారుడు సమాంతర అధికార కేంద్రంగా ఎదిగాడు. జహంగీర్ అనారోగ్యం కారణంగా అధికారాలన్నీ నూర్జహాన్ హస్తగతం

చేసుకుందని షాజహాన్ పదేపదే ఆరోపించాడు. అయితే షాజహాన్ ఆరోపణను అంగీకరించడం కష్టం. ఎందుకంటే అతడి మామ అసఫ్‌ఖాన్ సామ్రాజ్యానికి దీవాన్‌గా ఉన్నాడు. అలాగే, ఆరోగ్యం దెబ్బతిన్నా జహంగీర్ మేథాపరంగా చురుకుగానే ఉన్నాడు. అతడికి తెలియకుండా నిర్ణయాలు తీసుకునే అవకాశమే లేదు. జహంగీర్ అనారోగ్యంవల్ల మరో ముప్పు కూడా పొంచి వుండేది. పలుకుబడి కలిగిన సంస్థానాధీశుడు ఎవరైనా సామ్రాజ్యంలో నెలకొన్న పరిస్థితిని తనకు అనుకూలంగా మార్చుకొని అధికారాన్ని హస్తగతం చేసుకునే అవకాశం ఉండేది. ఒక అనుకోని ఉదంతం ఈ వాదనను తెరపైకి తెచ్చింది. షాజహాన్ తిరుగుబాటును అణచివేయడంలో కీలకపాత్ర పోషించిన మహబత్‌ఖాన్ అసంతృప్తితో రగిలిపోయేవాడు. తిరుగుబాటు అంతమైన తర్వాత తన అధికారాల్లో కోత విధించడానికి కొందరు ఆస్థాన ప్రముఖులు కుట్ర పన్నుతున్నారని అతడు భావించాడు. ఆస్థానానికి వచ్చి జమాబందీ చెప్పాల్సిందిగా అతడికి ఆదేశాలు అందినప్పుడు మహబత్‌ఖాన్ విధేయులైన రాజ్‌పుత్ర బలగంతో వెళ్ళాడు. కాబుల్‌కు బయల్దేరిన రాచరిక బృందం మార్గమధ్యలో ఝీలం నదిని దాటుతున్నప్పుడు అవకాశం లభించడంతో అతడు చక్రవర్తిని అదుపులోకి తీసుకున్నాడు. నిర్బంధానికి గురి కాని నూర్జహాన్ నదిని దాటుకొని తప్పించుకుంది. కాని మహబత్ ఖాన్‌పై జరిపిన దాడి దారుణంగా విఫలమైంది. నూర్జహాన్ ఇతర పద్ధతుల్లో తన ప్రయత్నాలు మొదలుపెట్టింది. జహంగీర్‌కు బాసటగా నిలవాలనే ఉద్దేశంతో ఆమె మహబత్‌ఖాన్ ఎదుట లొంగిపోయింది. ఆరు నెలల కాలంలోనే మహబత్‌ఖాన్ చేసిన తప్పులను ఆసరాగా చేసుకొన్న నూర్జహాన్ అతడి శిబిరంలో ఉన్న చాలా మంది సంస్థానాధీశులను తనవైపు తిప్పుకుంది. మహబత్ ఖాన్ కేవలం పోరాటయోధుడు మాత్రమే. అతడికి దౌత్యపరమైన, పాలనాపరమైన విషయాలపై అంత అవగాహన ఉండేది కాదు. పైగా అతడి నేతృత్వంలోని రాజ్‌పుత్ర సైనికులు తమ కిరాతక చర్యలవల్ల అపఖ్యాతిని మూటగట్టుకున్నారు. ప్రజల్లో వారిపట్ల తీవ్ర వ్యతిరేకత వ్యక్తమయ్యేది. తన పరిస్థితి బలహీనమైనందని గ్రహించిన మహబత్‌ఖాన్ జహంగీర్‌ను వదలి లాహోర్ ఆస్థానం నుండి పారిపోయాడు. కొంత కాలం తర్వాత అతడు షాజహాన్ శిబిరంలో చేరాడు. అప్పటికే అవకాశం కోసం షాజహాన్ ఎదురు చూస్తూ ఉన్నాడు.

నూర్జహాన్ సాధించిన గొప్ప విజయం మహబత్‌ఖాన్ ఓటమే. పట్టువదలని మనస్తత్వం, శాంతస్వభావంవల్లే ఆమె ఈ విజయం సాధించగలిగింది. అయితే ఆ విజయదరహాసం కొద్ది కాలానికే మాయమైంది. సంవత్సరంలోపే లాహోర్ సమీపంలో జహంగీర్ తుదిశ్వాస విడిచాడు (1627). అపరచాణక్యుడైన అసఫ్‌ఖాన్ తన పావులను

వేగంగా కదిపాడు. తన అల్లుడి పట్టాభిషేకానికి అన్ని ఏర్పాట్లు చేశాడు. ఆస్థాన ప్రముఖులు, సైనికాధికారులు దీవాన్ ప్రోద్బలంతో నూర్జహాన్‌ను గృహ నిర్బంధంలో ఉంచాడు. ఆగ్రాకు వెంటనే రావాలని దక్కనులో ఉన్న షాజహాన్‌కు అసఫ్‌ఖాన్ కబురు పంపాడు. షాజహాన్ ఆగ్రాకు చేరుకున్నాడు. హర్షధ్వానాల మధ్య మొగల్ సింహాసనాన్ని అధిష్టించాడు. అంతకుముందు షాజహాన్ ఆదేశం మేరకు అతడి సోదరుడు, సమీప బంధువులతో సహా వైరిపక్షం వారందరినీ హత్య చేశారు. ఈ ఉదంతంతోపాటు తండ్రులకు వ్యతిరేకంగా జహంగీర్, షాజహాన్‌లు చేసిన తిరుగుబాటువల్ల మొగల్ వంశం భవిష్యత్‌లో తీవ్ర పరిణామాలను చవిచూసింది. తాను చేసిన తప్పులకు షాజహాన్ తగిన మూల్యం చెల్లించుకోవలసి వచ్చింది. గద్దెనెక్కిన తర్వాత షాజహాన్ నూర్జహాన్ ఆస్తి వ్యవహారాలను పరిష్కరించాడు. తాను మరణించేంత వరకు 18 సంవత్సరాలపాటు నూర్జహాన్ ఒంటరి జీవితాన్ని గడపాల్సి వచ్చింది. షాజహాన్ పాలనా కాలం (1628-58) బహుముఖ కార్యకలాపాలతో నిండి ఉంది. అతడు అవలంబించిన దక్కను విధానం గురించి మనం ముందే తెలుసుకున్నాము. ఇప్పుడు మొగల్ పాలకులు అనుసరించిన విదేశాంగ విధానం గురించి చర్చిద్దాము. షాజహాన్ హయాంలోనే భారతదేశ దౌత్య సంబంధాలు పతాక స్థాయికి చేరుకున్నాయి.

మొగలుల విదేశాంగ విధానం

15వ శతాబ్ది ద్వితీయార్థంలో తైమూరిద్ సామ్రాజ్యం విచ్ఛిన్నమైన తర్వాత ఉజ్బేక్, సఫారిద్, ఒట్టోమాన్ సామ్రాజ్యాలు మధ్య ఆసియా, ఇరాన్, టర్కీలలో ఏ విధంగా బలపడింది మనము తెలుసుకున్నాము. మొగలులకు ఉజ్బేక్‌లు ఆగర్భశత్రువులు. బాబర్, ఇతర తైమూరిద్ రాకుమారులను సమర్‌ఖండ్, దాని పరిసర ప్రాంతాల నుండి (ఖురాసన్‌తో సహా) వెలివేయడానికి వారే ప్రధాన కారణం. అదే సమయంలో ఇరాన్ పాలకులు సఫావిద్‌లు ఖురాసన్‌పై తమ హక్కును ప్రకటించడంతో వారితో కూడా ఉజ్బేక్‌లు కయ్యానికి కాలు దువ్వారు. ఖురాసన్ పీఠభూమి ఇరాన్‌ను మధ్య ఆసియాతో జత చేస్తుంది. చైనా, భారత్‌లకు వ్యాపార మార్గాలు ఆ ప్రాంతం గూండానే వెళతాయి. ఉజ్బేక్‌ల నుండి ముప్పును ఎదుర్కోవడానికి సహజంగానే సఫావిద్‌లు, మొగలులు ఏకమయ్యారు. కందహార్ మినహా మిగతా సరిహద్దులపై వారి మధ్య విభేదాలుండేవి కావు. సున్నీలను నిర్దాక్షిణ్యంగా ఊచకోత కోసిన సఫావిద్ పాలకులను వర్గ విద్వేషాలు రెచ్చగొట్టడం ద్వారా నియంత్రించడానికి ఉజ్బేక్‌లు ప్రయత్నించారు. మొగల్ పాలకులు, ఉజ్బేక్ నాయకులిద్దరూ సున్నీ ముస్లింలు. అయితే వర్గ వైషమ్యాలలో కొట్టుకుపోవడానికి మొగలులు సిద్ధపడలేదు.

వారిది విశాలమైన దృక్పథం కావడంతో ఇరాన్ షియా పాలరులతో కలిసి పోరాడటానికి ముందుకు వచ్చారు. సున్నీల శత్రువులైన ఇరాన్ పాలకులతో మొగలులు స్నేహం చేయడంతో ఉజ్బేక్‌లు అసహనానికి గురయ్యారు. ఆఫ్ఘాన్, బలూచీ తెగలను తరచూ రెచ్చగొట్టి షియాలకు వ్యతిరేకంగా వారిని ఏకం చేశారు. ఈ తెగల వారు పెషావర్, కాబుల్‌ల మధ్య ఎక్కువగా నివసించేవారు.

ఆ రోజుల్లో పశ్చిమాసియాలో బహుశా ఒట్టోమాన్ తుర్కుల సామ్రాజ్యమే అత్యంత ప్రబలమైనది. ఒట్టోమాన్ లేదా ఉస్మానీ తురుష్కులు ఆసియా మైనర్, ఈశాన్య ఐరోపాలను స్వాధీనం చేసుకున్నారు. 1529 నాటికి సిరియా, ఈజిప్ట్, అరేబియాలను కూడా ఆక్రమించుకున్నారు. తమ మొదటి పాలకుడు ఉస్మాన్ (1326) పేరు మీదనే వారు ఉస్మానీ తురుష్కులుగా పిలవబడేవారు. కైరోలో నివసించే ఒక ఖలీఫా నుండి ఒట్టోమాన్ తురుష్కులు "రుమ్ సుల్తాను" అనే బిరుదును పొందారు. తర్వాత వారు పాద్‌షా-ఎ-ఇస్లాం అనే బిరుదును కూడా తగిలించుకున్నారు.

ఇరాన్‌లో షియా వర్గానికి చెందిన వంశాలు అధికారంలోకి రావడంతో తురుష్కులు ఆందోళన చెందారు. షియా వర్గం నుండి ఈశ్యాన ప్రాంతాల్లో నివసించే సున్నీలకు ముప్పు ఏర్పడగలదని భావించారు. ఇతర ప్రాంతాల్లో కూడా షియాతత్వాన్ని సఫావిద్‌లు ప్రోత్సహిస్తారని తుర్కులు భయపడ్డారు. 1514లో జరిగిన ఒక ముఖ్యమైన యుద్ధంలో ఇరాన్‌షాను తురుష్క సుల్తాను ఓడించాడు. బాగ్దాద్‌పై నియంత్రణ కోసం ఒట్టోమాన్లు ఇరానీలతో ఘర్షణపడ్డారు. అలాగే ఉత్తర ఇరాన్‌లో ఎరివాన్ పరిసర ప్రాంతాలను స్వాధీనం చేసుకోవడానికి ఇరుపక్షాలు తీవ్రంగా పోరాడాయి. తురుష్కులు తమ ప్రాబల్యాన్ని క్రమంగా పెంచుకున్నారు. అరేబియా తీర ప్రాంతాలపై ఆధిపత్యం సాధించారు. పర్షియన్ ఎడారి, భారత జలమార్గాల నుండి పోర్చుగీసు వారిని వెలివేయడానికి ప్రయత్నించారు.

పశ్చిమం వైపు నుండి తురుష్కులతో పొంచి ఉన్న ముప్పును ఎదుర్కొనేందుకు పర్షియన్లు మొగలులతో స్నేహం చేయడానికి ఆసక్తి చూపారు. ముఖ్యంగా ఈశాన్యం నుండి ఉజ్బేక్‌లు విసురుతున్న సవాలు పర్షియన్లకు ఆందోళన కలిగించింది. అయితే పర్షియన్లకు వ్యతిరేకంగా ఒట్టోమాన్-మొగల్-ఉజ్బేక్ సైనిక త్రయంలో చేరడానికి మొగలులు నిరాకరించారు. ఆసియాలో అధికార సమతుల్యం దెబ్బతిని ఉజ్బేక్‌లను తాము ఒంటరిగా ఎదుర్కోవలసి వస్తుందన్న కారణంతోనే ఆ కూటమిలో చేరడానికి మొగలులు ఉత్సాహం చూపలేదు. ఇరాన్‌తో స్నేహం చేస్తే మధ్యాసియాలో వాణిజ్యాన్ని కూడా పెంపొందించవచ్చని వారు అభిప్రాయపడ్డారు. మొగలులకు కనుక శక్తివంతమైన నావికా దళం ఉండి ఉన్నట్లయితే తుర్కులతో వారు ఒప్పందం కుదుర్చుకునేవారే.

ఎందుకంటే తుర్కులకు బలమైన నౌకాదళం ఉండేది. అయితే తామే ఖలీఫాకు వారసులమని ప్రకటించిన తురుష్క సుల్తాను ఇతర ముస్లిం ప్రాంతాలు తమ ఆధిపత్యాన్ని అంగీకరించాలని కోరడంతో మొగలులు టర్కీతో స్నేహ సంబంధాలు ఏర్పరచుకోవడానికి వెనుకంజ వేశారు. మొగల్ విదేశాంగ విధానం రూపకల్పనలో పై అంశాలు ప్రభావం చూపాయి.

అక్బర్-ఉజ్బేక్‌లు

1510లో సఫావిద్‌ల చేతిలో ఉజ్బేక్ నాయకుడు షైబానీ ఖాన్ ఓటమి పాలైన తర్వాత స్వల్పకాలంపాటు బాబర్ సమర్‌ఖండ్‌పై నియంత్రణ కలిగి వున్నాడు. తర్వాత పరిషన్లను ఉజ్బేక్‌లు దారుణంగా ఓడించారు. బాబర్ సమర్‌ఖండ్ వదలి వెళ్ళాల్సి వచ్చింది. ఆ దశలో బాబర్‌కు ఇరాన్ పాలకులు అందించిన సహకారం ఇద్దరి మధ్య స్నేహపూర్వక సంబంధాలకు దారి తీసింది. తదనంతరం అదే సాంప్రదాయం కొనసాగింది. తర్వాతి కాలంలో హుమాయూన్ కూడా సఫావిద్ పాలకుడు షా తహ్‌మాస్ప్ నుండి సహాయం పొందాడు. షేర్ షా హుమాయూన్‌ను భారత్ నుండి గెంటివేసిన తర్వాత అతడు షా ఆస్థానంలోనే ఆశ్రయం పొందాడు.

ఉజ్బేక్‌ల రాజ్యబలం 1570లలో గణనీయంగా పెరిగింది. అబ్దుల్లాఖాన్ ఉజ్బేక్ నాయకత్వంలోని ఉజ్బేక్ సైన్యాలు అనేక ప్రాంతాలను స్వాధీనం చేసుకున్నాయి. 1572-73లో అబ్దుల్లాఖాన్ బల్ఖ్ ప్రాంతాన్ని ఆక్రమించాడు. బదక్షాన్‌తోపాటు బల్ఖ్ ప్రాంతం మొగలులు, ఉజ్బేక్‌లు మధ్య ఒక రకమైన సరిహద్దుగా ఉండేది. 1577లో అబ్దుల్లాఖాన్ అక్బర్ వద్దకు రాయబారిని పంపాడు. ఇరాన్‌ను విభజిద్దామని ప్రతిపాదించాడు. 1576లో షా మరణం తర్వాత ఇరాన్‌లో అరాచక, అస్థిర పరిస్థితులు నెలకొన్నాయి. అక్బర్ భారత్ వైపు నుండి ఇరాన్‌పై దాడి చేస్తే షియాల కబంధ హస్తాల నుండి ఇరాక్, ఖురాసన్, ఫార్స్ ప్రాంతాలను సంయుక్తంగా విముక్తి కల్పించవచ్చని అబ్దుల్లా ఖాన్ ప్రతిపాదించాడు. అయితే అక్బర్ ఈ అభ్యర్థనతో కరిగిపోలేదు. వర్గ వైషమ్యాల బారిన పడకూడదని నిర్ణయించాడు. ఇరాన్ ఐక్యంగా ఉంటేనే ఉజ్బేక్‌లను నియంత్రణలో పెట్టవచ్చని భావించాడు. అదే సమయంలో ఉజ్బేక్‌లతో వైరం పెంచుకోకూడదని అక్బర్ నిర్ణయించాడు. కాబుల్ లేదా భారత ప్రాంతాల జోలికి ఉజ్బేక్‌లు వెళ్ళనంత వరకు వారితో పోరాటం చేయడం అనవసరం అనుకున్నాడు. అక్బర్ విదేశాంగ విధానానికి ఈ ఆలోచనే కీలకం. అబ్దుల్లా ఉజ్బేక్ ఒట్టోమాన్ సుల్తాన్‌ను కూడా సంప్రదించాడు. ఇరాన్‌కు వ్యతిరేకంగా సున్నీల సైనిక త్రయాన్ని ఏర్పాటు చేయాలని సుల్తాన్‌కు సూచించాడు. అందుకు ప్రతిస్పందన

అస్పష్టంగా అక్బర్ తన రాయబారిని అబ్దుల్లా ఉజ్బేక్ వద్దకు పంపాడు. షరియా, మత సూత్రాల ఆచరణలో విభేదాలు ఉన్నంత మాత్రాన ఇరాన్‌పై దాడి చేయడం అర్థరహితమని తన రాయబారి ద్వారా అబ్దుల్లాకు తెలియజేశాడు. మక్కాకు వెళ్ళే తీర్థయాత్రికులు ఎదుర్కొంటున్న సమస్యల గురించి ప్రస్తావిస్తూ గుజరాత్ స్వాధీనమైన తర్వాత మక్కాకు ఒక కొత్త మార్గాన్ని ఏర్పాటు చేశామని అక్బర్ తెలిపాడు. ఇరాన్‌తో మొగలులకు ఉన్న పాత స్నేహాన్ని కొనసాగిస్తామని నొక్కి చెప్పాడు. సఫావిద్‌లను అవమానపరుస్తూ వ్యాఖ్యలు చేసినందుకు అబ్దుల్లాను మందలించాడు. సఫావిద్‌లు సయీద్‌లని, వారు సార్వభౌములని స్పష్టం చేశాడు. తైమూరిద్ రాకుమారుడు మిర్జా సులేమాన్‌ను అతడి మనవడు బదక్షాన్ నుండి బహిష్కరించినపుడు అక్బర్ అతడికి తన ఆస్థానంలో ఆశ్రయం కల్పించాడు. మధ్యాసియా వ్యవహారాల్లో అక్బర్‌కు ఉన్న ఆసక్తిని ఈ ఉదంతం వెల్లడి చేస్తోంది. అబుల్ ఫజల్ ప్రకారం అక్బర్ తన హయాంలో ఖైబర్ మార్గాన్ని గుర్రపు బండ్లు వెళ్ళేందుకు అనువుగా తీర్చిదిద్దాడు. మొగలుల భయంతో బల్ఖ్ ద్వారాలను ఎప్పుడూ మూసే ఉంచేవారు. బదక్షాన్ ఆక్రమణకు నివారించేందుకు ఉత్తర-పశ్చిమ సరిహద్దులో తన మధ్యవర్తి జలాల్ ద్వారా తెగల మధ్య చిచ్చురేపాడు అబ్దుల్లా ఉజ్బేక్. జలాల్ పచ్చి మతోన్మాదిగా వ్యవహరించే వాడు. పరిస్థితి తీవ్రరూపం దాల్చడంతో అక్బర్ అట్టోక్‌కు తరలి వెళ్ళాల్సి వెచ్చింది. ఈ సంఘర్షణల సమయంలో తనకు అత్యంత సన్నిహితుడైన రాజా బీర్బల్‌ను అక్బర్ కోల్పోయాడు.

1585లో అబ్దుల్లా ఉజ్బేక్ మెరుపుదాడి నిర్వహించి బదక్షాన్‌ను స్వాధీనం చేసుకున్నాడు. మిర్జా సులేమాన్, అతడి మనవడు ఇద్దరూ అక్బర్ కొలువులో ఆశ్రయం పొందారు. వారి స్థాయికి తగిన విధంగా మన్‌సబ్‌లను ప్రదానం చేశారు. ఈ లోపు తన సోదరుడైన మిర్జా హకీం మరణించడంతో (1585) కాబుల్‌ను అక్బర్ తన సామ్రాజ్యంలో కలుపుకున్నాడు. దీంతో మొగల్, ఉజ్బేక్ సరిహద్దులు పక్క పక్కనే ఏర్పడ్డాయి.

సింధూనది ఒడ్డున గల అట్టోక్‌లో అక్బర్ బస చేసినపుడు అబ్దుల్లా మరోసారి తన రాయబారిని పంపాడు. తమ సరిహద్దులకు సమీపంలో అక్బర్ బస చేసి ఉండడంతో ఉజ్బేక్‌లు అసహనంతో ఉన్నారు. ఎన్నో కుయుక్తుల తర్వాత, ఇరాన్‌కు మద్దతు ఇవ్వగలమని అక్బర్ హెచ్చరించిన నేపథ్యంలో ఉజ్బేక్‌లు ఇరాన్ నియంత్రణలో ఉన్న ఖురాసన్, పరిసర ప్రాంతాలను స్వాధీనం చేసుకోగలిగారు.

ఈ పరిస్థితిలో ఉజ్బేక్ నాయకుడితో అవగాహన పెంచుకోవడం మేలని అక్బర్ భావించాడు. హకీం హుమన్ అనే మధ్యవర్తిని అబ్దుల్లాఖాన్ ఉజ్బేక్ వద్దకు

పంపారు. అతడితోపాటు ఒక లేఖ, మౌఖిక సందేశాన్ని పంపాడు. మొగల్, ఉజ్బేక్ సామ్రాజ్యాల మధ్య హిందూకుష్ పర్వతాలను సరిహద్దుగా నిర్ణయిస్తూ ఒక ఒప్పందం కుదిరినట్లు తెలుస్తోంది. బదక్షాన్, బల్ఖ్ నగరాలపై మొగల్ పాలకులు ఆశలు వదులుకోవాలని ఆ ఒప్పందం చెప్పకనే చెప్పింది. 1585 వరకు పై నగరాలను తైమూరిద్ రాకుమారులు పాలించారు. అలాగే ఉజ్బేక్‌లు కూడా కాబుల్, కందహార్‌లపై దాడి చేయరాదని ఒప్పందం స్పష్టం చేసింది. ఇరు సామ్రాజ్యాలు తమ పాత వాదనలను వదులుకోకపోయినా ఇద్దరి మధ్య కుదిరిన అవగాహన మేరకు మొగలులకు హిందూకుష్‌పై రక్షించుకోదగ్గ సరిహద్దు లభించింది.

1595లో కందహార్‌ను స్వాధీనం చేసుకోవడం ద్వారా తన సామ్రాజ్యానికి శాస్త్రీయమైన సరిహద్దును అక్బర్ ఏర్పాటు చేయగలిగాడు. 1586 నుండి అతడు లాహోర్‌లోనే మకాం వేసి ఆ ప్రాంత పరిస్థితులను గమనించాడు. అబ్దుల్లాఖాన్ మరణం తర్వాతనే (1598) అతడు ఆగ్రాకు బయల్దేరి వెళ్ళాడు. అబ్దుల్లా మరణం తర్వాత ఉజ్బేక్‌లు చీలిపోయి రాజ్యాధికారం కోసం ఘర్షణపడ్డారు. చాలా కాలం వరకు మొగలులకు వారి నుండి ఎలాంటి ముప్పు ఎదురుకాలేదు.

ఇరాన్‌తో సంబంధాలు - కందహార్ వివాదం

ఉజ్బేక్‌ల ప్రాబల్యంవల్ల ముప్పు తప్పదని గ్రహించి ఇరాన్ పాలకులు (సఫావిద్‌లు), మొగలులు ఏకమయ్యారు. ఇరాన్‌కు వ్యతిరేకంగా షియా-వ్యతిరేక విద్వేషాలను రెచ్చగొట్టాలని ఉజ్బేక్‌లు ప్రయత్నించినా, సఫావిద్ పాలకులు అనుసరించిన కొన్ని హింసాత్మక విధానాలు మొగలులకు నచ్చకపోయినా ఉమ్మడి శత్రువైన ఉజ్బేక్ నాయకుడిని ఎదుర్కొనేందుకు వారు చేతులు కలపక తప్పలేదు. అయితే వారి మధ్య ఒకే ఒక్క వివాదం ఉండేది. కందహార్‌పై ఆధిపత్యం తమకే ఉండాలని ఇరు రాజ్యాలు వాదించాయి. ఆర్థిక, రక్షణ వ్యవహారాలకు కీలకమైన కందహార్‌ను దక్కించుకోవడం పరువు-ప్రతిష్ఠల సమస్యగా తయారైంది. తైమూరిద్ సామ్రాజ్యంలో కందహార్ అంతర్భాగంగా ఉండేది. బాబర్ బంధువులు ఆ ప్రాంతాన్ని ఏలారు. హెరాత్ పాలకులను (బాబర్ వంశీయులు) 1507లో ఉజ్బేక్‌లు వెలివేసేంత వరకు వారు కందహార్‌ను పాలించారు.

కాబుల్ రక్షణకు కందహార్ వ్యూహాత్మకమైన స్థావరంగా ఉండేది. కందహార్ కోట ఆ ప్రాంతంలోనే శక్తివంతమైన కోటగా పరిగణించబడేది. కోటలో నీటి సరఫరా పుష్కలంగా ఉండేది. కాబుల్, హెరాత్‌లకు వెళ్ళే మార్గాల మధ్యలో ఉన్న కందహార్ దక్షిణ ఆఫ్ఘనిస్తాన్ అంతటిపై ఆధిపత్యం వహించేది. అందుకే సైనికపరంగా అది

కీలకమైన ప్రాంతంగా ప్రాధాన్యతను సంతరించుకుంది. ఆధునిక రచయిత ఒకరు ఇలా వ్యాఖ్యానించారు: "కాబుల్-ఘజ్నీ-కందహార్ మార్గం వ్యూహాత్మకమైనది, సరఫరాలకు కీలకమైంది. కాబుల్, ఖైబర్ అవతల రక్షణకు ఎలాంటి సహజ మార్గం ఉండేది కాదు. అన్నింటికంటే మించి, కందహార్‌పై ఆధిపత్యం ఉంటే ఆఫ్ఘాన్, బలూచ్ తెగలను నియంత్రించడం సులభమయ్యేది." సింధ్, బలూచిస్తాన్‌ను అక్బర్ ఆక్రమించిన తర్వాత మొగలులకు కందహార్ మరింత కీలకంగా మారింది. కందహార్ సంపన్నమైన ప్రాంతం. అక్కడి నేలలు సారవంతమైనవి. భారత్, మధ్యాసియాల మధ్య వస్తువుల రవాణాకు ప్రధాన కేంద్రంగా ఉండేది. మధ్యాసియా నుండి కందహార్ ద్వారా ముల్తాన్‌కు వెళ్ళే వాణిజ్య మార్గం ప్రాధాన్యతను సంతరించుకుంది. ఈ మార్గం సింధూనదిని దాటి సముద్ర జలాలకు చేరుకుంటుంది. ఈ మార్గానికి ప్రాధాన్యత ఏర్పడటానికి కారణం ఇరాన్ గుండా వెళ్ళే రహదారులు యుద్ధాలు, అంతర్గత కలహాల వల్ల ఎప్పుడూ రక్తసిక్తంగా ఉండడమే. ఈ మార్గం గూండా వ్యాపార, వాణిజ్యాలను పెంపొందించాలని అక్బర్ తలపోశాడు. మక్కాకు వెళ్ళే తీర్థయాత్రికులకు, సరుకుల రవాణాకు ఈ మార్గం ప్రత్యామ్నాయం కాగలదని అబ్దుల్లా ఉజ్బేక్‌కు సూచించాడు. పై అంశాలన్నింటిని పరిగణనలోకి తీసుకుంటే పర్షియన్ల కన్నా మొగలులకే కందహార్ ఎక్కువ అవసరమని బోధపడుతుంది. ఇరాన్ దృష్టిలో కందహార్ సైనిక స్థావరం మాత్రమే, రక్షణ వ్యవస్థలో కీలకమైన ప్రాంతం కాదు.

అయితే తొలి దశలో కందహార్‌పై ఉన్న వివాదం ఇరు దేశాల మధ్య సంబంధాలకు ప్రతిబంధకంగా మారడానికి పాలకులు ఒప్పుకోలేదు. 1522లో కందహార్ బాబర్ నియంత్రణలోకి వచ్చింది. అప్పుడు ఉజ్బేక్‌లు మరోసారి ఖురాసన్‌ను ఆక్రమించడానికి ప్రయత్నిస్తున్నారు. ఈ కారణంగానే ఇరాన్ పాలకులు బాబర్ కందహార్‌ను స్వాధీనం చేసుకున్నా గట్టిగా అభ్యంతరం తెలపలేదు. అయితే హుమాయూన్ షా తహ్మస్ప్ కొలువులో శరణుకోరినప్పుడు కందహార్‌ను ఇరాన్‌కు అప్పగిస్తే మొగలులకు సహకరిస్తామని షా షరతు విధించాడు. అప్పుడు కందహార్ హుమాయూన్ సోదరుడు క్రమ్రాన్ ఆధీనంలో ఉండేది. కందహార్‌ను తన సోదరుడి నుండి హస్తగతం చేసుకున్న తర్వాత కూడా హుమాయూన్ ఏవో కారణాలు చెప్పి ఆ ప్రాంతాన్ని తన నియంత్రణలోనే ఉంచుకున్నాడు. వాస్తవానికి, కాబుల్‌లో ఉన్న క్రమ్రాన్‌కు వ్యతిరేకంగా యుద్ధ సన్నాహాలు చేసేందుకు కందహార్‌ను హుమాయూన్ స్థావరంగా వాడుకున్నాడు.

కందహార్‌ను మొగలులు స్వాధీనం చేసుకున్నా ఇరాన్‌తో వారి సంబంధాలు శాంతియుతంగానే ఉండేవి. అక్బర్ మరణం తర్వాత కందహార్‌ను ఆక్రమించడానికి

పర్షియన్లు విఫలయత్నం చేశారు. సఫావిద్ పాలకుల్లోనే గొప్పవాడిగా ఖ్యాతి గడించిన షా అబ్బాస్-1 (పాలనా కాలం 1588-1629) జహంగీర్‌తో స్నేహపూర్వక సంబంధాలు కొనసాగించడానికి ప్రాధాన్యత ఇచ్చాడు. కందహార్‌పై దాడిని అతడు అడ్డుకున్నాడు. జహంగీర్, అబ్బాస్‌లు తరచూ కానుకలను మార్చుకునేవారు. వాటిలో విలువైన వస్తువులు ప్రాచీన కళాఖండాలు కూడా ఉండేవి. దక్కను రాజ్యాలలో కూడా దౌత్యపరమైన, వాణిజ్యపరమైన సంబంధాలను షా అబ్బాస్ ఏర్పాటు చేసుకున్నాడు. జహంగీర్ అందుకు అభ్యంతరం చెప్పలేదు. ఇరు రాజ్యాలు (మొగల్, ఇరాన్) మధ్య ఎలాంటి ప్రతిఘటన ఉండేది కాదు. ఒక చరిత్రకారుడు జహంగీర్, అబ్బాస్ ఆలింగనం చేసుకుంటున్నట్లుగా ఒక ఊహా చిత్రాన్ని గీశాడు. వారి పాదాల కింద భూగోళం ఉన్నట్లు చిత్రీకరించాడు. సాంస్కృతికపరంగా కూడా ఇరు దేశాల మధ్య సన్నిహిత సంబంధాలు ఏర్పడ్డాయి. నూర్జహాన్ ఈ విషయంలో క్రియాశీల పాత్రను పోషించింది. అయితే ఈ స్నేహ బంధం జహంగీర్ కంటే అబ్బాస్‌కే లాభదాయకంగా ఉండేది. ఎందుకంటే జహంగీర్ ఉజ్బెక్ నాయకులతో సంబంధాలను మెరుగుపరచుకోవడంపై శ్రద్ధ చూపలేదు. తన 'సోదరుడు' అబ్బాస్ స్నేహంలో అతడు ప్రపంచాన్ని మరచిపోయాడు. 1620లో కందహార్‌ను తనకు అప్పగించాలని కోరుతూ ఒక మర్యాద పూర్వకమైన విన్నపాన్ని జహంగీర్‌కు షా అబ్బాస్ పంపాడు. కాందహార్‌పై దాడి చేయడానికి అన్ని ఏర్పాట్లు చేసుకున్నాడు. ఆశ్చర్యపోవడం జహంగీర్ వంతైంది. దౌత్యపరంగా అతడు ఒంటరి వాడయ్యాడు. సైనికపరంగా సన్నద్ధంగా లేడు. కందహార్‌ను రక్షించుకునేందుకు ఆఘమేఘాల మీద ఏర్పాట్లు చేశారు. అయితే రాకుమారుడు షాజహాన్ గొంతెమ్మ కోర్కెలను ముందుంచాడు. వాటిని పరిష్కరిస్తేనే తాను కందహార్‌కు బయల్దేరుతానని మొండికేశాడు. ఫలితంగా 1622లో కందహార్ పర్షియన్ల వశమైంది. కందహార్ స్వాధీనం తర్వాత ఇరు దేశాల మధ్య పొడసూపిన విభేదాలను దూరం చేయడానికి షా అబ్బాస్ జహంగీర్ వద్దకు ఒక పెద్ద ప్రతినిధి బృందాన్ని పంపాడు. జహంగీర్ వారిని సాదరంగా ఆహ్వానించాడు. అయితే ఇరుదేశాల మధ్య మునుపటిలా స్నేహ సంబంధాలు కొనసాగలేదు. ఇద్దరి మధ్య ఉన్న సుహృద్భావ వాతావరణం మాయమైంది. ఇరాన్ లక్ష్యంగా దౌత్యపరమైన ఏర్పాట్లు అప్పటి నుండి ప్రారంభమయ్యాయి.

1598లో అబ్దుల్లా ఉజ్బెక్ మరణం తర్వాత మధ్యాసియాలో గణనీయమైన మార్పులు చోటుచేసుకున్నాయి. అంతర్గత పోరువల్ల ఉజ్బెక్ సామ్రాజ్యం విచ్ఛిన్నమైంది. అరాచక పరిస్థితులను అదునుగా భావించిన ఇరాన్ ఖురాసన్‌ను తిరిగి స్వాధీనం చేసుకుంది. అబ్బాస్ షా తన దృష్టిని పశ్చిమం వైపు కేంద్రీకరించాడు. తుర్కులను

ఓడించి బాగ్దాద్‌ను మళ్ళీ హస్తగతం చేసుకున్నాడు. దీనితో షియా ఇరాన్‌కు వ్యతిరేకంగా సున్నీ త్రయాన్ని ఏర్పాటు చేయాలన్న ప్రతిపాదన మళ్ళీ ప్రాణం పోసుకుంది. ఒప్పందానికి తుది రూపు ఇచ్చేందుకు జహంగీర్, ఉజ్బేక్‌ల మధ్య ఎన్నో రాయబారాలు నడిచాయి. జహంగీర్ మరణం తర్వాత షాజహాన్ కూడా ఈ ప్రక్రియను కొనసాగించాడు. దౌత్యానికి షాజహాన్ ప్రాధాన్యత ఇచ్చాడు. షా అబ్బాస్ మరణం (1629) తర్వాత ఇరాన్‌లో అలజడి బయల్దేరింది. అప్పటికే దక్కను వ్యవహారాలనుండి విముక్తి అయిన షా జహాన్ ఇరాన్ అంతర్గత పరిస్థితిని తనకు అనుకూలంగా మార్చుకున్నాడు. కందహార్‌లో పర్షియన్ సుబేదారుగా ఉన్న అలీ మర్దన్ ఖాన్‌ను మొగలులవైపు తిప్పుకున్నాడు (1638).

షాజహాన్ బల్ఖ్ దండయాత్ర

కందహార్ స్వాధీనం లక్ష్యసాధనకు ఒక మెట్టు మాత్రమే. కాబుల్‌పై తరచూ దాడులు నిర్వహిస్తున్న ఉజ్బేక్‌లతోనే షాజహాన్‌కు అసలు సమస్య ఉండేది. ఉజ్బేక్‌లు బలూచ్, ఆఫ్ఘాన్ తెగలను పావులుగా వాడుకుంటూ మొగల్ ఆధిపత్యాన్ని దెబ్బతీయడానికి ప్రయత్నిస్తున్నారు. అదే సమయంలో బుఖరా, బల్ఖ్ ప్రాంతాలు రెండు నజ్ర్ మహమ్మద్ నియంత్రణలోకి వచ్చాయి. నజ్ర్ మహమ్మద్, అతడి కుమారుడు అబ్దుల్ అజీజ్‌లు రాజ్యకాంక్షగలవారు. కాబుల్, ఘజ్నిలపై ఆధిపత్యం సాధించేందుకు వారు ఆఫ్ఘాన్ తెగ నాయకుల సహకారంతో వరుస దాడులు నిర్వహించారు. అయితే అనతి కాలంలోనే అబ్దుల్ అజీజ్ తండ్రిపై తిరుగుబాటు చేశాడు. నజ్ర్ మహమ్మద్ నియంత్రణలో ఒక్క బల్ఖ్ ప్రాంతమే మిగలడంతో అతడు షాజహాన్ సహాయాన్ని అర్థించాడు. పర్షియన్ల నుండి ఎలాంటి ముప్పు ఉండదని భావించిన షాజహాన్ నజ్ర్ మహమ్మద్ విన్నపాన్ని మన్నించాడు. లాహోర్ నుండి కాబుల్‌కు బయల్దేరి వెళ్ళాడు. రాకుమారుడు మురాద్ నేతృత్వంలో ఓ పెద్ద సైన్యాన్ని నజ్ర్ మహమ్మద్‌కు సహాయంగా పంపాడు. ఆ సైన్యంలో 50,000 మంది అశ్వికులు, 10,000 మంది సైనికులు ఉన్నారు. అందులో రాజ్‌పుత్ర బలగాలు, ఫిరంగిదారులు, సాయుధులు కూడా ఉన్నారు. 1646 మధ్యకాలంలో ఆ సైన్యం కాబుల్ నుండి బయల్దేరింది. షాజహాన్ రాకుమారుడు మురాద్‌కు ఎన్నో జాగ్రత్తలు చెప్పాడు. నజ్ర్‌తో గౌరవప్రదంగా వ్యవహరించమని, అతడి ప్రవర్తన బాగుంటే బల్ఖ్ ప్రాంతాన్ని అతడికి అప్పజెప్పమని చెప్పాడు. సమర్‌ఖండ్, బుఖరాలను కూడా అతడు కోరుకుంటే వాటిని హస్తగతం చేసుకునేందుకు అన్ని విధాలా సహాయం అందించమని సూచించాడు. మొగలులపై ఆధారపడ్డ పాలకుడు బుఖారాలో ఉండడం శ్రేయస్కరమని షాజహాన్ భావించాడు.

అయితే షాజహాన్ వ్యూహాన్ని మురాద్ దుందుడుకుతనం నీరుగార్చింది. నజ్ర్ మహమ్మద్ సూచనలు తీసుకోకుండానే అతడు బల్ఖ్‌పై దాడి చేశాడు. కోటలో ప్రవేశించి నజ్ర్ మహమ్మద్‌ను తన కోసం వేచి ఉండమని చెప్పమని తన అనుచరులను మురాద్ ఆజ్ఞాపించాడు. మురాద్ అసలు ఉద్దేశ్యమేమిటో అర్థం కాని నజ్ర్ మహమ్మద్ కోట నుండి పారిపోయాడు. మొగలులు బలవంతాన కోటను ఆక్రమించుకోవడంతో స్థానికుల వ్యతిరేకతను చవిచూడాల్సి వచ్చింది. నజ్ర్ మహమ్మద్‌కు ప్రత్యామ్నాయ పాలకుడు ఎవరూ లభించలేదు. మధ్యాసియాలోని ఉజ్బేక్ తెగలను అబ్దుల్ అజీజ్ రెచ్చగొట్టాడు. మొగలులకు వ్యతిరేకంగా 1,20,000 మంది సైనికులు గల పెద్ద సైన్యాన్ని ఏర్పాటు చేశాడు. తన సైన్యాన్ని ఆక్సస్ నది అవతలి తీరంవైపు మోహరించాడు. ఇంటికి తిరిగి వెళ్ళాలని బెంగ పెట్టుకున్న మురాద్ స్థానంలో ఔరంగజేబు నియమితుడయ్యాడు. ఆక్సస్‌ను కాపాడుకోవడానికి మొగలులు ఎలాంటి ప్రయత్నం చేయలేదు. ఎందుకంటే దానిని ఛేదించడం సునాయాసం. దానికి బదులు వారు వ్యూహాత్మక ప్రాంతాల్లో స్థావరాలు ఏర్పాటు చేశారు. ప్రధాన బలగాన్ని ఒక చోట ఉంచారు. ఏ ప్రాంతానికైనా వెళ్ళడానికి సిద్ధంగా ఉండేలా ప్రధాన బలగాన్ని సన్నద్ధం చేశారు. కీలక ప్రాంతాల్లో మొగల్ సైన్యాలు మాటు వేశాయి. అబ్దుల్ అజీజ్ ఆక్సస్ నదిని దాటాడు. కాని నేరుగా విశాలమైన మొగల్ సైన్యం ముందు ప్రత్యక్షమయ్యాడు. నిరంతరంగా సాగిన ఆ యుద్ధంలో ఉజ్బేక్‌లను మొగలులు (1649) బల్ఖ్ ప్రధాన ద్వారాల బయట ఊచకోత కోశారు.

బల్ఖ్‌లో మొగలుల విజయం ఉజ్బేక్‌లతో చర్చలకు దారి తీసింది. అబ్దుల్ అజీజ్‌ను సమర్థించిన ఉజ్బేక్ తెగ నాయకులు మెల్లగా జారుకున్నాడు. మొగలులతో స్నేహ సంబంధాలు ఏర్పాటు చేసుకోవడానికి అజీజ్ రాయబారాలు నడిపాడు. పర్షియాలో తలదాచుకున్న నజ్ర్ మహమ్మద్ కూడా మొగలులను సంప్రదించి తన రాజ్యాన్ని తనకు అప్పగించాలని కోరాడు. సమస్యను జాగ్రత్తగా పరిశీలించిన షాజహాన్ నజ్ర్ మహమ్మద్‌కు అనుకూలంగా నిర్ణయం తీసుకున్నాడు. రాజ్యాన్ని తిరిగి తీసుకునే ముందు ఔరంగజేబుకు వినమ్రంగా లొంగిపోయి క్షమాపణ చెప్పాలని నజ్ర్ మహమ్మద్‌ను షాజహాన్ సూచించాడు. మొగలులు ఈ విషయంలో పొరబడ్డారు. తనకంటూ ఒక ప్రతిష్ట కలిగిన నజ్ర్ మహమ్మద్ తనను తను ఆ విధంగా అవమానపరచుకోవడానికి ఇష్టపడలేదు. అంతేకాకుండా బల్ఖ్‌ను మొగల్ సైన్యం ఎంతో కాలంపాటు నిలుపుకోలేదని, అది అసాధ్యమని కూడా మహమ్మద్‌కు బాగా తెలుసు. ఆ పరిస్థితిలో తాను లొంగిపోయి, క్షమాపణ ఎందుకు చెప్పాలని అతడు

దృఢంగా నిర్ణయించాడు. నజ్ర్ మహమ్మద్ వ్యక్తిగతంగా వచ్చి కలుస్తాడని వేచి చూసిన మొగల్ సైన్యాలు చివరికి 1647 అక్టోబరులో బల్ఖ్ నుండి వెళ్ళిపోయాయి. అప్పటికే శీతాకాలం సమీపిస్తోంది. బల్ఖ్‌లో తగిన సరఫరాలు కూడా లేవు. చేసేదేమీ లేక మొగల్ సైన్యాలు బల్ఖ్ నుండి నిష్క్రమించాయి. ఈ ఉపసంహరణ ఒక విధంగా పరాభవంగా మారింది. దారిపొడవునా బద్ధ శత్రువులైన ఉజ్బేక్ తెగలను మొగల్ సైన్యాలు ఎదుర్కోవలసి వచ్చింది. వారి మెరుపుదాడుల్లో సైన్యాలును భారీగా నష్టపోయినప్పటికీ ఔరంగజేబు చూపిన దృఢచిత్తం వల్ల ఘోరకలిని తప్పించుకున్నాయి.

షాజహాన్ చేపట్టిన బల్ఖ్ దండయాత్రపై ఆధునిక చరిత్రకారుల మధ్య తీవ్రస్థాయిలో వివాదం చెలరేగింది. పైన పేర్కొన్న దాని బట్టి అమూదర్యా (ఆక్సస్‌నది) వరకు మొగల్ సామ్రాజ్య సరిహద్దును శాస్త్రీయ సరిహద్దుగా ఏర్పాటు చేయడానికి షాజహాన్ ప్రయత్నించలేదని స్పష్టంగా తెలుస్తోంది. అమూదర్యా శత్రు దుర్భేద్యమైనదేమీ కాదు. మొగల్ మాతృభూమి అయిన సమర్‌ఖండ్, ఫర్ఘనాలను స్వాధీనం చేసుకోవాలన్న ఆలోచన కూడా షాజహాన్‌కు ఉండేది కాదు. మొగల్ పాలకులు పై రెండు ప్రాంతాల గురించి తరచుగా మాట్లాడేవారు. అయితే వాటిని ఆక్రమించుకోవడంపై వారు శ్రద్ధ చూపలేదు. షాజహాన్ లక్ష్యం మొగల్ సామ్రాజ్యానికి అనుకూలమైన పాలకులను బల్ఖ్, బదక్షాన్‌లలో కలిగి ఉండడం. ఈ ప్రాంతాలు కాబుల్ సరిహద్దులో ఉన్నాయి. వాటిని 1585 వరకు తైమూరిద్‌లు పాలించారు. తమకు అనుకూలమైన పాలకులుంటే ఘజ్ని, ఖైబర్‌లలో అసంతృప్తితో ఉన్న ఆఫ్ఘాన్ తెగలను కూడా మచ్చిక చేసుకోవచ్చని లేదా వారిని అదుపులో పెట్టవచ్చని షాజహాన్ నమ్మాడు. సైనికపరంగా చూస్తే బల్ఖ్ యాత్ర విజయవంతమైనట్లే లెక్క. బల్ఖ్‌ను స్వాధీనం చేసుకోవడమే కాకుండా తమ బద్ధ శత్రువులైన ఉజ్బేక్‌లను మొగలులు దారుణంగా అణచివేశారు. ఆ ప్రాంతంలో భారత ఆయుధాలతో సాధించిన తొలి విజయం అది. విజయోత్సవం జరుపుకోవడానికి షాజహాన్‌కు కారణం కూడా ఉండేది. అయితే బల్ఖ్‌లో ఎక్కువ కాలం కొనసాగడం మొగల్ సైన్యానికి శక్తికి మించిన పనే అవుతుంది. రాజకీయంగా కూడా పర్షియన్ల వైరాన్ని, స్థానికుల ప్రతిఘటనను ఎదుర్కోవడం కష్టం. మొత్తమ్మీద చెప్పాలంటే తమ ఆయుధ సంపత్తివల్ల మొగలుల ప్రతిష్ట పెరిగినా వారికి చేకూరిన రాజకీయ లబ్ది అంతంత మాత్రమే. షాజహాన్ కనుక కాబుల్-ఘజ్ని-కందహార్ మార్గాన్ని గట్టిగా అంటిపెట్టుకొని ఉన్నట్లయితే బహుశా మొగలులకు అనుకూలమైన ఫలితాలు దక్కేవి. ధనం, సైనికులూ మిగిలేవి. కాబుల్- కందహార్ మార్గాన్ని అక్బర్ ఎంతో కష్టపడి ఏర్పాటు చేయించాడు. ఏదేమైనా, నజ్ర్ మహమ్మద్ మొగలులతో స్నేహ సంబంధాలనే

కొనసాగించాడు. తాను బతికున్నంత కాలం అతడు మొగల్ పాలకులతో దౌత్య సంబంధాలు నెరిపాడు. ఇరు రాజ్యాల మధ్య తరచూ రాయబారుల రాకపోకలు జరిగేవి.

మొగల్-పర్షియన్ సంబంధాలు – చివరి దశ

బల్ఖ్‌లో దారుణమైన ఓటమికి గురైన ఉజ్బేక్‌లు మొగలుల పట్ల తమ శత్రుత్వాన్ని మరింత పెంచుకున్నారు. కాబుల్ ప్రాంతంలో వారు ప్రతిఘటన ప్రారంభించారు. ఖైబర్-ఘజ్ని ప్రాంతంలో ఆఫ్ఘాన్ తెగలు రెచ్చిపోయాయి. పరిస్థితిని తమకు అనుకూలంగా మార్చుకున్న పర్షియన్లు 1649లో కందహార్‌పై దాడి చేసి ఆక్రమించుకున్నారు. దీంతో షాజహాన్ ప్రతిష్ట మంటగలిసిపోయింది. వరుసగా మూడు పోరాటాలు జరిపి కందహార్‌ను స్వాధీనం చేసుకోవడానికి ప్రయత్నించాడు. తొలి యుద్ధానికి ఔరంగజేబు నాయకత్వం వహించాడు. 50,000 మంది సైనికులతో అతడు దాడి జరిపాడు. కందహార్‌కోట బయట పర్షియన్లను మొగల్ సైన్యం ఓడించింది. అయితే పర్షియన్ల నుండి తీవ్ర ప్రతిఘటన ఎదురుకావడంతో కోటను స్వాధీనం చేసుకోలేకపోయారు.

మూడేళ్ళ తర్వాత మరోసారి ఔరంగజేబు నేతృత్వంలోని సైన్యం కందహార్‌ను స్వాధీనం చేసుకోవడానికి విఫలయత్నం చేశాడు. తర్వాతి సంవత్సరంలో (1653) దారా నాయకత్వంలోని సైన్యం అట్టహాసంగా బయల్దేరింది. దారా షాజహాన్‌కు ప్రీతిపాత్రుడు. అతడు గొప్పలకు పోయేవాడు. కోటను దిగ్బంధనం చేసినా ఎలాంటి సరఫరాలు అందకుండా లోపలున్న వారిని ఆకలితో అలమటించేలా చేయలేకపోయాడు. సామ్రాజ్యంలోనే అత్యంత శక్తివంతమైన రెండు ఫిరంగులు తీసుకెళ్ళినా కందహార్ కోటను ధ్వంసం చేయలేకపోయాడు.

కందహార్ కోటను స్వాధీనం చేసుకోవడంలో విఫలమైన మొగలులు ఆయుధ సంపత్తిలో మాత్రం బలహీనులు కారు. కొందరు చరిత్రకారులు అంచనా వేసినట్లు వారి ఫిరంగి దళం అంత చేవలేనిది కాదు. ఒక సమర్థుడైన సైనికాధికారి ఉంటే కందహార్ కోటను ఎవరూ స్వాధీనం చేసుకోలేరన్న వాస్తవాన్ని పై మూడు ఉదంతాలు స్పష్టం చేశాయి. శత్రుదుర్భేద్యమైన కోటలను ధ్వంసం చేసే శక్తి మధ్యయుగపు ఫిరంగులకు ఉండేది కాదు. (దక్కనులో కూడా మొగలులకు ఇలాంటి అనుభవమే ఎదురైంది) అయితే కందహార్‌తో షాజహాన్‌కు భావాత్మకమైన అనుబంధమే ఉండేది తప్ప వాస్తవికమైనది కాదని మనం వాదించవచ్చు.

ఉజ్బేక్‌లు, సఫావిద్‌లు ఇద్దరూ క్రమంగా బలహీనపడడంతో కందహార్‌కు

ఉన్న సైనిక ప్రాముఖ్యత కూడా తగ్గిపోయింది. కందహార్‌ను కోల్పోవడం కంటే ఆ కోటను స్వాధీనం చేసుకోవడానికి మూడుసార్లు విఫలయత్నం చేయడంవల్లే మొగల్ ప్రతిష్ట అడుగంటింది. ఈ విషయాన్ని కూడా ఎక్కువ చేసి వర్ణించినట్లు ఉంది. ఎందుకంటే అప్పటికే మొగల్ సామ్రాజ్య సరిహద్దులు, దాని ప్రభావం పతాక స్థాయిలో ఉంది. ఔరంగజేబు హయాంలో మొగల్ సామ్రాజ్యం ఉన్నత శిఖరానికి చేరుకుంది. గర్విష్టి అయిన తుర్కు సుల్తాను కూడా 1680లో ఔరంగజేబు సహాయాన్ని కోరుతూ ఒక రాయబారాన్ని పంపాడు.

కందహార్ కోసం అనవసరంగా పోరాటం కొనసాగించరాదని ఔరంగజేబు నిర్ణయించాడు. ఇరాన్‌తో దౌత్య సంబంధాలను క్రమంగా పునరుద్ధరించాడు. అయితే 1668లో షా అబ్బాస్-2 మొగల్ రాయబారిని అవమానించాడు. ఔరంగజేబుకు వ్యతిరేకంగా పరుషమైన వ్యాఖ్యలు చేశాడు. భారత్‌పై దండెత్తగలనని కూడా హెచ్చరించాడు. అతడి ఆగ్రహానికి కారణాలు తెలియరాలేదు. కాని షా అబ్బాస్-2 నిలకడలేని వ్యక్తి అని బోధపడుతుంది. పంజాబ్, కాబుల్‌లలో మొగలుల కార్యకలాపాలు పెద్దఎత్తున సాగాయి. అయితే తదుపరి నిర్ణయం తీసుకునేలోగా షా అబ్బాస్-2 మరణించాడు. అతడి వారసులందరూ నామమాత్రులు. భారత్‌కు పర్షియన్ల నుండి ఉన్న ముప్పు అంతటితో తొలగిపోయింది. యాభై ఏళ్ళ తర్వాత నదీర్‌షా అనే కొత్త పాలకుడు గద్దెనెక్కే వరకు అదే పరిస్థితి కొనసాగింది.

మొత్తమ్మీద, పశ్చిమోత్తర ప్రాంతంలో శాస్త్రీయమైన సరిహద్దును ఏర్పరచడంలో మొగల్ పాలకులు విజయవంతమయ్యారు. ఒకవైపు హిందూకుష్ పర్వతాలు, మరోవైపు కాబుల్-ఘజ్ని మార్గంతో కూడిన ఆ సరిహద్దుకు కందహార్ వెలుపలి స్థావరంగా ఉండేది. ఆ విధంగా మొగలుల విదేశాంగ విధానం భారతదేశ రక్షణపై ప్రధానంగా ఆధారపడి వుండేది. సరిహద్దు రక్షణను దౌత్యపరమైన చర్యలతో వారు మరింత బలోపేతం చేశారు. పర్షియాతో స్నేహం అందుకు కీలకమైనది. కందహార్‌పై ఆధిపత్యం విషయంలో ఇరు దేశాల మధ్య అప్పుడప్పుడు వివాదాలు తలెత్తినా అవి శాంతియుతంగా వ్యవహరించాయి. మాతృభూమిపై తమకు సంపూర్ణ అధికారముందని తరచూ పేర్కొన్న మొగల్ పాలకులు తమ వాదనను కేవలం దౌత్యపరమైన ఎత్తుగడగానే పరిగణించారు. ఆ విషయంలో వారు ఎలాంటి నిర్దిష్టమైన చర్యలు తీసుకోలేదు. మొగలులు అనుసరించిన సైనిక, దౌత్యపరమైన విధానాలవల్ల భారతదేశానికి విదేశీ పాలకుల నుండి చాలా కాలం వరకు ముప్పు ఎదురు కాలేదు. కనుక ఆ రెండు విషయాల్లో వారు విజయం సాధించినట్లే. రెండవ విషయం ఏమిటంటే అప్పటి ఆసియాశక్తులతో సంబంధాలలో సమానత్వాన్ని మొగల్ పాలకులు కోరుకున్నారు.

ప్రవక్త సంబంధీకులమని చెప్పుకున్న సఫావిద్ పాలకులతోను, బాగ్దాద్ ఖలీఫా వారసులమని చెప్పి 'షాద్‌షా-ఎ-ఇస్లాం' బిరుదును సొంతం చేసుకున్న ఒట్టోమాన్ సుల్తానులతోనూ సమాన స్థాయిలో సంబంధాలు నెరిపారు.

మూడవ విషయం : భారతదేశ వ్యాపార ప్రయోజనాలను పెంపొందించేందుకు మొగలులు విదేశాంగ విధానాన్ని ఒక సాధనంగా ఎంచుకున్నారు. మధ్యాసియాతో భారత వాణిజ్యానికి కాబుల్, కందహార్‌లు రెండు ప్రధాన ద్వారాలుగా ఉండేవి. మొగల్ సామ్రాజ్యానికి ఆర్థికంగా ప్రాముఖ్యత కలిగిన ఈ వాణిజ్యం గురించి తదుపరి అధ్యాయాల్లో విపులంగా చర్చిద్దాము.

పరిపాలనా ప్రగతి : మన్‌సబ్‌దారీ వ్యవస్థ, మొగల్ సైన్యం

అక్బర్ అభివృద్ధి పరచిన అధికార యంత్రాంగం, రెవెన్యూ వ్యవస్థలను జహంగీర్, షాజహాన్ స్వల్ప మార్పులతో కొనసాగించారు. అయితే మన్‌సబ్‌దారీ వ్యవస్థలో మాత్రం ముఖ్యమైన మార్పులను ప్రవేశపెట్టారు.

అక్బర్ హయాంలో తన బలగాన్ని నిర్వహించేందుకు మన్‌సబ్‌దారుకు సంవత్సరానికి సగటున ప్రతిసవార్‌కు 240 రూపాయలు చెల్లించేవారు. జహంగీర్ పాలనలో ఆ మొత్తాన్ని 200 రూపాయలకు తగ్గించారు. జాతీయత ఆధారంగా వ్యక్తిగత సవార్లకు (ఆశ్వికులు) వేతనం చెల్లించేవారు. భారతీయ ముస్లిం, రాజ్‌పుత్ కంటే మొగల్ సైనికునికి అధిక వేతనం లభించేది. సైనికులకు చెల్లించే మొత్తం వేతనంలో ఐదు శాతాన్ని మన్‌సబ్‌దారు నిల్వ చేసుకోవడానికి అవకాశముండేది. ఆ ధనాన్ని అత్యవసర ఖర్చుల కోసం వినియోగించేవారు. ఇరానీ, తురానీ, మొగల్, భారతీయ ఆఫ్ఘాన్లు, రాజ్‌పుత్‌లతో మిళితమైన బలగాలను మొగల్ పాలకులు కోరుకునేవారు. వర్గ, తెగ వైషమ్యాలను అణచివేయడానికి ఈ విధానాన్ని అవలంబించారు. అయితే కొన్ని ప్రత్యేక సందర్భాల్లో మొగల్ లేదా రాజ్‌పుత్ మన్‌సబ్‌దారు తమ వర్గం నుండి వచ్చిన వారితోనే బలగాలను ఏర్పరచడానికి అనుమతించే వారు. ఈ కాలంలో మన్‌సబ్‌దారీ వ్యవస్థలో అనేక మార్పులు, చేర్పులు చేపట్టారు. జాత్ వేతనాలను తగ్గించడానికి ప్రయత్నాలు జరిగాయి. ఆశ్వికుడికి చెల్లించే సగటు వేతనాన్ని జహంగీర్ తగ్గించాడు. జాత్ హోదాను పెంచకుండానే ఎంపిక చేసిన కొందరు మన్‌సబ్‌లకు ఎక్కువ మంది సైనికులను భర్తీ చేసేందుకు అనుమతించారు. ఈ వ్యవస్థను కూడా జహంగీర్ అమలు చేశాడు. ఈ వ్యవస్థను దూ-అస్పా, సిహ-అస్పా వ్యవస్థ అని పిలిచేవారు. (దూ-అస్పా, సిహ-అస్పా అంటే రెండు, లేదా మూడు గుర్రాలు కలిగిన ఆశ్వికుడని అర్థం) ఈ హోదా అనుభవించే

మన్సబ్‌దారు ఆ విధంగా సైనికులు కలిగి ఉండాలి. నిర్దేశిత సంఖ్య కంటే ఎక్కువ మంది సైనికులను పోషించే అతడికి సవర్ హోదాకు రెండు రెట్లు ఎక్కువగా వేతనం చెల్లించేవారు. ఆ విధంగా 3,000 జాత్‌ల హోదా, 3,000 సవార్లు (దూ-అస్పా, సిహ్-అస్పా) కలిగిన మన్సబ్ 6,000 మంది సైనికులను నిర్వహించవచ్చు. జాత్‌హోదా కంటే ఎక్కువగా సవర్ హోదాను ఏ మన్సబ్‌కు ఇచ్చేవారు కాదు.

షాజహాన్ పాలనలో ప్రవేశపెట్టిన సంస్కరణ సంస్థానాధీశుల ఆశ్విక బలాన్ని తగ్గించడానికి ఉద్దేశించినది. ఆ విధంగా ఒక సంస్థానాధీశుడు తన సవర్ హోదాలో కేవలం మూడోవంతు సంఖ్యలో ఆశ్వికులను మాత్రమే కలిగి ఉండాలి. కొన్ని సందర్భాల్లో ఆ సంఖ్యను నాలుగో వంతుకు తగ్గించారు. ఉదాహరణకు, 3,000 జాత్‌లు, 3,000 సవార్ల హోదా కలిగిన సంస్థానాధీశుడు వెయ్యిమంది కంటే ఎక్కువ సంఖ్యలో సైనికులు కలిగి ఉండడానికి వీలు లేదు. అయితే దూ-అస్పా, సిహ్-అస్పా వ్యవస్థ కింద అతడి హోదా 3,000 సవార్లు అయితే 2,000 మంది సైనికులను నియమించుకోవచ్చు.

మన్సబ్‌దారులకు వేతనాలు నగదు రూపంలో చెల్లించినా, సాధారణంగా వారికి నగదు ఇచ్చేవారు కాదు. అందుకు ప్రతిగా జాగీర్లు కట్టబెట్టేవారు. నగదు వేతనాలు అందడంలో ఆలస్యమవుతుందన్న భావనతో చాలా మంది మన్సబ్‌దారులు జాగీర్లను పంచుకోవడానికే ఇష్టపడేవారు. కొన్ని సందర్భాల్లోనైతే నగదు విడుదల చేయడానికి ఖజానాధికారులు మన్సబ్‌దారులను వేధింపులకు గురి చేసేవారు. మరోవైపు వ్యవసాయ భూములపై నియంత్రణను ఒక సామాజిక హోదాగా పరిగణించేవారు. హోదాల వర్గీకరణ, నిధులు-బాధ్యతలు, పాలనకు సంబంధించిన నియమనిబంధనలను పటిష్టంగా రూపొందించడం ద్వారా మొగల్ పాలకులు సంస్థానాధీశుల వ్యవస్థను అధికార స్వామ్యంగా మలిచారు. అయితే భూస్వామ్య సాంప్రదాయాలను (భూమితో అనుబంధం) మాత్రం మన్సబ్‌ల నుండి వేరు చేయలేకపోయారు. మొగల్ సంస్థానాధీశులు ఎదుర్కొన్న అనేక సమస్యల్లో భూస్వామ్యతత్వం కూడా ఒకటి. జాగీర్లు ప్రదానం చేయడానికి ఆయా ప్రాంతాల రాబడి అంచనా (జమ)ను విశ్లేషిస్తూ రెవెన్యూ శాఖ ఒక పట్టిను (నివేదిక) తయారు చేస్తుంది. అయితే రాబడిని (జమ) రూపాయల్లో కాకుండా దమ్‌లలో సూచిస్తారు. నలభై దమ్‌లు ఒక రూపాయితో సమానం. అలాంటి నివేదికను జమా-దమీ అని పిలిచేవారు. దమ్‌ల గణింతంలో రాబడి అంచనా అని జమా-దమీ అర్థం.

మన్సబ్‌దారుల సంఖ్య పెరిగే కొద్దీ సామ్రాజ్య ఆర్థిక వనరులపై తీవ్రమైన ఒత్తిడి పెరిగింది. నిధుల లేమికి ఇతర కారణాలు కూడా వున్నాయి. పై సంస్కరణలు

కూడా రాజ్య ఆర్థిక లోటును పూడ్చలేకపోయాయి. వేతనాలను ఏకమొత్తంగా తగ్గించడమంటే మళ్ళీ కష్టాలు కొనితెచ్చుకోవడమే అవుతుంది. సంస్థానాధీశులు తమ విధేయతలను ధనాశతో అట్టే మార్చే అవకాశముందని పాలకులు ఆందోళన చెందారు. అందుకే సైనికుల, గుర్రాల కోటాను సవర్ హోదా కంటే తక్కువగా నిర్ణయించి కొత్త నియమనిబంధనలను ప్రవేశపెట్టారు. మన్సబ్‌దారులకు నెలసరి వేతనాలు ప్రవేశపెట్టారు. పది నెలలు, ఎనిమిది నెలలు, ఆరు నెలలు, అంతకంటే తక్కువ కాలానికి వేతనాల చెల్లింపులను నిర్ణయించారు. సవర్ల కోటాను కూడా గణనీయంగా తగ్గించివేశారు. ఆ కారణంగా 3,000 జాత్‌లు, 3,000 సవర్ల హోదా కలిగిన మన్సబ్‌దారు వెయ్యి మంది సవర్లను నిర్వహిస్తూనే అక్బర్ ప్రతిపాదించిన నిబంధన మేరకు 2,200 గుర్రాలను పోషించాల్సి వచ్చింది. పది నెలలకు వేతనం పొందే వారైతే కేవలం 1800 గుర్రాలు, ఐదు నెలలకు వేతనం లభించేవారు. వెయ్యి గుర్రాలను మాత్రమే పోషించాలి. ఐదు నెలల కాలపరిమితికి తక్కువ లేదా పది నెలల వ్యవధికి ఎక్కువతో వేతనాలు పొందేవారు చాలా అరుదుగా ఉండేవారు.

జాగీరు రాబడి తగ్గిపోవడానికి నెలసరి వేతనాల పద్ధతికి ఎలాంటి సంబంధం ఉండేది కాదు. జాగీర్లు అనుభవించే వారికే కాకుండా నగదు రూపంలో వేతనాలు పొందే వారికి కూడా అదే పద్ధతిని అమలు చేశారు. షాజహాన్ కాలంలో వ్యవసాయ భూమి విస్తీర్ణం పెరిగింది. వాణిజ్య పంటల దిగుబడి కూడా పెరిగింది. జమా-దమీ కూడా అభివృద్ధి చెందింది. అయితే ఈ కాలంలో రాబడితోపాటు సరుకులు ధరలు కూడా పెరిగాయి. మొగల్ సేవలో భర్తీ అయిన మరాఠాలకు ఐదు నెలలకోసారి మన్సబ్‌లు కేటాయించేవారు. ఆ విధంగా వారి హోదా ఉన్నతమైనదే అయినా గుర్రాలు, ఆశ్వికుల నిర్దిష్ట సంఖ్య ఆ హోదా కంటే చాలా తక్కువగా ఉండేది. నిల్వలు అధికంగా ఉంటేనే ఆశ్వికాదళం సమర్థవంతంగా పని చేసేది. షాజహాన్ కాలంలో నిల్వలు తగ్గిపోవడంతో మొత్తం మొగల్ ఆశ్వికదళంపై ప్రతికూల ప్రభావం పడింది. దాని సామర్థ్యం బాగా దెబ్బతింది.

మొగలులు ప్రవేశపెట్టిన మన్సబ్‌దారీ వ్యవస్థ సంక్లిష్టమైనది. దాగ్ (ముద్రల) వ్యవస్థ, జాగీర్దారీ వ్యవస్థతో సహా పలు అంశాలపై మన్సబ్‌దారీ వ్యవస్థ పనితీరు ఆధారపడి ఉండేది. దాగ్ వ్యవస్థ సక్రమంగా అమలు కాకపోతే రాజ్యం తన రాబడిని కోల్పోతుంది. ఒక రకంగా మోసపోతుంది. జమా-దమీని ఎక్కువ పాళ్ళలో చూపితే లేదా జాగీర్‌దారు తన అవసరాలకు సరిపడ వేతనం పొందలేకపోతే అతడు కష్టాల్లో పడతాడు. తన బలగాన్ని పోషించలేని స్థితిలో ఉండిపోతాడు. షాజహాన్ కాలంలో మన్సబ్‌దారీ వ్యవస్థ సక్రమంగా పని చేసిందని చెప్పవచ్చు. పరిపాలనపై తదేకదృష్టి,

వజీర్లతో సహా ముఖ్యమైన పదవుల భర్తీలో షాజహాన్ అన్ని జాగ్రత్తలు తీసుకోవడంవల్లే వ్యవస్థ మెరుగుపడింది. సైనికుల భర్తీలో నియమాలను కఠినంగా అమలు చేయడం, క్రమశిక్షణను అన్ని స్థాయిలలో అమలు చేయడం, పదోన్నతులు - పారితోషికాలకు నిర్దిష్టమైన వ్యవస్థను ఏర్పాటు చేయడంవల్ల మొగల్ సంస్థానాధీశులు రాజ్యంపట్ల విధేయులుగా ఉండేవారు. పాలనాపరమైన విధులు నిర్వహించడానికి, రాజ్యాన్ని రక్షించడానికి, సరిహద్దులను విస్తరించడానికి రాజ్యం వారిపై పూర్తిగా ఆధారపడేది.

మొగల్ సైన్యం

మొగల్ సైన్యానికి ఆశ్వికాదళం ఆయువుపట్టులా ఉండేది. మన్‌సబ్‌దారులు ఆ దళానికి పెద్ద సంఖ్యలో సైనికులను సమకూర్చేవారు. మన్‌సబ్‌దారులకు తోడు వ్యక్తిగత సైనికులపై కూడా మొగల్ చక్రవర్తులు ఆధారపడేవారు. వ్యక్తిగత సైనికులను అహదీలు అని పిలిచేవారు. అహదీలు పెద్దమనిషి తరహాలో ప్రవర్తించేవారు. సాధారణ సైనికుల కంటే వారు ఎక్కువ వేతనాలు పొందేవారు. వారు ఎంతో నమ్మకస్తులు. చక్రవర్తులే వారిని నేరుగా భర్తీ చేసేవారు. వారి కోసం ప్రత్యేక విధుల పట్టికను నిర్వహించేవారు. ఒక్కో అహదీ ఐదు గుర్రాల వరకు కలిగి ఉండేవాడు. కొన్నిసార్లు ఇద్దరు కలిసి ఒకే గుర్రాన్ని వినియోగించేవారు. వారి విధులు నిర్దిష్టమైనవి కావు. రాచరిక కార్యాలయాల్లో పని చేసే గుమాస్తాలు, కొలువులో పని చేసే చిత్రకారులు, రాచరిక కర్మాగారాల్లో పని చేసే మేస్త్రీలు ఈ కోవకు చెందుతారు. వీరిలో చాలా మంది సహాయకులుగా నియమితులయ్యేవారు. రాచరిక ఆదేశాలను మోసుకెళ్ళేవారు. షాజహాన్ కాలంలో అలాంటి వారి సంఖ్య 7,000 వరకు ఉండేది. వీరిని కదనరంగానికి తరచూ పంపేవారు. సైన్యంలోని వివిధ విభాగాల్లో ఈ సమాచార వాహకులు సమానంగా విస్తరించి ఉండేవారు. చాలా మంది ఫిరంగీదారులుగా, విల్లుకారులుగా కూడా పని చేసేవారు. వారిని బరక్-అందాజ్ (ఫిరంగి), తీర్-అందాజ్ (విలుకారుడు) అని పిలిచేవారు. అహదీలకు అదనంగా వాలాషాహీలను (రాచరిక అంగరక్షకులు) కూడా చక్రవర్తులు కలిగి ఉండేవారు. రాజమందిరం సంరక్షణకు సాయుధులైన సైనికులు ఉండేవారు. సాధారణంగా వీరు ఆశ్వికులు. అయితే ఆస్థానంలో, రాజమందిరంలో వారు పదాతి దళంగా వ్యవహరించేవారు.

పదాతి దళాలు తగిన సంఖ్యలోనే ఉన్నా అవి సాధారణ విధులు నిర్వహించేవి. వీరిలో చాలా మంది బందూక్చీలు. అంటే ఆయుధాలను మోసుకెళ్ళేవారు. నెలకు మూడు నుండి ఏడు రూపాయల వేతనం పొందేవారు. పదాతి దళాల్లో నౌకర్లు, బరువు మోసేవారు, సమాచార వాహకులు, ఖడ్గదారులు, పహిల్వాన్లు, దాసులు

కూడా అధిక సంఖ్యలో ఉండేవారు. సుల్తానుల కాలంలో ఉన్న సంఖ్యలో కాకపోయినా తగిన మోతాదులోనే దాసులు (బానిసలు) ఉండేవారు. వారి ఆలనాపాలనా బాధ్యత రాకుమారులు లేదా చక్రవర్తిదే. కొన్నిసార్లు బానిస అహదీగా పదోన్నతి కూడా పొందవచ్చు. అయితే సాధారణంగా పదాతి సైనికుల స్థాయి (హోదా) తక్కువగానే ఉండేది.

మొగల్ చక్రవర్తులు యుద్ధ ఏనుగుల కోసం ఒక విశాలమైన శాలను నడిపేవారు. ఫిరంగుల గిడ్డంగి కూడా చాలా పెద్దగా ఉండేది. ఫిరంగి దళంలో రెండు విభాగాలుండేవి. మొదటి విభాగంలో బరువైన, భారీ ఫిరంగులు ఉండేవి. కోటలను రక్షించడానికి, లేదా కోటగోడలను (యుద్ధ సమయంలో) కూల్చడానికి వాటిని వినియోగించేవారు. ఎంతో బరువైన ఈ ఫిరంగులను తరలించడం చాలా కష్టంగా ఉండేది. రెండవ విభాగంలో తేలికైన ఫిరంగులు ఉండేవి. వాటిని ఎక్కడికైనా తరలించడానికి వీలుండేది. చక్రవర్తి ఎక్కడికి బయల్దేరినా అతడి వెంట వాటిని తీసుకెళ్ళేవారు. ఫిరంగి దళాన్ని బలోపేతం చేయడంపై మొగల్ పాలకులు ఎక్కువగా శ్రద్ధ చూపేవారు. ఆ శాఖలో పోర్చుగీసు, ఒట్టోమాన్ సైనికాధికారులు లేదా నిపుణులను నియమించేవారు. ఔరంగజేబు పాలనా పగ్గాలు చేపట్టే నాటికి మొగల్ ఫిరంగి దళం చాలా పటిష్టంగా తయారైంది. ఆ శాఖలో విదేశీయులకు ఉద్యోగం దొరకడమే గగనమయ్యేది.

పెద్ద ఫిరంగుల పరిమాణం చాలా ఎక్కువగా ఉండేది. ఒక ఆధునిక రచయిత ఇలా పేర్కొన్నాడు: “ఈ ఫిరంగులు నష్టం కలిగించడం కంటే ఎక్కువగా శబ్దం చేసేవి. ఒక్క రోజులో వాటిని ఎక్కువసార్లు కాల్చడం కష్టం. అవి పేలిపోవడానికి అవకాశాలు ఎక్కువగా ఉండేవి. వాటిని నడిపించే సైనికులతోపాటు చుట్టు ప్రక్కలున్న సైనికుల ప్రాణాలు కూడా బలిగొనేవి.” అయితే షాజహాన్ వెంట లాహోర్ నుండి కాశ్మీరు వరకు పర్యటించిన ఫ్రెంచి వాస్తవ్యుడు బర్నియర్ తేలికరకం ఫిరంగుల విభాగాన్ని ప్రశంసించాడు. ఫిరంగుల గురించి వివరిస్తూ అతడు ఇలా రాశాడు : “ఫిరంగిలో 50 చిన్న భాగాలు ఉండేవి. అన్ని కంచుతో తయారు చేసినవే. ఒక్కో భాగాన్ని గుర్రాలు లాగే చక్రాల బండిపై పేర్చేవారు. ఆ బండీని అందమైన రంగులతో అలంకరించేవారు. అందులో రెండు మందుగుండు డబ్బాలు ఉండేవి. సాధారణంగా రెండు గుర్రాలు ఫిరంగి పేర్చబడిన బండిని లాగేవి. అదనంగా ఒక గుర్రాన్ని కూడా తీసుకెళ్ళేవారు. ఏనుగులు, ఒంటెలపై కూడా ఫిరంగులను అమర్చేవారు.

మొగల్ సైనిక శక్తిని అంచనా వేయడం కష్టం. షాజహాన్ హయాంలో మొగల్ సైన్యానికి 2,00,000 మందితో కూడిన ఆశ్విక దళం ఉండేది. అందులో జిల్లాల్లో

పని చేసేవారు, ఫౌజ్‌దార్లతో కలిసి పని చేసే వారు కూడా వుండేవారు. ఔరంగుజేబు పాలనలో సైనికుల సంఖ్య 2,40,000లకు చేరుకుంది. షాజహాన్ కాలంలో పదాతి దళాల సంఖ్య 40,000 వరకు ఉండేది. ఈ దళంలో యుద్ధం చేయనివారు (సహాయకులు వగైరా) అదనంగా ఉండేవారు. ఔరంగజేబు కూడా అంతే సంఖ్యలో పదాతి దళాన్ని కలిగి ఉండేవాడు.

పశ్చిమ, మధ్యాసియా లేదా ఐరోపా దేశాల సైన్యాలతో పోలిస్తే మొగల్ సైన్యం ఎంత సమర్థవంతంగా ఉండేది? ఈ ప్రశ్నకు జవాబివ్వడం చాలా కష్టం. బర్నియర్ లాంటి ఐరోపా యాత్రికులు ఎందరో మొగల్ సైన్యం సమర్థతపై ప్రతికూలమైన వ్యాఖ్యలు చేశారు. జాగ్రత్తగా విశ్లేషిస్తే మనకు అర్థమయ్యేదేమిటంటే ఆ ప్రతికూల వ్యాఖ్యలు మొగల్ పదాతి దళాలకు సంబంధించినవేనని బోధపడుతుంది. పదాతి దళానికి ఒక వ్యాయామం, ఒక క్రమశిక్షణ అంటూ ఉండేవికావు. వాటికి సరైన నాయకత్వం ఉండేది కాదు. సైనికులు అరాచకంగా ప్రవర్తించేవారు. అప్పటికే ఐరోపాలో పదాతి దళానికి ఎంతో ప్రాముఖ్యత పెరిగింది. ఆశ్వికాదళంతో సమానంగా అది యుద్ధతంత్ర విన్యాసాలను ప్రదర్శించేది. చాలా ఐరోపా దేశాలకు పదాతి దళమే ప్రధాన యుద్ధ దళంగా ఉండేది. తేలికపాటి తుపాకులు రావడంతో ఆ దళం మరింత బలాన్ని పుంజుకుంది. 18వ శతాబ్దం వరకు భారత పాలకులు పదాతి దళాన్ని వ్యవస్థీకరించింది, ఆధునీకరించే విషయాన్ని పూర్తిగా విస్మరించారు, తగిన మూల్యం చెల్లించారు.

పర్షియన్లతో సమానంగా పోరాడగల ఉజ్బేక్ సైనికులను బల్ఖ్ సమీపంలో దారుణంగా ఓడించడం ద్వారా మొగల్ సైన్యం తనూ ఎవరికీ తీసిపోనని నిరూపించింది. ప్రత్యక్ష యుద్ధంలో మధ్యాసియా, పర్షియన్ సైన్యాలకు ధీటుగా పోరాడగలనని చాటి చెప్పింది. అయితే మొగల్ సైన్యం ప్రధాన బలహీనత నావికాదళమే. జలమార్గాల్లో యుద్ధతంత్రం నిర్వహించడంలో మొగలులు బలహీనంగా ఉండేవారు. ఫిరంగి దళం కొంత బలహీనంగా ఉన్నా ఔరంగజేబు రాకతో ఆసియా శక్తులతో సమానంగా అది అభివృద్ధి చెందింది. అయితే సముద్ర వ్యాపారం నిర్వహించే ఐరోపా శక్తులకు మొగల్ నావికాదళం ఏ మాత్రం పోటీగా ఉండేది కాదు. మొత్తమ్మీద మొగల్ సైన్యం, ప్రత్యేకించి ఆశ్వికదళం, జాగిర్దారీ వ్యవస్థతో ముడిపడి వుండేది. మరోవైపు జాగీర్దారీ వ్యవస్థ దేశంలో నెలకొన్న భూస్వామ్య సంబంధాలతో కూడిన వ్యవస్థపై ఆధారపడి ఉండేది. చివరగా చెప్పాలంటే సైన్యం, జాగిర్దారీ వ్యవస్థ బలం, సామర్థ్యం పరస్పరంగా ఆధారపడి ఉండేవి.

పదహారవ అధ్యాయం
మొగలుల హయాంలో ఆర్థిక, సామాజిక జీవనం

ఆర్థిక – సామాజిక పరిస్థితులు :

17వ శతాబ్ది చివరి నాటికి మొగల్ సామ్రాజ్య విస్తరణ పతాక స్థాయికి చేరుకుంది. ఈ కాలంలో రాజకీయ, పరిపాలనాపరమైన సమస్యలెన్నింటినో అది ఎదుర్కోవలసి వచ్చింది. వాటిలో కొన్నింటిని మనం ఇప్పటికే చర్చించాము. ఆర్థిక-సామాజిక రంగాల్లో అక్బర్ పాలనా కాలం నుండి 17వ శతాబ్ది చివరి వరకు మౌలికమైన మార్పులంటూ ఏవీ రాలేదు. కాని కొన్ని ముఖ్యమైన సామాజిక, ఆర్థిక పరిణామాలు మాత్రం చోటు చేసుకున్నాయి. వాటిని ఇప్పుడు మనం విశ్లేషిద్దాము.

జీవన ప్రమాణాలు, గ్రామీణ జీవన విధానం, ప్రజలు :

ఈ కాలంలో ఐరోపా వ్యాపారులు, యాత్రికులు చాలా మంది భారతదేశాన్ని సందర్శించారు. అప్పుడు నెలకొని ఉన్న సామాజిక, ఆర్థిక పరిస్థితులను విపులంగా వివరిస్తూ రచనలు చేశారు. సాధారణంగా అయితే దేశ సిరిసంపదలు, సౌభాగ్యంపైనే వారు ఎక్కువగా దృష్టి పెట్టారు. పాలకవర్గాల విలాసవంతమైన జీవితం గురించి, మరోవైపు సాధారణ ప్రజల పేదరికం గురించి కూడా రాశారు. రైతులు, చేతివృత్తిదారులు, కార్మికులు ఆర్థిక భోగభాగ్యాలకు ఆమడ దూరంలో ఉండేవారు. సాధారణ ప్రజల వేషధారణను చూసి బాబర్ ఆశ్చర్యపోయాడు. అప్పట్లో పేదలు నడుము పై భాగంలో ఏమీ ధరించేవారు కాదు. అందుకే బాబర్ ఇలా వ్యాఖ్యానించాడు: "రైతులు, పేదలు నగ్నంగా ఊరేగుతున్నారు". మగవారు ధరించే లంగోటి, మహిళలు

ధరించే చీర గురించి అతడే వివరించాడు. బాబర్ అభిప్రాయాలతో దేశాన్ని తర్వాత దర్శించిన ఐరోపా యాత్రికులు కూడా ఏకీభవించారు. 16వ శతాబ్ది చివరిలో దేశాన్ని సందర్శించిన రాల్ఫ్ ఫిచ్ ఇలా వ్యాఖ్యానించాడు : "బనారస్‌లో ప్రజలు దాదాపు నగ్నంగా వెళతారు. మధ్యభాగంలో నడుము కింద ఏదో కొద్దిగా వస్త్రాన్ని మాత్రమే ధరిస్తారు." శీతాకాలంలో చలి నుండి తప్పించుకోవడానికి సాధారణ ప్రజల వద్ద సరిపడ వస్త్రాలు ఉండేవి కావని డి లయే రాశాడు. "శీతాకాలంలో మగవారు కుర్తాలు, తలపాగాలు ధరిస్తారు," అని ఫిచ్ పేర్కొన్నాడు. పాదరక్షల ధారణపై కూడా ఇలాంటి వ్యాఖ్యలే వెలువడ్డాయి. దక్కనులో ప్రజలు పాదరక్షలు లేకుండా తిరగడాన్ని నికెటిన్ గమనించాడు. ఆధునిక రచయిత మోర్‌లాండ్ ప్రకారం నర్మదానది ఉత్తర భాగాన పాదరక్షల వినియోగం గురించి అతడు ఎక్కడా వినలేదు. ఒక్క బెంగాల్‌లోనే పాదరక్షలు వాడేవారు. చర్మం ధర ఎక్కువగా ఉండడమే అందుకు కారణం.

నివాసాలు, కలప సామాగ్రి గురించి ఎంత తక్కువ మాట్లాడితే అంత మంచిది. ప్రస్తుతం ఉన్న మట్టి గృహాలకు భిన్నంగా అప్పటి గ్రామీణ నివాసాలు ఉండేవి కావు. గ్రామీణులు చాలా మంది పూరిగుడిసెల్లో నివాసముండేవారు. మంచాలు, వెదురు చాపలు మినహా వారి ఇళ్ళల్లో ఇతర కలపసామాగ్రి ఉండేది కాదు. గ్రామంలో కుమ్మరి తయారు చేసే మట్టికుండలు, వంట సామాగ్రి తప్ప ఇతర విలువైన వస్తువులు ఉండేవికావు. రాగి, ఇత్తడి కంచాలు, గరిటెలు చాలా ఖరీదైనవి కనుక పేదలు వాటిని కొనుగోలు చేసేవారు కాదు.

ఆహారం విషయానికి వస్తే బియ్యం, పప్పు ధాన్యాలనే ప్రజలు ఎక్కువగా వాడేవారు. బెంగాల్, ఇతర తీర ప్రాంతాల్లో చేపలు, దక్షిణంలో మాంసాన్ని తినేవారు. ఉత్తర భారతంలో గోధుమలు లేదా ఇతర పిండి ధాన్యాలతో తయారు చేసే రొట్టెలు, పప్పు, కూరగాయ వంటకాలు తయారు చేసేవారు. సాధారణ ప్రజలు సాయంత్రం వేళల్లో మాత్రమే పుష్టిగా భోజనం చేసేవారని చెబుతారు. పగలు పప్పులు, ఇతర ధాన్యాలను నమిలి తినేవారు. తిండి గింజల కన్నా నెయ్యి, వంటనూనెలు అప్పట్లో చాలా చవకగా ఉండేవి. పేదలు కూడా వాటిని కొనుగోలు చేసేవారు. అయితే ఉప్పు, చక్కెర ధరలు ఎక్కువగా ఉండేవి.

ఆ విధంగా ధరించడానికి సరైన వస్త్రాలు లేకపోయినా, పాదరక్షలు ఖరీదైనవి కావడంతో వాటిని కొనుగోలు చేయకపోయినా సాధారణ ప్రజలు తిండిని మాత్రం బాగా తినేవారు. మేత విస్తారంగా లభించడంతో పశువులను ఎక్కువ సంఖ్యలో పెంచేవారు. ఆ విధంగా పాలు, పాల పదార్థాలు అందరికీ అందుబాటులో ఉండేవి.

సంపాదన, వేతనాల మీదే జీవన ప్రమాణాలు ఆధారపడి ఉండేవి. జనాభాలో

ఎక్కువ భాగం ఉన్న రైతుల ఆదాయాన్ని నిర్దిష్టంగా గణించడం చాలా కష్టం. ఎందుకంటే గ్రామసీమల్లో డబ్బు చెలామణి చాలా పరిమిత స్థాయిలో ఉండేది. గ్రామీణ చేతివృత్తుల వారికి సేవలకు ప్రతిఫలంగా ధాన్యరూపంలో వేతనాలు చెల్లించేవారు. గ్రామీణ సాంప్రదాయం ప్రకారం నిర్ధారించిన పరిమాణంలోనే తిండిగింజలు ఇచ్చేవారు. రైతు ఆధీనంలో ఉన్న సగటు సాగుభూమిని లెక్కించడం కష్టం. లభించిన సమాచారం మేరకు గ్రామ సీమల్లో ఆర్థిక, సామాజిక అసమానతలు ఎక్కువగా ఉండేవని బోధపడుతోంది. సొంత కాడెద్దులు, నాగలి, ఇతర సామాగ్రి లేని రైతులు జమిందార్లు లేదా అగ్రకులాల భూముల్లో పని చేసేవారు. వారి బతుకు చాలా కష్టంగా గడిచేది. అంటరాని వారు లేదా కమీన్ (దళిత కులాలు) వర్గానికి చెందిన వారే భూమిలేని రైతులు, వ్యవసాయ కార్మికులు. కరువు సంభవించినపుడు – అప్పట్లో కరువు సర్వసాధారణంగా ఉండేది – భూమిలేని నిరుపేద రైతులు, చేతివృత్తిదారులే ఎక్కువగా నష్టపోయేవారు. వారికి సరైన తిండి కూడా దొరికేది కాదు. భూ యాజమాన్యం ఉన్న రైతులు వ్యవసాయం చేసేవారు. వారిని ఖుద్‌కష్త్ అని పిలిచేవారు. నిర్ణీత ధరల మేరకు వారు భూమిశిస్తు చెల్లించేవారు. కొందరు రైతుల వద్ద పెద్ద సంఖ్యలో కాడెద్దులు, నాగళ్ళు ఉండేవి. పేద రైతులకు వాటిని అరువుగా ఇచ్చేవారు. కౌలుదారులు లేదా ముజారియన్ సాధారణ ధరల కంటే ఎక్కువగా భూమిశిస్తును చెల్లించాల్సి వచ్చేది.

ఆ విధంగా గ్రామీణ సమాజం చాలా అసమానంగా ఉండేది. రైతులు (ఖుద్‌కష్త్) గ్రామంలో తామే తొలిగా స్థిరపడ్డామని వాదించేవారు. వీరంతా ఒక్క అగ్రకులానికి లేదా కులాలకు చెందినవారు. గ్రామీణ సమాజంపై ఈ కులాలకు ఆధిపత్యం వుండేది. దళిత, పేద వర్గాలను అవి దోచుకునేవి. మరోవైపు రైతులను జమీందార్లు దోపిడీకి గురిచేసేవారు.

ఒక అంచనా ప్రకారం 17వ శతాబ్దం తొలినాళ్ళలో దేశ జనాభా 12.5 కోట్లు. కనుక సాగు చేయడానికి భూమి విస్తారంగా లభించేది. రైతు తనకు చేతనైనంత భూమిని సాగు చేసేవాడని మనం భావించాల్సి ఉంటుంది. వనరులు, కుటుంబ పరిస్థితులు అనుమతించిన మేరకు అతడు పంటలు పండించేవాడు. అయితే భూమి సాగుపై కొన్ని సామాజిక ఆంక్షలు, పరిమితులు ఉండేవి. ఆసియా, ఆఫ్రికా దేశాల వలె కాకుండా భారతదేశంలో ఆర్థిక వ్యవస్థ విస్తారంగా, వైవిధ్యభరితంగా ఉండేది. గోధుములు, వరి, కంది, బార్లీ, పప్పు ధాన్యాలు, సజ్జలు, జొన్న మొదలగు తిండి గింజలతోపాటు పరిశ్రమలకు అవసరమయ్యే పత్తి, చెరుకు, నూనె గింజలు, తేయాకు, కాఫీ, నీలం తదితర వాణిజ్య పంటలు బాగా పండేవి. ఆ విధంగా ఆర్థిక వ్యవస్థ మెరుగ్గా ఉండేది. వాణిజ్య పంటలు సాగు చేసే రైతులు భూమి శిస్తును ఎక్కువగా

చెల్లించేవారు. అది కూడా నగదు రూపంలో. అందుకే వాణిజ్య పంటలను నగదు పంటలని పిలిచేవారు. లేదా ఉన్నత శ్రేణి పంటలుగా పరిగణించేవారు. ధరలకు అనుగుణంగా రైతులు పంటలను మార్చేవారు. కొత్తరకం పంటలను కూడా సాగు చేసేవారు (లాభాలు వస్తాయన్న ధీమా ఉంటే). ఆ విధంగా 17వ శతాబ్దంలో రెండు కొత్త పంటలు వ్యవసాయానికి జతయ్యాయి. అవి పొగాకు, మొక్కజొన్న. బెంగాల్‌లో పట్టుగూళ్ళ పెంపకం పుంజుకుంది. దాంతో చైనా నుండి పట్టువస్త్రాలు దిగుమతి చేసుకోవలసిన అవసరం లేకుండా పోయింది. అలాగే 18వ శతాబ్దంలో ఉల్లిగడ్డ, పండుమిర్చీలను కూడా సాగు చేయడం మొదలుపెట్టారు. ఉత్పాదనా సామర్థ్యం విషయానికి వస్తే, 17వ శతాబ్దంలో గ్రామ సీమలు జనాభా విపరీతంగా పెరిగిపోతున్న నగరాలు, పట్టణాలను పోషించే స్థితిలో ఉండేవి. ఈ కాలంలో మన దేశం ఆహార ధాన్యాలను ఎగుమతి కూడా చేసేది. ముఖ్యంగా బియ్యం, చక్కెర లాంటి ఆహారోత్పత్తులను పొరుగు దేశాలకు ఎగుమతి చేసేవారు. జౌళిరంగానికి అవసరమైన ముడిసరుకులను కూడా రవాణా చేసేది. వ్యవసాయాభివృద్ధి, వ్యవసాయ విస్తరణ కోసం మొగల్ ప్రభుత్వం రైతులకు రుణాలు కూడా మంజూరు చేసేది. అయితే స్థానిక కృషి, చొరవ, పెట్టుబడి లేకుండానే వ్యవసాయ విస్తరణ సాధ్యమయ్యేదికాదు.

ఆ విధంగా చూస్తే భారత రైతు సాంప్రదాయవాది కాదు. మార్పులను ఎన్నడూ అడ్డుకోలేదు. కొత్త వ్యవసాయ పద్ధతులంటూ ఏవీ ప్రవేశపెట్టకపోయినా భారత వ్యవసాయం పారిశ్రామిక, వాణిజ్య రంగాలలో కీలకమైన, సమర్థవంతమైన పాత్రను పోషించింది.

ఆ రోజుల్లో భూమిశిస్తు చెల్లించినంత కాలం రైతును భూమి నుండి వేరు చేసే వారు కాదు. కొనుగోలుదారు ఉంటే భూమి అమ్ముకోవడానికి గ్రామీణ సమాజం అభ్యంతరం చెప్పేది కాదు. రైతు మరణిస్తే అతడి పిల్లలు భూమిని వారసత్వంగా పొందేవారు. రాజ్యానికి చెల్లించాల్సిన బకాయిలు (శిస్తు) ఎక్కువగా ఉండేవి. కొన్నిసార్లు పంట దిగుబడిలో సగభాగం వరకు చెల్లించాల్సి వచ్చేది. అయినా రైతుకు జీవితం గడపడం కష్టంగా ఉండేదని, తదుపరి పంట వేయడానికి తగిన వనరులు కొరవడేవని చెప్పడానికి ఎలాంటి ఆధారాలులేవు. రైతు సాగును మరింత విస్తరించేవాడు కూడా. సాధారణంగా రైతుల జీవితం కష్టదాయకమే అయినా మూడుపూట్ల తినడానికి, సాధారణ అవసరాలు తీర్చుకోవడానికి ఇబ్బంది ఉండేది కాదు. రుతువుల ఆధారంగా రైతు జీవనశైలి ఉండేది. సామాజిక ఆచారాలు, వ్యవహారాలు, తిరుణాళ్ళు, తీర్థయాత్రలు, వేడుకలు మొదలైనవి అతడి జీవితంలో ప్రధాన ఘట్టాలుగా ఉండేవి. అయితే భూమిలేని రైతులు, చేతివృత్తిదారులు, ఇతర బడుగు వర్గాల పరిస్థితి అంతకంటే

దారుణంగా ఉండేదని మనం గ్రహించాలి.

నగరాలు, పట్టణాల విషయానికి వస్తే, జనాభాలో ఎక్కువ భాగం పేదలు ఉండేవారు. వారిలో చేతివృత్తిదారులు, నౌకర్లు, బానిసలు, సైనికులు, కార్మికులు తదితరులు ఎక్కువ. ఐరోపా యాత్రికుల ప్రకారం నౌకరుకు ప్రతి నెలా రెండు రూపాయల కంటే తక్కువగా వేతనం లభించేది. పదాతి సైనికులు, కార్మికులు మూడు రూపాయల కంటే తక్కువ వేతనం పొందేవారు. 20వ శతాబ్ది తొలినాళ్ళలో జీవించిన మోర్‌లాండ్ ప్రకారం ఆ కాలంలో కార్మికుల వేతనాల్లో ఎలాంటి భారీ మార్పులు ఉండేవి కావు. పౌష్టికాహారం బాగా తీసుకున్నా వస్త్రాలు, చక్కెర లాంటి ఉత్పత్తులు ఖరీదైనవి కావడంతో సాధారణ ప్రజలు వాటిని కొనుగోలు చేసేవారు కాదు. అప్పటి (మొగల్ కాలంనాటి) జీవన ప్రమాణాలను విశ్లేషించిన మోర్‌లాండ్ బ్రిటిష్ పాలనలో భారతీయుల ఆర్థిక పరిస్థితి పెద్దగా దిగజారలేదని తేల్చాడు. అయితే ఈ విషయాన్ని విశాల దృష్టితో పరిశీలించాల్సి ఉంటుంది. ఐరోపా ప్రజల ఆస్తులు, వేతనాలు గణనీయంగా పెరిగినా భారతదేశంలో మాత్రం బ్రిటిషు హయాంలో ఆర్థిక మాంద్యం అన్ని చోట్లా ఉండేది.

పాలకవర్గాలు : సంస్థానాధీశులు, జమీందారులు

భూస్వాములు, జమీందార్లతోపాటు సంస్థానాధీశులు పాలకవర్గాలుగా ఉండేవారు. సామాజికంగా, ఆర్థికంగా చూసినపుడు మొగల్ సంస్థానాధీశులు ఉన్నత వర్గంగా చెలామణి అయ్యారు. సిద్ధాంతపరంగా చూస్తే మొగల్ ఆస్థానం అన్ని కుల, మత వర్గాలకు తెరిచే ఉండేది. ఆచరణలో మాత్రం రాచరిక కుటుంబాలకే (భారతీయ, విదేశీ) ఎక్కువ అవకాశాలు ఉండేవి. మొగల్‌ల మాతృభూమి అయిన తురన్, దాని పొరుగు దేశాలైన తజకిస్తాన్, ఖురాసన్, ఇరాన్‌ల నుండి అధిక సంఖ్యలో సామంతులు మొగలులతోపాటు భారతదేశానికి తరలి వచ్చారు. సామ్రాజ్యంలో ఉన్నత పదవులు ఎక్కువ భాగం వారికే దక్కాయి. బాబర్ తుర్కు జాతీయుడైనా పాలనా వ్యవహారాల్లో జాతిభేదాలను ఎక్కడా పాటించలేదు. జాత్యాహంకార విధానాన్ని ఎన్నడూ అమలు చేయలేదు. ఆఫ్ఘాన్ తెగ నాయకులను తన వైపు తిప్పుకోవడానికి ప్రయత్నించాడు. అయితే ఆఫ్ఘాన్ నాయకులు నిలకడలేని స్వభావం గలవారు. పూర్తి విధేయతను కనబరచరు. అనతి కాలంలోనే శత్రు శిబిరంలోకి ఫిరాయించారు. అక్బర్ హయాంలో కూడా బీహార్, బెంగాల్‌లలో ఆఫ్ఘాన్లు, మొగలుల మధ్య సంఘర్షణ కొనసాగింది. కాని జహంగీర్ కాలం నుండి ఆఫ్ఘాన్లను కూడా మొగల్ సామ్రాజ్యసేవలోకి తీసుకున్నారు. జహంగీర్ వారికి మన్‌సబ్‌లు కట్టబెట్టాడు. భారతీయ

ముస్లింలను కూడా (వీరిని షేక్‌జాదా లేదా హిందుస్తానీ అని పిలిచేవారు) ప్రభుత్వ ఉద్యోగాల్లో భర్తీ చేశారు.

అక్బర్ కాలం నుండి హిందువులను కూడా క్రమంగా సంస్థానాధీశులుగా నియమించారు. వారిలో ఎక్కువ భాగం రాజ్‌పుత్‌లే. రాజ్‌పుత్‌లలో కూడా కచ్‌వాహాలకు అధిక ప్రాధాన్యత లభించేది. ఒక అంచనా ప్రకారం 1594లో అక్బర్ పాలన కింద హిందూ సంస్థానాధీశుల సంఖ్య మొత్తం సంఖ్యలో 16 శాతమే ఉండేది. కాని ఈ గణాంకాలు హిందువులకున్న అధికారాన్ని, ప్రభావాన్ని ఏ మాత్రం ప్రతిబింబించవు. రాజామాన్‌సింగ్, రాజాబీర్బల్ ఇద్దరూ అక్బర్‌కు సన్నిహితులు, సహచరులు. రెవెన్యూ పాలనా అంతా రాజా తోడర్‌మాల్ నియంత్రణలో ఉండేది. అతడికి ఎనలేని గౌరవం ఉండేది. సంస్థానాధీశులుగా నియమితుడైన రాజ్‌పుత్‌లు వారసత్వపరంగా రాజులు లేదా రాజరిక వంశానికి చెందినవారు. సంస్థానాధీశులుగా వారు నియమితులు కావడంతో అధికారస్వామ్య రాచరిక స్వభావం మరింత బలపడింది. అయినప్పటికీ సాధారణ వర్గాల నుండి వచ్చిన వారు కూడా సామ్రాజ్యంలో ఉన్నత పదవులు, హోదాలను పొందారు.

జహంగీర్, షాజహాన్‌లు కాలంలో సంస్థానాధీశ వ్యవస్థ సుస్థిరమైంది. పై పాలకులిద్దరూ మన్‌సబ్‌దారీ వ్యవస్థ పనితీరును జాగ్రత్తగా విశ్లేషిస్తూ ఎప్పటికప్పుడు దిద్దుబాటు చర్యలు తీసుకునేవారు. పదోన్నతుల్లో ఒక నిర్దిష్టమైన విధానాన్ని పాటించేవారు. క్రమశిక్షణకు అధిక ప్రాధాన్యత ఇచ్చేవారు. రాచరిక సేవలో సమర్థులైన వారినే నియమించేవారు.

మొగల్ సంస్థానాధీశులు అందరి కంటే ఎక్కువగా వేతనాలు పొందేవారు. అధిక వేతనాలు, మత వ్యవహారాల్లో మొగల్ చక్రవర్తులు అవలంబించిన ఉదారవాద విధానం, రాజకీయ సుస్థిరత వల్ల ఇతర దేశాల నుండి ఎందరో నిపుణులు, సమర్థులు మొగల్ ఆస్థానంలో పదవులు నిర్వహించడానికి ఆసక్తి చూపారు. ఆ విధంగా భారత్‌కు మేధా సంపద గణనీయంగా లభించింది. ఇరానీ, తురానీ, ఇతర దేశాల నుండి ఎక్కువ మంది భారత్‌కు వలస రావడంతో ఉన్నత పదవుల కోసం విదేశీయుల మధ్య తీవ్రమైన పోటీ నెలకొందని అప్పుడు భారత దేశాన్ని సందర్శించిన బర్నియర్ వ్యాఖ్యానించాడు. అయితే ఈ వాదన అర్థరహితమని ఆధునిక అధ్యయనం స్పష్టం చేస్తోంది. సమర్థులైన వారు దేశానికి ఉద్యోగాల వేటలో వచ్చినా, ఉన్నత పదువుల పొందినా అందరూ ఇక్కడే స్థిరపడిపోయారు. భారత్‌నే తమ సొంత దేశంగా పరిగణించారు. ప్రాచీన కాలం వలె మధ్యయుగంలో కూడా భారతదేశం ఎందరో విదేశీయులను ఆదరించి సముచిత స్థానాన్ని కల్పించింది. అలాగే విదేశీయులందరూ

అనతి కాలంలోనే స్థానిక ఆచార వ్యవహారాలతో మమేకమై భారతీయ సమాజం, భారతీయ సంస్కృతిలో కలిసిపోయారు. అదే సమయంలో తమ ప్రత్యేక లక్షణాలను నిలుపుకున్నారు. అందుకే భారతీయ సంస్కృతి వైవిధ్యాన్ని, ఘనతను సంతరించుకుంది. జహంగీర్, షాజహాన్‌ల పాలనలో ఉన్నతాధికారులుగా ఉన్న వారు అధిక శాతం భారతదేశంలో జన్మించిన వారే కావడం విశేషం. అధికార యంత్రాంగంలో ఆఫ్ఘన్లు, భారతీయ ముస్లింలు, హిందువుల ప్రాతినిథ్యం కూడా క్రమంగా విస్తరించింది. హిందువులలో ఎక్కువగా మరాఠాలే మొగల్ సామ్రాజ్యసేవలో చేరారు. దక్కనులో మరాఠాల ప్రాబల్యాన్ని గుర్తించిన తొలి మొగల్ చక్రవర్తి జహంగీర్. ఆ కారణంగా అతడు వారిని తనవైపు తిప్పుకున్నాడు. షాజహాన్ కూడా అదే విధానాన్ని కొనసాగించాడు. షాజహాన్ సేవలో చేరిన ప్రముఖ మరాఠా సర్దార్లలో శివాజీ తండ్రి షాజీ ముఖ్యుడు. అయితే అతడు అనతి కాలంలోనే తన విధేయతను మార్చుకున్నాడు. ఔరంగజేబు కూడా ఎందరో మరాఠా వీరులు, దక్కను (దక్కనీ) ముస్లింలకు పదవులు కట్టబెట్టాడు. మరాఠాలతో మొగలులకున్న సంబంధాలను తదుపరి అధ్యాయంలో విశ్లేషిద్దాము. అయితే ఇక్కడ గమనించాల్సిన విషయం ఒకటుంది. షాజహాన్ హయాంలో హిందువులు 24 శాతమే జాగీర్లు నిర్వహించినా ఔరంగజేబు పాలనా ద్వితీయార్థంలో వారి సంఖ్య 33 శాతానికి పెరిగింది. సంఖ్యాపరంగా అయితే వారి ప్రాతినిథ్యం ఒకటిన్నర రెట్లు పెరిగింది. హిందూ సంస్థానాధీశుల్లో సగానికి పైగా మరాఠాలే ఉండేవారు. మొగల్ సంస్థానాధీశులు ఎక్కువ మొత్తంలో వేతనాలు పొందినా వారి ఖర్చులు కూడా భారీగానే ఉండేవి. ప్రతి మొగల్ సంస్థానాధీశుడు పెద్ద సంఖ్యలో నౌకర్లు, సహాయకులు కలిగి ఉండేవాడు. అలాగే ఏనుగులు, గుర్రాల కోసం పెద్ద పెద్ద శాలలను నిర్వహించేవారు. లెక్కలేనన్ని రవాణా సాధనాలు కలిగి ఉండేవారు. చాలా మంది అధికారులు మహిళల కోసం ప్రత్యేక నివాస ప్రాంతాన్ని ఏర్పాటు చేసేవారు. హోదాను బట్టి మహిళలను పోషించడం ఆ రోజుల్లో సాంప్రదాయంగా ఉండేది. విలాసంలో మొగల్ పాలకులను అనుకరించడానికి సంస్థానాధీశులు ప్రయత్నించేవారు. పండ్లతోటలతో నిండిన ప్రాంతంలో నిత్యం నీటి సరఫరా ఉండేలా చూసేవారు. ఉద్యానవనం మధ్యలో విలాసవంతమైన భవనాలను నిర్మించి అందులో నివాసముండేవారు. ఖరీదైన వస్త్రాలు ధరించేవారు. సౌందర్య, సుగంధాలకు డబ్బు ఎక్కువగా తగలేసేవారు. ఆహారంపై అధికంగా వెచ్చించేవారు. ఒక లెక్క ప్రకారం అక్బర్ కోసం భోజనానికి ప్రతిసారి 40 రకాల వంటకాలు తయారు చేసేవారు. పండ్లపై ఎక్కువగా ఖర్చు పెట్టేవారు. సమర్‌ఖండ్, బుఖారా ప్రాంతాల నుండి వివిధ రకాల పండ్లను తెప్పించేవారు. ఉన్నత కుటుంబాలు ఐసుగడ్డలను

సంవత్సరం పొడవునా ఉపయోగించేవారు. అప్పట్లో ఐసు గడ్డల ధర చాలా ఎక్కువగా ఉండేది. ఖరీదైన నగలు, వజ్రాలతో పొదిగిన ఉంగరాలు, హారాలను ఆడ, మగ ఇద్దరూ ధరించేవారు. మగవారు విలువైన చెవిపోగులు ధరించే ఆచారాన్ని జహంగీర్ ప్రారంభించాడు. నగలను కొంత వరకు అత్యవసర సమయాల్లో అమ్ముకోవడానికి భద్రంగా దాచి పెట్టేవారు. సంవత్సరానికి రెండుసార్లు చక్రవర్తికి కానుకలు అందజేసే సంప్రదాయం ఉండేది. ఖరీదైన, విలువైన కానుకలు కొనడానికి సంస్థానాధీశులు విరివిగా ఖర్చు పెట్టేవారు. అయితే వ్యక్తులస్థాయిని వారు అందజేయాల్సిన కానుకల విలువను పాలనాధికారులు ముందే నిర్ధారించేవారు. సంస్థానాధీశులు కూడా చక్రవర్తి నుండి కానుకలు పొందేవారు.

డబ్బు కూడగట్టడం కంటే ఖర్చు చేయడమే పాలకవర్గాల లక్షణంగా ఉండేది. కొందరు సంస్థానాధీశులు, ఆస్థాన ప్రముఖులు మాత్రమే అప్పుల భారానికి బయట ఉండేవారు. సంపదనంతా తమ వారసులకు అందజేసేవారు. పాలకవర్గాలు ప్రత్యక్షంగానో పరోక్షంగానో ఆర్థిక వ్యవస్థ అభివృద్ధికి తమ వంతు సహకారాన్ని అందించేవి. ఆర్థిక వ్యవస్థ అనేక మార్గాల్లో అభివృద్ధి చెందింది. చాలా మంది సంస్థానాధీశులు భూములను కొనుగోలు చేశారు. లేదా చక్రవర్తి వారికి భూములను కానుకగా ఇచ్చాడు. ఆ భూముల్లోనే భవంతులు నిర్మించుకొని స్థిరపడ్డారు. చుట్టూ ఉద్యానవనాలు, పండ్ల తోటలు పెంచేవారు. మండీలను (మార్కెట్లు) ఏర్పాటు చేసి పండ్లు, కూరగాయలు, తిండి గింజల వ్యాపారం నిర్వహించేవారు. అద్దె రూపంలో, అమ్మకాల రూపంలో వారికి గణనీయమైన ఆదాయం లభించేది. వ్యాపారులకు వడ్డీపై రుణాలు మంజూరు చేసేవారు. లాభదాయకమైన వ్యాపారంలో పెట్టుబడులు పెట్టడం నేర్చుకోవాలని ఒక వ్యాసంలో అబుల్ ఫజల్ సంస్థానాధీశులకు సలహా కూడా ఇచ్చాడు. వడ్డీ వ్యాపారం ఇస్లాం మత సూత్రాలకు వ్యతిరేకమైనా వడ్డీపై రుణాలివ్వడం తప్పు కాదని అబుల్ ఫజల్ వారిని ప్రోత్సహించాడు. ఆ విధంగా అతడు సమకాలీన విలువలకు ప్రాతినిధ్యం వహించాడు.

ఆ కాలంలో వాణిజ్య కార్యకలాపాల్లో సంస్థానాధీశుల పెట్టుబడి ఎంత ఉండేదో తేల్చడం కష్టం. కొన్నిసార్లు కొందరు సంస్థానాధీశులు, రాకుమారులు కూడా తమ పదవిని దుర్వినియోగపరచి వ్యాపార లావాదేవీలు తమకు అనుకూలంగా జరిగేలా చూసేవారు. చేతివృత్తిదారులు, వ్యాపారులను భయపెట్టి తక్కువ ధరకు వారి ఉత్పత్తులను కొనుగోలు చేసేవారు. అయితే అలాంటి అవినీతి కార్యకలాపాలు పెద్దఎత్తున సాగేవి కావు. వ్యాపార, వాణిజ్య కార్యకలాపాలను అవి ఏ మాత్రం ప్రభావితం చేయలేదు. సూరత్‌లో స్థిరపడిన ఒక ఆంగ్ల ఉల్లేఖుడు 1614లో ఇలా

వ్యాఖ్యానించాడు: "ఉన్నత వర్గాలు, సాధారణ పౌరులిద్దరూ వ్యాపారులే." రాకుమారులు, రాకుమార్తెలు, రాచరిక వంశానికి చెందిన మహిళలు కూడా సముద్ర మార్గాన వాణిజ్యం నిర్వహించేవారు. కొందరైతే ఓడలను సైతం కలిగి ఉండేవారు. ఔరంగజేబు పాలనలో ఉన్నతాధికారిగా ఉన్న మీర్ జుమ్లా రవాణా ఓడల దళాన్ని కలిగి ఉండేవాడు. పర్షియా, అరేబియా, ఈశాన్య దేశాలలో వ్యాపారం నిర్వహించేవాడు. వాణిజ్యం ద్వారా సమకూరే ధనంపై పాలకవర్గాల్లో ఆశ విపరీతంగా పెరిగిపోయింది. అది ఏ స్థాయికి చేరుకుందంటే చివరికి ఔరంగజేబు ప్రధాన ఖాజీ కూడా చక్రవర్తికి తెలియకుండా వాణిజ్య సంస్థలను నడిపేవాడు.

ఆ విధంగా మొగల్ సంస్థానాధీశులకు కొన్ని విచిత్రమైన లక్షణాలు ఉండేవి. జాతి భేదాలు ఆధారంగా కొన్నిసార్లు వారు చీలిపోయినా వివిధ ప్రాంతాలు, మతాలకు ప్రాతినిథ్యం వహించే పాలకవర్గంగా ఉండేవారు. కవులు, కళాకారులను పోషిస్తూ మిశ్రమ సంస్కృతిని అభివృద్ధిపరిచేందుకు కృషి చేశారు. పార్సీ, హిందీ విద్వాంసులను సమానంగా ఆదరించారు. భూస్వామ్య లక్షణం ఉన్నప్పటికీ (భూమే వారి ఆదాయ మార్గం) అధికారస్వామ్య లక్షణాలను పాలకవర్గం క్రమంగా అలవర్చుకుంది. వాణిజ్యపరమైన లాభాలు ఆర్జించడానికి కూడా సిద్ధమైంది.

ఆ విధంగా మొగల్ సామ్రాజ్యం, పాలకవర్గాలు దేశ ఆర్థిక ప్రగతికి ఎలాంటి ఆటంకాలు కల్గించలేదు. మొగల్ పాలనలో ప్రగతిబాట పట్టిన దేశ ఆర్థిక వ్యవస్థ క్యాపిటలిస్టు స్వరూపాన్ని సంతరించుకుందా అన్నది ఊహాజనిత ప్రశ్న. దాని గురించి ఆలోచించడం అనవసరం. మన ఉద్దేశం దేశంలో అభివృద్ధి జరిగిందా? జరిగితే ఏ మార్గంలో జరిగింది? అన్న విషయాలను చర్చించడమే.

17వ శతాబ్దంలో సంస్థానాధీశుల సంఖ్య విపరీతంగా పెరగడంతో జాగీర్దారీ వ్యవస్థ పనితీరు సంక్షోభంలో పడింది. ఆయా వ్యక్తులు, వర్గాలు, సముదాయాల మధ్య విభేదాలు తీవ్ర రూపం దాల్చాయి. ఇవన్నీ సంస్థానాధీశుల పనితీరును తీవ్రంగా ప్రభావితం చేశాయి. వారి ఆచరణలో క్రమశిక్షణ కొరవడింది. ఈ సమస్యలను ఔరంగజేబు, అతడి వారసులు సమూలంగా పరిష్కరించలేకపోయారు. తదుపరి అధ్యాయంలో పై సమస్యలను విపులంగా చర్చిద్దాము.

జమీందారులు – గ్రామీణ భూస్వాములు :

అబుల్ ఫజల్, అతడి సమకాలీన రచయితల రచనలను బట్టి మనకో విషయం స్పష్టంగా అర్థమవుతుంది. భారతదేశంలో భూయాజమాన్యం చాలా ప్రాచీనమైనది. భూయాజమాన్య హక్కులు ప్రధానంగా వారసత్వంపై ఆధారపడి

ఉండేవి. కాని అన్ని సమయాల్లో కొత్త కొత్త యాజమాన్య హక్కులను సృష్టించారు. సాగుభూమిని ఎవరు ముందు కొనుగోలు చేస్తే వారికే యాజమాన్యం హక్కులు సంక్రమించేవి. సాగుకు అనువైన బంజరు భూమి విస్తారంగా లభించేది. అందుకే కొన్ని కుటుంబాలు కలిసి భూములున్న ప్రాంతంలో గ్రామాన్ని ఏర్పరచి, బంజరు భూమిని సాగులోకి తెచ్చి, దానిపై యాజమాన్య హక్కును పొందడం అంత కష్టంగా ఉండేది కాదు. బంజరు భూములు వేరే గ్రామానికి చెందినవైనా సరే వాటిని తొలుత ఎవరు సాగులోకి తెస్తే వారికే భూములపై ఆధిపత్యం వచ్చేది.

జమీందార్లు తమ స్వంత భూములను సాగు చేయడంతోపాటు అనేక గ్రామాల్లో భూమి శిస్తును వంశపారంపర్యంగా వసూలు చేసేవారు. దీనినే తల్లుకా లేదా జమీందారీ అనేవారు. భూమి శిస్తు వసూలు చేసి ఇచ్చినందుకుగాను జమీందార్లకు రాజ్యం ఆ ఆదాయంలో కనీసం 25 శాతమైనా కేటాయించేది. తన జమీందారీ పరిధిలో భూములన్నిటిపై జమీందారుకు యాజమాన్య హక్కు ఉండదు. భూమిశిస్తు చెల్లించినంత కాలం రైతును అతడు సాగు చేస్తున్న భూమి నుండి వెలివేసే అధికారం ఎవరికీ ఉండేది కాదు. ఆ విధంగా జమీందారులు, రైతులకు భూములపై వంశపారంపర్యంగా హక్కులు సంక్రమిస్తూ ఉండేవి.

జమీందార్లకు పైన స్థానిక సామంతరాజులు ఉండేవారు. వారికి కొన్ని ప్రాంతాలపై అంతరంగిక స్వయం ప్రతిపత్తి ఉండేది. ఇలాంటి రాజులను పార్సీ రచయితలు జమీందార్లని కూడా వర్ణించి వారి నామమాత్రపు హోదాను గుర్తు చేయడానికి ప్రయత్నించారు. అయితే పన్ను వసూలు చేసే మామూలు జమీందార్ల కంటే సామంతులు స్థాయి ఎక్కువగా ఉండేది. ఆ విధంగా గ్రామీణ సమాజంతో సహా మధ్యయుగపు సమాజం వర్గీకృతమై ఉండేది. ఆయా స్థాయిలలో అధికార పరిధులు నిర్దిష్టంగా నిర్ధారణై ఉండేవి.

జమీందార్లకు సొంత బలగాలు ఉండేవి. సాధారణంగా వారు కోటలు లేదా గడీలలో నివాసముండేవారు. కోటలు వారి సామాజిక, ఆర్థిక స్థాయికి చిహ్నంగా ఉండేవి. జమీందార్ల సంయుక్త బలగాలు గణనీయమైన సంఖ్యలో ఉండేవి. ఒక అంచనా ప్రకారం (అయినే అక్బరీ) అక్బర్ హయాంలో జమీందార్లు 3,84,558 మంది అశ్వికులు కలిగి ఉండేవారు. అలాగే 42,77,057 మంది పదాతి సైనికులు, 1,863 ఏనుగులు, 4,260 ఫిరంగులు కూడా కలిగి ఉండేవారు. అయితే జమీందార్లు దేశమంతా విస్తరించి ఉండడంతో ఏదేని సమయంలో ఏదేని చోట అంత పెద్ద సైన్యాన్ని మోహరించడానికి అవకాశముండేది కాదు. పై గణాంకాల్లో సామంతరాజుల బలగాలు కూడా ఉండి ఉండొచ్చు.

కుల, వంశ, తెగ ఆధారంగా జమీందార్లు రైతుల మధ్య సన్నిహిత సంబంధాలు ఉండేవి. భూమి ఉత్పాదకతపై వారి పూర్తి అవగాహన ఉండేది. దేశ్‌ముఖ్, పాటిల్, నాయక్ తదితర పేర్లతో దేశంలోని వివిధ ప్రాంతాల్లో జమీందారులు పెద్ద సంఖ్యలో ఉండేవారు. సమాజంలో వారు బలమైన వర్గంగా వ్యవహరించేవారు. అందుకే కేంద్ర పాలకులు వారిని విస్మరించడం కాని, వారితో వైరం పెట్టుకోవడంకాని జరిగేది కాదు. జమీందారుల జీవన ప్రమాణాల గురించి ఏమి చెప్పాలన్నా కష్టమే. సంస్థానాధీశులతో పోలిస్తే వారి ఆదాయం చాలా పరిమితంగా ఉండేది. సాధారణ, మధ్యతరగతి జమీందారులు సాధారణ రైతులతో సమానంగా జీవించేవారు. అయితే పెద్ద జమీందారుల్లో అత్యధిక శాతం గ్రామీణ ప్రాంతాల్లోనే నివసించేవారు. మొత్తమ్మీద వారు స్థానిక భూస్వాములుగా వ్యవహరించేవారు.

కేవలం భూములపై నియంత్రణ కోసమే పోరాడేవారిగా జమీందార్లను పరిగణించడం తప్పే అవుతుంది. తమకు ఆధిపత్యం ఉన్న గ్రామాల్లో రైతులను దోచుకోవడమే వారి పనిగా ఉండేది కాదు. తమ జమీందారీ పరిధిలో భూములు సాగు చేస్తున్న రైతులతో వారికి కుల–వంశ–తెగ సంబంధాలుండేవి. సామాజిక ప్రమాణాలను నిర్ధారించడమే కాకుండా కొత్త గ్రామాల ఏర్పాటుకు నిధులు, వనరులను కేటాయించేవారు. వ్యవసాయ విస్తరణకు తమ శక్తి మేరకు కృషి చేసేవారు. అయితే గ్రామీణ ప్రాంతాల సర్వతోముఖాభివృద్ధికి వారు చేసిన కృషిని విస్తారంగా అధ్యయనం చేయాల్సి ఉంది.

మధ్యతరగతి :

మధ్యయుగాల్లో దేశంలో మధ్యతరగతి ఉండేదా? లేదా? అన్న విషయమై విస్తృతమైన చర్చ జరిగింది. ఫ్రెంచి వాస్తవ్యుడు బర్నియర్ ప్రకారం భారతదేశంలో మధ్యస్థాయి అంటూ ఉండేది కాదు. ఒక వ్యక్తి అత్యంత ధనికుడై ఉండొచ్చు లేదా గడ్డు జీవితాన్ని గడుపుతూ ఉండొచ్చు. అయితే ఈ వాదనతో అంగీకరించడం అసాధ్యం. మధ్యతరగతి అంటే వ్యాపారులు, దుకాణదారులు. భారతదేశంలో ధనిక వ్యాపారులు పెద్ద వర్గంగా ఉండేవారు. వారిలో కొందరు ప్రపంచంలోనే అపరకుబేరులుగా ఉండేవారు. వ్యాపారులకు కూడా సాంప్రదాయబద్ధమైన హక్కులుండేవి. ధన, ప్రాణ రక్షణకు ప్రత్యేక హక్కులు అనుభవించేవారు. కాని పట్టణాలను పాలించడానికి వారికి ఎలాంటి హక్కు ఉండేది కాదు. పరిపాలనా హక్కులను ఐరోపా వ్యాపారులు ఆ సమయానికి పొంది ఉన్నారు. ముఖ్యంగా ప్రత్యేక పరిస్థితుల్లో ఐరోపా వ్యాపారులు పాలనా వ్యవహారాలు చూసేవారు. అయితే రాజ్యాలు బలపడినప్పుడల్లా (ఫ్రాన్స్,

బ్రిటన్‌లో వల) ఈ హక్కులను కుదించేవారు.

'మధ్యస్థాయి' అంటే ధనికులకంటే కాస్త తక్కువగా, పేదలకంటే చాలా ఎక్కువగా జీవన ప్రమాణాలు కలిగి ఉన్న వ్యక్తులనే అర్థాన్ని స్ఫురిస్తే అలాంటి వర్గాలు మొగల్ భారతంలో పెద్ద సంఖ్యలో ఉండేవి. వారిలో చిన్నస్థాయి మన్‌సబ్‌దారులు, చిన్న దుకాణదారులు, నిపుణులైన చేతివృత్తిదారులు, అంతర్భాగంగా ఉండేవారు. వృత్తిపరులైన హకీంలు, సంగీత విద్యాంసులు, కళాకారులు చరిత్రకారులు, అధ్యయనం చేసేవారు, ఖాజీలు, మతపెద్దలు, మధ్యస్థాయి అధికారులు కూడా ఆ వర్గాల్లో భాగస్వాములే. విశాలమైన మొగల్ అధికార యంత్రాంగాన్ని మధ్య స్థాయి అధికారులే నడిపేవారు. ఉద్యోగులు నగదు రూపంలో వేతనాలు పొందినా తమ ఆదాయాన్ని అవినీతి మార్గాల్లో పెంచుకునేవారు. అయితే మతపెద్దలు, విద్వాంసులకు ప్రభుత్వం ఇనాం భూములు ప్రదానం చేసేది. అలాంటి కేటాయింపులను మద్దద్-ఎ-మాష్ అని మొగల్ పరిభాషలో పిలిచేవారు. రాజస్థానీలో 'ససాన్' అని పిలిచేవారు. మొగల్ చక్రవర్తికి తోడు స్థానిక పాలకులు, జమీందారులు, చివరికి సంస్థానాధీశులు కూడా భూములను దానం చేసేవారు. కొత్త పాలకుడు అన్ని భూదానాలను విశ్లేషించాలి. అయితే అలా ఎప్పుడో కాని జరిగేది కాదు. ఇనాం భూములను లబ్దిదారులు వారసత్వంగా అనుభవించేవారు. ఆ విధంగా వారు భూస్వాములుగా అవతారమెత్తారు. గ్రామీణ, పట్టణ ప్రాంతాల మధ్య వారధులుగా ఉండేవారు. రచయితలు, చరిత్రకారులు, మత బోధకులకు సమాన స్థాయి ఉండేది. ఈ మధ్యతరగతి ఒక వర్గంగా ఉద్భవించలేదు. వివిధ వర్గాల ప్రయోజనాలు వేర్వేరు కావడం వల్లే ఒకే ఆర్థిక వర్గంగా ఎదగలేకపోయారు. అలాగే కుల, మత వైరుధ్యాలు కూడా ఉండేవి.

వ్యాపార, వాణిజ్య నిర్వహణ :

భారత వ్యాపార వర్గాలు పెద్ద సంఖ్యలో ఉండేవి. దేశవ్యాప్తంగా విస్తరించి ఉన్న ఈ వర్గాలు చాలా సంఘటితంగా, వృత్తిపరమైన నిష్ఠతో వ్యవహరించేవారు. కొందరు అంతర్-ప్రాంతీయ, సుదూర ప్రాంతాల వ్యాపారంలో నైపుణ్యం సాధిస్తే మరికొందరు స్థానిక వ్యాపారంలో రాటుదేలారు. ధనిక వ్యాపారులను సేఠ్, బొహ్రా లేదా మోడీ అని పిలిచేవారు. స్థానిక వ్యాపారులను బేపారీ లేదా బనిక్ అనేవారు. స్థానికంగా సరుకులను అమ్మడంతోపాటు బేపారీలకు పట్టణాలు, గ్రామాల్లో దళారులు ఉండేవారు. వారి సహాయంతోనే తిండి గింజలు, వాణిజ్య పంటలను కొనుగోలు చేసేవారు. బంజారాలు అనే ప్రత్యేక వ్యాపార వర్గం ఉండేది. సరుకుల రవాణాలో

వారికి అపారమైన అనుభవం ఉండేది.

సుదూర ప్రాంతాలకు వేలాది ఎడ్లబండ్లలో తిండిధాన్యాలు, పప్పు ధాన్యాలు, ఉప్పు, నెయ్యి తదితర ఆహారోత్పత్తులను తీసుకెళ్ళి అమ్మేవారు. వస్త్రాలు, పట్టులాంటి ఖరీదైన వస్తువులను ఒంటెలు, గాడిదలు లేదా గుర్రపు బండ్లపై రవాణా చేసేవారు. అయితే సరుకులను భారీ మోతాదులో నదుల ద్వారా పడవల్లో రవాణా చేయడం చవకగా ఉండేది. నదీ మార్గాల్లో, తీరప్రాంతాల్లో పడవల రాకపోకలు ఇప్పటి కంటే విస్తారంగా ఉండేవి. అంతర్-ప్రాంతీయ వ్యాపారంలో ఆహారోత్పత్తులు, వస్త్రాల అమ్మకం ప్రధాన భాగంగా ఉండేది. బెంగాల్ నుండి చక్కెర, బియ్యంతోపాటు మస్లిన్, పట్టు కూడా ఎగుమతి అయ్యేవి. కోరమాండల్ తీరం జౌళి ఉత్పత్తులకు ప్రధాన స్థావరంగా ఉండేది. గుజరాత్‌తో విస్తృతమైన వాణిజ్య కార్యకలాపాలు కలిగి ఉండేవి. తీరం వెంబడి, దక్కను ప్రాంతం ద్వారా భూమార్గాన ఈ వ్యాపారం జరిగేది. విదేశీ ఉత్పత్తులకు గుజరాత్ ముఖ్య ద్వారంగా ఉండేది. అక్కడి నుండి విలువైన వస్త్రాలు, పట్టు ఉత్తర భారతానికి సరఫరా అయ్యేవి. బుర్హాన్‌పూర్, ఆగ్రాలు వ్యాపారానికి కీలక స్థావరాలుగా ఉండేవి. గుజరాత్‌కు బెంగాల్ నుండి తిండి గింజలు, పట్టు సరఫరా అయ్యేవి. మలబార్ నుండి మిరియాలను కూడా దిగుమతి చేసుకునేది. ఉత్తర భారతం విలాసవంతమైన సరుకులను దిగుమతి చేసుకునేది. అదే సమయంలో నీలం, తిండి గింజలను ఎగుమతి చేసేది. చేతి కళాకృతుల ఉత్పత్తికి లాహోర్ ప్రధాన కేంద్రంగా ఉండేది. కాశ్మీర్ ఉత్పత్తులైన శాలువలు, తివాచీలకు అది పంపిణీ కేంద్రంగా కూడా ఉండేది. పంజాబ్, సింధ్‌లో ఉత్పత్తయ్యే సరుకులు సింధూ నది ద్వారా రవాణా అయ్యేవి. లాహోర్‌కు కాబుల్, కందహార్‌లతో ఓ వైపు, ఢిల్లీ, ఆగ్రాలతో మరోవైపు వ్యాపార సంబంధాలు ఉండేవి.

ఆ విధంగా చూస్తే భారత్‌లో అంతర్-ప్రాంతీయ వ్యాపారం కేవలం విలాసవంతమైన ఉత్పత్తులకే పరిమితం కాలేదు. సరుకుల రవాణా వివిధ పద్ధతుల్లో జరిగేది. ఉత్పత్తి స్థాయి నుండి స్థానికంగా అమ్మకం వరకు ఎందరో వ్యాపారులు, దళారులు, అమ్మకందారులు ఉండేవారు. 17వ శతాబ్దిలో గుజరాత్‌కు వచ్చిన డచ్, ఆంగ్ల వ్యాపారులు భారతదేశ వ్యాపారులు చురుకుగా, జాగరూకతతో వ్యవహరించడాన్ని పరిశీలించారు. అంతర్గత సమాచారం కోసం వ్యాపారుల మధ్య తీవ్ర పోటీ ఉండేది. దేశంలోని ఏ ప్రాంతంలోనైనా ఉత్పత్తులకు గిరాకీ ఉందని తెలుసుకుంటే వెంటనే ఆ ప్రాంతానికి సరుకులను చేరవేసేవారు.

చెలామణి వ్యవస్థ అభివృద్ధి చెందడంతో సరుకుల రవాణా మరింత సులభమైంది. దేశంలోని ఏ ప్రాంతంలోనైనా నగదును మార్చుకునే అవకాశం

ఉండేది. హుండీల ద్వారా నగదును మార్చుకునేవారు. హుండీ అంటే కాలపరిమితిగల రుణపత్రం. వాటిలో బీమా కూడా ఉండేది. సరుకుల ధర, గిరాకీపై బీమా మొత్తం ఆధారపడి ఉండేది. రవాణా మార్గాలు, గమ్యస్థానాన్ని కూడా పరిగణనలోకి తీసుకునేవారు. నగదు మార్పిడిలో ష్రాఫ్‌లు నిపుణులు. హుండీలను నిర్వహించడంలో కూడా సిద్ధహస్తులు. ఈ ప్రక్రియలో వారు వ్యక్తిగత రుణ సంస్థలుగా కూడా పని చేసేవారు. సంస్థానాధీశులు తమ వద్ద దాచుకునే డబ్బును వారు వడ్డీపై అప్పుగా ఇచ్చేవారు. హుండీల ద్వారా వారు రుణాలను మంజూరు చేస్తూ వ్యాపార లావాదేవీల్లో నగదు మారకాన్ని చాలా వరకు తగ్గించివేశారు. తన గమ్యస్థానంలో సరుకులు విక్రయించిన తర్వాత వ్యాపారి తన స్వస్థలంలోనే హుండీని నగదుగా మార్చుకునే (ఏ సమయంలోనైనా) అవకాశం ఉండడంతో రహదారుల వెంట నగదు మోసుకెళ్ళి దొంగలు, దోపిడీదారుల బారినపడే ప్రమాదం తప్పింది. ముఖ్యంగా ధనిక వ్యాపారులకు దోపిడీదొంగల బెడద ఎక్కువగా ఉండేది. అందుకే ప్రముఖ వ్యాపారి అయిన విర్జీ వొహ్రా దేశంలోని వివిధ ప్రాంతాల్లో, అలాగే పశ్చిమాసియాలో కూడా ప్రాంతీయ కార్యాలయాలను (ఏజెన్సీలు) ఏర్పాటు చేశాడు.

భారతీయ వ్యాపార సముదాయం ఒక్క మతానికో లేదా ఒక్క కులానికో పరిమితం కాలేదు. గుజరాతీ వ్యాపారుల్లో హిందువులు, జైనులు, ముస్లింలు ఉండేవారు. ముస్లింలలో బొహ్రా తెగకు చెందిన వారే ఎక్కువగా వ్యాపారం నిర్వహించేవారు. రాజస్థాన్‌లో జైశ్వాల్, మహేశ్వరి, అగర్వాల్ కులాలకు చెందిన వారు వ్యాపారం చేసేవారు. కొంత కాలానికి అగర్వాల్ వ్యాపారులు మార్వారీలుగా పిలవబడ్డారు. మధ్యాసియాకు భూమార్గాన వ్యాపారం ముల్తానీ, ఆఫ్ఘాన్, ఖత్రీ వ్యాపారుల చేతిలో ఉండేది. 18వ శతాబ్దంలో మార్వారీలు మహారాష్ట్ర, బెంగాల్ రాజ్యాలకు విస్తరించారు. కోరమాండల్ తీర ప్రాంతంలోని చెట్టీలు, మలబార్‌కు చెందిన ముస్లిం వ్యాపారులు (భారతీయ, అరబ్ సంతతికి చెందినవారు) దక్షిణ భారత వ్యాపార రంగంలో కీలకపాత్ర పోషించేవారు.

భారతీయ వ్యాపార సముదాయం, ముఖ్యంగా తీర పట్టణాల్లో, ధనిక వ్యాపారులతో నిండి ఉండేది. వారి ఆస్తిపాస్తులు ఐరోపా వ్యాపారులతో సమానంగా ఉండేవి. ఐరోపా వ్యాపారుల్లో రాకుమారులు కూడా ఉండేవారు. విర్జీవొహ్రా చాలా దశాబ్దాలపాటు సూరత్ వ్యాపారాన్ని శాసించాడు. రవాణా ఓడల దళాన్ని కలిగి ఉండేవాడు. తన హయాంలోని సంపన్నమైన వ్యాపారుల్లో ఒకడిగా వెలిగాడు. 1718లో మరణించిన అబ్దుల్ గఫార్ బొహ్రా అనే వ్యాపారి 55 లక్షల నగదు, 17 సముద్ర ఓడలను ఆస్తిగా వదలివెళ్ళాడు. కోరమాండల్ తీరానికి చెందిన మాలే చెట్టి, కాశీ

వీరన్న, సుంకా రామచెట్టి కూడా అపరకుబేరులుగా పేరుగాంచారు. దేశ విదేశాల్లో వారి వ్యాపారం విస్తరించి ఉండేది. ఆగ్రా, ఢిల్లీ, బాలాసోర్, బెంగాల్‌లలో కూడా ధనికులైన వ్యాపారులు నివసించేవారు. వీరిలో కొందరు (ముఖ్యంగా తీరపట్టణాలకు చెందినవారు) సంస్థానాధీశులతో సమానంగా విలాసవంతమైన జీవితాన్ని గడిపేవారు.

ఢిల్లీ, ఆగ్రాలకు చెందిన సంపన్న వ్యాపారులు ఇంద్రభవనాల్లాంటి ఇళ్ళలో నివాసముండేవారని ఐరోపా యాత్రికులు తమ రచనల్లో పేర్కొన్నారు. కాని సాధారణ వ్యాపారులు తమ దుకాణాలపై భాగంలో నిర్మించిన ఇళ్ళలో జీవితం గడిపేవారు. ఫ్రెంచి యాత్రికుడు బర్నియర్ ప్రకారం వ్యాపారులు చాలా సాధారణమైన జీవితం గడిపేవారు. తమ వద్ద ధనం ఉందని బయటి ప్రపంచానికి తెలిస్తే తమను దోచుకుంటారనే ఆందోళన వారిలో ఎక్కువ ఉండేది. అందుకే పేదల వలె జీవితాన్ని గడిపేవారు. అయితే బర్నియర్ వాదనలో పస లేదు. షేర్‌షా కాలం నుండి చాలా మంది చక్రవర్తులు వ్యాపారుల ధన, ప్రాణ రక్షణకు పటిష్టమైన చర్యలెన్నింటినో తీసుకున్నాడు. షేర్ షా ప్రవేశపెట్టిన చట్టాలు అందరికీ విదితమే. జహంగీర్ వెలువరించిన ఒక శాసనం ఇలా ఉంది : "ఒక వ్యాపారి (హిందువు కావచ్చు, ముస్లిం కావచ్చు) మరణిస్తే అతడి ఆస్తిపాస్తులను వారసులకే వదిలి వేయాలి. వాటిలో మరెవరూ జోక్యం చేసుకోకూడదు. వ్యాపారికి వారసులు లేనట్లయితే తనిఖీ అధికారులు, సంరక్షకులను నియమించి అతడి ఆస్తిని పరిరక్షించాలి. భవిష్యత్‌లో దాని విలువ పెరిగితే మంచి కార్యాలకు (మసీదులు, సరాయిల నిర్మాణం, మరమ్మతు, వంతెనల మరమ్మతు, చెరువులు, బావుల తవ్వకం) వినియోగించవచ్చు." అయితే స్థానిక పాలనాధికారులు తమ హోదాను వ్యాపారులను వేధించడానికి తరచూ దుర్వినియోగ పరిచేవారు.

అప్పుడప్పుడూ వేధింపులకు గురైనా వ్యాపారుల ఆస్తులకు ఎలాంటి ముప్పు ఉండేది కాదు. రవాణా సాధనాలు అందుబాటు ధరల్లో ఉండి వ్యాపారుల అవసరాలను తీర్చేవి. కొందరు ఐరోపా యాత్రికులు ఫిర్యాదు చేసినా రహదారులపై భద్రత సమంజసంగానే ఉండేది. నష్టాలకు గురైతే బీమా పొందే సౌకర్యం కూడా ఉండేది. ప్రతి ఐదు కోసుల దూరానికి ఒక సరాయి గల ప్రధాన రహదారులు ఐరోపాలో ఉన్న రహదారులకు ఏ మాత్రం తీసిపోనివిగా ఉండేవి. అయితే వ్యాపారం, వ్యాపారులకు సమాజంలో తక్కువ స్థాయి ఉండేది. రాజకీయ ప్రక్రియలపై వ్యాపారుల ప్రభావం ఇప్పటికీ వివాదాస్పదమే. తమ ప్రయోజనాలకు భంగం వాటిల్లకుండా భారత వ్యాపారులు రాజకీయాలను ప్రభావితం చేసేవారు. ప్రతి కులానికి చెందిన వ్యాపారుల సముదాయానికి ఒక నాయకుడు (నగర్ సేర్) ఉండేవాడు. తమ వర్గ

కోరికలు, సమస్యలపై అతడు స్థానిక అధికారులతో సంభాషించి పరిష్కారం కనుగొనడానికి ప్రయత్నించేవాడు. తమ కోర్కెల సాధనకు అహ్మదాబాద్ తదితర వ్యాపార కేంద్రాలలో వ్యాపారులు హర్తాళ్ (సమ్మె) నిర్వహించిన సందర్భాలు కూడా ఉన్నాయి. మొగల్ వంశానికి చెందిన వారు, సంస్థానాధీశులు (మీర్ జుమ్లా లాంటి వారు) వ్యాపారంలో పాలుపంచుకునేవారని మనం అంతకు ముందే తెలుసుకున్నాము.

వ్యాపార రంగం, దేశ వాణిజ్య ప్రయోజనాలను పరిరక్షించడంలో మొగల్ పాలక వర్గం కీలకపాత్ర పోషించేది. అయితే ఐరోపా దేశాలైన బ్రిటన్, ఫ్రాన్స్, హాలెండ్ తదితర పాలకవర్గాల వలే వ్యాపార ప్రయోజనాలను దూకుడుగా పెంపొందించేది కాదు.

17వ శతాబ్దంలో దేశంలో వ్యాపార, వాణిజ్యాలు గణనీయంగా విస్తరించాయి. అందుకు అనేక కారణాలు ఉన్నాయి. అందులో ప్రధానమైనది దేశంలో రాజకీయ సుస్థిరతను నెలకొల్పడంలో మొగల్ పాలన సఫలం కావడమే. అలాగే చాలా ప్రాంతాల్లో శాంతి భద్రతలను రక్షించడంలో మొగల్ పాలకులు విజయవంతమయ్యారు. రవాణా వ్యవస్థకు మూలమైన రహదారులు, సరాయిలను మొగలులు బాగా అభివృద్ధి పరిచారు. వాటి నిర్వహణపై ప్రత్యేక దృష్టి సారించారు. సామ్రాజ్యంలో సరుకులను అనుమతించేందుకు ఒకే విధమైన పన్నును విధించేవారు. రహదారి సుంకం (రహ్‌దారి) వసూలు చేయడం చట్ట వ్యతిరేకమని ప్రకటించబడింది. అయితే స్థానిక పాలకులు ఆ సుంకాన్ని బలవంతంగా వసూలు చేసేవారు. స్వచ్ఛమైన వెండి నాణేలను ముద్రించి దేశంలో ప్రధాన మారకద్రవ్యంగా తీర్చిదిద్దారు. విదేశాల్లో కూడా ఆ నాణేలు చెలామణి అవ్వడంవల్ల భారతదేశ వ్యాపారం మరింత అభివృద్ధి చెందింది.

ఆర్థిక వ్యవస్థ వాణిజ్యకరణకు కొన్ని మొగల్ విధానాలు కూడా తోడ్పడ్డాయి. పెట్టుబడిపై ఆధారపడ్డ ఆర్థిక వ్యవస్థ బలపడింది. సైన్యానికి, ప్రభుత్వ ఉద్యోగులకు నగదు రూపంలో వేతనాలు చెల్లించారు. జబ్తీ వ్యవస్థ కింద అంచనా వేయబడిన భూమి శిస్తును కేంద్ర ఖజానాకు నగదురూపంలో సమకూర్చేవారు. స్థానికంగా రైతులు తమ దిగుబడిలో కొంత భాగాన్ని శిస్తుగా చెల్లించినా ధాన్యాన్ని స్థానికంగా విక్రయించి, సమకూరిన నగదును ఖజానాకు బదిలీ చేసేవారు. ధాన్యాన్ని అమ్మడానికి దళారుల సహాయం తీసుకునేవారు. గ్రామీణ ఉత్పత్తిలో 20 శాతం వరకు మార్కెట్‌లో విక్రయించేవారు. ఆ కాలానికి అంత శాతం బహిరంగంగా విక్రయించడం చాలా ఎక్కువ. గ్రామీణ ధాన్యకేంద్రాలు అభివృద్ధి చెందడంతో చిన్న పట్టణాలు (కస్బా) కూడా వెలిశాయి. విలాస వస్తువులకు గిరాకీ పెరగడంతో హస్తకళాకృతుల ఉత్పత్తి పెరిగింది. పట్టణాలు మరింత విస్తరించాయి.

దేశంలో 16వ శతాబ్దం నాటికే పెద్ద పట్టణాలు చాలా వెలిశాయి. రాల్ఫ్ ఫిచ్ ప్రకారం ఆగ్రా-ఫతేపూర్ సిక్రిలు లండన్ నగరం కంటే విశాలంగా ఉండేవి. ఆ సమయంలో లండన్ ఐరోపాలోనే ప్రధాన నగరాల్లో ఒకటిగా ఉండేది. అక్బర్ ఆస్థానాన్ని సందర్శించిన క్రైస్తవ మిషనరీ మోంసరేట్ దృష్టిలో లాహోర్ ఐరోపా, ఆసియా నగరాలకు ఏ మాత్రం తీసిపోకుండా ఉండేది. 17వ శతాబ్దంలో ఆగ్రా రెండింతలు విస్తరించిందని ఇటీవలి అధ్యయనాల్లో తేలింది. బర్నియర్ ప్రకారం వైశాల్యంలో ఢిల్లీ పారిస్ నగరానికి ఏ మాత్రం తీసిపోకుండా ఉండేది. కాని ఆగ్రా ఢిల్లీ కంటే పెద్ద నగరంగా ఉండేది. ఆ కాలంలో పశ్చిమంలో అహ్మద్‌నగర్, బుర్హాన్‌పూర్, ఉత్తర - పశ్చిమాన ముల్తాన్, ఈశాన్యంలో పాట్నా, రాజ్‌మహల్, ఢాకాలు పెద్ద నగరాలుగా అభివృద్ధి చెందాయి. ఆ విధంగా అహ్మదాబాద్ లండన్, దాని పరిసర ప్రాంతాల కంటే విశాలంగా ఉండేది. పాట్నా జనాభా రెండు లక్షల వరకు ఉండేది. ఆ రోజుల్లో అంత జనాభా ఉండడమంటే మాట కాదు. ఈ నగరాలన్నీ పాలనా కేంద్రాలుగానే కాకుండా వ్యాపార, పారిశ్రామిక కేంద్రాలుగా కూడా అభివృద్ధి చెందాయి.

గ్రామీణ ఉత్పాదనలో ఎక్కువ శాతాన్ని పన్ను రూపంలో వసూలు చేయడంలో మొగలుల సామర్థ్యం అసమానంగా ఉండేది. పన్ను నగదుగా మారడం, నగదు సంస్థానాధీశుల వద్ద జమగా ఉండడంవల్ల వారు విలాసవస్తువులను విరివిగా కొనుగోలు చేసేవారు. ఫలితంగా విలాస వస్తువులకు, భవన నిర్మాణ సామాగ్రికి విపరీతమైన డిమాండ్ పెరిగింది. ఆయుధ కర్మాగారాలు, ఓడల నిర్మాణ పరిశ్రమ అభివృద్ధి ప్రభుత్వ ప్రత్యక్ష జోక్యానికి రెండు ప్రధాన నిదర్శనాలు. అక్బర్, ఔరంగజేబులిద్దరూ ఆయుధాల (తుపాకుల) తయారీపై అమితమైన శ్రద్ధ చూపేవారు. ముఖ్యంగా తేలికపాటి ఫిరంగుల తయారీపై వారు దృష్టి కేంద్రీకరించి వాటి ఉత్పాదనను పెంచడానికి కృషి చేశారు. భారతదేశంలో తయారయ్యే లోహ ఖడ్గాలకు విదేశాల్లో కూడా ఆదరణ ఉండేది. 1651లో షాజహాన్ ఓడల నిర్మాణానికి ఒక ప్రత్యేక పథకాన్ని ప్రవేశపెట్టాడు. ఆ సంవత్సరంలో పశ్చిమాసియాకు ప్రయాణం చేయడానికి నాలుగు నుండి ఆరు ఓడలను నిర్మించారు. తరువాతి సంవత్సరంలో ఆరు ఓడలను సముద్ర జలాల్లో ప్రవేశపెట్టారు. ధనిక వ్యాపారులు, సంస్థానాధీశులు కూడా ఓడల నిర్మాణంలో పాలుపంచుకునేవారు. ఫలితంగా భారత ఓడరేవులు ఐరోపా తరహా ఓడలను నిర్మించే సామర్థ్యాన్ని పెంచుకున్నాయి. పశ్చిమాసియాకు ఎన్నో రవాణా ఓడలను ప్రవేశపెట్టడంతో రవాణా ఖర్చులు తగ్గిపోయాయి.

విదేశీ వాణిజ్యం - ఐరోపా వ్యాపారులు

భారతదేశంలోని తీర ప్రాంతంలో ఎన్నో వ్యాపార కేంద్రాలు, పట్టణాలు వెలిశాయి. విదేశీ వాణిజ్యానికి స్థావరాలుగా మారాయి. ఆహారోత్పత్తులే కాకుండా జౌళీ ఉత్పత్తులను కూడా పశ్చిమాసియా, ఆగ్నేయాసియా దేశాలకు ఎగుమతి చేసేవారు. ఒక ఆంగ్లేయ మధ్యవర్తి ప్రకారం ఆడెన్ నుండి అచిన్ వరకు ప్రతి ఒక్కరు పై నుండి కింది వరకు భారతదేశంలో తయారైన వస్త్రాలనే ధరించేవారు. ఈ వ్యాఖ్య కొద్దిగా అతిశయమే అయినా అందులో కొంత నిజం లేకపోలేదు. అప్పటికే ఈజిప్టు, టర్కీ దేశాలు కూడా వస్త్రాల తయారీకి పేరుగాంచాయి. అయితే భారతీయ జౌళి ఉత్పత్తులకు ఆసియా ప్రాంతంలో ఎనలేని ఆదరణ ఉండేది. ఈ కారణంగా భారతదేశం ఆసియా ఖండానికే ప్రధాన ఉత్పాదక కేంద్రంగా (చైనా మినహా) వెలసిల్లేది. భారత్ దిగుమతి చేసుకునే ఉత్పత్తుల సంఖ్య కుదించుకుపోయింది. ఏవో కొన్ని విలువైన లోహాలు, ఔషధాలు, ఆహార పదార్థాలు, విలాస వస్తువులు, యుద్ధ గుర్రాలు తప్ప ఇతర ఉత్పత్తులను దేశ పాలకులు, వ్యాపారులు దిగుమతి చేసుకునే వారు కాదు. వ్యాపారంలో సమతుల్యం పాటించడం కోసం విదేశాల నుండి బంగారాన్ని వెండిని దిగుమతి చేసుకునేవారు. భారత విదేశీ వాణిజ్యం గణనీయంగా విస్తరించడంతో 17వ శతాబ్దంలో బంగారు, వెండిల దిగుమతి కూడా పెరిగింది. "ప్రపంచంలోని అన్ని దేశాల్లో చెలామణి అయ్యే బంగారు, వెండి తన చివరి మజిలీగా భారతదేశంలో వచ్చి స్థిరపడేది," అని బర్నియర్ వ్యాఖ్యానించాడు. ఆ స్థాయిలో దేశంలోకి బంగారు, వెండి రాసులు వచ్చి పడేవి. ఈ వ్యాఖ్య కూడా అతిశయమే. ఎందుకంటే ఆ రోజుల్లో ప్రతి దేశం బంగారు, వెండి నిల్వలు కలిగి ఉండడానికి ప్రయత్నించేది. కాని ఒక్క భారత్, చైనాలు మాత్రమే ఆ విషయంలో ఘన విజయం సాధించగలిగాయి. అయితే ఈ దేశాల ఆర్థిక వ్యవస్థ విశాలం కావడం, స్వయం సమృద్ధి సాధించడంవల్లే బంగారు నిల్వలను పెంచుకోవడానికి పరిస్థితులు అనుకూలించాయి.

15వ శతాబ్దం చివరి నాటికి భారత సముద్ర తీరానికి పోర్చుగీసు వ్యాపారులు చేరుకున్న విషయాన్ని మనం ముందే తెలుసుకున్నాము. 17వ శతాబ్దంలో అనేక ఇతర ఐరోపా వ్యాపారులు కూడా మన దేశానికి తరలివచ్చారు. ముఖ్యంగా డచ్, ఆంగ్లేయ, ఫ్రెంచి వారు వ్యాపార దృష్టితో దేశానికి వచ్చారు. ఐరోపా ఆర్థిక వ్యవస్థ విస్తరించడంతో అక్కడి వ్యాపారులు కూడా తమ కార్యకలాపాలను ఇతర దేశాలకు విస్తరించారు. పారిశ్రామిక ఉత్పాదన, వ్యవసాయోత్పత్తి ఐరోపాలో అప్పటికే శిఖర దశకు చేరుకొని ఉన్నాయి.

16వ శతాబ్దం ద్వితీయార్థంలో పోర్చుగీసు వారి ప్రాబల్యం క్షీణించసాగింది. పోర్చుగీసు వ్యాపారుల నుండి తీవ్ర వ్యతిరేకత వ్యక్తమైనప్పటికీ డచ్ వారు మచిలీపట్నంలో స్థిరపడ్డారు. అందుకు గోల్కొండ పాలకుడి నుండి 1606లో ఫర్మాన్ (ఆదేశ పత్రం) పొందారు. జావా, సుమత్రాలోని స్పైస్ దీవుల్లో కూడా స్థావరాన్ని ఏర్పాటు చేశారు. 1610 నాటికి మసాలాదినుసుల వ్యాపారంలో ఆధిపత్యం సాధించారు. ఈ వ్యాపారం కోసమే వారు ఆగ్నేయ తీరానికి వచ్చారు. భారత వస్త్రాలను మార్పిడి చేసుకుంటే మసాలాదినుసులు పొందడం చాలా సులభమని వారు అనతి కాలంలోనే గ్రహించారు. కోరమాండల్ తీరంలో తయారయ్యే వస్త్రాలకు ఆగ్నేయాసియాలో ఆదరణ ఉందని, వాటిని రవాణా చేయడం చవక అని తెలుసుకున్నారు. అందుకే వారు మచిలీపట్నం నుండి కోరమాండల్ తీరానికి విస్తరించారు. పులికాట్‌ను స్థానిక పాలకుడి నుండి కొనుగోలు చేసి దానిని వాణిజ్య కేంద్రంగా తీర్చిదిద్దారు.

డచ్‌ల వలె ఆంగ్లేయులు కూడా మసాలా దినుసుల వ్యాపారం కోసమే ఈశాన్యానికి వచ్చారు. అయితే వనరులు పుష్కలంగా ఉన్న డచ్‌ల వ్యతిరేకతను ఎదుర్కొన్నారు. స్పైస్ దీవులలో ముందుగానే స్థిరపడిపోయిన డచ్‌లు ఆంగ్లేయులను భారత వైపు దృష్టి సారించేలా చేశారు. పోర్చుగీసు నావికాదళాన్ని సూరత్ బయట ఓడించిన తర్వాత ఆంగ్లేయులు అక్కడ 1612లో ఒక కర్మాగారాన్ని ఏర్పాటు చేయగలిగారు. ఆంగ్లేయుల స్థావరాన్ని 1618లో జహంగీర్ జారీ చేసిన ప్రఖ్యాత ఫర్మాన్ ధృవీకరించింది. సర్ థామస్ రో సహాయంతో ఆంగ్లేయులు ఆ ఫర్మాన్‌ను పొందగలిగారు. డచ్‌లు కూడా ఆంగ్లేయుల బాటలో సూరత్‌లో ఫ్యాక్టరీని ఏర్పాటు చేశారు.

భారతదేశ జౌళి ఉత్పత్తుల ఎగుమతి వ్యాపారానికి గుజరాత్ కీలకమైన స్థావరమని ఆంగ్లేయులు తొందరగా గ్రహించారు. ఎర్ర సముద్రం, పర్షియన్ ఎడారి ఓడరేవులతో భారతీయుల వ్యాపారాన్ని విచ్ఛిన్నం చేయడానికి ప్రయత్నించారు. 1622లో పర్షియన్ బలగాల సహాయంతో వారు పర్షియన్ ఎడారిలో పోర్చుగీసు వ్యాపారుల స్థావరమైన అర్మూజ్‌ను స్వాధీనం చేసుకున్నారు.

ఆ విధంగా 17వ శతాబ్ది ప్రథమార్థంలో డచ్, ఆంగ్లేయులిద్దరూ భారత వాణిజ్యంలో స్థిరపడిపోయారు. పోర్చుగీసు వ్యాపారుల గుత్తాధిపత్యానికి శాశ్వతంగా తెరపడింది. గోవాతోపాటు దమన్, డయ్యూలకే పోర్చుగీసు దేశస్తులు పరిమితమయ్యారు. భారత విదేశీ వాణిజ్యంతో వారి వాటా క్రమంగా క్షీణించింది. 17వ శతాబ్దం చివరి నాటికి వారి వాణిజ్య కార్యకలాపాలు నామమాత్రంగా

ఉండిపోయాయి.

ఇటీవలి అధ్యయనాల్లో తేలిందేమిటంటే సముద్ర మార్గాలపై ఆధిపత్యం ఉన్నప్పటికీ ఐరోపా వ్యాపారులు భారతీయులను ఆసియా ప్రాంత వాణిజ్యం నుండి గెంటివేయడంలో సఫలం కాలేకపోయారు. వాస్తవానికి భారతదేశంలోని ఏ ప్రాంతం నుండైనా - గుజరాత్, కోరమాండల్, బెంగాల్ - ఐరోపా వ్యాపారుల ఎగుమతుల వాటా భారత విదేశీ వాణిజ్యంలో రేఖామాత్రంగా కూడా ఉండేది కాదు. భారత వ్యాపారుల ఆధిపత్యం కొనసాగడానికి అనేక కారణాలు ఉన్నాయి. జౌళి వ్యాపారానికి వస్తే భారత వ్యాపారులకు దేశీయ, విదేశీ మార్కెట్ల గురించి స్పష్టమైన అవగాహన ఉండేది. అలాగే తక్కువ లాభాలతో వ్యాపారం చేయడానికి భారతీయులు సిద్ధమయ్యేవారు. కనీసం 10 నుండి 15 శాతం లాభాలు వచ్చినా సంతృప్తి చెందేవారు. మరోవైపు డచ్ వ్యాపారులు 40 నుండి 50 శాతం లాభాలు కోరుకునేవారు. కర్మాగారాల ఖర్చు, యుద్ధ నౌకల నిర్వహణ తదితర వ్యయాన్ని అధిక లాభాలు గడించడం ద్వారా పూడ్చుకోవాలని భావించేవారు. ఆంగ్లేయులు కూడా ఆ విధంగానే కార్యకలాపాలు నిర్వహించి ఉండొచ్చు.

మొగల్ ప్రభుత్వం, భారతీయ వ్యాపారుల సహకారం లేకుండానే భారతదేశంలో తాము వ్యాపారం నిర్వహించలేమని, తమ కర్మాగారాల్లో పని చేస్తున్న కార్మికులను పోషించలేమన్న విషయాన్ని డచ్, ఆంగ్లేయులిద్దరూ తెలుసుకున్నారు. ఈ కారణాలతోపాటు తమ కార్యకలాపాల వ్యయం తగ్గించేందుకు వారు భారతీయ వ్యాపారుల సరుకులను తమ ఓడల ద్వారా రవాణా చేయడం మొదలుపెట్టారు. భారత వ్యాపారులకు మరో మార్గం ఉండేది కాదు. విదేశీయుల రవాణా ఓడల ద్వారా తమ ఉత్పత్తులను గమ్యస్థానానికి సురక్షితంగా చేరవేయగలమన్న నమ్మకం వారిలో బలంగా ఉండేది. అదే సమయంలో భారతీయుల యాజమాన్యంలోని ఓడల సంఖ్య కూడా పెరిగింది. 17వ శతాబ్ది తొలినాళ్ళలో రవాణా ఓడల సంఖ్య 50 మాత్రమే. అయితే శతాబ్ది చివరి నాటికి వాటి సంఖ్య 112కు పెరిగింది. స్థానిక ఉత్పత్తి, విదేశీ వాణిజ్యాల ప్రగతికి ఈ పరిణామం మరో సూచిక.

ఆసియా వ్యాపారంలో వాటాతోపాటు భారత్ నుండి ఐరోపాకు ఎగుమతి చేయగల కొత్త ఉత్పత్తుల కోసం డచ్, ఆంగ్లేయ వ్యాపారులు అన్వేషించసాగారు. తొలుత ఉన్ని వస్త్రాలకు రంగు అద్దడానికి ఉపయోగపడే ఇండిగోను వారు ఎక్కువగా ఎగుమతి చేసేవారు. నాణ్యమైన ఇండిగోను గుజరాత్‌లోని సర్ఖేజ్, ఆగ్రా సమీపంలోని బయానాలలో ఉత్పత్తి చేసేవారు. భారతీయ వస్త్రాలైన కాలికోలను ఐరోపాకు ఎగుమతి చేస్తూ ఆ వ్యాపారాన్ని ఆంగ్లేయులు అభివృద్ధి పరిచారు. తొలిదశలో గుజరాత్‌లో

ఉత్పత్తయ్యే వస్త్రాలు ఎగుమతి అవసరాలకు సరిపోయేవి. డిమాండ్ పెరగడంలో ఆంగ్లేయులు ఆగ్రా, పరిసర ప్రాంతాల్లో ఉత్పత్తయ్యే వస్త్రాలను కొనుగోలు చేయడం మొదలుపెట్టారు. కొద్ది కాలానికి అవి కూడా సరిపోలేదు. అందుకే కోరమాండల్‌ను ఉత్పాదక కేంద్రంగా అభివృద్ధిపరచి ప్రత్యామ్నాయ సరఫరా కేంద్రంగా తీర్చిదిద్దారు. 1640 నాటికి కోరమాండల్ ఉత్పత్తి గుజరాత్‌తో సమానంగా అభివృద్ధి చెందింది. 1660 నాటికి గుజరాత్ కంటే మూడు రెట్లు ఎక్కువగా కోరమాండల్ వస్త్ర ఉత్పత్తి పెరిగింది. కోరమాండల్ తీరంలో మచిలీపట్నం, ఫోర్ట్ సెయింట్ జార్జ్ (తర్వాతి కాలంలో ఈ ప్రాంతం మద్రాసుగా అభివృద్ధి చెందింది) ప్రధాన వ్యాపార కేంద్రాలుగా ఉండేవి.

డచ్ వ్యాపారులు కూడా ఆంగ్లేయ బాటలో నడిచి కోరమాండల్ నుండి కాలికో, ఇండిగోలను ఐరోపాకు ఎగుమతి చేయడం ప్రారంభించారు.

సింధూ నది ముఖద్వారం వద్దగల లహ్రీ బందర్‌ను కూడా ఆంగ్లేయులు అభివృద్ధిపరిచారు. ముల్తాన్, లాహోర్‌లో ఉత్పత్తయ్యే సరుకులను సింధూనది మార్గాన రవాణా చేసేవారు. అయితే అక్కడి వ్యాపారం గుజరాత్ వ్యాపారానికి సహాయకారిగా మాత్రమే ఉండేది. ఆంగ్లేయుల మరో ముఖ్యమైన ప్రయత్నం బెంగాల్, ఒరిస్సాల వ్యాపారాన్ని అభివృద్ధిపరచడం. కాని ఈశాన్య బెంగాల్‌లో పోర్చుగీసు వ్యాపారుల కార్యకలాపాలు, మఘ్ సముద్ర దొంగల ఆగడాలు ఆంగ్లేయుల ప్రయత్నాలను కొంత వరకు విఘాతం కలిగించాయి. అభివృద్ధి ప్రక్రియ మందగించింది. అయితే 1650 నాటికి హుగ్లీలో ఆంగ్లేయులు బలంగా పాతుకుపోయారు. ఒరిస్సాలోని బాలాసోర్‌లో కూడా స్థావరాన్ని ఏర్పాటు చేసుకున్నారు. ఈ రెండు ప్రాంతాల నుండి ముడి పట్టు, చక్కెరలను వస్త్రాలకు తోడు ఎగుమతి చేయడం ప్రారంభించారు. ఎగుమతి కోసం అభివృద్ధి పరిచిన మరో వస్తువు సాల్ట్‌పెట్రే. దీనిని మందుగుండుకు ప్రత్యామ్నాయంగా వాడేవారు. అలాగే ఐరోపాకు వెళ్ళే ఓడలలో ఇంధనాన్ని రగల్చడానికి వినియోగించేవారు. నాణ్యమైన సాల్ట్ పెట్రే బీహార్‌లో విస్తారంగా లభించేది. ఈశాన్య ప్రాంతాల నుండి ఎగుమతులు క్రమంగా పుంజుకున్నాయి. 17వ శతాబ్ది అంతానికి అక్కడి ఎగుమతులు కోరమాండల్ తీర ప్రాంత ఎగుమతులతో సమానంగా విలువ కలిగి ఉండేవి.

ఆ విధంగా ఆంగ్లేయులు, డచ్ వ్యాపారులు, కంపెనీలు కొత్త మార్కెట్లను, కొత్త ఉత్పత్తులను (ఎగుమతి కోసం) అభివృద్ధిపరచి భారత విదేశీ వాణిజ్యంలో ఒక కొత్త ఒరవడిని సృష్టించాయి. 17వ శతాబ్ది చివరికల్లా ఇంగ్లాండులో భారత వస్త్రాలకు ఎనలేని ప్రాధాన్యత ఏర్పడింది. ఒక ఆంగ్ల పరిశీలకుడు ఇలా రాశాడు : "ఉన్ని,

పట్టుతో తయారయ్యే ఏ వస్త్రమైనా, మహిళలకు సంబంధించిన దుస్తులు లేదా కలప సామాగ్రిని అలంకరించడానికి ఉపయోగించే ఏ వస్త్రమైనా భారతీయ వాణిజ్యం సమకూర్చినదే." 1701లో ఐరోపాలో కార్మికులు పోరుబాటలో నడవడంతో పర్షియా, చైనా, ఈస్ట్ ఇండీస్ (భారతదేశం) నుండి వస్త్రాల దిగుమతిని నిషేధించారు. కాని ఇలాంటి చర్యలు, భారీ జరిమానా విధించడానికి అనుమతించే ఇతర చట్టాలు భారత విదేశీ వాణిజ్యంపై కనీస ప్రభావం కూడా చూపలేకపోయాయి. ముద్రిత వస్త్రాల స్థానంలో తెల్లటి వస్త్రాల ఎగుమతి 1710లో 9.5 లక్షల యూనిట్ల నుండి 1719లో 20 లక్షల యూనిట్లకు పెరిగింది.

భారత విదేశీ వాణిజ్య ప్రగతి, దేశంలోకి బంగారు, వెండి నిల్వల ప్రవాహం, వేగంగా విస్తరిస్తున్న ఐరోపా మార్కెట్‌తో భారతదేశ వాణిజ్య అనుసంధానం ఎన్నో ముఖ్యమైన పరిణామాలకు దారి తీసింది. భారత ఆర్థిక వ్యవస్థ ఒక వైపు పెరుగుతూ ఉంటే మరోవైపు దేశంలోకి బంగారు, వెండి నిల్వలు వెల్లువలా వచ్చి పడ్డాయి. ఫలితంగా 17వ శతాబ్ది తొలియార్థంలో ధరలు దాదాపు రెట్టింపయ్యాయి. సమాజంలోని ఆయా వర్గాలపై అధిక ధరలు ఎలాంటి ప్రభావం చూపాయో తెలుసుకోవాలంటే మరింత లోతుగా మనం అధ్యయనం చేయాల్సి ఉంటుంది. అయితే ధరల పెరుగుదల బహుశా గ్రామ సీమల్లో ఉన్న ప్రాచీన, సాంప్రదాయబద్ధమైన సంబంధాలను బలహీనపరచి, సంస్థానాధీశులను దోపిడీదారులుగా మార్చి ఉండొచ్చు.

రెండవది, ఐరోపా దేశాలు భారత్‌కు బంగారు-వెండి నిల్వల ఎగుమతికి ప్రత్యామ్నాయాలను అన్వేషించడం మొదలుపెట్టారు. అందుకు ఒక పద్ధతి లేదా విధానం భారత మసాలాదినుసులు వ్యాపారంపై గుత్తాధిపత్యం సాధించడం, వస్త్రాల ఎగుమతి (భారతదేశం నుండి) వ్యాపారాన్ని హస్తగతం చేసుకోవడం. అయితే ఈ రంగాల్లో వారు పరిమితమైన విజయాలను మాత్రమే సాధించారని మనం అంతకుముందే గమనించాము. అందుకే ఆయా ఐరోపా దేశాలు భారత్‌తోపాటు పొరుగున ఉన్న దేశాలలో తమ సామ్రాజ్యాన్ని విస్తరించాలని నిర్ణయించాయి. ఆయా ప్రాంతాల నుండి సమకూరే ఆదాయంతో ఐరోపా దిగుమతుల వ్యయాన్ని పూడ్చుకోవచ్చని అవి తలపోశాయి. జావా, సుమత్రా దీవులను స్వాధీనం చేసుకోవడంలో డచ్‌వారు సఫలమయ్యారు. అయితే అన్ని ఐరోపా దేశాలకు భారతదేశమే కీలకంగా ఉండేది. భారత్‌ను ఆక్రమించుకోవడానికి ఆంగ్లేయులు, ఫ్రెంచి సైన్యాలు ఉత్సాహం చూపాయి. అయితే మొగల్ పాలనలో దేశం సమైక్యంగా, శక్తివంతంగా ఉన్నంత వరకు వారి ప్రయత్నాలు సఫలం కాలేదు. ప్రాంతీయ సుబేదార్లు అప్పటికీ సమర్థవంతంగా పాలిస్తుండేవారు. అంతర్గత, బహిర్గత కారణాలు ఈ

రాజ్యాలను బలహీనపరచినపుడు మాత్రమే ఆంగ్లేయులు, ఫ్రెంచి వారు కొంత వరకు విజయం సాధించగలిగారు. ఈ పరిణామాలను 'ఆధునిక భారతం' అనే తదుపరి గ్రంథంలో తెలుసుకుందాము.

ఐ

భారతదేశం
(అక్బర్ మరణించే నాటికి)
మొగల్ సామ్రాజ్య సరిహద్దు
రాజ్య సరిహద్దు
మార్గం
కాబూల్
కాశ్మీరు
కందహార్
లాహోర్
ముల్తాన్
అజ్మీర్
ఆగ్రా
అవధ్
అలహాబాద్
బీహార్
బెంగాల్
గుజరాత్
మాల్వా
బేరార్
అహ్మద్‌నగర్
బీజాపూర్
విజయనగర
పెనుకొండ
(కర్ణాటక)
అరేబియా సముద్రం
బంగాళా ఖాతం

పదిహేడవ అధ్యాయం

మత, సాంస్కృతిక పరిణామాలు

మొగల్ హాయంలో భారతదేశం బహుముఖమైన సాంస్కృతిక కార్యకలాపాలను చవిచూసింది. వాస్తుకళ, చిత్రలేఖనం, సాహిత్య, సంగీత రంగాలలో ఈ కాలంలో నెలకొల్పిన సాంప్రదాయాలు ఒక కొత్త ఒరవడిని సృష్టించాయి. భావితరాలను ప్రభావితం చేశాయి. ఆ లెక్కన ఉత్తర భారతంలో గుప్తుల స్వర్ణయుగం తర్వాత మొగల్ పాలనను రెండో సాంస్కృతిక స్వర్ణయుగంగా పేర్కొనవచ్చు. ఈ సాంస్కృతిక వికాసంలో భారతీయ సాంప్రదాయాలు మొగలులు మోసుకొచ్చిన తురుష్క ఇరానీ సంస్కృతితో మేళవించబడ్డాయి. పశ్చిమ, మధ్యఆసియా ప్రాంతంలో తైమూరిద్ ఆస్థానమైన సమర్‌ఖండ్ సాంస్కృతిక కేంద్రంగా అభివృద్ధి చెందింది. ఈ సాంస్కృతిక వారసత్వంపై బాబర్‌కు అవగాహన ఉండేది. భారత్‌లో అమల్లో ఉన్న సాంస్కృతిక రూపాలపై అతడికి అసంతృప్తి ఉండేది. అందుకే సరైన ప్రమాణాలను నెలకొల్పాలని నిర్ణయించాడు. 14, 15వ శతాబ్దాలలో దేశంలోని వివిధ ప్రాంతాలలో అభివృద్ధి చెందిన కళ, సంస్కృతి ఘనమైన, వైవిధ్యభరితమైన సాంస్కృతిక వికాసానికి తెర తీసింది. ఈ సాంస్కృతిక పరిణామాల నుండే భావితరాలు స్ఫూర్తిని పొందాయి. అలా జరగకపోయి ఉన్నట్లయితే మొగలుల హయాంలో సాంస్కృతిక గుబాళింపు సాధ్యమయ్యేది కాదు. దేశంలోని వివిధ ప్రాంతాలు, వివిధ మతాలు, వివిధ జాతులకు చెందిన వ్యక్తులు ఈ సాంస్కృతిక వికాసానికి అనేక విధాలుగా తోడ్పాటునందించారు. ఒక్కమాటలో చెప్పాలంటే ఈ కాలంలో అభివృద్ధి చెందిన సంస్కృతి సమగ్రమైన భారతీయ సంస్కృతిని ప్రతిబింబించే దిశలో పయనించింది.

వాస్తుకళ :

మొగలులు విశాలమైన రాజభవనాలు, కోటలు, మహాద్వారాలు, ప్రజలందరూ వినియోగించుకునే కట్టడాలు, మసీదులు, బావులు తదితర వాటినెన్నింటినో నిర్మించారు. ఎప్పుడూ నీరు అందుబాటులో ఉండే విధంగా ఉద్యాన వనాలను ఏర్పాటు చేశారు. వాస్తవంగానైతే రాజభవనాల్లో, విడిది కేంద్రాలలో నిరంతర నీటి సరఫరా కలిగి ఉండడం మొగలుల ప్రత్యేక లక్షణంగా ఉండేది. ఉద్యానవనాలంటే బాబర్ కు ఎంతో ఇష్టం. అందుకే ఆగ్రా, లాహోర్ లలో కొన్ని మనోహరమైన తోటలను ఏర్పాటు చేయించాడు. కాశ్మీర్ లోని నిషాత్ బాగ్, లాహోర్ లోని షాలిమార్, పంజాబ్ కొండ ప్రాంతంలోని పింజోర్ ఉద్యానవనం మొదలైన మొగల్ ఉద్యానవనాలు నేటికి కూడా సజీవంగా ఉన్నాయి. వాస్తుకళకు షేర్ షా కొత్త ఒరవడిని దిద్దాడు. బీహార్ లోని ససారామ్ వద్ద తన కోసం నిర్మించుకున్న సమాధి, ఢిల్లీ పాతకోటలోని అతడి మసీదు వాస్తు కళారంగంలో అద్భుతాలుగా పరిగణించబడ్డాయి. మొగల్ పాలనకు పూర్వం ఉన్న నిర్మాణ శైలికి ఆ కట్టడాలు ప్రతిరూపాలు.

భారీ నిర్మాణాలకు తగిన సమయం, సాధనాలు సమకూర్చిన తొలి మొగల్ పాలకుడు అక్బర్. అతడు ఎన్నో కోటలను నిర్మించాడు. అందులో ముఖ్యమైనది ఆగ్రా కోట. ఎర్రటి ఇసుకరాయితో నిర్మించబడిన ఆ కోటకు ఎన్నో మహాద్వారాలున్నాయి. కోటల నిర్మాణంలో శిఖర దశ ఢిల్లీకి చేరుకుంది. అక్కడ షాజహాన్ ప్రఖ్యాతిగాంచిన ఎర్రకోటను నిర్మించాడు.

ఆగ్రా కోట

1572లో అక్బర్ ఫతేహ్‌పూర్ సిక్రీ వద్ద రాజభవనం – కోటల సముదాయం నిర్మాణానికి నాంది పలికాడు. ఆగ్రాకు 36 కిలోమీటర్ల దూరంలో ఉన్న సిక్రిలో ఆ భవన సముదాయ నిర్మాణానికి ఎనిమిదేళ్లు పట్టింది. మానవ నిర్మిత సరస్సు చుట్టూ ఉన్న ఆ సముదాయం కొండపై నిర్మించబడింది. గుజరాత్, బెంగాల్ నిర్మాణశైలి అందులో ప్రతిబింబిస్తుంది. వాటిలో ప్రధానమైనవి బాల్కనీలు, లోతైన కిటికీలు, రంగురంగుల గొడుగులు. చల్లటి గాలిని ఆస్వాదించడానికి నిర్మించబడిన పంచ్‌మహల్‌లో వివిధ దేవాలయాల్లో కనిపించే అన్ని రకాల స్తంభాలను వినియోగించారు. విశాలమైన పై కప్పులను వాటి ఆధారంపై నిర్మించారు. గుజరాత్ నిర్మాణ శైలిని రాజ్‌పుత్ రాణుల కోసం నిర్మించిన రాజభవనంలో వినియోగించారు. అలాంటి కట్టడాలనే ఆగ్రా కోటలో కూడా నిర్మించారు. వాటిలో కొన్ని మాత్రమే నేడు మిగిలాయి. ఆగ్రా, ఫతేహ్‌పూర్ సిక్రిలలో నిర్మాణ పనులను అక్బర్ స్వయంగా పర్యవేక్షించాడు. రాతి చప్పుడులలో, పై కప్పులలో పర్షియన్ లేదా మధ్యాసియా వాస్తుకళ ఛాయలు కనిపిస్తాయి. కాని అన్నింటికంటే ముఖ్యమైన నిర్మాణం మాత్రం అక్కడి మసీదు (ఫతేహ్‌పూర్‌సిక్రి) దానికి ద్వారమైన బులంద్ దర్వాజా (మహాద్వారం). గుజరాత్ దండయాత్ర విజయానికి చిహ్నంగా అక్బర్ ఆ మసీదును నిర్మించారు. బులంద్ దర్వాజా ఆకారం అర్థగోపుర ప్రాకారాన్ని పోలి ఉంది. పూర్తి గోపురాన్ని నిర్మించి దానిని సగంగా కోశారు. కోసివేసిన ఆ భాగం ముఖ ద్వారానికి ఎనలేని పరిమాణాన్ని తెచ్చిపెట్టింది. గోపురం నేలను తాకిన చోటే నిర్మించిన ప్రహరీలో చిన్న చిన్న ద్వారాలను ఏర్పాటు చేశారు. ఇరాన్‌లో ఈ తరహా నిర్మాణాలు కనిపిస్తాయి. ఇదే శైలిని తర్వాతి కాలంలో ఇతర మొగల్ పాలకులు కూడా అనుసరించారు.

మొగల్ సామ్రాజ్యం సుస్థిరం కావడంతో మొగల్ వాస్తుకళ ఉన్నత దశకు చేరుకుంది. జహంగీర్ పాలన చివరాంకంలో పాలరాతి నిర్మాణాల సంస్కృతి మొదలైంది. వాటి గోడలపై పూల నక్షాషిని చాలా అందంగా చెక్కేవారు. అందులో విలువైన రంగురాళ్ళు వినియోగించేవారు. ఈ అలంకరణ పద్ధతిని 'పియేత్రా దురా' అని పిలిచేవారు. షాజహాన్ హయాంలో ఈ పద్ధతి మరింత అభివృద్ధి చెందింది. అందుకు చక్కటి ఉదాహరణ ఆగ్రాలోని తాజ్‌మహల్. భవన నిర్మాణకళలో తాజ్‌మహల్ ఒక అద్భుతంగా నిలిచిపోయింది. మొగలులు అభివృద్ధిపరచిన వాస్తుకళా శైలుల సమ్మేళనమే తాజ్‌మహల్. అక్బర్ పాలన తొలినాళ్ళలో ఢిల్లీ వద్ద నిర్మించిన హుమాయూన్ సమాధి తాజ్‌మహల్‌కు పూర్వపు రూపం. ఆ కట్టడంలో పాలరాతితో నిర్మించిన భారీ గోపురముంది. ఈ కట్టడానికి ఉన్న మరో ప్రత్యేకత ప్రధాన గోపురానికి ఇరువైపులా వెనుక భాగంలో ఉండే రెండు గోపురాలు. ఈ పద్ధతిలో ఒక చిన్న

గోపురంపై భారీ గోపురాన్ని నిర్మించడానికి అవకాశం ఉండేది. తాజ్‌మహల్‌కు శోభ తెచ్చింది మాత్రం దాని విశాలమైన పాలరాతి గోపురం, ప్రధాన కట్టడంతో వేదికను అనుసంధానం చేసే నాలుగు సన్నటి మినార్లే. అలంకరణలను పరిమితంగానే ఉంచారు. సున్నితమైన పాలరాతి తెరలు, గొడుగులు (ఛత్రీ), అందమైన నక్కాషి తాజ్‌కు మరింత వైభవాన్ని తెచ్చి పెట్టాయి. అందమైన తోట మధ్యలో నిర్మితం కావడంతో ఆ కట్టడానికి ఎనలేని అందం వచ్చింది.

షాజహాన్ పాలనలో మసీదుల నిర్మాణం కూడా ఉన్నత దశకు చేరుకుంది. తాజ్‌లాగే ఆగ్రా కోటలో పాలరాతితో నిర్మించబడిన మోతీ మస్జిద్, ఢిల్లీలో ఎర్రటి ఇసుకరాయితో నిర్మించబడిన జామా మసీదు అందుకు రెండు ప్రత్యేక ఉదాహరణలు. మహాద్వారం, సన్నగా, పొడ్డుగ్గా ఉండే మినార్లు, గోపురాల వరుస జామామసీదు ప్రధాన ఆకర్షణలు.

పొదుపునకు ఎక్కువ ప్రాధాన్యతనిచ్చిన ఔరంగజేబు హయాంలో పెద్దగా నిర్మాణాలు చేపట్టకపోయినా హిందూ, తుర్కు ఇరానీ వాస్తు కళా సాంప్రదాయాలు మేళవించిన మొగల్ వాస్తుకళ 18, 19వ శతాబ్దం తొలి దశకాల వరకు నిరాఘాటంగా కొనసాగింది. ఆ విధంగా మొగల్ నిర్మాణ శైలి ప్రాంతీయ, స్థానిక రాజ్యాల కట్టడాలపై సైతం ప్రభావం చూపింది. సిక్కుల హర్‌మందిర్ (అమృత్‌సర్‌లోని స్వర్ణదేవాలయం) కూడా మొగల్ సాంప్రదాయాలున్న వాస్తుకళ శైలిలో నిర్మితమైంది.

చిత్రలేఖనం

చిత్రలేఖన రంగానికి మొగలులు చెప్పుకోదగ్గ స్థాయిలో తోడ్పాటునందించారు. ఆస్థానం, యుద్ధ సన్నివేశాలు, వేట తదితర కొత్త రూపాలను ప్రవేశపెట్టారు. వాటికి కొత్త రంగులు, కొత్త కళారూపాలను జత చేశారు. సజీవ రూపాల చిత్రలేఖన సాంప్రదాయాన్ని సృష్టించారు. మొగలుల ప్రాభవం కనుమరుగైన తర్వాత కూడా దేశంలోని ఆయా ప్రాంతాల్లో ఈ సాంప్రదాయం దశాబ్దాల తరబడి కొనసాగింది. వారి చిత్రలేఖన శైలి ఘనతకు మరో కారణం దేశంలో చిత్రలేఖన సాంప్రదాయం ప్రాచీనమైనది కావడమే. అందుకు ఉదాహరణ అజంత గుహల్లో కనిపించే గోడ బొమ్మలే. ఎనిమిదవ శతాబ్దం తర్వాత ఈ సాంప్రదాయం అంతరించింది. కాని తాళపత్ర గ్రంథాలు, జైనుల రచనలు (13వ శతాబ్దం నుండి) ఆ సాంప్రదాయం పూర్తిగా కనుమరుగు కాలేదని నిరూపించాయి.

జైనులతోపాటు మాల్వా, గుజరాత్ లాంటి కొన్ని రాజ్యాలు 15వ శతాబ్దంలో చిత్రలేఖనాన్ని పెంచి పోషించాయి. అయితే అక్బర్ కాలంలోనే చిత్రకళ పూర్తిగా

కోలుకుంది. ఇరాన్ పాలకుని ఆస్థానంలో శరణు పొందినపుడు హుమాయూన్ ఇద్దరు చిత్రకారులను తన సేవలోకి తీసుకున్నాడు. వారిని తన వెంట భారతదేశానికి తీసుకొచ్చాడు. వారి నేతృత్వంలో అక్బర్ హయాంలో చిత్రలేఖనం ఒక రాచరిక కార్ఖానాలో నిర్వహించబడింది. దేశంలోని వివిధ ప్రాంతాల నుండి సమర్థులైన చిత్రకారులను ఆ చిత్రలేఖన శాలకు ఆహ్వానించారు. వీరిలో ఎక్కువ మంది నిమ్న కులాలకు చెందిన వారు. తొలి నుండి హిందూ ముస్లిం చిత్రకారులిద్దరూ ఆ శాలలో పని చేయడం మొదలుపెట్టారు. ఆ విధంగా అక్బర్ ఆస్థానంలో దస్వంత్, బసవన్ అనే ప్రఖ్యాత చిత్రకారులు ఉండేవారు. చిత్రలేఖన శాల గణనీయమైన అభివృద్ధి సాధించింది. అనతి కాలంలోనే చిత్రలేఖనానికి ప్రధాన ఉత్పత్తి కేంద్రంగా అవతరించింది. పార్సీలోకి కథలను చిత్రించడమే కాకుండా పార్సీలోని అనువదించబడిన మహాభారతానికి, అక్బర్ నామా అనే చారిత్రక గ్రంథానికి కూడా చిత్రకారులు బొమ్మలను సమకూర్చారు. భారతీయ రూపకాలు, భారతీయ దృశ్యాలు, ప్రకృతి అందాలు కూడా చెలామణిలోకి వచ్చాయి. ఆ విధంగా పర్షియన్ ప్రభావం నుండి మొగల్ చిత్రలేఖన శాల క్రమంగా బయటపడింది. భారతీయ రంగులైన నెమలి రంగు నీలం, ఎరుపు తదితరాలు వాడుకలోకి వచ్చాయి. అన్నింటి కంటే ముఖ్యమైన పరిణామం పార్సీ శైలి అయిన చదరపు ఆకారాల స్థానంలో గుండ్రటి చిత్రాలు (భారతీయ శైలి) ప్రాచుర్యం పొందాయి. అలాంటి చిత్రాలకు త్రిముఖ ప్రతిబింబం ఉండేది. జహంగీర్ హయాంలో మొగల్ చిత్రలేఖనం శిఖర స్థాయికి చేరుకుంది. ముఖారవిందాలు, దేహాలు, ప్రజల పాదాలను ఒకే చిత్రంలో ఆయా చిత్రకారులు గీసేవారు. ఈ సాంప్రదాయాన్ని మొగల్ చిత్రలేఖన శాలే ప్రారంభించింది. ఒక చిత్రంలో వివిధ చిత్రకారుల పనితనాన్ని తాను పసిగట్టగలనని జహంగీర్ వాదించేవాడు.

వేట, యుద్ధ, ఆస్థాన దృశ్యాల చిత్రలేఖనంతోపాటు వ్యక్తిగత చిత్రాల లేఖన ప్రక్రియకు జహంగీర్ శ్రీకారం చుట్టాడు. జంతువుల చిత్రాలు కూడా గీయబడ్డాయి. ఈ రంగంలో మంసూర్ అనే చిత్రకారునికి మంచి ప్రావీణ్యం ఉండేది. వ్యక్తిగత చిత్రాలు ఆ కాలంలో నూతన ఒరవడిని సృష్టించాయి.

అక్బర్ పాలనలో ఐరోపా చిత్రలేఖనాన్ని పోర్చుగీసు మతగురువులు మొగల్ ఆస్థానంలో ప్రవేశపెట్టారు. వారి ప్రభావం కింద చిత్రలేఖన సూత్రాలెన్నో ఆమోదించబడ్డాయి. షాజహాన్ కూడా అదే సాంప్రదాయాన్ని కొనసాగించాడు. అయితే చిత్రలేఖనంలో ఔరంగజేబుకు ఎలాంటి ఆసక్తి లేకపోవడంతో చాలా మంది చిత్రకారులు ఇతర రాజ్యాలకు తరలిపోయారు. ముఖ్యంగా రాజస్థాన్, పంజాబ్ కొండ రాజ్యాలలో

చిత్రలేఖనం ఆ విధంగా అభివృద్ధి చెందింది.

రాజస్థానీ చిత్రలేఖన శైలి పశ్చిమ భారత లేదా జైన సాంప్రదాయాలను మొగల్ కళారూపాలు, శైలుల సమాహారంగా ఉండేది. ఆ విధంగా వేట, ఆస్థాన దృశ్యాలకు తోడు పురాణ గాథలు, ప్రకృతి (రుతువులు), రాగాలు కూడా రాజస్థానీ కృతుల్లో దర్శనమిస్తాయి. పురాణ గాథల్లో ఎక్కువగా రాధాకృష్ణుల ప్రణయాన్ని వివిధ రూపాల్లో ప్రదర్శించేవారు పహారీ చిత్రలేఖనశాల ఇలాంటి సాంప్రదాయాలనే కొనసాగించింది.

భాష, సాహిత్యం, సంగీతం

జాతీయ స్థాయిలో ప్రభుత్వ వ్యవహారాల నిర్వహణ, ఆలోచనల మార్పిడికి పార్సీ, సంస్కృత భాషలు వాహకాలుగా ఒక ముఖ్యమైన పాత్రను పోషించాయి. భక్తి ఉద్యమం నేపథ్యంలో అనేక ప్రాంతీయ భాషలు అభివృద్ధి చెందాయి. వాటి గురించి మనం ముందే తెలుసుకున్నాము. స్థానిక, ప్రాంతీయ పాలకులు అందించిన ప్రోత్సాహంవల్ల కూడా ప్రాంతీయ భాషలు, సాహిత్యం పురోగమించాయి.

ఆరవ, ఏడవ శతాబ్దాలలో కూడా ఇదే పంథా నడిచింది. అక్బర్ కాలం నాటికి ఉత్తర భారతంలో పార్సీ పరిజ్ఞానం ఎంత విస్తారంగా ఉండేదంటే స్థానిక భాషలో (హిందావి) రెవెన్యూ నివేదికల నిర్వహణను అక్బర్ రద్దు చేశాడు. అయితే దక్కనీ రాజ్యాల్లో మాత్రం పార్సీకి తోడు ప్రాంతీయ భాషల్లో కూడా నివేదికలను నిర్వహించే సాంప్రదాయం అలాగే కొనసాగింది. 17వ శతాబ్దం చివరి పాతికేళ్ళల్లో ఆ రాజ్యాలు పతనమయ్యే వరకు ప్రాంతీయ భాషల్లో కూడా అధికారిక నివేదికలను రూపొందించేవారు.

అక్బర్ పాలనలో పార్సీ వచన, కవితా శైలులు శిఖర దశకు చేరుకున్నాయి. గొప్ప విద్వాంసుడు, సాహిత్య శైలికారుడు అయిన అబుల్ ఫజల్ గొప్ప చరిత్రకారుడు కూడా. వచనా కృతుల్లో అతడు నూతన శైలిని ప్రవేశపెట్టాడు. తర్వాతి తరాలు కూడా అతడి శైలిని చాలా కాలంపాటు అనుకరించాయి. ఆ కాలంలో ప్రముఖ కవిగా అబుల్ ఫజల్ సోదరుడు ఫైజీ వెలుగొందేవాడు. అక్బర్ నెలకొల్పిన అనువాద విభాగాన్ని నడపడంలో అతడు సహాయపడేవాడు. అతడి పర్యవేక్షణలో మహాభారతం అనువదించబడింది. ఇతర పార్సీ కవుల్లో ఉత్బీ, నజీరీ ప్రముఖులుగా ఉండేవారు. పర్షియాలో జన్మించినప్పటికీ భారతదేశానికి వలస వచ్చిన అనేక మంది సాహిత్య, సంగీతకారుల్లో వారు కూడా ఉన్నారు. ఆ సమయంలో మొగల్ ఆస్థానం ఇస్లాం ప్రపంచంలోనే ప్రముఖ సాంస్కృతిక కేంద్రంగా వెలసిల్లేది. పార్సీ సాహిత్యాభివృద్ధికి హిందువులు కూడా తమ వంతు తోడ్పాటును అందించారు.

సాహిత్య చారిత్రక గ్రంథాలకు తోడు పార్సీ భాషపై ఉన్న ప్రముఖ పదకోశాలన్నీ ఈ కాలంలోనే సంకలించబడ్డాయి. ఈ కాలంలో సంస్కృతంలో సృజనాత్మక, వైవిధ్యభరితమైన రచనలు ఎక్కువ సంఖ్యలో లేకున్నా ఆ భాషలో చెప్పుకోదగ్గ స్థాయిలో సాహిత్యకృతులు వెలువడ్డాయి. ఎప్పటిలాగే దక్షిణ, ఈశాన్య భారతంలో వెలువడ్డ కృతుల్లో చాలా మటుకు స్థానిక లేదా ప్రాంతీయ పాలకుల పోషణలో వచ్చినవే. చక్రవర్తుల కొలువులోని అనువాద విభాగంలో నియమితులైన బ్రాహ్మణులు కూడా కొన్ని గ్రంథాలను రచించారు.

ప్రాంతీయ భాషలు సుస్థిరతను, పరిపక్వతను సంతరించుకున్నాయి. ఈ కాలంలోనే ఉన్నతమైన సాహిత్య విలువలు కలిగిన కవిత్వం వెలువడింది. రాధాకృష్ణుల ప్రణయం, గోపికలతో కృష్ణుని రాసలీల, చిన్నికృష్ణుని చిలిపిచేష్టలు, భాగవతం నుండి కొన్ని కథలు బెంగాలీ, ఒడియా, హిందీ, రాజస్థానీ, గుజరాతీ సాహిత్య రూపకాల్లో కనిపిస్తాయి. రామాయణ, మహాభారతాలు ప్రాంతీయ భాషల్లోకి అనువదించబడ్డాయి. రాముని స్తుతిస్తూ ఎన్నో భక్తిగీతాలు వచ్చాయి. పార్సీ కృతులు కొన్నింటిని ప్రాంతీయ భాషల్లోకి అనువదించారు. హిందువులు, ముస్లిం లిద్దరూ ఈ విషయంలో కృషి చేశారు. అలవాల్ బెంగాలీలో రచనలు చేయడమే కాకుండా పార్సీ కృతులను కూడా బెంగాలీలోకి అనువదించాడు. సూఫీ గురువైన మాలిక్ మహమ్మద్ జైసీ హిందీలో 'పద్మావత్' అనే గ్రంథాన్ని రచించాడు. అందులో అల్లావుద్దీన్ చిత్తోర్‌పై చేసిన దాడిని నేపథ్యంగా తీసుకొని దేవునికి – భక్తుని మధ్య ఉన్న సంబంధాలను సూఫీ పరిభాషలో వర్ణించాడు. అలాగే 'మాయ'పై హిందూ ఆలోచనలను కూడా వివరించాడు.

బ్రజ్ లిపిలో ఉన్న మధ్యయుగపు హిందీ (ఇదే యాసలో ఆగ్రా పరిసర ప్రాంతాల్లో నివసించే హిందువులు సంభాషించేవారు)ని మొగల్ చక్రవర్తులతోపాటు హిందూ పాలకులు కూడా పోషించారు. అక్బర్ కాలం నుండి హిందీ విద్వాంసులు, కవులు మొగల్ ఆస్థానంతో ముడిపడిపోయారు. మొగల్ సంస్థానాధీశుల్లో ప్రముఖుడైన అబ్దుల్ రెహ్మాన్ ఖాన్–ఎ–ఖానన్ ఉన్నత శైలి 'భక్తి' కవిత్వాన్ని రచించాడు. అందులో మానవ జీవితం, మానవ సంబంధాలపై ఉన్న పార్సీ ఆలోచనలను ప్రతిబింబించాడు. ఆ విధంగా పార్సీ, హిందీ, సాహిత్య సాంప్రదాయాలు పరస్పరం ప్రభావితమయ్యాయి. అయితే అందరి కంటే ఎక్కువ ప్రభావం చూపిన హిందీ కవి మాత్రం తులసిదాస్. అతడు రాముడిని ఆరాధించేవాడు. ఉత్తరప్రదేశ్‌లోని ఈశాన్య ప్రాంతాల్లో ప్రజలు మాట్లాడే భాషలో అతడు రచనలు చేశాడు. జన్మతః కాకుండా వ్యక్తిగత సామర్థ్యంపైనే ప్రజలను వర్గీకరించాలని, అలాంటి సంస్కరణవాద కుల వ్యవస్థ రావాలని అతడు కోరేవాడు. తులసిదాస్ స్వతహాగా మానవతావాది. కుటుంబ సాంప్రదాయాలను

అతడు చాలా గౌరవించేవాడు. కులాలకు అతీతంగా రామస్మరణ, రాముని పట్ల పూర్తి విధేయత కనబరిస్తే మోక్షం సాధ్యమవుతుందని అతడు ప్రబోధించేవాడు.

దక్షిణ భారతంలో మలయాళం స్వతంత్ర భాషగా ఎదిగింది. ఏక్‌నాథ్, తుకారామ్‌ల నేతృత్వంలో మరాఠీ భాష ఉన్నత శిఖరాలకు చేరుకుంది. మరాఠీ ప్రాముఖ్యాన్ని వివరిస్తూ ఏక్‌నాథ్ ఇలా వ్యాఖ్యానించాడు : "దేవుడు సంస్కృతాన్ని సృష్టిస్తే, ప్రాకృతం దొంగలు, దోపిడీదారులు సృష్టించినదా? ఈ మూర్ఖపు ఆలోచనలను పక్కనే ఉండనివ్వండి. భాషలపట్ల దేవుడు వివక్ష చూపడు. అతడి దృష్టిలో ప్రాకృతం, సంస్కృతం రెండూ సమానమే. ఉన్నత భావాలను వ్యక్తం చేయడానికి నా మరాఠీ భాష ఎంతో ఉపకరిస్తుంది. ఆ భాష ఘనమైనది. అందులో దైవజ్ఞాన ఫలాలు మెండుగా ఉన్నాయి."

స్థానిక భాషల్లో రచనలు చేసే వారందరి భావాలను ఏక్‌నాథ్ అలా వ్యక్తం చేశాడనడంలో ఎలాంటి సందేహం లేదు. ప్రాంతీయ భాషలకున్న ఆత్మవిశ్వాసాన్ని, స్థాయిని ఏక్‌నాథ్ వ్యాఖ్యలు ప్రతిబింబిస్తాయి. సిక్కు గురుల రచనలవల్ల పంజాబీకి నూతన జవసత్వాలు చేకూరాయి.

సంగీతం

హిందువులు, ముస్లింల సాంస్కృతిక జీవనంలో పరస్పరం సహకరించుకున్న మరో రంగం సంగీతం. గ్వాలియర్‌కు చెందిన తాన్‌సేన్‌ను అక్బర్ తన ఆస్థానంలో పోషించాడు. ఎన్నో కొత్త రాగాలను సృష్టించిన ఘనత తాన్‌సేన్‌కే దక్కింది. జహంగీర్, షాజహాన్‌తో పాటు అనేక మంది మొగల్ సంస్థానాధీశులు అక్బర్ చూపిన ఈ బాటలోనే పయనించారు. సనాతనవాది అయిన ఔరంగజేబు సంగీతాన్ని పాతిపెడతానని చేసినట్లు చెబుతున్న వ్యాఖ్యలపై వివేచనారహితమైన కథలెన్నో ప్రచారంలో ఉన్నాయి. ఇటీవలి అధ్యయనాల్లో తేలిందేమిటంటే ఔరంగజేబు తన ఆస్థానంలో సంగీతాన్ని నిషేధించినా వాయిద్య సంగీతాన్ని మాత్రం కొనసాగించాడు. నిజం చెప్పాలంటే వీణావాయిద్యంలో ఔరంగజేబు దిట్ట. ఔరంగజేబు రాణుల తమ అంతఃపురంలో సంగీతాన్ని ప్రోత్సహించేవారు. మొగల్ సంస్థానాధీశులు కూడా సంగీత పోషణను కొనసాగించాడు. అందుకే భారతీయ సంగీతంపై పార్సీలో అత్యధిక కృతులు ఔరంగజేబు పాలనలోనే వెలువడ్డాయి. అయితే సంగీత రంగంలో కొన్ని ముఖ్యమైన పరిణామాలు మాత్రం మహమ్మద్‌షా (1719-48) పాలనా కాలంలో సంభవించాయి.

మతపరమైన ఆలోచనలు, నమ్మకాలు - జాతి సమైక్యతకు సవాళ్లు

16, 17వ శతాబ్దాల్లో భక్తి ఉద్యమం నిరాఘాటంగా సాగింది. పంజాబ్‌లో సిక్కు ఉద్యమం, మహారాష్ట్రలో మహారాష్ట్ర - ధర్మ ఉద్యమం కొత్తగా ఆవిర్భవించాయి. నానక్ ప్రవచనాల ఆధారంగా సిక్కు ఉద్యమం బలపడింది. అయితే దాని ఎదుగుదల గురుతత్వం అనే వ్యవస్థతో దగ్గరగా ముడిపడి ఉంది. తొలిదశలో నలుగురు సిక్కు గురువులు ధ్యానం, అభ్యాసమనే సాంప్రదాయాన్ని ఎలాంటి హడావుడి లేకుండా కొనసాగించారు. ఐదవ గురు అర్జున్‌దాస్ ఆది గ్రంథ్ (గ్రంథ్ సాహిబ్) అనే సిక్కు పవిత్ర గ్రంథాన్ని పూర్తి చేశాడు. తాను ఆధ్యాత్మిక, భౌతిక గురువునని చాటి చెప్పేందుకు అతడు పాలకునిలాగా జీవించసాగాడు. అమృత్‌సర్‌లో విశాలమైన భవంతులను నిర్మించాడు. ఖరీదైన దుస్తులు ధరించేవాడు. మధ్యాసియా నుండి కొనుగోలు చేసిన ఉన్నత జాతి గుర్రాలను పోషించేవాడు. పెద్ద సంఖ్యలో సేవకులను కలిగి ఉండేవాడు. సిక్కుల నుండి విరాళాలు స్వీకరించే సాంప్రదాయాన్ని ప్రారంభించాడు. సాధారణంగా ఆ విరాళాలు వ్యక్తిగత ఆదాయంలో పదో వంతుగా ఉండేది.

సిక్కు గురులంటే అక్బర్‌కు ఎంతో అభిమానం ఉండేది. అమృత్‌సర్ వెళ్ళి వారిని సందర్శించాడని కూడా చెబుతారు. అయితే జహంగీర్ గురు అర్జున్‌ను బంధించి వధించడంతో మొగలులు, సిక్కుల మధ్య సంఘర్షణ మొదలైంది. తిరుగుబాటు చేసిన రాకుమారుడు ఖుస్రోకు ఆశ్రయమిచ్చి ధనపరంగా, ఆధ్యాత్మికంగా మద్దతునిచ్చాడనే అభియోగంపై జహంగీర్ అర్జున్‌దాస్‌ను హత్య చేయించాడు. అర్జున్ వారసుడు గురు హర్‌గోవింద్ కూడా కొంత కాలంపాటు నిర్బంధానికి గురయ్యాడు. కాని అతడు అనతి కాలంలోనే విడుదలయ్యాడు. జహంగీర్‌తో మంచి సంబంధాలను పెట్టుకున్నాడు. జహంగీర్ మరణానికి ముందు కాశ్మీర్ యాత్రకు వెళ్ళినప్పుడు హర్‌గోవింద్ అతడికి తోడుగా వెళ్ళాడు. ఒక వేట ఉదంతంతో షాజహాన్, హర్ గోవింద్‌ల మధ్య సంఘర్షణ మొదలైంది.

అమృత్‌సర్ సమీపంలో షాజహాన్ వేటలో ఉండగా అతడికి ఇష్టమైన ఒక గ్రద్ద గురు ఆశ్రమంలోకి చొరబడింది. గ్రద్దను తిరిగి అప్పగించడానికి గురు నిరాకరించడంతో సిక్కులు, మొగలుల మధ్య వరుస ఘర్షణలు జరిగాయి. అయితే (గురు శ్రేయోభిలాషులైన) కొందరు మొగల్ ఆస్థాన ప్రముఖుల జోక్యంతో ఆ వివాదం సద్దుమణిగింది.

జలంధర్ సమీపంలో బియాస్ నది ఒడ్డున ఒక కొత్త నగరాన్ని నిర్మించేందుకు గురు సన్నాహాలు ప్రారంభించాడు. మొగల్ పాలకులు నగర నిర్మాణాన్ని వ్యతిరేకించడంతో రెండోసారి సైనిక ఘర్షణ జరిగింది. మధ్యాసియా నుండి గురు

కోసం మేలుజాతి రకానికి చెందిన రెండు అందమైన, చురుకైన గుర్రాలను తీసుకొస్తుండగా వాటిని మొగల్ అధికారులు స్వాధీనం చేసుకున్నారు. ఫలితంగా ఇరు వర్గాల మధ్య మూడోసారి ఘర్షణ జరిగింది. బందిపోటు అయిన బిధి చంద్ ఆ గుర్రాలను తస్కరించి గురుకు కానుకగా సమర్పించాడు. అప్పటికే గురుకు చెప్పుకోదగ్గ స్థాయిలో అనుచరులున్నారు. వరుస ఘర్షణలలో గురు సమర్థవంతంగా పోరాడాడు. కొంత కాలంపాటు పాయిందాఖాన్ అనే పఠాన్ నాయకుడు గురుకు మద్దతునిచ్చాడు. చివరికి గురు హర్‌గోవింద్ పంజాబ్ కొండ ప్రాంతాల్లో స్థిరపడిపోవడంతో మొగలులు అతడి వ్యవహారాల్లో జోక్యం చేసుకోవడం మానివేశారు.

పై ఘర్షణలకు పెద్దగా ప్రాధాన్యతలేదు. మత వైషమ్యాల కంటే వ్యక్తిగత, రాజకీయ కారణాలవల్లే అవి చోటు చేసుకున్నాయి. గురు విలాసవంతమైన జీవితాన్ని అలవర్చుకోవడం, సచ్చా పాద్ షా (నిజమైన పాలకుడు)గా పిలవబడడం మొగల్ పాలకులకు ఇబ్బందేమీ కలిగించలేదు. ఎందుకంటే కొందరు సూఫీ గురువులు కూడా విలాసవంతమైన జీవితాన్ని గడిపేవారు. వారి అనుచరులు కూడా అతిశయ బిరుదులతో వారిని సంబోధించేవారు. సూఫీ గురువుల ఆధ్యాత్మిక జ్ఞానం అపారమైనది కాబట్టే వారిని అలా పిలిచేవారు.

ఈ కాలంలో సిక్కులు, మొగలుల మధ్య సంఘర్షణా వాతావరణం ఉండేది కాదు. అలాగే హిందువులను ఒక పద్ధతి ప్రకారం వేధించనూ లేదు. కనుక హిందువుల పక్షాన మత వివక్షకు వ్యతిరేకంగా మొగలులతో పోరాడేందుకు సిక్కులకు ఎలాంటి సందర్భం ఉత్పన్నం కాలేదు. తన పాలన తొలినాళ్ళలో షాజహాన్ కొంత వరకు సనాతనవాదాన్ని ప్రదర్శించినా, మత వివక్షకు పాల్పడినా మొత్తమ్మీద విశాల దృక్పథంతో ఆలోచించేవాడు. పాలనలో అనుభవంతోపాటు ఉదారవాద గుణాన్ని కూడా అలవర్చుకున్నాడు. ఈ విషయంలో అతడిపై రాకుమారుడు దారా ప్రభావం చాలా వరకు ఉండేది. షాజహాన్ పెద్ద కుమారుడైన దారా స్వాభావికంగా ఒక విద్వాంసుడు. సూఫీవాదంతో ప్రభావితమైనవాడు. వివిధ మతాల ప్రతినిధులతో ఆధ్యాత్మిక విషయాలపై చర్చలు జరిపేవాడు. కాశీబ్రాహ్మణుల సహాయంతో భగవద్గీతను పార్సీలోకి అనువాదం చేయించాడు. కాని అతడి ముఖ్యమైన కృతి మాత్రం వేదాల సంకలనమే. ఆ గ్రంథం (పార్సీ) తొలిపలుకులలో వేదాలను 'చిరకాల దైవ గ్రంథాలు'గా ప్రకటించాడు. పవిత్ర ఖురాన్ ప్రబోధనలతో సమానంగా పేద ప్రవచనాలు ఉన్నాయని పేర్కొన్నాడు. ఆ విధంగా హిందూ, ఇస్లాం మతాల మధ్య మౌలికమైన వైరుధ్యాలు ఏవీ లేవని నొక్కి చెప్పాడు. గుజరాత్‌లో జన్మించి రాజస్థాన్‌లో ఎక్కువ కాలం ప్రచారం చేసిన దాదూ అనే మరో మతబోధకుడు వర్గరహిత మార్గాన్ని ప్రతిపాదించాడు (నిపఖ్).

హిందువులతో కాని, ముస్లింలతోకాని తనను తాను పోల్చుకోవడానికి అతడు నిరాకరించాడు. అలాగే రెండు మతాల పవిత్ర గ్రంథాలను పట్టించుకోలేదు. సర్వాంతర్యామి అయిన బ్రహ్మ ఒక్కడే నిజమైన దైవమని అతడు నమ్మాడు.

తుకారామ్ కూడా ఆ విధంగానే వ్యవహరించాడు. మహారాష్ట్రలోని పంఢార్‌పూర్‌లో అతడు భక్తి ఉద్యమాన్ని బలోపేతం చేశాడు. తర్వాతి కాలంలో పంఢార్‌పూర్ మహారాష్ట్ర - ధర్మ ఉద్యమానికి ప్రధాన కేంద్రంగా మారింది. విష్ణు రూపమైన విఠోబాను అక్కడ పూజించేవారు. తాను శూద్రునిగా జన్మించానని ప్రకటించిన తుకారామ్ తన స్వహస్తాలతోనే పూజను నిర్వహించేవాడు.

అలాంటి ఆలోచనలు, ఆచారాలను సమాజం అంత తేలికగా ఆమోదిస్తుందనుకుంటే పొరపాటే. ఎందుకంటే హిందూ, ఇస్లాం రెండు మతాల్లోనూ కరుడుగట్టిన సాంప్రదాయ వాదులుండేవారు. రాజ్యాధికారంతోపాటు విధానాలను సైతం ప్రభావితం చేసే శక్తి వారికి ఉండేది. సుదీర్ఘకాలంపాటు వారు తమ పెత్తనాన్ని కొనసాగించారు. బెంగాల్‌లోని నవద్వీప (నాడియా)కు చెందిన రఘునందన్ సనాతన హిందువుల భావాలను ప్రతిధ్వనించాడు. మధ్యయుగాల్లో ధర్మశాస్త్రాలపై ప్రగాఢమైన రచనలు చేసిన రఘునందన్ బ్రాహ్మణులకు ప్రత్యేక హక్కులను కొనసాగించాలని నొక్కి చెప్పాడు. బ్రాహ్మణులు తప్ప మిగతా ఎవ్వరికీ మత గ్రంథాలను పఠించడం కాని, ప్రచారం చేసే హక్కు కాని లేదని పునరుద్ఘాటించాడు. కలియుగంలో బ్రాహ్మణులు, సూద్రులనే రెండు వర్ణాలు తప్ప మిగతా వర్ణాలు లేవని పేర్కొన్నాడు. క్షత్రియులు ఎప్పుడో అంతరించిపోయారని, తమ విధులను సరిగా నిర్వహించని కారణంగా వైశ్యులు తమ వర్ణహోదాను కోల్పోయారని అతడు వాదించాడు. మహారాష్ట్రకు చెందిన రాందాస్ క్రియాశీల సిద్ధాంతాన్ని ప్రతిపాదిస్తూనే బ్రాహ్మణులకు ప్రత్యేక హక్కులు, హోదా ఉండాలని గట్టిగా వాదించాడు.

ముస్లింలలో కూడా తౌహీద్ పంథా చురుగ్గా కొనసాగినా, సూఫీలు అందుకు మద్దతు పలికినా సాంప్రదాయవాదులైన కొందరు ఉలేమాలు ఈ పంథాకు వ్యతిరేకంగా తీవ్రంగా స్పందించారు. అక్బర్ రూపొందించిన ఉదారవాద విధానాలను కూడా గట్టిగా వ్యతిరేకించారు. ముస్లిం సనాతనవాదుల్లో, పునరుద్ధరణ ఉద్యమంలో ప్రముఖమైన వ్యక్తి షేక్ అహ్మద్ సర్హిందీ. సనాతన నక్షబందీ సూఫీ విచారధారకు చెందిన అతడు తౌహీద్ ఉద్యమాన్ని తీవ్రంగా వ్యతిరేకించాడు. అది ఇస్లాంకు విరుద్ధమైనదని ప్రకటించాడు. హిందూ మత ప్రభావంతో ఆచరణలోకి వచ్చిన ఆచారాలు, నమ్మకాలను కూడా అతడు వ్యతిరేకించాడు. రాజ్యానికి ఉన్న ఇస్లాం స్వభావాన్ని నొక్కి చెప్పేందుకు జిజ్యాను పునరుద్ధరించాలని, హిందువులకు వ్యతిరేకంగా

కఠిన వైఖరి తీసుకోవాలని, ముస్లింలతో వారి సంబంధాలను పరిమితం చేయాలని షేక్ అహ్మద్ మొగల్ పాలకులకు సూచించాడు. ఈ కార్యక్రమాన్ని అమలు చేసేందుకు అతడు కొన్ని కేంద్రాలను ప్రారంభించాడు. చక్రవర్తిని, సంస్థానాధీశులను ఒప్పించేందుకు వారికి ఎన్నో లేఖలు కూడా రాశాడు.

అయితే షేక్ అహ్మద్ సిద్ధాంతాల ప్రభావం నామమాత్రంగా ఉండేది. ప్రవక్త కంటే తనకు ఎక్కువ హోదా ఉందని అతడు వాదించినందుకు ఔరంగజేబు అతడిని కారాగారానికి పంపాడు. తప్పయిపోయిందని లెంపలేసుకున్న షేక్ అహ్మద్‌ను కొంత కాలం తర్వాత విడుదల చేశాడు. అహ్మద్ కుమారుడిని కాని, వారసుడిని కాని ఔరంగజేబు లెక్క చేయలేదు.

ఆ విధంగా చూస్తే సాంప్రదాయ ఆలోచకులు, ప్రబోధకుల ప్రభావం పరిమితంగానే ఉండేదని బోధపడుతుంది. వారి అభిప్రాయాలు కేవలం ఒక పరిమిత వర్గానికే రుచించేవి. సమాజంలో ధన, అధికార బలమున్న వారి మద్దతు తమకు లభిస్తుందన్న ఆశతో సనాతనవాదులు మతోన్మాద కార్యకలాపాలకు పాల్పడేవారు. మరోవైపు ఉదారవాద సిద్ధాంతకర్తలు విశాలమైన ప్రజానీకానికి నేరుగా తమ అభిప్రాయాలను తెలిపేవారు.

భారతీయ సమాజంలో పాతుకుపోయిన వ్యవస్థ నేపథ్యంలోనే మనం ఉదారవాద, సనాతనవాద పునరుత్థాన చక్రాల చరిత్రను అధ్యయనం చేయాల్సి ఉంటుంది. అధికారం, భోగభాగ్యాలలో పాతుకుపోయిన వారు ఒక వైపు, సమసమాజ, మానవీయ విలువలను ప్రబోధించేవారు మరోవైపు సాగించిన సంఘర్షణలో పై పరిణామాలు ఒక భాగంగా ఉండేవి.

సనాతనవాద, స్వార్థపర శక్తుల ప్రతిష్ట ప్రభావం, వారి ఆలోచనలు, నమ్మకాలు మతసామరస్యానికి, జాతి సమైక్యతకు ప్రతిబంధకాలుగా ఉండేవి. సాంస్కృతిక ఏకీకరణ ప్రక్రియకు విఘాతం కలిగించేవిగా ఉండేవి. ఉదారవాద, సనాతనవాద పంథాల మధ్య సంఘర్షణ ఔరంగజేబు పాలనా కాలంలో ప్రస్ఫుటమైంది.

ా

ఢిల్లీ సుల్తానుల రాజ్యం
13వ శతాబ్దం
KM 0 100 200 KM
సుల్తాను రాజ్యం సరిహద్దు 1236
మంగోలుల ప్రభావ సీమ
మంగోలు దండయాత్ర
కాశ్మీరు
ఢిల్లీ సుల్తానుల రాజ్యం
అజ్మీర్
బదౌన్
కారా
కలంజర్
చండేలులు
అనహిలపాటక
పరమారులు
వఘేలాలు
అరేబియా సముద్రం
యాదవులు
కామరూప్
బంగాళా ఖాతం
72°
80°
88°
96°

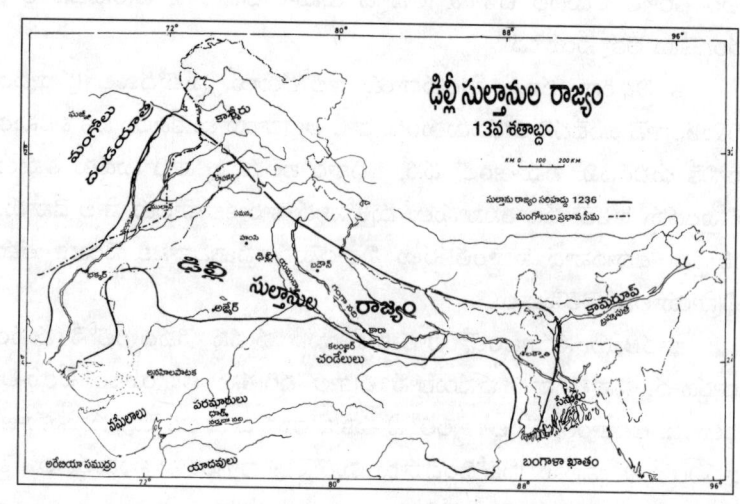

పద్దెనిమిదవ అధ్యాయం

మొగల్ సామ్రాజ్య ఉత్థాన పతనాలు-1

వారసత్వ సమస్యలు

షాజహాన్ పాలన చివరాంకంలో అతడి కుమారుల మధ్య తీవ్రస్థాయిలో వారసత్వ పోరు చెలరేగింది. తైమూరిద్ పాలకుల్లో ఒక నిర్దిష్టమైన వారసత్వ సాంప్రదాయమంటూ ఉండేది కాదు. కొందరు ముస్లిం రాజకీయ సిద్ధాంతకర్తలు పాలకుడే వారసుడిని ఎంపిక చేసే విధానాన్ని ఆమోదించారు. అయితే అలాంటి విధానాన్ని దేశంలో సుల్తానుల పాలన ఉన్నప్పుడు గట్టిగా అమలు చేయలేకపోయారు. సామ్రాజ్యాన్ని విభజించి వారసులకు ఆయా ప్రాంతాలను అప్పగించే తైమూరిద్ సాంప్రదాయం కూడా ఎక్కడా విజయవంతం కాలేదు. దేశంలో అలాంటి సాంప్రదాయాన్ని ఎన్నడూ అమలు చేయలేదు.

వారసత్వం విషయంలో హిందూ సాంప్రదాయాలు కూడా స్పష్టంగా లేవు. అక్బర్ సమకాలీనుడైన తులసీదాస్ ప్రకారం పాలకుడికి తన కుమారుల్లో ఒకరికి రాజతిలకాన్ని దిద్దే హక్కు ఉండేది. అయితే రాజ్‌పుత్ వంశంలో అలాంటి సాంప్రదాయాన్ని రాజ్యాధికారం దక్కని సోదరులు అంగీకరించని సందర్భాలు ఎన్నో ఉన్నాయి. అందుకే రాణా సంఘా సింహాసనంపై తన హక్కును పూర్తిగా చాటుకోవడానికి తన సోదరులతో సుదీర్ఘమైన పోరు జరపాల్సి వచ్చింది.

1657 చివరిలో షాజహాన్ ఢిల్లీలో అనారోగ్యానికి గురయ్యాడు. కొంత కాలంపాటు అతడు సామ్రాజ్య వ్యవహారాలకు దూరంగా ఉండాల్సి వచ్చింది. అయితే శక్తిని కూడగట్టుకొని మళ్ళీ అతడు మామూలు మనిషి అయ్యాడు. దారా చూపిన శ్రద్ధ, ప్రేమానురాగాలవల్లే షాజహాన్ కోలుకోగలిగాడు. ఈలోగా సామ్రాజ్యంలో అన్ని రకాల పుకార్లు షికారు చేశాయి. షాజహాన్ ఎప్పుడో మరణించాడని, తన

స్వార్థ ప్రయోజనాల కోసమే దారా వాస్తవాలను దాచి పెడుతున్నాడని కొందరు ప్రచారం చేశారు. ఆ తర్వాత కొంత కాలానికి షాజహాన్ నెమ్మదిగా ఆగ్రాకు బయల్దేరి వెళ్ళాడు. ఈలోపు బెంగాల్, గుజరాత్, దక్కనులో మకాం వేసిన రాకుమారులు షుజా, మురాద్, ఔరంగజేబులు షాజహాన్ ఆరోగ్యానికి సంబంధించి ప్రచారంలో ఉన్న అవాస్తవాలను (పుకార్లు) నమ్మారు లేదా నమ్మించబడ్డారు. వారసత్వం కోసం పోరు అనివార్యమని భావించిన పై ముగ్గురు రాకుమారులు అందుకు తగిన ఏర్పాట్లు చేసుకున్నారు.

ఔరంగజేబు

తన కుమారుల మధ్య సంఘర్షణను నివారించాలన్న ఆతృతలో షాజహాన్ దారాను తన వారసునిగా ఎంపిక చేశాడు. సామ్రాజ్యం విచ్ఛిన్నమవుతుందన్న భయంతోపాటు చావు దగ్గర పడుతుండడంతో షాజహాన్ ఈ కీలకమైన నిర్ణయం తీసుకున్నాడు. దారా మన్‌సబ్ హోదాను 4,000 జాత్‌ల నుండి అనూహ్యంగా 60,000 జాత్‌లకు పెంచాడు. సింహాసనానికి పక్కన దారా కోసం ప్రత్యేక ఆసనాన్ని వేయించాడు. భవిష్యత్ చక్రవర్తిగా నియమితుడైన దారా ఆజ్ఞలను సంస్థానాధీశులు, ఆస్థాన ప్రముఖులందరూ పాటించాలని ఆదేశాలు జారీ చేశాడు. షాజహాన్ ఆశించినట్లు వారసత్వ సమస్యను పై చర్యలు పరిష్కరించకపోగా దారా పట్ల షాజహాన్ పక్షపాతం చూపుతున్నాడన్న భావన ఇతర రాకుమారుల్లో ఇంకా బలపడింది. సింహాసనం కోసం పోరు సాగించాలన్న వారి పట్టుదల మరింత దృఢమైంది.

ఆధిపత్య పోరులో ఔరంగజేబు విజేతగా ఉద్భవించేవరకు సంభవించిన పరిణామాలను మనం నిశితంగా పరిశీలించాల్సిన అవసరంలేదు. ఔరంగజేబు విజయానికి అనేక కారణాలున్నాయి. పరస్పర విరుద్ధమైన సూచనలు, ప్రత్యర్థులను తక్కువగా అంచనా వేయడం దారా పరాజయానికి ముఖ్య కారణాలు. తన కుమారుల సైనిక ఏర్పాట్లు, ఢిల్లీపై దాడి చేయాలన్న వారి నిర్ణయం గురించి తెలుసుకున్న షాజహాన్ దారా కుమారుడైన సులేమాన్ షికోహ్ నేతృత్వంలో ఒక సైన్యాన్ని ఈశాన్యానికి పంపాడు. సులేమాన్‌కు తోడుగా రాజా జయ్‌సింగ్ వెళ్ళాడు. తనను తాను చక్రవర్తిగా ప్రకటించుకొని కిరీటాన్ని ధరించిన బెంగాల్ సుబేదారు రాకుమారుడు

షుజాను నియంత్రించడానికే సులేమాన్, రాజా జయ్‌సింగ్‌లు పెద్ద సైన్యంతో ఈశాన్యంవైపు కదిలారు. జోధ్‌పూర్ పాలకుడు రాజా జస్వంత్‌సింగ్ నేతృత్వంలో మరోసైన్యం మాల్వాకు బయల్దేరింది. మాల్వాను చేరుకోగానే జస్వంత్‌సింగ్, తాను ఔరంగజేబు, మురాద్‌ల సంయుక్త సైన్యాలను ఎదుర్కోవలసి ఉంటుందని తెలుసుకున్నాడు. ఇద్దరు రాకుమారులు కయ్యానికి కాలుదువ్వడానికి సిద్ధంగా ఉన్నారు. రాజా జస్వంత్‌సింగ్‌ను పక్కకు తప్పుకోవలసిందిగా కోరారు. జస్వంత్ తన సైన్యాన్ని ఉపసంహరించుకునేవాడే కాని పక్కకు తప్పుకుంటే అవమానభారాన్ని మోయాల్సి వస్తుందని భావించి గట్టిగా నిలబడి పోరాడాలని నిర్ణయించాడు. ఓటమి తప్పదని గ్రహించినా రాజ్‌పుత్ర గౌరవం కోసం ప్రాణాలు కోల్పోవడానికైనా సిద్ధపడ్డాడు. ధర్మాత్ వద్ద ఔరంగజేబు విజయం (15 ఏప్రిల్, 1658) అతడి అనుచరులను ఉత్సాహపరిచింది. ఔరంగజేబు ప్రతిష్ట కూడా పెరిగింది. అదే సమయంలో దారా, అతడి మద్దతుదారుల్లో నిరాశానిస్పృహలను నింపింది.

అంతలోనే దారా చాలా ఘోరమైన తప్పిదం చేశాడు. తన హోదాపై అతి విశ్వాసంతో అతడు ఈశాన్యానికి పటిష్టమైన సైనిక బలగాలను పంపాడు. ఆ విధంగా రాజధాని అయిన ఆగ్రా బోసిపోయింది. సులేమాన్ (షికోహ్) నేతృత్వంలోని సైన్యం ఈశాన్యానికి బయల్దేరింది. తొలిదశలో మంచి విజయాలను సాధించింది. 1658 ఫిబ్రవరిలో బనారస్ వద్ద షుజాను ఆశ్చర్యంలో ముంచెత్తుతూ అతడి సైన్యాన్ని ఓడించింది. తర్వాత బీహార్‌లో షుజాను వేటాడాలని నిర్ణయించింది. ఆగ్రాలో వారసత్వ విషయం తేలిపోయిందన్నట్లు సులేమాన్ సైన్యం వ్యవహరించింది. అయితే ధర్మాత్ వద్ద పరాజయం తర్వాత సులేమాన్‌కు వెంటనే తన సైన్యంతో ఆగ్రా తిరిగి రావలసిందిగా అత్యవసర లేఖలు అందాయి. హడావిడిగా ఒప్పందం కుదుర్చుకున్న తర్వాత (7 మే 1658) సులేమాన్ ఆగ్రాకు బయల్దేరాడు. అప్పటికి అతడు ఈశాన్య బీహార్‌లోని ముంగేర్ వద్ద సైనిక స్థావరంలో ఉన్నాడు. అంతదూరం నుండి ఆగ్రాకు సమయానికి చేరుకొని ఔరంగజేబుతో తలపడడం అసాధ్యం.

ధర్మాత్ పరాజయం తర్వాత కొత్త మిత్రుల కోసం దారా తీవ్రంగా ప్రయత్నించాడు. జోధ్‌పూర్‌లో ఉన్న రాజాజస్వంత్ సింగ్‌కు పదేపదే లేఖలు పంపాడు. ఉదయ్‌పూర్ రాణాను కూడా సంప్రదించాడు. అజ్మీర్ సమీపంలోని పుష్కర్‌కు జస్వంత్‌సింగ్ నెమ్మదిగా కదిలాడు. దారా సమకూర్చిన నిధులతో కొత్త సైన్యాన్ని సమీకరించిన జస్వంత్ సింగ్ రాణా సైన్యాల కోసం పుష్కర్ వద్ద వేచి చూశాడు. అయితే రాణాను అప్పటికే ఔరంగజేబు తన వైపు తిప్పుకున్నాడు. అతడి 7000 జాత్‌ల హోదా కల్పించడంతోపాటు 1654లో చిత్తోర్ కోట పునఃనిర్మాణంపై వివాదం

తలెత్తిన తర్వాత షాజహాన్, దారాలు స్వాధీనం చేసుకున్న ప్రాంతాలను కూడా అప్పగిస్తానని రాణాకు ఔరంగజేబు హామీ ఇచ్చాడు. మతపరమైన స్వేచ్ఛతోపాటు రాణా సంఘాకు సమానంగా ప్రయోజనాలు చేకూరుస్తానని కూడా భరోసా ఇచ్చాడు. ఆ విధంగా ముఖ్యమైన రాజ్‌పుత్ర పాలకులను తన వైపు తిప్పుకోవడంలో దారా విఫలమయ్యాడు.

సమూఘడ్ యుద్ధం (29 మే 1658) మౌలికంగా ఉత్తమ సేనాధిపత్యానికి సంబంధించిన యుద్ధం. ఇరుపక్షాలు సమాన సంఖ్యలో సైనికులు (సుమారు 60,000 వరకు) కలిగి ఉండేవి. సైనిక పాటవం విషయంలో ఔరంగజేబుకు దారా అసలు సరిజోడే కాదు. హాదా రాజ్‌పుత్‌లు, బర్హా సయీద్‌లపై దారా ఎక్కువగా ఆశలు పెట్టుకున్నాడు. అయితే మిగతా సైన్యానికి ఉన్న బలహీనతను వారు పూడ్చలేకపోయారు. యుద్ధతంత్రంలో ఔరంగజేబు సైన్యం ఆరితేరి ఉండేది. దానికి సమర్థవంతమైన నాయకత్వం ఉండేది.

ఆగ్రాకు వెళ్ళాలన్న తన లక్ష్యం కేవలం అనారోగ్యంతో బాధపడుతున్న తన తండ్రిని పరామర్శించి ఆయనను మతద్రోహి అయిన దారా నియంత్రణ నుండి విముక్తి చేయడమేనని ఔరంగజేబు మొదటి నుండి నమ్మబలుకుతూ వచ్చాడు. అయితే ఔరంగజేబు, దారాల మధ్య సంఘర్షణ సనాతనవాదానికి, ఉదారవాదానికి మధ్యపోరుగా పరిగణించడం భావ్యం కాదు. ఎందుకంటే ఇరుపక్షాలలో హిందూ, ముస్లిం పాలకులు, సంస్థానాధీశులు ఉండేవారు. రాజ్‌పుత్ర పాలకుల వైఖరిని మనం ఇంతకు ముందే తెలుసుకున్నాము. ఈ సంఘర్షణలో కాకుండా ఇతర సైనిక ఘర్షణల్లో కూడా సంస్థానాధీశుల వైఖరి వ్యక్తిగత ప్రయోజనాలు, ఆయా రాకుమారులతో వారికున్న సంబంధాలపై ఆధారపడి ఉండేది.

దారా ఓటమి, అతడి పలాయనం తర్వాత షాజహాన్ ఆగ్రా కోటలో చిక్కుకుపోయాడు. కోటకు నీటి సరఫరాను నిలిపివేయడం ద్వారా షాజహాన్ లొంగిపోయేలా ఔరంగజేబు ఒత్తిడి పెంచాడు. షాజహాన్‌ను కోటలోని స్త్రీల ఆరామానికి పరిమితం చేసి అతడిపై ఎల్లవేళలా నిఘా ఉంచాడు. అయితే అతడి పట్ల అనుచితంగా వ్యవహరించలేదు. తన ప్రియమైన కూతురు జహనారా సంరక్షణలో షాజహాన్ ఎనిమిదేళ్ళపాటు జీవించాడు. జహనారా కోటలో ఉండి తండ్రికి సేవ చేయాలని స్వచ్ఛందంగా నిర్ణయించుకుంది. షాజహాన్ మరణం

ఛత్రపతి శివాజీ

తర్వాతనే ఆమె ప్రజా జీవితంలో మళ్ళీ అడుగు పెట్టింది. ఔరంగజేబు ఆమెకు ఉన్నత హోదా కల్పించి ఎంతో గౌరవించాడు. రాజమందిరానికి ప్రధాన మహిళగా నియమించాడు. ఆమె వార్షిక భృతిని 12 లక్షల రూపాయల నుండి 17 లక్షల రూపాయలకు పెంచాడు.

మురాద్‌తో ఔరంగజేబు కుదుర్చుకున్న ఒప్పందం మేరకు సామ్రాజ్యాన్ని ఇద్దరి మధ్య విభజించాల్సి ఉంది. అయితే ఔరంగజేబుకు రాజ్యాన్ని విభజించాలన్న ఆలోచనే ఉండేది కాదు. అందుకే అతడు మోసపూరిత పద్ధతుల్లో మురాద్‌ను బంధించి గ్వాలియర్ చెరసాలకు తరలించాడు. రెండేళ్ళ తర్వాత మురాద్ హత్యకు గురయ్యాడు.

సమూఘడ్ వద్ద పరాజయం పాలైన తర్వాత దారా లాహోర్‌కు పారిపోయాడు. లాహోర్, దాని పరిసర ప్రాంతాలను స్వాధీనం చేసుకోవాలని వ్యూహం పన్నాడు. కాని ఔరంగజేబు వెంటనే ఒక బలమైన సైన్యంతో లాహోర్‌కు పొరుగున ఉన్న ప్రాంతానికి చేరుకున్నాడు. ఔరంగజేబును ఎదుర్కోవడానికి దారాకు ధైర్యం చాల్లేదు. యుద్ధం చేయకుండానే అతడు లాహోర్ నుండి సింధ్‌కు పారిపోయాడు. అంతటితో తన భవిష్యత్తును తానే నాశనం చేసుకున్నాడు.

అంతర్యుద్ధం రెండేళ్ళ వరకు సాగినా దాని ఫలితంపై ఎలాంటి సందేహాలు లేవు. జస్వంత్ సింగ్ ఆహ్వానంపై దారా సింధ్ నుండి గుజరాత్‌కు చేరుకొని అక్కడి నుండి అజ్మీర్ వెళ్ళాడు. మార్వార్ పాలకుడు దారాకు చేసిన ద్రోహం అందరికీ విదితమే. అజ్మీర్ సమీపంలోని దియోరాయ్ వద్ద జరిగిన యుద్ధం (మార్చి 1659) ఔరంగజేబుకు వ్యతిరేకంగా దారా పోరాడిన చిట్టచివరి యుద్ధం. దారా ఇరాన్‌కు పారిపోయే అవకాశముండేది. కాని అఫ్ఘనిస్తాన్‌లో తన అదృష్టాన్ని పరీక్షించుకోవాలని భావించాడు. మార్గమధ్యలో బోలాన్ కనుమ వద్ద అతడిని ఒక ఆఫ్ఘాన్ తెగ నాయకుడు బందీగా తీసుకొని ఔరంగజేబుకు అప్పగించాడు. ఇస్లాం మతాన్ని, పవిత్ర చట్టాలను ఉల్లంఘించడమే కాక రాజ్యాన్ని, ప్రజాశాంతిని భ్రష్టు పట్టించిన కారణంగా దారాకు జీవించే హక్కులేదని మత పెద్దలు తీర్మానించారు. తన రాజకీయ లక్ష్యాల కోసం ఔరంగజేబు మతాన్ని ఆ విధంగా ముసుగుగా వాడుకున్నాడు. దారాకు మరణదండన విధించిన రెండేళ్ళ తర్వాత అతడి కుమారుడు సులేమాన్ షికోహ్‌ను గఢ్వాల్ పాలకుడు ఔరంగజేబ్‌కు అప్పగించాడు. అంత వరకు గఢ్వాల్‌లోనే సులేమాన్ తలదాచుకున్నాడు. అయితే ఆక్రమణ తప్పదని హెచ్చరించడంతో అక్కడి పాలకుడు అతడిని ఔరంగజేబుకు అప్పజెప్పాడు. తన తండ్రికి పట్టిన గతే సులేమాన్‌కు కూడా పట్టింది.

అంతకుముందు ఔరంగజేబు షుజాను అలహాబాద్ సమీపంలోని ఖాజ్వా వద్ద (డిసెంబరు 1658) ఓడించాడు. షుజాకు వ్యతిరేకంగా తదుపరి పోరాట

బాధ్యతలను ఔరంగజేబు మీర్ జుమ్లాకు అప్పగించాడు. భారతదేశం నుండి అరాకన్ ప్రాంతానికి పారిపోయేంత వరకు (ఏప్రిల్ 1660) మీర్ జుమ్లా షుజాను వేటాడాడు. తర్వాత అనతి కాలంలోనే షుజా, అతడి కుటుంబం అరాకనీయుల చేతిలో దారుణ హత్యకు గురయ్యారు. తిరుగుబాటును ప్రోత్సహించారనే ఆరోపణపై వారిని హత్య చేశారు.

రెండేళ్ళపాటు మొగల్ సామ్రాజ్యాన్ని అతలాకుతలం చేసిన అంతర్యుద్ధం నేర్పినదేమిటంటే పాలకుడి చేత వారసుడిగా నియామకం కావడం లేదా సామ్రాజ్యాన్ని వారసుల మధ్య విభజించడం దేశంలో ఎన్నడూ సాధ్యపడదు. పై రెండు సాంప్రదాయాలను పట్టుదల, రాజ్యకాంక్షగల వారసులెవ్వరూ అంగీకరించలేదు. వారసత్వాన్ని నిర్ధారించేందుకు అంతర్యుద్ధం తప్పలేదు. కాలక్రమేణా ఈ అంతర్యుద్ధాలు మరింత వినాశకరంగా మారాయి. సింహాసనంపై కుదుటపడిన తర్వాత ఔరంగజేబు వారసత్వపోరు కారణంగా సంభవించిన దుష్పరిణామాలను కొంత వరకు పరిష్కరించడానికి ప్రయత్నించాడు.

జహనారా బేగం ప్రోద్బలంతో దారా కుమారుడైన సిఫిర్ షికోహ్‌ను 1673లో చెరసాల నుండి విడుదల చేశాడు. అతడికి జాగీరును కట్టబెట్టి తన కూతురితో వివాహం జరిపించాడు. మురాద్ కుమారుడు ఇజ్జత్ బక్ష్‌ను కూడా విడుదల చేశాడు. తన మరో కుమార్తెను అతడితో వివాహం జరిపించాడు. అంతకుముందు 1669లో దారా కుమార్తె జానీ బేగమ్ ఔరంగజేబు మూడవ కుమారుడు మహమ్మద్ ఆజంను పెళ్ళి చేసుకుంది. ఔరంగజేబు కుటుంబం, అతడి సోదరుని కుటుంబాల మధ్య అలా ఎన్నో వివాహాలు జరిగాయి. మూడవ తరంలో ఆ కుటుంబాలన్నీ ఒకటయ్యాయి.

ఔరంగజేబు పాలన - అతడి మత విధానం :

ఔరంగజేబు సుమారు 50 ఏళ్ళపాటు పాలించాడు. అతడి సుదీర్ఘ పాలనలో మొగల్ సామ్రాజ్యం విస్తరణ పతాక స్థాయికి చేరుకుంది. ఉత్తరాన కాశ్మీర్ నుండి దక్షిణాన జింజీ వరకు, పశ్చిమాన హిందూకుష్ పర్వతాల నుండి ఈశాన్యాన చిట్టాగాంగ్ వరకు మొగల్ సామ్రాజ్యం విస్తరించింది. పాలకుడిగా ఔరంగజేబు ఎంతో కష్టపడి పని చేసేవాడు. ప్రభుత్వ వ్యవహారాల్లో ఉదాసీన వైఖరి చూపేవాడు కాదు. సంస్థానాధీశులు కూడా రాజ్య వ్యవహారాలకు నిరంతరం కట్టుబడి ఉండేలా చేశాడు. రాజ్య వ్యవహారాలపై అతడు ఎంత తదేక దృష్టి సారించేవాడో అతడి లేఖలే చెబుతాయి. తన కుమారులను కూడా క్షమించని విధంగా కఠినమైన క్రమశిక్షణను పాటించేవాడు. 1688లో గోల్కొండ పాలకునితో రహస్య మంతనాలు జరిపినందుకు తన కుమారుడు

ముఒజ్జమ్‌ను బంధించాడు. సుమారు 12 ఏళ్ళపాటు అతడిని కారాగారంలో ఉంచాడు. ఆయా సందర్భాల్లో అతడి ఇతర కుమారులు కూడా ఔరంగజేబు ఆగ్రహాన్ని చవి చూడాల్సి వచ్చింది. ఔరంగజేబు పేరు వినగానే సామ్రాజ్యంలోని మహామహులు సైతం గడగడలాడిపోయేవారు. తర్వాతి కాలంలో కాబుల్ సుబేదారుగా వ్యవహరించిన ముఒజ్జమ్, ఔరంగజేబు దక్కను నుండి పంపిన లేఖను అందుకోవడానికి కూడా వణికిపోయేవాడు. పూర్వపు పాలకుల్లాగా కాకుండా ఔరంగజేబు విలాసానికి, భోగభాగ్యాలకు దూరంగా ఉండేవాడు. అతడి వ్యక్తిగత జీవితం చాలా సాత్వికంగా ఉండేది. సనాతనవాదిగా, దైవభీతి కలిగిన ముస్లింగా అతడికి ఖ్యాతి ఉండేది. కాలక్రమంలో అతడిని జిందా పీర్ (సజీవముని)గా పరిగణించడం మొదలుపెట్టారు.

అయితే పాలకుడిగా ఔరంగజేబు సాధించిన విజయాలపై చరిత్రకారుల మధ్య ఏకాభిప్రాయం లేదు. కొందరి ఆలోచనలో అతడు అక్బర్ అవలంబించిన ఉదారవాద విధానాన్ని తిరగదోడాడు. సామ్రాజ్యంపట్ల హిందువుల విధేయతకు తూట్లు పొడిచాడు. అతడి సనాతనత్వంవల్లే దేశంలోని వివిధ ప్రాంతాల్లో తిరుగుబాట్లు చెలరేగి సామ్రాజ్య అఖండతను బలహీనపరిచాయి. అతడికున్న అనుమానపు స్వభావం మరిన్ని సమస్యలను తెచ్చిపెట్టింది.

సమకాలీన రచయిత ఖాఫీఖాన్ ఔరంగజేబు స్వభావాన్ని వివరిస్తూ ఇలా వ్యాఖ్యానించాడు : "అతడు చేపట్టిన కార్యక్రమాలన్నీ దీర్ఘకాల పరిమితి కలిగినవి. అందుకే అవి చాలా వరకు విఫలమయ్యాయి." కొందరు చరిత్రకారులు ఔరంగజేబు పట్ల సానుభూతి వ్యక్తం చేశారు. అతడిని అన్యాయంగా భ్రష్టుపట్టించారని వారు భావిస్తున్నారు. ఔరంగజేబు పూర్వీకులు అవలంబించిన ఉదారవాద విధానాలవల్ల హిందువులు సామ్రాజ్యానికి విధేయులుగా ఉండడం మానివేశారని, కనుక హిందువులను దారిలో పెట్టడానికి కఠినమైన చర్యలు తీసుకున్నాడని, సామ్రాజ్యాన్ని భవిష్యత్తులో ముస్లింపైనే ప్రధానంగా ఆధారపడేలా తీర్చిదిద్దాడని ఔరంగజేబును కొందరు అనవసరంగా విమర్శించారని చెబుతారు. అయితే ఔరంగజేబుపై రచనల్లో ఇప్పుడు కొత్త పంథాను అవలంబిస్తున్నారు. ఔరంగజేబు రాజకీయ, మతపరమైన విధానాలను సామాజిక-ఆర్థిక-వ్యవస్థాగత పరిణామాల నేపథ్యంలో విశ్లేషించడానికి ప్రయత్నాలు జరుగుతున్నాయి. మత విశ్వాసాలలో ఔరంగజేబు సనాతనవాది అనడంలో ఎలాంటి సందేహం లేదు. తాత్విక చర్చల్లో కాని, సూఫీవాదంలోకాని అతడికి ఎలాంటి అభిరుచి ఉండేది కాదు. అయినా అతడు తరచూ సూఫీ బాబాలను సందర్శించి వారి ఆశీస్సులను పొందేవాడు. తన కుమారులను సూఫీవాద ధోరణిలో పడకుండా అడ్డుకోలేదు. ఇస్లాం మత చట్టాలు రూపొందించడంలో కీలక పాత్ర పోషించే హనాఫీ

సిద్ధాంతశాలపై గట్టి వైఖరి తీసుకున్న ఔరంగజేబు లౌకికవాద రాజశాసనాలను (జవాబిత్) జారీ చేయడానికి కూడా వెనుకాడలేదు. అతడు జారీ చేసిన అలాంటి శాసనాలను 'జవాబిత్-ఎ-ఆలంగిరి' అనే గ్రంథంలో సంకలించారు. సిద్ధాంతపరంగా చూస్తే, జవాబిత్‌లు 'షరా'కు సహకారకాలు. అయితే ఆచరణలో మాత్రం అవి షరాను సంస్కరించేవిగా కనిపిస్తాయి. ఎందుకంటే షరాలో భారతదేశ పరిస్థితులకు అనుగుణంగా అమలు చేయడానికి ఎలాంటి మత సూత్రాలు లేవు.

సనాతన ముస్లింకు తోడు ఔరంగజేబు పాలకుడు కూడా. రాజకీయ వాస్తవాలను అతడు విస్మరించలేదు. దేశంలో అత్యధిక శాతం జనాభా హిందువులేనన్న సంగతి అతడికి తెలియంది కాదు. హిందువులు తమ మత విశ్వాసాలకు ఎంతగా ప్రాధాన్యతనిస్తారో అతడికి బాగా తెలుసు. హిందువులను దూరం చేసే ఎలాంటి విధానమైనా ఆచరణసాధ్యం కాదు. శక్తివంతమైన హిందూ పాలకులను, జమీందార్లను విస్మరిస్తే సామ్రాజ్య వ్యవహారాలను సాఫీగా నడపడం కుదరదు.

ఔరంగజేబు మత విధానాన్ని విశ్లేషించేటపుడు మనం నైతిక, మతపరమైన ఆంక్షలను, నిబంధనలను పరిగణనలోకి తీసుకోవలసి వుంటుంది. పాలనా పగ్గాలు చేపట్టిన తొలినాళ్ళలో నాణేలపై కల్మాలను (మతప్రవచనాలు) చెక్కడాన్ని ఔరంగజేబు నిషేధించాడు. నాణేలు చేతులు మారే సమయంలో కిందపడి వాటిపై ఇతరులు కాలుపెట్టే అవకాశం ఉందని, అలా జరిగితే మత సూక్తులను అవమానపరచినట్లే అవుతుందని అతడు భావించాడు.

పార్సీల ప్రధాన పండుగైన నౌరోజ్‌ను అధికారికంగా జరపడం మానివేశాడు. ఇరాన్‌కు చెందిన సఫావిద్ పాలకులు నౌరోజ్‌ను ఘనంగా నిర్వహించేవారు. అయితే ఆ పండుగ జొరాష్ట్రియన్ సాంప్రదాయం కావడంతో ఔరంగజేబు దానిని రద్దు చేశాడు. అన్ని ప్రాంతాలలో మహ్తసీబ్‌లను నియమించాడు. ప్రజలు షరా ప్రకారం తమ జీవితాన్ని గడుపుతున్నారో లేదో పరిశీలించడం పై అధికారుల విధి. షరాను ఎవరైనా అతిక్రమిస్తే వారిపై కఠిన చర్యలు తీసుకునే అధికారం మహ్తసీబ్‌లకు ఉండేది. బహిరంగ ప్రదేశాలలో మత్తు పానీయాలు సేవించడం కాని, ధూమపానం చేయడం కాని నిషిద్ధం. ఈ నిషేధాజ్ఞలను అమలు చేయడం మహ్తసీబ్‌ల బాధ్యత. సాని కొంపలు (వ్యభిచార గృహాలు), జూదగృహాలను కట్టడి చేయడం, బరువులు-కొలతలు తనిఖీ చేయడం వారి విధుల్లో ప్రధానమైనవి. మరోమాటలో చెప్పాలంటే షరా, జవాబిత్‌లు నిషేధించిన కార్యకలాపాలను సాధ్యమైనంత వరకు నియంత్రించడం మహ్తసీబ్‌ల బాధ్యత. మహ్తసీబ్‌లను నియమించడం ద్వారా రాజ్యం ప్రజల నైతిక సంక్షేమానికి కూడా బాధ్యత వహించాలన్న విషయాన్ని ఔరంగజేబు నొక్కి చెప్పాడు.

అయితే ప్రజల వ్యక్తిగత జీవితాల్లో జోక్యం చేసుకోరాదని ముహ్తసీబ్‌లకు అతడు సూచించాడు.

తర్వాత, తన పాలనలో 11వ ఏట (1669) ఔరంగజేబు అనేక 'ప్రక్షాళన' చర్యలు తీసుకున్నాడు. అయితే వాటిలో చాలామటుకు ఆర్థిక-సామాజిక స్వభావం గల చర్యలే కావడం విశేషం. ఆ చర్యలు మూఢనమ్మకాలకు వ్యతిరేకంగా రూపొందించబడినవి. ఆ విధంగా అతడు ఆస్థానంలో గానకచేరీలను నిషేధించాడు. సంగీత విద్వాంసులకు భారీ సొమ్మును ముట్టజెప్పి ఇంటికి సాగనంపాడు. అయితే వాయిద్య సంగీతం, రాచరిక సంగీత బృందాన్ని (నౌబత్) కొనసాగించాడు. రాచరిక మహిళలు తమ మందిరాల్లో సంగీతాన్ని ప్రోత్సహించేవారు. సంస్థానాధీశులు కూడా సంగీతాన్ని పోషించేవారు. ఆసక్తికరమైన విషయమేమిటంటే భారత శాస్త్రీయ సంగీతంపై అత్యధిక పార్సీ కృతులు ఔరంగజేబు హయాంలోనే వెలువడ్డాయి. అంతేగాకుండా వీణా వాయిద్యంలో ఔరంగజేబుకు మంచి ప్రావీణ్యం ఉండేది. ఈ అంశాలను పరిగణనలోకి తీసుకుంటే సంగీతకారులను ఉద్దేశించిన ఔరంగజేబు చేసిన పరుషమైన వ్యాఖ్యలు కేవలం ఆగ్రహంతో కూడుకున్నవని మనం గ్రహించాలి. ఆస్థానంలో సంగీతాన్ని నిషేధించడాన్ని వ్యతిరేకించిన సంగీత విద్వాంసులనుద్దేశించి ఔరంగజేబు ఈ విధంగా వ్యాఖ్యానించాడు : "మీరు మోస్తున్న సంగీత వాయిద్యాలను భూమిలో చాలా లోతుగా పాతిపెట్టాలి. ఎంత లోతుగా అంటే వాటి ప్రతిధ్వని మళ్ళీ వినిపించకూడదు."

ఝరోఖా దర్శన్ (ప్రజాదర్శనం) అనే ఆచారానికి ఔరంగజేబు తిలోదకాలిచ్చాడు. అలాంటి ఆచారం ఇస్లాం విరుద్ధమైనదని అతడు భావించాడు. అలాగే చక్రవర్తి తులాభారాన్ని (బంగారు, వెండితో) కూడా నిషేధించాడు. సాధారణంగా చక్రవర్తి జన్మదినాన్ని పురస్కరించుకొని కానుకగా తులాభారం అప్పగిస్తూ ఉంటారు. ఈ వ్యవహారం అక్బర్ హయాంలో ప్రారంభమైంది. సంస్థానాధీశులకు శిరోభారమై కూర్చుంది. అయితే ప్రజాభిప్రాయం ఈ ఆచారానికి వ్యతిరేకంగా ఉండేది. తన కుమారులు అనారోగ్యం నుండి కోలుకున్న తర్వాత వారి తులాభారాన్ని ఔరంగజేబు అనుమతించాడు. జ్యోతిష్యులు పంచాంగం తయారు చేయాల్సిన అవసరం లేదని అతడు కరాఖండీగా తేల్చి చెప్పాడు. అయితే అతడి ఆదేశాన్ని ప్రతి ఒక్కరూ ఉల్లంఘించారు. రాజవంశానికి చెందిన సభ్యులతో సహా అందరూ పంచాంగాన్ని తయారు చేయించేవారు.

అలాంటి స్వభావం ఉన్న ఎన్నో ఆంక్షలను ఔరంగజేబు విధించాడు. వాటిలో కొన్ని నైతిక వర్తనాన్ని పెంపొందించడానికి ఉద్దేశించబడినవైతే మరికొన్ని సాత్విక

జీవనాన్ని అలవర్చుకోవడానికి సంబంధించినవి. సింహాసనగదిని సాత్వికంగా, చౌకగా లభించే వస్తువులతో అలంకరించాలని ఔరంగజేబు ఆదేశించాడు. గుమాస్తాలు (క్లర్కు) వెండి సామాగ్రి బదులు మట్టితో తయారు చేయబడిన సిరాకుండీలను వాడాలని సూచించాడు. పట్టు వస్త్రాల ధారణను అతడు సహించేవాడు కాదు. దీవానే ఆమ్‌లోని బంగారు కంచెలను తొలగించి వాటి స్థానంలో బంగారు పూతతో ఉన్న కంచెలను ఏర్పాటు చేయించారు. చరిత్ర రచన విభాగాన్ని కూడా పొదుపు చర్యల్లో భాగంగా రద్దు చేశాడు.

రాజ్య సహకారంపైనే ఆధారపడ్డ ముస్లింలలో వ్యాపార ధోరణిని అలవర్చడానికి ఎన్నో చర్యలు తీసుకున్నాడు. అందులో భాగంగా తొలుత ముస్లిం వ్యాపారులకు పూర్తి పన్ను రాయితీ కల్పించాడు. అయితే రాయితీలను వ్యాపారులు దుర్వినియోగపరుస్తున్నారని అతడు అనతి కాలంలోనే తెలుసుకున్నాడు. హిందూ వ్యాపారుల సరుకులను తమవిగా చెప్పుకొని ముస్లిం వ్యాపారులు విక్రయించేవారు. ఆ విధంగా ప్రభుత్వ రాబడికి ఎసరుపెట్టేవారు. అందుకే ముస్లిం వ్యాపారులపై ఔరంగజేబు మళ్ళీ పన్ను విధించాడు. అయితే ఇతర వర్గాలపై విధించే పన్ను కంటే 50 శాతం తక్కువగా ముస్లిం వ్యాపారుల నుండి శిస్తును వసూలు చేసేవారు.

రెవెన్యూ శాఖలో పేష్‌కార్, కరోరీ (కింది స్థాయి ఉద్యోగాలు) పదవులను ముస్లింలకే ప్రత్యేకంగా కేటాయించడానికి ఔరంగజేబు ప్రయత్నించాడు. కాని సంస్థానాధీశుల నుండి వ్యతిరేకత రావడంతో రిజర్వేషన్ విధానాన్ని సంస్కరించాడు. అంతేకాకుండా ముస్లింలలో అర్హతగల యువకులు (ప్రభుత్వ ఉద్యోగాలకు) చాలా తక్కువగా ఉండేవారు. ఇప్పుడు మనం ఔరంగజేబు అవలంబించిన వివక్షాపూరితమైన చర్యలను చర్చిద్దాము. మత విద్వేషాలను రగిల్చే కొన్ని విధానాలను అతడు అమలు చేశాడు. ఇతర మతాలపట్ల అసహనం చూపే ఆ విధానాలలో ముఖ్యమైనవి దేవాలయాలకు సంబంధించిన విధానం, జిజ్యా విధింపు.

గద్దెనెక్కగానే దేవాలయాలు, యూదు మందిరాలు (సినోగాగ్), చర్చిలు తదితర వాటికి సంబంధించి షరాలో పేర్కొనబడిన సూత్రాలను ఔరంగజేబు కఠినంగా అమలు చేశాడు. 'పాత మందిరాలను ధ్వంసం చేయరాదు – కొత్త వాటిని అనుమతించరాదు' అన్న షరా సూక్తి ఆధారంగా తన విధానాన్ని రూపొందించాడు. పాత మందిరాల పునరుద్ధరణను అనుమతించాడు. ఎందుకంటే కట్టడాలు శాశ్వతం కావు. ఈ అంశాలపై తన వైఖరిని స్పష్టం చేస్తూ కొన్ని నిర్దిష్టమైన ఫర్మాన్‌లను బనారస్, బృందావన్ బ్రాహ్మణులకు అతడు జారీ చేశాడు.

దేవాలయాలకు సంబంధించి ఔరంగజేబు జారీ చేసిన రాజశాసనం కొత్తదేమీ కాదు. సుల్తానుల కాలంలో తీసుకున్న వైఖరినే అతడు మరలా ఉద్ఘాటించాడు. అదే విధానాన్ని షాజహాన్ కూడా తన పాలనా కాలం తొలినాళ్ళలో అమలు చేశాడు. ఆచరణ విషయానికి వచ్చేసరికి కిందిస్థాయి పాలకులు (అధికారులు) 'దీర్ఘకాలికంగా కొనసాగుతున్న దేవాలయాలు' అన్న పదాలను తమకు తోచిన విధంగా అన్వయించుకున్నారు. చక్రవర్తి వ్యక్తిగత అభిప్రాయాలు, అతడి భావాలు అధికారులను ప్రభావితం చేయకుండా ఉండలేకపోయాయి. ఉదాహరణకు, ఉదారవాద స్వభావంగల దారా షాజహాన్‌కు ఆప్తునిగా ఎదిగిన తర్వాత దేవాలయాలకు సంబంధించి షాజహాన్ జారీ చేసిన ఆదేశాల మేరకు కొన్ని దేవాలయాలను నేలమట్టం చేశాడు. గుజరాత్ సుబేదారుగా ఉన్న ఔరంగజేబు అక్కడి దేవాలయాలెన్నింటినో కూల్చివేయించాడు. కూల్చివేయడమంటే లోపలి విగ్రహాలను ధ్వంసం చేయడం, దేవాలయాలను మూసివేయడమని అర్థం. ఈ పద్ధతినే చాలా వరకు పాటించారు. పాలనా పగ్గాలు చేపట్టిన ఔరంగజేబు దేవాలయాల్లో తిరిగి విగ్రహాలను ప్రతిష్ఠించారని, విగ్రహారాధన మళ్ళీ మొదలైందన్న విషయాన్ని తెలుసుకున్నాడు. అందుకే 1665లో అతడు దేవాలయాలను మళ్ళీ కూల్చివేయమని ఆదేశించాడు. అలాంటి దేవాలయాల్లో ప్రఖ్యాతి గాంచిన సోమనాథ్ ఆలయం కూడా బహుశా ఒకటి కావచ్చు.

అయితే కొత్త దేవాలయాల నిర్మాణాన్ని నిషేధిస్తూ ఔరంగజేబు జారీ చేసిన శాసనంవల్లే అతడి పాలనా కాలం తొలి రోజుల్లో పెద్ద సంఖ్యలో దేవాలయాలను కూల్చివేశారని భావించడానికి వీలులేదు. మరాఠాలు, జాట్‌లు, తదితర వర్గాల నుండి రాజకీయపరమైన వ్యతిరేకత ఎదురుకావడంతో ఔరంగజేబు కొత్త వైఖరిని తీసుకున్నాడు. స్థానిక పాలకులతో సంఘర్షణ విషయంలో పాత హిందూ దేవాలయాలను నేటమట్టం చేయడం న్యాయబద్ధమేనని ఔరంగజేబు భావించాడు. అలా చేయడం ద్వారా పాలకులను శిక్షించడమే కాకుండా మళ్ళీ తిరుగుబాటు చేయకుండా గట్టి హెచ్చరిక పంపాడు. మరో అడుగు ముందుకేసి దేవాలయాలను విచ్ఛిన్నకర ఆలోచనలను వ్యాప్తి చేస్తున్న కేంద్రాలుగా పరిగణించడం మొదలుపెట్టాడు. విచ్ఛిన్నకర ఆలోచనలంటే సనాతనవాదులకు (ముస్లింలు) ఆమోదయోగ్యం కాని ఆలోచనలని అర్థం. అందుకే 1669లో థట్టా, ముల్తాన్, బనారస్ దేవాలయాలకు వ్యతిరేకంగా కఠినమైన చర్యలు తీసుకున్నాడు. ముఖ్యంగా బనారస్ దేవాలయంలో బ్రాహ్మణుల నుండి జ్ఞానం పొందడానికి సుదూర ప్రాంతాల నుండి సైతం హిందువులు, ముస్లింలు తరలి వస్తున్నారన్న విషయాన్ని తెలుసుకున్న ఔరంగజేబు అక్కడి ఆలయాన్ని మూసివేయాల్సిందిగా ఆదేశాలు జారీ చేశాడు. 'విచ్ఛిన్నకర' ఆలోచనలు, సిద్ధాంతాలను

ప్రచారం చేస్తున్న ఆలయాలను మూసివేయడమో లేదా కూల్చివేయడమో చేయాలని అన్ని రాజ్యాల సుబేదార్లను ఔరంగజేబు ఆదేశించాడు. ఈ ఆదేశాల కారణంగా బనారస్‌లోని విశ్వనాథ ఆలయం, మధురలో బీర్ సింగ్ దేవ్ బుందేలా నిర్మించిన కేశవ రాయ్ ఆలయం (దీనిని జహంగీర్ హయాంలో నిర్మించారు)తో సహా ఎన్నో దేవాలయాలను కూల్చివేశారు. వాటి స్థానంలో మసీదులను నిర్మించారు. ఈ దేవాలయాల వినాశనం వెనుక రాజకీయ కారణాలు కూడా ఉన్నాయి. 'మాసిర్-ఎ-ఆలంగిరి' అనే గ్రంథాన్ని రచించిన ముస్తయీద్ ఖాన్ మధురాలోని కేశవరాయ్ మందిరం కూల్చివేతకు సంబంధించి ఇలా వ్యాఖ్యానించాడు : "చక్రవర్తి విశ్వాసానికి ఉన్న బలాన్ని ఈ ఉదంతంతో గ్రహించిన పొగరుబోతు రాజులు నిశ్చేష్టులై గోడకు ఆనుకొని ఉన్న విగ్రహాల్లా నిలబడిపోయారు."

ఈ నేపథ్యంలోనే ఒరిస్సాలో పది-పన్నెండేళ్ళ కాలంలో నిర్మించిన కొత్త ఆలయాలను కూడా చాలా వరకు కూల్చివేశారు. అయితే దేవాలయాలను కూల్చడమే ప్రభుత్వ విధానంగా ఉండేదని ఆలోచించడం పొరపాటే అవుతుంది. అయితే రాజకీయ, సైనిక సంఘర్షణ సమయాల్లో పరిస్థితి వేరుగా ఉండేది. ఆ విధంగా 1679-80 మధ్య కాలంలో మార్వార్‌కు చెందిన రాథోర్‌లతో, ఉదయ్‌పూర్ రాణాలతో యుద్ధ పరిస్థితి ఉన్నప్పుడు జోధ్‌పూర్, దాని పరగణాలు, అలాగే ఉదయ్‌పూర్‌లోని పాత ఆలయాలెన్నింటినో కూల్చివేశారు.

దేవాలయాలపట్ల తన విధానాన్ని అమలు చేయడంలో ఔరంగజేబు 'షరా' పరిమితులకే కట్టుబడి ఉండొచ్చు. కాని ఈ విషయంలో అతడి వైఖరివల్ల పూర్వపు మొగల్ పాలకులు అనుసరించిన ఉదారవాద విధానానికి గట్టి ఎదురుదెబ్బ తగిలిందని చెప్పడంలో ఎలాంటి సందేహం లేదు. కారణం ఏదైనా దేవాలయాల విధ్వంసాన్ని పాలకులు సమర్థిస్తున్నారన్న వాతావరణం నెలకొంది. హిందూ దేవాలయాలకు, మరాఠాలకు ఔరంగజేబు జాగీర్లు రాసి ఇచ్చినా సందర్భాలు అనేకం వున్నా స్థూలంగా అతడి మత విధానం హిందువులలో ఆందోళనను, ఆగ్రహాన్ని కలిగించింది. అయితే దేవాలయాలను నాశనం చేయాలన్న తపన 1679 తర్వాత ఔరంగజేబులో చల్లారిపోయినట్లు తోస్తోంది. ఎందుకంటే 1681 నుండి 1707లో అతడి మరణం వరకు దక్షిణ ప్రాంతంలో భారీ ఎత్తున దేవాలయాలను కూలగొట్టిన ఉదంతాలేవీ నమోదు కాలేదు. అయితే ఈ కాలంలో జిజ్యాను ప్రవేశపెట్టారు.

జిజ్యా నేపథ్యం, భారతదేశంలో అరబ్, తురుష్క పాలకులు దానిని ప్రవేశపెట్టడం గురించి మనం ముందే తెలుసుకున్నాము. షరా ప్రకారం ఒక ముస్లిం రాజ్యంలో ముస్లిమేతరులు జిజ్యాను చెల్లించడం తప్పనిసరి (వాజిబ్). రాజకీయ

కారణాలవల్ల అక్బర్ జిజ్యాను రద్దు చేశాడు. అయితే సనాతనవాద మతబోధకుల్లోని ఒక వర్గం జిజ్యాను పునరుద్ధరించాలని పట్టుపట్టింది. అలా చేస్తే ఇస్లాం మతం ఉన్నత స్థానాన్ని అందరికీ చాటి చెప్పడం సాధ్యమవుతుందని వారు భావించారు. గద్దెనెక్కిన తర్వాత ఔరంగజేబు జిజ్యాను మళ్ళీ ప్రవేశపెట్టాలని అనేక సందర్భాల్లో ప్రయత్నించాడు. కాని రాజకీయపరమైన వ్యతిరేకతను ఎదుర్కోవలసి వస్తుందన్న భయంతో తన ఆలోచనను మార్చుకున్నాడు. చివరికి 1679లో తన పాలనా కాలంలో 20వ ఏట అతడు జిజ్యాను పునరుద్ధరించాడు. ఔరంగజేబు ఈ నిర్ణయాన్ని తీసుకోవడం వెనుక గల కారణాలపై చరిత్రకారుల మధ్య తీవ్రస్థాయిలో చర్చ జరిగింది. అయితే మనం తొలుత కారణాలు కాని వాటిని పరిశీలిద్దాము. జిజ్యా పునరుద్ధరణ హిందువులపై ఆర్థిక ఒత్తిడిని పెంచి ఇస్లాం మతంలోకి మార్చడానికి ఉద్దేశించబడింది కాదు. ఎందుకంటే జిజ్యా పరిధి నుండి మహిళలు, పిల్లలు, వికలాంగులు, ఎలాంటి ఆదాయ వనరులు లేని వారని మినహాయించడంవల్ల దాని ప్రభావం అంత తీవ్రంగా ఉండేది కాదు. జిజ్యా భారం మోయడం కష్టమని చెప్పి ఎవరూ మతం మార్చుకోలేదు. రెండవది, ప్రభుత్వ ఖజానాను నింపడానికి జిజ్యాను మార్గంగా ఎంచుకోలేదు. జిజ్యా నుండి రాబడి చెప్పుకోదగ్గ స్థాయిలో ఉన్నా ఆదాయంలో పెద్ద భాగాన్ని రాయితీల కోసం ఔరంగజేబు త్యాగం చేశారు. షరాలో పేర్కొనకపోయినా ముస్లింలకు అతడు పెద్ద ఎత్తున రాయితీలు కల్పించాడు. అలాంటి రాయితీలను 'అబ్‌వాబ్' అని పిలిచేవారు. జిజ్యా పునరుద్ధరణకు రాజకీయ, సిద్ధాంతపరమైన స్వభావం ఉంది. మొగల్ సామ్రాజ్యంపై తిరుగుబాటు చేసిన మరాఠా, రాజ్‌పుత్ర పాలకులకు వ్యతిరేకంగా ముస్లింలను సమీకరించడానికి వేసిన ఎత్తుగడే జిజ్యా పునరుద్ధరణ. అలాగే దక్కను రాజ్యాలు, ముఖ్యంగా గోల్కొండ పాలకులకు వ్యతిరేకంగా కూడా ముస్లింలను సమైక్యపరచడానికి జిజ్యాను సాధనంగా వాడుకున్నాడు. అప్పుడు గోల్కొండ పాలకుడు హిందువులతో స్నేహం నెరిపేవాడు. ఇంకో విషయమేమిటంటే జిజ్యాను వసూలు చేయడానికి నిజాయితీపరులైన, దైవభీతి కలిగిన ముస్లింలను నియమించారు. రాబడిని ఉలేమాల కోసం నిల్వ చేసేవారు. ఆ విధంగా చూస్తే జిజ్యా మతపెద్దలకు భారీ లంచంగా ఉండేది. మతపెద్దలు చాలా వరకు ఉపాధి లేని వారు. అయితే జిజ్యా విధింపువల్ల చేకూరిన లాభాల కంటే నష్టాలే ఎక్కువగా ఉన్నాయి. జిజ్యా వివక్షాపూరితమైనదని హిందువులు దానిని తీవ్రంగా వ్యతిరేకించారు. జిజ్యా వసూలు విధానం కూడా విలక్షణంగా ఉండేది. పన్నుదారులు స్వయంగా వచ్చి జిజ్యాను చెల్లించాల్సి వచ్చేది. ఆ ప్రక్రియలో మతపెద్దల చేతిలో అవమానాలకు గురయ్యేవారు. గ్రామసీమల్లో భూమి శిస్తుతోపాటు జిజ్యాను వసూలు చేయడంవల్ల హిందువులకు

పెద్ద ఇబ్బంది ఉండేదికాదు. అయితే పట్టణాలు, నగరాల్లో నివసించే హిందువులు మాత్రం జిజ్యా చెల్లింపులో అనేక కష్టాలు, అవమానాలు భరించాల్సి వచ్చేది. అందుకే హిందూ వ్యాపారులు తమ దుకాణాలను మూసివేసి జిజ్యా వసూలుకు వ్యతిరేకంగా సమ్మె జరిపిన ఉదంతాలు చాలా వాటి గురించి మనం వింటాము. అలాగే జిజ్యా వసూలులో అవినీతి ఎక్కువగా ఉండేది. అనేక సందర్భాల్లో పన్ను వసూలు చేసే అధికారులు (అమీన్) హత్యకు కూడా గురయ్యారు. అయితే ఔరంగజేబు తన నిర్ణయాన్ని మార్చుకోలేదు. రైతులను పన్ను నుండి మినహాయించడానికి ఒప్పుకోలేదు. ప్రకృతి వైపరీత్యాలు సంభవించినపుడు భూమి శిస్తులో రాయితీ కల్పించినా జిజ్యాను మాత్రం ఖచ్చితంగా వసూలు చేసేవారు. చివరకు దక్షిణాన అంతులేని యుద్ధాన్ని చేపట్టడంతో 1705లో ఔరంగజేబు జిజ్యాను తాత్కాలికంగా నిలిపివేశాడు. అయితే ఈ చర్య మరాఠాలతో చర్చలు ప్రారంభించడానికి లేదా వారిని సంతృప్తి పరచడానికి ఏ మాత్రం ఉపయోగపడలేదు. దేశ వ్యాప్తంగా ఎందుకు పనికి రాకుండా పోయింది. ఫలితంగా 1712లో జిజ్యాను అధికారికంగా రద్దు చేశాడు.

కొందరు ఆధునిక రచయితల దృష్టిలో ఔరంగజేబు చర్యలు భారత్‌ను ఇస్లామిక్ దేశంగా మార్చడానికి ఉద్దేశించబడినవి. ఇస్లాంలోకి మతమార్పిడిని ప్రోత్సహించడం న్యాయబద్ధమేనని ఔరంగజేబు భావించినా వ్యవస్థాగతంగా కాని, భారీ స్థాయిలో కాని బలవంతపు మతమార్పిడులకు పాల్పడినట్లు ఎలాంటి ఆధారంలేదు. హిందూ సంస్థానాధీశులపట్ల వివక్ష చూపలేదు. ఔరంగజేబు పాలన ద్వితీయార్థంలో హిందూ సంస్థానాధీశుల సంఖ్య గణనీయంగా పెరిగిందని ఇటీవలి అధ్యయనంలో తేలింది. మరాఠాలతో సహా హిందువులంతా సంస్థానాధీశులలో మూడోవంతు ఉండేవారు. షాజహాన్ హయాంలో కేవలం నాలుగోవంతు మాత్రమే హిందూ పాలనాధికారులు ఉండేవారు. ఒక సందర్భంలో ఔరంగజేబు ఒక వినతి పత్రం మీద కొన్ని వ్యాఖ్యలు రాశాడు. మతం ఆధారంగా ఒక పదవిని కోరుతూ అతడికి ఆ వినతి పత్రం సమర్పించబడింది. “మతంతో ప్రాపంచిక వ్యవహారాలకు ఉన్న సంబంధమేమిటి? వాటికి ఎలాంటి హక్కుంది? అలాగే మత వ్యవహారాలకు ఛాందసవాదంలో ప్రవేశించే హక్కు ఎక్కడిది? ఎందుకంటే నీ మతం నీకెంత ముఖ్యమో, నా మతం కూడా నాదే. నీవు సూచించిన విధంగా (మతం ఆధారంగా పదవి) నడిస్తే హిందూ పాలకులను, వారి అనుయాయులను వెలివేసే బాధ్యత నాదే అవుతుంది.”

ఆ విధంగా రాజ్యస్వభావాన్ని మార్చడానికి ఔరంగజేబు ప్రయత్నించలేదు. అయితే దానికున్న మౌలిక ఇస్లామిక్ లక్షణాన్ని పునరుద్ఘాటించాడు. ఔరంగజేబు మత విశ్వాసాలే అతడి రాజకీయ విధానాలను మూలాధారమని భావించలేము. సనాతన

ముస్లింగా షరియాను కఠినంగా అమలు చేయాలని కోరుకున్నా పాలకుడిగా ఔరంగజేబు సామ్రాజ్యాన్ని బలోపేతం చేసి మరింత విస్తరించడంపై శ్రద్ధ చూపాడు. అందుకే సాధ్యమైనంత వరకు హిందువుల మద్దతును కోల్పోకూడదని అతడు భావించాడు. అయితే అతడి మతపరమైన విశ్వాసాలు, సిద్ధాంతాలు ఒకవైపు, రాజకీయ లేదా ప్రజావిధానాలు మరోవైపు ఎన్నో సందర్భాల్లో పరస్పర విరుద్ధంగా ఉండేవి. కఠినమైన నిర్ణయాలు తీసుకోవాల్సిన పరిస్థితిని ఔరంగజేబు ఎదుర్కోవలసి వచ్చింది. ఫలితంగా కొన్నిసార్లు సామ్రాజ్యానికి హాని కలిగించే విచ్ఛిన్నకర విధానాలను అవలంబించాడు.

రాజకీయ పరిణామాలు - ఉత్తర భారతం :

వారసత్వ పోరు సమయంలో చాలా మంది స్థానిక జమీందార్లు, రాజులు రెవెన్యూ వసూళ్ళను తమ వద్దే నిల్వ చేసుకున్నారు. మొగల్ ప్రాంతాల్లో ఉన్న సరిహద్దు గ్రామాలను, రాచరిక ప్రధాన మార్గాలను దోచుకున్నారు. సింహాసనంపై స్థిరపడిన తర్వాత కేంద్రీకృత పాలనను బలోపేతం చేసేందుకు ఔరంగజేబు నడుం బిగించాడు. కొన్ని సందర్భాల్లో ముఖ్యంగా ఈశాన్యం, దక్కను ప్రాంతాల్లో, మొగల్ సరిహద్దులను విస్తరించాడు. అయితే అతడు విస్తరణ విధానాన్ని నిర్దిష్టంగా అమలు చేయలేదు. గద్దెనెక్కగానే అతడు చేసిన తొలి ప్రయత్నం రాచరిక అధికారాన్ని, ప్రతిష్టను పునరుద్ధరించడమే. వారసత్వ పోరులో కోల్పోయిన ప్రాంతాలను తిరిగి స్వాధీనం చేసుకోవడంతోపాటు సామ్రాజ్యాన్ని సుస్థిరం చేసేందుకు ఔరంగజేబు ప్రాధాన్యత ఇచ్చాడు. అందులో భాగంగా బికానేర్‌కు సైన్యాన్ని పంపి అక్కడి పాలకుడి మొగల్ చక్రవర్తికి అణిగిమణిగి ఉండేలా చేశాడు. దానిని ఆక్రమించడానికి మొగ్గు చూపలేదు. అయితే బీహార్‌లోని పలమావు విషయంలో అక్కడి పాలకుడిని గద్దె నుండి దింపాడు. రాజ్యంలోని చాలా ప్రాంతాలను మొగల్ సామ్రాజ్యంలో విలీనం చేశాడు. తిరుగుబాటు చేసిన బుందేలా నాయకుడు చంపత్ రాయ్‌ను నిర్దాక్షిణ్యంగా వేటాడారు. అయితే బుందేలా ప్రాంతాలను స్వాధీనం చేసుకోలేదు. తొలుత చంపత్ రాయ్ ఔరంగజేబుకు విధేయునిగా ఉండేవాడు.

ఈశాన్య రాష్ట్రాలు - ఈశాన్య భారతం :

అస్సాంలోయలో అహోం ప్రాబల్యం ఎలా విస్తరించింది మనం ఇంతకు ముందే తెలుసుకున్నాము. ఒకవైపు కమతా పాలకులతో మరోవైపు బెంగాల్‌కు చెందిన ఆఫ్ఘాన్ పాలకులతో అహోంలకు ఉన్న వైరం గురించి కూడా చర్చించాము. కమతా రాజ్యం 15వ శతాబ్ది చివరికల్లా అంతరించింది. దాని స్థానంలో కూచ్ (కూచ్ బిహార్)

రాజ్యం ఉత్తర బెంగాల్, పశ్చిమ అస్సాంలపై ఆధిపత్యం వహించింది. కూచ్ రాజ్యం కూడా అహోంలతో సంఘర్షణా ధోరణిని అవలంబించింది. అయితే అంతర్గత కలహాలవల్ల ఆ రాజ్యం విచ్ఛిన్నమైంది. 17వ శతాబ్ది తొలినాళ్ళలో అస్సాం ప్రాంతంలో మొగలులు ప్రవేశించారు. కూచ్ పాలకుడి ఆహ్వానంపైనే మొగల్ సైన్యాలు ఈశాన్య రాష్ట్రాలకు తరలి వచ్చాయి. విచ్ఛిన్నమైన కూచ్ రాజ్యాన్ని మొగల్ సైన్యం ఓడించింది. 1612లో కూచ్ సైన్యాల సహకారంతో పశ్చిమ అస్సాం లోయను బార్‌నాడి వరకు ఆక్రమించింది.

కూచ్ పాలకుడు మొగలులకు సామంతరాజుగా మారిపోయాడు. ఆ విధంగా మొగలులు బార్‌నాడి అవతల ఈశాన్య అస్సాంను పాలిస్తున్న అహోంలతో తొలిసారిగా తలపడ్డారు. అహోంలతో సుదీర్ఘ యుద్ధం తర్వాత 1638లో ఒప్పందాన్ని కుదుర్చుకున్నారు. దాని ప్రకారం బార్‌నాడిని మొగల్ సామ్రాజ్యం, అహోంల రాజ్యం మధ్య సరిహద్దుగా గుర్తించారు. ఆ విధంగా గౌహతి మొగల్ నియంత్రణలోకి వచ్చింది.

ఔరంగజేబు హయాంలో అహోంలతో మొగలులు మరో మారు సుదీర్ఘ పోరాటం చేశారు. గౌహతి నుండి మొగలులను తరిమివేయడానికి అహోంలు ప్రయత్నించడంతో ఆ యుద్ధం మొదలైంది. అస్సాం అంతటిపై తమ ఆధిపత్యం నెలకొల్పాలని అహోంలు ఆకాంక్షించారు. బెంగాల్ సుబేదారుగా ఔరంగజేబు చేత నియమించబడ్డ మీర్ జుమ్లా కూచ్ బిహార్‌తోపాటు అస్సాం అంతటిని మొగల్ సామ్రాజ్య పరిధిలోకి తీసుకొచ్చి తన సత్తా చాటాలని భావించాడు. మొగల్ సామ్రాజ్యాన్ని ధిక్కరించిన కూచ్‌బిహార్‌ను అతడు తొలుత స్వాధీనం చేసుకున్నాడు. తర్వాత అహోం రాజ్యంపై దండెత్తాడు. అహోం రాజధాని గర్‌గావ్‌ను ఆరు నెలలపాటు తన నియంత్రణలో ఉంచుకున్నాడు. తర్వాత రాజ్యమంతటా చొచ్చుకుపోయి 1663లో ఏకపక్ష ఒప్పందానికి వచ్చేలా అహోం పాలకుడిని కృంగదీశాడు. అహోంరాజు తన కుమార్తెను మొగల్ అంతఃపురానికి పంపించాల్సి వచ్చింది. అలాగే యుద్ధ పరిహారంగా భారీ మొత్తాన్ని, సంవత్సరానికి 20 ఏనుగులను చెల్లించాల్సి వచ్చింది. మొగల్ సరిహద్దును బార్‌నాడి నుండి భరాలీ నది వరకు పొడిగించారు.

ఈ ఘన విజయం సాధించిన అనతి కాలంలోనే మీర్‌జుమ్లా చనిపోయాడు. అయితే అస్సాం వరకు సామ్రాజ్య విస్తరణ ఏ మేరకు లాభాలు చేకూరుస్తుందోనన్న సందేహం వ్యక్తమైంది. ఎందుకంటే ఆ ప్రాంతాలన్నీ సంపన్నమైనవి కావు. నాగాలతో సహా యుద్ధోన్మాదులైన తెగజాతి అక్కడి పరిసరాల్లో నివసించేవారు. అహోంల ప్రాబల్యం పూర్తిగా దెబ్బతినలేదని, యుద్ధ సంధిని ఎక్కువ కాలం అమలు చేసే శక్తి తమకు లేదని మొగల్ పాలకులు త్వరగా గ్రహించారు. 1667లో అహోంలు ప్రతిఘటనను

ప్రారంభించారు. మొగలులకు స్వాధీనపరచిన ప్రాంతాలను తిరిగి స్వాధీనం చేసుకోవడమే కాక గౌహతిని కూడా ఆక్రమించుకున్నారు. అంతకుముందు, కూచ్ బిహార్ నుండి కూడా మొగలులు వెలివేయబడ్డారు. ఆ విధంగా మీర్‌జుమ్లా సాధించిన విజయాలన్నీ స్వల్పకాలంలోనే ఆవిరైపోయాయి.

అహోంలతో సుమారు 15 ఏళ్ళపాటు నిస్తేజంగా పోరాడిన మొగలులు చివరికి గౌహతిని కూడా వదులుకున్నారు. ఈ కాలంలో మొగల్ సైన్యాలకు అంబర్ పాలకుడు రాజా రామ్‌సింగ్ నాయకత్వం వహించాడు. అయితే పోరు సాగించడానికి వనరులు లేకపోవడంతో అతడు ఏమీ చేయలేకపోయాడు. గౌహతికి పశ్చిమాన మొగల్ సరిహద్దును నిర్ణయించి యుద్ధాన్ని ముగించాడు.

అస్సాం పరిణామాలు మొగల్ సామ్రాజ్యానికి సుదూర ప్రాంతాల్లో ఉన్న పరిమితులను బహిర్గతం చేశాయి. అలాగే అహోంల యుద్ధపాటవాన్ని, దృఢదీక్షను నిరూపించాయి. ప్రత్యక్ష యుద్ధాన్ని నివారించి గెరిల్లా దాడులకు ప్రాధాన్యతనిచ్చిన అహోంలు మొగల్ సైన్యాన్ని కృంగదీశారు. ఇతర ప్రాంతాల్లో కూడా మొగల్ వ్యతిరేకులు గెరిల్లా తరహా యుద్ధతంత్రంతో మొగల్ సైన్యాలను నివ్వెరపరిచాయి. అయితే మొగల్ ఆక్రమణ మిగిల్చిన దిగ్భ్రాంతి, అనంతరం కొనసాగిన యుద్ధకాండ అహోం పాలక వంశ ప్రాబల్యాన్ని దెబ్బతీశాయి. ఫలితంగా కాలక్రమంలో అహోం సామ్రాజ్యం పతనావస్థకు చేరుకొని విచ్ఛిన్నమైంది.

ఈశాన్యంలో ఇతర చోట్ల మొగలులు అనేక విజయాలను సాధించారు. మీర్ జుమ్లా స్థానంలో బెంగాల్ సుబేదార్‌గా నియమితుడైన షియాస్తాఖాన్ మంచి పాలకుడిగా, సేనానిగా పేరు తెచ్చుకున్నాడు. బెంగాల్‌కు రావడానికి ముందు అతడు మరాఠా ప్రాంతాల్లో పని చేశాడు. అక్కడ శివాజీ చేతిలో పరాభవానికి గురయ్యాడు. బెంగాల్ సుబేదారుగా నియమితుడైన తర్వాత షియాస్తాఖాన్ మీర్‌జుమ్లా అవలంబించిన విస్తరణవాద విధానాన్ని కొనసాగించాడు. తొలుత అతడు కూచ్ బిహార్ పాలకుడితో ఒప్పందం కుదుర్చుకున్నాడు. తర్వాత దక్షిణ బెంగాల్ సమస్యలపై దృష్టి సారించాడు. ఆ ప్రాంతంలో మఘ్ సముద్ర దొంగల బెడద ఎక్కువగా ఉండేది. చిట్టాగాంగ్ ప్రధాన స్థావరంగా గల మఘులు ఢాకా వరకు తమ కార్యకలాపాలతో వ్యాపారులకు దడ పుట్టించేవారు. ఢాకా వరకు ఉన్న ప్రాంతం వీరి ఆగడాల వల్ల నిర్మానుష్యమైంది. వాణిజ్యం, పారిశ్రామిక కార్యకలాపాలు స్తంభించిపోయాయి. మఘ్ సముద్రదొంగలను ఎదుర్కొనేందుకు షియాస్తాఖాన్ ఒక నావికాదళాన్ని ఏర్పాటు చేశాడు. సోందీప్ దీవులను స్వాధీనం చేసుకొని వాటిని చిట్టాగాంగ్‌కు వ్యతిరేకంగా సైనిక కార్యకలాపాలు నిర్వహించేందుకు స్థావరంగా మార్చుకున్నాడు. తర్వాత ఫిరంగీలను ధనాశ చూపి

తన వైపు తిప్పుకున్నాడు. చిట్టాగాంగ్ సమీపంలోని మఘుల నావికాదళాన్ని తుడిచిపెట్టాడు. మఘులకు చెందిన అనేక ఓడలను స్వాధీనం చేసుకున్నాడు. అనంతరం చిట్టాగాంగ్‌పై దాడి ప్రారంభించాడు. 1666 నాటికి ఆ ప్రాంతాన్ని పూర్తిగా స్వాధీనం చేసుకున్నాడు. మఘుల నావికాదళం తుడిచిపెట్టుకుపోవడంతో సముద్ర జలాలు (మార్గాలు) వాణిజ్య నిర్వహణకు అనుకూలంగా మారాయి. ఈ కాలంలో బెంగాల్ విదేశీ వాణిజ్యం గణనీయంగా పెరగడంలో పై పరిణామాలు పెద్ద పాత్ర పోషించాయి. ఈశాన్య బెంగాల్‌లో వ్యవసాయం కూడా అనూహ్యంగా విస్తరించింది. ఒరిస్సాలో పఠాన్‌ల తిరుగుబాటును అణచివేశారు. బాలాసోర్ తిరిగి వాణిజ్యానికి తెరవబడింది.

ప్రజాతిరుగుబాట్లు, ప్రాంతీయ స్వాతంత్ర్య ఉద్యమాలు, జాట్‌లు, ఆఫ్ఘాన్లు, సిక్కులు :

సామ్రాజ్యంలో ఔరంగజేబు అనేక రాజకీయ సమస్యలను ఎదుర్కోవలసి వచ్చింది. ముఖ్యంగా దక్కను ప్రాంతంలో మరాఠాలు, ఉత్తర భారతంలో జాట్‌లు, రాజ్‌పుత్రులు, ఉత్తర పశ్చిమ సరిహద్దులో ఆఫ్ఘాన్లు, సిక్కుల నుండి రాజకీయ ప్రతిఘటన ఎదురైంది. వీటిలో కొన్ని సమస్యలు కొత్తవేమీ కావు. వాటిని ఔరంగజేబు పూర్వీకులు కూడా ఎదుర్కొన్నారు. అయితే ఔరంగజేబు హయాంలో సమస్యలు కొత్త రూపాన్ని సంతరించుకున్నాయి. మొగల్ వ్యతిరేక ఉద్యమాల స్వభావం కూడా విభిన్నంగా ఉండేది. రాజ్‌పుత్రుల విషయానికి వస్తే వారసత్వ విధానంపైనే వారు మొగలులుతో మౌలికంగా విభేదించారు. మరాఠాల విషయంలో స్థానిక స్వయంప్రతిపత్తిపైనే వారు ఉద్యమించారు. మొగలులతో జాట్‌ల సంఘర్షణ ప్రధానంగా రైతాంగ సమస్యలపైనే ఉండేది. మతం ముఖ్యపాత్ర పోషించిన ఉద్యమం మాత్రం సిక్కుల తిరుగుబాటే. జాట్, సిక్కు ఉద్యమాలు రెండూ స్వతంత్ర ప్రాంతీయ రాజ్యాల ఏర్పాటు దిశగా సాగాయి. ఆఫ్ఘాన్ల సంఘర్షణకు తెగ (స్వాతంత్ర్య) స్వభావం ఉండేది. ప్రత్యేక ఆఫ్ఘాన్ రాజ్యాన్ని ఏర్పాటు చేయాలన్న ఆలోచన కూడా వారిలో ఉండేది. ఆ విధంగా సామాజిక–ఆర్థిక కారణాలతోపాటు ప్రాంతీయ స్వాతంత్ర్యం అనే భావాత్మక ఆలోచన పై ఉద్యమాలను తీవ్రంగా ప్రభావితం చేశాయి.

ఆఫ్ఘాన్ తిరుగుబాటు మినహా మిగతా ఉద్యమాలన్నీ ఔరంగజేబు మతోన్మాద పాలనకు వ్యతిరేకంగా ఉప్పొంగిన హిందూ ప్రతిక్రియ అని కొన్నిసార్లు వాదించబడింది. జనాభాలో అత్యధిక శాతం హిందువులే ఉన్న భారతదేశంలో ముస్లిం కేంద్ర పాలనకు వ్యతిరేకంగా హిందువులు ఉద్యమిస్తే, అలాంటి ఉద్యమాన్ని ఇస్లాం మతానికి సవాలుగా పరిగణించవచ్చు. అదే సమయంలో తిరుగుబాటు నాయకులు తమ ప్రజాపునాదిని విస్తరించుకునేందుకు మతపరమైన నినాదాలను, చిహ్నాలను ఉపయోగించుకోవడానికి

అవకాశముండేది. అందుకే మనం ఈ ఉద్యమాల అసలు స్వభావాన్ని విశ్లేషించే సమయంలో అత్యంత జాగ్రత్తగా వ్యవహరించాలి.

జాట్‌లు, సత్నామీలు :

మొగల్ సామ్రాజ్యంపై తొలుత యుద్ధభేరిని మోగించింది మాత్రం ఆగ్రా - ఢిల్లీ ప్రాంతంలో యమునానది ఇరువైపులా నివసించే జాట్‌లే. జాట్‌లు ప్రధానంగా వ్యవసాయదారులు. వారిలో కొందరు మాత్రమే జమీందార్లుగా ఉండే వారు. న్యాయవర్తనం, సోదరభావం ఎక్కువ పాళ్ళలోగల జాట్‌లు ప్రభుత్వంపై తరచూ పోరాటం సాగిస్తూ తిరుగుబాటు పథంలో పయనించారు. శత్రు దుర్భేద్యమైన భౌగోళిక ప్రాంతాన్ని తమకు అనుకూలంగా మలచుకున్న జాట్‌లు తిరుగుబాటు బావుటాను ఎగురవేశారు. ఆ విధంగా జహంగీర్, షాజహాన్‌ల పాలనా కాలంలో మొగల్ సామ్రాజ్యంతో భూమిశిస్తు చెల్లింపు విషయమై జాట్‌లు ఘర్షణపడ్డారు. దక్కను ప్రాంతానికి, పశ్చిమ తీర ఓడరేవులకు ప్రధాన రహదారి జాట్‌ల ప్రాంతం గుండా వెళ్తుండటంతో మొగల్ ప్రభుత్వం ఆ ప్రాంతంలో తలెత్తుతున్న తిరుగుబాట్లను, ఉద్యమాలను తీవ్రంగా పరిగణించింది. వాటిని అణచివేయడానికి కఠిన చర్యలు తీసుకుంది.

1669లో స్థానిక జమీందారు గోక్లా నాయకత్వంలో మధురా ప్రాంతాన జాట్‌లు తిరుగుబాటు చేశారు. తిరుగుబాటు ఆ ప్రాంతంలో దావానాలంలా విస్తరించింది. అనేక మంది రైతులు తిరుగుబాటులో చేరారు. ఢిల్లీ నుండి స్వయంగా ఆ ప్రాంతానికి బయల్దేరి తిరుగుబాటును అణచివేయడానికి ఔరంగజేబు ప్రయత్నించాడు. జాట్ బలగాలు 20,000 వరకు వున్నా సామ్రాజ్య సైన్యానికి వారు ఏ మాత్రం పోటీ కాదు. భీషణ యుద్ధం తర్వాత జాట్‌లు ఓడిపోయారు. గోక్లా బందీగా చిక్కాడు. అతడికి మరణదండన విధించారు.

అయితే జాట్‌ల ఉద్యమం సంపూర్ణంగా అణచివేయబడలేదు. వారిలో అసంతృప్తి రేగుతూనే ఉండేది. ఈ లోగా 1672లో మధురాకు సమీపంలోని నర్‌నౌల్‌లో జాట్ రైతాంగం సాయుధ పోరుకు మరోసారి నడుం బిగించింది. ఈసారి ఘర్షణ మాత్రం సత్నామీ అని పిలవబడే మత సంస్థతో ఉండేది. సత్నామీలు చాలా వరకు రైతులు. మిగతా వారు చేతివృత్తిదారులు, స్వర్ణకారులు, వడ్రంగులు, పారిశుధ్య పని చేసేవారు, చర్మకారులు, ఇంకా ఇతర చిన్నస్థాయి పనులు చేసేవారు. కుల, వర్గ భేదాలు పాటించేవారు కాదు. హిందువులు, ముస్లింలని వివక్ష చూపేవారు కాదు. క్రమశిక్షణను ఖచ్చితంగా పాటించేవారు. స్థానిక అధికారితో ఘర్షణపడిన తర్వాత

సత్నామీల ఉద్యమం తిరుగుబాటుగా బహిరంగ స్వరూపం దాల్చింది. మరోసారి చక్రవర్తి తన సైన్యంతో స్వయంగా తరలి వచ్చి తిరుగుబాటును అణచివేయాల్సి వచ్చింది. ఆసక్తికరమైన విషయమేమిటంటే స్థానిక హిందూ జమీందారులు (వీరిలో చాలా మంది రాజ్‌పుత్‌లు) ఈ సంఘర్షణలో మొగలులకు మద్దతుగా నిలిచారు.

1685లో రాజారామ్ నేతృత్వంలో జాట్‌లు రెండోసారి తిరుగుబాటు జరిపారు. ఈసారి జాట్ బలగాల నిర్వహణ మెరుగ్గా ఉండేది. గెరిల్లా యుద్ధతంత్రాన్ని వారు అమలు చేశారు. దానికితోడు దోపిడీ పద్ధతులను అవలంబించారు. కచ్‌వాహా పాలకుడు రాజాబిషన్ సింగ్‌ను ఔరంగజేబు సంప్రదించాడు. జాట్‌ల తిరుగుబాటును అణచివేయడంలో తనకు సహాయపడాలని సింగ్‌ను కోరాడు. తర్వాత మధురా సేనానిగా అతడిని నియమించాడు. ఆ ప్రాంతాన్నంతా జాగీరుగా అతడికి అప్పగించాడు. జమీందారీ హక్కుల కోసం జాట్, రాజ్‌పుత్రుల మధ్య సంఘర్షణ సమస్యను మరింత జటిలం చేసింది. ప్రాథమిక జమీందారులు, అంటే సాగు చేసే రైతులుగా జాట్‌లు ఉండేవారు. భూమి శిస్తును వసూలు చేసే వారుగా రాజ్‌పుత్‌లు వ్యవహరించేవారు. దీనితో వారి మధ్య వివాదం చిలికి చిలికి గాలివానగా మారింది. జాట్‌లు మొగల్ సైన్యాన్ని తీవ్రంగా ప్రతిఘటించారు. అయితే 1691 నాటికి రాజారామ్, అతడి వారసుడు చురామన్‌లు లొంగిపోయేలా మొగలులు ఒత్తిడి పెంచారు.

అయితే జాట్ రైతుల ఆందోళన కొనసాగింది. వారు పెద్ద ఎత్తున దోపిడీలకు పాల్పడుతుండడంతో ప్రయాణీకులకు ఢిల్లీ-ఆగ్రా ప్రధాన రహదారి ప్రమాదకరంగా మారింది. అనంతరం, 18వ శతాబ్దంలో మొగల్ అంతర్యుద్ధాలు, కేంద్ర ప్రభుత్వ బలహీనతను ఆసరాగా చేసుకొని చురామన్ జాట్‌ల కోసం ప్రత్యేక రాజ్యాన్ని స్థాపించగలిగాడు. రాజ్‌పుత్ర జమీందార్లను వెలివేయడానికి ప్రయత్నించాడు. రైతాంగ ఉద్యమంగా ప్రారంభమైన జాట్‌ల పోరాటం తన స్వరూపాన్ని కోల్పోయి ప్రత్యేక రాజ్యం ఏర్పాటు దిశగా పయనించింది. రాజ్యంలో జాట్ నాయకులు పాలకవర్గాలుగా ఎదిగారు.

ఆఫ్ఘాన్లు :

ఔరంగజేబు ఆఫ్ఘాన్లతో కూడా ఘర్షణ పడ్డాడు. పంజాబ్, కాబుల్ మధ్య పర్వత ప్రాంతాల్లో నివసించే ఆఫ్ఘాన్ తెగలవారితో మొగలుల సంఘర్షణ కొత్తదేమీ కాదు. అక్బర్ కూడా ఆఫ్ఘాన్లతో పోరాడాల్సి వచ్చింది. ఆ ప్రక్రియలో తనకు సన్నిహితుడు, సహచరుడైన రాజా బీర్బల్ ప్రాణాలను కోల్పోయాడు. షాజహాన్ హయాంలో కూడా

ఆఫ్ఘాన్ తెగ ప్రజలతో పోరాటాలు జరిగాయి. ఈ సంఘర్షణలకు కొంత వరకు ఆర్థికపరమైన, కొంత వరకు మత, రాజకీయపరమైన కారణాలున్నాయి. పర్వత ప్రాంతాల్లో జీవనోపాధి అవకాశాలు లేకపోవడంతో ఆఫ్ఘాన్లకు మొగల్ సైన్యంలో చేరడమో లేదా వ్యాపారులను దోచుకోవడమో తప్ప మరో మార్గం ఉండేదికాదు. వ్యక్తిగత స్వాతంత్ర్యానికి అమితమైన ప్రాధాన్యతనిచ్చే ఆఫ్ఘాన్ తెగ ప్రజలకు మొగల్ సైన్యంలో విధులు నిర్వహించడం చాలా కష్టమైంది. కాని మొగల్ పాలకులు మాత్రం వారికి సబ్సిడీలు కల్పిస్తూ సంతోషంగా ఉంచేవారు. ఈ నేపథ్యంలో జనాభా పెరుగుదల లేదా రాజ్యకాంక్షగల నాయకుడు ఎదిగితే మొగలులతో ఆఫ్ఘాన్లకు ఉన్న లోపాయికారి ఒప్పందం వీగిపోయే అవకాశం ఎప్పుడూ ఉండేది.

ఔరంగజేబు పాలనా కాలంలో పఠాన్‌లలో తిరుగుబాటు బయల్దేరడం మనం చూశాము. 1667లో యూసుఫ్‌జాయ్ తెగకు చెందిన నాయకుడు భాగూ, మహ్మద్‌షా అనే వ్యక్తిని రాజుగా ప్రకటించాడు. మహమ్మద్‌షా ప్రాచీన రాజ్య వంశానికి చెందిన వారు. భాగూ వజీరగా తనను తాను నియమించుకున్నాడు. అప్పటికే ప్రత్యేక రాజ్యం అవసరమన్న భావన ఆఫ్ఘాన్లలో బలంగా నాటుకుపోయింది. మత సంస్కరణ ఉద్యమం 'రేషనాయ్' ఆఫ్ఘాన్ల ఉద్యమానికి మేధోపరమైన, నైతికపరమైన నేపథ్యాన్ని కల్పించింది. రేషనాయ్ వాదం కఠినమైన నైతిక జీవనాన్ని ప్రోత్సహించింది. ఎంపిక చేసిన పీర్ (గురువు) పట్ల అందరూ భక్తి భావంతో మెలగాలని ప్రచారం చేసింది.

భాగూ చేపట్టిన ఉద్యమం క్రమంగా విస్తరించింది. ఆ దశలో అతడి అనుచరులు హజారా, అట్టోక్, పెషావర్ జిల్లాలపై దాడులు నిర్వహిస్తూ దోచుకోవడం మొదలుపెట్టారు. ఖైబర్ మార్గంలో రవాణా స్తంభించిపోయింది. ఖైబర్ మార్గంలో రవాణాను పునరుద్ధరించేందుకు, అలాగే భాగూ నేతృత్వంలోని తిరుగుబాటును అణచివేసేందుకు ఔరంగజేబు తన ప్రధాన బక్షీ అమీర్‌ఖాన్‌ను పంపాడు. అతడి వెంట రాజ్‌పుత్ర సైన్యాన్ని పంపాడు. వరుస యుద్ధాలతో ఆఫ్ఘాన్ ప్రతిఘటన కూలిపోయింది. అయితే ఆఫ్ఘాన్లను నియంత్రణలో ఉంచేందుకు 1671లో మార్వార్ పాలకుడు మహారాజా జస్వంత్ సింగ్‌ను జమ్రూద్ థానేదారుగా ఔరంగజేబు నియమించాడు.

1672లో రెండవ ఆఫ్ఘాన్ తిరుగుబాటు సంభవించింది. విపక్ష నాయకునిగా ఈసారి అఫ్రీది తెగకు చెందిన అక్మల్‌ఖాన్ ఉన్నాడు. తనను తాను అతడు రాజుగా ప్రకటించుకొని తన పేరు మీద ప్రార్థనలు, ముద్రణలు చేయించేవాడు. మొగల్ పాలకులకు వ్యతిరేకంగా యుద్ధాన్ని ప్రకటించాడు. తన పోరుకు ఆఫ్ఘాన్లందరూ అండగా నిలవాలని అతడు పిలుపునిచ్చాడు. ఒక సమకాలీన రచయిత ప్రకారం "చీమలు,

కీటక దండుకంటే ఎక్కువ సంఖ్యలో ఉన్న అనుచరగణంతో వారు ఖైబర్ మార్గాన్ని మూసివేశారు." ఖైబర్ మార్గాన్ని నియంత్రించేందుకు అమీర్‌ఖాన్ చాలా దూరం వరకు చొచ్చుకుపోయాడు. ఒక ఇరుకైన కొండ ప్రాంతంలో ఆఫ్ఘాన్లు వారిపై భయంకరమైన దాడి జరిపి ఘోరంగా ఓడించారు. అమీర్‌ఖాన్ ప్రాణాలతో బయటపడ్డాడు కాని అతడి సైన్యంలోని పది వేల మంది సైనికులు నేలకొరిగారు. సుమారు రెండు కోట్ల రూపాయలు విలువ చేసే నగదు, బంగారాన్ని ఆఫ్ఘాన్లు దోచుకున్నారు. మొగలుల ఈ ఓటమితో ఇతర ఆఫ్ఘాన్ తెగలు కూడా రంగంలోకి దిగాయి. ఔరంగజేబు బద్ధశత్రువైన కుష్‌హార్‌ఖాన్ ఖట్టక్ కూడా వారిలో ఉన్నాడు.

కుష్‌హార్ ఖాన్‌ను కొంత కాలంపాటు బందీగా ఉంచడంవల్లే అతడు ఔరంగజేబుపై ఎక్కడలేని శత్రుత్వాన్ని పెంచుకున్నాడు. 1674లో మరో మొగల్ సంస్థానాధీశుడు షుజాత్‌ఖాన్ ఖైబర్‌లో ఘోర పరాభవాన్ని ఎదుర్కొన్నాడు. అయితే జస్వంత్‌సింగ్ పంపిన రాథోర్ వీరుల బృందమొకటి షుజాత్‌ను కాపాడగలిగాయి. చివరికి 1674 మధ్యలో ఔరంగజేబు స్వయంగా పెషావర్‌కు వెళ్ళాడు. అక్కడి పరిసర ప్రాంతాల్లో 1675 చివరి వరకు ఉన్నాడు. సైనిక బలంతో, దౌత్యంతో అతడు ఆఫ్ఘాన్ల ఐక్య కూటమిని విచ్ఛిన్నం చేయగలిగాడు. ఆ ప్రాంతాలలో శాంతిభద్రతలు క్రమంగా మెరుగయ్యాయి.

మొగల్ పాలనపట్ల ప్రతిఘటన, ప్రాంతీయ స్వాతంత్ర్య ఆలోచనలు ఎంత బలంగా ఉండేవో ఆఫ్ఘాన్ల సాయుధ తిరుగుబాటును విశ్లేషిస్తే స్పష్టమవుతుంది. స్వాతంత్ర్య భావన హిందువులైన ఒక్క జాట్‌లు, మరాఠాలకే పరిమితం కాలేదు. అలాగే ఆఫ్ఘాన్ల తిరుగుబాటు వల్ల కీలకదశలో శివాజీపై మొగల్ పాలకుల సైనిక ఒత్తిడి తొలగిపోయింది. 1676 వరకు దక్కనులో మొగలుల విస్తరణ విధానానికి కూడా విఘాతం కలిగింది. ఆలోగా శివాజీ పట్టాభిషిక్తుడయ్యాడు. బీజాపూర్, గోల్కొండ రాజ్యాలతో కలిసి కూటమిని ఏర్పాటు చేశాడు.

సిక్కులు

షాజహాన్ హయాంలో సిక్కుల గురువుకు మొగలులకు మధ్య కొన్ని సైనిక ఘర్షణలు జరిగినా 1675 వరకు సిక్కులకు, ఔరంగజేబుకు మధ్యం ఎలాంటి వైరం ఉండేది కాదు. నిజం చెప్పాలంటే సిక్కులకు పెరుగుతున్న ప్రాముఖ్యాన్ని ఔరంగజేబు గ్రహించాడు. సిక్కు గురువుతో చర్చలు జరిపేందుకు ప్రయత్నించాడు. గురు హర్‌కిషన్ కుమారుడొకడు ఔరంగజేబు ఆస్థానంలో కొంత కాలంపాటు ఉన్నాడు. 1664లో గురువుగా బాధ్యతలు చేపట్టిన తర్వాత గురు తేఘ్ బహదూర్ బీహార్‌కు

పయనమయ్యాడు. అస్సాంలో రాజారామ్‌సింగ్ (అంబర్ పాలకుడు)తోపాటు మొగల్ సామ్రాజ్యానికి సేవలందించాడు. అయితే 1675లో గురు తేఘ్ బహదూర్‌ను అతడి ఐదుగురు అనుచరులతోపాటు అదుపులోకి తీసుకొని ఢిల్లీకి తరలించారు. అక్కడ గురును హత్య చేశారు.

ఆ సమయంలో ఈ చర్యను సమర్థిస్తూ ఇచ్చిన అధికారిక వివరణ ప్రకారం అస్సాం నుండి తిరిగి వచ్చిన గురు తేఘ్ బహదూర్ షేక్ అహ్మద్ సర్హిందీ అనుచరుడైన హాఫీజ్ ఆదం సహాయంతో పంజాబ్ ప్రాంతమంతటా దోపిడీకి, అత్యాచారాలకు పాల్పడ్డాడు. సిక్కు సాంప్రదాయం ప్రకారం గురు వధకు అతడి కుటుంబ సభ్యుల పన్నాగాలే కారణం. గురుగా తేఘ్ బహదూర్ బాధ్యతలు చేపట్టడాన్ని వారు సహించలేకపోయారు. గురుకు అనుచరులుగా చేరిన వారు కూడా కుట్రదారులతో చేతులు కలిపారు. అయితే మనకు తెలిసిందేమిటంటే కొందరు ముస్లింలను సిక్కుమతంలోకి మార్పించినందుకు గురుపై ఔరంగజేబు ఆగ్రహం పెంచుకున్నాడు. ఇంకో కథనం కూడా ప్రచారంలో ఉంది. కాశ్మీర్‌లో హిందువులను కిరాతకంగా వేధిస్తున్న అక్కడి మొగల్ సుబేదార్ చర్యలను గురు తీవ్రంగా వ్యతిరేకించాడు. అందుకు నిరసనగా ఒక ఉద్యమాన్ని చేపట్టాడు. అయితే కాశ్మీరుపై ఉన్న ఏ చరిత్రలోనూ అక్కడి హిందువులపై అత్యాచారాలు జరిగినట్లు ఎక్కడా పేర్కొనలేదు. చివరికి 1710లో కాశ్మీరుపై నారాయణ కౌర్ రచించిన చరిత్రలోనూ ఇలాంటి సంఘటనల ప్రస్తావన లేదు. కాశ్మీరులో మొగల్ సుబేదారు అయిన సయీఫ్ ఖాన్ ప్రగతిశీల భావాలు కలవాడు. రెండు మతాల మధ్య స్నేహపూర్వక సంబంధాలను మెరుగుపరచడానికి అతడు అనేక చర్యలు తీసుకున్నాడు. అతడు మానవతావాది, ఉదారస్వభావం గలవాడు. రాజ్య వ్యవహారాలపై తనకు సలహాలు ఇవ్వడానికి అతడొక హిందువును నియమించుకున్నాడు. 1671లో నియమితుడైన సయీఫ్ ఖాన్ వారసుడు ఇఫ్తేకార్ ఖాన్ షియా వ్యతిరేకి. అయినా అతడు హిందువులపై అఘాయిత్యాలకు పాల్పడినట్లు ఎలాంటి వ్యాఖ్యానాలు లేవు.

పరస్పర విరుద్ధమైన ఈ కథనాల నుండి వాస్తవాన్ని వేరు చేయడం అంత సులభం కాదు. జాట్‌లు, చేతివృత్తిదారుల్లో సిక్కు మతం గణనీయంగా ప్రబలింది. కొందరు తక్కువ జాతి ప్రజలు కూడా ఆ మతంపట్ల ఆకర్షితులయ్యారు. గురు ప్రతిష్ఠ, సమానత్వం, సాత్విక జీవనాన్ని ప్రబోధించే సిక్కు మత సూత్రాలు వారిని ఆకట్టుకున్నాయి. ఆ విధంగా గురు మత నాయకుడిగానే కాకుండా అన్యాయం, అక్రమాలకు వ్యతిరేకంగా పోరాటం చేయడంలో ప్రజలను సమీకరించగల కీలక వ్యక్తిగా ఎదగడం ప్రారంభించాడు. పాత మందిరాలను కూడా కూలగొట్టించిన

ఔరంగజేబు చర్య హిందువులలో ప్రతికూల భావాలను రేపింది. వారి భావాలకు తేఘ్‌బహదూర్ స్వరం ఇచ్చి ఉండొచ్చు.

గురును వధించిన సమయంలో ఔరంగజేబు ఢిల్లీకి దూరంగా ఆఫ్ఘన్ల తిరుగుబాటును అణచడంలో ఉన్నాడు. అయితే అతడి అనుమతి లేకుండానే లేదా అతడికి తెలియకుండానే గురును హత్య చేసే అవకాశమే లేదు. ఔరంగజేబు దృష్టిలో గురు వధ కేవలం శాంతిభద్రతలకు సంబంధించిన అంశం మాత్రమే. అయితే సిక్కుల అభిప్రాయంలో గురు తాను నమ్మిన సిద్ధాంతాల కోసం ప్రాణాలు అర్పించాడు.

కారణాలు ఏవైనా ఔరంగజేబు చర్య ఏ విధంగా చూసినా సమర్థనీయం కాదు. అతడి సనాతనవాదాన్ని ఆ సంఘటన చాటి చెబుతోంది. గురు తేఘ్ బహదూర్ హత్యతో సిక్కులందరూ పంజాబ్ కొండ ప్రాంతాలకు తరలిపోవాల్సి వచ్చింది. సిక్కు ఉద్యమం సైనిక సోదరత్వంగా రూపాంతరం చెందింది. ఈ ప్రక్రియలో గురు గోవింద్ సింగ్ కీలక పాత్ర పోషించాడు. అతడు గొప్ప నాయకత్వ లక్షణాలను చూపాడు. 1699లో ఖాల్సాను స్థాపించాడు. అంతకు ముందు, గోవింద్ సింగ్ పంజాబ్ కొండ ప్రాంతంలోని ఆనంద్‌పూర్‌లో తన ప్రధాన స్థావరాన్ని ఏర్పాటు చేశాడు. తొలుత, స్థానిక హిందూ పాలకులు తమ అంతర్గత సమస్యలను పరిష్కరించేందుకు గురు, అతడి అనుచరులను వాడుకునేవారు. అయితే అనతి కాలంలోనే గోవింద్‌సింగ్ ప్రబలమైన శక్తిగా ఎదిగాడు. హిందూ రాజ్యాలపైనే కయ్యానికి కాలుదువ్వాడు. అందులో చాలా వరకు విజయం సాధించాడు. సంస్థగా ఖాల్సా మరింత పటిష్టమైంది. ఈ సంఘర్షణలో గురు గోవింద్‌సింగ్‌కు అతడి అనుచరులు అన్ని విధాలా సహాయపడ్డారు. అయితే హిందూ రాజ్యాలకు గోవింద్‌సింగ్‌కు మధ్య ప్రత్యక్ష పోరు 1704లోనే మొదలైంది. కొండ ప్రాంత రాజులంతా మూకుమ్మడిగా ఆనంద్‌పూర్‌లో ఉన్న గురుపై దాడి చేశారు. అయితే రాజులందరూ వెనక్కి తగ్గాల్సి వచ్చింది. మరో మార్గం లేక వారు గురుకు వ్యతిరేకంగా తమ పక్షాన జోక్యం చేసుకోవలసిందిగా మొగల్ ప్రభుత్వాన్ని ఆహ్వానించారు.

ఆ విధంగా మొదలైన సంఘర్షణకు మతం రంగును పులమలేము. స్థానిక వైరాల వల్లే మొగల్ సైన్యాలు జోక్యం చేసుకోవాల్సి వచ్చింది. అందుకుతోడు, సిక్కు ఉద్యమం బలపడడం కూడా ఒక కారణమైంది. పెరుగుతున్న గురు ప్రాబల్యం ఔరంగజేబును కలవరానికి గురి చేసింది. అంతకుముందు అతడు తన ఫౌజ్‌దార్ (సేనాని)ను గోవింద్‌సింగ్‌కు ఒక గుణపాఠం నేర్పమని ఆదేశించాడు. ఈ దశలో ఔరంగజేబు లాహోర్ సుబేదార్, సర్హింద్ సేనానికి ఒక లేఖ రాశాడు. గురుకు వ్యతిరేకంగా పోరాడుతున్న స్థానిక కొండ రాజులకు సహాయం చేయమని ఆదేశించాడు.

సర్హింద్ సేనానిగా అప్పుడు వజీర్ ఖాన్ ఉండేవాడు. మొగల్ సైన్యాలు ఆనందపూర్‌పై దాడి చేశాయి. కాని సిక్కులు ధైర్యంగా పోరాడి మొగల్ సైన్యాలను వెనక్కు నెట్టారు. అనంతరం మొగలులు, స్థానిక రాజులు సమీపంలోని కోటపై దృష్టి సారించారు. కోటలో ఆకలిదప్పులు నెలకొనడంతో గురు కోట ద్వారాలను తెరవాల్సి వచ్చింది. గురును సురక్షితంగా తరలిస్తామని వజీర్‌ఖాన్ హామీ ఇచ్చాడు. అయితే గురు బలగాలు ఉప్పొంగుతున్న నదిని దాటుతున్నప్పుడు వజీర్‌ఖాన్ సైన్యం ఎలాంటి హెచ్చరిక చేయకుండా దాడి చేసింది. గురు కుమారులిద్దరిని బందీగా తీసుకున్నారు. ఇస్లాం మతాన్ని స్వీకరించడానికి నిరాకరించడంతో సర్హింద్ వద్ద వారిని హత్య చేశారు. తన మిగతా ఇద్దరు కుమారులను మరో యుద్ధంలో గురు కోల్పోయాడు. తర్వాత గురు తల్వాండిలో స్థిరపడిపోయాడు. అక్కడ అతడిని ఎవరూ కదపలేదు.

ఔరంగజేబు ప్రోద్బలంతోనే వజీర్‌ఖాన్ గురు కుమారులను వధించాడని చెప్పడం సందేహాస్పదమే. గురును నాశనం చేయకూడదన్న ఆలోచనతో ఔరంగజేబు ఉన్నట్లు తెలుస్తోంది. లాహోర్ సుబేదారుకు లేఖరాసి గురుతో శాంతి ప్రక్రియను మొదలు పెట్టాల్సిందిగా ఆదేశించాడు. జరిగిన పరిణామాలను వివరిస్తూ గురు ఔరంగజేబుకు లేఖ రాశాడు. అప్పుడు ఔరంగజేబు దక్కనులో ఉన్నాడు. తనతో వచ్చి సంప్రదించాలని గురును అతడు ఆహ్వానించాడు. ఔరంగజేబును కలుసుకునేందుకు గురు దక్కనుకు బయల్దేరాడు. మార్గమధ్యంలో ఉండగానే ఔరంగజేబు మరణవార్తను అందుకున్నాడు. కొందరు చరిత్రకారుల ప్రకారం గురుగోవింద్‌సింగ్ ఔరంగజేబు కలిసి తనకు ఆనంద్‌పూర్ తిరిగి స్వాధీనపరచమని కోరాలని భావించాడు.

మొగల్ సైనిక శక్తి ముందు గురు గోవింద్‌సింగ్ ఎక్కువ కాలం నిలవలేకపోయినా లేదా ప్రత్యేక సిక్కు రాజ్యాన్ని ఏర్పాటు చేయలేకపోయినా అతడు ఒక ఘనమైన సాంప్రదాయాన్ని మాత్రం వదలివెళ్ళాడు. ఆ సాంప్రదాయానికి ఖడ్గాన్ని జత చేశాడు. ఆ విధంగా తన ఆశయాలను తర్వాతి కాలంలోనైనా సాధించవచ్చునని భావించాడు. సమానత్వాన్ని (సమసమాజాన్ని) స్థాపించడానికి ఉద్దేశించబడిన మతపరమైన ఉద్యమం అవసరమైతే రాజకీయ, సాయుధ ఉద్యమంగా ఎలా రూపాంతరం చెందగలదో పై సాంప్రదాయాన్ని బట్టి తెలుస్తుంది. అది క్రమంగా ప్రాంతీయ స్వాతంత్ర్యం కోసం ఉద్యమించింది.

రాజ్‌పుత్రులతో సంబంధాలు - మార్వార్, మేవార్‌లతో వివాదం :

మేవార్‌తో ఉన్న దీర్ఘకాల వివాదాన్ని జహంగీర్ 1613లో ఏ విధంగా పరిష్కరించింది మనం చూశాము. ప్రముఖ రాజ్‌పుత్ర పాలకులకు రాయితీలిచ్చే

విధానాన్ని (అక్బర్ హయాంలో రూపొందించబడిన) జహంగీర్ కూడా కొనసాగించాడు. వారితో వివాహ సంబంధాలు కూడా పెట్టుకున్నాడు. షాజహాన్ అలాగే వ్యవహరించాడు. అతడి హయాంలో రాజ్‌పుత్ర బలగాలు ఎంతో నిష్ఠతో మొగల్ సామ్రాజ్యానికి సేవలందించాయి. దక్కను లాంటి సుదూర ప్రాంతాల్లో మొగలుల పక్షాన పోరాడాయి. బల్ఖ్, కందహార్‌లలో మొగల్ సైన్యాలతో కలిసి శత్రువులను తుదముట్టించాయి. అయితే మొగలులు ఏ రాజ్‌పుత్ర పాలకుడినీ సుబేదారుగా నియమించలేదు. నాయకత్వ స్థానాల్లో ఉన్న రాజ్‌పుత్రులతో వివాహ సంబంధాలు కూడా నిలిచిపోయాయి. షాజహాన్ స్వయంగా ఒక రాథోర్ రాకుమార్తె పుత్రుడైనా రాజ్‌పుత్రులతో తదుపరి బంధుత్వాలను పెంచుకోలేదు. బహుశా రాజ్‌పుత్రులతో రాజకీయ, సైనిక సంబంధాలు పటిష్ఠంగా ఉండడంవల్లే బంధుత్వాల జోలికి వెళ్ళి ఉండరు. అయితే జోధ్‌పూర్, అంబర్ రాజవంశాలకు షాజహాన్ ఎనలేని గౌరవం ఇచ్చేవాడు. మార్వార్ పాలకుడు రాజా జస్వంత్ సింగ్ షాజహాన్‌కు అత్యంత ఆప్తునిగా ఉండేవాడు. జస్వంత్‌సింగ్‌తోపాటు జయ్‌సింగ్ 7,000 జాత్‌ల హోదా అనుభవించేవారు. ఔరంగజేబు సింహాసనం ఎక్కే వరకు వారు అదే హోదాలో కొనసాగారు. రాజ్‌పుత్రులతో సహవాసానికి ఔరంగజేబు ఎంతో విలువనిచ్చేవాడు. మేవార్ మహారాణా మద్దతును పొందేందుకు కృషి చేశాడు. అతడి మన్‌సబ్ హోదాను 5000/5000 నుండి 6000/6000 వరకు పెంచాడు. ధర్మాత్‌లో తనకు వ్యతిరేకంగా జస్వంత్ పోరాడినప్పటికీ, షుజాకు వ్యతిరేకంగా ప్రారంభించిన సైనిక చర్య నుండి తప్పుకొని తన ప్రాంతంలో దారాకు ఆశ్రయం కల్పించినప్పటికీ ఔరంగజేబు అతడిని క్షమించాడు. గతంలో జస్వంత్ అనుభవించిన మన్‌సబ్ హోదాను పునరుద్ధరించాడు. అనంతరం అనేక ముఖ్యమైన బాధ్యతలు అప్పజెప్పాడు. అందులో గుజరాత్ సుబేదారీ కూడా ఒకటి. 1667లో ఔరంగజేబు మరణించేంత వరకు జయ్‌సింగ్ అతడికి అత్యంత ఆప్తునిగా, నమ్మకస్తుడిగా ఉండేవాడు. ఉత్తర-పశ్చిమ సరిహద్దులో ఆఫ్ఘాన్లను నియంత్రించేందుకు వెళ్ళిన జస్వంత్ సింగ్ 1678 చివరిలో మరణించాడు. జస్వంత్ సింగ్‌కు మగ సంతానం లేకపోవడంతో వారసత్వ సమస్య వచ్చిపడింది. వారసత్వంపై వివాదం తలెత్తితే రాజ్యాన్ని మొగల్ పాలనా పరిధిలోకి (ఖలీసా) తీసుకొచ్చి శాంతిభద్రతలను పరిరక్షించిన అనంతరం ఎంపికైన వారసునికి గద్దెనెక్కించి సాంప్రదాయాన్ని మొగలులు పాటించేవారు. ఆ విధంగా 1650లో జైసల్మేర్‌లో వారసత్వ వివాదం తలెత్తినప్పుడు షాజహాన్ ఆ రాజ్యాన్ని ఖలీసా కిందికి చేర్చాడు. జస్వంత్ సింగ్ నేతృత్వంలో ఒక సైన్యాన్ని పంపి తాను ఎంపిక చేసిన వారసుడిని జైసల్మేర్ గద్దెపై కూర్చోబెట్టాడు. మార్వార్ ఖలీసా కింద చేర్చడానికి మరో కారణం కూడా ఉంది. మొగల్ సంస్థానాధీశుల్లాగే మహారాజా

కూడా కేంద్ర ఖజానాకు భారీ మొత్తంలో బకాయి పడ్డాడు. బకాయిలను తిరిగి చెల్లించలేకపోయాడు. జస్వంత్‌సింగ్‌తో వైరమున్న రాజ్‌పుత్ర నాయకుల లేదా చక్రవర్తి ఆదేశాల మేరకు తమ జాగీర్లను జస్వంత్‌కు ధారాదత్తం చేసిన వారు జోధ్‌పూర్ గద్దెపై పాలకుడు లేకపోవడాన్ని తమకు అనుకూలంగా మలచుకొని అరాచకం సృష్టించాలని కుట్ర పన్నారు.

రాథోర్‌ల నుండి ప్రతిఘటన ఎదురవుతుందని గ్రహించిన ఔరంగజేబు మార్వార్‌లో రెండు పరగణాలను జస్వంత్‌సింగ్ కుటుంబం, అతడి అనుచరుల పోషణార్థం కేటాయించాడు. తన ఆదేశాలను అమలు పరిచేందుకు ఒక బలమైన సైన్యాన్ని సమీకరించి అజ్మీర్‌కు బయల్దేరాడు. జస్వంత్‌సింగ్ ప్రధాన పట్టపురాణి అయిన రాణి హదీ తొలి నుండి జోధ్‌పూర్‌ను మొగలులు స్వాధీనం చేసుకోవడాన్ని వ్యతిరేకించింది. రాథోర్‌ల మాతృభూమిని ఇతరులు హస్తగతం చేసుకోవడానికి వీలులేదని ఆమె వాదించింది. అయితే ఔరంగజేబు పెద్ద సైన్యంతో తరలిరావడంతో వేరే దారిలేక మొగలులు చూపిన పరిష్కారాన్ని ఆమె అంగీకరించక తప్పలేదు. జస్వంత్‌సింగ్ 'దాచిపెట్టిన' సంపదను వెలికి తీసేందుకు పెద్ద ఎత్తున గాలింపు చర్యలు చేపట్టారు. మార్వార్ అంతటా మొగల్ అధికారులను నియమించారు. కొత్త ప్రార్థనా మందిరాలను కూల్చివేయాలని లేదా వాటిని కనీసం మూసివేయాలని ఆదేశాలు వెలువడ్డాయి.

ఆ విధంగా మొగలులు ఆక్రమణదారులుగా వ్యవహరించారు. మార్వార్‌ను శత్రు రాజ్యంగా పరిగణించారు. మొగలుల ఈ చర్యను సమర్థించడానికి కారణాలను వెదకడం చాలా కష్టం. అయితే ఢిల్లీని గుజరాత్ ఓడరేవులతో జోడించే ప్రధాన మార్గాన్ని కలిగి ఉన్న మార్వార్‌ను ఎక్కువ కాలంలో మొగల్ నియంత్రణలో ఉంచడానికి ఔరంగజేబు ఆసక్తి చూపలేదు. కొందరు ఆధునిక చరిత్రకారులు ఈ వ్యవహారాన్ని మరో కోణం నుండి విశ్లేషించారు. అత్యంత కీలకమైన మార్వార్ ప్రాంతాన్ని శాశ్వతంగా ఆక్రమించుకోవాలని ఔరంగజేబు తలపోశాడని వారు వివరించారు. జస్వంత్‌సింగ్ మరణం తర్వాత లాహోర్‌లో అతడి ఇద్దరు రాణులకు ఇద్దరు కుమారులు జన్మించారు. గద్దెపై వారి హక్కును చాలా సమర్థవంతంగా వాదించారు. అయితే ఢిల్లీకి తిరిగి వెళ్ళేముందు ఔరంగజేబు రాజతిలకాన్ని (జోధ్‌పూర్) ఇందర్‌సింగ్‌కు దిద్దాలని నిర్ణయించాడు. ఇందర్‌సింగ్ జస్వంత్‌సింగ్ అగ్రజుడైన అమర్‌సింగ్ మనవడు. అందుకు ప్రతిగా 36 లక్షల రూపాయలు వారసత్వ రుసుంను కోరాడు. బహుశా అమర్‌సింగ్‌కు గద్దె విషయంలో షాజహాన్ హాని తలపెట్టాడని ఔరంగజేబు భావించి ఉండొచ్చు. ఆ సమయంలో అమర్‌సింగ్ వాదనను తోసిపుచ్చిన

షాజహాన్ జస్వంత్ సింగ్‌కు సింహాసనాన్ని కట్టబెట్టాడు. అలాగే ఔరంగజేబు నిర్ణయం వెనుక మరో కారణం కూడా ఉండి ఉండొచ్చు. మార్వార్‌లో మైనరు పాలన ఉండరాదని అతడు కోరుకొని ఉండొచ్చు.

కొందరు ఆధునిక చరిత్రకారుల ప్రకారం ఔరంగజేబు జోథ్‌పూర్ గద్దెను జస్వంత్‌సింగ్ కుమారుడు అజిత్‌సింగ్‌కు ఇవ్వజూపాడు. అయితే ముస్లింగా మారితేనే గద్దెను అప్పగిస్తానని షరతు విధించాడు. సమకాలీన సాహిత్యాలలో ఈ వాదనకు సంబంధించిన ప్రస్తావన ఏదీ లేదు. సమకాలీన రాజస్థానీ కృతి అయిన హుకూమత్–రి–బహీ ప్రకారం ఔరంగజేబు అజిత్‌సింగ్‌కు మన్‌సబ్ ఇవ్వడానికి సిద్ధమయ్యాడు. అజిత్‌సింగ్‌ను తన ఆస్థానంలో ప్రవేశపెట్టినపుడు ఔరంగజేబు ఆ ప్రతిపాదన చేశాడు. మార్వార్‌లోని రెండు పరగణాలు - సోజేత్, జైతరణ్ - అజిత్‌సింగ్ జాగీరుగా కొనసాగుతాయని ప్రకటించాడు.

దుర్గాదాస్ నేతృత్వంలోని రాథోర్ సర్దార్లు ఔరంగజేబు ప్రతిపాదనను తిరస్కరించారు. చక్రవర్తి ప్రతిపాదన రాజ్య ప్రయోజనాలకు విరుద్ధంగా ఉందని వారు భావించారు. దీంతో మార్వార్ రాకుమారులను, వారి తల్లులను నూర్‌గఢ్ కోటలో నిర్బంధించాల్సినదిగా ఔరంగజేబు ఆదేశాలు జారీ చేశాడు. ఔరంగజేబు ఆదేశాలతో సావధానులైన రాథోర్ సర్దార్లు ఆగ్రాలో భీషణంగా పోరాడి అక్కడి నుండి జోథ్‌పూర్‌కు తప్పించుకుపోయారు. తమ వెంట ఒక రాకుమారుడిని కూడా తీసుకెళ్ళారు. ప్రజల హర్షధ్వానాల మధ్య రాకుమారుడికి అజిత్‌సింగ్ బిరుదునిచ్చి సింహాసనంపై ప్రతిష్టింపచేశాడు.

రాథోర్‌లలో ఇందర్‌సింగ్‌కు పలుకుబడి లేదన్న వాస్తవాన్ని ఔరంగజేబు హుందాగా అంగీకరించి ఉండొచ్చు. ఇందర్‌సింగ్‌ను పక్కకు తప్పించాడు. అతడిని అసమర్థుని కింద జతకట్టాడు. అయితే అజిత్‌సింగ్ పట్ల కఠినమైన వైఖరిని అవలంబించాడు. అజిత్‌సింగ్‌ను మోసకారిగా ప్రకటించాడు. సామ్రాజ్యంలోని అన్ని ప్రాంతాల నుండి శక్తివంతమైన బలగాలను రప్పించిన ఔరంగజేబు మరోసారి అజ్మీర్‌వైపు కదిలాడు. రాథోర్‌ల ప్రతిఘటనను అణచివేశాడు. జోథ్‌పూర్ మొగల్ సైన్యాల వశమైంది. అజిత్‌సింగ్‌ను తీసుకొని దుర్గాదాస్ మేవార్‌కు పారిపోయాడు. అక్కడ రాణా వారిని రహస్య ప్రదేశానికి పంపాడు.

ఈ దశలోనే మేవార్ అజిత్‌సింగ్ పక్షాన కదన రంగంలో అడుగుపెట్టింది. ఒకప్పుడు ఔరంగజేబుకు మద్దతు పలికిన రాణా రాజ్‌సింగ్ క్రమంగా అతడికి దూరమయ్యాడు. రాణి హదీ వాదనకు (సింహాసనంపై హక్కు) మద్దతుగా తన ప్రధాన

అనుచరుడి నేతృత్వంలో 5000 మంద సైనికులతో కూడిన బలగాన్ని రాణా జోధ్‌పూర్‌కు పంపించాడు. రాజ్‌పుత్రుల అంతర్గత వ్యవహారాల్లో మొగల్ పాలకుల జోక్యాన్ని రాణా తీవ్రంగా వ్యతిరేకించి ఉండొచ్చు. ముఖ్యంగా వారసత్వ వివాదాల్లో మొగలులు తలదూర్చడాన్ని అతడు సహించి ఉండకపోవచ్చు. అలాగే మేవార్ నుండి దుంగార్‌పూర్, బాన్స్‌వారా ప్రాంతాలను దూరం చేయడానికి మొగలులు చేసిన ప్రయత్నాలు రాణాలో ఆగ్రహజ్వాలలను రేపి ఉండొచ్చు. అయితే సమరానికి అతడు సిద్ధమయ్యాడంటే అందుకు తక్షణ కారణం మార్వార్‌ను మొగల్ సైనికులు తమ ఆధీనంలోకి తీసుకోవడమే అయి ఉంటుంది. అజిత్‌సింగ్ వారసత్వ హక్కును ఔరంగజేబు తిరస్కరించడం అగ్నికి ఆజ్యం పోసినట్లయింది.

ఔరంగజేబు తొలి దెబ్బ తీశాడు. 1679 నవంబరులో అతడు మేవార్‌పై దాడి చేశాడు. ఒక శక్తివంతమైన బలగం ఉదయ్‌పూర్ చేరుకుంది. రాణా శిబిరంపై దాడి చేసింది. రాణా కొండ ప్రాంతాలకు పారిపోయాడు. మొగలులపై గెరిల్లా తరహా యుద్ధాన్ని ప్రారంభించాడు. యుద్ధం చివరి దశకు చేరుకుంది. మొగల్ సైనికులు కొండ ప్రాంతాల్లో దూసుకెళ్ళలేకపోయారు. రాజ్‌పుత్రుల గెరిల్లా దాడులను నివారించలేకపోయారు. యుద్ధం ఆ దశలో అపకీర్తిని మూటగట్టుకొంది. ఔరంగజేబు ఆదేశాలు, ఛీత్కారాలు మొగల్ సేనానులపై ఎలాంటి ప్రభావం చూపలేకపోయాయి. చివరికి ఔరంగజేబు పెద్దకుమారుడైన రాకుమారుడు అక్బర్ సామ్రాజ్యంలోని అస్థిర పరిస్థితులను తనకు అనుకూలంగా మలచుకొని తండ్రిపై తిరుగుబాటు చేశాడు. రాథోర్ నాయకుడు దుర్గాదాస్ సహాయంతో అతడు అజ్మీర్‌పై దండెత్తాడు (జనవరి 1681). అక్కడ ఔరంగజేబు నిస్సహాయ స్థితిలో ఉన్నాడు. ఎందుకంటే బలగాలన్నీ వేర్వేరు ప్రాంతాల్లో యుద్ధ కార్యకలాపాల్లో మునిగి ఉన్నాయి. అయితే మొగల్ శిబిరంపై దాడి చేయడానికి బయల్దేరడంలో అక్బర్ కాలయాపన చేశాడు. ఈలోపు అక్బర్ శిబిరంలో అకాశరామన్న ఉత్తరాల ద్వారా ఔరంగజేబు గందరగోళం సృష్టించాడు. రాకుమారుడు అక్బర్ మహారాష్ట్రకు పారిపోవాల్సి వచ్చింది. ఫలితంగా ఔరంగజేబు ఊపిరి పీల్చుకున్నాడు.

ఆ దశలో మేవార్ వ్యతిరేక పోరాటం ఔరంగజేబు దృష్టిలో ప్రాధాన్యం కోల్పోయింది. ఆ లోపు రాణా జగత్ సింగ్‌తో ఒప్పందం కుదుర్చుకున్నాడు. కొత్తగా వచ్చిన రాణా కొన్ని పరగణాలను మొగలులకు స్వాధీనం చేయాల్సి వచ్చింది. జిజ్యా రూపంలో ఆ ప్రాంతాలను అతడు మొగలులకు ధారాదత్తం చేశాడు. భవిష్యత్తులో అజిత్ సింగ్‌కు మద్దతు ఇవ్వరాదన్న షరతుపై ఔరంగజేబు అతడికి 5000 జాత్‌ల

హోదాగల మన్‌సబ్‌ను కట్టబెట్టాడు. అజిత్ సింగ్ విషయంలో కూడా ఔరంగజేబు ఓ నిర్ణయం తీసుకున్నాడు. అజిత్‌సింగ్ పెరిగి పెద్దవాడైతే అతడికి మన్‌సబ్‌తోపాటు రాజ్యాన్ని కూడా అప్పగిస్తానని హామీ ఇచ్చాడు.

రాణాతో ఒప్పందం, అజిత్‌సింగ్ భవిష్యత్‌పై ఔరంగజేబు హామీ రాజ్‌పుత్‌లనెవరినీ సంతృప్తిపరచలేకపోయాయి. మొగలులు మార్వార్‌పై నియంత్రణ కొనసాగించారు. 1698 వరకు అడపాదడపా సంఘర్షణలు జరిగాయి. చివరికి అజిత్‌సింగ్‌ను మాల్వా పాలకునిగా గుర్తించారు. అయితే మార్వార్ రాజధాని జోధ్‌పూర్‌పై తమ పట్టును సడలించడానికి మొగలులు నిరాకరించారు. 1707లో ఔరంగజేబు మరణించేంత వరకు ఈ పరిస్థితిలో ఎలాంటి మార్పు రాలేదు.

మార్వార్, మేవార్‌లపట్ల ఔరంగజేబు అవలంబించిన విధానం లోపభూయిష్ట మైనది. దానివల్ల మొగల్ సామ్రాజ్యానికి ఎలాంటి లాభం చేకూరలేదు. మరోవైపు ఈ రాజ్యాలతో సైనికంగా సంపూర్ణమైన విజయాలు సాధించలేకపోవడంవల్ల మొగల్ సైన్యం ప్రతిష్ట దెబ్బతింది. 1681 తర్వాత మార్వార్ యుద్ధంలో ఎక్కువ మంది సైనికులు పాల్గొనలేదన్నది వాస్తవం. ఆ యుద్ధానికి అంత ప్రాముఖ్యత కూడా లేదు. హదా, కచ్‌వాహా తదితర రాజ్‌పుత్ బలగాలు మొగల్ సైన్యానికి అనుకూలంగా వ్యవహరించిన విషయం కూడా వాస్తవమే. కాని వీటి ఆధారంగానే ఔరంగజేబు మార్వార్ విధానాన్ని అంచనా వేయలేము. మేవార్, మార్వార్‌లతో సంఘర్షణ మొగల్-రాజ్‌పుత్ మైత్రిని కీలకమైన దశలో బలహీనపరచింది. అన్నింటికంటే మించి ఔరంగజేబుకు మిత్రరాజ్యాలపై ఉన్న అసలు ఉద్దేశంపై రాజ్‌పుత్‌లలో సందేహాలు తలెత్తాయి. మేవార్-మార్వార్ యుద్ధం ఔరంగజేబు కఠిన వైఖరికి తార్కాణంగా నిలిచినా అతడు అదే పనిగా హిందూ మతాన్ని విచ్ఛిన్నం చేయడానికి ప్రయత్నించాడన్న ఆరోపణలకు ఎలాంటి ఆధారాలు లేవు. ఎందుకంటే 1679 తర్వాతి కాలంలో మరాఠాలను ఎక్కువ సంఖ్యలో అతడు పాలకవర్గాల్లో స్థానం కల్పించాడు.

ఈశాన్య రాజ్యాలు, జాట్‌లు, ఆఫ్ఘాన్లు, రాజ్‌పుత్రులతో ఔరంగజేబు జరిపిన యుద్ధాలు సామ్రాజ్యంపై ఒత్తిడి పెంచినా అసలు సంఘర్షణ మాత్రం దక్కనులో వేచి ఉండేది.

ఝ

పందొమ్మిదవ అధ్యాయం

మొగల్ సామ్రాజ్య ఉత్థాన పతనాలు-2

మరాఠాల ఉత్థానం :

అహ్మద్‌నగర్, బీజాపూర్ రాజ్యాలలో పరిపాలన, సైనికపరమైన హోదాలను మరాఠాలు చేపట్టిన విషయాన్ని మనం అంతకుముందే తెలుసుకున్నాము. మొగలులు దక్కను వైపు తమ సామ్రాజ్యాన్ని విస్తరించుకొనే లోపే వారు పై రాజ్యాల్లోని పాలనా వ్యవహారాల్లో తమ ప్రాబల్యాన్ని, ప్రభావాన్ని తారాస్థాయిలో పెంచుకున్నారు. దక్కనీ సుల్తానులు, మొగలులిద్దరూ వారి మద్దతును కూడగట్టేందుకు చేయని ప్రయత్నమంటూ ఏదీ లేదు. మాలిక్ అంబర్ తన సైన్యంలో మరాఠాలను పెద్ద సంఖ్యలో చేర్చుకున్నాడు. వారి బలగాలను మిత్ర సైన్యాలుగా వినియోగించుకున్నాడు. మోరే, ఘాట్గే, నింబాల్కర్ లాంటి మరాఠా కుటుంబాలు కొన్ని ప్రాంతాల్లో స్థానిక అధికారాన్ని చెలాయించినా రాజ్‌పుత్రుల వలే మరాఠాలకు తమ సొంతం అని చెప్పుకోవడానికి పెద్ద పెద్ద రాజ్యాలంటూ ఉండేవి కావు. అలాంటి విశాలమైన రాజ్యమొకటి స్థాపించిన ఘనత మాత్రం షాజీ భోంస్లే, అతడి కుమారుడు శివాజీకే దక్కుతుంది. మనం అంతకు ముందు పరిశీలించినట్లు, షాజీ కొంతకాలం వరకు అహ్మద్‌నగర్‌లో కీలకమైన పాత్రను పోషించాడు. మొగలులను ధిక్కరించాడు. అయితే 1636లో కుదిరిన ఒప్పందం మేరకు తాను నియంత్రిస్తున్న ప్రాంతాలను షాజీ అప్పగించాడు. బీజాపూర్ రాజ్యసేవలో చేరి తన శక్తియుక్తులను కర్ణాటకపై కేంద్రీకరించాడు. అక్కడున్న అస్థిర పరిస్థితులను ఆసరాగా చేసుకొని బెంగుళూరులో సామంతరాజ్యాన్ని ఏర్పాటు చేయాలని ప్రయత్నించాడు. కోరమాండల్ తీరంలో ఒక పాక్షిక రాజ్యాన్ని ఏర్పాటు చేసేందుకు గోల్కొండ సంస్థానాధీశుడు మీర్ జుమ్లా ప్రయత్నించినట్లే షాజీ కూడా అలాంటి రాజ్యాన్ని కర్ణాటకలో స్థాపించాలనుకున్నాడు. పశ్చిమ తీరంలో కూడా సిదీలు అని

పిలువబడే అబిసీనియా తెగ నాయకులు ప్రత్యేక పాలిత ప్రాంతాలను ఏర్పరచడానికి కృషి చేశారు. ఈ నేపథ్యంలోనే శివాజీ పూణె చుట్టూ ఒక పెద్ద రాజ్యాన్ని స్థాపించాలని ప్రయత్నించాడు.

శివాజీ తొలి రోజులు

షాజీ భోంస్లే తన పూణె జాగీరును తొలి భార్య జీజాబాయి, ఆమె కుమారుడు శివాజీకి వారసత్వంగా మిగిల్చి వెళ్ళాడు. 18 ఏళ్ళ ప్రాయంలోనే శివాజీ తన ప్రతిభను చాటుకున్నాడు. పూణె సమీపంలోని అనేక కొండబురుజులను కొల్లగొట్టాడు. 1645-47 మధ్య రాజ్‌గఢ్, కొండానా, తోర్ణ కొండబురుజులను స్వాధీనం చేసుకున్నాడు. 1647లో తన సంరక్షకుడు దాదాజీ కొండాదేవ్ మరణంతో శివాజీ తన సొంత కాళ్ళపై నిలబడడం ప్రారంభించాడు. తండ్రి జాగీరు పూర్తిగా అతడి ఆధీనంలోకి వచ్చింది.

1656లో శివాజీ తన దండయాత్రను ప్రారంభించాడు. తొలుత మరాఠా నాయకుడు చంద్రరావు మోరే ఆధీనంలోని జావ్లీ కోటను ఆక్రమించాడు. జావ్లీ రాజ్యం, మోరేలు కూడబెట్టిన సిరిసంపదలు శివాజీకి ఎంతో ముఖ్యం. అందుకే వాటిని మోసపూరిత పద్ధతుల్లో హస్తగతం చేసుకున్నాడు. జావ్లీని స్వాధీనం చేసుకోవడంతో అతడు మావలా ప్రాంతంలో తిరుగులేని ఆధిపత్యాన్ని సంపాదించాడు. సతారా ప్రాంతం, కోంకణ్ స్వాధీనానికి మార్గాన్ని సునాయాసం చేసుకున్నాడు. మావలి పదాతి దళాలు అతడి సైన్యంలో ముఖ్య విభాగంగా తయారయ్యాయి. వాటి సహాయంతో పూణె పరిసర ప్రాంతాల్లోని మరిన్ని కొండ బురుజులను స్వాధీనం చేసుకోవడం ద్వారా తన స్థానాన్ని మరింత పటిష్టం చేసుకున్నాడు.

1657లో బీజాపూర్‌ను మొగల్ సైన్యం ఆక్రమించడంతో బీజాపూర్ పాలకుల నుండి శివాజీకి ముప్పు తొలగింది. శివాజీ తొలుత ఔరంగజేబుతో చర్చలకు దిగాడు. తర్వాత ఎన్నోసార్లు ఫిరాయించి మొగల్ ప్రాంతాల్లో లోతుగా చొచ్చుకుపోయాడు. ఈ క్రమంలో అతడు భారీగా సంపదను పోగు చేసుకున్నాడు. అంతర్యుద్ధానికి అన్ని ఏర్పాట్లు చేసుకున్న బీజాపూరి పాలకుడితో ఔరంగజేబు ఒక అవగాహనకు వచ్చినప్పుడు శివాజీని కూడా క్షమించాడు. కాని శివాజీని అతడు నమ్మలేదు. శివాజీ స్వాధీనం చేసుకున్న బీజాపూరి ప్రాంతాల నుండి శివాజీని వెలివేయమని ఔరంగజేబు బీజాపూర్ కొత్త పాలకుడికి సలహా ఇచ్చాడు. ఒక వేళ అతడు (బీజాపూర్ పాలకుడు) శివాజీని రాజ్యసేవలో చేర్చుకోవాలని భావిస్తే మొగల్ సరిహద్దులకు దూరంగా కర్ణాటక ప్రాంతంలో నియమించాలని కూడా సూచించాడు.

ఔరంగజేబు ఉత్తర భారతంలో ఎక్కడో దూరంగా ఉండడంతో శివాజీ తన పాత పద్ధతులను పునరుద్ధరించాడు. బీజాపూర్‌కు నష్టం కలిగిస్తూ మరిన్ని ప్రాంతాలను ఆక్రమించుకున్నాడు. కొంకణ్ ప్రాంతంలో జొరబడ్డాడు. అక్కడి ఉత్తర భాగాన్ని స్వాధీనం చేసుకున్నాడు. అలాగే అనేక కొండ బురుజులను కూడా ఆక్రమించాడు. ఈ దశలో శివాజీపై కఠిన చర్యలు తీసుకోవాలని బీజాపూర్ నిర్ణయించింది. ప్రముఖ సంస్థానాధీశుడైన అఫ్జల్ ఖాన్ నేతృత్వంలో 10,000 మంది సైనికులను శివాజీపై దండెత్తడానికి పంపింది. ఏ పద్ధతిలోనైనా శివాజీని సజీవంగా పట్టుకురావాలని అఫ్జల్‌ఖాన్ బృందానికి బీజాపూర్ పాలకుడు సూచనలు జారీ చేశాడు. ఆ రోజుల్లో కుట్రలు సర్వసాధారణం. శివాజీ, అఫ్జల్ ఖాన్‌లిద్దరూ ఆ విద్యలో ఆరితేరిన వారే. ప్రత్యక్ష యుద్ధంలో శివాజీ సైన్యానికి ఎలాంటి అనుభవం లేదు. అఫ్జల్‌ఖాన్ లాంటి భీకరమైన పోరాట వీరుడి సైన్యంతో పోరాడేందుకు శివాజీ సైన్యం ధైర్యం చేయలేక మెల్లగా జారుకుంది. బీజాపూర్ ఆస్థానం నుండి క్షమాభిక్ష ఇప్పించగలనని హామీ ఇస్తూ తనను వ్యక్తిగతంగా కలుసుకునేందుకు రావాలని అఫ్జల్‌ఖాన్ శివాజీకి ఆహ్వానం పంపాడు. ఇందులో ఏదో కుట్ర దాగుందని భావించిన శివాజీ సర్వసన్నద్ధమై వెళ్ళాడు. ఖాన్‌ను కపట పద్ధతిలోనే అయినా ధైర్యంగా ఎదుర్కొని అంతమొందించాడు (1659). నాయకత్వం కొరవడిన అఫ్జల్ ఖాన్ సైన్యాన్ని శివాజీ చిత్తుగా ఓడించి ఆయుధాలతో సహా అన్ని వస్తువులను జప్తు చేసుకున్నాడు. ఆయుధాల్లో భారీ ఫిరంగులు కూడా ఉన్నాయి. విజయోత్సాహంతో మరాఠా బలగాలు పన్‌హలా కోటను స్వాధీనం చేసుకున్నాయి. దక్షిణ కొంకణ్, కోల్హాపూర్ జిల్లాలను సుదీర్ఘ పోరు అనంతరం హస్తగతం చేసుకున్నాయి.

శివాజీ ధైర్య సాహసాలు అతడికి ఎనలేని ఖ్యాతిని తెచ్చిపెట్టాయి. అతడి పేరు ప్రతి ఇంటికి పాకింది. శివాజీకి మంత్రశక్తులు ఉన్నాయని అందరూ భావించారు. మరాఠా ప్రాంతాల నుండి ప్రజలు వందల సంఖ్యలో తరలివచ్చి అతడి సైన్యంలో చేరారు. అంతకుముందు బీజాపూర్ సైన్యంలో పని చేసిన ఆఫ్ఘన్ కిరాయిహంతకులు కూడా శివాజీ సైన్యంలో చేరారు. మొగల్ సామ్రాజ్య సరిహద్దులకు సమీపంలోనే మరాఠాల ప్రాబల్యం క్రమంగా పెరుగుతుండడాన్ని ఔరంగజేబు జాగ్రత్తగా గమనించాడు. దక్కను కొత్త సుబేదారైన షియాస్తాఖాన్‌ను శివాజీ ఆధీనంలో వున్న ప్రాంతాలపై దాడి చేయమని ఆదేశించాడు.

తొలి దశలో యుద్ధం శివాజీకి ప్రతిబంధకంగా మారింది. 1669లో షియాస్తాఖాన్ పూణెను స్వాధీనం చేసుకున్నాడు. దానిని తన ప్రధాన స్థావరంగా మార్చుకున్నాడు. అనంతరం కొంకణ్‌ను స్వాధీనం చేసుకునేందుకు బలగాలను పంపాడు. శివాజీ ఎన్ని వేధింపులకు గురి చేసినప్పటికీ, మరాఠాయోధులు ఎన్ని

ధైర్యసహసాలు ప్రదర్శించినప్పటికీ మొగలులు ఉత్తర కొంకణ్ తమ అధీనంలోకి తీసుకున్నారు. పరిస్థితులు ప్రతికూలంగా మారడంతో శివాజీ భీకరమైన దాడి జరిపాడు. పూణెలోని షియాస్తాఖాన్ సైనిక శిబిరంలో చొరబడి (1663) రాత్రి వేళలో ఖాన్‌పై అతడి అరామంలో దాడి చేశాడు. ఆ దాడిలో ఖాన్ కుమారుడు, మరో సేనాధిపతి (దళపతి) మరణించారు. ఖాన్ గాయాల పాలయ్యాడు. దాడివల్ల ఖాన్ అవమానభారం మోయాల్సి వచ్చింది. శివాజీ ప్రతిష్ట మరోసారి పుంజుకుంది. ఈ పరిణామాలతో అగ్రహోదగ్రుడైన ఔరంగజేబు షియాస్తాఖాన్‌ను బెంగాల్‌కు బదిలీ చేశాడు. బదిలీ సమయంలో సాంప్రదాయబద్ధంగా చక్రవర్తిని కలుసుకునేందుకు కూడా అతడికి అవకాశమివ్వలేదు. ఈలోగా శివాజీ మరో సాహసం చేశాడు. సూరత్‌పై దాడి చేసి (1664) ఆ నగరాన్ని వీలైనంత వరకు దోచుకున్నాడు. భారీ ఖజానాతో తిరుగు ముఖం పట్టాడు. సూరత్ మొగలులకు కీలకమైన ఓడరేవుగా ఉండేది.

పురందర్ సంధి – శివాజీ ఆగ్రా పర్యటన

షియాస్తాఖాన్ వైఫల్యం తర్వాత ఔరంగజేబు అంబర్‌కు చెందిన రాజా జయ్‌సింగ్‌ను శివాజీని ఎదుర్కోవడానికి పంపాడు. జయ్‌సింగ్ ఔరంగజేబుకు అత్యంత సన్నిహితులైన సలహాదారుల్లో ఒకడు. దక్కనులోని మొగల్ వైస్రాయ్‌పై ఏ విధంగానూ ఆధారపడకుండా శివాజీని తుదముట్టించేందుకు ఔరంగజేబు జయ్‌సింగ్‌కు పూర్తి అధికార, సైనిక నియంత్రణను అప్పజెప్పాడు. చక్రవర్తినే నేరుగా సంప్రదించి నిర్ణయాలు తీసుకునే విధంగా ఏర్పాట్లు చేశాడు. పూర్వపు అధికారుల వలే జయ్‌సింగ్ మరాఠాలను తక్కువగా అంచనా వేయలేదు. చాలా జాగ్రత్తగా సైనిక, దౌత్యపరమైన ఏర్పాట్లు చేశాడు. శివాజీ శత్రువులు, వ్యతిరేకులందరికీ సమీకృతం కావలసిందిగా పిలుపునిచ్చాడు. శివాజీని ఏకాకిని చేసేందుకు బీజాపూర్ సుల్తాన్‌ను కూడా తన వైపు తిప్పుకోవడానికి ప్రయత్నించాడు. పూణెకు సైనిక బలగాలతో బయల్దేరిన జయ్‌సింగ్ శివాజీ కంచుకోట అయిన పురందర్‌బురుజును ముట్టడించాలని నిర్ణయించాడు. పురందర్ బురుజులో శివాజీ తన కుటుంబాన్ని, సిరిసంపదలను భద్రపరిచాడు. 1665లో జయ్‌సింగ్ పురందర్‌ను అన్ని వైపుల నుండి ముట్టడించాడు. కోట సంరక్షణకు మరాఠాలు చేసిన ప్రయత్నాలన్నింటిని వమ్ము చేశాడు. కోట మొగలుల వశం కాకతప్పదన్న పరిస్థితిలో, ఏ వర్గం నుండి సహాయం అందే స్థితి లేనపుడు జయ్‌సింగ్‌తో మంతనాలు జరపడానికి శివాజీ సిద్ధమయ్యాడు. గట్టి బేరసారాల తర్వాత ఈ కింది అంశాలతో ఒప్పందం కుదిరింది:

1) శివాజీ ఆధీనంలో ఉన్న 35 కోటల్లో 23 కోటలను పరిసర ప్రాంతాలతో సహా మొగల్ సామ్రాజ్యానికి ధారాదత్తం చేయాలి. వాటి నుండి ప్రతి ఏటా నాలుగు లక్షల హన్ల ఆదాయం సమకూరే అవకాశముంది. సుమారు లక్ష హన్ల వార్షికాదాయం ఉన్న మిగతా 12 కోటలు శివాజీ తన ఆధీనంలోనే ఉంచుకోవచ్చు. అయితే మొగల్ సింహాసనానికి విధేయుడై తగు సేవలు అందజేయాల్సి ఉంటుంది.

2) శివాజీకి ముందుగానే నియంత్రణ ఉన్న బీజాపూరి కొంకణ్ ప్రాంతాన్ని అతడికే వదిలివేశారు. ఈ ప్రాంతంవల్ల ఏటా నాలుగు లక్షల హన్ల ఆదాయం సమకూరుతుంది. అదనంగా, ఐదు లక్షల హన్ల ఆదాయమిచ్చే బీజాపూర్ ప్రాంతమైన బాలాఘాట్‌ను కూడా శివాజీకే వదిలివేశారు. (వాటిని ఆక్రమించుకోవడానికి శివాజీ పథకం వేసి వున్నాడు) ప్రతిగా శివాజీ కంతుల పద్ధతిలో మొగలులకు ఏటా 40 లక్షల హన్లను కప్పంగా చెల్లించాల్సి ఉంటుంది.

వ్యక్తిగత సేవ నుండి తనను మినహాయించాలని శివాజీ వేడుకున్నాడు. అందుకే శివాజీకి బదులుగా అతడి మైనర్ కుమారునికి 5000 జాత్‌ల మన్‌సబ్ హోదాను కల్పించారు. అతడి పేరు శంభాజీ. అయితే భవిష్యత్తులో మొగలులు దక్కనులో చేపట్టే దండయాత్రల్లో తాను స్వయంగా పాల్గంటానని శివాజీ హామీ ఇచ్చాడు.

శివాజీ, బీజాపూర్ పాలకుడి మధ్య జయ్‌సింగ్ ఎంతో తెలివిగా విషపు బీజాలు నాటాడు. అయితే జయ్‌సింగ్ ఎత్తుగడ విజయం శివాజీకి మొగలులు చేసే సాయం మీదే ఆధారపడి ఉండేది. శివాజీ మొగలులకు చెల్లించిన యుద్ధ పరిహారం, ధారాదత్తం చేసిన ప్రాంతాల స్థాయిలోనే బీజాపూర్ నుండి కూడా శివాజీ సాయంతో పిండుకోవాలని జయ్‌సింగ్ వ్యూహం పన్నాడు. అయితే జయ్‌సింగ్ వ్యూహం ఘోరమైన తప్పిదంగా పరిణమించింది. అప్పటికీ శివాజీపై ఔరంగజేబుకు బలమైన అనుమానాలుండేవి. బీజాపూర్‌పై మొగల్ – మరాఠాల సంయుక్త దాడి అనే ఆలోచన అతడికి రుచించలేదు. అసలు అలాంటి చర్య ఆచరణసాధ్యమేనా అని అతడికి సందేహం ఉండేది. అయితే జయ్‌సింగ్‌కు పెద్ద ఆలోచనలే ఉండేవి. శివాజీతో సైనిక కూటమి బీజాపూర్, తదనంతరం దక్కను ప్రాంతాన్ని పూర్తిగా స్వాధీనం చేసుకోవడానికి ఎంతో కీలకమని అతడు భావించాడు. బీజాపూర్‌పై సంయుక్త సైన్యాల దాడి అందుకు ముందడుగు కాగలదని, అదే జరిగితే శివాజీకి మరో మార్గం లేక మొగల్ సామ్రాజ్యానికి మిత్రుడిగా మిగిలిపోగలడని విశ్లేషించాడు. అందుకే ఔరంగజేబుకు రాసిన లేఖలో జయ్‌సింగ్ ఇలా పేర్కొన్నాడు : "శివాజీని మనం చక్రబంధంలోకి నెడుదాము".

అయితే బీజాపూర్‌కు వ్యతిరేకంగా మొగల్-మరాఠా సైన్యాలు సంయుక్తంగా చేపట్టిన దండయాత్ర విఫలమైంది. పన్‌హలా కోటను స్వాధీనం చేసుకోవడానికి బయల్దేరిన శివాజీ కూడా తన ప్రయత్నంలో విజయం సాధించలేకపోయాడు. తాను వేసిన మహా వ్యూహం తన కళ్ళెదుటే విఫలమవుతుండడంతో జయ్‌సింగ్, ఆగ్రాకు వెళ్ళి చక్రవర్తిని పరామర్శించి రావాలని శివాజీకి విజ్ఞప్తి చేశాడు. శివాజీ, ఔరంగజేబుల మధ్య కనుక అవగాహన కుదిరితే బీజాపూర్‌పై మరో మారు దండెత్తడానికి ఔరంగజేబు భారీ మొత్తంలో వనరులను సమకూర్చి పెట్టగలడని జయ్‌సింగ్ భావించాడు. అయితే శివాజీ పర్యటన ఘోరంగా విఫలమైంది. తనను 5000 జాత్‌ల హోదాగల మన్‌సబ్‌ల జాబితాలో చేర్చినందుకు శివాజీ అవమానంగా పరిగణించాడు. అంతకు ముందు అదే హోదాను తన యుక్తవయస్సు కుమారునికి కేటాయించారని శివాజీ గుర్తు చేసుకున్నాడు. తన జన్మదినం జరుపుకుంటున్న చక్రవర్తిని కలుసుకునే అవకాశం కూడా శివాజీకి దక్కలేదు. దాంతో శివాజీ వేడుకలను బహిష్కరించి వెళ్ళిపోయేవాడు. రాచరిక సేవలు అందుకోవడానికి కూడా నిరాకరించాడు. అంతకు ముందు మొగల్ ఆస్థానంలో ఎన్నడూ అలాంటి సంఘటన జరిగి ఉండలేదు. కావున ఆస్థానంలోని ఒక బలమైన వర్గం శివాజీకి తగిన విధంగా శిక్ష విధించి రాచరిక మర్యాదను, ప్రతిష్టను కాపాడాలని గట్టిగా కోరింది. జయ్‌సింగ్ హామీ మేరకే శివాజీ ఆగ్రాను సందర్శించిన కారణంగా ఔరంగజేబు జయ్‌సింగ్‌కు ఒక లేఖ రాసి అతడి సలహాను కోరాడు. శివాజీపై నామమాత్రపు చర్యలు తీసుకోవాలని జయ్‌సింగ్ గట్టిగా వాదించాడు. కాని తుది నిర్ణయం తీసుకొనేలోపు శివాజీ కారాగారం నుండి తప్పించుకున్నాడు (1666). శివాజీ ఎలా తప్పించుకుంది అందరికీ తెలుసు కాబట్టి ఇక్కడ దాని వివరణ అనవసరం.

శివాజీ పారిపోవడానికి తన ఏమరపాటే కారణమని ఔరంగజేబు తరచూ తనను తాను నిందించుకునేవాడు. శివాజీ ఆగ్రా పర్యాటన మొగల్-మరాఠాల సంబంధాల్లో కీలక మలుపు అని చెప్పడంలో ఎలాంటి సందేహం లేదు. ఇంటికి తిరిగి వచ్చిన తర్వాత దాదాపు రెండేళ్ళపాటు శివాజీ మౌనంగా ఉండిపోయాడు. శివాజీ పర్యటన మరో కోణాన్ని కూడా ఆవిష్కరించింది. అదేమిటంటే జయ్‌సింగ్ ఆలోచనకు భిన్నంగా ఔరంగజేబు శివాజీ సాంగత్యానికి అంతగా ప్రాముఖ్యమివ్వలేదు. అతడి దృష్టిలో శివాజీ కేవలం ఒక సాధారణ భూస్వామి మాత్రమే. తర్వాతి పరిణామాలు రుజువు చేసినట్లు శివాజీ పట్ల అపనమ్మకం, అతడి ప్రాముఖ్యాన్ని గుర్తించకపోవడం, అతడి స్నేహానికి విలువనివ్వకపోవడం ఔరంగజేబు చేసిన ఘోరమైన రాజకీయ తప్పిదాల్లో ప్రధానమైనవి.

శివాజీతో ఆఖరిపోరు - శివాజీ పరిపాలన, విజయాలు

పురందర్ సంధిని ఏకపక్షంగా అమలు చేయడం ద్వారా ఔరంగజేబు శివాజీని మరలా రెచ్చగొట్టాడు. దండయాత్రలు పునఃప్రారంభించేలా పరిస్థితులు సృష్టించాడు. అయితే బీజాపూర్‌కు వ్యతిరేకంగా మొగల్-మరాఠా సైన్యాలు సంయుక్తంగా చేపట్టిన సైనిక చర్య విఫలం కావడంతో పురందర్ సంధికి ఎలాంటి ఆధారం లేకుండా పోయింది. తన ఆధీనంలోని 23 కోటలను మొగల్ పాలకులకు ధారాదత్తం చేయాల్సి రావడంతో శివాజీ అసంతృప్తితో రగిలిపోయాడు. అలాగే బీజాపూర్ నుండి ఎలాంటి పరిహారం లభించకపోవడం అతడిలో ఆగ్రహజ్వాలలను రేపింది. అందుకే మొగల్ ప్రాంతాలపై అతడు మరోసారి దండెత్తాడు. 1670లో సూరత్‌పై రెండవసారి దాడి చేశాడు. ఆ తర్వాతి నాలుగేళ్ళ కాలంలో పురందర్‌తో సహా మొగల్ పాలకుల ఆధీనంలో ఉన్న అనేక కొండ బురుజులను తిరిగి ఆక్రమించుకున్నాడు. మొగల్ సామ్రాజ్యంలో అంతర్భాగమైన బేరార్, ఖండేష్‌లపై కూడా దాడి చేశాడు. ఉత్తర-పశ్చిమ సరిహద్దులో ఆఫ్ఘాన్ల తిరుగుబాటును అణచివేయడంలో మొగల్ సైన్యం తీరిక లేకుండా ఉండడంతో శివాజీకి మంచి అవకాశం లభించింది. బీజాపూర్‌తో సంఘర్షణను పునరుద్ధరించాడు. ప్రలోభాల ద్వారా పన్‌హలా, సతారా ప్రాంతాలను కైవసం చేసుకున్నాడు. కనారా గ్రామీణ ప్రాంతాన్ని తనకు తోచిన సమయంలో దోచుకునేవాడు.

1674లో రాయ్‌గఢ్ వద్ద ఎట్టకేలకు కిరీటాన్ని ధరించాడు. పూణెలో ఒక సాధారణ జాగీర్దారు స్థాయి నుండి అతడు అంచలంచెలుగా ఎదిగాడు. మరాఠా నాయకుల్లో అత్యంత బలశాలిగా రూపొందాడు. సైన్యం, రాజ్య విస్తరణ విషయంలో అతడు దక్కను సుల్తాన్‌ల స్థాయికి చేరుకున్నాడు. అతడు అధికారికంగా సింహాసనం అధిష్టించడం వెనుక అనేక లక్ష్యాలు దాగి ఉండేవి. మొదటిది, మరాఠాలలో అతడికి ఉన్నత స్థానం దక్కింది. రెండవది, అతడి సామాజిక స్థాయి పెరిగింది. మోహితే, షిర్కే లాంటి ఉన్నత కుటుంబాలకు చెందిన మహిళలను అతడు వివాహమాడాడు. పట్టాభిషేకం నిర్వహించిన గాగా భట్టా అనే పురోహితుడు అతడిని ఉన్నత స్థాయి క్షత్రియునిగా కీర్తిస్తూ లాంఛనంగా ఒక ప్రకటన చేశాడు. చివరగా, ఒక సర్వ స్వతంత్ర పాలకుని హోదాలో దక్కను సుల్తానులతో ఒప్పందం కుదుర్చుకునే అవకాశం అతడికి లభించింది. తిరుగుబాటుదారునిగా కాకుండా రాచరిక హోదాలో సుల్తానులతో సమానంగా శివాజీ వ్యవహరించాడు. శివాజీ పట్టాభిషేకం మరాఠా జాతీయభావాలను మరింత పెంపొందించింది.

1676లో శివాజీ మరో సాహసోపేతమైన నిర్ణయం తీసుకున్నాడు. హైదరాబాద్‌కు చెందిన అక్కన్న, మాదన్న సోదరుల సహాయంతో బీజాపూర్

ఆధీనంలోని కర్ణాటక ప్రాంతాలపై దాడి చేశాడు. గోల్కొండలో శివాజీకి కుతుబ్ షా ఘన స్వాగతం పలికాడు. అధికారికంగా ఒక ఒప్పందాన్ని కుదుర్చుకున్నాడు. శివాజీకి ఐదు లక్షల రూపాయల (లక్ష హన్లు) వార్షిక సబ్సిడీని చెల్లించడానికి అంగీకరించాడు. మరాఠా రాయబారి తన ఆస్థానంలో కొనసాగేలా ఏర్పాటు చేశాడు. కర్ణాటకలో స్వాధీనమైన ప్రాంతాలను, సంపదను సరిసమానంగా పంచుకోవడానికి ఇద్దరు పాలకులు అంగీకరించారు. శివాజీకి సహాయంగా కొన్ని ప్రత్యేక బలగాలను, ఫిరంగులను కుతుబ్‌షా సరఫరా చేశాడు. శివాజీ సైన్యానికి కూడా కొంత నగదును ఖర్చుల కోసం మంజూరు చేశాడు. ఆ ఒప్పందం శివాజీకి చాలా అనుకూలంగా ఉండేది. బీజాపూర్ అధికారుల నుండి జింజీ, వెల్లోరును స్వాధీనం చేసుకోవడానికి ఆ ఒప్పందం ఎంతో ఉపకరించింది. తన సోదర వరుసవాడైన ఏకోజీ నుండి కూడా కొన్ని ప్రాంతాలను శివాజీ ఆక్రమించుకోగలిగాడు.

తనను తాను హిందూ ధర్మోద్ధారకునిగా శివాజీ ప్రకటించుకున్నప్పటికీ హిందూ జనాభా ఎక్కువ గల మరాఠా ప్రాంతాలను అతడు కిరాతకంగా దోచుకున్నాడు. అపారమైన ధన సంపదతో తిరిగి వచ్చిన శివాజీ దానిని కుతుబ్‌షాతో పంచుకోవడానికి నిరాకరించడంతో ఇద్దరి మధ్య సంబంధాలు బెడిసికొట్టాయి.

శివాజీ పాల్గొన్న భారీ దండయాత్రల్లో కర్ణాటక దండయాత్రే చిట్ట చివరిది. జింజీలో శివాజీ ఏర్పాటు చేసిన సైనిక స్థావరం కీలకంగా ఉండేది. మరాఠాలపై ఔరంగజేబు పెద్ద ఎత్తున దాడి చేసినపుడు శివాజీ కుమారుడు రాజారామ్ జింజీలోనే తలదాచుకున్నాడు.

కర్ణాటక దండయాత్ర నుండి తిరిగి వచ్చిన కొంత కాలానికే (1680) శివాజీ మరణించాడు. ఆ లోపు సమర్థవంతమైన పాలనా వ్యవస్థను అతడు నెలకొల్పాడు. దక్కను రాజ్యాల పాలనా విధానాలనే చాలా వరకు అతడు అనుసరించాడు. అతడి ఆస్థానంలో ఎనిమిది మంది మంత్రులుండేవారు (అష్టప్రధానులు). అయితే దానికి మంత్రి మండలి స్వరూపం ఉండేదికాదు. ప్రతి మంత్రి నేరుగా పాలకుడికే బాధ్యుడిగా ఉండేవాడు. మంత్రులలో ముఖ్యమైన వాడు పేష్వా. అతడు ఆర్థికశాఖ, సాధారణ పరిపాలనా విభాగాలను నిర్వహించేవాడు. తర్వాతి స్థానంలో సర్-ఎ-నౌబత్ (సేనాపతి) ఉండేవాడు. ఈ పదవి గౌరవ ప్రదమైనది. సాధారణంగా సేనాపతిగా ప్రముఖ మరాఠా నాయకులనే నియమించేవారు. 'మజుందారు' అనే మంత్రి జమాబందీ చూసేవాడు. వాకేనవీలు గూఢాచార విభాగానికి బాధ్యులుగా ఉండేవారు. తపాలా, గృహ సంబంధమైన విషయాలను కూడా చూసేవారు. సురునవీలు లేదా చిట్నీలు దౌత్యపరమైన విషయాల్లో పాలకునికి సహాయపడేవారు. వేడుకల

నిర్వాహకునిగా దబీర్ ఉండేవాడు. విదేశీ శక్తులతో సంబంధాలను పెంచుకోవడంలో అతడు పాలకునికి సహాయపడేవాడు. న్యాయాధీశుడు, పండిత్‌రావులు, న్యాయ, దేవాదాయ శాఖలను నిర్వహించేవారు.

ఈ అధికారుల నియామకం కంటే సైనిక, రెవెన్యూ వ్యవస్థలను శివాజీ నిర్వహించిన తీరు ఎంతో ముఖ్యమైనది. సైనికులకు వేతనాలను నగదు రూపంలో చెల్లించడానికి శివాజీ మొగ్గు చూపేవాడు. అయితే కొన్ని సందర్భాల్లో మరాఠా సర్దార్లకు జాగీర్లు ప్రదానం చేసేవాడు. అలాంటి జాగీర్లను 'సరంజామ్' అని పిలిచేవారు. సైన్యంలో కఠినమైన క్రమశిక్షణను పాటించేవారు. మహిళలను కాని, నృత్యకారిణులను కాని సైన్యం వెంట తీసుకెళ్ళడానికి అనుమతించేవారు కాదు. దోపిడీ సమయాల్లో ఒక్కో సైనికుడు పోగు చేసిన సంపదను కచ్చితంగా లెక్కించేవారు. ప్రధాన సైనిక దళంలో 30,000 నుండి 40,000 మంది ఆశ్వికులు ఉండేవారు. వ్యక్తిగత బలగాల (సిలాహ్‌దార్లు)కు భిన్నంగా ప్రధాన సైనిక దళం ఉండేది. సైన్యాన్ని హవాల్దార్లు నియంత్రించేవారు. వారికి నిర్ణీత మొత్తంలో వేతనాలు లభించేవి. కోటలను, కొండబురుజులను జాగ్రత్తగా పర్యవేక్షించేవారు. వాటికి సంరక్షణగా మవాలీ పదసైనికులు, తుపాకీదారులు (ఫిరంగిదారులు) ఉండేవారు. సమాన హోదాగల ముగ్గురు అధికారులను కోట వ్యవహారాలను పర్యవేక్షించేందుకు నియమించే వారని తెలుస్తోంది. కుట్రదారుల నుండి కోటను సంరక్షించడం వారి ప్రధాన బాధ్యతగా ఉండేది.

మాలిక్ అంబర్ ఏర్పాటు చేసిన రెవెన్యూ వ్యవస్థ తరహాలోనే శివాజీ తన రెవెన్యూ యంత్రాంగాన్ని రూపొందించాడు. 1679లో ఒక నూతన రెవెన్యూ అంచనా విధానాన్ని అన్నాజీ దత్తో పూర్తి చేశాడు. జమీందారీ (దేశ్‌ముఖ్) విధానాన్ని శివాజీ రద్దు చేశాడని భావించడం తప్పు. అధికారులకు జాగీరు (మొకాసా) ఇవ్వలేదన్న విషయం కూడా వాస్తవం కాదు. అయితే మిరాసిదారులను (భూస్వాములు) అతడు కఠినంగా నియంత్రించేవాడు. 18వ శతాబ్దంలో జీవించిన సభాసద్ అనే రచయిత శివాజీ హయాం నాటి పరిస్థితిని వివరించాడు. భూస్వాములు తాము వసూలు చేసిన భూమి శిస్తులో ప్రభుత్వానికి కనీస భాగం కూడా చెల్లించేవారు కాదు. "ఫలితంగా, భూస్వాములు బలోపేతమయ్యారు. కోటలు, భవనాలు నిర్మించుకొని వాటి పరిధిలోని గ్రామాలపై ఆధిపత్యం చెలాయించారు. సొంత సైన్యాన్ని, ఫిరంగిదారులను కూడా కలిగి ఉండేవారు. ఈ వర్గం అరాచకంగా వ్యవహరిస్తూ గ్రామ సీమలను కైవసం చేసుకుంది." శివాజీ వారి కంచుకోటలను ధ్వంసం చేసి ప్రభుత్వానికి అణిగిమణిగి ఉండేలా చేశాడు. పొరుగున ఉన్న మొగల్ ప్రాంతాలపై పన్ను విధించడం ద్వారా

శివాజీ తన రాజ్య ఆదాయాన్ని పెంచాడు. భూమి శిస్తులో నాలుగో వంతుగా ఆ కప్పం ఉండేది. ఆ వ్యవస్థను చౌతాహీ లేదా చౌత్ (నాలుగోవంతు) అని పిలిచేవారు.

సమర్థుడైన సేనానిగానే కాకుండా వ్యూహకర్తగా, తలపండిన దౌత్యవేత్తగా శివాజీ తనను తాను నిరూపించుకున్నాడు. దేశ్‌ముఖ్‌ల ప్రాబల్యాన్ని అణచివేసి శక్తివంతమైన రాజ్యానికి పునాది వేశాడు. తన విధానాల అమలుకు సైన్యాన్ని ప్రధాన సాధనంగా వాడుకున్నాడు. సైన్యాన్ని ఏ సమయంలోనైనా ఎక్కడికైనా తరలించగలిగే సామర్థ్యంపైనే రాజ్య వ్యవస్థ ఆధారపడి ఉండేది. సైన్యం తన వేతనాల కోసం పొరుగు రాజ్యాలను దోపిడీ చేయడంపైనే ప్రధానంగా ఆధారపడి ఉండేది. అయితే అలాంటి రాజ్యాన్ని శాశ్వతంగా యుద్ధ స్థితిలో ఉన్న రాజ్యంగా పరిగణించలేము. దానికి ప్రాంతీయ స్వభావం ఉండేది. అందులో ఎలాంటి సందేహం లేదు. అయితే రాజ్యానికి విశాలమైన ప్రజాపునాది కూడా ఉండేది. ఆ మేరకు శివాజీ కూడా ప్రజాపాలకుడే. మరాఠాల ఆశయాలకు, ఆకాంక్షలకు అతడు ప్రతినిధిగా ఉండేవాడు. మొగలుల జోక్యాన్ని ప్రజలు నిరసించేవారు. అందుకు అనుగుణంగానే శివాజీ వ్యవహరించేవాడు.

ఔరంగజేబు - దక్కనీ రాజ్యాలు (1658-87)

దక్కనీ రాజ్యాలతో ఔరంగజేబు సంబంధాలను మూడు దశల్లో విశ్లేషించడానికి అవకాశముంది. మొదటి దశ 1668 వరకు కొనసాగింది. ఈ సమయంలో అతడి ప్రయత్నమంతా బీజాపూర్ నుండి అహ్మద్‌నగర్ రాజ్యానికి చెందిన పలు ప్రాంతాలను స్వాధీనం చేసుకోవడానికే సరిపోయింది. 1636లో కుదిరిన ఒప్పందం మేరకు అహ్మద్‌నగర్ ప్రాంతాలను బీజాపూర్‌కు అప్పగించాలని మొగల్ సామ్రాజ్యం నిర్ణయించింది. రెండవ దశ 1684 వరకు కొనసాగింది. ఈ కాలంలో దక్కనులో మరాఠాల నుండి ముప్పు ఎక్కువగా ఉండేది. తొలుత శివాజీ, అనంతరం సాంభాజీకి వ్యతిరేకంగా బీజాపూర్, గోల్కొండలతో సైనిక కూటమిని ఏర్పాటు చేయడానికి మొగలులు ప్రయత్నించారు. దక్కనీ రాజ్యాల పరిధిలోని ప్రాంతాలను ఒక్కొక్కటిగా కైవసం చేసుకుంటూనే వాటిని తమ పూర్తి నియంత్రణ, ఆధిపత్యంలోకి తీసుకురావాలని భావించారు. మరాఠాలకు వ్యతిరేకంగా పోరాడేందుకు బీజాపూర్, గోల్కొండ రాజ్యాలు ఇక ఏ మాత్రం సహకరించవని ధృవీకరించుకున్న ఔరంగజేబు ముందుగా ఆ రెండు రాజ్యాలను స్వాధీనం చేసుకొని మరాఠాల ప్రాబల్యాన్ని అణచివేయాలని నిర్ణయించడంతో మూడవ దశ ప్రారంభమైంది.

1636 ఒప్పందం మేరకు అహ్మద్‌నగర్‌కు చెందిన మూడో వంతు ప్రాంతాలను షాజహాన్ బీజాపూర్‌కు ధారాదత్తం చేశాడు. ప్రతిఫలంగా మొగలులకు మరాఠాలతో

పోరాటంలో బీజాపూర్ సైనిక సహాయం అందించాలని కోరాడు. అంతవరకు మరాఠాలకు ఇస్తున్న మద్దతును నిలిపివేయాలని బీజాపూర్‌కు విజ్ఞప్తి చేశాడు. బీజాపూర్, గోల్కొండ రాజ్యాలను మొగలులు భవిష్యత్తులో స్వాధీనం చేసుకొనే ప్రసక్తే లేదని పదేపదే హామీ ఇచ్చాడు. అయితే షాజహానే స్వయంగా ఆ హామీని ఉల్లంఘించాడు. 1657-58లో బీజాపూర్, గోల్కొండ రాజ్యాలను పతనం చేస్తామని మొగలులు హెచ్చరించారు. గోల్కొండ భారీ మొత్తంలో పరిహారం చెల్లించాల్సి వచ్చింది. 1636లో మొగలులు తనకు అప్పగించిన నిజాం షాహీ ప్రాంతాలను బీజాపూర్ తిరిగి మొగలులకే స్వాధీనం చేయాల్సి వచ్చింది. తమ ఈ చర్యకు మొగలులు చూపిన కారణం : 'బీజాపూర్, గోల్కొండ రాజ్యాలు కర్ణాటకలోని చాలా ప్రాంతాలను ఆక్రమించాయి. తమకు సామంత రాజ్యాలైన బీజాపూర్, గోల్కొండలు అందుకు తగిన 'పరిహారం' చెల్లించలేదు. ఫలితంగా భారీ మొత్తంలో 'బకాయి' పడ్డాయి. మొగలులు తటస్థలంగా ఉండడంవల్లే పై రాజ్యాలు కర్ణాటక ప్రాంతాలను ఆక్రమించగలిగాయి.' వాస్తవం మరో విధంగా ఉండేది. దక్కనులో చాలా కాలంపాటు మొగల్ సైన్యాలను ఉంచడం తలకు మించిన భారం. మొగల్ పాలకుల నియంత్రణలో ఉన్న దక్కను ప్రాంతాల రాబడి సైన్యం ఖర్చులను భరించడానికి ఏ మాత్రం సరిపోయేది కాదు. సైనిక ఖర్చులను చాలా కాలంపాటు మాల్వా, గుజరాత్ రాజ్యాల ఖజానా నుండి సబ్సిడీల రూపంలో భరించేవారు.

దక్కనులో పరిమితంగానే విస్తరించాలన్న విధానాన్ని మొగల్ పాలకులు పునరుద్ధరించడంతో తీవ్ర పరిణామాలను ఎదుర్కోవలసి వచ్చింది. షాజహాన్ కాని, ఔరంగజేబు కాని వాటిని సరిగ్గా అంచనా వేయలేకపోయారు. మొగల్ ఒప్పందాలు, హామీలను ఆ విధానం శాశ్వతంగా సమాధి చేసింది. మరాఠాలకు వ్యతిరేకంగా ఐక్య కూటమి ఏర్పాటు అసాధ్యమైంది. పాతికేళ్ళపాటు కృషి చేసినా ఒక ఐక్య కూటమిని ఏర్పాటు చేయడంలో ఔరంగజేబు నామమాత్రపు విజయాన్ని కూడా సాధించలేకపోయాడు.

మొదటి దశ (1658-68)

సింహాసనాన్ని అధిష్టించిన సమయంలో ఔరంగజేబుకు దక్కనులో రెండు సమస్యలు ఎదురయ్యాయి. మొదటిది, పెరుగుతున్న శివాజీ ప్రాబల్యం, రెండవది, 1636 ఒప్పందం ప్రకారం బీజాపూర్‌కు అప్పగించిన నిజాంషాహీ ప్రాంతాలను తిరిగి స్వాధీనం చేసుకోవడం. 1657 నాటికి కళ్యాణి, బీదర్ ప్రాంతాలను మొగలులు కైవసం చేసుకోగలిగారు. 1660లో ప్రలోభాల ద్వారా పరేండాను హస్తగతం

చేసుకున్నారు. షోలాపూర్ ఒక్కటే మిగిలిపోయింది. గద్దెనెక్కిన తర్వాత శివాజీ, ఆదిల్‌షాలిద్దరినీ శిక్షించమని జయ్‌సింగ్‌ను ఔరంగజేబు ఆదేశించాడు. మొగల్ సాయుధబలంపై నమ్మకంతోనే అతడు ఆ విధంగా వ్యవహరించాడు. వైరిపక్షాన్ని తక్కువగా అంచనా వేశాడు. కాని జయ్‌సింగ్ ఒక పరిణతి చెందిన రాజకీయవేత్త. "ఈ ఇద్దరు మూర్ఖులను (శివాజీ, ఆదిల్‌షా) ఒకేసారి తుదముట్టించడం అవివేకమే అవుతుంది," అని అతడు ఔరంగజేబుకు చెప్పాడు.

అయితే ఈ కాలంలో దక్కనులో పూర్తి విస్తరణ విధానాన్ని అవలంబించాలని సూచించిన ఏకైక మొగల్ రాజకీయ నాయకుడు జయ్‌సింగే. దక్కనులో పూర్తిగా విస్తరించకుండానే మరాఠాల సమస్యను పరిష్కరించలేమని అతడు అభిప్రాయపడ్డాడు. ఇరవై ఏళ్ళ తర్వాత కాని ఔరంగజేబు ఈ విషయాన్ని గ్రహించలేకపోయాడు.

బీజాపూర్ ఆక్రమణకు వ్యూహం పన్నుతున్న సమయంలో జయ్‌సింగ్ ఔరంగజేబుకు ఒక లేఖ రాశాడు. "బీజాపూర్ ఆక్రమణ దక్కను, కర్ణాటక ప్రాంతాలపై పూర్తి నియంత్రణకు నాంది పలకబోతుంది," అని వివరించాడు. కాని జయ్‌సింగ్ రూపొందించిన సాహసోపేతమైన విధానం నుండి ఔరంగజేబు దూరంగా తప్పుకున్నాడు. అందుకు తగిన కారణాలను మనం ఊహించవచ్చు. ఇరాన్ పాలకుడు పంజాబ్, సింధ్ ప్రాంతాలపై దాడి చేయడానికి ఆ సమయంలో వ్యూహం పన్నాడు. అలాగే దక్కను దండయాత్ర సుదీర్ఘకాలంపాటు కొనసాగే అవకాశముండేది. భారీ సైన్యాన్ని ఒక సంస్థానాధీశునికి లేదా ఒక రాకుమారునికి అప్పగిస్తే తీవ్ర పరిణామాలను ఎదుర్కోవలసి ఉంటుంది. ఈ విషయంలో షాజహాన్ ఘోరమైన తప్పిదం చేసి వున్నాడు. కనుక భారీ సైన్యాన్ని నియంత్రించేందుకు చక్రవర్తి ఆ ప్రాంతంలో తప్పక ఉండాలి. మరో విషయం ఏమిటంటే : షాజహాన్ బతికున్నంత వరకు ఔరంగజేబు ఆగ్రాకు దూరంగా దండయాత్రపై ఎలా వెళ్ళగలడు?

పరిమిత వనరులతో బీజాపూర్‌పై దండెత్తిన జయ్‌సింగ్ (1665) తన ప్రయత్నంలో విఫలం కాక తప్పలేదు. దండయాత్ర వల్ల దక్కనీ రాజ్యాలన్నీ మొగలులకు వ్యతిరేకంగా ఒకటయ్యాయి. కుతుబ్‌షా బీజాపూర్‌కు సహాయంగా ఒక పెద్ద సైన్యాన్ని పంపాడు. దక్కనీ సైనికులు గెరిల్లా తరహా యుద్ధం ప్రారంభించారు. గ్రామీణ ప్రాంతాన్ని ధ్వంసం చేస్తూ జయ్‌సింగ్‌ను బీజాపూర్ వైపు ఆకర్షించారు. వారి లక్ష్యం మొగల్ సైనిక సరఫరాలను విచ్ఛిన్నం చేయడం. బీజాపూర్ సమీపానికి చేరుకున్న జయ్‌సింగ్ నగరంపై దాడి చేయడానికి తన వద్ద సరిపడ ఫిరంగులు లేవని, ఆ పరిస్థితిలో నగరాన్ని ముట్టడించడం అసాధ్యమని గ్రహించాడు. ఉపసంహరణకు భారీగా మూల్యం చెల్లించుకోవాల్సి వచ్చింది. ఎలాంటి సంపద కాని, ఒక అంగుళం భూమి కాని

జయ్‌సింగ్‌కు దక్కలేదు. ఈ అసంతృప్తితోపాటు ఔరంగజేబు పుందలింపులు జయ్‌సింగ్ మృత్యువును (1667) త్వరితం చేశాయి. ఆ మరుసటి సంవత్సరంలో (1668) ప్రలోభాల ద్వారా షోలాపూర్‌ను మొగలులు హస్తగతం చేసుకున్నారు. ఆ విధంగా మొదటి దశ ముగిసింది.

రెండవ దశ (1668-84)

1668 నుండి 1676 వరకు దక్కనులో మొగలులు ఒక నిర్ణీత వ్యవధిని పెట్టుకున్నట్లు విదితమవుతోంది. ఈ కాలంలో సంభవించిన ముఖ్యమైన పరిణామాల్లో గోల్కొండ రాజ్యంలో అక్కన్న, మాదన్న సోదరుల ప్రాబల్యం పెరగడం ప్రధానమైనది. ప్రతిభావంతులైన ఈ ఇద్దరు సోదరులు గోల్కొండను 1672 నుండి 1687లో అది పతనమయ్యే వరకు పరోక్షంగా పాలించారు. గోల్కొండ, బీజాపూర్, శివాజీల మధ్య త్రైపాక్షిక కూటమిని ఏర్పాటు చేసే దిశలో వారు తమ విధానాన్ని అమలు చేశారు. అయితే బీజాపూర్ ఆస్థానంలో తరచూ వర్గవైషమ్యాలు తలెత్తుతుండడంతో వారి ప్రయత్నాలకు కొంత వరకు విఘాతం కలిగింది. మరోవైపు శివాజీకి రాజ్యకాంక్ష విపరీతంగా ఉండేది. బీజాపూర్ అంతఃకలహాల వల్ల ఆ రాజ్యం ఒక నిర్దిష్టమైన నిర్ణయం తీసుకుంటుందన్న నమ్మకం ఉండేది కాదు. తక్షణ ప్రయోజనాలపైనే మొగల్ అనుకూల లేదా ప్రతికూల వైఖరి ఆధారపడి ఉండేది. శివాజీ దోపిడీకి పాల్పడుతూ అప్పుడప్పుడు మొగలులకు వ్యతిరేకంగా బీజాపూర్‌కు మద్దతునిచ్చేవాడు. మరాఠాల ప్రాబల్యం పెరుగుతుండడంపై ఔరంగజేబు ఆందోళన చెందినా దక్కనులో మొగల్ సామ్రాజ్య విస్తరణను పరిమితం చేయాలని యోచించినట్లు అర్థమవుతోంది.

ఆ కారణంగానే బీజాపూర్‌లో మొగలులకు అనుకూలమైన పక్షాన్ని గద్దెనెక్కించేందుకు ముమ్మర ప్రయత్నాలు జరిగాయి. ఆ విధంగా వారి సహాయంతో మరాఠాలను ఎదుర్కొనేందుకు ఔరంగజేబు వ్యూహం పన్నాడు. మరాఠా వ్యతిరేక కూటమిలో గోల్కొండకు నాయకత్వ బాధ్యత ఇవ్వరాదని నిర్ణయించాడు. ఈ విధానాన్ని ఆచరణలో పెట్టేందుకు మొగలులు అనేకసార్లు జోక్యం చేసుకున్నారు. వాటి వివరాలు మనకు అవసరంలేదు.

మొగలుల దౌత్య, సైనికపరమైన చర్యలవల్ల ఒకే ఒక్క ఫలితం దక్కింది. అది కూడా ప్రతికూలమైనదే. అదేమిటంటే మొగలుల విపరీతమైన జోక్యంవల్ల దక్కనీ రాజ్యాలన్నీ ఒక కూటమిగా ఏర్పడి మొగల్ సామ్రాజ్యాన్ని ధిక్కరించడం మొదలుపెట్టాయి. 1679-80లో బీజాపూర్‌ను స్వాధీనం చేసుకోవడానికి మొగల్ వైస్రాయ్ దిలేర్‌ఖాన్ చేసిన చివరి ప్రయత్నం కూడా విఫలమైంది. దక్కనీ రాజ్యాల

సంకీర్ణ సైన్యాలను ఎదుర్కొనేందుకు ఏ మొగల్ వైస్రాయ్ వద్ద తగిన వనరులు, బలం ఉండేవి కాదు. ఈ వ్యవహారంలో మరో కీలకమైన పరిణామం కర్ణాటక పదాతి దళాల జోక్యం. బెరాడ్ నాయకుడు ప్రేమ్ నాయక్ పంపిన 30,000 మంది సైనికులు బీజాపూర్‌ను స్వాధీనం చేసుకోవాలన్న మొగల్ ప్రయత్నాన్ని విఫలం చేయడంలో ముఖ్యమైనపాత్ర పోషించారు. శివాజీ కూడా బీజాపూర్‌కు సహాయంగా పెద్ద సైన్యాన్ని పంపాడు. మొగలుల దృష్టి మరల్చేందుకు దక్కనులోని వారి భూభాగాన్ని అన్ని వైపుల నుండి దోపిడీ చేయడం మొదలుపెట్టాడు. ఫలితంగా దిలేర్‌ఖాన్ ఏమీ సాధించలేకపోగా మొగల్ ప్రాంతాలను మరాఠాల దాడులకు బార్లా తెరిచాడు. ఔరంగజేబు అతడిని వెనక్కి రప్పించాడు.

మూడవ దశ (1684-87)

ఆ విధంగా 1676-80 మధ్య కాలంలో మొగలులు దక్కనులో ఏమీ సాధించలేకపోయారు. తన కుమారుడు అక్బర్ తిరుగుబాటు చేయడంతో అతడిని వెంటాడుతూ 1681లో ఔరంగజేబు దక్కను ప్రాంతానికి వచ్చాడు. తొలుత అతడు తన బలగాలను శంభాజీని ఎదుర్కోవడానికి సిద్ధం చేశాడు. శంభాజీ శివాజీ కుమారుడు, వారసుడు. గోల్కొండ, బీజాపూర్‌లను మరాఠాల నుండి దూరం చేయడానికి ఔరంగజేబు మళ్ళీ ప్రయత్నాలు మొదలు పెట్టాడు. ఎప్పటిలాగే ఆ ప్రయత్నాలు కూడా విఫలమయ్యాయి. మొగల్ ఆధిపత్యానికి మరాఠాలు అడ్డుగోడగా ఉండేవారు. అలాంటి రక్షణ వలయాన్ని కోల్పోవడానికి దక్కనీ రాజ్యాలు ఏ మాత్రం అంగీకరించలేదు.

పరిస్థితుల్లో మార్పు రాకపోవడంతో ఔరంగజేబు బలప్రయోగానికి దిగాడు. సామ్రాజ్యానికి సామంతునిగా ఉన్నందున మొగల్ సైన్యానికి సరుకులు సరఫరా చేయాలని ఆదిల్ షాను ఆదేశించాడు. మొగల్ బలగాలను బీజాపూర్ గుండా వెళ్ళడానికి అనుమతినివ్వాలని, అలాగే 5,000 నుండి 6,000 ఆశ్వికులను సమకూర్చాలని సూచించాడు. మొగలుల వ్యతిరేకి అయిన బీజాపూరి సంస్థానాధీశుడు షర్జాఖాన్‌ను రాజ్యం నుండి బహిష్కరించాలని డిమాండ్ చేశాడు. దీంతో ప్రత్యక్ష పోరుకు రంగం సిద్ధమైంది. ఆదిల్‌షా యుద్ధానికి ఏర్పాట్లు చేశాడు. సహాయం చేయమని గోల్కొండ, శంభాజీలను కోరాడు. వారు వెంటనే స్పందించారు. అయితే దక్కనీ రాజ్యాల సంకీర్ణ బలగాలన్నీ కలిసినా విశాలమైన మొగల్ సైన్యాన్ని ఎదుర్కోవడం కష్టమైంది. చక్రవర్తే స్వయంగా కదనరంగంలో ఉండడంతో మొగల్ సైన్యాల ధాటిని దక్కనీ బలగాలు తట్టుకోలేకపోయాయి. అయినా బీజాపూర్‌ను పూర్తిగా

స్వాధీనం చేసుకోవడానికి మొగలులు 18 నెలలపాటు పోరాడాల్సి వచ్చింది. తుది దశలో ఔరంగజేబు స్వయంగా యుద్ధంలో పాల్గొన్నాడు. 1686లో బీజాపూర్ పతనమైంది. సుదీర్ఘకాలంపాటు ముట్టడించిన తర్వాత కాని బీజాపూర్ స్వాధీనం కాలేదు. 1665లో జయ్‌సింగ్, 1679-86లో దిలేర్‌ఖాన్ వైఫల్యాన్ని దీనిని బట్టి అర్థం చేసుకోవచ్చు.

బీజాపూర్ పతనం తర్వాత గోల్కొండపై సైనిక చర్య అనివార్యమైంది. కుతుబ్‌షా 'పాపాలు' క్షమాభిక్ష స్థాయిని దాటిపోయి ఉన్నాయి. అక్కన్న, మాదన్న లాంటి అవిశ్వాసులకు అతడు అపరిమిత అధికారాలను ఇచ్చి ఉన్నాడు. శివాజీకి అనేకసార్లు సైనిక సహాయం అందించి ఉన్నాడు. తాజాగా అతడు బీజాపూర్‌కు 40,000 మంది సైనికులను పంపి వున్నాడు. ఔరంగజేబు హెచ్చరించినా ఖాతరు చేయకుండా బీజాపూర్‌కు అన్ని విధాలా సహాయ సహకారాలందించాడు. 1685లో తీవ్ర ప్రతిఘటన ఎదురైనా మొగల్ సైన్యాలు గోల్కొండను స్వాధీనం చేసుకోగలిగాయి. భారీగా కప్పం చెల్లిస్తే కుతుబ్‌షాను క్షమించడానికి ఔరంగజేబు సిద్ధపడ్డాడు. అక్కన్న, మాదన్నలను పదవుల నుండి తొలగించి, గోల్కొండ ఆధీనంలోని కొన్ని ప్రాంతాలను మొగలులకు ధారాదత్తం చేస్తే కుతుబ్‌షాను కొనసాగించడానికి అతడు ఒప్పుకున్నాడు. ఔరంగజేబు షరతులకు తలొగ్గిన కుతుబ్‌షా అక్కన్న, మాదన్నలను మొగల్ సైనికులకు అప్పగించాడు. ఆ ఇద్దరు సోదరులను వీధుల్లోకి లాక్కొచ్చి బహిరంగంగా వధించారు (1686). ఇంత చేసినా కుతుబ్‌షా తన సింహాసనాన్ని కాపాడుకోలేకపోయాడు. బీజాపూర్ తన ఆధీనంలోకి రాగానే కుతుబ్‌షా వ్యవహారాన్ని పరిష్కరించాలని ఔరంగజేబు నిర్ణయించాడు. 1687 తొలి నాళ్ళలో ముట్టడి మరలా ప్రారంభమైంది. విద్రోహ చర్యలు, ప్రలోభాల ఫలితంగా ఆరు నెలల తర్వాత గోల్కొండ కోట మొగలుల వశమైంది. ఔరంగజేబు తాను అనుకున్నది సాధించినా బీజాపూర్, గోల్కొండ రాజ్యాల పతనంవల్ల ఎక్కడలేని సమస్యలు వచ్చిపడ్డాయి. భవిష్యత్ సవాళ్ళకు అది నాంది మాత్రమేనని ఔరంగజేబు త్వరగా గ్రహించాడు. ఔరంగజేబు జీవితంలో చివరి దశ అప్పుడే ప్రారంభమైంది. ఆ దశ అనేక కష్టాలతో కూడుకున్నది.

ఔరంగజేబు, మరాఠాలు, దక్కను - చివరి దశ (1687-1707)

బీజాపూర్, గోల్కొండల పతనం తర్వాత ఔరంగజేబు తన బలగాలన్నింటిని మరాఠాలపై కేంద్రీకరించాడు. 1689లో సంఘమేశ్వర్ వద్ద రహస్య స్థావరంలో తలదాచుకున్న శంభాజీని మొగల్ సైన్యం నిర్బంధించింది. అతడిని ఔరంగజేబు ఎదుట ప్రవేశపెట్టారు. తిరుగుబాటుదారుడు, అవిశ్వాసి అన్న అభియోగాలపై అతడిని

వధించారు. ఈ చర్య ఔరంగజేబు చేసిన ఘోరమైన రాజకీయ తప్పిదాల్లో ఒకటిని చెప్పడంలో ఎలాంటి సందేహం లేదు. బీజాపూర్, గోల్కొండలను స్వాధీనం చేసుకున్న తర్వాత మరాఠాలతో ఒప్పందం కుదుర్చుకొని దక్కను సమస్యను అంతటితో ముగించే అవకాశం ఔరంగజేబుకు ఉండేది. కాని శంభాజీని హత్య చేయించడం ద్వారా ఆ అవకాశాన్ని అతడు చేజేతులారా పారేసుకున్నాడు. మరాఠాలకు ఒక ఆశయాన్ని ఇచ్చాడు. నాయకత్వం లేకపోవడంతో మరాఠా సర్దార్లు ఎవరికి తోచిన రీతిలో వారు వ్యవహరించడం మొదలుపెట్టారు. మొగల్ ప్రాంతాలను దోపిడీ చేస్తూ అరాచకం సృష్టించారు. మొగల్ సైన్యాలు కంటపడగానే పారిపోయేవారు. మరాఠాలను అణచివేయాల్సింది పోయి దక్కను ప్రాంతమంతటా మరాఠాల ప్రతిఘటన విస్తరించడానికి ఔరంగజేబు కారకుడయ్యాడు. సాంభాజీ సోదరుడైన రాజారామ్‌ను పాలకుడిగా ఎన్నుకున్నారు. అయితే మరాఠాల రాజధానిపై మొగల్ సైన్యం దాడి చేయడంతో రాజారామ్ పారిపోవాల్సి వచ్చింది. ఈశాన్య తీరంలోని జింజీలో అతడు తలదాచుకున్నాడు. అక్కడి నుండే మొగల్ సైన్యానికి వ్యతిరేకంగా పోరాటం కొనసాగించాడు. ఆ విధంగా మరాఠా ప్రతిఘటన పశ్చిమం నుండి ఈశాన్య తీరానికి విస్తరించింది.

అయితే ఆ సమయానికి ఔరంగజేబు అధికారం ఉన్నత దశకు చేరుకొని ఉంది. శత్రు రాజ్యాలన్నింటిని అతడు జయించి ఉన్నాడు. కొందరు మొగల్ సంస్థానాధీశులు ఔరంగజేబు ఉత్తర భారతానికి తిరిగి రావాలని అభిప్రాయపడ్డారు. మరాఠాలకు వ్యతిరేకంగా సైనిక చర్యలు నిర్వహించే బాధ్యతను వేరొకరికి అప్పగించాలని సూచించారు. అంతకు ముందు, మొగల్ ఆస్థానంలో ఒక అభిప్రాయం వ్యక్తమైంది. దానికి షా ఆలమ్ మద్దతు ఉండేది. కర్ణాటకను పాలించే బాధ్యతను బీజాపూర్, గోల్కొండలకు చెందిన సామంతరాజులకు అప్పజెప్పి ఔరంగజేబు ఆగ్రాకు తిరిగి రావాలన్నదే దాని ఉద్దేశం. పై సూచనలన్నింటిని ఔరంగజేబు త్రోసిపుచ్చాడు. దక్కనీ పాలకులతో చర్చించే ధైర్యం చేసినందుకు షా ఆలమ్‌ను బంధించాడు. 1690 తర్వాత మరాఠా ప్రతిఘటన నీరుగారిపోయిందని సంతృప్తి చెందిన ఔరంగజేబు సంపన్నమైన కర్ణాటక రాజ్యాన్ని సామ్రాజ్యంలో విలీనం చేయడంపై దృష్టి సారించాడు. అయితే పరిస్థితిని తెగే దాకా లాగాడు. సంచార, సరఫరా మార్గాలను గణనీయంగా పొడిగించడంవల్ల మరాఠాల దాడులకు ఆస్కారం ఏర్పడింది. గోల్కొండ, బీజాపూర్ పరిష్కృత ప్రాంతాల్లో స్థిరమైన పాలనా వ్యవస్థను ఏర్పాటు చేయడంపై అతడు అశ్రద్ధ చూపాడు.

1690–1703 మధ్య కాలంలో మరాఠాలతో చర్చలు జరపడానికి ఔరంగజేబు ససేమిరా ఒప్పుకోలేదు. జింజీలో రాజారామ్ ముట్టడికి గురయ్యాడు. అయితే ఆ ముట్టడి సుదీర్ఘకాలంపాటు కొనసాగింది. 1698లో జింజీ హస్తగతమైనా అసలు లక్ష్యమైనా రాజారామ్ తప్పించుకోగలిగాడు. మరాఠాల ప్రతిఘటన తీవ్రతరమైంది. మొగల్ సైన్యాలు చాలా నష్టపోయాయి. మరాఠాలు తమ కోటలను తిరిగి స్వాధీనం చేసుకోగలిగారు. రాజారామ్ సతారాకు చేరుకోగలిగాడు.

ఈ పరిణామాలకు వెరవని ఔరంగజేబు మరాఠా కోటలన్నిటిని స్వాధీనం చేసుకోవడానికి బయల్దేరాడు. 1700 నుండి 1705 వరకు సుమారు ఐదున్నర సంవత్సరాలపాటు అతడు అలిసిపోయి, అనారోగ్యం బారిన పడిన తన శరీరాన్ని ఈడ్చుకుంటూ ఒక కోట తర్వాత మరో కోటను ముట్టడించాడు. వరదలు, వ్యాధులు, మరాఠాల దోపిళ్ళు మొగల్ సైన్యాన్ని కృంగదీశాయి. సంస్థానాధీశులు, సైనికాధికారుల్లో క్రమంగా అసంతృప్తి పెరిగింది. సైన్యంలో నిరాశా నిస్పృహలు చోటు చేసుకున్నాయి. అనేక మంది జాగీర్దార్లు మరాఠాలతో రహస్య ఒప్పందాన్ని కుదుర్చుకున్నారు. తమ జాగీర్ల విషయంలో జోక్యం చేసుకోకుంటే మరాఠాలకు చౌత్ (శిస్తు) చెల్లిస్తామని వారు అంగీకరించారు.

1703లో ఎట్టకేలకు మరాఠాలతో ఔరంగజేబు చర్చలు ప్రారంభించాడు. శంభాజీ కుమారుడైన షాహూను విడుదల చేయడానికి సంసిద్ధత వ్యక్తం చేశాడు. షాహూను అతడి తల్లితోపాటు సతారాలో నిర్బంధించారు. షాహూను బాగానే చూసుకున్నారు. అతడికి పాలకుడి హోదా కల్పించి 7000/7000 జాత్‌ల మన్‌సబ్‌ను కట్టబెట్టారు. యవ్వన దశకు రాగానే అతడికి ఇద్దరు ఉన్నత కుటుంబాలకు చెందిన అమ్మాయిలతో వివాహం జరిపించారు. శివాజీ రాజ్యాన్ని షాహూకు ఇవ్వడానికి, అలాగే దక్కను ప్రాంతంపై సర్దేశ్‌ముఖి హక్కును కల్పించడానికి ఔరంగజేబు సిద్ధమయ్యాడు. ఆ విధంగా షాహూకు ఉన్న ప్రత్యేక స్థానాన్ని అతడు గుర్తించాడు. సుమారు 70 మంది మరాఠా సర్దార్లు షాహూకు స్వాగతం పలకడానికి పోగయ్యారు. అయితే చివరి క్షణంలో అన్ని ఏర్పాట్లను ఔరంగజేబు రద్దు చేశాడు. మరాఠాల ఆంతర్యమేమిటో అర్థం కాకనే అతడు అలా వ్యవహరించాడు.

1706 నాటికి ఔరంగజేబు ఒక అవగాహనకు వచ్చాడు. మరాఠా కోటలన్నిటిపై ఆధిపత్యం వహించడంవల్ల కలిగే ప్రయోజనం ఏమీ లేదని తెలుసుకున్నాడు. ఔరంగాబాద్‌కు నెమ్మదిగా చేరుకున్నాడు. అప్పటికే అక్కడ పొంచి వున్న మరాఠా సైన్యం వారిపై దాడి చేసింది. ఆ విధంగా 1707లో తుదిశ్వాస విడిచేనాటికి ఔరంగజేబు ఒక విశాలమైన, అస్థిరమైన సామ్రాజ్యాన్ని వదిలి వెళ్ళాడు. సామ్రాజ్యంలో

అంతర్గత సమస్యలు అప్పటికే తారాస్థాయికి చేరుకొని ఉన్నాయి.

మొగల్ సామ్రాజ్య పతనం – ఔరంగజేబు బాధ్యత :

ఔరంగజేబు మరణం తర్వాత మొగల్ సామ్రాజ్యం త్వరితగతిన పతనమైంది. మొగల్ ఆస్థానం అంతఃకలహాలకు వేదికగా మారింది. పదవీ కాంక్షగల ప్రాంతీయ సుబేదార్లు స్వతంత్రంగా వ్యవహరించడం మొదలుపెట్టారు. మరాఠా దాడులు దక్కను దాటి సామ్రాజ్య గుండెకాయ అయిన గంగాలోయ ప్రాంతానికి విస్తరించాయి. నదీర్‌షా మొగల్ చక్రవర్తిని నిర్బంధించి ఢిల్లీని దోచుకోవడంతో (1739) మొగల్ సామ్రాజ్యం ఎంత బలహీనమైనదో ప్రపంచానికి తెలియవచ్చింది.

ఔరంగజేబు మరణం తర్వాత సంభవించిన పరిణామాలు మొగల్ సామ్రాజ్యాన్ని ఏ మేరకు బలహీనపరిచాయి? సామ్రాజ్యం విచ్ఛిన్నానికి ఔరంగజేబు అవలంబించిన తప్పుడు విధానాలు ఎంత వరకు కారణం? ఈ అంశాలపై చరిత్రకారుల మధ్య పెద్ద ఎత్తున చర్చలు జరిగాయి. ఇటీవలి అధ్యయనాల్లో ఔరంగజేబును పూర్తి బాధ్యునిగా చేస్తూనే అతడి పాలనను ఆర్థిక – సామాజిక – పాలన – మేథోపరమైన పరిస్థితుల నేపథ్యంలో విశ్లేషించారు. అలాగే అప్పటి ఔరంగజేబు పాలనకు ముందు, అతడి పాలనా కాలంలో దేశంలో నెలకొన్న అంతర్జాతీయ పరిణామాలను కూడా విశ్లేషించారు.

మధ్యయుగపు భారతదేశంలో ఆర్థిక, సామాజిక శక్తుల కార్యకలాపాలను మనం పూర్తిగా అర్థం చేసుకోలేదు. 17వ శతాబ్దంలో దేశ వాణిజ్య, వ్యాపార వ్యవస్థ ఎలా అభివృద్ధి చెందిందో మనం గత అధ్యాయంలో తెలుసుకున్నాము. డిమాండ్ పెరుగుతుండడంతో హస్తకళాకృతుల ఉత్పత్తి కూడా గణనీయంగా పెరిగింది. పత్తి, నీలం లాంటి ముడిసరుకులు విస్తారంగా లభించడంవల్లే అధికోత్పత్తి సాధ్యమైంది. మొగల్ గణాంకాల ప్రకారం జబ్తీ పద్ధతి కింద ఉండే ప్రాంతాలు విస్తరించాయి. సాగు విస్తీర్ణం పెరిగిందని చెప్పడానికి కొన్ని ఆధారాలున్నాయి. వ్యవసాయాభివృద్ధికి ఆర్థిక శక్తుల ఊతంతోపాటు మొగలులు అవలంబించిన పాలనా విధానాలు కూడా దోహదపడ్డాయి. ప్రతి సంస్థానాధీశునితోపాటు మతపెద్దలు కూడా సాగును అభివృద్ధి పరచడం, విస్తరించడంపై వ్యక్తిగత శ్రద్ధ చూపాలని పాలకులు ఆశించారు. అభివృద్ధి నివేదికలను జాగ్రత్తగా నిర్వహించేవారు. వాడకంలో ఉన్న నాగళ్ళు, కాడెద్దులు, గ్రామీణ వ్యవసాయ బావులు, సాగు చేస్తున్న వారి సంఖ్య, తదితర వివరాలతో మొగలులు సమగ్ర నివేదికలను రూపొందించేవారు. నివేదికల నిర్వహణ తీరుపై చరిత్రకారులు ఆశ్చర్యం వ్యక్తం చేశారు.

అయినప్పటికీ వాణిజ్యం, ఉత్పాదనతోపాటు వ్యవసాయోత్పత్తి, మందగించి

పోయిందని నమ్మడానికి ఒక కారణం ఉంది. పరిస్థితికి తగ్గట్టుగా పై రంగాలు అభివృద్ధి చెందలేదన్నది మన వాదన. అందుకు చాలా అంశాలు కారణమయ్యాయి. భూసారం తగ్గిపోవడంతో వ్యవసాయ దిగుబడిని పెంచే కొత్తసాగు పద్ధతులు అందుబాటులో ఉండేవి కావు. భూమి శిస్తు చాలా ఎక్కువగా ఉండేది. అక్బర్ కాలం నుండి భూమిశిస్తు వ్యవసా యోత్పత్తిలో సగభాగం వరకు ఉండేది.

అందులో జమీందార్లు, స్థానిక అధికారుల వాటా కూడా ఉండేది. ప్రాంతాల వారీగా ప్రభుత్వ వాటా వేర్వేరుగా ఉండేది. రాజస్థాన్, సింధ్ లాంటి ప్రాంతాల్లో తక్కువగాను, కాశ్మీరు లాంటి (అక్కడ కుంకుమ పువ్వును ఎక్కువగా పండించేవారు) ప్రాంతాల్లో ఎక్కువగాను ఉండేది. అయితే రైతు భరించనంత అధికంగా భూమి శిస్తు ఉండేది కాదు. ఈశాన్య రాజస్థాన్ నివేదికలను పరిశీలిస్తే 17వ శతాబ్దం ద్వితీయార్థం నుండి 18వ శతాబ్దం తొలి దశకాల వరకు ఆ ప్రాంతంలో ఎలాంటి కొత్త గ్రామాలు ఏర్పడలేదని తెలుస్తుంది. (అంతకు ముందు కాలానికి సంబంధించిన గణాంకాలు మన వద్దలేవు) విస్తరణను పరిమితం చేయడానికి మౌలిక కారణాలు కొంత వరకు సామాజికమైనవి, కొంత వరకు పాలనాపరమైనవి అని తెలుస్తోంది. ఆ సమయంలో దేశ జనాభా 12.5 కోట్లే కావడంతో సాగు చేయడానికి భూమి విస్తారంగా లభించేది. అయితే చాలా గ్రామాల్లో భూమిలేని వ్యవసాయ కార్మికులు ఉండేవారని విన్నాము. వీరిలో అనేక మందిని అంటరానివారిగా వర్గీకరించినట్లు స్పష్టమవుతోంది. వ్యవసాయం చేసే సముదాయాలు, జమీందారులు (శూద్రులు, ఉన్నత కులానికి చెందినవారు) భూమిలేని నిరుపేదల కోసం కొత్త గ్రామాలను ఏర్పాటు చేయడంపైకాని, భూమి హక్కులు కల్పించడంపై కాని ఎలాంటి ఆసక్తి చూపేవారు కాదు. అంటరాని వారిని గ్రామంలోనే ఉంచి కార్మిక శక్తిగా వినియోగించుకోవడం వెనుక వారి స్వార్థం దాగి ఉంది. చనిపోయిన పశువుల చర్మాన్ని వలచడం, చెప్పులు కుట్టడం, తాళ్ళు నేయడం లాంటి తక్కువ స్థాయి పనులను ఈ బడుగు వర్గాలతో చేయించుకునే వారు. భూమిలేని నిరుపేద కార్మికులు, పేద రైతులకు కొత్త గ్రామాలు ఏర్పాటు చేసుకునే ఆర్థిక శక్తి కాని, సాగులో లేని భూములను సొంతం చేసుకునే సంఘటనంకాని ఉండేవి కావు. కొత్త భూములను పరిష్కరించేందుకు ప్రభుత్వం (రాజ్యం) కొన్ని సందర్భాల్లో చొరవ చూపేది కాని స్థానిక జమీందారులు, గ్రామ పెద్దల సహకారం లేకపోవడంతో ఈ విషయంలో పూర్తిగా సఫలం కాలేకపోయింది.

ఉత్పాదన నెమ్మదిగా పెరిగినా పాలకవర్గాల డిమాండ్లు, ఆశయాలు మాత్రం విపరీతంగా పెరిగిపోయాయి. 1605లో జహంగీర్ గద్దెనెక్కినప్పుడు మన్సబ్దారుల

సంఖ్య 2069 ఉండగా 1637లో షాజహాన్ పాలనలో వారి సంఖ్య 8000కు పెరిగింది. ఔరంగజేబు పాలన ద్వితీయార్థంలో వారి సంఖ్య మరింత పెరిగి 11,456కు చేరుకుంది. సంస్థానాధీశుల సంఖ్య ఐదు రెట్లు పెరగ్గా అంతే స్థాయిలో రాజ్యరాబడి పెరగలేదు. ముఖ్యంగా మొగల్ సామ్రాజ్యాన్ని పెద్దగా విస్తరించని జహంగీర్, షాజహాన్‌ల హయంలో రాబడి మార్గాలు కూడా పెరగలేదు. మరోవైపు షాజహాన్ దేశంలో ఒక సరికొత్త శకాన్ని ప్రారంభించాడు. ఆ శకాన్ని భోగభాగ్యాల శకమని పిలుస్తారు. ప్రపంచంలో ఎక్కడా లేని విధంగా అధిక వేతనాలు పొందే సంస్థానాధీశుల విలాసాలు షాజహాన్ పాలనలో మరింత పెరిగాయి. చాలా మంది సంస్థానాధీశులు ప్రత్యక్షంగానో, పరోక్షంగానో వాణిజ్య కార్యకలాపాలు నిర్వహించినా అందులో వచ్చే ఆదాయం భూమి నుండి వచ్చే ప్రధాన ఆదాయానికి కేవలం అదనంగా మాత్రమే ఉండేది. 17వ శతాబ్దం తొలియర్థంలో నిత్యావసర సరుకుల ధరలు దాదాపు రెట్టింపు కావడంతో వారి సమస్యలు మరింత తీవ్ర రూపం దాల్చాయి. అందుకే రైతులను, జమీందార్లను పీడించి భూమి నుండి ఆదాయాన్ని సాధ్యమైనంత వరకు పెంచుకున్నారు.

జమీందారులు ఎంత మంది ఉండేవారో, వారి జీవన స్థితిగతులేమిటో మనకు పూర్తిగా తెలియదు. మొగల్ పాలకులు జమీందార్ల పట్ల అనుసరించిన విధానం పరస్పర విరుద్ధమైనది. ఒక వైపు సామ్రాజ్య అంతర్గత భద్రతకు జమీందార్ల నుండి ముప్పు వాటిల్లగలదని భావిస్తూనే మరో వైపు పాలనా వ్యవస్థలో వారిని అంతర్భాగం చేసేందుకు చర్యలు తీసుకున్నారు. ముఖ్యంగా రాజ్‌పుత్రులు, మరాఠాలను అక్కున చేర్చుకొని వారికి మన్‌సబ్‌లు, రాజకీయ పదవులను కట్టబెట్టారు. ఆ విధంగా తమ సామ్రాజ్య రాజకీయ పునాదిని విస్తరించుకోవాలని ప్రయత్నించారు. ఈ ప్రకియలో జమీందారులు శక్తివంతమైన వర్గంగా ఎదిగారు. సంస్థానాధీశుల గొంతెమ్మ కోర్కెలను తీర్చడానికి ససేమీరా అన్నారు. అప్పటికే రైతులు అధికంగా శిస్తు చెల్లిస్తున్న కారణంగా వారిపై మరింత భారాన్ని మోపే పరిస్థితిలో జమీందారులు లేరు. సాగు చేయడానికి అదనపు భూములుండడంతో జమీందారులు, గ్రామ పెద్దలు కొత్త రైతులను ఆ భూముల్లో స్థిరపరిచేందుకు పోటీ పడేవారు. పహీలు లేదా ఉపారీలు అనబడే వలస రైతులు ఒక గ్రామం నుండి మరో గ్రామానికి తిరుగుతూ జీవించడానికి అనువైన పరిస్థితులను అన్వేషించేవారు. మధ్యయుగ గ్రామీణ జీవితంపై చర్చలో వీరి ప్రస్తావన చాలా తక్కువగా ఉంది.

రాజ్యం విధించిన పరిమితుల కంటే ఎక్కువగా జాగీర్దార్ల నుండి సొమ్మును రాబట్టేందుకు సంస్థానాధీశులు ప్రయత్నించడంతో మధ్యయుగ గ్రామీణ సమాజంలో

ఉన్న వైరుధ్యాలు తెరపైకి వచ్చాయి. కొన్ని ప్రాంతాల్లో రైతాంగం అసంతృప్తితో రగిలిపోయింది. రైతాంగ ఉద్యమాలకు జమీందారులు నాయకత్వం వహించారు. మరికొన్ని ప్రాంతాల్లో సర్వస్వతంత్రమైన స్థానిక రాజ్యాలను ఏర్పాటు చేసేందుకు ప్రయత్నాలు జరిగాయి. పాలనా రంగానికి వస్తే సంస్థానాధీశుల్లో అసంతృప్తి, ముఠాతత్వం పెరిగిపోయింది. జాగీర్దారీ వ్యవస్థ సంక్షోభం తీవ్ర రూపం దాల్చింది. ఒప్పంద పత్రాల్లో పేర్కొన్న విధంగా జాగీర్దారుల నుండి సంస్థానాధీశులు సొమ్మును రాబట్టలేకపోయారు. పర్యవసానంగా చాలా మంది తమ బలగాలను పోషించలేని స్థితిలో ఉండిపోయారు. దక్కనులో పరిస్థితి మరీ అధ్వానంగా ఉండేది. అరాచక పరిస్థితులవల్ల, సంస్థానాధీశులు తమ బలగాలను సరిగ్గా నిర్వహించక పోవడంవల్ల కొన్ని సమయాల్లో సాధారణ పనులు కూడా చేయలేని స్థితిలో ఉండిపోయారు. భీమ్‌సేన్ అనే సమకాలీన చరిత్రకారుని ప్రకారం ఆ పరిస్థితుల్లో చాలామంది మన్‌సబ్‌దారులు మరాఠా సర్దార్లతో లోపాయికారి ఒప్పందం కుదుర్చుకొన్నారు. తమ జాగీర్లలో గొడవలు సృష్టించకుండా ఉంటే వ్యవసాయోత్పత్తిలో నాలుగోవంతును మరాఠాలకు ఇస్తామని మన్‌సబ్‌దారులు ఆ ఒప్పందాల ద్వారా హామీ ఇచ్చారు.

జాగీర్ల లేమి మరో సమస్యగా ఉండేది. బీజాపూర్, గోల్కొండలను స్వాధీనం చేసుకున్న తర్వాత ఆ రాజ్యాల్లోని సంపన్నమైన జాగీర్లను ఔరంగజేబు ఖలీసా కింద చేర్చాడు. వాటి ఆదాయంతో యుద్ధ ఖర్చులను భరించాలని నిర్ణయించాడు. రాజకీయావసరాల కోసం పూర్వపు దక్కనీ సంస్థానాధీశులు, మరాఠా సర్దార్లు చాలా మందికి మన్‌సబ్‌లు, జాగీర్లు కట్టబెట్టాల్సి వచ్చింది. ఆ కారణంగా పాత సంస్థానాధీశుల కుమారులు, అల్లుళ్ళకు జాగీర్లు తక్కువ పడ్డాయి. జాగీర్ల లేమి ఎంత తీవ్రంగా ఉండేదంటే వంద మంది రోగులకు ఒక దానిమ్మ పండులా జాగీరు పరిస్థితి తయారైందని అప్పటి చరిత్రకారుడు ఖాఫీ ఖాన్ వ్యాఖ్యానించాడు.

జాగీర్లు అనుభవిస్తున్న వారు కూడా - ముఖ్యంగా చిన్న తరహా జాగీర్లు - అవినీతిపరులైన రెవెన్యూ అధికారుల చేతిలో వేధింపులకు గురయ్యేవారు. భారీ మొత్తంలో లంచాలివ్వాలని వారు జాగీర్దార్లను పీడించేవారు. లంచాలు ఇవ్వకుంటే వారిని (జాగీర్దార్లను) ఆదాయంలేని జాగీర్లకు బదిలీ చేసేవారు.

జాగీర్దారీ వ్యవస్థ సంక్షోభం సంస్థానాధీశులపై విపరీతమైన ఒత్తిడిని పెంచింది. సాధ్యమైనంత ఎక్కువ మందికి జాగీర్లు ప్రదానం చేయాలన్న తపనతోపాటు రెవెన్యూ అంచనా, నికర (నిర్దిష్ట) రాబడి మధ్య తేడాను తగ్గించేందుకుగాను మన్‌సబ్‌దారులు పోషించాల్సిన సవర్ల (అశ్వికులు, గుర్రాలు) సంఖ్యను షాజహాన్ కుదించివేశాడు. సంవత్సరంలో ఐదు లేదా ఆరు నెలల వేతనమే వార్షిక వేతనంగా ఉండగలదన్న

విధానంలో షాజహాన్ ఆలోచనలు ప్రస్ఫుటమవుతాయి. అయితే జాగీర్ల లేమి సమస్య అలాగే కొనసాగింది. ఔరంగజేబు పాలన మలిభాగంలో ఆ సమస్య తీవ్రరూపం దాల్చింది. దక్కను ఆక్రమణ కూడా ఆ సమస్యను తీర్చలేకపోయింది. ఎందుకంటే గత పాలకుల సేవలో ఉన్న సంస్థానాధీశులు, మరాఠాలను సామ్రాజ్య సేవలో అంతర్భాగం చేసేందుకు వారి జాగీర్లను కొనసాగించడమో లేదా అదనపు జాగీర్లు అప్పగించడమో జరిగింది. ఫలితంగా మొగల్ సంస్థానాధీశుల్లో (ఖానాజాద్) అసంతృప్తి గూడుకట్టుకుంది. మొగల్ సంస్థానాధీశుల సంతానం, అల్లుళ్ళు, ఇతర బంధుగణం సామ్రాజ్య సేవపై ఆధారపడి జీవించేవారు. వారికి జాగీర్లు దక్కకుండా పోయాయి.

మొగలుల పాలనలో అభివృద్ధి చెందిన వ్యవస్థలో సంస్థానాధీశుల వ్యవస్థ ముఖ్యమైనది. జాతి, మత, వర్గ భేదాలకు అతీతంగా సమర్థవంతమైన పాలనాధికారులను మొగల్ సామ్రాజ్య సేవపట్ల పాలకులు ఎలా ఆకర్షించారో మనం ముందే తెలుసుకున్నాము. దేశంలోని వివిధ వర్గాల నుండే కాకుండా విదేశాల నుండి సైతం సమర్థులైన, నిపుణులైన అధికారులు సామ్రాజ్య సేవలో చేరారు. వ్యక్తిగత, ఉమ్మడి సమస్యలకు సమాన స్థాయిలో స్పందించే ప్రభుత్వ వ్యవస్థలో ఈ పాలకవర్గాలు సమర్థవంతంగా విధులు నిర్వహించాయి. పాలనను ప్రజలకు అందుబాటులో తెచ్చాయి. దేశంలో శాంతిభద్రతల పరిరక్షణకు ఈ వర్గాలు ఎంతో కృషి చేశాయి. చక్రవర్తి సేవలోనే పాలకవర్గం ఈ పాత్ర నిర్వహించినా అందులో దాని స్వప్రయోజనాలు కూడా దాగి ఉన్నాయి. కొందరు చరిత్రకారులు వాదించినట్లు ఔరంగజేబు మరణం తర్వాత మధ్యాసియా నుండి సమర్థులైన పాలనాధికారుల రాక తగ్గిపోవడంతో పాలకవర్గం నశించిపోయిందని చెప్పడంలో ఎలాంటి అర్థం లేదు. ఔరంగజేబు గద్దెనెక్కే సమయానికి పాలకవర్గమంతా భారతదేశంలో జన్మించిన వారే కావడం విశేషం. భారతీయ వాతావరణంలో ఏదో కాలుష్యం ఉందని, దానివల్ల పాలకవర్గ స్వభావం క్షీణించిపోయిందన్న ఆంగ్లేయ చరిత్రకారుల వాదన కేవలం తమ (చల్లని వాతావరణంగల ప్రాంతాల నుండి వచ్చినవారు) ఆధిపత్యాన్ని సమర్థించుకోవడానికే చేసినట్లు ఉంది. దానిని మనం ఇక ఏ మాత్రం అంగీకరించలేము.

జాతి ప్రయోజనాలకు వ్యతిరేకంగా మొగల్ పాలకవర్గం ప్రవర్తించిందన్న వాదన కూడా ఉంది. ఎందుకంటే విభిన్న సముదాయాలు, జాతులు, సాంస్కృతిక వర్గాల నుండి పాలనాధికారులు రావడంతో దానికి జాతీయ స్వభావం లోపించిందని భావిస్తారు. ఇప్పుడు మనకు వినిపిస్తున్న 'జాతీయవాదం' మధ్యయుగాల్లో ఒక ప్రబలమైన శక్తిగా ఉండేది కాదు. కాని ఉపకార భావన ఉండడంతో మొగల్ వంశానికి

చాలా మంది విధేయులుగా ఉండిపోయారు. దానినే మనం దేశభక్తిగా పరిగణించవచ్చు. అంతకుముందే మనం పరిశీలించినట్లు విదేశాల నుండి వచ్చిన సంస్థానాధీశులు తమ మాతృదేశంతో కనీస సంబంధాలను కూడా కొనసాగించలేకపోయారు. మొగల్–భారతీయ విలువలను వారు పుణికి పుచ్చుకున్నారు. భారతీయ దృక్పథాన్ని అలవర్చుకున్నారు.

అన్ని స్థాయిలలో మొగలులు పరిమితులు – ఆంక్షల వ్యవస్థను చాలా జాగ్రత్తగా రూపొందించారు. విభిన్న జాతులు, మతాలు, కులాల మధ్య సమతుల్యం పాటించి పాలకవర్గాన్ని పూర్తి నియంత్రణలో ఉంచారు. ఔరంగజేబు వారసులు పాలనపట్ల శ్రద్ధ వహించకపోవడంతో వ్యవస్థ భ్రష్టుపట్టిపోయింది. అప్పుడే సంస్థానాధీశులు స్వతంత్రంగా వ్యవహరించడం మొదలుపెట్టారు. అలాగే జాగీర్దారీ వ్యవస్థ సంక్షోభ దశను దాటి వినాశనంవైపు పరుగులు తీసింది. ఫలితంగా విచ్ఛిన్న ప్రక్రియ ఊపందుకుంది. మొగల్ పాలనా వ్యవస్థ కుప్పకూలడంవల్లే ఆ పరిస్థితి ఏర్పడింది. అందుకు మొగల్ పాలకులే పూర్తి బాధ్యులు అని చెప్పడం కూడా భావ్యం కాదు. మొగల్ పాలనా వ్యవస్థ చాలా వరకు కేంద్రీకృతమై ఉన్న మాట వాస్తవమే. దానిని నిర్వహించడానికి సమర్థుడైన చక్రవర్తి అవసరం. కాని సమర్థులైన పాలకులు లేకపోవడంతో వారి స్థానాన్ని వజీర్లు (మంత్రులు) భర్తీ చేయాలని ప్రయత్నించి విఫలమయ్యారు. వ్యక్తిగత వైఫల్యం, వ్యవస్థ క్షీణించడం పరస్పర ప్రక్రియలుగా మారాయి.

రాజకీయ రంగంలో ఔరంగజేబు కొన్ని ఘోరమైన తప్పిదాలు చేశాడు. మరాఠా ఉద్యమ వాస్తవ స్వభావాన్ని అర్థం చేసుకోవడంలో అతడు విఫలమయ్యాడు. శివాజీని మచ్చిక చేసుకోవాలన్న జయసింగ్ సూచనను కొట్టిపారేశాడు. శంభాజీ హత్య మరో ఘోరమైన కృత్యం. శంభాజీ మరణంతో సమర్థుడైన మరాఠా నాయకుడు లేకుండా పోయాడు. మొగలులు ఎవరితోనూ చర్చించలేకపోయారు. నిజం చెప్పాలంటే మరాఠాలతో సంప్రదింపులు జరపడం ఔరంగజేబుకు ఇష్టం లేదు. బీజాపూర్, గోల్కొండ రాజ్యాల పతనం తర్వాత మరాఠాలు కాళ్ళ బేరానికి వస్తారని అతడునమ్మాడు. తాను సూచించినట్లుగానే మరాఠాలు స్వరాజ్యానికి అంగీకరిస్తారని, వారికి మరో మార్గం లేదని భావించాడు. మొగల్ చక్రవర్తికి విధేయులై ఉండి సామ్రాజ్యానికి సేవలందించగలరని ఊహించాడు. అయితే మరాఠాలు చౌత్, సర్దేశ్‌ముఖిని కోరడంతో చర్చల్లో ప్రతిష్టంభన నెలకొంది. అయినా ఆ అడ్డంకులను చాలా వరకు అధిగమించాడు. 1703లో ఒక ఒప్పందం దాదాపు కుదిరింది. కాని ఔరంగజేబు షాహు, ఇతర మరాఠా సర్దార్లను పూర్తిగా నమ్మలేకపోయాడు.

మరాఠా సమస్యను పరిష్కరించలేకపోయిన ఔరంగజేబు ఆ గాయాన్ని అలాగే వదిలి వెళ్ళాడు. మరాఠా సర్దార్లకు అతడు మన్‌సబ్‌లు ప్రదానం చేశాడు. రాజ్‌పుత్రుల కంటే ఎక్కువ హోదాగల మన్‌సబ్‌లను ఆ సమయంలో మరాఠాలు అనుభవించారు. కాని వారిని నమ్మలేకపోయాడు. రాజ్‌పుత్రుల వలే మరాఠాలకు బాధ్యతాయుతమైన, కీలకమైన రాజకీయ పదవులు కేటాయించలేదు. ఆ కారణంగా మొగల్ రాజకీయ వ్యవస్థలో మరాఠాలు ఇమడలేకపోయారు. ఇక్కడ కూడా శివాజీతో కాని, శంభాజీ లేదా షాహుతో కాని రాజకీయ ఒప్పందం కుదిరి ఉంటే పరిస్థితి వేరుగా ఉండేది.

మరాఠాలకు వ్యతిరేకంగా దక్కనీ రాజ్యాలను ఔరంగజేబు సమీకృతం చేయలేకపోయాడు. వాటిని ఆక్రమించడం ద్వారా మొగల్ సామ్రాజ్యాన్ని సువిశాలంగా తీర్చిదిద్దాడు. కాని పెద్దవృక్షం తన బరువు కారణంగానే కూలిపోయినట్లు సువిశాలమైన మొగల్ సామ్రాజ్యం కూడా కుప్పకూలిపోయింది. 1636 సంధిని గౌరవించకపోవడంతో మొగలులు, దక్కనీ పాలకవర్గాల ఆలోచనలు, మనస్సులు కలవలేకపోయాయి. ఈ పరిణామం షాజహాన్ హయాంలోనే సంభవించింది. సింహాసనాన్ని అధిష్టించిన తర్వాత దక్కనులో శీఘ్రగతిన సామ్రాజ్యాన్ని విస్తరించే విధానానికి ఔరంగజేబు తిలోదకాలిచ్చాడు. దక్కనీ రాజ్యాలను స్వాధీనం చేసుకోవాలన్న నిర్ణయాన్ని సాధ్యమైనంత వరకు వాయిదా వేశాడు.

మరాఠాల ప్రాబల్యం పెరుగుతుండడంతో ఔరంగజేబు దక్కనుకు దిగి రావలసి వచ్చింది. గోల్కొండ నుండి అక్కన్న, మాదన్నలు శివాజీకి సహాయం అందించేవారు. బీజాపూర్ కూడా శివాజీ వశమవుతుందన్న భయం ఉండేది. మరాఠాలు అప్పటికే గోల్కొండపై పట్టును సాధించారు. తర్వాతి కాలంలో తిరుగుబాటుదారుడైన రాకుమారుడు అక్బర్‌కు ఆశ్రయం ఇవ్వడం ద్వారా శంభాజీ ఔరంగజేబు నేరుగా సవాలు విసిరాడు. బీజాపూర్, అవసరమైతే గోల్కొండలను జయించనిదే మరాఠాలను అంతమొందించలేమని ఔరంగజేబు త్వరగా గ్రహించాడు.

మొగల్ పాలనను గోల్కొండ, బీజాపూర్, కర్ణాటక ప్రాంతాలకు విస్తరించే ప్రయత్నం మొగల్ సామ్రాజ్యాన్ని పతనం అంచుకు తీసుకెళ్ళింది. మొగలుల సరఫరా వ్యవస్థపై మరాఠాల దాడులకు అవకాశం కల్పించింది. పరిస్థితి చేయిదాటిపోవడంతో ఆ ప్రాంతంలోని మొగల్ సంస్థానాధీశులు తమ పరిధిలోని జాగీర్లనుండి శిస్తు బకాయిలు వసూలు చేయలేకపోయారు. గత్యంతరం లేక మరాఠాలతో లోపాయికారి ఒప్పందాలను కుదుర్చుకున్నారు. ఫలితంగా మరాఠాల ప్రాబల్యం, ప్రతిష్ట మరింత పెరిగాయి. మొగల్ పాలకవర్గంలో నిరాశానిస్పృహలు అలుముకున్నాయి. బీజాపూర్, గోల్కొండ రాజవంశీయులతో చర్చించి సమస్యను పరిష్కరించుకోవాలని షా ఆలమ్

చేసిన సూచనను ఔరంగజేబు పాటించి ఉంటే పరిస్థితి అంతగా దిగజారిపోయేది కాదు. అక్కడి ప్రాంతాలు కొన్నింటినే ఉంచుకొని బీజాపూర్, గోల్కొండ పాలకులకు కర్ణాటకపై ఆధిపత్యం కల్పించి ఉండాల్సింది. ఆగ్రాకు దూరంగా ఉన్న ఈ ప్రాంతాలను సామ్రాజ్య పరిధిలో కలుపుకొని పాలించడం కష్టంతో కూడుకున్న పని.

దక్కను, తదితర ప్రాంతాల్లో యుద్ధాలు, ఉత్తర భారతం నుండి సంవత్సరాలపాటు ఔరంగజేబు దూరంగా ఉండడం మొగల్ సామ్రాజ్యంపై ప్రభావం చూపాయి. అయితే ఆ ప్రతికూల ప్రభావాన్ని ఎక్కువగా అంచనా వేయడానికి వీలులేదు. తప్పుడు విధానాలు, ఔరంగజేబు వ్యక్తిగత బలహీనతలు (ఇతరులను నమ్మకపోవడం, శాంతంగా ఆలోచించకపోవడం లాంటివి) ఎన్ని ఉన్నప్పటికీ మొగల్ సామ్రాజ్యం బలమైన సైనిక, అధికారిక శక్తిగా ఉండేది. దక్కను పర్వత ప్రాంతాల్లో చెదురుమదురుగా దాడులు నిర్వహించే మరాఠా సంచార సాయుధ బలగాలను అణచివేయడంలో మొగల్ సైన్యం విఫలమై ఉండొచ్చు. మరాఠా కోటలను స్వాధీనం చేసుకోవడం తేలికై ఉండకపోవచ్చు. కాని ఉత్తర భారత మైదాన ప్రాంతాల్లో, కర్ణాటక వరకు విస్తరించి ఉన్న పీఠభూమిలో మొగల్ ఆయుధశక్తికి ఎదురుండేది కాదు. ఔరంగజేబు మరణం తర్వాత 30-40 ఏళ్ళకు మొగల్ ఆయుధ పాటవం తగ్గిపోయింది. దాని సామర్థ్యం కూడా కుదించుకుపోయింది. అయినా ప్రత్యక్ష పోరులో మరాఠాలు వారితో తలపడలేకపోయేవారు. అరాచకత్వం, యుద్ధాలు, మరాఠాల గెరిల్లా దాడులు సుదీర్ఘకాలం పాటు కొనసాగడంతో దక్కను జనాభా తరిగిపోయి వాణిజ్యం, పారిశ్రామికోత్పత్తి, వ్యవసాయం స్తంభించిపోయాయి. కాని కీలకమైన ఉత్తర భారత ప్రాంతాల్లో మొగల్ పాలన కట్టుదిట్టంగానే ఉండేది. వాణిజ్యం, పరిశ్రమలు మరింత విస్తరించాయి. జిల్లా స్థాయిలో పరిపాలన పటిష్టంగా ఉండేది. పాలనా వ్యవస్థ అలాగే కొనసాగి బ్రిటిష్ పాలనలో దాని ఆనవాళ్ళు పరోక్షంగా ప్రవేశించాయి.

రాజకీయంగా చూస్తే, యుద్ధరంగంలో ఎన్నో అపజయాలు ఎదురైనప్పటికీ, ఔరంగజేబు చాలా తప్పులు చేసినప్పటికీ, మొగల్ వంశానికి ప్రజల ఆలోచనపై బలమైన పట్టు ఉండేది.

రాజ్‌పుత్రుల విషయానికి వస్తే మార్వార్‌తో యుద్ధం హిందువులను అణచివేసే ప్రక్రియలో భాగంగా చేపట్టింది కాదు. తప్పుడు అవగాహనవల్ల ఔరంగజేబు ఆ రాజ్యాన్ని మొగల్ సామ్రాజ్య నియంత్రణలోకి తీసుకురావాలనుకున్నాడు. రాజ్‌పుత్ వారసుల మధ్య రాజ్యాన్ని విభజించాలని ప్రయత్నించాడు. ఈ వ్యవహారంలో మేవార్ పాలకుడిని, ఆ ప్రాంత ప్రజలను ఇద్దరినీ దూరం చేసుకున్నాడు. తమ ఆంతరంగిక వ్యవహారాల్లో మొగలులు జోక్యం చేసుకుంటే ప్రమాదకరమైన సాంప్రదాయానికి

తెర తీసినట్లవుతుందని మేవార్ పాలకుడు భావించాడు. మేవార్‌తో సుదీర్ఘపోరు కొనసాగడంతో మొగల్ సామ్రాజ్యం నైతిక అధికారాన్ని కోల్పోయింది. అయితే 1681 తర్వాత ఆ యుద్ధానికి ప్రాముఖ్యత లేకుండా పోయింది. 1681 నుండి 1706 మధ్య దక్కనులో రాథోర్ రాజ్‌పుత్‌లు మొగలుల పక్షాన మరాఠాలతో పోరాడి ఉంటే ఫలితం వేరుగా ఉండేదనడం సందేహాస్పదమే. ఏది ఏమైనా రాజ్‌పుత్రుల కోర్కెలు ఎక్కువగా మన్‌సబ్‌లు, సొంత రాజ్యాలను దక్కించుకోవడానికి సంబంధించినవే. ఔరంగజేబ్ మరణం తర్వాత ఆరేళ్లకు రాజ్‌పుత్రుల కోర్కెలన్నింటిని మొగలు పాలకులు అంగీకరించారు. దాంతో రాజ్‌పుత్‌ల నుండి మొగలులకు ఎలాంటి ఇబ్బందులు ఎదురు కాలేదు. తదనంతర కాలంలో మొగల్ సామ్రాజ్య విచ్ఛిన్నంలో రాజ్‌పుత్‌లు ఎలాంటి క్రియాశీల పాత్ర పోషించలేదు. విచ్ఛిన్న ప్రక్రియను అడ్డుకోవడానికి ఎలాంటి ప్రయత్నమూ చేయలేదు.

సామాజిక, ఆర్థిక, రాజకీయ నేపథ్యం నుండి ఔరంగజేబు అవలంబించిన మత విధానాన్ని విశ్లేషించాల్సి ఉంటుంది. అతడిది సనాతనవాద దృక్పథం. షరియాకు కట్టుబడి ప్రవర్తించేవాడు అయితే షరియా సూత్రాలు భారత్‌కు దూరంగా భిన్న సామాజిక, సాంస్కృతిక, భౌగోళిక పరిస్థితులు ఉన్న ప్రాంతంలో రూపొందించబడ్డాయి. వాటిని భారతదేశంలో నూటికి నూరుపాళ్ళు అమలు చేయడం కష్టం. ముస్లిమేతర పౌరులను గౌరవించడం, వారి సందేహాలను దూరం చేయడంలో ఔరంగజేబు అనేకసార్లు విఫలమయ్యాడు. దేవాలయాలు, జిజ్యాకు సంబంధించి కాలం చెల్లిన విధానాలను అమలు చేసినా ముస్లింలను తన వెనుక సమీకరించలేకపోయాడు. షరియాపై ఆధారపడ్డ రాజ్యంపట్ల ప్రజల్లో విధేయతను పెంచలేకపోయాడు. మరోవైపు, హిందువుల్లోని కొన్ని వర్గాలు సామ్రాజ్యానికి దూరమయ్యాయి. వీరంతా మొగల్ వ్యతిరేకులుగా మారారు. రాజకీయ, ఇతర కారణాలు కూడా ఉండి ఉండొచ్చు. అయితే మతం ఒక్కటే అందుకు ఆధారం కాదు. ఔరంగజేబు మరణించిన ఆరేళ్ళలోపే జిజ్యాను రద్దు చేశారు. కొత్త ఆలయాల నిర్మాణంపై ఉన్న ఆంక్షలను సడలించారు. కాని ఈ చర్యలన్నీ మొగల్ సామ్రాజ్య పతనాన్ని (18వ శతాబ్దంలో) నివారించలేకపోయాయి.

స్థూలంగా చెప్పాలంటే మొగల్ సామ్రాజ్య పతనానికి ఆర్థిక, సామాజిక, రాజకీయ, సంస్థాగత అంశాలు కారణమయ్యాయి. విచ్ఛిన్నకర శక్తులను అదుపులో పెట్టడానికి అక్బర్ చేపట్టిన చర్యలు కొంత కాలం వరకు పని చేశాయి. అయితే సమాజ పొందికలో మౌలిక మార్పులు తీసుకురావడంలో అక్బర్ విజయం సాధించలేకపోయాడు. ఔరంగజేబు అధికారంలోకి వచ్చే సమయానికి సామాజిక-

ఆర్థిక విచ్ఛిన్నకర శక్తులు బలంగా ఉండేవి. దూరదృష్టి, రాజనీతి లోపించడంవల్ల ఔరంగజేబు సమాజంలో మౌలిక మార్పులు తీసుకురాలేకపోయాడు. విచ్ఛిన్నకర శక్తులను కట్టడి చేసే విధానాలను అమలు చేయలేకపోయాడు.

ఆ విధంగా ఔరంగజేబు పరిస్థితులకు బందీ అయ్యాడు. తను సృష్టించిన పరిస్థితులకు తనే బలయ్యాడు.

ఆ

ఇరవయ్యవ అధ్యాయం
అంచనా – సమీక్ష

ఎనిమిదవ శతాబ్దం మొదలుకొని 17వ శతాబ్దాంతం వరకు గల వెయ్యేళ్ళ కాలంలో దేశంలో ముఖ్యమైన రాజకీయ, ఆర్థిక, సాంస్కృతిక మార్పులెన్నో సంభవించాయి. సామాజిక జీవితంలో కూడా కొంత వరకు మార్పులు వచ్చాయి.

సామాజిక రంగంలో కుల వ్యవస్థ ఆధిపత్యం కొనసాగింది. ఇస్లాం మతం నుండి ముప్పు ఉన్నా, రాజ్‌పుత్ర పాలకులు రాజకీయాధికారాన్ని కోల్పోయినా, వర్ణ వ్యవస్థ (వర్ణాశ్రమ – ధర్మ) మాత్రం అలాగే కొనసాగింది. నాథ్‌పంథి జోగీలు, భక్తి ఉద్యమ గురువులు కుల వ్యవస్థను ఖండించినా దానిని కొద్ది మేరకు కూడా సంస్కరించ లేకపోయారు. కాలక్రమంలో సంస్కరణవాదులకు, సాంప్రదాయవాదులకు మధ్య లోపాయికారి ఒప్పందం కుదిరింది. కుల వ్యవస్థను సంతులు విమర్శించినా రోజువారీ జీవితం లేదా లౌకిక జీవనం వరకు దానిని విస్తరించలేదు. మరోవైపు బ్రాహ్మణులు మోక్షానికి (ముఖ్యంగా శూద్రులకు) భక్తి మార్గమే శరణ్యమని ప్రచారం చేశారు. అయితే బ్రాహ్మణులు సమాజంలో తమ ప్రత్యేక స్థానాన్ని నిలబెట్టుకొని మత, విద్యాబోధనపై గుత్తాధిపత్యం కొనసాగించారు.

కుల పరిధిలోనే కొత్త వర్గాలు పుట్టుకొచ్చాయి. హిందూ మతంలో తెగ జాతులను అంతర్గతం చేయడం, వృత్తిదారుల వర్గాలు ఎదగడం, స్థానిక, ప్రాంతీయ భావాలు పెరగడం అందుకు దోహదపడ్డాయి. అదే సమయంలో ఆయా కులాల వర్ణ హోదా పెరగడమో, తరగడమో జరిగింది. ముఖ్యంగా ఆర్థిక, రాజకీయ ప్రాబల్యం వర్ణ హోదాను నిర్దేశించాయి. రాజ్‌పుత్‌లు, మరాఠాలు, ఖత్రీలను ఈ నేపథ్యంలో ప్రస్తావించవచ్చు.

భక్తి, సూఫీ సంతులు హిందూ, ఇస్లాం మత సూత్రాలపై ప్రజల్లో అవగాహన

పెంచగలిగారు. రెండు మతాల ప్రబోధనలు చాలా వరకు ఒకే తరహాలో ఉన్నాయన్న భావనను కలిగించడంలో కొంత వరకు సఫలమయ్యారు. ఫలితంగా పరమత సహనం, మత సామరస్య భావాలు పెరిగాయి. అదే సమయంలో ఛాందసవాదులు, మతోన్మాద శక్తులు సమాజంలో బలంగా పాతుకుపోయాయి. కొన్ని సందర్భాల్లో ప్రభుత్వ విధానాలను సైతం ప్రభావితం చేయగలిగాయి. అయితే మొత్తమ్మీద అలాంటి సందర్భాలు చాలా తక్కువనే చెప్పాలి. మతంపట్ల ప్రజల వైఖరిలో కూడా భక్తి, సూఫీ సంతులు ముఖ్యమైన మార్పులు తీసుకొచ్చారు. మతాచారాలను పాటించడం కంటే స్వచ్ఛమైన భక్తిభావన కలిగి ఉండటమే ప్రధానమని వారు ప్రచారం చేశారు. ప్రాంతీయ భాషలు, సాహిత్య ప్రక్రియలను అభివృద్ధిపరిచారు. అయితే మతపరమైన, ఆధ్యాత్మిక వ్యవహారాలకే ఎక్కువ ప్రాధాన్యతనివ్వడంవల్ల శాస్త్రీయ విద్య అభివృద్ధి చెందలేకపోయింది. శాస్త్ర సాంకేతిక పరిజ్ఞానం విస్తరించలేకపోయింది.

సమాజంలో మహిళల స్థానం మరింత దిగజారింది. పర్దా వ్యవస్థ అన్ని వర్గాలకు వ్యాపించింది. పునఃవివాహ, ఆస్తి హక్కులను హిందూ మహిళలు సాధించలేకపోయారు. కాని ముస్లిం మహిళలకు తండ్రి ఆస్తిలో వాటా ఉండేది. వాస్తవానికి ముస్లిం మహిళలకు కూడా ఆస్తి హక్కును నిరాకరించేందుకే ఎక్కువగా ప్రయత్నాలు జరిగాయి.

రాజకీయ, ఆర్థిక రంగాల్లో సంభవించిన ముఖ్యమైన పరిణామం తురుష్కులు సాధించిన రాజకీయ సమగ్రత. తర్వాతి కాలంలో మొగలులు దేశాన్ని రాజకీయంగా ఏకం చేశారు. తురుష్క, మొగల్‌పాలన ఎక్కువగా ఉత్తర భారతానికే పరిమితమైనా దేశంలోని ఇతర ప్రాంతాలను కూడా అది పరోక్షంగా ప్రభావితం చేసింది. వెండిపై ఆధారపడ్డ వ్యవస్థాగత మారకం, రహదారులు – సరాయిల అభివృద్ధి, నగర జీవనానికి ప్రాధాన్యత హస్తకళాకృతుల ఉత్పత్తి, వ్యాపారంపై నేరుగా ప్రభావం చూపాయి. 17వ శతాబ్దంలో హస్తకళాకృతుల వ్యాపారం తారాస్థాయికి చేరుకుంది. మొగల్ పాలనలో రాజకీయ సమైక్యతను సాధించే దిశలో హిందువులు, ముస్లింతో కూడిన పాలకవర్గాన్ని ఉద్దేశ్యపూర్వకంగా సృష్టించేందుకు కృషి జరిగింది. అయితే పాలకవర్గానికి రాచరిక స్వభావం ప్రస్ఫుటంగా ఉండేది. నిమ్నకులాలకు చెందిన సమర్థులైన విద్యావంతులకు ఉద్యోగావకాశాలు చాలా పరిమితంగా ఉండేవి. చక్రవర్తిపై ఆధారపడ్డ అధికారస్వామ్యంగా పాలకవర్గాన్ని తీర్చిదిద్దారు. అయితే రైతులు సాగు చేసే భూముల నుండే పాలకవర్గానికి ప్రధానంగా ఆదాయం లభించేది. రైతుల నుండి భూమిశిస్తు వసూలు చేయడానికి పాలకవర్గం కొంత వరకు సైన్యంపైన, కొంత వరకు జమీందార్ల ప్రాబల్యంపైన ఆధారపడేది. ప్రభుత్వానికి జమీందారుల

మద్దతుకు ప్రతిఫలంగా వారి ప్రత్యేక హక్కులను, హోదాలను ప్రభుత్వం కాపాడేది. అందుకే చాలామంది చరిత్రకారులు మధ్యయుగపు భారతదేశం మౌలికంగా భూస్వామ్య సమాజంగా ఉండేదని వాదిస్తారు.

తురుష్కులు సాధించిన విజయాల్లో ముఖ్యమైనది దేశాన్ని మంగోలుల దాడి నుండి రక్షించడం (13, 14వ శతాబ్దాల్లో). సుమారు 200 ఏళ్ళ తర్వాత మొగలులు భారతదేశ ఉత్తర-పశ్చిమ సరిహద్దును విదేశీ పాలకుల దండయాత్రల నుండి కాపాడారు. ఇందుకోసం మధ్య, పశ్చిమాసియాలలో రాజకీయ పరిణామాలను జాగ్రత్తగా పరిశీలించారు. అవసరమైన సమయంలో చురుకుగా దౌత్యం నడిపారు.

మసాలాదినుసుల స్వర్గధామంగా భారతదేశానికి ఉన్న ప్రతిష్ట, జౌళి ఉత్పత్తికి ఆగ్నేయ ప్రాంతంలోనే దేశం కీలక స్థావరం కావడంవల్ల ఐరోపా దేశాలు భారత్‌తో నేరుగా వ్యాపార సంబంధాలను పెట్టుకోవడానికి ప్రయత్నించాయి. ఆగ్నేయ వాణిజ్యం సంపన్నమైనది కావడంతో ఐరోపా దేశాల ఆసక్తి మరింత పెరిగింది. తమ ఆర్థిక, సాంకేతిక ప్రగతిని అవి త్వరితం చేశాయి. మధ్య, దక్షిణ అమెరికాల నుండి పోగు చేసిన బంగారు, వెండి తప్ప ఈశాన్య ప్రపంచంలో అమ్మడానికంటూ వాటికి ఉత్పత్తులు ఉండేవి కావు. అందుకే తమ ప్రభుత్వాల ప్రోద్బలంతో ఐరోపా వ్యాపారులు భారత దేశీయ వ్యాపారంలో ప్రవేశం కల్పించాలని ఇక్కడి పాలకులను వేడుకున్నారు. చాలా సందర్భాల్లో దేశ భూభాగాన్ని కూడా నియంత్రించాలని వారు ప్రయత్నించారు. స్వాధీనం చేసుకునే ప్రాంతాల ఆదాయంతో భారతీయ ఉత్పత్తులు కొనుగోలు చేయాలని వ్యూహం పన్నారు. మొగల్ సామ్రాజ్యం శక్తివంతంగా ఉన్నంత వరకు ఐరోపా దేశాలు ఈ లక్ష్యాలను సాధించలేకపోయాయి. 18వ శతాబ్దంలో మొగల్ సామ్రాజ్యం పతనం, తర్వాత సంభవించిన ముఖ్యమైన రాజకీయ పరిణామాలు (నదీర్‌షా దాడి, ఆఫ్ఘన్ల దండయాత్ర), ఐరోపాలో గణనీయమైన ఆర్థిక ప్రగతి అన్నీ కలిసి ఆయా ఐరోపా దేశాలు ఇక్కడ సైనిక స్థావరాలు ఏర్పాటు చేసుకొనేలా ప్రోత్సహించాయి. దేశంలోనే కాకుండా పొరుగు దేశాల్లో సైతం అవి స్థావరాలు ఏర్పాటు చేసుకున్నాయి.

మొగల్ సామ్రాజ్య పతనానికిగల కారణాలను విద్యావేత్తలు వివరించడానికి ప్రయత్నించినా భారతదేశం ఐరోపా దేశాలతో సమానంగా ఆర్థిక, శాస్త్ర సాంకేతిక ప్రగతిని ఎందుకు సాధించలేకపోయిందన్న విషయాన్ని ఇంకా లోతుగా అధ్యయనం చేయాల్సి ఉంది. నావికాదళ రంగంలో బలహీనంగా ఉండడంవల్లే భారతీయులు పెరుగుతున్న తమ విదేశీ వాణిజ్యాన్ని పూర్తిగా సద్వినియోగం చేయలేకపోయారు. తురుష్క, మొగల్ పాలక వర్గాలకు సముద్రంతో ఎలాంటి సంబంధం ఉండేది కాదు. విదేశీ వాణిజ్యం ప్రాధాన్యతను మొగలులు త్వరగా గ్రహించినా దేశ ఆర్థిక ప్రగతిలో

నావికా శక్తి పోషించే కీలకమైన పాత్రపై వారికి సరైన అవగాహన ఉండేది కాదు. అందుకే ఐరోపా వాణిజ్య సంస్థలను ప్రోత్సహించారు.

నావికా దళ రంగంలో బలహీనత శాస్త్ర సాంకేతిక రంగాలలో దేశం వెనుకబడి ఉండటాన్ని సూచిస్తుంది. 17వ శతాబ్దం నాటికి కూడా దేశంలో యాంత్రిక గడియారాన్ని తయారు చేయలేకపోయారు. ఆయుధాల విషయంలో ఐరోపావాసుల ప్రాబల్యాన్ని ఇక్కడి పాలకులు అట్టే గుర్తించారు. ఇక్కడి కార్మికుల్లో సృజనాత్మకత చాలా తక్కువగా ఉండేది. ఐరోపాలో రూపొందించిన పరికరాలను (ముఖ్యంగా ఓడ నిర్మాణంలో) నకలు చేసేవారు. పాలకవర్గాల ఉదాసీన వైఖరితోపాటు సామాజిక స్వరూపం, చారిత్రక సాంప్రదాయాలు, వివిధ వర్గాల దృక్పథం ఈ నేపథ్యంలో ముఖ్యమైనవి. గత వైభవాన్ని కీర్తించడమే కాని నూతన దిశలో పయనించడం బ్రాహ్మణులు, ముల్లాలకు ఏ మాత్రం ఇష్టముండేది కాదు. విద్యా వ్యవస్థను ఆధునీకరించేందుకు అక్బర్ తీసుకున్న చర్యలను ఈ వర్గాలు నిర్వీర్యం చేశాయి. మానవ వనరులు అపారంగా ఉండడంతో యాంత్రిక శక్తిని ఉత్పాదన రంగంలో ప్రవేశపెట్టలేకపోయారు. కుల వ్యవస్థ సృష్టించిన అడ్డుగోడలవల్ల సనాతనవాదం పెరిగిందన్న విషయం ఇప్పటికీ వివాదాస్పదమే.

ఆ విధంగా దేశం శాస్త్ర సాంకేతిక రంగాలలో వెనుకబడిపోయింది. ఈ పరిణామంపట్ల మొగల్ పాలకవర్గం ఉదాసీనంగా ఉండిపోయింది. పతనావస్థలో ఉన్న అన్ని పాలకవర్గాలవలే మొగల్ పాలక వర్గం కూడా తక్షణ వ్యవహారాలకే ప్రాధాన్యత ఇచ్చింది. భోగభాగ్యాలపైనే దృష్టి పెట్టింది. భవిష్యత్తును తీర్చిదిద్దే విషయాలపై ఎలాంటి ఆసక్తి చూపలేదు.

అయినప్పటికీ ఇతర రంగాల్లో దేశం సాధించిన ప్రగతిని మనం విస్మరించలేము. రాజకీయ సమైక్యతతో సాంస్కృతిక సమ్మేళనం కూడా పెరిగింది. భారత సమాజం ప్రపంచ సమాజాలకు విభిన్నంగా ఉండేది. జాతి, మత, భాష వైరుధ్యాలున్నా దేశమంతా దాదాపు ఏకీకృత సంస్కృతి ఉండేది. ఈ సంస్కృతి సృజనాత్మక కార్యకలాపాల్లో ప్రతిబింబిస్తుంది. అందుకే 17వ శతాబ్దం ద్వితీయ సాంస్కృతిక శకంగా పరిఢవిల్లింది. దక్షిణంలో చోళుల సాంప్రదాయాలను విజయనగర సామ్రాజ్యం కొనసాగించింది. బహమనీ రాజ్యం, దాని వారసత్వ రాజ్యాలు సాంస్కృతిక రంగం వికాసానికి ఎంతో కృషి చేశాయి. ఆయా ప్రాంతీయ రాజ్యాల్లో ఘనమైన సాంస్కృతిక ప్రగతి (15వ శతాబ్దంలో) మొగలులు అభివృద్ధిపరచిన నూతన సాంస్కృతిక రూపాల్లో కొంత వరకు విలీనమైంది. అయితే ఈ ఏకీకృత సంస్కృతి మత ఛాందసుల ఆగ్రహానికి గురైంది. అలాగే పాలక వర్గాల్లోని వివిధ స్వార్థపర శక్తులు కూడా దాడికి

దిగాయి. కాని ఈ సంస్కృతి 19వ శతాబ్దం మధ్యభాగం వరకు కొనసాగింది. అందుకు సంతులు, విద్వాంసులు, చైతన్యవంతులైన పాలకులు ఎంతో కృషి చేశారు.

ఈ కాలంలో ఆర్థిక ప్రగతి కూడా సాధ్యమైంది. వాణిజ్యం, పరిశ్రమలు విస్తరించాయి. వ్యవసాయం కూడా అభివృద్ధి చెందింది. అయితే వేర్వేరు ప్రాంతాల్లో ప్రగతి అసమానంగా ఉండేది. గంగాలోయతోపాటు గుజరాత్, కోరమాండల్ తీరం, బెంగాల్ ప్రాంతాలు గణనీయమైన ప్రగతిని సాధించాయి. ఆధునిక భారతంలో కూడా ఈ ప్రాంతాలే అభివృద్ధికి కీలకమైన స్థావరాలుగా కొనసాగాయి. ముఖ్యంగా స్వాతంత్ర్యానంతరం ఈ ప్రాంతాలు బహుముఖ ప్రగతిని సాధించాయి.

మొగల్ సామ్రాజ్యం కొనసాగి ఉంటే భారతదేశం ఆర్థికంగా అభివృద్ధి చెంది తన సొంత బలంపైనే పారిశ్రామిక విప్లవాన్ని సాధించగలిగేదా? 18వ శతాబ్దంలో వాణిజ్యం, ఉత్పాదన విస్తరించినా (మొగల్ సామ్రాజ్యం పతనమైన తర్వాత కూడా) ఐరోపాతో పోలిస్తే అదెంతో వెనుకబడి ఉండేది. శాస్త్ర సాంకేతిక రంగంలోనే కాక ఇతర రంగాల్లో కూడా ప్రగతి నామమాత్రంగానే ఉండేది. ఆ విధంగా చాలా ఉత్పత్తులు చిన్నతరహా పరిశ్రమల నుండే వచ్చేవి. వాటిలో ఎలాంటి యంత్రాలను వినియోగించేవారు కాదు. కార్మికులు సాధారణ పనిముట్లను వాడేవారు. ఫలితంగా, నిపుణులైన కార్మికులు ఎంత మంది ఉన్నప్పటికీ వారి ఉత్పాదకత, సామర్థ్యం (పనితనం) చాలా పరిమితంగా ఉండేది. వృత్తికారులు వ్యాపారులు, పారిశ్రామికవేత్తలుగా ఎదగలేకపోయారు. ఐరోపాలో అందుకు భిన్నంగా జరిగింది. కులం, పెట్టుబడి లేమి భారత వృత్తిదారులకు ప్రతిబంధకాలుగా మారాయి. సంపద పంపిణీ ఎంత అసమానంగా ఉండేదో దీనిని బట్టి తెలుస్తుంది. దాంతో దేశీయ మార్కెట్ కూడా పరిమితంగానే ఉండేది. 17, 18వ శతాబ్దాల్లో దద్నీ వ్యవస్థ అభివృద్ధి చెందింది. ఆ కారణంగా ఉత్పాదన పెరిగింది. అయితే చేతివృత్తిదారులను దేశీయ, విదేశీ వ్యాపారులపై మరింత ఆధారపడేలా చేసింది. ఈ పరిస్థితుల్లోనే ఆంగ్లేయులు దేశాన్ని ఆక్రమించుకోగలిగారు. వలసవాద దేశంగా భారత్‌ను మార్చివేశారు. ఈశాన్య ప్రపంచంలోనే ప్రముఖ ఉత్పాదక కేంద్రంగా ఉన్న దేశాన్ని ముడి సరుకులు సరఫరా చేసే స్థావరంగా తయారు చేశారు.